## ರಂಜನಿ ರಾಘವನ್

ಕನ್ನಡದ ಮನೆ ಮಾತಾಗಿರುವ ನಟಿ. ಕಿರುತೆರೆ ಹಾಗೂ ಹಿರಿತೆರೆ ಎರಡರಲ್ಲೂ ಅಭಿನಯ. ಕಥೆಗಾರ್ತಿ.

ತಮ್ಮ 15 ಕಥೆಗಳ ಗುಚ್ಛ 'ಕತೆ ಡಬ್ಬಿ'ಯ ಮೂಲಕ ಕನ್ನಡ ಸಾಹಿತ್ಯ ಲೋಕದಲ್ಲಿ ತಮ್ಮದೇ ಛಾಪು ಮೂಡಿಸಿದವರು. ಒಂದು ವರ್ಷದಲ್ಲಿ 20 ಆವೃತ್ತಿಗಳನ್ನು ಕಂಡ 'ಕತೆ ಡಬ್ಬಿ' ಇನ್ನೂ ಬೇಡಿಕೆಯಲ್ಲಿರುವ ಕೃತಿ. ಹೊಸ ಓದುಗರನ್ನು ಕನ್ನಡಕ್ಕೆ ಕೊಟ್ಟ ಹೆಮ್ಮೆ ಇವರದ್ದು. ಎಲ್ಲಾ 'ಟಾಪ್ ಟೆನ್'ಗಳಲ್ಲಿ ದೀರ್ಘ ಕಾಲ ಸ್ಥಾನ ಪಡೆದ ಹಿರಿಮೆ.

ಸರಳ ಆದರೆ ಇಂದಿನ ತರುಣ ಲೋಕಕ್ಕೆ ಇಷ್ಟವಾಗುವ ಇವರ ಕತೆಗಳು ಸದಾ ಒಳ್ಳೆಯ ಆಶಯವನ್ನು ಹರಡುತ್ತದೆ.

'ಕೆಳದಿ ಚನ್ನಮ್ಮ' ಧಾರಾವಾಹಿಯಲ್ಲಿ ಒಂದು ಪುಟ್ಟ ಪಾತ್ರದ ಮೂಲಕ ಕಿರುತೆರೆಗೆ ಹೆಜ್ಜೆ ಇಟ್ಟ ರಂಜನಿ ರಾಘವನ್ ತಮ್ಮ 'ಪುಟ್ಟಗೌರಿ ಮದುವೆ' ಹಾಗೂ 'ಕನ್ನಡತಿ' ಅಭಿನಯದ ಮೂಲಕ ಮನೆ ಮಾತು. 'ಇಷ್ಟ ದೇವತೆ' ಧಾರಾವಾಹಿ ಮೂಲಕ ಬರವಣಿಗೆ ಆರಂಭಿಸಿದ ಇವರು ನಂತರ ಕತೆ ಬರೆಯುವತ್ತ ಮನಸ್ಸು ಮಾಡಿದರು. ಆ ನಂತರ ಹಿಂದಿರುಗಿ ನೋಡಿಲ್ಲ. 'ಇಷ್ಟದೇವತೆ' ಧಾರಾವಾಹಿಯ ಕ್ರಿಯೇಟಿವ್ ಡೈರೆಕ್ಟರ್ ಸಹಾ. ಮಲಯಾಳಂ ಧಾರಾವಾಹಿಯಲ್ಲೂ ಅಭಿನಯಿಸಿದ್ದಾರೆ.

ರಾಜಹಂಸ, ಠಕ್ಕರ್, ಕ್ಷಮಿಸಿ ನಿಮ್ಮ ಖಾತೆಯಲ್ಲಿ ಹಣವಿಲ್ಲ ಈಗಾಗಲೇ ತೆರೆ ಕಂಡಿರುವ ಇವರ ಅಭಿನಯದ ಚಿತ್ರಗಳು. 'ಹಕೂನ ಮಟಾಟ' ಪ್ರಸಾರಕ್ಕೆ ಸಿದ್ಧವಿರುವ ವೆಬ್ ಸರಣಿ. ನೈಟ್ ಕರ್ಫ್ಯೂ, ಸತ್ಯಂ ತೆರೆ ಕಾಣಬೇಕಾದ ಚಿತ್ರಗಳು.

ಪ್ರಶಸ್ತಿಗೂ ಇವರಿಗೂ ಇನ್ನಿಲ್ಲದ ನಂಟು. ಕಿರು ತೆರೆಯ ಅನೇಕ ಪ್ರಶಸ್ತಿಗಳು ಇವರನ್ನು ಅರಸಿ ಬಂದಿವೆ. 10 ಬಾರಿ ಪ್ರತಿಷ್ಠಿತ 'ಅನುಬಂಧ ಅವಾರ್ಡ್' ಪಡೆದ ಹೆಗ್ಗಳಿಕೆ ಇವರದ್ದು. ಇದಲ್ಲದೆ ರೋಟರಿ ಕ್ಲಬ್‌ನ ಪ್ರತಿಷ್ಠಿತ 'ಯೂಥ್ ಐಕಾನ್' ಆಗಿ ಸಹಾ ಗೌರವಿಸಲ್ಪಟ್ಟಿದ್ದಾರೆ. ಮಿಸ್ ಇಂಡಿಯಾ ಸೂಪರ್ ಮಾಡೆಲ್ ಕಿರೀಟವೂ ಇವರಿಗೆ ಧಕ್ಕಿದೆ. ಸಾಮಾಜಿಕ ಪರಿಣಾಮಕ್ಕಾಗಿ ತುಡಿವ ವ್ಯಕ್ತಿ ಎಂದು ಗುರುತಿಸಿ ಗೌರವಿಸಲ್ಪಟ್ಟಿರುವುದು ಸಹಾ ಇವರ ಕಾಳಜಿಯನ್ನು ತೋರಿಸುತ್ತದೆ.

'ಸ್ವೈಪ್ ರೈಟ್' ಇವರ ಮೊದಲ ಕಾದಂಬರಿ.

'ಕತೆ ಡಬ್ಬಿ' ಯಶಸ್ಸಿನ ಬೆನ್ನಲ್ಲೇ ಹೊರ ಬಂದಿರುವ ಈ ಕಾದಂಬರಿ ರಂಜನಿ ರಾಘವನ್ ಅವರ ಕಾಳಜಿ, ಕ್ರಿಯಾಶೀಲತೆ, ಒಳ್ಳೆಯದರತ್ತ ತುಡಿಯುವ ಮನಸ್ಸನ್ನು ಸೂಚಿಸುತ್ತದೆ.

**ಇದು 'ಬಹುರೂಪಿ'ಯ ಪ್ರಕಟಣೆ**

Swipe Right

# ಸ್ವೈಪ್ ರೈಟ್

## ನಿನ್ನ ಬೆರಳಂಚಲಿ ನಾನು..

ರಂಜನಿ ರಾಘವನ್

**ಬಹುರೂಪಿ**
ಎಂಬೆಸಿ ಸೆಂಟರ್, 111, ಮೊದಲನೇ ಮಹಡಿ, ಕ್ರೆಸೆಂಟ್ ರಸ್ತೆ,
ಕುಮಾರಪಾರ್ಕ್ ಈಸ್ಟ್, ಬೆಂಗಳೂರು 560 001.
ದೂರವಾಣಿ: 70191 82729

57

**SWIPE RIGHT**
A Novel in Kannada
by Renowned Actress **RANJANI RAGHAVAN**

**Ranjani Raghavan**
iranju29@gmail.com
ranjani.raghavan

Published By
**Bahuroopi**
Embassy Centre, 111, First Floor, Crescent Road,
Kumarapark East, Bangalore 560001

editor@bahuroopi.in | Mobile: 70191 82729

online book store: **bahuroopi.in**

Whats App Bookstore: **70191 82729**

ISBN: 978-81-958516-5-2
First Edition: December 2022
Copies: 3000
Pages: 240 | Price: Rs 250


Cover Art: **Arun Kumar G**
Photo: **PK Photography**
Inside Design: **Sagar M S**

Produced by
**Bahuroopi Designs and Prints**
Bangalore
99454 40841

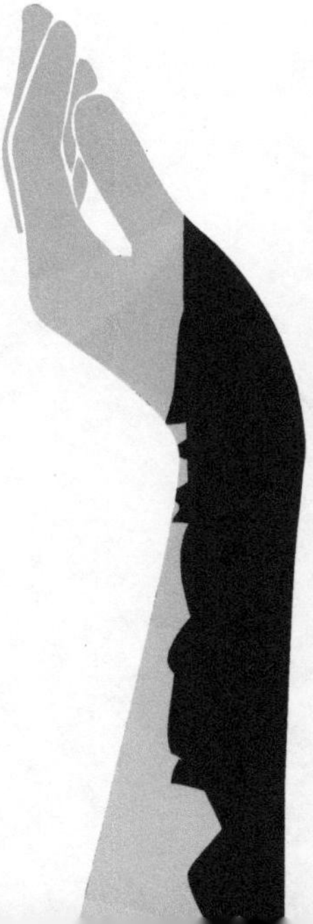

ನನ್ನ
ಓದುಗರಿಗೆ

# ಕೋಮಲ ಬೆಳದಿಂಗಳ ಲೇಪ

ಬೆಂಗಳೂರಿನ ಯುವಜನತೆ ತನ್ನದೇ ಆದ ವಿಭಿನ್ನ ಪರಿಸರವನ್ನು ಕಟ್ಟಿಕೊಂಡಿದೆ. ದೊಡ್ಡ ಕನಸುಗಳು, ವೈಯಕ್ತಿಕ ಸ್ಪೇಸ್, ಡಿಜಿಟಲ್ ಸುನಾಮಿ, ಸರಸ–ವಿರಸ, ಸ್ವೈಪ್ ರೈಟ್, ಸ್ವೈಪ್ ಲೆಫ್ಟ್, ತ್ವರಿತ ಫಲಿತಾಂಶ, ತುಸು ಆದರ್ಶ, ದೂರದ ಕಾಡಿನ ಪ್ರೀತಿ, ಪ್ರಾಣಿ ದಯೆ, ಓಪನ್ ರಿಲೇಶನ್‌ಶಿಪ್ - ಹೀಗೆ. ಇವೆಗಳೆಲ್ಲವೂ ಮಾಂತ್ರಿಕನೊಬ್ಬ ಗಾಳಿಯಲ್ಲಿ ಐದಾರು ಚೆಂಡುಗಳನ್ನು ಎಸೆದು ನೆಲಕ್ಕೆ ಬೀಳದಂತೆ ಸಮತೋಲನ ಕಾಯ್ದುಕೊಳ್ಳಬೇಕಾದ ಒತ್ತಡದಲ್ಲಿ ಸಾಗುತ್ತಿರುತ್ತವೆ.

ಯಾವುದೋ ಗಳಿಗೆಯಲ್ಲಿ ಅನಿರೀಕ್ಷಿತವೊಂದು ಸಂಭವಿಸಿ ಚೆಂಡುಗಳು ನೆಲಕ್ಕೆ ಬಿದ್ದಾಗ, ಯುವಜಗತ್ತು ಕಂಗಾಲಾಗಿ ಅಧೀರನಾಗುವ ಸಾಧ್ಯತೆಗಳು ಹೆಚ್ಚಿರುತ್ತವೆ. ಆ ಸ್ಥಿತಿಯನ್ನು ಎದುರಿಸುವ ಒತ್ತಡದಲ್ಲಿಯೇ ಹರೆಯದವನೊಬ್ಬ ಪ್ರಬುದ್ಧನಾಗುತ್ತಾನೆ.

ಅಂತಹ ಜಗತ್ತೊಂದನ್ನು, ಅದರದೇ ಆದ ಭಾಷೆ–ಭಾವ–ಧ್ವನಿಗಳ ಲಯದೊಂದಿಗೆ ಈ ಕಾದಂಬರಿಯಲ್ಲಿ ಲೇಖಕಿ ರಂಜನಿ ರಾಘವನ್ ನಮಗೆ ಕಟ್ಟಿಕೊಟ್ಟಿದ್ದಾರೆ. ಲೇಖಕಿಯು ಅಂತಹ ಬದುಕಿನ ಭಾಗವೇ ಆಗಿರುವುದರಿಂದ, ಈ ಕಾದಂಬರಿಯ ಸಹಜತೆಯ ನಡೆಯಲ್ಲಿ ಒಂಚೂರೂ ಲಯ ತಪ್ಪುವುದಿಲ್ಲ.

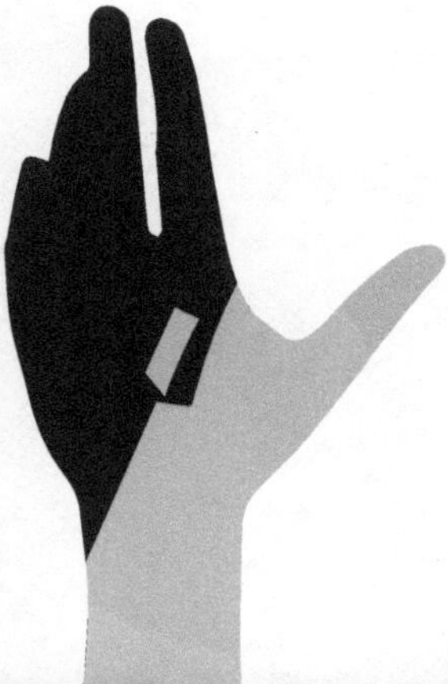

ಹಿರಿಯ ಕತೆಗಾರರಿಗೆ ಯಾವತ್ತೂ ಸವಾಲೆನ್ನಿಸುವ ಆಧುನಿಕ ಹುಡುಗರ ಕಥನ ಇಲ್ಲಿ ನೀರು ಹರಿದಷ್ಟು ಸರಾಗವಾಗಿ ಚಲಿಸಿದೆ. ಮುಗ್ಧತೆಯನ್ನು ಕಳೆದುಕೊಳ್ಳದೆ ಬದುಕನ್ನು ಕಾಣುವ ಲೇಖಕಿಯ ಸ್ವಭಾವ, ಇಲ್ಲಿ ಕತೆಗೆ ತನ್ನದೇ ಆದ ಕೋಮಲ ಬೆಳದಿಂಗಳನ್ನು ಲೇಪಿಸಿದೆ. ಜಗತ್ತಿನ ಕಠೋರ ಬಿಸಿಲಿನ ಅರಿವೂ ಲೇಖಕಿಗಿರುವುದರಿಂದ, ಸಂಬಂಧಗಳ ಕಗ್ಗಂಟೊಂದನ್ನು ಎದುರಿಸುವ ಸನ್ನಿವೇಶವೂ ಈ ಕೃತಿಯಲ್ಲಿ ಗಾಢವಾಗಿ ಮೂಡಿಬಂದಿದೆ.

ಸಾಹಿತಿಗಳು ಸಿನಿಮಾ ಕ್ಷೇತ್ರಕ್ಕೆ ಪ್ರವೇಶಿಸಿದ ಉದಾಹರಣೆಗಳು ಕನ್ನಡದಲ್ಲಿ ಸಾಕಷ್ಟು ಸಿಗುತ್ತವೆ; ಯಶಸ್ವಿಯೂ ಆದವರಿದ್ದಾರೆ. ಆದರೆ ವಿರುದ್ಧ ದಿಕ್ಕಿನ ಪಯಣ, ಅದರಲ್ಲೂ ಯಶಸ್ವೀ ಪಯಣ ಬಹಳ ಅಪರೂಪ. ಜನಪ್ರಿಯತೆ, ಆರ್ಥಿಕ ವರಮಾನ, ಅವಕಾಶ – ಎಲ್ಲವೂ ಹೆಚ್ಚಿರುವ ಸಿನಿಮಾ ಕ್ಷೇತ್ರದಲ್ಲಿದ್ದೂ ಸಾಹಿತ್ಯದೆಡೆಗೆ ತುಡಿಯುವ ರಂಜನಿ ರಾಘವನ್ ನಡೆಯು ಸಹಜವಾಗಿಯೇ ಓದುಗ ಜಗತ್ತಿನ ಪ್ರೀತಿಯನ್ನು ಗಳಿಸುತ್ತದೆ.

ಮೊದಲ ಕಥಾ ಸಂಕಲನದಿಂದ ಅಭೂತಪೂರ್ವ ಯಶಸ್ಸನ್ನು ಕಂಡಿರುವ ರಂಜನಿ ಅವರ ಈ ಚೊಚ್ಚಲ ಕಾದಂಬರಿ, ಅವರ ಓದುಗರ ದೊಡ್ಡ ನಿರೀಕ್ಷೆಯನ್ನು ಎದುರಿಸಬೇಕಾಗುತ್ತದೆ. ಲೇಖಕಿ ಅಂತಹ ನಿರೀಕ್ಷೆಯನ್ನು ಹುಸಿಗೊಳಿಸುವುದಿಲ್ಲ.

ಅವರ ಹಿಂದಿನ ಕೃತಿಯಂತೆ, ಇದೂ ದೊಡ್ಡ ಯಶಸ್ಸನ್ನು ಕಾಣಲಿ ಎಂದು ಹಾರೈಸುತ್ತೇನೆ.

**– ವಸುಧೇಂದ್ರ**

# ಪ್ರೀತಿಯಿಂದ...

ಒಂದು ಹುಡುಗ ಹುಡುಗಿ ಮಧ್ಯೆ ಪ್ರೀತಿ ಹುಟ್ಟುವ ಕತೆಗಳು ನಮ್ಮೆಲ್ಲರಿಗೂ ಪರಿಚಯ. ಹಾಗಾಗಿ ಹುಟ್ಟಿದ ಪ್ರೀತಿಯನ್ನು ನಿಭಾಯಿಸೋ ದಾರಿಯಲ್ಲಿರುವ ಪ್ರೇಮಿಗಳ ಕತೆಯನ್ನು ಹೇಳಬಯಸಿದ್ದೇನೆ.

ಶಾಲೆ ಕಾಲೇಜಿನಲ್ಲಿ ಓದುವಾಗ ಪರಿಚಯವಾಗಿ, ಆಗಲೇ ಹುಟ್ಟಿದ ಪ್ರೀತಿಯನ್ನು ಹತ್ತು ಹನ್ನೆರಡು ವರ್ಷ ಜೋಪಾನ ಮಾಡಿಕೊಂಡು ಬಂದು ಮದುವೆಯಾದ ಜೋಡಿಗಳನ್ನು ನನ್ನ ಪರಿಸರದಲ್ಲಿ ನೋಡಿದ್ದೇನೆ. ಐಟಿ ಕೆಲಸಕ್ಕೆ ಸೇರಿ ರಾತ್ರಿ ಹಗಲೆನ್ನದೇ ದುಡಿಯುವುದರ ಜೊತೆಗೆ ಎದುರಾಗುವ ಸವಾಲುಗಳು, ಅಭದ್ರತೆಗಳು, ಸಲಿಗೆ, ಪ್ರೀತಿ ನನಗೆ ಬಹಳ ಹತ್ತಿರವಾಗಿದೆ. ಸಮಕಾಲೀನ ಜಗತ್ತಿಗೆ ಆ ಅನುಭವಗಳು ಕನೆಕ್ಟ್ ಆಗಬಹುದು ಅನ್ನೋ ಯೋಚನೆಯಲ್ಲಿ ಅವನ್ನು ಕತೆಗೆ ಸೇರಿಸಿದೆ.

ಒಂದು ಕಾದಂಬರಿಯಾಗುವುದಕ್ಕೆ ಇದಷ್ಟೇ ಪರಿಕರ ಸಾಲುವುದಿಲ್ಲ ಎಂದು ಕಥಾವಸ್ತುವಿನ ಹಿಂದೆ ಬಿದ್ದೆ. 'ಹೊಸ ಚಿಗುರು ಹಳೆ ಬೇರು ಕೂಡಿರಲು ಮರ ಸೊಬಗು' ಅನ್ನೋ ಡಿವಿಜಿ ಅವರ ಮಾತು ನೆನಪಾಗಿ ನನ್ನ ತಂದೆ ತಾಯಿ ವಯಸ್ಸಿನವರೂ ಸ್ಪಂದಿಸಬಹುದಾದ ಪಾತ್ರಗಳನ್ನು ಹೆಣೆಯಬೇಕೆನಿತು. ಆಗ ಹೊಳೆದ ಯೋಚನೆ ನನಗೆ ಹೊಸದಾದರೂ ಅದನ್ನು ಬರೆಯುವ ಧೈರ್ಯ ಮಾಡಿದ್ದೇನೆ.

ಬೆಂಗಳೂರು, ನಾನು ಹುಟ್ಟಿ ಬೆಳೆದ ಊರು. ಉಡುಪಿಯಲ್ಲಿ ವಾಸವಿರೋ ನನ್ನ ಚಿಕ್ಕಮ್ಮನ ಮನೆಗೆ ಆಗಾಗ ಹೋಗಿ ಠಿಕಾಣಿ ಹೊಡೆದಿದ್ದರಿಂದ ಅಲ್ಲಿನ ಜನಜೀವನವೂ ನನಗೆ ಚಿರಪರಿಚಿತವಾಗಿದೆ. ಈ ಎರಡು ಊರಿನಲ್ಲಿ ನಮ್ಮ ಮುಖ್ಯ ಪಾತ್ರಗಳಿಗೆ ಮನೆ, ಕೆಲಸ ಹುಡುಕಿ ಕೊಟ್ಟಿರುವುದರಿಂದ ನನ್ನ ಕೆಲಸ ಸುಲಭವಾಯಿತು. ಒಬ್ಬ ಅಭಿನೇತ್ರಿಯಾಗಿ ಸಾಕಷ್ಟು ದೃಶ್ಯಗಳಲ್ಲಿ ನಟಿಸಿ, ಆ ಕ್ಷೇತ್ರದಲ್ಲಿ ಸಂಪಾದಿಸಿದ ಗ್ರಹಿಕೆ ನನಗೆ ಸನ್ನಿವೇಶಗಳನ್ನು ದೃಶ್ಯ ರೂಪದಂತೆ ಕಟ್ಟಿಕೊಡಲು ದಾರಿಮಾಡಿಕೊಟ್ಟಿದೆ. 'ಕತೆ ಡಬ್ಬಿ' ಕಥಾ ಸಂಕಲನಕ್ಕೆ ಸಿಕ್ಕ ಪ್ರೋತ್ಸಾಹವೇ ಈ ಕಾದಂಬರಿ ಬರೆಯಲು ಮುಖ್ಯ ಪ್ರೇರೇಪಣೆ. ನನ್ನಲ್ಲಿರೋ ಕತೆಗಳನ್ನು ಕೇಳೋ ಮನಸ್ಸುಗಳಿವೆ ಅನ್ನೋ ವಿಶ್ವಾಸ ನೂರಾರು ಪುಟಗಳನ್ನು ಬರೆಸಿದೆ. ಹಾಗೆ ನೋಡಿದರೆ ನನಗೆ ಸಣ್ಣ ಕತೆಗಳಿಗಿಂತ ಕಾದಂಬರಿಗಳು ಮನಸ್ಸಿಗೆ ಹತ್ತಿರ. ಏಕೆಂದರೆ ನಾನು ಎಸ್.ಎಲ್ ಭೈರಪ್ಪನವರ, ಶಿವರಾಮ ಕಾರಂತರ, ತೇಜಸ್ವಿಯವರ ಕಾದಂಬರಿಗಳ ಜೊತೆ ಪತ್ರಿಕೆಗಳಲ್ಲಿ ಸಂಚಿಕೆಗಳ ರೂಪದಲ್ಲಿ ಬರುತ್ತಿದ್ದ ತ್ರಿವೇಣಿ, ಕೌಂಡಿನ್ಯ, ಅನುಪಮಾ ನಿರಂಜನ ಅವರ ಸಾಂಸಾರಿಕ ಕಾದಂಬರಿಗಳನ್ನು ಓದುತ್ತಾ ಬಂದಿದ್ದೇನೆ. ಸಣ್ಣವಳಿದ್ದಾಗ ಬೇಸಿಗೆ ರಜೆಯಲ್ಲಿ ಯಾವಾಗಲೋ 'ತರಂಗ' ಪತ್ರಿಕೆಯಲ್ಲಿ ಬಂದಿದ್ದ ಸಂಚಿಕೆಯನ್ನು ಓದುತ್ತಾ ಕೂತಿದ್ದಾಗ 'ಗಂಡ ಹೆಂಡತಿ ಸಂಸಾರದ ಕತೆ ನಿಂಗ್ಯಾಕ್ ಬೇಕು' ಅಂತ ದೊಡ್ಡವರಿಂದ ಬೈಸಿಕೊಂಡಿದ್ದೂ ಉಂಟು!

ಸುಮಾರು ಇನ್ನೂರೈವತ್ತು ಪುಟಗಳನ್ನು ಬರೆದು ಮುಗಿಸಿದಾಗ ನನ್ನಲ್ಲಿ ಆತಂಕವಿತ್ತು, ಕತೆಯ ಓಘ, ಭಾವನೆಗಳನ್ನು ಕಟ್ಟಿಕೊಡುವಲ್ಲಿ ಸಮರ್ಥಳಾಗಿದ್ದೇನೋ ಇಲ್ಲವೋ ಎಂದು. ಹಾಗಾಗಿ ತಿಳಿದವರ ಮಡಿಲಲ್ಲಿ ಈ ಪುಸ್ತಕದ ಕ್ವಾಲಿಟಿ ಟೆಸ್ಟ್ ನಡೆಯಿತು. ಹೀಗೊಂದು ಹೊಸ ಪ್ರಯತ್ನ ಮಾಡಿದ್ದೇನೆ ಎಂದು ಹೇಳಿದಾಗ ಒಂದೇ ರಾತ್ರಿಯಲ್ಲಿ ಇಡೀ ಕಾದಂಬರಿಯನ್ನು ಓದಿ ಮುಗಿಸಿದ ಲೇಖಕಿ, ಚಿಂತಕಿ ಮತ್ತು ಮಂಡಲ ಕಲಾವಿದೆ ಚೇತನ ತೀರ್ಥಹಳ್ಳಿಯವರು, ನಿಮ್ಮ ಪಾತ್ರಗಳು ಮನಸ್ಸಿಗಿಳಿದವು ಎಂದು ತಿಳಿಸುವ ಮೂಲಕ ನನ್ನ ಭಯ ಕಡಿಮೆ ಮಾಡಿದರು. ನನ್ನ ನೆಚ್ಚಿನ ಗೆಳೆಯ, ನಟ ಗೋಪಾಲಕೃಷ್ಣ ದೇಶಪಾಂಡೆಯವರು, ನನ್ನ ಆತ್ಮೀಯರಾದ ಪಾರ್ಥಸಾರ್ಥಿ ಅಂಕಲ್ ಸಹ ಹಸ್ತಪ್ರತಿಯನ್ನು ಓದಿ ಬೆನ್ನು ತಟ್ಟಿದ್ದಾರೆ. ಸಿನಿಮಾ ನಿರ್ದೇಶಕರು ಮತ್ತು ನನ್ನ ಸ್ನೇಹಿತರಾದ ಜಡೇಶ್ ಕುಮಾರ್ ಹಂಪಿಯವರು ಈ ಕಾದಂಬರಿ ನಿಮ್ಮ ಬರವಣಿಗೆಯ ಪೂರ್ಣದರ್ಶನ ಮಾಡಿಸಲಿದೆ ಎಂದು ಹೇಳಿ ನನ್ನ ವಿಶ್ವಾಸ ಹೆಚ್ಚಿಸಿದ್ದಾರೆ. ಇವರೆಲ್ಲರಿಗೂ ನನ್ನ ಹೃತ್ಪೂರ್ವಕ ಧನ್ಯವಾದಗಳು.

ಜೋಗಿ ಸರ್ ನನ್ನ ಸಾಹಿತ್ಯ ಲೋಕದ ಪ್ರಯಾಣಕ್ಕೆ ಮೂಲ ಕಾರಣ. ಅವರ ಪ್ರೋತ್ಸಾಹದಿಂದ ನಾನು 'ಕತೆ ಡಬ್ಬಿ' ಮತ್ತು 'ಸ್ವೈಪ್ ರೈಟ್' ಬರೆಯಲು ಸಾಧ್ಯವಾಯಿತು. ಅವರು ಈ ಕಾದಂಬರಿಯನ್ನು ಓದಿ 'ನಿಮಗೆ ಬರವಣಿಗೆ ಸಿದ್ಧಿಸಿದೆ' ಎಂದು ಹೇಳಿ ನನ್ನ ವಿಶ್ವಾಸವನ್ನು ಇಮ್ಮಡಿಗೊಳಿಸಿದ್ದಾರೆ.

ನನ್ನ ಎರಡನೇ ಪುಸ್ತಕ ಬರುತ್ತಿದೆ ಅಂತ ಗೊತ್ತಾದ ತಕ್ಷಣ ಕಾಯುತ್ತಿದ್ದೇವೆ ಎಂದು ಸೋಶಿಯಲ್ ಮಿಡಿಯಾದಲ್ಲಿ ಕೌಂಟ್ ಡೌನ್ ಶುರು ಮಾಡಿಕೊಂಡ ನನ್ನ ಪ್ರೀತಿಯ ಓದುಗರಿಗೆ, ಹಿತೈಷಿಗಳಿಗೆ ಎಂದೆಂದೂ ಚಿರಋಣಿ.

ನನ್ನ ಬರವಣಿಗೆಯ ಬಗ್ಗೆ ನನ್ನ ಆತ್ಮವಿಶ್ವಾಸವನ್ನು ಹೆಚ್ಚಿಸಿದ್ದು ವಸುಧೇಂದ್ರ ಸರ್ ಅವರು. ಅತ್ಯಂತ ಕಡಿಮೆ ಅವಧಿಯಲ್ಲಿ ಉತ್ತಮ ಮುನ್ನುಡಿ ಬರೆದುಕೊಟ್ಟ ವಸುಧೇಂದ್ರ ಸರ್‌ಗೆ ನನ್ನ ಅನಂತಾನಂತ ವಂದನೆಗಳು.

ಎರಡನೇ ಬಾರಿ ನನ್ನ ಬರವಣಿಗೆಯನ್ನು ಪುಸ್ತಕವಾಗಿಸೋ ಜವಾಬ್ದಾರಿ ಹೊತ್ತ 'ಬಹುರೂಪಿ'ಗೆ ನನ್ನ ಧನ್ಯವಾದಗಳು, ಎಂದಿನಂತೆ ಈ ಸಲವೂ ಪುಸ್ತಕವನ್ನು ಮುದ್ದಾಗಿ ಕಾಣುವಂತೆ ನೋಡಿಕೊಂಡಿದ್ದಾರೆ.

ಸಾಹಿತ್ಯ ಲೋಕದಲ್ಲಿ ಅಂಬೆಗಾಲಿಡುತ್ತಿರೋ ನನಗೆ ಇಷ್ಟೆಲ್ಲಾ ಬೆಂಬಲ ಸಿಗುತ್ತಿರುವುದು ನನ್ನ ಭಾಗ್ಯ ಮತ್ತು ನನ್ನ ಜವಾಬ್ದಾರಿಯೂ ಹೌದು ಎಂದು ಭಾವಿಸಿ ವಿನಮ್ರತೆಯಿಂದ ಈ ಕೃತಿಯನ್ನು ನಿಮ್ಮೆಲ್ಲರ ಮುಂದಿಡುತ್ತಿದ್ದೇನೆ.

**ಈ ಕಾದಂಬರಿ ನನ್ನ 'ಸ್ವೈಪ್ ರೈಟ್' ಪ್ರಯತ್ನವಾಗಲಿದೆ ಎಂದು ನಂಬಿದ್ದೇನೆ.**

ಪ್ರೀತಿಯಿಂದ,
ರಂಜನಿ ರಾಘವನ್

# 1

ಗಲಗಲ ಅನ್ನುತ್ತಿದ್ದ ಹುಡುಗಿಯರ ಗುಂಪಲ್ಲಿ ಜೋರಾಗಿ ಕೇಳ್ತಾ ಇದ್ದದ್ದು ಮಿಂಚು ಮಾತು. ಎಲ್ಲರ ಗಮನ ಸೆಳೆಯಲು ಜೋರಾಗಿ ಮಾತನಾಡುತ್ತಿದ್ದಿದ್ದಲ್ಲ. ಅವಳ ಮಿಮಿಕ್ರಿ ಟ್ಯಾಲೆಂಟಿಗೆ ಮನಸೋತ ಪ್ರೇಕ್ಷಕರ ಒತ್ತಾಯದ ಮೇರೆಗೆ ಮಿಂಚು ಒಬ್ಬರ ನಂತರ ಇನ್ನೊಬ್ಬರನ್ನು ಅನುಕರಿಸಿ ತೋರಿಸಿ ಎಲ್ಲರ ಮನರಂಜಿಸುತ್ತಿದ್ದಳು. ಸದಾ ಹುಬ್ಬು ಗಂಟಿಕ್ಕಿರೋ ಹಿಟ್ಲರ್ – ಕೆಮಿಸ್ಟ್ರಿ ಲೆಕ್ಚರರ್ ಆಯ್ತು, ಬಾಯಿಗೆ ಗುಟ್ಕಾ ಹಾಕಿಕೊಂಡು, ಅದು ಅಡಿಕೆಪುಡಿ ಅಂತ ವಾದ ಮಾಡೋ ಕಾಲೇಜ್‌ನ ವಾಚ್ಮನ್; ಬಾಲಾಜಿ ಅಣ್ಣ ಆಯ್ತು. ಈಗ ಸ್ನೇಹಿತೆ ವಿಶಾಖಾಳ ತಾಯಿ, ಕುಸುಮಾನ ಮಿಮಿಕ್ರಿ ಮಾಡೋ ಸರದಿ.

'ಲಕ್ಷಣವಾಗಿ ಕೈತುಂಬ ಗಾಜಿನ ಬಳೆ ತೊಟ್ಟು, ಮುತ್ತೈದೆಯರ ಕೈಲಿ ಆರತಿ ಮಾಡಿಸಿಕೊಂಡು ಸೀಮಂತ ಮಾಡಿಸಿಕೊಳ್ಳೋ ಬದಲು ಇದೆಂಥದ್ದೇ? ಗೌನ್ ಹಾಕೊಂಡು ಕೇಕ್ ಕಟ್ ಮಾಡಿಕೊಂಡು ಬೇಬಿ ಶವರ್ ಅಂತ! ಅದೇನ್ ಹೆಣ್ ಮಕ್ಕಳೋ ಏನೋ ಸಂಸ್ಕೃತಿ ಸಂಪ್ರದಾಯ ಒಂದೂ ಇಲ್ಲ!' ತೊಟ್ಟಿದ್ದ ಅನಾರ್ಕಲಿ ಚೂಡಿದಾರದ ದುಪ್ಪಟ್ಟಾವನ್ನೇ ಸೀರೆಯ ಸೆರಗಿನಂತೆ ಕೊಡವಿ ಡೈಲಾಗ್ ಮುಗಿಸಿದಾಗ, ಎಲ್ಲರ ಕಣ್ಣ ಮುಂದೆ ಕುಸುಮಾ ಆಂಟೀನೇ ಬಂದಂತಾಗಿ ಸುತ್ತ ಸೇರಿದ್ದ ಸ್ನೇಹಿತೆಯರು ಗೊಳ್ಳನೆ ನಗುತ್ತಾ ಚಪ್ಪಾಳೆಗರೆದರು. ಅಲ್ಲಿಗೆ

ಮಿಮಿಕ್ರಿ ಕಾರ್ಯಕ್ರಮ ಮುಗಿಸಲೇಬೇಕಾಯಿತು. ಏಕೆಂದರೆ ಸಾಕ್ಷಾತ್ ಕುಸುಮಾ ಆಂಟಿ ಎದುರಿಗೆ ಬಂದು ನಿಮ್ಮ ಗಲಾಟೆ ಮುಗಿಸಿ ಬಂದ ಕೆಲಸದ ಕಡೆ ಗಮನ ಕೊಡಿ ಎಂದು ಎಚ್ಚರಿಸಿದರು.

ಅಂದು ಮಿಂಚು ಬಾಲ್ಯದ ಗೆಳತಿ ವಿಶಾಖಾಳ ಬೇಬಿ ಶವರ್ ಕಾರ್ಯಕ್ರಮ ಜರುಗುತಿತ್ತು. ಎಲ್ಲರೂ ಪಿಂಕ್ ಕಲರ್ ಬಟ್ಟೆ ತೊಡಬೇಕೆಂದು ತೀರ್ಮಾನವಾಗಿದ್ದರಿಂದ ಮಿಂಚು ಬಿಳಿ ಮತ್ತು ಬೇಬಿ ಪಿಂಕ್ ಬಣ್ಣದ ಅನಾರ್ಕಲಿ ಡ್ರೆಸ್ ತೊಟ್ಟಿದ್ದಳು. ಸ್ಟ್ರೈಟ್ ಮಾಡಿಸಿದ ಉದ್ದ ಕೂದಲನ್ನು ಕಟ್ಟದೇ ಬಿಟ್ಟಿದ್ದು ಅವಳ ಸೌಂದರ್ಯವನ್ನು ಹೆಚ್ಚಿಸಿತ್ತು. ತುಟಿಗೆ ತಿಳಿಗುಲಾಬಿ ಲಿಪ್‌ಸ್ಟಿಕ್, ಕೈಗೊಂದು ಸ್ಮಾರ್ಟ್ ವಾಚ್ ತೊಟ್ಟು ಸುಂದರವಾಗಿ ಕಾಣುತ್ತಿದ್ದವಳು ಆ ಕಾರ್ಯಕ್ರಮದ ಕೇಂದ್ರಬಿಂದುವಾಗುವುದಕ್ಕೆ ಅವಳ ರೂಪ ಒಂದೇ ಸಾಕಿತ್ತು. ಜೊತೆಗೆ ಅವಳ ತುಂಟ ಕಣ್ಣುಗಳು, ಯಾರನ್ನು ಬೇಕಾದರೂ ಅನುಕರಿಸಿ ಅವರ ಪಡಿಯಚ್ಚಿನ ಹಾಗೆ ಹಾವಭಾವ ಮಾಡಿತೋರಿಸುವ ಅವಳ ವಿಶೇಷ ಪ್ರತಿಭೆ ಇಡೀ ಕಾರ್ಯಕ್ರಮದಲ್ಲಿ ಅವಳನ್ನು ಇನ್ನಷ್ಟು ವಿಶಿಷ್ಟವಾಗಿಸಿತ್ತು.

ಮುಂಗುರುಳನ್ನು ಸರಿಸಿಕೊಳ್ಳುತ್ತಾ ಹಸನ್ಮುಖಿಯಾಗಿ ಮಾತನಾಡುತ್ತಿದ್ದ ಮಿಂಚೂನ ಕ್ಯಾಂಡಿಡ್ ಫೋಟೋಗಳನ್ನು ಹುಡುಗನೊಬ್ಬ ಸೆರೆಹಿಡಿಯುತ್ತಿದ್ದ. ಒಂದು ಕಣ್ಣನ್ನು ಮುಚ್ಚಿ, ಒಂದು ಕ್ಷಣವೂ ವಿಚಲಿತನಾಗದೇ, ಬಿಟ್ಟರೆ ಎಲ್ಲಿ ತಪ್ಪಿಹೋಗುವಳೋ ಅನ್ನೋ ಹಾಗೆ ಕುಂತಲ್ಲಿ ನಿಂತಲ್ಲಿ, ಮರೆಯಲ್ಲಿ ಅವಳನ್ನೇ ಹಿಂಬಾಲಿಸಿ ಫೋಟೋ ತೆಗೆಯುತ್ತಿದ್ದ ಅವನನ್ನು ಗಮನಿಸಿದವಳೊಬ್ಬಳು ಇನ್ನೇನು ನಡೆಯಲಿಕ್ಕಿರೋ ಅನಾಹುತವನ್ನು ತಡೆಯುವವಳಂತೆ ಜೋರಾಗಿ, 'ಹೇ ವಿಶೂ! ಆ ಫೋಟೋಗ್ರಾಫರ್ ಸರಿಯಿಲ್ಲ ಕಣೇ. ಆಗ್ಲಿಂದ ನಿನ್ ಫ್ರೆಂಡ್ ಹಿಂದೆ ಬಿದ್ದಿದ್ದಾನೆ,' ಎಂದು ಒಂದೇ ಉಸಿರಿನಲ್ಲಿ ಕಂಪ್ಲೇಂಟ್ ಮಾಡಿದಳು.

ವಿಶಾಖಾಗೆ ನಡೆದದ್ದು ಅರ್ಥವಾಗಿ ಮಿಂಚುವನ್ನು ನೋಡಿ ನಕ್ಕಳು.

"ಅಯ್ಯೋ ಅವನ್ಯಾರೋ ಪೋಲಿ ಅಲ್ಲ, ಮಿಂಚೂನ ಇಷ್ಟ ಪಡೋ ಹುಡುಗ, ಅವರಿಬ್ಬರೂ ಸಿನ್ಸಿಯರ್ ಲವರ್ಸ್. ನೀನ್ ನಮ್ ಕಾಲೇಜಲ್ಲಿ ಓದಿದ್ದಿದ್ರೆ ಗೊತ್ತಿರ್ತಿತ್ತು," ಅಂದಾಗ ಅಷ್ಟು ಹೊತ್ತು ಮಿಂಚೂನ ನೋಡಿ ಕಳೆದುಹೋದವರಿಗೆ ನಿರಾಸೆಯಾಯಿತು. ಅನೂಪ್ ತನ್ನ ಹುಡುಗಿಯನ್ನು ನೋಡುವ ರೀತಿಯಲ್ಲೇ ಆಕೆಯನ್ನು ತನ್ನ ಕಣ್ಣ ರೆಪ್ಪೆಯಲ್ಲಿಟ್ಟುಕೊಂಡು ಕಾಯುತ್ತಿದ್ದಾನೆ ಎಂದು ಗೊತ್ತಾಗುತ್ತಿತ್ತು.

ವಿಶಾಖಾ ಅವರಿಬ್ಬರ ಪ್ರೀತಿಗೆ ಮೂಲ ಕಾರಣವಾಗಿದ್ದಳು. 'ನನ್ ಮೊದಲ ಕ್ರಶ್ ಈ ಅನೂಪ, ನನ್ ಕಣ್ ಮುಂದೇನೇ ಅವನನ್ನ ನನ್ ಬೆಸ್ಟ್ ಫ್ರೆಂಡ್ ಮಿಂಚು ಹಾರಿಸಿಕೊಂಡು ಹೋದಳು. ಆ ಕಥೆ ತುಂಬಾ ಇಂಟ್ರೆಸ್ಟಿಂಗ್ ಆಗಿದೆ!' ವಿಶಾಖಾ ಸ್ನೇಹಿತರ ಮುಂದೆ ಹರಿಕಥೆ ಶುರುಮಾಡುವವಳಂತೆ ತಯಾರಾದಾಗ

ಮಿಂಚು ಅವಳನ್ನು ತಡೆದು ಇವತ್ತಿನ ಕಾರ್ಯಕ್ರಮ ನಮ್ಮ ಪುರಾಣ ಕೇಳೋಕೆ ಅಂತ ಇಟ್ಟುಕೊಂಡಿದ್ದಲ್ಲ. ಕೇಕ್ ಕಟ್ ಮಾಡು ಬಾ ಎಂದು ತುಂಬು ಗರ್ಭಿಣಿಯನ್ನು ಪ್ರೀತಿಯಿಂದ ಕರೆದುಕೊಂಡುಹೋದಳು. "Mom to be" "Dad to be" ಕಾರ್ಡುಗಳ ಜೊತೆ ಸಂತಸದಲ್ಲಿ ಪೋಸ್ ಕೊಟ್ಟ ವಿಶಾಖಾ ದಂಪತಿಯನ್ನು ಎಲ್ಲರೂ ಹರಸಿದರು. ವಾಟ್ಸ್ಆ್ಯಪ್, ಸೋಶಿಯಲ್ ಮೀಡಿಯಾ ಸ್ಟೇಟಸ್‌ಗಳಲ್ಲೂ ಹಾರೈಕೆಗಳು ಹರಿದುಬಂದವು. ಟ್ರೆಂಡಿಂಗ್ ಹಾಡಿಗೆ ರೀಲ್‌ಗಳು, ಫೋಟೋಗಳು, ಒಂದಷ್ಟು ನಗು, ತುಂಬಾ ಪ್ರೀತಿಯೊಂದಿಗೆ ವಿಶಾಖಾಳ ಬೇಬಿ ಶವರ್ ಸಂಪೂರ್ಣವಾಯಿತು.

ಮದುವೆಯಾಗಿ ಸಂತೋಷವಾಗಿದ್ದ ಬೆಸ್ಟ್ ಫ್ರೆಂಡ್‌ನ ನೋಡಿ ಮಿಂಚುಗೆ ತನ್ನ ಭವಿಷ್ಯದ ಯೋಚನೆ ಬಾರದೇ ಇರಲಿಲ್ಲ. ಒಂದೆಡೆ ದೃಷ್ಟಿ ನೆಟ್ಟು ಕೂತಿದ್ದ ಮಿಂಚುನ ನೋಡಿದ ಅನೂಪನಿಗೆ ಅವಳೇನು ಯೋಚಿಸುತ್ತಿರಬಹುದೆಂದು ಗೊತ್ತಾಯಿತು. "ಡೋಂಟ್ ವರಿ ಮಿಂಚು, ನಾವೂ ಹೀಗೆ ಖುಷಿಯಾಗಿರ್ತೀವಿ, ಅದಕ್ ಮುಂಚೆ ತುಂಬಾ Swipe Rightಗಳನ್ನು ಮಾಡ್ಬೇಕಿದೆ." ಸ್ವೈಪ್ ರೈಟ್ ಮಾಡೋದೆಂದರೆ ಸರಿಯಾದ ನಿರ್ಧಾರ ತಗೊಳ್ಳೋದು ಅನ್ನೋ ಅನೂಪನ ಭಾಷೆ ಮಿಂಚುಗೆ ಅರ್ಥವಾಯಿತು.

*

ಗಂಟೆ ಹನ್ನೊಂದು ದಾಟಿತ್ತು. ನೀರವ ರಸ್ತೆಯಲ್ಲಿ ಬುಲೆಟ್‌ನ ಘಟಘಟ ಶಬ್ದವೊಂದೇ ಕೇಳಸಿಗುತ್ತಿತ್ತು. ಗಾಡಿ ಓಡಿಸುತ್ತಿದ್ದ ಅನೂಪ್‌ನ ಬೆನ್ನಿಗೆ ಮುಖಕೊಟ್ಟು ಮಿಂಚು ನಿದ್ದೆ ಹೋಗಿದ್ದಳು. ರಸ್ತೆ ಕೊನೆಯಲ್ಲಿದ್ದ ಮನೆಯ ಗೇಟಿನ ಮುಂದೆ ಅವಳಿಗೆ ಎಚ್ಚರವಾಗದಂತೆ ಬ್ರೇಕ್ ಹಾಕಿದರೂ ಮಿಂಚು ಕಣ್ತೆರೆದು ಸುತ್ತ ನೋಡಿ, 'ನಿಮ್ಮನೇಗ್ ಕರ್ಕೊಂಡ್ ಬಂದ್ಯಾ?' ಎಂದು ಕೇಳಿದಳು.

"ಅಪ್ಪ ಊರಲಿಲ್ಲ. ಲೇಟ್ ಆಯ್ತಲ್ಲ, ಈಗ ನೀನ್ ಪಿಜಿ ಒಳಗ್ ಹೋಗೋಕೆ ದೊಡ್ ಲೆಕ್ಚರ್ ಕೇಳಿಸ್ಕೋಬೇಕು ಅಂತ ಇಲ್ಗೇ ಕರ್ಕೊಂಡ್ಬಂದೆ," ಎಂದನು ಅನೂಪ.

ಒಬ್ಬರಿಗೊಬ್ಬರು ಪ್ರೀತಿ ಹೇಳಿಕೊಂಡು ನಾಲ್ಕು ವರ್ಷಗಳಾಗಿದ್ದರೂ ಮಿಂಚು ಅನೂಪ್ ಜೊತೆಗೆ ಏಕಾಂತದಲ್ಲಿ ರಾತ್ರಿ ಕಳೆದಿರಲಿಲ್ಲ. ಆ ಅವಕಾಶ ಸಿಕ್ಕಿದ್ದು ಕಡಿಮೆ, ಒಂದೆರಡು ಸಲ ಅಂಥ ಸಂದರ್ಭ ಬಂದಿದ್ದಾಗ ಮಿಂಚೂ ಏನೋ ನೆಪ ಹೇಳಿ ಹೊರಟುಬಿಟ್ಟಿದ್ದಳು. ಈಗ ಅವನು ಹೇಳದೇ ಕರೆದುಕೊಂಡು ಬಂದಿದ್ದಕ್ಕೆ ಅವಳಿಗೆ ತಾನು ಯಾವ ಭಾವನೆ ವ್ಯಕ್ತಪಡಿಸಬೇಕೆಂದು ಗೊಂದಲವಾಯಿತು. ಹನ್ನೊಂದೂವರೆ ರಾತ್ರೀಲಿ ಪಿಜಿಗೆ ಡ್ರಾಪ್ ಮಾಡು ಅಂತ ಹಟಮಾಡಬೇಕು ಅನ್ನಿಸಲಿಲ್ಲ. ಅನಿರೀಕ್ಷಿತ ಅನ್ನಿಸಿದರೂ, ತಾನು ಪ್ರೀತಿಸೋ ಹುಡುಗನ ಜೊತೆ ಕಾಲ ಕಳೆಯುವ ಖುಷಿ ಅವಳಿಗೂ ಇದ್ದೇ ಇತ್ತು. ಮುಖದಲ್ಲಿ ತೋರ್ಪಡಿಸಲು ಹಿಂದೇಟು ಹಾಕಿದಳು ಅಷ್ಟೇ.

‘ಇವತ್ ನಾನ್ ಇಲ್ಲೇ ಇರ್ಬೇಕಾ?’ ಅವಳ ಮಾತಿನಲ್ಲಿ ಹೊರಡಬೇಕು ಅನ್ನೋ ಧಾವಂತವೇನೂ ಇರಲಿಲ್ಲ.

‘ಇಲ್ಲ, ನಮ್ಮನೆ ಬಾಗ್ಲು ತೆಗ್ಯೋಕ್ ನಂಗೆ ಗೊತ್ತಿರ್ಲಿಲ್ಲ. ನೀನ್ ಓಪನ್ ಮಾಡ್ಕೊಟ್ಟು ವಾಪಸ್ ಹೋಗು,’ ಅನೂಪ್ ತುಂಟನಗೆ ಬೀರಿ ಹಿಡಿದ ಕೈಯನ್ನು ಬಿಡದೆ ಮನೆಯೊಳಗೆ ಕರೆದುಕೊಂಡು ಹೋದ.

ಪಾರ್ಟಿಯಲ್ಲಿ ಇದ್ದ ಗಲಾಟೆಯ ವಾತಾವರಣವನ್ನು ಹೋಲಿಸಿಕೊಂಡರೆ ಮನೆಯೊಳಗಿದ್ದ ಶಾಂತತೆ ಇಬ್ಬರಿಗೂ ಹಿಡಿಸಿತು. ಮಿಂಚು ಫ್ರೆಶ್ ಅಪ್ ಆಗಿ ಬರುವಷ್ಟರಲ್ಲಿ ಅನೂಪ್ ಅವಳಿಗೆ ಮಲಗಲು ಹಾಸಿಗೆ ಸಿದ್ಧಪಡಿಸಿದ್ದ. ಅವಳನ್ನು ನೋಡಿ ಹತ್ತಿರ ಬಂದವನೇ, ‘ತುಂಬಾ ಕ್ಯೂಟ್ ಆಗಿ ಕಾಣ್ತಿದ್ದೆ,’ ಮೆಲುದನಿಯಲ್ಲಿ ಮೆಚ್ಚುಗೆ ವ್ಯಕ್ತಪಡಿಸಿದ.

‘ಓ ನೀನ್ ನಂಗೆ ಯಾವತ್ತು ಕಾಂಪ್ಲಿಮೆಂಟ್ ಕೊಡಲ್ಲ ಅಂತ ನಾನ್ ಹೇಳಿದ್ದಕ್ಕೆ ಈಗ ಹೀಗ್ ಹೇಳ್ತಿದ್ಯಾ?’ ವಾದ ಮಾಡುವವಳಂತೆ ಕೇಳಿದಳು.

ಅನೂಪ್‌ಗೆ ಅವಳ ಮಾತಿನಲ್ಲಿದ್ದ ಸತ್ಯಕ್ಕೆ ನಗುಬಂದಿತು.

‘ಮಿಂಚು, To be frank ನೀನ್ ಈಗ ಮುಖ ತೊಳ್ಕೊಂಡು, ನೀರನ್ನ ಸರಿಯಾಗಿ ಒರೆಸದೇ ಹಾಗೇ ಬಿಟ್ಟಿದ್ದೀಯಲ್ಲ, ಈ ಫ್ರೆಶ್ನೆಸ್ ಇಷ್ಟ. ಈಗ ನಿಜವಾಗ್ಲೂ ತುಂಬಾ ಚೆನ್ನಾಗಿ ಕಾಣಿಸ್ತಿದ್ದೀಯ.’

ಮಿಂಚು ವಾದವನ್ನು ಗೆಲ್ಲಲೇಬೇಕು ಅಂತ ಪಣ ತೊಟ್ಟವಳಂತೆ, ‘ನಾನೇನ್ ಇವತ್ ತುಂಬಾ ಮೇಕಪ್ ಮಾಡಿಕೊಂಡಿರ್ಲಿಲ್ಲ. ನೀವು ಹುಡುಗರಿಗೆ ಮೇಕಪ್ ಅಂದ್ರೆ ಏನೂ ಅಂತಾನೇ ಗೊತ್ತಿಲ್ಲ. ಬರೀ ಕಾಂಪ್ಯಾಕ್ಟ್ ಪೌಡರ್, ಲಿಪ್ಸ್ಟಿಕ್ ನೆಲ್ಲಾ ಮೇಕಪ್ ಅಂದುಬಿಡ್ತೀರಾ,’ ಮುಖ ಊದಿಸಿಕೊಂಡು ಹೇಳಿದಳು. ಅವಳು ಹೇಳಿದ್ದು ಅನೂಪ್ ತಲೆಗೆ ಎಷ್ಟು ಹೋಯಿತೋ ಗೊತ್ತಿಲ್ಲ. ಆದರೆ ಏಕಾಂತದ ರಾತ್ರಿಯಲ್ಲಿ ತನ್ನ ಹುಡುಗಿಯ ಜೊತೆ ಅನಗತ್ಯವಾದ ವಿಷಯಕ್ಕೆ ಚರ್ಚೆ ಮಾಡುವ ದಡ್ಡನಾಗಲು ಬಯಸಲಿಲ್ಲ. ಅವಳ ಮಾತನ್ನು ಒಪ್ಪಿದವನಂತೆ ತಲೆಯಾಡಿಸಿ ಅವಳ ಕೆನ್ನೆಗಳನ್ನು ಬೊಗಸೆಯಲ್ಲಿ ಹಿಡಿದುಕೊಂಡ. ಮಿಂಚು ಮುಂದೆ ಏನಾಗಬಹುದೆಂಬ ಕುತೂಹಲದೊಂದಿಗೆ ತನ್ನ ಹುಡುಗನ ಸ್ಪರ್ಶವನ್ನು ಸ್ವಾಗತಿಸಿದಳು. ಮನದ ಮೂಲೆಯಲ್ಲಿ, ಎಲ್ಲವನ್ನೂ ಬಿಟ್ಟುಕೊಡುವ ಸಮಯ ಇದಲ್ಲ ಅನ್ನೋದು ಜಾಗೃತವಾದಾಗ ಯಾವ ಭಾವನೆಯ ಕಡೆಗೆ ಹೆಚ್ಚು ವಾಲಬೇಕೆಂದು ತೋಚದೆ ಒಳಗೊಳಗೇ ಕಂಗಾಲಾದಳು.

‘ಕೋಪ ಬಂದ್ರೆ ಚೆನ್ನಾಗ್ ಕಾಣ್ತಿಯಾ ಅಂತ ಕ್ಲೀಷೆ ಡೈಲಾಗ್ ಹೊಡ್ಯಲ್ಲ, ನನ್ ಹುಡುಗಿ ಅಲ್ವಾ ನೀನು, ಹೇಗಿದ್ದರೂ ಮುದ್ದು,’ ಅಂದಾಗ ಮಿಂಚು ನಗಲಿಲ್ಲ. ‘ಭಯ ಆಗ್ತಿದ್ಯಾ?’ ಅನೂಪ್ ಅವಳ ಕಣ್ಣಲ್ಲಿ ಕಣ್ಣಿಟ್ಟು ಕೇಳಿದ. ಅವಳ ಮೌನ ನೋಡಿ, ‘ನಿಂಗೆ ಬೇಜಾರ್ ಆಗೋದನ್ನ ನಾನ್ ಯಾವತ್ತು ಮಾಡಲ್ಲ

ಮಿಂಚು, I just wanted to be with you tonight ಅದಕ್ಕೆ ಕರೆದುಕೊಂಡು ಬಂದೆ ಅಷ್ಟೇ,' ಭರವಸೆ ಕೊಡುವಂತೆ ಅವಳ ಭುಜಗಳನ್ನು ತಟ್ಟಿದಾಗ ಮಿಂಚು ಅವನ ಎದೆಗೊರಗಿದಳು. ಅನೂಪ್ ಅವಳ ನಡುವನ್ನು ಬಳಸಿ ಗಟ್ಟಿಯಾಗಿ ಅಪ್ಪಿಕೊಂಡು ಕಣ್ಮುಚ್ಚಿದಾಗ ಯುವಪ್ರೇಮಿಗಳಿಗೆ ಹೊರಜಗತ್ತು ಸ್ತಬ್ಧವಾಯಿತು.

'ತುಂಬಾ ಸುಸ್ತಾಗಿದ್ದೀಯ, ಮಲ್ಕೋ ನಾನ್ ಲಾಗ್ ಇನ್ ಮಾಡ್ಬೇಕು' ಅಪ್ಪುಗೆಯನ್ನು ಬಿಡಿಸಿಕೊಂಡು ಅನೂಪ್ ತನ್ನ ಆಫೀಸ್ ಲ್ಯಾಪ್‌ಟಾಪ್ ಆನ್ ಮಾಡಿದ.

'ಓ ಇವತ್ ರಜಾ ತೊಗೊಂಡಿಲ್ವಾ ನೀನು?'

'ಕೇಳಿದ್ದೆ, ಸಿಗ್ಲಿಲ್ಲ. ಟೀಂ ಮೆಂಬರ್ಸ್ ಕಮ್ಮಿ ಇವತ್ತು. ಮ್ಯಾನೇಜರ್ ಲೇಟ್ ಆದ್ರೂ ಪರ್ವಾಗಿಲ್ಲ ಲಾಗ್ ಇನ್ ಆಗು ಅಂದಿದ್ದಾನೆ. ಯೂ ಸ್ಲೀಪ್.'

ಐಟಿ ಕಂಪನಿಯಲ್ಲಿ ಜಾಸ್ತಿ ಪ್ರೆಶರ್ ಜೊತೆ ಜಾಸ್ತಿ ಸಂಬಳಕ್ಕೆ ನೈಟ್ ಶಿಫ್ಟ್ ಮಾಡೋ ಅನೂಪ್, ಕಮ್ಮಿ ಪ್ರೆಶರ್ ಜೊತೆ ಕಮ್ಮಿ ಸಂಬಳಕ್ಕೆ ಡೇ ಶಿಫ್ಟ್ ಮಾಡೋ ಮಿಂಚುಗೆ ಬಿಡುವು ಸಿಗುತ್ತಿದ್ದುದೇ ವಾರಾಂತ್ಯಗಳಲ್ಲಿ. ಜೀವನದ ಬಗ್ಗೆ ಹೆಚ್ಚು ತಲೆಕೆಡಿಸಿಕೊಳ್ಳದ ಅನೂಪ್, ಜೀವನದಿಂದ ಹೆಚ್ಚು ಬಯಸದ ಮಿಂಚುಗೆ ಇದ್ದದ್ದು ಪುಟ್ಟ ಪುಟ್ಟ ಆಸೆಗಳು ಮಾತ್ರ. ಆದರೆ ಸಂದರ್ಭಕ್ಕೆ ತಕ್ಕಂತೆ ಸ್ವಭಾವಗಳು ಮಾರ್ಪಾಟಾಗುತ್ತವೆ ಅನ್ನೋದಕ್ಕೆ ಇವರಿಬ್ಬರೂ ಹೊರತಲ್ಲ.

❋

ಮುಂಜಾನೆ ನೂರಾರು ಲೀಟರ್ ಹಾಲಿನ ಪ್ಯಾಕೆಟ್ ಹೊತ್ತ ವ್ಯಾನ್‌ಗಳು ಮನೆಮನೆಗೆ ಪೂರೈಕೆ ಮಾಡೋ ಉತ್ಸಾಹದಲ್ಲಿ ಹೊರಟಿದ್ದವು. ಬಿಸಿಬಿಸಿ ಸುದ್ದಿ ಹೊತ್ತ ದಿನಪತ್ರಿಕೆ ಬಂಡಲ್‌ಗಳು ಸೈಕಲ್ಲು, ಗಾಡಿಗಳನ್ನು ಸೇರಿಕೊಂಡು ಮನೆಬಾಗಿಲುಗಳಿಗೆ ಬಿದ್ದವು. ನಗರದ ಕೋಗಿಲೆಗಳು ತಮ್ಮ ಅಸ್ತಿತ್ವವನ್ನು ನೆನಪಿಸಲು ಗುಡ್ ಮಾರ್ನಿಂಗ್ ಕೂಗು ಹಾಕಿದವು. ಹೊಸ ದಿನದ ಮುಂಜಾನೆಯನ್ನು ಸ್ವಾಗತಿಸಿದ ಮಂದಹಾಸದ ಮುಖಗಳು, ಟ್ರ್ಯಾಕ್ ಪ್ಯಾಂಟ್-ಶೂಸ್ ತೊಟ್ಟ ಕಾಲುಗಳು ಪಾರ್ಕುಗಳನ್ನು ಸೇರಿಕೊಂಡರೆ ಕರ್ಟನ್ ಮುಚ್ಚಿದ ಕೋಣೆಯ ಮೂಲೆಯಲ್ಲಿ ಅನೂಪ್ ಲ್ಯಾಪ್‌ಟಾಪ್‌ನಲ್ಲಿ ಲಾಗ್ ಔಟ್ ಬಟನ್ ಒತ್ತಿ ನಿಟ್ಟುಸಿರುಬಿಟ್ಟ, ಕಂಪ್ಯೂಟರ್ ಮುಂದೆ ಏಳೆಂಟು ತಾಸು ಕಲ್ಲಾಗಿಹೋಗಿದ್ದ ಬೆನ್ನು ಕತ್ತುಗಳನ್ನು ಸಡಿಲಗೊಳಿಸಲು ಒಂದಷ್ಟು ಒದ್ದಾಡಿ ಎದ್ದಾಗ ಮಿಂಚು ತನ್ನ ಮನೆಯಲ್ಲೇ ಉಳಿದದ್ದು ನೆನಪು-ಮರೆವಿನ ಮಧ್ಯದಲ್ಲಿ ಎಲ್ಲೋ ಸುಳಿದಂತಾಯಿತು. ಶಬ್ದ ಬಾರದಂತೆ ರೂಮಿನ ಬಾಗಿಲನ್ನು ತೆರೆದಾಗ ಮಿಂಚು ನಿದ್ರೆಯಲ್ಲಿದ್ದಳು. ನಿದ್ದೆಗಣ್ಣನ್ನು ಬಲವಂತವಾಗಿ ತೆರೆದುಕೊಂಡು ಅನೂಪ್ ಅವಳನ್ನೇ ನೋಡುತ್ತಾ ನಿಂತ. ಕಳೆದ ನಾಲ್ಕಾರು ವರ್ಷದ ಜೊತೆಗಾರ್ತಿ. ಜೀವನದ ಪ್ರತಿ ಹೊಸತನ್ನು, ಪ್ರತಿ ಬದಲಾವಣೆಯನ್ನೂ ಮೊದಲು

ಹಂಚಿಕೊಂಡಿದ್ದು ಇವಳೊಂದಿಗೆ. ಸ್ನೇಹವೋ, ಪ್ರೀತಿಯೋ, ರೂಢಿಯೋ ಇನ್ಯಾವುದೋ ಗೊತ್ತಿಲ್ಲ. ಒಟ್ಟಿನಲ್ಲಿ ಮಿಂಚು ಜೀವನಪೂರ್ತಿ ಜೊತೆಗಿರಬೇಕು, ಜೀವನವನ್ನು ಇಬ್ಬರೂ ಜೊತೆಯಾಗಿ ಅನುಭವಿಸಬೇಕು, ಕಲಿಯಬೇಕು, ಏಳಬೇಕು, ಬೀಳಬೇಕು ಅನ್ನೋದು ಅನೂಪ್‌ನ ಮನದಾಳದ ಇಂಗಿತ. ಸಮಾಜದಲ್ಲಿ ಒಟ್ಟಿಗೆ ಬದುಕುವ ಸಮ್ಮತಿಗೆ ಮದುವೆಯೋ ಮತ್ತೊಂದೋ ಏನಾದರೂ ಸರಿ ಮಿಂಚು ತನ್ನ ಭವಿಷ್ಯದ ಭಾಗವಾಗಬೇಕು ಅನ್ನುವುದು ಇವನ ಯೋಚನೆಯಲ್ಲಿ ಲೀನವಾಗಿ ಹೋಗಿ ವರ್ಷಗಳೇ ಕಳೆದಿವೆ.

ಮಿಂಚೂದು ಪೂರ್ತಿಯಾಗಿ conventional mindset ಅಲ್ಲದಿದ್ದರೂ ಸಮಾಜ ಹಾಕಿಕೊಟ್ಟ ದಾರಿಯನ್ನ ಮೊದಲು ಆಯ್ಕೆ ಮಾಡಿಕೊಳ್ಳುತ್ತಾಳೆ. ಮೊದಲು ಆರ್ಥಿಕವಾಗಿ ಸ್ವಾವಲಂಬಿಯಾಗಬೇಕು, ಸಮಾಜ ಮೆಚ್ಚುವ ಹಾಗೆ ಬದುಕಬೇಕು, ತನ್ನ ತಾಯಿಗೆ ಒಳ್ಳೆಯ ಮಗಳಾಗಿ, ಅವಳನ್ನು ತನ್ನ ಭವಿಷ್ಯದ ಭಾಗವಾಗಿಟ್ಟುಕೊಂಡು ಬದುಕಬೇಕು, ಹೀಗೆ.

ಅನೂಪನಿಗೆ ತನ್ನ ಹುಡುಗಿಯ ಮುದ್ದು ಮುಖವನ್ನು ದೂರದಿಂದ ನೋಡುತ್ತಾ ನಿಲ್ಲಲು ಹೆಚ್ಚು ಹೊತ್ತು ಸಾಧ್ಯವಾಗಲಿಲ್ಲ. ಪ್ರೇಮಿಯಾಗಿ ಒಂದು ಕಡೆಯಾದರೆ, ನೈಟ್ ಶಿಫ್ಟ್ ಎಂಪ್ಲಾಯಿಯಾಗಿ ಮಂಚವೂ ತನ್ನ ಪ್ರೇಯಸಿಯಷ್ಟೇ ಬಲವಾದ ಆಯಸ್ಕಾಂತವಾಗಿ ಆಕರ್ಷಿಸಿತು. ಮಿಂಚು ಹೊದ್ದ ಹೊದಿಕೆಯನ್ನು ನಿಧಾನವಾಗಿ ಬಿಡಿಸಿ ಅವಳ ಬೆನ್ನಿಗೆ ಅಂಟಿದಂತೆ ಅಪ್ಪಿಕೊಂಡ. ಬೆಚ್ಚಗಿನ ಕೈ ನಡುವನ್ನು ಬಳಸಿದಾಗ ಮಿಂಚುಗೆ ಎಚ್ಚರವಾಗಿ ರೋಮಾಂಚನವಾಯಿತು. ತನ್ನೊಲುಮೆಯ ಹುಡುಗನ ಬಿಗಿಯಪ್ಪುಗೆಯೊಂದಿಗೆ ಎಚ್ಚರಗೊಂಡು ಬೆಳಗ್ಗೆಯನ್ನು ಸ್ವಾಗತಿಸುವುದು ಯಾವ ಹುಡುಗಿಗೆ ತಾನೇ ಇಷ್ಟವಾಗುವುದಿಲ್ಲ!

'ಗುಡ್ ಮಾರ್ನಿಂಗ್ ಅನೂ..' ಅವಳ ದನಿಯಲ್ಲಿ ಖುಷಿ, ಚೈತನ್ಯ ತುಂಬಿತ್ತು. ಅನೂಪ್ 'ಹ್ಮ್.. ಮಾರ್ನಿಂಗ್' ಎಂದು ನಿದ್ದೆಯ ರಾಗ ಎಳೆದ. ಪಕ್ಕದಲ್ಲಿದ್ದ ಮೊಬೈಲ್ ಜೋರಾಗಿ ಹೊಡೆದುಕೊಳ್ಳೋಕೆ ಶುರುಮಾಡಿದಾಗ ಅನೂಪನ ಎದೆ ಬೆಚ್ಚಿದಂತಾಯಿತು.

'ಯಪ್ಪಾ! ಆಫ್ ಮಾಡು ಅದನ್ನ..' ಸಣ್ಣ ಇರಿಟೇಶನ್‌ನಲ್ಲಿ ಹೇಳಿದ. ಅದು ಅಲಾರಾಂ ಅಲ್ಲ ಅಮ್ಮನ wake up call ಎಂದು ಮಿಂಚುಗೆ ತಕ್ಷಣ ಹೊಳೆದು, ಫೋನಿನ ಬಾಯಿ ಮುಚ್ಚಿಸಿ ತಾನು ಹೊರಡ್ಬೇಕು ಲೇಟ್ ಆಗುತ್ತೆ ಎಂದು ಏಳಲು ಮುಂದಾದಳು.

ಅನೂಪ್ ಅವಳ ಕೈ ಎಳೆದು ಮತ್ತೆ ತನ್ನ ಪಕ್ಕ ಮಲಗಿಸಿಕೊಂಡು 'ಇನ್ನೊಂದ್ ಸ್ವಲ್ಪ ಹೊತ್ತು ಮಲಕ್ಕೋ' ಒಂದಿಂಚೂ ಅಲ್ಲಾಡದಂತೆ ಅವಳನ್ನು ಹಿಡಿದುಕೊಂಡ.

ಆ ಹಿಡಿತಕ್ಕೆ ಮಿಂಚುವಿನ ಮೈಮನಗಳು ಎಚ್ಚೆತ್ತುಕೊಂಡವು. ಅವನ ಬಿಸಿಯುಸಿರು ಕತ್ತಿಗೆ ತಾಗಿ ಕಚಗುಳಿ ಇಡುತ್ತಿತ್ತು. ಮುಂದೇನಾಗಬಹುದು ಅನ್ನೋ ಕಾತುರದಲ್ಲಿ ಉಸಿರು ಬಿಗಿದು ಮಲಗಿದ್ದವಳಿಗೆ ಐದಾರು ನಿಮಿಷಗಳ ಕಾಲ ಅನೂಪ್‌ನ ಉಸಿರಾಟ ಬಿಟ್ಟರೆ ಬೇರೆ ಯಾವ ಪ್ರತಿಕ್ರಿಯೆಯೂ ಸಿಗಲಿಲ್ಲ. ಕೆಲಸ ಮಾಡಿ ಸುಸ್ತಾಗಿದ್ದವನು ನಿದ್ರೆಗೆ ಜಾರಿದ್ದ.

ಮೊದಲ ಸಲ ಯಾರ ಭಯವೂ ಇಲ್ಲದೆ ಇಷ್ಟು ಹತ್ತಿರದಲ್ಲಿ ಮಲಗಿದ್ದೇವೆ, ನನ್ನ ಬಗ್ಗೆ ಆಸಕ್ತಿ ಇಲ್ವಾ ಇವನಿಗೆ? ಎಲ್ಲಾ ಮರೆತು ನಿದ್ರೆ ಮಾಡ್ತಿದ್ದಾನಲ್ಲ ಅನ್ನೋ ಯೋಚನೆ ಸಣ್ಣದಾಗಿ ಕಾಡತೊಡಗಿತು. ಕಣ್ತುಂಬಾ ನಿದ್ದೆ ಮಾಡಿ ಹೊಸ ದಿನವನ್ನು ಎದುರು ನೋಡುತ್ತಿದ್ದವಳಿಗೆ ಇನ್ನೊಂದಷ್ಟು ಹೊತ್ತು ಹಾಸಿಗೆಯಲ್ಲಿರುವುದು ಆಲಸ್ಯವೆನಿಸಿ ಏಳಲು ಪ್ರಯತ್ನಿಸಿದಳು. ಅನೂಪ್ ಎಚ್ಚರಗೊಂಡು ಅವಳು ಹೊರಡೋದನ್ನು ತಡೆಯಲು ಬೇರೆ ದಾರಿಹಿಡಿದ. ಕುತ್ತಿಗೆ ಸಮೀಪಿಸಿ ಮುತ್ತಿನ ಮುದ್ರೆಯೊತ್ತಿದಾಗ ಅವಳ ಮೈಯಲ್ಲಿ ವಿದ್ಯುತ್ ಸಂಚರಿಸಿದಂತಾಗಿ ಕಣ್ಣುಮುಚ್ಚಿದಳು. ಮುಂದುವರಿದ ಅವನ ಮುತ್ತಿನ ಬಾಣಗಳು ಅವಳನ್ನು ಎದ್ದುಹೋಗದಂತೆ ಕಟ್ಟಿಹಾಕಿದವು. ಅನೂಪ್ ಮಿಂಚುವನ್ನು ತನ್ನ ಕಡೆಗೆ ತಿರುಗಿಸಿಕೊಂಡು ಕಣ್ಣಲ್ಲಿ ಕಣ್ಣಿಟ್ಟು ನೋಡಿದಾಗ ಮಿಂಚು ಅವನನ್ನು ನೋಡಲಾರದೇ ಸೋತಳು.

'I would like to recreate our first kiss now' ಅನೂಪ್ ಮೆಲ್ಲಗೆ ಹೇಳಿದ. ಮಿಂಚು ಅವನ ತುಟಿಯನ್ನು ತನ್ನ ಕೈಯಿಂದ ಅಡ್ಡವಾಗಿ ಮುಚ್ಚಿ, ತನ್ನ ಕೈಮೇಲೆ ಮುತ್ತನ್ನಿಟ್ಟು ಛೇಡಿಸುವಂತೆ ತುಂಟ ನಗೆ ಬೀರಿದಳು. ಅನೂಪ್ ನಿಧಾನವಾಗಿ ಅವಳ ಕೈ ಸರಿಸಿದಾಗ ಇಬ್ಬರ ಅಧರಗಳೂ ತಮ್ಮ ಗಮ್ಯಸ್ಥಾನ ತಲುಪಿದವು. ಪ್ರೀತಿಸುವ ಎರಡು ಹೃದಯಗಳು ತಮ್ಮ ಒಲವಿನ ಆಳವನ್ನು ವ್ಯಕ್ತಪಡಿಸಲು ಮಾತುಗಳು ಸಾಲದೇ ಹೋಗಿ, ತುಟಿಗಳು ಮುಂದಾಳತ್ವ ವಹಿಸಿದವು. ಹೇಳಿಕೊಂಡಷ್ಟೂ ಮತ್ತಷ್ಟು ಹೇಳಿಕೊಳ್ಳಬೇಕು ಅನ್ನಿಸಿತು, ಇಬ್ಬರ ಮನಸ್ಸಿನಲ್ಲೂ ನಾನು ನಿನ್ನನ್ನು ತುಂಬಾ ಪ್ರೀತಿಸುತ್ತೇನೆ ಅನ್ನೋ ಭಾವನೆಯ ಜೊತೆ ನಾನು ದೊಡ್ಡ ಪ್ರೇಮಿ ಅನ್ನುವ ಸ್ವಾರ್ಥವೂ, ಹೆಮ್ಮೆ, ಅರ್ಪಣಾಭಾವ ಎಲ್ಲವೂ ಸೇರಿ ಅದು ಅನಂತವಾಯಿತು. ಅನೂಪ್ ಮಿಂಚು ಇಬ್ಬರ ಸಮ್ಮಿಲನದಲ್ಲಿ ತಮ್ಮೊಳಗಿನ ಪ್ರೀತಿಯನ್ನು ಮುತ್ತಿನ ಮೂಲಕ ತೋರ್ಪಡಿಸುವ ಪೈಪೋಟಿ ಹೆಚ್ಚುತ್ತಾ ಹೋಯಿತು.

'ಸ್ಲೋ' ಎಂದು ನಕ್ಕಳು ಮಿಂಚು. ಅನೂಪ್‌ಗೆ ತಕ್ಷಣ ಬ್ರೇಕ್ ಹಾಕಿದಂತಾಗಿ ಪೆಚ್ಚಾಗಿ ನೋಡಿದ.

'ಐ ಲವ್ ಯೂ ಕಣೋ' ಮಿಂಚು ಕಣ್ಣು ತುಂಬಾ ಪ್ರೀತಿ ತುಂಬಿಕೊಂಡು ಹೇಳಿದಾಗ ಅನೂಪ್‌ಗೆ ತನ್ನ ಪ್ರೇಮದ ಮೂರ್ತಿಯಾಗಿ ಕಣ್ಮುಂದಿರೋ

ಹುಡುಗಿಗೆ 'ಐ ಲವ್ ಯು ಟೂ' ಅನ್ನೋ ಪ್ರತಿಕ್ರಿಯೆ ತುಂಬಾ ಸಣ್ಣದಾಯಿತು ಅನ್ನಿಸಿತು. ಅವನಿಗೆ ಇನ್ನೂ ಏನೋ ಕೊಡಬೇಕು ಅನ್ನಿಸಿತು, ಅವಳಿಗೂ ಇನ್ನೂ ಏನೋ ಬೇಕು ಅನ್ನಿಸಿತು. ಇಬ್ಬರ ಕಣ್ಣುಗಳು ಹೊಸತನ್ನು ಹುಡುಕಾಡಿದವು.

'As you wished, going slow..' ಅನೂಪ್ ಪಿಸುಮಾತಿನಲ್ಲಿ ಹೇಳಿ ಅವಳನ್ನು ಬರಸೆಳೆದು ತುಟಿಯನ್ನು ಚುಂಬಿಸುತ್ತಾ, ಅಂಗೈಗೆ ತನ್ನ ಹುಡುಗಿಯ ದೇಹದ ಲವ್‌ಸ್ಪಾಟ್‌ಗಳನ್ನು ಹುಡುಕುವ ಕೆಲಸಕೊಟ್ಟ.

ಮುತ್ತಿಗಿಂತ ಮುಂದೆ ಹೋಗಕೂಡದು ಎಂದು ಕಂಡೀಷನ್ ಹಾಕಿದ್ದ ಮಿಂಚುಗೆ ಇಂದು ಹೊಸದೇನೋ ಆಗುವುದಿದೆ ಅನ್ನೋದು ಅರಿವಿಗೆ ಬಂತು. ನಡುವಿನ ಮಾರ್ಗದಿಂದ ಬಂದ ಅವನ ಕೈ ಎದೆಯ ಬಳಿ ಸುಳಿದಂತೆ ತಲೆಯೊಳಗೆ ಹಾಕಿದ್ದ ಕಂಡೀಷನ್‌ನ tug of war ನಡೆಯೋಕೆ ಶುರುವಾಯಿತು. ಆ ಕಾದಾಟದಲ್ಲಿ ಸೋಲಬೇಕೆಂಬ ಬಯಕೆಯದೇ ಗೆಲುವಾಯಿತು. ಅನೂಪ್ ಅವಳ ದೇಹಸಿರಿಯ ಹೆಣ್ತನದ ಸಂಕೇತವನ್ನು ತನ್ನ ಟೆರಿಟರಿ ಅನ್ನುವ ಹೆಮ್ಮೆಯಲ್ಲಿ ಹಿಡಿದುಕೊಂಡ ಕೂಡಲೇ ಮಿಂಚೂಗೆ ಉಸಿರೇ ನಿಂತುಹೋದಂತಾಗಿ ತಕ್ಷಣ ತನ್ನ ಎದೆಯ ಮೇಲಿಂದ ಅವನ ಕೈಯನ್ನು ಹಿಂತೆಗೆದಳು. ಅಮ್ಮ ಸ್ನಾನ ಮಾಡಿಸುವಾಗಲೂ ಟವಲ್ ಕಟ್ಟಿಕೊಳ್ಳುವಂಥ ಸಂಕೋಚದ ಸ್ವಭಾವದ ಮಿಂಚುಗೆ ಅಂದಿನ ಘಟನೆಯಿಂದ ಈ ಹುಡುಗ ಅಮ್ಮನನ್ನೂ ಹಿಂದಕ್ಕಿಟ್ಟು ಹತ್ತಿರ ಬಂದುಬಿಟ್ಟ ಎಂದು ಅರ್ಥವಾಗಿ ಮುಖದಲ್ಲಿ ನಾಚಿಕೆಯ ಕೆಂಪೇರಿತು.

ಅನೂಪ್‌ಗೆ ಮಿಂಚು ಭಯಪಟ್ಟಳು ಅನ್ನಿಸಿ, ಸಂತೈಸಲು ತಲೆನೇವರಿಸಿ ಹಣೆಗೆ ಮುತ್ತುಕೊಟ್ಟು 'Am so proud to touch you' ಎಂದಾಗ ಅವಳಿಗೆ ತನ್ನ ಅಂತರಂಗವನ್ನು ಸ್ಪರ್ಶಿಸಿದವನಿಗೆ, ತನ್ನ ದೇಹದ ಬಗ್ಗೆ ಅಪಾರವಾದ ಗೌರವ ಇಟ್ಟುಕೊಂಡಿರುವವನಿಗೆ, ತನ್ನನ್ನು ಪೂಜಿಸುವವನಿಗೆ ಆ ಕ್ಷಣಕ್ಕೆ ತನ್ನದೆಲ್ಲವನ್ನೂ ಕೊಟ್ಟುಬಿಡಬೇಕು ಅನ್ನಿಸಿತು. ಅವನ ಕೈಹಿಡಿದುಕೊಂಡು ಮುಂದೇನು ಹೇಳಬೇಕೆಂದು ತೋಚದೇ ಮೌನವಾದಳು.

'ನೋ ಅಂದ್ರೆ ಯೆಸ್ ಅಂತ! ಇಷ್ಟು ಅರ್ಥವಾಗಲಿಲ್ವಾ ಇವನಿಗೆ? ಒಂದು ಹುಡುಗಿಯಾಗಿ ಮೊದಲ ಸ್ಪರ್ಶದಿಂದ ನಾಚಿಕೆಯಾಗಿ ಅವನನ್ನು ತಡೆದೆ ಅನ್ನೋದು ಗೊತ್ತಾಗಬಾರದೇ?' ಇನ್ನೊಂದೆರಡು ಸಾರಿ ಪ್ರಯತ್ನ ಪಟ್ಟಿದ್ದರೆ ನಾನೇನು ಹಿಂದೇಟು ಹಾಕುತ್ತಿರಲಿಲ್ಲ ಅನ್ನೋ ಯೋಚನೆಯು ಮಾತುಗಳಾಗಿ ತಲೆಯಲ್ಲಿ ವಟಗುಟ್ಟಿದವು. ಅನೂಪ್‌ಗೆ ಇದ್ಯಾವುದು ಗೊತ್ತೇ ಆಗದೆ ನಿದ್ರೆಯ ಮೊರೆ ಹೋಗಿದ್ದ. ಬೇಕಂತಲೇ ಶಬ್ದ ಮಾಡಿದರೂ ಎಚ್ಚರವಾಗದಷ್ಟು ಮಂಚದೊಳಗೆ ಹುದುಗಿಹೋದಂತೆ ಮಲಗಿಬಿಟ್ಟಿದ್ದ. ಮಿಂಚು ನಿರಾಸೆಯಲ್ಲಿ ಕ್ಯಾಬ್ ಬುಕ್ ಮಾಡಿಕೊಂಡಳು.

# 2

ಸಮುದ್ರದ ಅಲೆಗಳು ಭೋರ್ಗರೆಯುತ್ತಾ ನೊರೆನೊರೆಯಾಗಿ ಬಂದು ದಡದಲ್ಲಿದ್ದವರಿಗೆ ತಮ್ಮ ಅಗಾಧತೆಯ ಪ್ರದರ್ಶನ ಮಾಡುತ್ತಿದ್ದವು. ದಿಗಂತದಲ್ಲಿ ಸೂರ್ಯ ಸಾಗರಿಯೊಂದಿಗೆ ಒಂದಾಗುತ್ತಿದ್ದೇನೆ ಅನ್ನೋ ಸಂಕೋಚದಲ್ಲಿ ಕೆಂಪಾಗಿದ್ದ. ಮಲ್ಪೆ ಬೀಚಿನ ನೀರಿನಲ್ಲಿ ನೆನೆಸಿ, ಮರಳಲ್ಲಿ ಉರುಳಿಸಿ ದಡಕ್ಕೆ ಬಿಟ್ಟಂತೆ ಮೈಗಂಟಿಕೊಂಡ ಒದ್ದೆ ಬಟ್ಟೆಯುಟ್ಟ ಜನಗಳ ಮಧ್ಯೆ ಒಬ್ಬಳು ಮಾತ್ರ ಶುಭ್ರವಸ್ತ್ರ ಧರಿಸಿದ್ದಳು. ತಿಳಿನೀಲಿ ಬಣ್ಣದ ಚೂಡಿದಾರ್ ಮೇಲೆ ಹ್ಯಾಂಡ್ಲೂಮ್ ಶಾಲು ಹೊದೆದುಕೊಂಡು ಕೈಕಟ್ಟಿ ನಿಂತಿದ್ದವಳನ್ನು ಕಂಡವರ್ಯಾರಾದರೂ ಸಮುದ್ರದಲ್ಲಿ ಆಟವಾಡುತ್ತಿದ್ದ ಗಂಡ–ಮಕ್ಕಳನ್ನು ವಾಪಸ್ಸು ಮನೆಗೆ ಹೋಗೋಣವೆಂದು ಎಚ್ಚರಿಸಲು ಕಾದು ನಿಂತಿರುವವಳಂತೆ, ಉಪ್ಪುನೀರಿನಲ್ಲಿ ಆಟವಾಡಿ ಮೈ ಅಂಟು ಮಾಡಿಕೊಳ್ಳಲು ಇಷ್ಟವಿರದ ಸುಂದರ ಗೃಹಿಣಿ ಎಂದು ಊಹಿಸಿದರೆ ತಪ್ಪೆನ್ನಲಾರದು. ಏಕೆಂದರೆ ಅವಳ ಮುಖದಲ್ಲಿ ಅಷ್ಟು ಚೈತನ್ಯವಿತ್ತು.

ಆದರೆ ವಾಸ್ತವದಲ್ಲಿ ಕೈಕಟ್ಟಿ ದಿಗಂತದತ್ತ ನೋಡುತ್ತಿದ್ದ ಆಕೆ ಒಬ್ಬಂಟಿಯಾಗಿ ಬಂದಿದ್ದಳು. ಬಿಟ್ಟುಹೋದ ಗಂಡ ಮತ್ತು ದೂರದಲ್ಲಿದ್ದ ಮಗಳು ಇಬ್ಬರ ನೆನಪಲ್ಲಿ ಸುಮ್ಮನೆ ನಿಂತಿದ್ದಳು. ವಯಸ್ಸು ಮೂವತ್ತೈದು ದಾಟಿರಲಾರದು ಎಂದು ಚಾಲೆಂಜ್ ಮಾಡಬಹುದಾದ ಇವಳಿಗೆ ನಿಜವಾಗಿಯೂ ಇಪ್ಪತ್ನಾಲ್ಕು ವರ್ಷದ ಮಗಳಿದ್ದಾಳೆ.

ಎಲ್ಲಿಂದಲೋ ಅಸ್ಪಷ್ಟವಾಗಿ 'ಅರವಿಂದಾ' ಎಂದು ಯಾರೋ ಕೂಗಿದಂತಾಗಿ ಸುತ್ತಾ ತಿರುಗಿದಳು. ಅವರವರ ಲೋಕದಲ್ಲಿ ಮುಳುಗಿದ್ದ ಜನರು ನಾವ್ಯಾರೂ ನಿನ್ನವರಲ್ಲ ಎಂದು ಖಚಿತಪಡಿಸಿದರು. ಕರೆದದ್ದು ಅರುಣನನ್ನೋ ರವೀಂದ್ರನನ್ನೋ ಇನ್ಯಾವ ಹೆಸರನ್ನೋ ಇರಬಹುದು ಎಂದುಕೊಂಡು ವಾಪಸ್ ಕೊನೆಯದಾಗಿ ಭೂಮಿಯನ್ನು ಇಣುಕಿನೋಡುತ್ತಿದ್ದ ಸೂರ್ಯನನ್ನು ದಿಟ್ಟಿಸಿದಳು. ಆ ದಿನ ಅವಳ ಜೀವನದ ಅತ್ಯಂತ ಬೇಸರದ ದಿನವಾಗಿತ್ತು. ಭೀಮನ ಅಮಾವಾಸ್ಯೆ!

ಅಮಾವಾಸ್ಯೆಯ ಪ್ರಭಾವದಿಂದ ಅಲೆಗಳು ಎದ್ದು ಕುಣಿಯುತ್ತಿರುವಂತೆ ಮನದಾಳದ ಭಾವನೆಯ ಅಲೆಗಳೂ ಸ್ಥಿಮಿತ ಕಳೆದುಕೊಂಡಿದ್ದವು. ಬೆಳಗ್ಗಿನಿಂದ ಮಗಳು ಫೋನ್ ಮಾಡಿರಲಿಲ್ಲ, ಮರೆತಳೋ? ಕೆಲಸದಲ್ಲಿದ್ದಾಳೋ? ಅಥವಾ ಒಂದಷ್ಟು ವರ್ಷಗಳ ಹಿಂದೆ ಇದೇ ದಿನ ನಾನೂ ಅವಳ ಬಗ್ಗೆ ಗಮನ ಕೊಡಲಿಲ್ಲ ಅನ್ನೋದು ನೆನಪಿಗೆ ಬಂದು ನನ್ನನ್ನು ಬೇಕಂತಲೇ ದೂರವಿಟ್ಟಿದ್ದಾಳೋ. ಬೇಡದ ಯೋಚನೆಗಳ ಕಾಡಿಗೆ ಮನಸ್ಸು ಹೈಕಿಂಗ್ ಹೊರಟಿತ್ತು.

ಮೊಬೈಲ್ ಸ್ಕ್ರೀನ್ ಮೇಲೆ ಮಗಳ ನಂಬರ್ ನೋಡುತ್ತಲೇ ಹರಿದುಬರುತ್ತಿದ್ದ ಯೋಚನೆಗಳಿಗೆ ಕೆಂಪು ದೀಪ ತೋರಿಸಿ, ಫೋನಿನ ಹಸಿರು ಬಟನ್ ಸರಿಸಿದಳು ಅರವಿಂದಾ.

'ಹಲೋ ಡಾಕ್ಟರ್ ಅರವಿಂದಾ ಅವರಿದ್ದಾರಾ? ನಾನು ಮಿಂಚು ಅಂತ ಅವರ ಅಪಾಯಿಂಟ್ಮೆಂಟ್ ತಗೋಬೇಕಿತ್ತು.'

'ಇಲ್ಲ ಅವ್ರು ತುಂಬಾ ಬ್ಯುಸಿ ಇದ್ದಾರೆ, ಇವತ್ತು ಅವ್ರ ಮಗಳನ್ನ ಸಹ ಮಾತಾಡಿಸ್ಬಾರ್ದು ಅಂತಿದ್ದಾರೆ. ಇನ್ನೂ ಪೇಶೆಂಟ್‌ಗಳಿಗೆ ಸಿಗ್ತಾರಾ?' ಅರವಿಂದಾ ಹುಸಿಮುನಿಸು ತೋರಿದಳು.

'ಗೊತ್ತಿದೇ.. ನನ್ನಮ್ಮಂಗೆ ಸಿಟ್ಟು ಬಂದಿದೆ, ಬೆಳಗ್ಗೆಯಿಂದ ನಾನು ಕಾಲ್ ಮಾಡಿಲ್ಲ, ನಾಲ್ಕು ಸಲ ನೀನು ಫೋನ್ ಮಾಡಿದ್ರೂ ರಿಸೀವ್ ಮಾಡ್ಲಿಲ್ಲ. ಸಾರಿ ಅಂತ ಕೇಳಿದ್ರೆ ನಮ್ಮಮ್ಮ ಕರಗಲ್ವಲ್ಲಾ ಅದಕ್ಕೆ ಪೇಶೆಂಟ್ ಆಗಿ ಅಪಾಯಿಂಟ್ಮೆಂಟ್ ತೊಗೊಂಡು ಎದುರಿಗೇ ಬಂದು, ಕೆನ್ನೆಗೆ ಮುತ್ತುಕೊಟ್ಟು ಕೋಪ ಕರಗಿಸೋಣ ಅಂತಿದ್ದೇ..' ಮುದ್ದು ಮುದ್ದಾಗಿ ಮಿಂಚು ಅಮ್ಮನನ್ನು ಓಲೈಸಿದಳು.

ಬೆಳಗ್ಗೆ ಅನೂಪ್ ಮನೆಯಿಂದ ಕ್ಯಾಬ್ ಹತ್ತಿ ಬಂದವಳೇ ಗಡಿಬಿಡಿಯಲ್ಲಿ ಆಫೀಸ್ ಸೇರಿಕೊಂಡಿದ್ದಳು. ಆಫೀಸ್ ಮೀಟಿಂಗ್ ಸಮಯದಲ್ಲಿ ಗಮನ ಎತ್ತಲೋ ಹೋಗಿದ್ದರಿಂದ ಟಿಎಲ್ ಎಲ್ಲರ ಮುಂದೆ ಖಾರವಾಗಿ ಮಾತನಾಡಿದ. ಅನೂಪ್‌ಗೆ ಕಳಿಸಿದ್ದ ಮೆಸೇಜ್‌ಗೆ ಉತ್ತರ ಬಂದಿರಲಿಲ್ಲ. ಬೆಳಗ್ಗಿನ ನೆನಪೇ ಇಲ್ಲದ ಹಾಗೆ ಮಲಗಿದ್ದು ಮಿಂಚು ಮನಸ್ಸನ್ನು ಕೆಡಿಸಿತ್ತು. ಇದೆಲ್ಲದರ ಪ್ರಭಾವದಿಂದ ದಿನಕ್ಕೆ ಮುಕ್ಕಾಲು ಗಂಟೆಯಾದರೂ ಹರಟುತ್ತಿದ್ದ ತಾಯಿ ಮಗಳ ದಿನನಿತ್ಯದ ಅಭ್ಯಾಸಕ್ಕೆ ಇಂದು ಕಲ್ಲು ಬಿದ್ದಿತ್ತು.

ಆಯುರ್ವೇದದ ಡಾಕ್ಟರ್ ಆಗಿ ಸಣ್ಣದೊಂದು ಕ್ಲಿನಿಕ್ ನಡೆಸೋ ಅರವಿಂದಾಗೆ ದಿನಕ್ಕೆ ನಾಲ್ಕೈದು ಪೇಶೆಂಟ್ಸ್ ನೋಡೋಕಿಂತ ಹೆಚ್ಚು ಕೆಲಸವಿರೋದಿಲ್ಲ. ಬೆಳಗ್ಗೆ ಎದ್ದು ಮನೆ ಸ್ವಚ್ಛಮಾಡಿ, ಚಹಾ ಮಾಡಿಕೊಂಡು ಮಗಳಿಗೆ ಫೋನ್ ಮಾಡಿ ಎಬ್ಬಿಸುತ್ತಾಳೆ. ತಿಂಡಿ ಮಾಡಿ, ಕುಚ್ಚಲಕ್ಕಿಯ ಗಂಜಿಯನ್ನು ಡಬ್ಬಿಗೆ ಹಾಕಿಕೊಂಡು ಬಸ್ ಹತ್ತಿ ಕ್ಲಿನಿಕ್‌ಗೆ ಬಂದಮೇಲೆ ಇಡೀ ದಿನ ಅವಳ ಯೋಚನೆ ತನ್ನ ಜೀವನದ ಭೂತಕಾಲದ ಬಗ್ಗೆ, ಮಗಳ ಭವಿಷ್ಯದ ಬಗ್ಗೆ. ಇದನ್ನು ಬಿಟ್ಟರೆ ಗಂಟಲು ಉರಿ, ಅಜೀರ್ಣಕ್ಕೆ ಇಂಗ್ಲಿಷ್ ಔಷಧಿ ಉಪಯೋಗಕ್ಕೆ ಬಾರದೆ ಚೂರ್ಣವನ್ನೋ ಲೇಹ್ಯವನ್ನೋ ತೆಗೆದುಕೊಂಡು ಹೋಗೋ ರೋಗಿಗಳೇ ಇವಳ ವರ್ತಮಾನ. ಹೀಗಿರುವಾಗ ತನ್ನ ಜೀವನದ ಆಸರೆಯಾಗಿರೋ ಮಗಳೊಂದಿಗೆ ಸಾಯಂಕಾಲ ಐದೂವರೆ ತನಕ ಮಾತನಾಡದೇ ಇದ್ದದ್ದು ಇದೇ ಮೊದಲು.

ತನ್ನ ಸರ್ವವನ್ನು ಇಂಚಿಂಚೂ ಬಿಡದೇ ವರದಿ ಒಪ್ಪಿಸೋ ಮಿಂಚೂಗೆ ಹಿಂದಿನ ದಿನ ಅನೂಪ್ ಮನೆಯಲ್ಲಿ ರಾತ್ರಿ ಕಳೆದಿದ್ದನ್ನು ಹೇಳಲು

ಬಾಯಿ ಬರಲಿಲ್ಲ. ಅನೂಪ್ ಜೊತೆಗಿನ ಸ್ನೇಹ ಅಮ್ಮನಿಗೆ ಗೊತ್ತಿರುವ ವಿಷಯವೇ ಆದರೆ ಅವರಿಬ್ಬರು ಪ್ರೇಮಿಗಳು ಅನ್ನೋದನ್ನು ಬಿಟ್ಟುಕೊಟ್ಟಿಲ್ಲ. ಕಾರಣವಿಷ್ಟೇ, ದೊಡ್ಡವರಿಗೆ ಹೇಳಿದಮೇಲೆ ಮುಂದಿನ ಹೆಜ್ಜೆಯೇ ಮದುವೆ. ತಕ್ಷಣ ಅಲ್ಲದಿದ್ದರೂ ವಿಷಯ ಹೇಳಿದ ಮೇಲಿಂದ ಆ ಒತ್ತಡ ತಾನಾಗೇ ಶುರುವಾಗುತ್ತದೆ. ಎಲ್ಲಾ ಹುಡುಗರ ಹಾಗೆ, ಅನೂಪ್‌ಗೆ ತನ್ನ ವೃತ್ತಿಯಲ್ಲಿ ಸೆಟಲ್ ಆಗುವ ತನಕ ಮದುವೆಯ ಯೋಚನೆಯಿಲ್ಲ. ನೈಟ್ ಶಿಫ್ಟ್ ಬದಲಾಗಬೇಕು, ಕೆಲಸ ಭದ್ರವಾಗಬೇಕು, ಆರ್ಥಿಕವಾಗಿ ಸದೃಢವಾಗದೇ ಇಪ್ಪತ್ನಾಲ್ಕು ಇಪ್ಪತ್ತೈದು ವಯಸ್ಸಿಗೇ ಮದುವೆ ಬಂಧನದಲ್ಲಿ ಬೀಳೋ ಯೋಚನೆ ಇಬ್ಬರಿಗೂ ಇರಲಿಲ್ಲ. ಹಾಗಾಗಿ ಮಿಂಚೂ ಅನೂಪ್ ವಿಷಯವನ್ನು ಸ್ಕಿಪ್ ಮಾಡಿ ಆಫೀಸಿನಲ್ಲಿ ಆದ ಬೇಸರಕ್ಕೆ ಇನ್ನೊಂದಷ್ಟು ಅಲಂಕಾರ ಮಾಡಿ ಹತ್ತು ನಿಮಿಷ ಸಮಜಾಯಿಷಿ ಕೊಟ್ಟಳು.

'ಅಮ್ಮ.. ಏನು ಮೌನವ್ರತ ಮಾಡ್ತಿದ್ದೀಯಾ? ಮಾತಾಡ್ಲಿಲ್ಲ ಅಂದ್ರೆ ಇವತ್ತೇ ರಾತ್ರಿ ಸ್ಲೀಪರ್ ಬುಕ್ ಮಾಡ್ತೀನಿ.'

'ಅದೆಲ್ಲಾ ಬೇಡ. ಒಂದೆರಡು ದಿನಕ್ಕೆ ಮುಖ ತೋರಿಸಿಹೋಗೋ ತರ ಬರ್ಬೇಡ. ಒಂದ್ ವಾರನಾದ್ರೂ ಬಿಡುವು ಮಾಡಿಕೊಂಡು ಬಾ,' ಅರವಿಂದಾ ಕಾಳಜಿಯಲ್ಲಿ ಹೇಳಿದಳು. ಅಲ್ಲಿಗೆ ಮುನಿಸು ಮಾಯವಾಯಿತು. ಆದರೆ ಮಿಂಚು ಮಾತ್ರ ಅಮ್ಮನ ಫೋನ್ ಅವಾಯ್ಡ್ ಮಾಡಿದ್ದಕ್ಕೆ ಒಳಒಳಗೇ ಗಿಲ್ಟ್ ಅನುಭವಿಸುತ್ತಿದ್ದಳು.

'ಬೀಚ್ ಹತ್ರ ಇದ್ದೀಯಾ? ಕಳ್ಳೀ ಅದಕ್ಕೆ ನಿಂಗೇನೂ ಬೇಜಾರಾಗಿಲ್ಲ.'

'ಮಿಂಚು ಇವತ್ ಯಾವ್ ದಿನ ಗೊತ್ತಾ?'

'ಸೋಮವಾರ. ಆಫೀಸಿನಲ್ಲಿ monday blues ಅನುಭವವಾಗೋದು ಬಿಟ್ಟರೆ ನಮ್ಮಂಥವರಿಗೆ ಬೇರೇನ್ ಗೊತ್ತಾಗುತ್ತಮ್ಮ.'

'ಭೀಮನ ಅಮಾವಾಸ್ಯೆ ಕಣೇ.. ನೀನು ಮೈನೆರೆದ ದಿನ. ಅವತ್ತು ನಾನು ದುಃಖದಲ್ಲಿದ್ದೆ ಅಂತ ಇಂಥ ವಿಚಾರಾನೇ ಮುಚ್ಚಿಟ್ಟುಬಿಟ್ಟೆಲ್ಲಮ್ಮಾ..' ಗಾಢವಾದ ಧ್ವನಿಯಲ್ಲಿ ಹೇಳಿದಳು. ಎಷ್ಟು ಭೀಮನ ಅಮಾವಾಸ್ಯೆಗಳು ಕಳೆದರೂ ಆ ನೆನಪು ಮಾತ್ರ ಅರವಿಂದಾಗೆ ಅಷ್ಟೇ ಕಹಿಯಾಗಿ ಕಾಡುತ್ತದೆ. ಗಂಡನಿಗೆ ಆಯುಷ್ಯ ಕೊಡು ಅಂತ ಬೇಡಿಕೊಳ್ಳುವ ದಿನವೇ ಅರವಿಂದಾಳ ಸಂಸಾರದ ಆಯುಷ್ಯ ಮುಗಿದುಹೋಗಿತ್ತು.

'ಅಯ್ಯೋ ಬಿಡಮ್ಮ. ಆಗಿದ್ದೆಲ್ಲಾ ಒಳ್ಳೇದಕ್ಕೆ. ಅವತ್ತು ನಮ್ಮ ಜೀವನಕ್ಕೆ ಭಾರವಾಗಿದ್ದವರು ಕಳಚಿಕೊಂಡು ನಾವು ಹಗುರವಾದ ದಿನ ಅಂದ್ಕೋಬೇಕು,' ಮಿಂಚು ಸಲೀಸಾಗಿ ಹೇಳಿಬಿಟ್ಟಳು.

ತಂದೆ ದೂರವಾದದ್ದನ್ನು ಯಾವ ಭಾವನೆಯೂ ಇಲ್ಲದೇ ಹೇಳುವಷ್ಟು ಹಳತಾಗಿ ಆ ನೋವು ಹೆಪ್ಪುಗಟ್ಟಿತ್ತು, ಇಂದಿಗೆ ಆ ತಂದೆ ಇವಳ ಜೀವನಕ್ಕೆ ಏನೂ ಅಲ್ಲ ಎನ್ನುವಂತಾಗಿದ್ದ. ಮಿಂಚು ಬೆಂಗಳೂರಿನಲ್ಲಿ ಬದುಕು ಕಟ್ಟಿಕೊಳ್ಳುವ ಹೋರಾಟ ನಡೆಸುತ್ತಿದ್ದರೆ, ತಾಯಿ ತನ್ನ ಕ್ಲಿನಿಕ್‌ನಿಂದ ಬರುವ ಆದಾಯದಿಂದ ಗಂಡನ ದೆಸೆಯಿಂದಾದ ಸಾಲವನ್ನು ತೀರಿಸುತ್ತಾ, ಆ ಸಂಬಂಧ ಉಳಿಸಿದ ಗಾಯ ಮಾಸಲು ಕಾಯುತ್ತಿದ್ದಳು. ಗಂಡನಿಂದ ದೂರವಾದ ಒಂದೆರಡು ವರ್ಷದಲ್ಲಿ ಅರವಿಂದಾಗೆ ಮತ್ತೊಂದು ಮದುವೆ ಮಾಡಲು ಅವಳ ಅಣ್ಣ ಪ್ರಯತ್ನ ಮಾಡಿ ಸೋತಿದ್ದ. ಆದರೆ ಆ ವಿಷಯ ಮಿಂಚು ಮನಸ್ಸಿನಲ್ಲಿ ಗಾಢವಾಗಿ ಕೂತುಬಿಟ್ಟಿತ್ತು. ನಾನು ನನ್ನ ಕೆಲಸ, ಮದುವೆ ಅಂತ ಮುಳುಗಿಬಿಟ್ಟರೆ ಅಮ್ಮ ಒಂಟಿಯಾಗಿಬಿಡುತ್ತಾಳೆ. ಅವಳಿಗೆ ಇಷ್ಟವಾಗುವಂಥ ವ್ಯಕ್ತಿಯನ್ನ ಹುಡುಕಿ ಮದುವೆ ಮಾಡಬೇಕು ಅನ್ನೋ ಆಸೆ ಆಗಿಂದಲೇ ಮಿಂಚು ಮನದಲ್ಲಿ ಬೇರೂರಿ ಒಳಗೊಳಗೇ ಬೆಳೆಯುತ್ತಿತ್ತು.

'ಅಮ್ಮಾ.. ಹಳೇದನ್ನೆಲ್ಲಾ ಫೀಲ್ ಮಾಡಿಕೊಂಡು, ಸಮುದ್ರ ನೋಡ್ಕೊಂಡು ಪ್ಯಾಥೋ ಸಿನೆಮಾ ಹಿರೋಯಿನ್ ತರ ನಿಂತಿದ್ದೀಯಾ?'

'ಹಾಗೇನಿಲ್ಲ ಕಣೇ.. ನಾನ್ಯಾವ್ ಸೀಮೆ ಹೀರೋಯಿನ್.'

'ನೀನಾ.. ಕರಾವಳಿ ಸೀಮೆ ಹೀರೋಯಿನ್. ನಿಂಗೆ ಐಶ್ವರ್ಯಾ ರೈಗಿಂತಾ ಚಿಕ್ಕ ವಯಸ್ಸು ಗೊತ್ತಾ.. ಹುಷಾರಾಗಿ ಮನೇಗ್ ಹೋಗು. ಇಲ್ಲಾ ಹುಡುಗ್ರೆಲ್ಲ ನನ್ ಬ್ಯೂಟಿಫುಲ್ ಅರವಿಂದಾನ ಮೇಲೆ ಕಣ್ಣು ಹಾಕ್ಬಿಡ್ತಾರೆ.'

"ನಾನು ಆಗ್ಲೇ ಆಟೋ ಹಿಡಿದಿದ್ದಾಯ್ತು. ಹತ್ತು ನಿಮಿಷದಲ್ಲಿ ಮನೆ ಸೇರ್ತೇನೆ."

"ಅಯ್ಯೋ ಚಾನ್ಸ್ ಮಿಸ್ ಆಗೋಯ್ತಾ.. ಟೈಮ್ ಮಾಡಿಕೊಂಡು ಯಾರಾದ್ರೂ ಒಳ್ಳೇವ್ರನ್ನ ಹುಡುಕೋ ಮಾ.. ಒಬ್ಳೇ ಸಮುದ್ರ ನೋಡೋದ್ರಲ್ ಏನ್ ಮಜಾ ಇದೆ?"

ಈಗ ಮಾತು ಮುಂದುವರಿದರೆ ಮಿಂಚು ಯಾವ ವಿಷಯಕ್ಕೆ ಹೋಗಿ ಸೇರಿಸುತ್ತಾಳೆ ಎಂದು ಅರವಿಂದಾಗೆ ಗೊತ್ತಿರೋ ವಿಷಯ. ಮದುವೆ ಮಾಡಿಕೋ ಅಂತ ನಾನ್ ಹೇಳೋ ಮಾತನ್ನ ಮಗಳು ನನಗೇ ಸುಲಭವಾಗಿ ಹೇಳುತ್ತಾಳಲ್ಲ ಅನ್ನೋದು ಅವಳ ತಕರಾರು. ಪದೇ ಪದೇ ಚರ್ಚೆಯಾದ ವಿಷಯದಲ್ಲಿ ಮತ್ತೆ ವಾದ ಮಾಡಿ ಉಪಯೋಗವಿಲ್ಲವೆಂದು ಮಾತು ಮರೆಸೋ ಪ್ರಯತ್ನ ಮಾಡಿದಳು.

"ಆಫೀಸ್ ಬಗ್ಗೆ ಬೇಸರ ಮಾಡ್ಕೋಬೇಡ ತಿಳೀತಾ? ಬೆಳಗ್ಗೆ ಆರೂವರೆಗೆ ಫೋನ್ ಮಾಡಿ ಎಬ್ಬಿಸ್ತೀನಿ," ಎಂದು ಹೇಳಿ ಅರವಿಂದಾ ಫೋನ್ ಕಟ್ ಮಾಡಿದಳು.

ತಾಯಿಯೊಂದಿಗೆ ಮಾತನಾಡಿದ ಮೇಲೆ ಮಿಂಚೂಗೆ ಸ್ವಲ್ಪ ನಿರಾಳ ಎನಿಸಿತು. ಆದರೂ ತನ್ನ ಅನೂಪನ ಬಗ್ಗೆ ಮುಕ್ತವಾಗಿ ಮಾತನಾಡುವ ದಿನ ಆದಷ್ಟು ಬೇಗ ಹತ್ತಿರ ಬರಲಿ ಎಂದು ಆಶಿಸಿದಳು.

*

ಉದ್ಯಾನ ನಗರಿ, ಕಾಂಕ್ರಿಟ್ ಕಾಡು, ಐಟಿ ಹಬ್ ಹೀಗೆ ನಾನಾ ಹೆಸರಿನಿಂದ ಕರೆಸಿಕೊಳ್ಳೋ ಬೆಂಗಳೂರು ಎಷ್ಟೋ ಯುವಕ ಯುವತಿಯರ ಕನಸಿನ ನಗರ. ಇಲ್ಲೊಂದು ಕೆಲಸ ಹಿಡಿದು, ಫ್ಲ್ಯಾಟ್ ಕೊಂಡು ವೀಕೆಂಡ್‌ನಲ್ಲಿ ಕುಟುಂಬದ ಜೊತೆ ಬ್ಯಾಗುಗಟ್ಟಲೆ ಶಾಪಿಂಗ್ ಮಾಡುವಷ್ಟು ಆರ್ಥಿಕವಾಗಿ ಸಬಲರಾಗಿಬಿಟ್ಟರೆ ಜೀವನ ಸಾರ್ಥಕ ಅಂದುಕೊಂಡು ಊರಿನ ಬಸ್ ಹತ್ತಿ ಮೆಜೆಸ್ಟಿಕ್‌ಗೆ ಬಂದಿಳಿಯುವ ಜನರಿಗೆ ಲೆಕ್ಕವಿಲ್ಲ. ಆದರೆ ಮಿಂಚು ಬೆಂಗಳೂರಿಗೆ ಇಂಥಾ ಯಾವ ಕನಸನ್ನೂ ಹೊತ್ತುಬಂದವಳಲ್ಲ.

ಮಿಂಚು ಹುಟ್ಟಿದ್ದು ಬೆಳೆದದ್ದು ತಾಯಿಯ ತವರೂರು ಉಡುಪಿಯಲ್ಲಿ. ವ್ಯಾಪಾರದ ಕಾರಣದಿಂದ ಅಲೆಮಾರಿ ಜೀವನ ನಡೆಸುತ್ತಿದ್ದ ಅವಳ ತಂದೆ ಆಗಾಗ ಹೆಂಡತಿ ಮಗಳನ್ನು ನೋಡಿಕೊಂಡು, ವಾಪಸ್ ಹೋಗುವಾಗ ಆದಷ್ಟು ಬೇಗ ನಾವು ಒಟ್ಟಿಗೆ ಒಂದು ಕಡೆ ನೆಲೆಯೂರುತ್ತೇವೆ ಅನ್ನೋ ಆಶ್ವಾಸನೆ ಕೊಟ್ಟು ಹೊರಡುತ್ತಿದ್ದನು. ಒಂದು ದಿನ ತಂದೆ ತಾಯಿಯ ವೈಮನಸ್ಯ ಗಗನ ಮುಟ್ಟಿತ್ತು. ಆತ ಆ ಸಲ ಹೊರಡುವಾಗ 'ನನ್ ವಸ್ತುಗಳನ್ನೆಲ್ಲಾ ತೊಗೊಂಡು ಹೋಗ್ತಿದ್ದೀನಿ' ಅಂತ ಕೋಪದಿಂದ ಲಗೇಜ್ ತಗೊಂಡು ಹೊರಟಾಗಲೇ ಮಿಂಚು ಮತ್ತು ಅರವಿಂದಾಗೆ ಅವನ 'ತನ್ನದೆಲ್ಲಾ' ಅನ್ನುವುದರಲ್ಲಿ ನಾವು ಭಾಗವಾಗಿ ಉಳಿದಿಲ್ಲ ಅನ್ನುವುದು ಖಚಿತವಾಯಿತು. ಪ್ರತಿಬಾರಿ ಹೊರಡುವಾಗ ಕೊಡುತ್ತಿದ್ದ ಆಶ್ವಾಸನೆಯೂ ಅವನ ಜೊತೆಗೇ ಕಣ್ಮರೆಯಾಯಿತು. ಆನಂತರ ಅಮ್ಮನ ಮಾತಿನಂತೆ ಮಾವನ ಮನೆಯಲ್ಲಿದ್ದು ಓದು ಮುಂದುವರಿಸಲು ಬೆಂಗಳೂರಿಗೆ ಬಂದ ಮಿಂಚುಗೆ, ನಾನು ಒಂದಲ್ಲಾ ಒಂದು ದಿನ ಅಮ್ಮನ ಕಷ್ಟಗಳಿಗೆ ಆಸರೆಯಾಗಬೇಕು ಅನ್ನೋದರ ಹೊರತಾಗಿ ಇನ್ಯಾವ ಕನಸೂ ಇರಲಿಲ್ಲ.

ಬಿ.ಇ ಕೊನೇ ವರ್ಷ ಕ್ಯಾಂಪಸ್ ಇಂಟರ್ವ್ಯೂನಲ್ಲಿ ಮಾನ್ಯತಾ ಟೆಕ್ ಪಾರ್ಕ್‌ನಲ್ಲಿರೋ ಕಾನ್ಸೆಂಟ್ರಿಕ್ಸ್ ಅನ್ನೋ ಕಂಪನಿಯಲ್ಲಿ ಕೆಲಸ ಸಿಕ್ಕಮೇಲೆ ಮಿಂಚೂಗೆ ಬೆಂಗಳೂರಿನ ಸೆಳೆತದ ಅರಿವಾಯಿತು. ಎಲ್ಲದಕ್ಕಿಂತ ಹೆಚ್ಚು ಬೆಂಗಳೂರು ಅನೂಪ್ ವಾಸವಿದ್ದ ಊರು. ಪ್ರೀತಿ ಸಿಕ್ಕ ಊರು, ತನ್ನ ವ್ಯಕ್ತಿತ್ವವನ್ನು ಗುರುತಿಸಿಕೊಂಡ ಊರನ್ನು ಬಿಟ್ಟು ವಾಪಸ್ ಉಡುಪಿಗೆ ಹೋಗಲು ಕಷ್ಟವಾಯಿತು. ಮಗಳ ಆಸೆಗೆ ಬೆಲೆಕೊಡುವ ಅಮ್ಮನಾಗಿ ಅರವಿಂದಾ ಒಂದು ದಿನವೂ ಬೆಂಗಳೂರು ಬಿಟ್ಟು ನನ್ನ ಜೊತೆ ಬಂದುಬಿಡು ಅಂತ ಹಟ ಮಾಡಿಲ್ಲ. ಸ್ವಂತ ಕ್ಲಿನಿಕ್ ಮಾರಿ ಬೆಂಗಳೂರಿನ ಓಟಕ್ಕೆ ಧುಮುಕು

ಎಂದು ಮಗಳೂ ಅಮ್ಮನನ್ನು ಒತ್ತಾಯಿಸಲಿಲ್ಲ. ಅಂತೂ ಒಂದು ಸಲ ಅರವಿಂದಾಗಾಗಿ ಬೆಂಗಳೂರಿನಲ್ಲಿ ಆಯುರ್ವೇದದ ಕ್ಲಿನಿಕ್ ತೆರೆಯಲು ಎಷ್ಟು ಖರ್ಚಾಗಬಹುದೆಂದು ಮಿಂಚು ವಿಚಾರಿಸಿದ್ದಳು. ಸ್ವಂತ ಕಟ್ಟಡ ಇಲ್ಲದೇ ಇದ್ದರೆ ಥೆರಪಿ ರೂಮ್, ಕನ್ಸಲ್ಟೇಶನ್ ರೂಮ್ ಎಲ್ಲ ಸೇರಿ ಮೂವತ್ತು ಸಾವಿರ ಬಾಡಿಗೆ ಇಲ್ಲದೇ ಕ್ಲಿನಿಕ್ ತೆರೆಯಲು ಸಾಧ್ಯವಿಲ್ಲ, ಅದಲ್ಲದೇ ಕ್ಲೀನಿಂಗ್, ಸ್ಟಾಫ್‌ಗಳ ಸಂಬಳ ಅಂತ ಆಗುವ ಖರ್ಚಿಗೂ, (ಕ್ಲಿನಿಕ್ ಚೆನ್ನಾಗಿ ನಡೆಯುತ್ತದೆ ಅಂದುಕೊಂಡರೂ) ಪೇಶೆಂಟ್ಸ್‌ಗಳಿಂದ ಬರಬಹುದಾದ ಆದಾಯಕ್ಕೂ ಅಜಗಜಾಂತರ ಅನ್ನಿಸಿ ಆ ಯೋಚನೆ ಕೈಬಿಟ್ಟಳು. ಅರವಿಂದಾಗೂ ತನ್ನ ವೃತ್ತಿಬದುಕಿನ ಬಗ್ಗೆ ಅಂತಹ ಮಹತ್ವಾಕಾಂಕ್ಷೆಯೇನೂ ಇರಲಿಲ್ಲ. ಗೊತ್ತಿರುವ ಊರಿನಲ್ಲಿ, ತನ್ನದಾದ ಜಾಗದಲ್ಲಿ ತನ್ನನ್ನು ಹುಡುಕಿ ಬರುವ ರೋಗಿಗಳಿಗೆ ಕಲಿತ ವಿದ್ಯೆ ಉಪಯೋಗಕ್ಕೆ ಬರಲಿ, ಅದರಿಂದ ನನ್ನ ಖರ್ಚು ವೆಚ್ಚ ನೋಡಿಕೊಳ್ಳುವಷ್ಟಾದರೇ ಸಾಕು ಅನ್ನೋ ಮನಸ್ಥಿತಿಯಲ್ಲಿದ್ದಳು.

ಮಿಂಚೂಗೆ ಬರುವ ಸಂಬಳದಲ್ಲಿ ಒಬ್ಬಳಿಗಾಗಿ ಒಂದು ಮನೆ ಬಾಡಿಗೆ, ಊಟ ತಿಂಡಿಯ ವ್ಯವಸ್ಥೆ ಎಲ್ಲಾ ಹೊರೆಯಾಗುತ್ತೆ ಅನ್ನೋ ಕಾರಣದಿಂದ ಕಂಪನಿಗೆ ಹತ್ತಿರವಿರುವ ಪಿಜಿಯನ್ನು ವಸತಿಗೆ ಆಯ್ಕೆಮಾಡಿಕೊಂಡಳು. ಓದು ಮುಗಿಯುವ ತನಕ ಮಾವನ ಮನೆಯಲ್ಲಿದ್ದ ಋಣವೇ ಜಾಸ್ತಿ ಅನ್ನಿಸಿತ್ತು. ಕೈಲಿ ಹಣ ಓಡಾಡುವಾಗ ಇನ್ನೊಬ್ಬರ ಸೂರಿನಡಿ ಇರಲು ಕಷ್ಟವಾಗಿ, ಅವರಿಗೆ ಬೇಸರವಾಗದಂತೆ ಅಲ್ಲಿಂದ ಹೊರಬಂದಳು.

ನಾಲ್ಕು ಅಂತಸ್ತಿನ ಲಾಡ್ಜಿನ ಹಾಗೆ ಕಾಣುವ ಪಿಜಿಯಲ್ಲಿ ಟು-ಶೇರಿಂಗ್ ರೂಮ್‌ನಲ್ಲಿ ಮಿಂಚೂ ವಾಸ. ಎಂಟೂವರೆ ಸಾವಿರ ಬಾಡಿಗೆ ಕೊಟ್ಟರೂ ಅದರಲ್ಲೇ ಊಟ ತಿಂಡಿ, ವೈಫೈ, ವಾಶಿಂಗ್, ಫ್ರಿಡ್ಜ್, ಟಿವಿ ಎಲ್ಲಾ ಸೌಲಭ್ಯಗಳೂ ಸಿಕ್ಕಿರುವುದರಿಂದ ಬೆಂಗಳೂರಿನ ವಾಸ ಕಷ್ಟವೆನಿಸುತ್ತಿಲ್ಲ. ಹೇಗಿದ್ದರೂ ಇದು ತನ್ನ ಜೀವನದ ಟೆಂಪರರಿ ಘಟ್ಟ, ಮುಂದೆ ಅನೂಪ್ ಮನೆ ಸೇರುತ್ತೇನೆ ಅನ್ನೋ ಸ್ಪಷ್ಟತೆ ಇವಳಿಗಿದೆ. ಆದರೆ ಅಮ್ಮ ಜೀವನ ಪೂರ್ತಿ ಒಬ್ಬಂಟಿಯಾಗಿ ದೂರವಿರುತ್ತಾಳಾ ಅನ್ನೋ ಪ್ರಶ್ನೆಗೆ ಇನ್ನೂ ಉತ್ತರ ಸಿಕ್ಕಿಲ್ಲ. ಅರವಿಂದಾಗೆ ಮದುವೆ ಮಾಡಿಕೋ ಎಂದು ಹೇಳಿ ಒಂದೆರಡು ಸಲ ಬಯ್ಸಿಕೊಂಡಿದ್ದಾಳೆ. Manifest ಮಾಡಿದರೆ ಅಂದುಕೊಂಡದ್ದು ಆಗುತ್ತದೆ ಅಂತ ನಂಬಿರೋ ಮಿಂಚು, “ಅಮ್ಮ ಒಂಟಿಯಲ್ಲ, ಅವಳಿಗೆ ಯೋಗ್ಯನಾದ ಸಂಗಾತಿ ಸಿಗುತ್ತಾರೆ,” ಎಂದು ತನ್ನ ಡೈರಿಯಲ್ಲಿ ಪ್ರತಿದಿನ ಬರೆಯುತ್ತಾಳೆ.

❋

ಶ್ರೀ ಗುರು ಸಾಯಿ ಪಿಜಿಯ ರೂಮ್ ನಂಬರ್ 302ನಲ್ಲಿ ಬೆಲ್ ಸದ್ದಾಯಿತು. makeup vlog ರೆಕಾರ್ಡ್ ಮಾಡುತ್ತಿದ್ದ ಶೀತಲ್ ವಿಡಿಯೋ pause ಮಾಡಿ, ‘ಮಿಂಚು ಯಾರ್ ಬಂದಿದ್ದಾರೆ ನೋಡ್ತಿಯಾ?’ ಎಂದಳು.

'ಸ್ನಾನ ಮಾಡ್ತಿರೋಳು ಬಾತ್ರೂಮಿಂದ ಹೊರಗ್ ಬಂದು ಬಟ್ಟೆಹಾಕೊಂಡು ನಾನ್ ಡೋರ್ ತೆಗೀಬೇಕಾ? ನೀನೇ ನೋಡೆ,' ಮಿಂಚು ಮಾತಿಗೆ ಮರುತ್ತರ ಕೊಡಲಾಗದೇ ಶೀತಲ್ ಕಷ್ಟಪಟ್ಟು ಕುರ್ಚಿ ಬಿಟ್ಟು ಎದ್ದಳು. ಬಾಗಿಲು ತೆಗೆದಾಗ ಅವಳಿಗೆ ಆಶ್ಚರ್ಯ ಕಾದಿತ್ತು.

'ಆರ್ ಯೂ ಸೀರಿಯಸ್ ಅನೂಪ್! ಏನಿದು ನಿನ್ ವೇಷ,' ಡೆಲಿವರಿ ಬಾಯ್‌ನಂತೆ ರೆಡಿಯಾಗಿ ಬಂದಿದ್ದ ಅನೂಪ್ ರೂಮಿನೊಳಗೆ ನುಗ್ಗಿ ಬಾಗಿಲು ಹಾಕಿಕೊಂಡ.

'ಹೆಣ್ ಮಕ್ಕಳ ಪಿಜಿ ಒಳಗೆ ಕಾಲಿಡ್ಬೇಕು ಅಂದ್ರೆ ಸಾಹಸ ಮಾಡ್ಬೇಕಲ್ಲ. ಎಮರ್ಜೆನ್ಸಿಗೆ ಅಂತ ರೆಡಿ ಆಗಿ ಬಂದಿದ್ದೆ, ಆದ್ರೆ ಜಾಸ್ತಿ ಎನ್‌ಕ್ವೈರಿ ಮಾಡ್ಲಿಲ್ಲ. ಮಿಂಚು ಎಲ್ಲಿ?'

ಕೋಣೆಯ ಮೂಲೆಯಲ್ಲಿದ್ದ ಬಾತ್ರೂಮಿನಿಂದ ಟವಲ್ ಸುತ್ತಿಕೊಂಡು ಬಂದ ಮಿಂಚು ಅನೂಪ್‌ನ ನೋಡಿದ ತಕ್ಷಣ ಗಾಬರಿಯಾಗಿ ವಾಪಸ್ ಬಾಗಿಲೊಳಗೆ ಸೇರಿಕೊಂಡುಬಿಟ್ಟಳು. ಒದ್ದೆ ಮೈಯಲ್ಲಿ ಮೊಣಕಾಲಿನವರೆಗೆ ಟವಲ್ ಸುತ್ತಿಕೊಂಡು, ಶಾಂಪೂ ಘಮ ಸೂಸುತ್ತಾ ಬಂದ ಮನದನ್ನೆಯನ್ನು ನೋಡಿ ಹಿಂದಿನ ರಾತ್ರಿ ಮಿಂಚು ಜೊತೆಗಿದ್ದ ನೆನಪು ಸ್ಮೃತಿಪಟಲದಲ್ಲಿ ಸರಿಯಿತು. ಬಾತ್ರೂಮಿನಲ್ಲಿ ಏದುಸಿರು ಬಿಡುತ್ತಾ ನಿಂತಿದ್ದ ಮಿಂಚೂಗೆ ಅನೂಪ್ ಮೇಲಿನ ಕೋಪವನ್ನು ತೋರಿಸಿಕೊಳ್ಳಬೇಕಾ? ಅಥವಾ ಇದ್ದಕ್ಕಿದ್ದಂತೆ ಪಿಜಿ ತನಕ ಬಂದವನ ಜೊತೆ ಮಾತನಾಡಬೇಕಾ ಎಂದು ಗೊಂದಲವಾಯಿತು. ಪ್ರೇಮಿಗಳ ಯೋಚನಾಲಹರಿ ಶೀತಲ್ ಮಾತಿನಿಂದ ತುಂಡಾಯಿತು.

'ಹೆಲೋ ಹೀರೋ.. ಡೆಲಿವರಿ ಬಾಯ್‌ನ ಒಳಗೆ ಬಿಟ್ಟಿರೋದೇ ದೊಡ್ ವಿಷಯ. ಇನ್ನೂ ನೀನ್ ಇಲ್ಲೇ ಇದ್ರೆ ನಾವ್ ಹೊರಗ್ ಹೋಗ್ಬೇಕಾಗುತ್ತೆ,' ಎಂದು ಅವಳು ಎಚ್ಚರಿಕೆ ಕೊಡುವಾಗ ಐ ಮೇಕಪ್ ಮಾಡಿಕೊಂಡಿದ್ದ ಕಣ್ಣುಗಳು ಅಗಲಗೊಂಡವು.

'ಆಯ್ತಮ್ಮ ನಿನ್ನ ಮೇಕಪ್ ಕಣ್ಣುಗಳಿಂದ ನನ್ನ ಸುಟ್ಬಿಡ್ಬೇಡ! ಹೋಗ್ತೀನಿ. ಆದ್ರೆ ಮಿಂಚೂಗೆ ನನ್ ಜೊತೆ ಮಾತಾಡೋಕ್ ಹೇಳು. ಮಿಂಚು ಸಾರಿ ಆಯ್ತಾ.'

'ನೀನ್ ಇಲ್ಲಿಂದ ಮೊದ್ಲು ಹೋಗು ಅನೂಪ್, ತೊಂದ್ರೆ ಕೊಡ್ಬೇಡ' ಮಿಂಚು ಗಟ್ಟಿ ಮನಸ್ಸು ಮಾಡಿ ಮಾತನಾಡಿದಳು.

'ಸರಿ, ನಾನ್ ಆನಂದ್ ಸಾಗರ್ ಹೋಟೆಲ್ ಅಲ್ಲಿರ್ತೀನಿ ಒಟ್ಟಿಗೆ ತಿಂಡಿ ತಿನ್ನೋಣ. ನೀನ್ ಬರೋ ತನಕ ನಾನ್ ಕಾಯ್ತಿರ್ತೀನಿ. ನೈಟ್ ಫುಲ್ ಕೆಲ್ಸ ಮಾಡಿದ್ದೀನಿ ಗೊತ್ತಲ್ಲಾ,' ಅನೂಪ್ ಕೋರಿಕೊಂಡ ರೀತಿಗೆ ಶೀತಲ್ ಸೋ ಕ್ಯೂಟ್ ಅಂದಳು.

ಅನೂಪ್ ತನ್ನ ಹುಡುಗಿ ಹೊರಗೆ ಬರಬಹುದೇನೋ ಎಂದು ಕೊನೇ ಬಾರಿ ಇಣುಕಿ ಕಳ್ಳಬೆಕ್ಕಿನ ಹಾಗೆ ಹೊರಗೆ ಓಡಿದ.

ಒಂದೇ ಮನೆಯಲ್ಲಿ ಹುಟ್ಟೋದು ಋಣಾನುಬಂಧ ಆದರೆ ಎಲ್ಲೋ ಹುಟ್ಟಿ ಎಲ್ಲಿಗೋ ಬಂದು ಒಂದೇ ಕೋಣೆಯಲ್ಲಿ ವಾಸ ಮಾಡೋದು ನಗರೀಕರಣದಿಂದ ಹುಟ್ಟಿದ ಋಣಾನುಬಂಧ ಅನ್ನಬಹುದು. ಎಲ್ಲರಿಗೂ ತಮ್ಮ ರೂಮ್‌ಮೇಟ್ ಹೊಂದಿಕೆಯಾಗೋದಿಲ್ಲ. ಈ ವಿಷಯದಲ್ಲಿ ಶೀತಲ್ ಮತ್ತು ಮಿಂಚು ಅದೃಷ್ಟವಂತರು. ದೆಹಲಿ ಮೂಲದ ಶೀತಲ್ ಬೆಂಗಳೂರಿಗೆ ಬಂದು ಆರು ವರ್ಷ ಕಳೆದಿದೆ. ಐಟಿಯಲ್ಲಿ ಕೆಲಸ ಮಾಡಿ ಬೇಜಾರಾಗಿ ಈಗ ಮೇಕಪ್ ಆರ್ಟಿಸ್ಟ್ ಆಗಿ, ಯೂಟ್ಯೂಬರ್ ಆಗಿ ತನಗೆ ಇಷ್ಟವಾಗುವ ಹಾಗೆ ಬದುಕುತ್ತಿದ್ದಾಳೆ. ಮಿಂಚುಗಿಂತ ವಯಸ್ಸಿನಲ್ಲಿ ಮೂರು ವರ್ಷ ದೊಡ್ಡವಳಾದ್ದರಿಂದ ಅವಳನ್ನು ತಂಗಿಯ ಹಾಗೆ ಕಾಳಜಿ ಮಾಡುತ್ತಾಳೆ. ಹಿಂದಿನ ರೂಮ್‌ಮೇಟ್ ಜೊತೆ ತುಂಬಾ ಜಗಳವಾಗುತ್ತಿತ್ತು, ಮಿಂಚು ಅನುಸರಿಸಿಕೊಂಡು ಹೋಗ್ತಾಳೆ ಅಂತ ಅವಳ ಮೇಲೆ ಪ್ರೀತಿ ಜಾಸ್ತಿ. ಸಂಬಂಧವನ್ನು ಉಳಿಸಿಕೊಳ್ಳೋ ತಾಳ್ಮೆ ಇಲ್ಲದೆ ಬಹುಬೇಗ ಸಂಗಾತಿಯ ಬಗ್ಗೆ ಆಸಕ್ತಿ ಕಳೆದುಕೊಂಡು ಹೊಸತನ್ನು ಹುಡುಕೋ ಹುಡುಗ ಹುಡುಗಿಯರ ಮಧ್ಯೆ ಕಾಲೇಜಿನಲ್ಲಿ ಹುಟ್ಟಿದ ಪ್ರೀತಿಯನ್ನು ಉಳಿಸಿಕೊಂಡು ಜೀವನಪೂರ್ತಿ ಬಾಳೋ ಕನಸಿಟ್ಟುಕೊಂಡಿರೋ ಪ್ರೇಮಿಗಳು ಎಂದು ಮಿಂಚು ಅನೂಪ್ ಬಗ್ಗೆ ಶೀತಲ್ ಅಭಿಮಾನ ಇಟ್ಟುಕೊಂಡಿದ್ದಾಳೆ. ಸಣ್ಣ ಪುಟ್ಟ ಮುನಿಸು ಬಂದಾಗ ಸಂಧಾನದ ಜವಾಬ್ದಾರಿಯನ್ನೂ ಹೊತ್ತುಕೊಂಡಿದ್ದಾಳೆ.

❋

ಆನಂದ್ ಸಾಗರ್ ಹೋಟೆಲ್ ಮುಂದೆ ಜನಸಾಗರವೇ ಹರಿದುಬಂದಿತ್ತು. ಹೆಂಡತಿಯೊಂದಿಗೆ ಜಗಳವಾಡಿ ಬಂದ ಗಂಡಂದಿರು, ಶಾಲೆಗೆ ತಡವಾಯಿತೆಂದು ಮಕ್ಕಳ ಬಾಯಿಗೆ ಇಡ್ಲಿ ತುರುಕುತ್ತಿದ್ದ ತಾಯಂದಿರು, ಒಂದು ಕಾಫಿ ಕುಡಿಯುವುದರಲ್ಲೇ ಇಡೀ ಜೀವನ ಮುಗಿದರೂ ಚಿಂತೆಯಿಲ್ಲ ಅನ್ನುವಂತೆ ನೊರೆ ನೊರೆ ಕಾಫಿ ಹೀರುತ್ತಿದ್ದ ನಿವೃತ್ತ ವೃದ್ಧರು, ಮೊದಲನೇ ತರಗತಿ ಬಂಕ್ ಮಾಡಲು ಕಾರಣ ಹುಡುಕುತ್ತಿದ್ದ ಕಾಲೇಜು ವಿದ್ಯಾರ್ಥಿಗಳು, ಎಲ್ಲರೂ ಸೇರಿ ಹೋಟೆಲಿನ ವ್ಯಾಪಾರ ಜೋರಾಗಿ ನಡೆಯುವ ಹಾಗೆ ನೋಡಿಕೊಳ್ಳುವಲ್ಲಿ ಮುಖ್ಯಪಾತ್ರ ವಹಿಸಿದ್ದರು.

ಅನೂಪ್ ಬುಲೆಟ್‌ನ ಪಾರ್ಕ್ ಮಾಡಲು ಜಾಗವಿಲ್ಲದೇ ಲೈಟ್ ಕಂಬದ ಸಂದಿಯಲ್ಲಿ ಬೈಕ್ ನಿಲ್ಲಿಸಿಕೊಂಡು ಮಿಂಚು ಬರುವಿಕೆಗಾಗಿ ಕಾಯುತ್ತಾ ನಿಂತಿದ್ದ. ಹಿಂದಿನ ದಿನ ಮಿಂಚು ತನ್ನ ಮನೆಯಿಂದ ಹೊರಟಾಗ ನಿದ್ದೆ ಹೋದವನು ಎದ್ದಾಗ ಸಾಯಂಕಾಲ ಏಳು ಗಂಟೆಯಾಗಿತ್ತು. ವಾರಾಂತ್ಯ ಪೂರ್ತಿ ವಿಶಾಖಾಳ ಬೇಬಿ ಶವರ್ ತಯಾರಿ, ಓಡಾಟ, ಶಾಪಿಂಗ್‌ನ ಕಾರಣ ಸತತ ಇಪ್ಪತ್ತಾರು ಗಂಟೆ ನಿದ್ರೆ ಮಾಡಿರಲಿಲ್ಲ. ಅದರ ಪ್ರಭಾವ ಇಡೀ ದಿನ ಅವನ ಕಣ್ಣುರೆಪ್ಪೆಗಳು ಬಿಡದಂತೆ

ಅಂಟಿಕೊಂಡುಬಿಟ್ಟಿದ್ದವು. ಎಚ್ಚರವಾದಾಗ ಮೊದಲು ಮಿಂಚು ನೆನಪಾದರೂ ಯು.ಎಸ್ ಕ್ಲೈಂಟ್ ಜೊತೆ ಮೀಟಿಂಗ್ ಶೆಡ್ಯೂಲ್ ಆಗಿದ್ದರಿಂದ ಅವಳೊಂದಿಗೆ ಮಾತನಾಡಲಾಗಿರಲಿಲ್ಲ. ಅವನಿಗೆ ಬಿಡುವಾದಾಗ ಮಧ್ಯರಾತ್ರಿಯಾಗಿತ್ತು. ಆ ಸಮಯದಲ್ಲಿ ಕರೆಮಾಡಿ ನಿದ್ರೆ ಹಾಳು ಮಾಡಬಾರದೆಂದು, ಮಿಂಚು ಆಫೀಸ್‌ಗೆ ಹೊರಡೋ ಮೊದಲು ಸೀದಾ ಪಿ.ಜಿ.ಗೆ ಲಗ್ಗೆ ಇಟ್ಟುಬಿಡೋ ನಿರ್ಧಾರ ಮಾಡಿದ.

ಬೇರೆ ಬೇರೆ ಊರಲ್ಲಿದ್ದು long distance relationship ಬೇಕಾದರೆ ನಿಭಾಯಿಸಬಹುದು. ಆದರೆ ಒಬ್ಬರದು ಡೇ ಶಿಫ್ಟ್ ಇನ್ನೊಬ್ಬರದು ನೈಟ್ ಶಿಫ್ಟ್ ಆಗಿಬಿಟ್ಟರೆ ಒಬ್ಬರಿಗೊಬ್ಬರು ಸಮಯ ಕೊಡುವುದು ಬಹಳ ದೊಡ್ಡ ಸವಾಲಾಗಿಬಿಡುತ್ತಿತ್ತು, ಮಧ್ಯೆ ಮುನಿಸೊಂದು ಸೇರಿಬಿಟ್ಟರೆ ಕಥೆ ಮುಗೀತು. ಈ ಸಲ ಅಷ್ಟು ಎಳೆಯಬಾರದನ್ನೋ ಅರಿವು ಅನೂಪನಿಗಿತ್ತು. ಹಾಗಾಗಿ ಕೆಲಸ ಮುಗಿಸಿದವನೇ ನಿದ್ರೆಯನ್ನು ಬದಿಗೊತ್ತಿ ಮಿಂಚೂನ ಕಾಣಲು ಹಾಜರಾಗಿದ್ದ.

ರಸ್ತೆಯ ಕೊನೆಯಲ್ಲಿ ಮಿಂಚು ನಡೆದುಕೊಂಡು ಬರೋದನ್ನು ಕಂಡ ಅನೂಪ್ ಉತ್ಸಾಹಗೊಂಡ. ಅವಳು ಗಾಢ ನೀಲಿಯ ಜೀನ್ಸ್ ಪ್ಯಾಂಟ್‌ಗೆ ಕಪ್ಪು ಫಾರ್ಮಲ್ ಶರ್ಟ್ ಅನ್ನು ಇನ್ಶರ್ಟ್ ಮಾಡಿದ್ದಳು. ಎದೆಯ ಮೇಲೆ ಕಂಪನಿಯ ಐಡಿ ಕಾರ್ಡ್ ತೂಗಾಡುತಿತ್ತು. ಬಟ್ಟೆಗೆ ತಕ್ಕನಾಗಿ ಹೈ ಪೋನಿ ಹಾಕಿದ್ದರಿಂದ ಎಂದಿಗಿಂತ ಸುಂದರವಾಗಿ ಕಾಣುತ್ತಿದ್ದಳು. ಅನೂಪ್ ಅವಳೆಡೆಗೆ ನಾಲ್ಕು ಹೆಜ್ಜೆ ಇಡುತ್ತಿದ್ದಂತೆ ಶೀತಲ್ ಕೂಡ ಬಂದದ್ದನ್ನು ನೋಡಿ ಪೆಚ್ಚುಮೋರೆ ಮಾಡಿಕೊಂಡ.

'ಇವತ್ ಪಿಜಿ ಕ್ಯಾಂಟೀನ್‌ನಲ್ಲಿ ಉಪ್ಪಿಟ್ಟು! ತಿಂಡಿ ಒಟ್ಗೆ ಮಾಡೋಣ ಅಂತ ಮಿಂಚುನೇ ಕರ್ಕೊಂಡ್ ಬಂದ್ಲು.. ನಾನೇನ್ ನಿಮ್ಗೆ ಡಿಸ್ಟರ್ಬ್ ಮಾಡ್ಬೇಕು ಅಂತ ಬಂದಿಲ್ಲ,' ಸಿನಿಮಾ ಶುರುವಾಗುವ ಮುನ್ನ ಕೊಡುವ ಡಿಸ್ಕ್ಲೈಮರ್‌ನ ಹಾಗೆ ತನ್ನ ಆಗಮನದ ಬಗ್ಗೆ ಕ್ಲಾರಿಟಿ ಕೊಟ್ಟು, ನಿಮ್ಮಿಬ್ಬರಿಗೂ ಆನಂದ್ ಸಾಗರ್ ಸ್ಪೆಷಲ್ ಮೆದು ದೋಸೆ ಹೇಳ್ತೀನಿ ಎಂದು ಶೀತಲ್ ಜನಗಳ ಮಧ್ಯೆ ಮರೆಯಾದಳು.

ಅನೂಪ್ ಚಾಕ್ಲೇಟು ತಿಂದು ಸಿಕ್ಕಿಹಾಕಿಕೊಂಡ ಮಗುವಿನ ಹಾಗೆ ಮುಖ ಮಾಡಿಕೊಂಡು ಮಿಂಚುನೇ ನೋಡುತ್ತಾ ನಿಂತಾಗ ಅವಳೂ ದಿಟ್ಟಿಸಿದಳು. ಅನೂಪ್ ತನ್ನ ಅಗಲವಾದ ಕಣ್ಣುಗಳಲ್ಲಿ ಪಶ್ಚಾತ್ತಾಪವನ್ನು ವ್ಯಕ್ತಪಡಿಸಲು ಕಷ್ಟಪಡುತ್ತಿರುವಂತೆ ತೋರಿತು. ಮಿಂಚುಗೆ ಇನ್ನು ಅವಳ ಮಾತುಗಳನ್ನು ತಡೆದುಹಿಡಿಯಲು ಸಾಧ್ಯವಾಗಲಿಲ್ಲ.

'ಕೋತಿ, ಹೀಗೆಲ್ಲಾ ನೀನ್ ಮುಖ ಮಾಡ್ಕೊಂಡ್ರೆ ನಂಗೆ ಜಗಳ ಮಾಡ್ಬೇಕು ಅಂತಾನೇ ಅನ್ಸಲ್ಲ. ನೆನ್ನೆ ಬೆಳಗ್ಗೆ ಹೋದಾಗ್ಲಿಂದ ಒಂದು ಸಾವ್ರ ಸಲ ನಿನ್ನ ನೆನಪು ಮಾಡಿಕೊಂಡಿದ್ದೀನಿ. ಒಂದು ಮೆಸೇಜ್ ಇಲ್ಲ. ಎಷ್ಟು ಬೇಜಾರಾಗ್ಬೇಡ.'

‘ಸಾರಿ ಸಾರಿ, ಐ ಲವ್ ಯೂ’ ಅನೂಪ್ ಅವಳ ಕೈಯನ್ನು ಯಾರಿಗೂ ಕಾಣದಂತೆ ಹಿಡಿದುಕೊಂಡ. ಅಷ್ಟು ಹೇಳಿದ್ದಕ್ಕೆ ಮಿಂಚು ಕರಗಿದಳು. ಅಷ್ಟರಲ್ಲಿ ತಿಂಡಿ ತಂದ ಶೀತಲ್ ಇವರ ಸಮರ ಮುಗಿದಿದೆ ಅನ್ನೋದನ್ನ ಮುಖಭಾವದಿಂದಲೇ ಅರ್ಥಮಾಡಿಕೊಂಡು ಮುಗುಳ್ನಗೆ ಬೀರಿದಳು.

‘ಏ ಅನೂಪ್.. ಡೆಲಿವರಿ ಬಾಯ್‌ಗೆ ರೂಮಿನ ತನಕ ಅಲೋ ಇಲ್ಲ, ಅದೇನೇ ವಸ್ತು ಆದ್ರೂ ಕೌಂಟರ್‌ನಲ್ಲಿ ಡ್ರಾಪ್ ಮಾಡ್ಬೇಕು ಅಂತ ಓನರ್ ಆಂಟಿ ನನ್ನ ಬಯ್ಯೋಕೆ ಶುರುಮಾಡಿದ್ರು. ನಿಮ್ಮಿಬ್ರಿಗೋಸ್ಕರ ನಾನ್ ಬಯ್ಸಿಸ್ಕೊಂಡೆ ಗೊತ್ತಾ,’ ಶೀತಲ್ ಗುರಾಯಿಸುತ್ತಾ ಹೇಳಿದಳು.

‘ನಾನ್ ಬಂದಾಗ ಯಾರೋ ಅಂಕಲ್ ಪೇಪರ್ ಓದ್ತಾ ಕೂತಿದ್ರೂ, ನನ್ನ ಒಳಗೆ ಬಿಡಲ್ಲ ಅಂದ್ಕೊಂಡೆ. ಏನೂ ಕೇಳ್ಲೇ ಇಲ್ಲ. ಸಿಕ್ಕಿದ್ದೇ ಚಾನ್ಸ್ ಅಂತ ಒಳಗ್ ಬಂದ್ಬಿಟ್ಟೆ.’ ಅನೂಪ್ ತನ್ನ ಸಾಹಸಗಾಥೆಯನ್ನ ಹೆಮ್ಮೆಯಿಂದ ಹೇಳಿದ.

‘ಅವ್ರು ಓನರ್ ಆಂಟಿ ಗಂಡ. ಹೋದ್ ವಾರ ಮದುವೆಯಾಯ್ತು ಕಣೋ. ಈಗ ಆಂಟಿಗೆ ಅರ್ಧ ಕೆಲ್ಸ ಕಮ್ಮಿಯಾಯ್ತು ಅನ್ಸತ್ತೆ.’

‘ಆಂಟಿ ಈಗ ಮದ್ವೆ ಆಗಿದ್ದಾರಾ? ಸ್ವಂತ ಪಿಜಿ ಬಿಲ್ಡಿಂಗ್ ಇದೆ ಅಂತಾನೇ ಲೆಕ್ಕಾಚಾರ ಹಾಕಿ ಅಂಕಲ್ ಮದ್ವೆ ಮಾಡ್ಕೊಂಡಿರ್ತಾರೆ,’ ಅನೂಪ್ ದೋಸೆಯನ್ನು ಸವಿಯುತ್ತಾ ಹೇಳಿದ.

ಶೀತಲ್ ಅನೂಪ್ ಸಂವಾದ ಮಿಂಚೂಗೆ ಏಕೋ ಸರಿ ಬರಲಿಲ್ಲ.

‘ಈ ವಯಸ್ಸಲ್ಲಿ ದುಡ್ಡಿಗೆ ಮದುವೆಯಾಗ್ತಾರೆ ಅಂತ ಯಾಕ್ ಜಡ್ಜ್ ಮಾಡ್ತಿಯಾ ಅನೂಪ್?’ ಮಿಂಚು ಕೇಳಿದಳು.

‘ಇನ್ನೇನಿರುತ್ತೆ. ಆ ಅಂಕಲ್‌ಗೆ ಕೆಲ್ಸ ಕಾರ್ಯ ಏನೂ ಇಲ್ಲ ಅನ್ಸತ್ತೆ. ನಾನ್ ಬಂದಿದ್ನೇ ಅಬ್ಸರ್ವ್ ಮಾಡ್ಲಿಲ್ಲ. ಅದಕ್ಕೆ ಸೆಟಲ್ ಆಗಿರೋ ಆಂಟಿನ ಸೆಟಪ್ ಮಾಡ್ಕೊಂಡಿರ್ತಾರೆ.’

ಅವನ ವ್ಯಂಗ್ಯದ ಮಾತಿಗೆ ಶೀತಲ್ ಹೈಫೈ ಕೊಟ್ಟು ಇಬ್ಬರೂ ಜೋರಾಗಿ ನಕ್ಕರು. ಮಿಂಚು ನಗದೇ ಇದ್ದದನ್ನು ಕಂಡು ಅನೂಪ್ ಅವಳನ್ನು ನಗಿಸಲು ಹೊಸ ಡೈಲಾಗ್ ಹುಡುಕಿದ.

‘ದುಡ್ಡಿಗಲ್ಲ ಬಿಡು, ಆಂಟಿಗೆ ಜಾಸ್ತಿ ವಯಸ್ಸಾಗಿರಲ್ಲ, ಅರೌಂಡ್ ನಲವತ್ತೈದು ವರ್ಷ ಇರ್ಬೋದು. ಒಂಟಿ ಬೇರೆ, ನಿಮ್ಮಂತ ಹುಡ್ಗೀರ್ನ ನೋಡ್ಕೊಂಡ್ ನೋಡ್ಕೊಂಡ್ ಜೀವನ ಜಿಗುಪ್ಸೆ ಬಂದು ಮದ್ವೆ ಆಗಿದ್ದಾರೆ.’

ಈ ಮಾತಿಗಾದರೂ ನಗುತ್ತಾಳೆ ಅಂದುಕೊಂಡರೆ ಮಿಂಚು ಇನ್ನೂ ಗಂಭೀರವಾದಳು.

'ನಮ್ ವಯಸ್ನೋರು ಮಾತ್ರ ಪ್ರೀತಿ ಮದ್ವೆ ಅಂತ ಖುಷಿಯಾಗಿರ್ಬೇಕು ಅಂತ ಏನೂ ಇಲ್ಲ ಅನೂಪ್. ಎಷ್ಟೋ ಜನ್ರಿಗೆ ಗಂಡ ಅಥವಾ ಹೆಂಡತಿ ದೂರವಾಗಿರ್ತಾರೆ, ಅಥವಾ ಇದ್ರೂ ಸತ್ತಂತಿರ್ತಾರೆ. ಅವ್ರಿಗೆಲ್ಲಾ ಸಂತೋಷ ವಾಗಿರೋದಕ್ಕೆ ಲೈಫಲ್ಲಿ ಇನ್ನೊಂದು ಅವಕಾಶ ಇರ್ಲೇಬಾರ್ದಾ?'

ಮಿಂಚು ತನ್ನ ತಾಯಿಯನ್ನು ಮನಸ್ಸಿನಲ್ಲಿಟ್ಟುಕೊಂಡು ಮಾತನಾಡುತ್ತಿದ್ದಳು. ಮಿಂಚುಗೆ ಬುದ್ಧಿ ಬಂದಾಗಲಿಂದ ಗಮನಿಸಿದಂತೆ ಅವಳ ತಾಯಿ ದಾಂಪತ್ಯ ಜೀವನದ ಸಂತೋಷ ಅನುಭವಿಸಿಲ್ಲ. ಹಾಗಾಗಿ ಯಾರಾದರೂ ಒಂಟಿ ಹೆಣ್ಣನ್ನು ಹೀಯಾಳಿಸಿ ಮಾತನಾಡಿದರೆ ಅವಳಿಗೆ ಇಷ್ಟವಾಗುವುದಿಲ್ಲ. ಮಕ್ಕಳಿಗೆ ಬೇಡವಾಗಿ ವೃದ್ಧಾಶ್ರಮದಲ್ಲೋ ಆಸ್ಪತ್ರೆಯಲ್ಲೋ ತಮ್ಮ ಕೊನೆ ದಿನಗಳನ್ನು ಎಣಿಸುವ ವಯಸ್ಸಾದ ಮುದುಕ ಮುದುಕಿಯರನ್ನು ನೋಡಿದಾಗಲಂತೂ ಮಿಂಚುಗೆ, ಏಕೆ ವಿಧಿ ಎರಡು ಜೀವಗಳನ್ನು ಗಂಟುಹಾಕಿ ದೂರ ಮಾಡುತ್ತದೆ? ಅನ್ನೋ ಪ್ರಶ್ನೆ ಕಾಡುತ್ತದೆ. ಮದುವೆಯಾದವರೆಲ್ಲರೂ ಕೊನೆಯುಸಿರಿರುವ ತನಕ ಒಟ್ಟಿಗೆ ಬದುಕಿದರೆ ಬದುಕು ಎಷ್ಟು ಸುಂದರವಾಗಿರುತ್ತದೆ. ದೇವರೇನಾದರೂ ಪ್ರತ್ಯಕ್ಷವಾಗಿ ವರ ಕೊಟ್ಟರೆ ಪ್ರಪಂಚದ ಎಲ್ಲಾ ಜೋಡಿಗಳು ಕೊನೆಯ ತನಕ ಖುಷಿಯಾಗಿ ಒಟ್ಟಿಗಿರಬೇಕು ಅಂತ ಕೇಳಿಕೊಳ್ಳುತ್ತೇನೆ ಅನ್ನೋ ಕಾಲ್ಪನಿಕ ಯೋಚನೆಗಳು ಮಿಂಚು ಮನಸ್ಸಿನಲ್ಲಿ ಸುಳಿದಾಡುತ್ತವೆ.

'ಮಿಂಚು, ಯಾಕ್ ಅಷ್ಟ್ ಸೀರಿಯಸ್ ಆಗ್ತಾ ಇದಿಯಾ? ನಾನು ತಮಾಷೆ ಮಾಡ್ತಿದ್ದೆ ಬಿಡು,' ಅನೂಪ್ ಸಮಾಧಾನದಿಂದ ಹೇಳಿದ. ಶೀತಲ್‌ಗೆ ಅವರಿಗೆ ಪ್ರೈವಸಿ ಕೊಡಬೇಕು ಅನ್ನಿಸಿ ಇಬ್ಬರಿಗೂ ಬಾಯ್ ಹೇಳಿ ಹೊರಟಳು. ಮಿಂಚು ಕೊಂಚ ಯೋಚಿಸಿ ಮಾತನಾಡಿದಳು.

'ಬೇರೆಯವರ ಜಾಗದಲ್ಲಿ ನಿಂತು ನೋಡೋದನ್ನ ಕಲೀಬೇಕು ಕಣೋ. ಆಗ ನಮಗೆ ಅವರ ನೋವು ಅರ್ಥವಾಗುತ್ತದೆ. ಹೆತ್ತವರಿಗೆ ಬರೀ ಮಕ್ಕಳ ಭವಿಷ್ಯದ ಬಗ್ಗೆ ಚಿಂತೆ ಮಾಡೋದೇ ಅವರ ಜೀವನ ಆಗಿಬಿಟ್ಟಿರುತ್ತೆ. ಅವರದ್ದೂ ಅಂತ ಒಂದು ಸ್ವಂತ ಜೀವನ ಇದೆ ಅನ್ನೋದನ್ನ ಮರೆತೇ ಬಿಡ್ತಾರೆ ಅಲ್ವಾ?'

'ಅಮ್ಮ ನೆನಪಾದ್ರಾ? ಡೋಂಟ್ ವರಿ ನಾವು ಅವ್ರನ್ನ ಚೆನ್ನಾಗಿ ನೋಡ್ಕೋತೀವಿ,' ಅನೂಪ್ ಸಂತೈಸಿದ.

'ಸಾರಿ ಸಣ್ಣ ವಿಷ್ಯಕ್ಕೆ ಓವರ್ ಆಗಿ ರಿಯಾಕ್ಟ್ ಮಾಡ್ದೆ ಅನ್ಸತ್ತೆ.'

'ಪರ್ವಾಗಿಲ್ಲಮ್ಮ. ನಾವು ಚಿಕ್ಕಮಕ್ಕಳು ತಪ್ ಮಾಡ್ಬಿಡ್ತೀವಿ. ತಿದ್ದಿ ಮುಂದಿನ ದಾರಿ ತೋರಿಸ್ಬೇಕಾಗಿರೋ ಜವಾಬ್ದಾರಿ ನಿಮ್ದು,' ಅನೂಪ್ ನಾಟಕೀಯವಾಗಿ ಹೇಳಿದ.

‘ನೀನ್ ಚಿಕ್ಕೋನಾ? ನೀನು ನನಗಿಂತ ಒಂದು ವರ್ಷ ಒಂದು ತಿಂಗಳು ಹನ್ನೆರಡು ದಿನ ದೊಡ್ಡೋನು,’ ಎಂದು ಹೇಳಿ ವಾಚ್ ನೋಡಿಕೊಂಡಾಗ ಆಫೀಸಿಗೆ ತಡವಾಗಿದೆ ಅನ್ನೋದು ನೆನಪಾಯಿತು.

‘ಬಾ ಡ್ರಾಪ್ ಮಾಡ್ತೀನಿ. ದೊಡ್ಡೋನಾಗಿ ಅಷ್ಟು ಜವಾಬ್ದಾರಿ ತೊಗೊಳ್ಳೋದು ಬೇಡ್ವಾ,’ ಅನೂಪನ ತರ್ಲೆ ಮಾತಿಗೆ ಮಿಂಚು ಅವನ ತಲೆಯನ್ನು ಮೊಟಕಿ ಗಾಡಿ ಹತ್ತಿದಳು.

ಒಂಬತ್ತು ಗಂಟೆಯಾಗುವಷ್ಟರಲ್ಲಿ ಔಟರ್ ರಿಂಗ್ ರೋಡಿನಲ್ಲಿ ಕಾರು ಬಸ್ಸುಗಳು ಬೈಕುಗಳು ಶಿಸ್ತಾಗಿ ರಸ್ತೆಗಿಳಿದುಬಿಟ್ಟಿದ್ದವು. ಬೆಳಗ್ಗಿನ ಟ್ರಾಫಿಕ್ ಅನ್ನು ಸೀಳಿಕೊಂಡು ಅನೂಪ್‌ನ ಬುಲೆಟ್ ಮುನ್ನುಗ್ಗಿ ಹತ್ತು ನಿಮಿಷದಲ್ಲಿ ಮಾನ್ಯತಾ ಟೆಕ್ ಪಾರ್ಕಿನ ಗೇಟನ್ನು ತಲುಪಿತು. ಒಂದಕ್ಕಿಂತ ಒಂದು ಪೈಪೋಟಿಗೆ ಬಿದ್ದಂತೆ ಕಟ್ಟಿರುವ ಎತ್ತರದ ಕಟ್ಟಡಗಳಲ್ಲಿ ಐವತ್ತಕ್ಕೂ ಹೆಚ್ಚು ಕಂಪನಿಗಳನ್ನೊಳಗೊಂಡ ಟೆಕ್ ಪಾರ್ಕಿನ ಮುಂದೆ ನೂರಾರು ಐಟಿ ಉದ್ಯೋಗಿಗಳು, ಓಡಾಟಕ್ಕೆ ಅನುಕೂಲ ಮಾಡಿಕೊಡಲು ಹಾಜರಾಗಿದ್ದ ಟ್ರಾಫಿಕ್ ಪೋಲೀಸರು, ಕ್ಯಾಬ್‌ಗಳು ಆಟೋಗಳೆಲ್ಲಾ ಸೇರಿ ಜಾತ್ರೆ ನಡೆಯುತ್ತಿರುವ ಹಾಗೆ ಗದ್ದಲದ ವಾತಾವರಣ ಮಾರ್ಪಾಟಾಗಿತ್ತು.

‘ಸರಿ ನಾನ್ ಹೊರಡ್ತೀನಿ,’ ಮಿಂಚು ಬೈಕಿನ ಕನ್ನಡಿಯಲ್ಲಿ ಕೂದಲು ಸರಿಮಾಡಿಕೊಂಡು ಹೊರಡೋಕೆ ಹೆಜ್ಜೆ ಇಟ್ಟಾಗ ಅನೂಪ್ ಅವಳ ಕೈ ಹಿಡಿದುಕೊಂಡು ನಿಲ್ಲಿಸಿ, ‘ಮತ್ತೆ ಯಾವಾಗ್ ನಮ್ಮನೇಲ್ ಇರ್ತೀಯಾ?’ ತುಂಟನಗೆ ಬೀರುತ್ತಾ ಕೇಳಿದ. ‘ಇನ್ನೊಂದೆರಡು ವರ್ಷ ಆ ಕಡೆ ತಲೆ ಹಾಕಲ್ಲ,’ ಮಿಂಚು ನಾಚಿಕೆಯನ್ನು ಮರೆಮಾಚಿ ಹೇಳಿದಳು. ಅನೂಪ್ ಹುಬ್ಬೇರಿಸಿದಾಗ ಅವಳು, ‘ಮದ್ವೆ ಆಗೋ ತಂಕ ಬರಲ್ಲ ಅಂದೆ. ಈಗ ಡಿಸ್ಕಸ್ ಮಾಡ್ಕೊಂಡ್ ನಿಂತ್ಕೊಳ್ಳೋಕ್ ಆಗಲ್ಲ ಅಂದೆ. ಬೇಗ ಮನೆಗ್ ಹೋಗಿ ಮಲ್ಕೋ, ಸಾಯಂಕಾಲಕ್ಕೆ ಅಲಾರಾಂ ಇಟ್ಕೊಳ್ಳೋದು ಮರೀಬೇಡಾ,’ ಮಿಂಚು ಹಿಂದೆ ತಿರುಗಿ ತಿರುಗಿ ಮಾತನಾಡುತ್ತಾ ಗಡಿಬಿಡಿಯಲ್ಲಿ ಓಡಿದಳು.

‘ಇವತ್ತೇನ್ ಅಲಾರಾಂ ಬೇಡ ಅಪ್ಪ ವಾಪಸ್ ಬಂದಿದ್ದಾರೆ,’ ಎಂದು ಹೇಳಿದ ಅನೂಪ್ ಅವಳು ಜನಜಂಗುಳಿಯಲ್ಲಿ ಕರಗಿ ಹೋಗೋ ತನಕ ಅಲ್ಲೇ ನಿಂತಿದ್ದು ಬುಲೆಟ್ ತಿರುಗಿಸಿದ.

*

‘ನೀನು ಚೆನ್ನಾಗಿ ಓದಿ, ದೊಡ್ಡವನಾದ್ಮೇಲೆ ಒಳ್ಳೇ ಕೆಲಸ ಹಿಡಿದು ಒಳ್ಳೇ ಸಂಪಾದನೆ ಮಾಡಬೇಕು,’ ಬಹಳಷ್ಟು ಮನೆಯಲ್ಲಿ ತಂದೆ ತಾಯಿಗಳು ತಮ್ಮ ಬೆಳೆಯುವ ಮಕ್ಕಳಿಗೆ ಹೇಳೋ ಮಾತಿದು. ಎಲ್ಲರೂ ಕೆಲಸ ತೊಗೊಳ್ಳೋರೇ ಆದರೆ ಕೆಲಸ ಕೊಡುವವರ್ಯಾರು? ಅನೂಪನಿಗೆ ಇತ್ತೀಚೆಗೆ ತಲೆಯಲ್ಲಿ

ಹುಟ್ಟಿರೋ ಪ್ರಶ್ನೆ ಇದು. ನೀನು ದೊಡ್ಡವನಾದ್ಮೇಲೆ ಏನು ಆಗ್ಬೇಕು ಅಂತ ಕೇಳಿದರೆ ಅನೂಪ್ ಒಂದೊಂದು ಹಂತದಲ್ಲೂ ಒಂದೊಂದು ಗುರಿಯನ್ನು ಹೇಳುತ್ತಾ ಬಂದಿದ್ದ. ಶಾಲೇಲಿ ಓದುತ್ತಿದ್ದಾಗ ಪೈಲೆಟ್ ಎಂದು, ಎನ್‌ಸಿಸಿಗೆ ಸೇರಿದಮೇಲೆ ಆರ್ಮಿ ಆಫೀಸರ್ ಎಂದು, ಬಿಸಿನೆಸ್‌ಮ್ಯಾನ್ ಎಂದು ಹೀಗೇ ಬೇರೆ ಬೇರೆ ಗುರಿಯ ಬಗ್ಗೆ ಮಾತನಾಡುತ್ತಿದ್ದವನು ಪಿಯುಸಿಯ ನಂತರ ಸೇರಿದ್ದು ಎಂಜಿನಿಯರಿಂಗ್. ಭವಿಷ್ಯದ ಬಗ್ಗೆ ಅಷ್ಟಾಗಿ ಸ್ಪಷ್ಟತೆ ಇಲ್ಲದ ಕಾರಣ ಜೀವನ ಕರೆದುಕೊಂಡು ಹೋದಕಡೆ ತಿರುವು ತೆಗೆದುಕೊಂಡಿತ್ತು. ವೈಯಕ್ತಿಕ ಜೀವನದಲ್ಲಿ ಹೀಗೇ ಮಾಡು ಅಂದರೆ ಕೇಳೋ ಹುಡುಗನಾಗಿರಲಿಲ್ಲ. ಕೆಲಸಕ್ಕೆ ಸೇರಿದ ಮೇಲೆ ಅವನಿಗೆ ಅಲ್ಲಿನ ಪ್ರೆಶರ್‌ನಿಂದ ತಾನು ಇನ್ನೊಬ್ಬರ ಕೈಕೆಳಗೆ ಕೆಲಸ ಮಾಡಲಾರೆ ಅನ್ನಿಸೋಕೆ ಶುರುವಾಗಿತ್ತು.

ಅಂದು ರಾತ್ರಿ ಆಫೀಸಿನಲ್ಲಿ ಫನ್ ಫ್ರೈಡೇ ಇತ್ತು. ವಾರವಿಡೀ ಕೆಲಸ ಮಾಡಿರೋ ಉದ್ಯೋಗಿಗಳಿಗೆ ಕೆಲಸದ ಒತ್ತಡ ಕಮ್ಮಿ ಮಾಡಲು, ಏಕತಾನತೆ ಹೋಗಲಾಡಿಸಲು ಶುಕ್ರವಾರ ಕೆಲಸ ಸಮಯದ ಕೊನೆಯಲ್ಲಿ ಟೀಮ್‌ನ ಸದಸ್ಯರೆಲ್ಲಾ ಸೇರಿ ಆಟವಾಡುವುದು, ಗ್ರೂಪ್ ಆಕ್ಟಿವಿಟಿ ಮಾಡೋದು ಸಾಮಾನ್ಯವಾಗಿತ್ತು. ಬೆಳಗ್ಗೆ ಕೆಲಸ ಮಾಡುವವರಿಗೆ ಇದು ನಿಜವಾಗಿಯೂ ಉಪಯೋಗಕಾರಿ. ಆದರೆ ನೈಟ್ ಶಿಫ್ಟ್ ಮಾಡೋ ಅನೂಪ್‌ಗೆ ಫನ್ ಫ್ರೈಡೆ ಬಂತೆಂದರೆ ಮೈ ಉರಿಯುತ್ತಿತ್ತು. ಮಧ್ಯರಾತ್ರಿ ಎರಡು ಮೂರು ಗಂಟೆಗೆ ಜೀವನದಲ್ಲಿ ಎಲ್ಲವೂ ಪರ್ಫೆಕ್ಟ್ ಆಗಿದೆ ಅನ್ನುವ ಹಾಗೆ ನಗುನಗುತ್ತಾ, ಅಲ್ಲಿ ಆಡಿಸೋ ಆಟಗಳನ್ನು ಆಡುವುದು ಅವನಿಗೆ ಹಿಂಸೆಯಾಗುತ್ತಿತ್ತು. ಅದೊಂದು ದಿನ ಅವನ ಟೀಮ್ ಲೀಡರ್‌ನ ಒತ್ತಾಯದ ಮೇಲೆ ಫನ್ ಫ್ರೈಡೇಯಲ್ಲಿ ಬಲವಂತವಾಗಿ ಪಾಲ್ಗೊಂಡಿದ್ದ. ಕೈಲಿ ಸಣ್ಣ ಡೈರಿ ಹಿಡಿದುಕೊಂಡಿದ್ದ ಹುಡುಗಿ ಸರದಿಯ ಮೇಲೆ ಒಬ್ಬೊಬ್ಬರಿಗೂ ಒಂದೊಂದು ಪ್ರಶ್ನೆ ಕೇಳುತ್ತಿದ್ದಳು. ಅದಕ್ಕೆ ಉತ್ತರ ಕೊಟ್ಟ ತಕ್ಷಣವೇ ಎಲ್ಲರೂ ಯಾಂತ್ರಿಕವಾಗಿ ಒಕ್ಕೊರಲಿನಲ್ಲಿ ನಗುತ್ತಿದ್ದರು. ಅನೂಪ್ ಒಳಗೊಳಗೇ ಬಯ್ಯುಕೊಂಡು ಹಲ್ಲುಕಿರಿಯುತ್ತಿದ್ದ.

'ನೀವೇನಾದರೂ ಒಂದು ತರಕಾರಿಯಾಗಿದ್ದರೆ, ಯಾವ ತರಕಾರಿ ಆಗಲು ಬಯಸುತ್ತೀರಿ?' ಡೈರಿಯಲ್ಲಿ ಬರೆದುಕೊಂಡಿದ್ದ ಗೂಗಲ್‌ನಲ್ಲಿ ಸಿಕ್ಕ ಪ್ರಶ್ನೆಯನ್ನು ಆ ಹುಡುಗಿ ತನ್ನದೇ ಅನ್ನೋ ಹಾಗೆ ಓದಿದಳು.

ಹಗಲು ರಾತ್ರಿ ಅನ್ನೋ ವ್ಯತ್ಯಾಸವಿಲ್ಲದೇ ಕಂಪ್ಯೂಟರ್ ಸ್ಕ್ರೀನ್ ಮುಂದೆ ಕೂತು ಕೆಲ್ಸ ಮಾಡೋ ನಾವು ಮನುಷ್ಯರಾಗಿ ಉಳಿದಿದ್ದೇವಾ? ಮೈಯೊಳಗಿರೋ ರಕ್ತವೆಲ್ಲಾ ನೀರಾಗಿ ಬರೀ ದುಡ್ಡು ದುಡಿಯೋ ಸೋರೇಕಾಯಿಗಳಾಗಿದ್ದೇವೆ! ಮಧ್ಯರಾತ್ರಿಯಲ್ಲೂ ಅನೂಪನ ಮನಸ್ಸು ಜೋಕ್ ಕ್ರ್ಯಾಕ್ ಮಾಡಿತು. ಆದರೆ ಆ ಪ್ರಶ್ನೆಯನ್ನು ಆಕೆ ಕೇಳಿದ್ದು ಬೇರೆಯವರಿಗೆ ಎಂದು ನೆನಪಾಗಿ ಅವನ ಉತ್ತರ ಏನಿರಬಹುದೆಂದು ನೋಡಿದ.

'I would like to be a tomato' ಉತ್ತರಿಸಿದವನು ಕನ್ನಡಕ ಸರಿಮಾಡಿಕೊಂಡು ಎಲ್ಲರ ರಿಯಾಕ್ಷನ್ ನೋಡಿದ.

ಟೊಮೇಟೋ ಯಾಕೆ ಎಂದು ಅವಳು ಕೇಳಿದ್ದಕ್ಕೆ 'ಅದು ಎಲ್ಲಾ ತರಕಾರಿ ಜೊತೆ ಹೊಂದಿಕೊಳ್ಳುತ್ತೆ, ಎಲ್ಲರೊಂದಿಗೆ ಜೆಲ್ ಆಗೋ ತರಕಾರಿ ಆಗೋದಕ್ಕೆ ನಾನ್ ಇಷ್ಟ ಪಡ್ತೀನಿ,' ಆತ ಹೆಮ್ಮೆಯಿಂದ ಉತ್ತರಿಸಿದ. ಮೊದಲೇ ನಗೋದಕ್ಕೆ ತಯಾರಾಗಿ ಕುಳಿತಿದ್ದವರೆಲ್ಲರೂ ಗೊಳ್ಳನೆ ನಕ್ಕರು. ಮನೆಮನೆಗಳಲ್ಲಿ ಜನರು ಮಗ್ಗಲು ಬದಲಾಯಿಸಿಕೊಂಡು ಎರಡನೇ ಜಾವದ ನಿದ್ರೆ ತೆಗೀತಿದ್ರೆ ನಾನಿಲ್ಲಿ ಟೀಂ ಜೊತೆ ಫನ್ ಫ್ರೈಡೇ ಜೋಕುಗಳಿಗೆ ನಗುತ್ತಿದ್ದೇನೆ ಎಂದು ಅನೂಪ್‌ನ ಫ್ರಸ್ಟ್ರೇಶನ್ ಗಗನಕ್ಕೇರಿತು.

'Dude, do you really like this job? ನೀನು ಖುಷಿಯಾಗಿದ್ದೀಯಾ?' ಟೇಬಲ್ ಟೆನ್ನಿಸ್ ಆಡುತ್ತಾ ಎದುರಿಗೆ ಬರುತ್ತಿದ್ದ ಬಾಲ್ ಒಂದನ್ನೂ ಮಿಸ್ ಮಾಡದೇ ಒಲಂಪಿಕ್ಸ್‌ನಲ್ಲಿ ಆಡೋರ ಹಾಗೆ ಏಕಾಗ್ರತೆಯಿಂದ ಆಡುತ್ತಿದ್ದ ಕಲೀಗ್ ಒಬ್ಬನನ್ನ ಪ್ರಶ್ನೆ ಮಾಡಿಯೇ ಬಿಟ್ಟ ಅನೂಪ್. ಅನಿರೀಕ್ಷಿತವಾಗಿ ಕೇಳಿದ ಪ್ರಶ್ನೆಯನ್ನು ಜೀರ್ಣಮಾಡಿಕೊಳ್ಳಲು ಅವನಿಗೆ ನಾಲ್ಕು ಸೆಕೆಂಡು ಹಿಡಿಯಿತು.

'Ofcourse I do, ಅದಕ್ಕೆ ನಾನ್ ಇಲ್ಲಿ ಕೆಲ್ಸ ಮಾಡ್ತಿರೋದು..! ಓ ನನ್ ಬಾಲ್ ಮಿಸ್ ಆಯ್ತು' ಅನೂಪ್ ತನ್ನ ಆಟವನ್ನು ಹಾಳುಮಾಡಿದನೆಂದು ಗುರಾಯಿಸಿ ನೆಲಕ್ಕೆ ಬಿದ್ದು ಉರುಳಿಹೋಗುತ್ತಿದ್ದ ಬಾಲನ್ನು ಹಿಂಬಾಲಿಸಿದ ಆತ.

ಯಾವ ಕೆಲಸವನ್ನೇ ಆಗಲಿ, ಪ್ರೀತಿ ಮಾಡಿದರೆ ಆ ಜಗತ್ತಲ್ಲಿ ಮುಳುಗಿ ಹೋಗ್ತೇವೆ. ಅಲ್ಲಿಯ ಎಲ್ಲಾ ವಿಷಯಗಳೂ ಹಿಡಿಸುತ್ತಾ ಹೋಗುತ್ತದೆ. ಅದೇ ಇಷ್ಟವಿಲ್ಲದ್ದನ್ನು ಮಾಡಿದಾಗ ಹಿಟ್ಟಿನಲ್ಲಿ ಕಲ್ಲು ಹುಡುಕೋ ಕೆಲಸ ಮಾಡುತ್ತೇವೆ. ಅನೂಪನ ಸದ್ಯದ ಪರಿಸ್ಥಿತಿಯೂ ಅದೇ ಆಗಿತ್ತು. ಐಟಿ ಕೆಲಸದಲ್ಲಿ ಮುಂದುವರಿಯೋ ಯೋಚನೆಯನ್ನು swipe right ಮಾಡಬೇಕೋ swipe left ಮಾಡಬೇಕೋ ತಿಳಿಯಲಿಲ್ಲ.

❋

ಮುಸುಕು ಹಾಕಿಕೊಂಡು ಗಾಢನಿದ್ರೆಯಲ್ಲಿದ್ದ ಮಿಂಚು ಫೋನ್ ರಿಂಗ್ ಆದ ಶಬ್ದಕ್ಕೆ ಬೆಚ್ಚಿಬಿದ್ದು ಎಚ್ಚರವಾದಳು. ಈ ಹೊತ್ತಿನಲ್ಲಿ ಫೋನ್ ಬಂದರೆ ಅದು ಅನೂಪನದೇ ಎಂದು ಅವಳಿಗೆ ಗೊತ್ತು. ಒಂದು, ಆಫೀಸ್‌ನಲ್ಲಿ ಅವನಿಗೆ ಬೇಸರವಾಗಿರಬೇಕು ಇಲ್ಲ ಖುಷಿಯಾಗಿರಬೇಕು ಅದಕ್ಕೆ ಫೋನ್ ಮಾಡಿದ್ದಾನೆ ಅನ್ನೋದೂ ಗೊತ್ತು.

'ಫೋನ್ ಸೈಲೆಂಟ್‌ಗೆ ಹಾಕೋಕಾಗಲ್ವಾ ಮಿಂಚೂ' ಶೀತಲ್ ಗದರಿದಳು.

ನಿದ್ರೆಯಲ್ಲೇ ಇಷ್ಟು ಜೋರು ಮಾಡಿದ್ದಾಳೆ, ಇನ್ನು ಎಚ್ಚರವಾಗಿದ್ದರೆ

ಫೋನ್‌ಗೆ ಒಂದು ಗತಿ ಕಾಣಿಸುತ್ತಿದ್ದಳೇನೋ ಅಂದುಕೊಂಡು ಕಣ್ಣುಜುತ್ತಾ ಮಿಂಚು ಫೋನ್ ರಿಸೀವ್ ಮಾಡಿದಳು.

'ಹೇಳಿ ಸರ್..'

'ಸಾರಿ ನಿದ್ರೆಯಿಂದ ಎಬ್ಬಿಸಿಬಿಟ್ಟೆ..'

'ಅದ್ ಬಿಡು.. ಏನಾಯ್ತು?'

'ಏನಿಲ್ಲಾ.. ನೀನು ನೆನಪಾದೆ. ಫೋನ್ ಮಾಡ್ದೆ.'

'ಹಹ್ಹ.. ಬಂಡಲ್ ಬಿಡ್ಬೇಡಾ. ಯಾರಾದ್ರೂ ಬಯ್ದ್ರಾ?'

'ಹೆಲೋ ನಂಗ್ಯಾರ್ ಬೈತಾರೆ? ಇದೇನ್ ಸ್ಕೂಲಾ. ನಮ್ ಕೆಲಸದಲ್ಲಿ ನಾವು ಪರ್ಫೆಕ್ಟ್ ಬಟ್ ಕೆಲಸಾನೇ ಇಷ್ಟ ಆಗ್ತಿಲ್ಲ. ಲೈಫಲ್ಲಿ ಏನ್ ಮಾಡ್ತಿತಿದ್ದೀನಿ ಅನ್ಸತ್ತೆ. ಮೂರೂವರೆ ವರ್ಷದಿಂದ ಬರೀ ದುಡಿ, ವೀಕೆಂಡ್‌ಗೋಸ್ಕರ ಕಾಯಿ, ಸಂಬಳ ಬಂದಿದ್ದನ್ನ ಖರ್ಚು ಮಾಡು ಮತ್ತೆ ಮುಂದಿನ ಸಂಬಳದ ಸಂಪಾದನೆಗೆ ಕೆಲ್ಸ ಮಾಡು ಅದೇ ಆಗೋಗಿದೆ. ಹೀಗೇ ಒಂದು ದಿನ ವಯಸ್ಸಾಗಿ ಸತ್ತುಹೋಗ್ತೀವಾ ಅನ್ಸತ್ತೆ ಮಿಂಚು. ನಾನ್ ಕಾಲೇಜಲ್ಲಿದ್ದಾಗ ಎಷ್ಟು ಆಕ್ಟಿವ್ ಆಗಿದ್ದೆ ಎನ್‌ಸಿಸಿ, ಸ್ಪೋರ್ಟ್ಸ್ ಎಲ್ಲಾ ವಿಷಯದಲ್ಲೂ ಮುಂದಿರ್ತಿದ್ದೆ. ಅದರಲ್ಲೆಲ್ಲಾ ಲೈಫ್ ಇದೆ ಅನ್ನಿಸ್ತಿತ್ತು. ಈಗ ಬೆಳಗ್ಗೆ ಹುಟ್ಟೋ ಸೂರ್ಯನ್ನೂ ಕೂಡ ಸರಿಯಾಗಿ ನೋಡಲ್ಲ. I feel like a Loser.'

ಫೋನ್‌ನಲ್ಲಾಗಿದ್ದಕ್ಕೆ ಅನೂಪ್ ಭಾವನೆಗಳನ್ನು ತಡೆದುಕೊಂಡು ಮಾತನಾಡುತ್ತಿದ್ದ. ಮಿಂಚು ಎದುರಿಗಿದ್ದದ್ದರೆ ಅತ್ತುಬಿಡುತ್ತಿದ್ದನೇನೋ ಅನ್ನುವಷ್ಟು ಭಾವುಕನಾದ.

'ಐ ನೋ ಅನೂ.. ಬೇಜಾರ್ ಮಾಡ್ಕೋಬೇಡ. ನಿಮ್ ಕಂಪನಿಯಲ್ಲಿ ಡೇ ಶಿಫ್ಟ್ ಕೆಲ್ಸ ಕೇಳು, ಕೊಡ್ಲಿಲ್ಲ ಅಂದರೆ ಬೇರೆ ಕಡೆ ಅಪ್ಲೈ ಮಾಡು.'

'ಮಿಂಚು ಅದಲ್ಲ ವಿಷಯ. ಈ ಕಾರ್ಪೊರೇಟ್ ಕೆಲ್ಸ ನನ್ನ ಸಾಯಿಸ್ತಾ ಇದೆ. I want to do something on my own'

ಅನೂಪ್ ಹಿಂದೆ ನಾಲ್ಕಾರು ಬಾರಿ ಈ ವಿಷಯವನ್ನು ಮಿಂಚುಗೆ ಹೇಳಿದ್ದನು. ಆದರೆ ಈ ಸಲ ಮಾತನಾಡುವಾಗ ಅವನ ಮಾತಿನಲ್ಲಿ ಗಂಭೀರತೆ ಹೆಚ್ಚಿತ್ತು. ಅದು ಮಿಂಚುಗೆ ಅಭದ್ರತೆ ಹುಟ್ಟಿಸುವ ಗಂಭೀರತೆ.

'ವರ್ಕ್ ಪ್ರೆಶರ್ ಜಾಸ್ತಿ ಆಯ್ತಾ? ಇವತ್ ಫನ್ ಫ್ರೈಡೇ ಇರುತ್ತಲ್ವಾ? ಆರಾಮಾಗಿರ್ಲಿಲ್ವಾ?' ಮಿಂಚು ವಿಷಯವನ್ನು ತಿಳಿಮಾಡಲು ಪ್ರಯತ್ನಿಸಿದಳು.

'ಚೈಲ್ಡ್ ತರ ಅನ್ಸತ್ತೆ. ಆ ಡಬ್ಬಾ ಆಟಗಳು. ಹೊಸದಾಗಿ ಕೆಲ್ಸಕ್ಕೆ ಸೇರಿಕೊಂಡಾಗ ಎಲ್ಲರನ್ನ ಪರಿಚಯ ಮಾಡಿಕೊಳ್ಳುವಾಗ ಅದೆಲ್ಲಾ ಇಷ್ಟ ಆಗ್ತಿತ್ತು. ಈಗ ಕೆಲ್ಸ ಮುಗುಸ್ಕೊಂಡ್ ಮನೇಗ್ ಎಸ್ಕೇಪ್ ಆದ್ರೆ ಸಾಕಪ್ಪ ಅನ್ನಿಸುತ್ತೆ. ಯಾವನಿಗ್

ಬೇಕು ದೆವ್ವಗಳ ತರ ಮಧ್ಯ ರಾತ್ರಿ ಕಿಸ್ಕೊಂಡ್ ಇರೋ ಕರ್ಮ. ಮಿಂಚು ನಾನ್ ನಿಜ್ವಾಗ್ಲೂ ಕೆಲ್ಸ ಬಿಟ್ಬಿಡ್ತೀನಿ.'

'ಅನೂ ಪ್ಲೀಸ್ ಏನೇನೋ ಮಾತಾಡ್ಬೇಡಾ. ಕಾರ್ಪೋರೇಟ್ ಅಲ್ಲಿ ಕೆಲ್ಸ ಮಾಡೋರಿಗೆಲ್ಲರಿಗೂ ಒಂದಲ್ಲ ಒಂದು ದಿನ ಹೀಗೇ ಅನ್ನಿಸಿರುತ್ತೆ. ಹಾಗಂತ ಕೆಲಸ ಬಿಟ್ಟುಬಿಡ್ತಾರಾ? ಸ್ವಂತವಾಗಿ ಮಾಡ್ತೀನಿ ಅಂತ ಹೋದ್ರೆ ನೆಮ್ಮದಿ ಇರುತ್ತೆ ಅಂದುಕೊಂಡಿದ್ದೀಯಾ? ಬಿಸ್ನೆಸ್ ಆದ್ರೆ ಅದಕ್ಕೊಂದು ಐಡಿಯಾ ಬೇಕು. ಆಮೇಲೆ ಮಾರ್ಕೆಟ್ ರಿಸರ್ಚ್ ಮಾಡ್ಬೇಕು ನಂತರ ಅದಕ್ಕೆ ತಕ್ಕನಾದ ಜನ ಸಿಗ್ಬೇಕು ಎಲ್ಲಾ ಸಿಗ್ತು ಅಂದುಕೊಂಡ್ರೂ ಬಂಡವಾಳ ಹೂಡೋಕೆ ಹಣ ಬೇಕು. ಅದೆಲ್ಲಾ ಎಲ್ಲಿದೆ ನಮ್ ಹತ್ರ?'

'ಒಂದೊಂದಾಗಿ ಎಲ್ಲಾ ಸಿಗುತ್ತೆ ಮಿಂಚು. ನಾವ್ ಟ್ರೈ ಮಾಡ್ಬೇಕು ಅಷ್ಟೇ.'

'ಅದಕ್ಕೆ ಕೆಲ್ಸ ಬಿಟ್ಟು ಟ್ರೈ ಮಾಡ್ಬೇಕಾ? ಕೈಲಿ ದುಡ್ಡು ಖಾಲಿ ಆದ್ಮೇಲೆ ಎಲ್ಲಾ ಜೋಶ್ ಮಾಯವಾಗುತ್ತೆ.'

'ನಿನ್ ಲೈಫ್ ಅಲ್ಲಿ ಏನೋ ಆಯ್ತು ಅಂತ ನಾನು ಫೇಲ್ ಆಗ್ತೀನಿ ಅಂದುಕೊಳ್ಬೇಡಾ..' ಅನೂಪ್ ಸ್ವಲ್ಪ ಖಾರವಾಗಿ ಹೇಳಿದ.

ಹೌದು, ಮಿಂಚು ಅಪ್ಪ ಒಬ್ಬ ಫೇಲ್ಯೂರ್ ವ್ಯಕ್ತಿ. ಹೆಂಡತಿ ಮಗಳನ್ನು ಸಾಕಲಾರದವನಾಗಿದ್ದ. ಅವನೂ ತನ್ನ ಕಾಲಮೇಲೆ ನಿಲ್ಲಬೇಕು ಅಂತ ಹೊರಟವನು. ಆದರೆ ಚಪ್ಪಲಿಯಿಂದ ಕಾಲೇಜ್ ಫೀಸ್ ಎಲ್ಲವನ್ನೂ ನೋಡಿಕೊಂಡಿದ್ದು ಅಮ್ಮಾನೇ. ಮುಂದೆ ತನ್ನ ಗಂಡನಾಗುವವನು ಆರ್ಥಿಕವಾಗಿ ಸೆಟಲ್ ಇಲ್ಲದೇ ಇರುವ ರಿಸ್ಕ್ ಅನ್ನು ಅವಳು ಎಂದಿಗೂ ತೆಗೆದುಕೊಳ್ಳೋಕೆ ಸಿದ್ಧವಿಲ್ಲ. ಜೀವನದಲ್ಲಿ ಗೊತ್ತಿದ್ದೂ ತಪ್ಪು ಮಾಡುವವರು ಶತಮೂರ್ಖರೇ ಸರಿ ಎಂದು ನಂಬಿದ್ದಾಳೆ. ಒಂದೋ ಎರಡೋ ವರ್ಷದಲ್ಲಿ ಮದುವೆಯಾಗಬೇಕು ಅಂದುಕೊಂಡಿರುವಾಗ ಅನೂಪ್ ಕೆಲಸ ಬಿಟ್ಟರೆ ಅದು ಇಬ್ಬರ ಸಂಬಂಧಕ್ಕೆ ತೊಂದರೆ ಅನ್ನೋ ಸತ್ಯ ಎದುರಿಗೆ ನಿಂತು ಎಚ್ಚರಿಸಿತು.

'ಅನೂ, ನಾನು ನಿರಾಶಾವಾದಿಯಾಗಿ ಯೋಚನೆ ಮಾಡ್ತಿಲ್ಲ. ಪ್ರಾಕ್ಟಿಕಲ್ ಆಗಿ ಮಾತಾಡ್ತಿದ್ದೀನಿ. ನೀನು ಯಾವ್ದೋ ಒತ್ತಡದಲ್ಲಿ ಮಾತಾಡ್ತಿದ್ದೀಯ. ಫೋನ್‌ನಲ್ಲಿ ಚರ್ಚೆ ಮಾಡಿದ್ರೆ ಉಪಯೋಗ ಇಲ್ಲ. ಸಿಕ್ಕಾಗ ಮಾತಾಡೋಣ. ನಾವಿಬ್ರೂ ಯಾವಾಗ್ಲೂ ಚೆನ್ನಾಗಿರ್ತೀವಿ. ನೀನ್ ಖುಷಿಯಾಗಿರೋ ಹಾಗೆ ನಾನ್ ನೋಡ್ಕೋತೀನಿ. ಚಿಯರ್ ಅಪ್. ಲವ್ ಯೂ..'

'ಹ್ಮ್.. ಲವ್ ಯೂ ಟೂ'

ಹತ್ತನೇ ಮಹಡಿಯಿಂದ ಹೊರಗೆ ನೋಡುತ್ತಾ ನಿಂತವನಿಗೆ ಬೀದಿ ದೀಪಗಳು ಬೆಂಗಳೂರನ್ನು ಅಲಂಕಾರ ಮಾಡಿದಂತೆ ಕಂಡವು. ಇದೇ ಮೊದಲ ಸಲ, ಅನೂಪ್‌ಗೆ ಮಿಂಚು ಜೊತೆ ಮಾತನಾಡಿದ ಮೇಲೂ ಒಂಟಿತನ ಕಾಡಿತು.

❋

ಒಂದು ವಾರವಾದರೂ ಅನೂಪ್ ಮಿಂಚು ಮುಂದೆ ಕೆಲಸಬಿಡುವ ವಿಷಯ ಎತ್ತಲಿಲ್ಲ. ಅವಳ ಉತ್ತರ ತಿಳಿದಿತ್ತು. ಮಾತನಾಡಿ ಜಗಳ ಮಾಡಿಕೊಳ್ಳುವ ಬದಲು ಮೌನವೇ ವಾಸಿ ಅಂತ ಸುಮ್ಮನಿದ್ದ. ಸುಮ್ಮನಿರೋ ಅನೂಪ್‌ನನ್ನು ನೋಡಿ ಬಹುಶಃ ಆ ಯೋಚನೆಯನ್ನು ಬಿಟ್ಟಿರಬಹುದು, ಕಳೆದುಹೋದ ವಿಷಯವನ್ನು ಕೆದಕಿ ಅದು ಅವನ ಮನಸ್ಸಿನಾಳಕ್ಕೆ ಇಳಿಯೋ ಹಾಗೆ ಮಾಡುವುದು ಬೇಡ ಅನ್ನೋದು ಮಿಂಚು ಯೋಚನೆಯಾಗಿತ್ತು. ಆದರೆ ಕೆಲಸ ಬಿಡುವ ನಿರ್ಧಾರ ದಿನೇ ದಿನೇ ಅನೂಪನ ಮನಸ್ಸಿನಲ್ಲಿ ಗಟ್ಟಿಯಾಗುತ್ತಿರುವ ಸೂಚನೆ ಅವಳಿಗಿರಲಿಲ್ಲ.

❋

ಗಗನಚುಂಬಿ ಬ್ರಿಗೇಡ್ ಅಪಾರ್ಟ್ಮೆಂಟಿನ ಬ್ಲಾಕ್ ಸಿ, ಒಂಬತ್ತನೇ ಮಹಡಿಯಲ್ಲಿರೋ ಫ್ಲ್ಯಾಟ್‌ನ ತುಂಬಾ ಪೂರಿ ಚನಾಮಸಾಲೆಯ ಘಮ ತುಂಬಿಕೊಂಡಿತ್ತು. ಒಗ್ಗರಣೆ ಘಾಟು ಕಡಿಮೆ ಮಾಡಲು ಕುಸುಮಾ ಬಾಂಡಲಿಯನ್ನು ನುಂಗುವಂತೆ ಬಾಯ್ತೆರೆದಿದ್ದ ಚಿಮಣಿಯ ಸ್ವಿಚ್ ಆನ್ ಮಾಡಿದರು. ವಿಶಾಖಾಳ ಫ್ಲ್ಯಾಟ್‌ನಲ್ಲಿ ಭಾನುವಾರದ ಬೆಳಗ್ಗಿನ ತಿಂಡಿಗೆ ಆಮಂತ್ರಿತರ ಲಿಸ್ಟ್‌ನಲ್ಲಿದ್ದದ್ದು ಮಿಂಚು, ಅನೂಪ್, ವಿಶಾಖಾಳ ತಂದೆ ಮಾಧವ್ ರಾವ್, ತಾಯಿ ಕುಸುಮಾ. ಮಗಳ ಮನೆಯ ಅತಿಥಿಯಾಗಿದ್ದರೂ ತಿಂಡಿಯ ಜವಾಬ್ದಾರಿ ಅವರದ್ದೇ ಆಗಿತ್ತು.

ಮಿಂಚು ಡೈನಿಂಗ್ ಟೇಬಲ್ ಮೇಲೆ ಎಲ್ಲರಿಗೂ ತಟ್ಟೆ ಹಾಕುತ್ತಾ ಹೇಳಿದಳು.

'ಎಲ್ಲಾ ಕೂತ್ಕೊಂಡ್ಬಿಡಿ ಲೇಟ್ ಮಾಡಿದ್ರೆ ಪೂರಿ ತಣ್ಣಗಾಗುತ್ತೆ.'

'ಹೇ ಮಿಂಚು, ಅಮ್ಮನ್ ತರ ಹೇಳೇ ಅವತ್ ಬೇಬಿ ಶವರ್ ಅಲ್ಲಿ ಮಾಡಿದ್ಯಲ್ಲಾ,' ವಿಶಾಖಾಗೆ ಸ್ವಲ್ಪ ಮಜಾ ತೊಗೊಳ್ಳೋಣ ಅನ್ನಿಸಿತ್ತು.

'ಯಾಕೆ ಆಂಟಿ ನಮ್ಮನ್ನ ಬರೀ ಹೊಟ್ಟೇಲಿ ಕಳಿಸ್ಬೇಕು ಅಂತ ಆಸೇನಾ?' ಮಿಂಚು ದನಿ ಮೆಲ್ಲ ಮಾಡಿ ಮಾತಾಡಿ, ತಿಂಡಿ ಬಡಿಸಲು ಮುಂದಾದಳು.

ತುಂಬಿದ ಹೊಟ್ಟೆ ಹೊತ್ತು ವಿಶಾಖಾ ಸೋಫಾ ಮೇಲೆ ಕಾಲು ಚಾಚಿ ಕೂತಿದ್ದನ್ನು ನೋಡಿ ಅನೂಪ್ ಅವಳ ಮುಂದೆ ಟೀಪಾಯಿ ತಂದಿಟ್ಟು ಅವಳಿಗೆ ಅಲ್ಲೇ ಬಡಿಸುವಂತೆ ಮಿಂಚೂಗೆ ಸೂಚಿಸಿದ.

ವಿಶಾಖಾ ಅನೂಪ್‌ನ ಕೆನ್ನೆ ಹಿಂಡಿ ಅದಕ್ಕೆ ಕಣೋ ನೀನ್ ಅಂದ್ರೆ ತುಂಬಾ ಲವ್ ನನಗೆ. ನಮ್ ಮಿಂಚು ಪುಣ್ಯ ಮಾಡಿದ್ಲು ಅಂತ ಕೀಟಲೆ ಮಾಡಿದಳು. ಅಷ್ಟರಲ್ಲಿ ಬ್ಯಾಗ್ ಹಿಡಿದು ಬಂದ ಸುಧೀರ್ ಭಾರದ್ವಾಜ್ ನಾನು ಹೊರಡ್ತೇನೆ ಕೆಲ್ಸ ಇದೆ ಅಂದನು. ಅಳಿಯಂದರು ತಿಂಡಿ ತಿನ್ನದೇ ಹೊರಟಿದ್ದು ನೋಡಿ ಮಾಧವ್ ರಾವ್, 'ಎರಡು ನಿಮಿಷ ಇದ್ದಿದ್ರೆ ಆಗೋಗ್ತಿದ್ದು,' ಅಂದರು. 'ಇಲ್ಲಾ ಮಾವ

ಇವತ್ತೂ ಲೈವ್ ಶೋ ಇದೆ ತಡ ಆಗುತ್ತೆ,' ಅಂದು ಹೇಳಿ ಶೂ ಹಾಕಿಕೊಂಡು ಹೊರಟುಬಿಟ್ಟ.

ವಿಶಾಖಾ ಅವನ ಕೆನ್ನೆ ಗಿಂಟಿದ್ದನ್ನು ನೋಡಿ ಸುಧೀರ್‌ಗೆ ಮೈ ಉರಿದಿತ್ತು. ವಿಶಾಖಾ ಮಿಂಚು ಮತ್ತು ಅನೂಪ್‌ನ ಸ್ನೇಹ ಅವನಿಗೆ ಆಗದ ವಿಷಯ. ಅದರಲ್ಲೂ ಅನೂಪ್ ನನ್ನ ಕ್ರಶ್ ಆಗಿದ್ದ ಎಂದು ವಿಶಾಖಾ ಎಲ್ಲರ ಮುಂದೆ ಹೇಳಿದರೆ ಸುಧೀರ್‌ನಿಗೆ ಮೈಮೇಲೆ ಮುಳ್ಳು ಬಿದ್ದಂತಾಗುತ್ತಿತ್ತು. ಹೆಂಡತಿಯ ಜೊತೆ ಆ ಬಗ್ಗೆ ಸಣ್ಣದಾಗಿ ಮಾತನಾಡಿದರೂ, "ಜೋಕನ್ನೆಲ್ಲಾ ಯಾಕ್ ಸೀರಿಯಸ್ ಆಗಿ ತೊಗೋತೀರಾ? narrow minded ಆಗಿ ಯಾಕ್ ಯೋಚ್ನೆ ಮಾಡ್ತೀರಾ? grow up Sudhi!" ಎಂದು ಅಸಡ್ಡೆ ಮಾಡಿ ಮಾತನಾಡಿಬಿಡುತ್ತಿದ್ದಳು. ಸುಧೀರ್‌ಗೆ ಶ್ರೀಮಂತ ಹೆಂಡತಿಯ ಮುಂದೆ ತಾನು ಕಿರಿಕಿರಿ ಗಂಡ ಅನ್ನಿಸಿಕೊಳ್ಳೋಕೆ ಇಷ್ಟವಿಲ್ಲ, ಹಾಗಂತ ಅವಳ ಹಳೇ ಸ್ನೇಹಿತರನ್ನು ಅದರಲ್ಲೂ ಅನೂಪನನ್ನು ಸಹಿಸಿಕೊಳ್ಳೋದೂ ಅಸಾಧ್ಯವಾಗಿತ್ತು. ಹಾಗಾಗಿ ಅವರಿಂದ ದೂರ ಹೋಗಿಬಿಡುತ್ತಿದ್ದ.

'ಈ ಮೀಡಿಯಾಲಿ ಕೆಲ್ಸ ಮಾಡೋರ್ಗೆ ಹೊತ್ತು ಗೊತ್ತು ಇರಲ್ಲಪ್ಪಾ. ಮಗು ಡೆಲಿವರಿ ಆಗೋ ದಿನನೂ ಶೂಟಿಂಗ್ ಇದೆ ಅಂತ ಅವ್ರು ಹೊರಟುಬಿಟ್ರೆ ಆಶ್ಚರ್ಯ ಏನಿಲ್ಲ,' ವಿಶಾಖಾ ಗಂಡನ ಬಗ್ಗೆ ತಲೆಕೆಡಿಸಿಕೊಳ್ಳೋದು ಬೇಡ ಅನ್ನೋ ಹಾಗೆ ಮಾತನಾಡಿದ ಮೇಲೆ ಎಲ್ಲರಿಗೂ ಸಮಾಧಾನವಾಗಿ ತಿಂಡಿ ತಿನ್ನೋ ಮನಸ್ಸಾಯಿತು.

ಪ್ರೌಢಶಾಲೆಯಲ್ಲಿ ಪರಿಚಯವಾದ ಮಿಂಚು ಆ ಮನೆಯ ಮಗಳಾಗಿ ಬಿಟ್ಟಿದ್ದಳು. ಅವಳ ಕಷ್ಟಸುಖಗಳಿಗೆ ಕಿವಿಯಾಗಿರೋ ಕುಟುಂಬವದು. ಮಿಂಚು ಅರವಿಂದಾಗೆ ಮದುವೆ ಮಾಡುವ ಯೋಚನೆಯನ್ನ ವಿಶಾಖಾಳ ಮನೆಯಲ್ಲಿ ಮೊದಲ ಬಾರಿ ಚರ್ಚಿಸಿದಾಗ ಅವರು ಗಲಿಬಿಲಿಯಾಗಿದ್ದರು. ಮಗಳ ಒತ್ತಾಯಕ್ಕೆ ಮದುವೆಯಾಗಿ ಒಂದು ವೇಳೆ ಅವರಿಬ್ಬರಲ್ಲಿ ಸರಿ ಬರದೇಹೋದರೆ ಇನ್ನೂ ದೊಡ್ಡ ಕಷ್ಟಕ್ಕೀಡಾಗಬೇಕಾಗುತ್ತದೆ ಅನ್ನೋ ಭಯವನ್ನು ವ್ಯಕ್ತಪಡಿಸಿದರು. ಆದರೆ ಮಿಂಚು ಅಭಿಪ್ರಾಯ ದೃಢವಾಗಿತ್ತು. ಜೀವನದಲ್ಲಿ ಪ್ರೀತಿಯನ್ನು ಬಯಸುತ್ತಿರೋರು, ಪ್ರೀತಿ ಹಂಚಿಕೊಳ್ಳಲು ಕಾಯುತ್ತಿರೋರು ತುಂಬಾ ಜನ ಇರುತ್ತಾರೆ ಅಮ್ಮನಿಗೆ ಸಿಗಬೇಕಷ್ಟೇ ಎಂದು ಹೇಳುತ್ತಿದ್ದಳು.

ನಿಮ್ಮ ಸರ್ಕಲ್‌ನಲ್ಲಿ ಡಿವೋರ್ಸಿ, ಹೆಂಡತಿ ತೀರಿಕೊಂಡವರು, ಅಥವಾ ಇನ್ನೂ ಮದುವೆಯಾಗದಿದ್ದವರು, ಅಮ್ಮನಿಗೆ ಸರಿಹೋಗುವವರು ಯಾರಾದರೂ ಈಗ ಮದುವೆಯಾಗಲು ಬಯಸುತ್ತಿದ್ದರೆ ಹೇಳಿ ಅಂಕಲ್ ಎಂದು ಮಿಂಚು ಮಾಧವ್ ರಾವ್‌ಗೆ ಆಗಾಗ ಹೇಳುತ್ತಿದ್ದಳು. ಮಿಂಚು ತನ್ನ ತಾಯಿಯ ಸಂತೋಷಕ್ಕಾಗಿ ಒದ್ದಾಡುವುರ ಬಗ್ಗೆ ಅವರು ಭಾವುಕರಾಗುತ್ತಿದ್ದರು. ಒಂದು ವಯಸ್ಸಿನ ನಂತರ

ಮದುವೆಯಾಗಬೇಕು ಎಂದರೆ ಅದಕ್ಕೆ ಎಷ್ಟೋ ವಿಷಯಗಳು ಕೂಡಿಬರಬೇಕು. ಸುತ್ತ ಮುತ್ತಲ ಜನ ಆಡಿಕೊಳ್ಳಬಹುದು ಅನ್ನೋ ಸವಾಲು ಒಂದು. ಅದನ್ನು ನಿಭಾಯಿಸುತ್ತೇವೆ ಎಂದುಕೊಂಡರೂ ವಯಸ್ಸಿಗೆ ಬಂದ ಹೆಣ್ಣುಗಂಡುಗಳನ್ನು ಹುಡುಕಿದಂತೆ ಅರವಿಂದಾಗೆ ಹುಡುಕೋಕೆ ಸಾಧ್ಯವಿಲ್ಲ, ಅವರಿಗೇ ಯಾರಾದರೂ ಇಷ್ಟವಾಗುವವರು ಸಿಕ್ಕರೆ ಒಳ್ಳೆಯದು ಎಂದು ಮಿಂಚುಗೆ ಅರ್ಥಮಾಡಿಸಲು ಪ್ರಯತ್ನಪಟ್ಟರು.

"ಅಮ್ಮಂಗೆ ಇಷ್ಟ ಆಗೋಕೆ ಫರ್ಸ್ಟ್ ಅವಳು ಯಾರನ್ನಾದ್ರೂ ಮೀಟ್ ಮಾಡ್ಬೇಕಲ್ಲಾ ಅಂಕಲ್. ಬರೀ ಕ್ಲಿನಿಕ್, ಮನೆ ಅಂತಿದ್ರೆ ಯಾರ್ ಸಿಗ್ತಾರೆ? ಆ ಕ್ಲಿನಿಕ್‌ಗೆ ಪೇಶೆಂಟ್‌ಗಳು ಸಹ ಬರೋದು ಕಮ್ಮಿ," ಮಿಂಚು ಹತಾಶೆಯನ್ನು ವ್ಯಕ್ತಪಡಿಸಿದಳು.

"ಹಾಗಾದ್ರೆ ನಿಮ್ಮಮ್ಮಂಗೂ ಯಾರಾದ್ರು ಲವರ್ ಸಿಗ್ಬೇಕು ಅಂತಿದ್ದೀಯಾ.. ನಿಂಗೆ ಸಿಕ್ಕ ಹಾಗೆ!" ವಿಶಾಖಾ ತಮಾಷೆಮಾಡಿದಳು.

"ನಂಗೆ ಇವ್ಳು ಈಸಿ ಆಗಿ ಸಿಕ್ಕಿಲ್ಲಮ್ಮಾ.. ತುಂಬಾ ಸತಾಯ್ಸಿದ್ದಾಳೆ." ಇಷ್ಟು ಹೊತ್ತು ಮಾತನಾಡುತ್ತಿದ್ದ ಟಾಪಿಕ್ ನನಗೆ ಸಂಬಂಧಪಟ್ಟಿದ್ದಲ್ಲ ಎನ್ನುವಂತೆ ಕೂತಿದ್ದ ಅನೂಪ್ ಬಾಯಿಬಿಟ್ಟ.

ಗಂಗೆಯನ್ನು ಇಳೆಗೆ ತಂದ ಭಗೀರಥನಂತೆ ಕಷ್ಟಪಟ್ಟೆ ಅನ್ನೋಹಾಗೆ ತನ್ನ ಕಷ್ಟದ ಬಗ್ಗೆ ಹೇಳಿದ ಅನೂಪನನ್ನು ನೋಡಿ ಎಲ್ಲರು ಬಾಯಿತುಂಬಾ ನಕ್ಕರು. ಏಕೆಂದರೆ ಅವರಿಬ್ಬರ ಪ್ರೇಮಕಥೆ ವಿಶಾಖಾ ಕುಟುಂಬಕ್ಕೆ ಚಿರಪರಿಚಿತ.

# 3

ಒಂಬತ್ತು ವರ್ಷಗಳ ಹಿಂದೆ.

ಬೇಸಿಗೆ ರಜೆ ಮುಗಿಸಿ ಹೊಸ ಶೈಕ್ಷಣಿಕ ವರ್ಷವನ್ನು ಸ್ವಾಗತಿಸಲು ಪ್ರೌಢಶಾಲೆಯ ವಿದ್ಯಾರ್ಥಿಗಳು ಉತ್ಸುಕರಾಗಿ ಕುಳಿತಿದ್ದರು. ನೀಲಿ ಬಿಳುಪು ಬಣ್ಣದ ಸಮವಸ್ತ್ರವೇ ತುಂಬಿದ ಕ್ಲಾಸಿಗೆ ಕಲರ್ ಡ್ರೆಸ್ ತೊಟ್ಟ ಹುಡುಗಿ ಬಾಗಿಲಿಗೆ ಬಂದಾಗ ಎಲ್ಲರ ಕಣ್ಣು ಅವಳ ಕಡೆಗೇ ಹೋಯಿತು. ಒಂಬತ್ತನೇ ತರಗತಿಗೆ ಹೊಸದಾಗಿ ಅಡ್ಮಿಷನ್ ತಗೊಂಡಿದ್ದರಿಂದ ಅವಳು ಇನ್ನೂ ಯೂನಿಫಾರ್ಮ್ ಹೊಲಿಸಿರಲಿಲ್ಲ. ಕ್ಲಿಪ್ ಹಾಕಿ ಉದ್ದ ಕೂದಲು ಬಿಟ್ಟು, ನೇರಳೇ ಬಣ್ಣದ ಟಾಪಿನಲ್ಲಿ ಆಗಷ್ಟೇ ಅರಳಿದ ಹೂವಿನಂತೆ ಕಂಗೊಳಿಸುತ್ತಿದ್ದಳು ಅವಳು. ಪ್ರತಿದಿನ ಅದೇ ಯೂನಿಫಾರ್ಮ್, ಎತ್ತಿಕಟ್ಟಿದ ಜಡೆಯ ಬಗ್ಗೆ ಬೇಸತ್ತ ಹುಡುಗಿಯರು ಯೂನಿಫಾರ್ಮ್ ಇರದೇ ಇದ್ದರೇ ನಾವೂ ಇವಳಂತೆ ಕಲರ್ಫುಲ್ ಆಗಿ ಶಾಲೆಗೆ ತಯಾರಾಗಿ ಬರಬಹುದಲ್ಲಾ ಅಂತ ಲೆಕ್ಕಾಚಾರ ಹಾಕುತ್ತಾ ನೋಡುತ್ತಿದ್ದಂತೆ

ಪಕ್ಕದಲ್ಲಿ ಅವಳ ತಾಯಿ ಪ್ರತ್ಯಕ್ಷವಾದಳು. 'ಒಳಗೆ ಬರಬಹುದಾ ಸರ್...' ಅವಳ ತಾಯಿ ಟೀಚರ್ ಅಪ್ಪಣೆ ಪಡೆದು ಮಗಳೊಂದಿಗೆ ಒಳಗೆ ಬಂದಳು.

ಚಿಕ್ಕಮಕ್ಕಳನ್ನು ನರ್ಸರಿಗೆ ಸೇರಿಸುವ ಹಾಗೆ ತಾಯಿ ಜೊತೆಗೆ ಬಂದವಳನ್ನ ನೋಡಿ ಹುಡುಗರು, ಇವಳಿಂದ ದೂರ ಇರಬೇಕು ಅಂದುಕೊಂಡರು. ಆಕೆಯ ತಾಯಿ ಮೂರ್ನಾಲ್ಕು ನಿಮಿಷ ಟೀಚರ್ ಜೊತೆ ಮಾತುಕತೆ ನಡೆಸಿದರು. ಹೊಸದಾಗಿ ಸೇರಿದ ಹುಡುಗಿ ಯಾರಿರಬಹುದು? ಅವಳ ಹೆಸರೇನಿರಬಹುದು? ಏಕೆ ಒಂಬತ್ತನೇ ಕ್ಲಾಸಿಗೆ ಶಾಲೆ ಬದಲಾಯಿಸಿಕೊಂಡು ಇಲ್ಲಿ ಅಡ್ಮಿಷನ್ ತಗೊಂಡಿದ್ದಾಳೆ ಅನ್ನೋ ಸಹಜ ಕುತೂಹಲದಲ್ಲಿ ವಿದ್ಯಾರ್ಥಿಗಳು ನೋಡುತ್ತಿದ್ದರು. ಅವಳ ಬಗ್ಗೆ ದೀರ್ಘ ಅಧ್ಯಯನ ಮಾಡಿದವರಂತೆ ಟೀಚರ್ ಆಳವಾದ ಉಸಿರು ತೆಗೆದುಕೊಂಡು, 'She is your new classmate, Minchu Shivadhvaj' ಎಂದರು. ಎರಡು ತಿಂಗಳ ಹಿಂದೆ ಅಪ್ಪನಿಂದ ಶಾಶ್ವತವಾಗಿ ದೂರವಾದ ಮಗಳ ಹೆಸರಿನಲ್ಲಿ ಅಪ್ಪನ ಹೆಸರು ಮಾತ್ರ ಹಾಗೇ ಉಳಿದಿತ್ತು. ಮಿಂಚು ಅಮ್ಮನನ್ನು ನೋಡಿದಳು. ಅರವಿಂದಾ ಮಗಳನ್ನು ಸಮಾಧಾನಿಸುವಂತೆ ಭುಜ ತಟ್ಟಿದಳು.

ಟೀಚರ್ ಮಾಡಿಕೊಟ್ಟ ಪರಿಚಯಕ್ಕೆ 'ಹಾಯ್ ಮಿಂಚೂ' ಎಂದು ತರಗತಿಯಲ್ಲಿ ಒಕ್ಕೊರಲಿನ ಧ್ವನಿ ಮೂಡಿತು. ಮಿಂಚು ಇದ್ದ ಮನಸ್ಥಿತಿಗೆ ಈ ತರದ ವೆಲ್ಕಮ್ ಕಸಿವಿಸಿ ಮಾಡಿತು. ಅವಳು ಉಡುಪಿಯಿಂದ ಬೆಂಗಳೂರಿಗೆ ಬಂದ ಮೂರು ದಿನಗಳಲ್ಲಿ ಹೊಸ ಶಾಲೆ ಸೇರಿಕೊಂಡಿದ್ದಳು. ಎಂಟನೇ ತರಗತಿಯಲ್ಲಿ ಹೊಸ ಶಾಲೆಗೆ ಸೇರಿದರೆ, ಬೇರೆ ಬೇರೆ ಶಾಲೆಗಳಲ್ಲಿ ಪ್ರೈಮರಿ ತರಗತಿಗಳನ್ನು ಮುಗಿಸಿಕೊಂಡ ವಿದ್ಯಾರ್ಥಿಗಳು ಒಬ್ಬರಿಗೊಬ್ಬರು ಹೊಸಬರಾಗಿರುತ್ತಾರೆ. ಆದರೆ ಈಗ ಒಂದು ವರ್ಷ ಒಟ್ಟಿಗೆ ಓದಿ, ಸ್ನೇಹಿತರಾಗಿರೋ ಇಡೀ ಕ್ಲಾಸ್ ಒಂದು, ನಾನೊಬ್ಬಳೇ ಒಂದು ಅನ್ನಿಸಿತು. ಈ ಜಾಗದಲ್ಲಿ ನನಗೆ ಹೊಂದಿಕೊಳ್ಳಲು ಸಾಧ್ಯವೇ ಇಲ್ಲ. ಹೇಗೋ ನನ್ನ ಪಾಡಿಗೆ ಓದು ಮುಗಿಸಿ ಮಾರ್ಕ್ಸ್ ಕಾರ್ಡ್ ತೆಗೆದುಕೊಂಡು ವಾಪಸ್ ಉಡುಪಿಗೆ ಹೋಗಿ ಅಮ್ಮನ ಜೊತೆಗಿರಬೇಕು ಅನ್ನುವುದೇ ಅವಳ ಚಿತ್ತವಾಗಿತ್ತು. ನಿಂತಲ್ಲೇ ಒಂದಷ್ಟು ವರ್ಷ ಉರುಳಿ ನನ್ನ ಓದು ಮುಗಿದುಹೋಗಬಾರದಾ ದೇವರೇ ಎಂದು ಪ್ರಾರ್ಥಿಸಿದಳು. ಅಮ್ಮ ಬಾಯ್ ಹೇಳಿ ಹೊರಗೆ ಹೋಗುವಾಗ ಮಿಂಚೂ ಅಳು ಒತ್ತರಿಸಿ ಬಂದು ದುಃಖವನ್ನು ನುಂಗಿಕೊಂಡಳು. ಟೀಚರ್ ಅವಳಿಗೆ ಎರಡನೇ ಬೆಂಚಿನಲ್ಲಿ ಕೂರುವಂತೆ ಸೂಚಿಸಿದರು. 'ಹಾಯ್ ಐಯಮ್ ವಿಶಾಖಾ ರಾವ್,' ಪಕ್ಕದಲ್ಲಿ ಕೂತಿದ್ದ ತುಂಬುಕೆನ್ನೆಯ ಹುಡುಗಿಗೆ ಶೇಕ್ ಹ್ಯಾಂಡ್ ಮಾಡಲು ತುಂಬಾ ಉತ್ಸಾಹವಿದ್ದಂತೆ ಕಂಡಿತು. ಮಿಂಚು ಯಾವುದೇ ಭಾವನೆ ವ್ಯಕ್ತಪಡಿಸದೆ ಅವಳಿಗೆ ಕೈಕೊಟ್ಟು ಕೂತಳು. ಅಂದು ಇಡೀ ದಿನ ಮಿಂಚು ಉಡುಪಿಯ ತನ್ನ ದಿನಗಳ ಬಗ್ಗೆ ನೆನಪು ಮಾಡಿಕೊಳ್ಳುತ್ತಾ ಕಳೆದಳು.

ಬೆಂಗಳೂರಿಗೆ ಬಂದು ಎರಡು ದಿನದ ನಂತರ ಅರವಿಂದಾ ಊರಿಗೆ ವಾಪಸ್ ಹೊರಡುವ ತಯಾರಿ ಮಾಡಿಕೊಂಡಿದ್ದಳು. ಬೆಂಗಳೂರಿನಲ್ಲಿ ಅವಕಾಶ ಹೆಚ್ಚು ಅನ್ನೋ ಕಾರಣ ಕೊಟ್ಟು ಮಗಳನ್ನು ಅಣ್ಣನ ಮನೆಗೆ ಕರೆದುಕೊಂಡು ಬಂದಿದ್ದಳು. ವಾಸ್ತವವಾಗಿ ಅವಳ ಈ ನಿರ್ಧಾರಕ್ಕೆ ಮುಖ್ಯ ಕಾರಣ ಮಿಂಚುಗೆ ಹೊಸ ವಾತಾವರಣ ಸಿಗಲಿ ಅನ್ನುವುದು. ಮಗಳನ್ನು ಬಿಟ್ಟಿರುವುದು ಅವಳಿಗೂ ದೊಡ್ಡ ಸವಾಲಾಗಿತ್ತು. ಗಂಡನಿಂದ ದೂರವಾದ ಎರಡೇ ತಿಂಗಳಲ್ಲಿ ಮಗಳನ್ನೂ ದೂರಬಿಟ್ಟು ಓದಿಸುವ ನಿರ್ಧಾರ ಅವಳಿಗೂ ಕಠಿಣವಾಗಿತ್ತು. ಮಗಳ ಭವಿಷ್ಯದ ದೃಷ್ಟಿಯಲ್ಲಿ ಆ ನಿರ್ಧಾರ ಅನಿವಾರ್ಯ ಅನ್ನೋದು ಅರವಿಂದಾಳ ಅಭಿಪ್ರಾಯ. ಹೊರಡುವ ಮುನ್ನ ಅರವಿಂದಾ ಮಗಳ ಹಣೆಗೆ ಮುತ್ತುಕೊಟ್ಟು ಭಾವುಕಳಾಗಿ, 'ಇದು ನಮ್ಮಿಬ್ಬರ ಜೀವನದ ಮುಖ್ಯವಾದ ಘಟ್ಟ ಮಿಂಚು. ನೀನು ನಿನ್ ಕಾಲಮೇಲೆ ನಿಂತು ನಿನ್ನಮ್ಮನಿಗೆ ಗೌರವ ತರ್ತೀಯ ಅನ್ನೋ ನಂಬಿಕೆ ಇದೆ. ತುಂಬ ಸ್ಟ್ರಾಂಗ್ ಹುಡುಗಿ ನೀನು ಬೇಜಾರು ಮಾಡ್ಕೋಬೇಡ. ಮಾವ ನಿನ್ನ ಚೆನ್ನಾಗಿ ನೋಡ್ಕೋತಾರೆ,' ಹೆಚ್ಚು ಮಾತನಾಡಿದರೆ ಅತ್ತು ಮಗಳ ದುಃಖವನ್ನು ಹೆಚ್ಚು ಮಾಡ್ತೀನೇನೋ ಎಂದು ಅರವಿಂದಾ ಅವಸರ ಮಾಡಿ ಹೊರಟುಬಿಟ್ಟಳು. ಅಂದಿನಿಂದ ಅಮ್ಮ ಮಗಳ ಹೊಸ ಜೀವನ ಶುರುವಾಯಿತು. ಮಿಂಚು ಓದಿನ ಕಡೆ ಗಮನ ಕೊಟ್ಟರೆ, ಅರವಿಂದಾ ಸ್ವಂತ ಕ್ಲಿನಿಕ್ ಶುರುಮಾಡಿದಳು. ಇಬ್ಬರೂ ತಮ್ಮ ಕಹಿನೆನಪನ್ನು ಮರೆಯಲು ಹೊಸ ಕೆಲಸಗಳಲ್ಲಿ ತೊಡಗಿದರು.

'ಮಿಂಚು ನೀನ್ ಯಾಕೆ ಯಾವಾಗ್ಲೂ ಸೈಲೆಂಟ್ ಆಗಿರ್ತೀಯಾ?' ಇಷ್ಟು ದಿನದಿಂದ ಒಂದೇ ಬೆಂಚಿನಲ್ಲಿ ಅಕ್ಕಪಕ್ಕ ಕೂತರೂ ತನ್ನ ಹೊಸ ಸ್ನೇಹಿತೆ ಮಾತೇ ಆಡುವುದಿಲ್ವಲ್ಲ ಅನ್ನೋ ಬೇಸರದಲ್ಲಿ ವಿಶಾಖಾ ಕೇಳಿದಳು. ಹಾಗೆ ಕೇಳಿದಾಗಲೆಲ್ಲಾ ಮಿಂಚು, 'ಹಾಗೇನಿಲ್ಲ ನಾನ್ ಮಾತಾಡ್ತೀನಿ' ಅಂದು ಮತ್ತೆ ಮೌನ ವಹಿಸಿಬಿಡುತ್ತಿದ್ದಳು. ಪುಸ್ತಕ ಆಯ್ತು ತಾನಾಯ್ತು ಅನ್ನೋ ಹಾಗಿದ್ದ ಮಿಂಚು ಸ್ವಲ್ಪವಾದರೂ ಬೆರೆಯುತ್ತಾಳೆ ಅಂದರೆ ಅದು ವಿಶಾಖಾ ಜೊತೆ ಮಾತ್ರ. ಮಿಂಚು ಚೆನ್ನಾಗಿ ಓದ್ತಾಳೆ ಅಂತ ವಿಶಾಖಾ ಅವಳೊಂದಿಗೆ ಕಂಬೈನ್ಡ್ ಸ್ಟಡಿ ಮಾಡೋಕೆ ಶುರುಮಾಡಿದಳು. ಕ್ರಮೇಣ ಇಬ್ಬರಲ್ಲಿ ಸ್ನೇಹ ಬೆಳೆಯಿತು. ಒಟ್ಟಿಗೆ ಓದೋಕೆ ವಿಶಾಖಾ ಅವಳನ್ನು ಆಗಾಗ ತನ್ನ ಮನೆಗೆ ಕರೆದುಕೊಂಡು ಹೋದಳು. ತಮಾಷೆ ಹರಟೆಗಳೇ ತುಂಬಿದ ಅಲ್ಲಿಯ ವಾತಾವರಣ ಮಿಂಚೂಗೆ ಬಹಳ ಹಿಡಿಸಿತು. ಒಡೆದುಹೋದ ಅಪ್ಪ ಅಮ್ಮನ ಸಂಸಾರದಲ್ಲಿ ಕಳುವಾದ ಮಿಂಚುವಿನ ನಗುವನ್ನು ವಿಶಾಖಾ ಮಾಧವ್ ರಾವ್ ಮನೆ ಕ್ರಮೇಣ ವಾಪಸ್ ತಂದುಕೊಟ್ಟಿತು.

❋

ಶನಿವಾರದ ಮಧ್ಯಾಹ್ನ ಶಾಲೆಯ ಗಂಟೆ ಬಾರಿಸುವ ಹತ್ತು ನಿಮಿಷಕ್ಕೆ ಮೊದಲೇ ಹುಡುಗರೆಲ್ಲಾ ತಮ್ಮ ಬ್ಯಾಗ್ ಪ್ಯಾಕ್ ಮಾಡಿಕೊಂಡು ಕ್ಲಾಸ್

ನಿಂದ ಹೊರಬೀಳಲು ಕಾಯುತ್ತಾ ಕೂತಿದ್ದರು. ಇನ್ನೂ ಒಂದೂವರೆ ದಿನ ಪುಸ್ತಕ ಮುಟ್ಟೋ ಗೋಜಿಲ್ಲ ಅನ್ನೋ ಖುಷಿಯಲ್ಲಿ ವಾರಾಂತ್ಯದ ಯೋಜನೆ ಹಾಕುತ್ತಿದ್ದಂತೆ ಗಂಟೆ ಬಾರಿಸಿತ್ತು. '10th B' ಕ್ಲಾಸ್‌ನಿಂದ ಹೊರಬಿದ್ದ ವಿಶಾಖಾ ಮತ್ತು ಮಿಂಚು ಇಬ್ಬರೂ ವೇಗವಾಗಿ ಹೆಜ್ಜೆ ಹಾಕುತ್ತಿದ್ದರು. 'ಏಕ್ ದೋ ಏಕ್' ಎಂದು ಒಕ್ಕೊರಲಲ್ಲಿ ಹೇಳುತ್ತಾ ಬೂಟ್ ಶಬ್ದ ಮಾಡುತ್ತಿದ್ದ ಶಾಲೆಯ NCC ಪಡೆಯ ಮಾರ್ಚ್ ಫಾಸ್ಟ್ ಅವರ ನಡಿಗೆಯನ್ನು ನಿಧಾನವಾಗಿಸಿತು. ಒಂದು ಸಲ ಬೆಚ್ಚಿ ಬೀಳುವಂತೆ ಕಂಚಿನ ಕಂಠದಲ್ಲಿ 'ಪೀಚೇ ಮೂಡ್' ಅಂತ ಕಮಾಂಡ್ ಕೊಟ್ಟ ಹುಡುಗನ ಧ್ವನಿ ಒಮ್ಮೆಲೇ ಶಾಲೆಯ ಕಟ್ಟಡಕ್ಕೆ ಹೊಡೆದು ವಾಪಸ್ ಪ್ರತಿಧ್ವನಿಸಿದಂತೆ ಭಾಸವಾಗಿ ಎಲ್ಲರ ಕಣ್ಣು ಅವನೆಡೆ ಹೋಯಿತು. ಅವನು ತೊಟ್ಟಿದ್ದ NCC ಸಮವಸ್ತ್ರದ ಮೇಲೆ ಇಸ್ತ್ರಿ ಮಾಡಿದ ಗೆರೆಗಳು ಎದ್ದು ಕಾಣುತ್ತಿದ್ದವು. ಕಲ್ಲಿನ ಶಿಲೆಯಂತೆ ಅಲ್ಲಾಡದೇ, ಶಿಸ್ತಿನ ಸಿಪಾಯಿಯ ಹಾಗೆ ನಿಂತಿದ್ದ ಯುವಕ ತನ್ನ ಕಂಠದಿಂದ ಇಡೀ ಶಾಲೆಯನ್ನೇ ಅಲ್ಲಾಡಿಸಿದ್ದ. ವಿಶಾಖಾ ಮಿಂಚು ಅವನನ್ನೇ ನೋಡುತ್ತಾ ನಿಂತರು. ಪಕ್ಕದಲ್ಲಿದ್ದ ಹುಡುಗಿಯರಿಂದ ಅವನು ಹತ್ತನೇ ತರಗತಿ 'ಡಿ' ಸೆಕ್ಷನ್‌ನಲ್ಲಿ ಓದ್ತಿರೋ ಹುಡುಗ ಅನೂಪ್ ಶೇಖರ್ ಅಂತ ಗೊತ್ತಾಯಿತು. ಕಾನ್ಫಿಡೆನ್ಸ್ ತುಂಬಿದ ಅನೂಪ್‌ನ ಮುಖ, ಅವನ ಶಿಸ್ತು, ಎತ್ತರದ ನಿಲುವು ವಿಶಾಖಾಳ ಮನ ಸೆಳೆಯಿತು.

ನಿನ್ ಕ್ರಶ್ ಯಾರೇ, ನನ್ ಕ್ರಶ್ ಅವನು, ಇವನು ಅಂತ ಕ್ಲಾಸಿನಲ್ಲಿ ಮಾತನಾಡುತ್ತಿದುರಿಂದ ಪ್ರಭಾವಿತಳಾಗಿ ವಿಶಾಖಾ ಅನೂಪ್‌ನ ತನ್ನ ಕ್ರಶ್ ಎಂದು ಡಿಸೈಡ್ ಮಾಡಿದಳು. ಪ್ರತಿ ಶನಿವಾರ ಕ್ಲಾಸ್ ಮುಗಿದ ಮೇಲೆ ಎನ್‌ಸಿಸಿ ಪರೇಡ್ ಮುಗಿಯೋವರೆಗೂ ಕಾರಿಡಾರ್‌ನಲ್ಲಿ ಕಾಲಹರಣ ಮಾಡುತ್ತಾ ಅನೂಪ್‌ನ ಮಾತು, ಗಾಂಭೀರ್ಯದ ಮಧ್ಯೆ ಅಪರೂಪಕ್ಕೆ ಸುಳಿಯುತ್ತಿದ್ದ ನಗುವನ್ನು ನೋಡಲು ಕಾಯುತ್ತಿದ್ದಳು. ಫ್ರೀ ಪಿರಿಯಡ್‌ನಲ್ಲಿ ಆಗಾಗ ಏನೋ ಒಂದು ನೆಪ ಹುಡುಕಿ ಅವನ ಕ್ಲಾಸಿಗೆ ಹೋಗಿಬರುತ್ತಿದ್ದಳು. ವಿಶಾಖಾಳನ್ನು ಗಮನಿಸಿದ ಮಿಂಚು ಒಂದು ದಿನ ಕೇಳಿಯೇಬಿಟ್ಟಳು. ವಿಶಾಖಾ ತಾನು ಲೈಬ್ರರಿಗೆ ಹೋಗ್ತೇನೆ ಅಂದಳು. ಅದು ಸುಳ್ಳು ಅಂತ ಸಾಬೀತುಪಡಿಸೋಕೆ ಮಿಂಚುಗೆ ಸಮಯ ಹಿಡಿಯಲಿಲ್ಲ. ಸಿಕ್ಕಿಹಾಕಿಕೊಂಡ ಮೇಲೆ ಇನ್ನೇನು ಎಂದು ವಿಶಾಖಾ 'ಮಿಂಚು, ಆ ಅನೂಪ್ ಎಷ್ಟು ಕ್ಯೂಟ್ ಅಲ್ವಾ' ಎಂದಳು. ತಕ್ಷಣಕ್ಕೆ ಮಿಂಚುಗೆ ಯಾರು ಎಂದು ಹೊಳೆಯಲಿಲ್ಲ.

'ಅದೇ ಎನ್‌ಸಿಸಿ ಲೀಡರ್. ಜೋರಾಗಿ ಕಮಾಂಡ್ ಕೊಡ್ತಾನಲ್ಲಾ. ಅವ್ನು ನಾರ್ಮಲ್ ಯೂನಿಫಾರ್ಮ್‌ಗಿಂತ ಎನ್‌ಸಿಸಿ ಯೂನಿಫಾರ್ಮ್‌ನಲ್ಲಿ ಗತ್ತಾಗಿ ಕಾಣ್ತಾನೆ. ಆಗ ಅವನು ನಮಗಿಂತಾ ದೊಡ್ಡೋನೇನೋ ಅನ್ನಿಸ್ತಾನೆ ಗೊತ್ತಾ ವಿಶಾಖಾ ಎಕ್ಸೈಟ್ಮೆಂಟ್‌ನಿಂದ ಹೇಳಿದಳು. ಮಿಂಚುಗೆ ಹುಡುಗರ ಬಗ್ಗೆ ಹೀಗೆಲ್ಲಾ ಮಾತನಾಡೋದು ಮುಜುಗರ ತಂದಿತು. ಹಾಗೆ, ಶನಿವಾರದ ದಿನ ವಿಶಾಖಾ ಏಕೆ ಮನೆಗೆ ತಡವಾಗಿ ಹೋಗ್ತಾಳೆ ಅನ್ನೋ ಪ್ರಶ್ನೆಗೆ ಉತ್ತರ ಸಿಕ್ಕಿತು.

‘ವಿಶು, ಇದೆಲ್ಲಾ ಸರಿಯಲ್ಲ. ನಮ್ಮನ್ನ ಸ್ಕೂಲಿಗೆ ಕಳಿಸೋದು ಓದೋದಕ್ಕೆ ಅಷ್ಟೇ,’ ಮಿಂಚು ಅವಳ ದೊಡ್ಡಕ್ಕನಂತೆ ಮಾತನಾಡಿದಳು.

‘ಅಯ್ಯೋ, ಅವನು ನನ್ ಕ್ರಶ್ ಅಷ್ಟೇ ಕಣೇ. ನಾನೇನ್ ಓದೋದ್ ಬಿಟ್ಟು ಅವನ ಜೊತೆ ಓಡೋಗಿ ಮದ್ವೆ ಆಗ್ತಿಲ್ಲ.’

ವಿಶಾಖಾ ಎಂಥ ದೊಡ್ಡ ಮಾತನ್ನ ಹೇಳಿಬಿಟ್ಟಳಲ್ಲ ಅಂತ ಮಿಂಚು ಎದೆ ಧಸಕ್ ಎಂದಿತು. ಇವಳಿಗೆ ಬುದ್ಧಿ ಹೇಳೋಕಾಗಲ್ಲ ಅಂತ ಸೋಲೊಪ್ಪಿಕೊಂಡುಬಿಟ್ಟಳು.

ಈ ‘ಕ್ರಶ್’ ಎಂದರೇನು? ಹೈಸ್ಕೂಲ್ ವಿದ್ಯಾರ್ಥಿಗಳ ಬಾಯಲ್ಲಿ ಗುಸುಗುಸು ಶಬ್ದದಲ್ಲಿ ಕೇಳಿಬರುತ್ತಿದ್ದ ಪದವದು. ಕ್ರಶ್ ಎಂದರೆ ಮೊಳಕೆಯೊಡೆದ ಹೆಸರುಕಾಳಿನಂತೆ. ಪ್ರೀತಿಗಿಂತ ಹಿಂದಿನ ಸ್ಟೇಜ್ ಅದು. ಅದನ್ನು ಮನದೊಳಗಿನ ಆಸೆಯ ಮಣ್ಣಿನಲ್ಲಿ ನೆಟ್ಟು ಪೋಷಿಸಿ ನೀರೆರೆದರೆ ಪ್ರೀತಿಯೆಂಬ ಗಿಡ ಹುಟ್ಟುತ್ತದೆ. ಇಲ್ಲವಾದರೇ ಹೆಸರುಕಾಳಿನ ಪಲ್ಯವಾಗಿ, ಜೀರ್ಣವಾಗಿ ಮಾರನೇ ದಿನಕ್ಕೇ ಮರೆತುಹೋಗುತ್ತದೆ. ಈ ಗಿಡವನ್ನು ಒಬ್ಬರೇ ಬೆಳೆಸಲು ಸಾಧ್ಯವಿಲ್ಲ. ಕ್ರಶ್ ಆದವರಿಬ್ಬರೂ ಮೊಳಕೆಯೊಡೆದ ಕಾಳನ್ನು ಒಟ್ಟಿಗೆ ಮಣ್ಣಲ್ಲಿ ಬಿತ್ತಿ, ಅದನ್ನು ನೋಡಿಕೊಳ್ಳಬೇಕಾಗುತ್ತದೆ. ಆಗ ಅದು ಟು ವೇ ಲವ್. ಹಾಗಾದರೆ ಒನ್ ವೇ ಲವ್ ಅಂದರೇನು? ಅದಕ್ಕೂ ಕ್ರಶ್‌ಗೂ ಇರುವ ವ್ಯತ್ಯಾಸವೇನು? ಒನ್ ವೇ ಲವ್ ಅಲ್ಲಿ ಹುಡುಗ ಅಥವಾ ಹುಡುಗಿಗೆ ಒಬ್ಬರ ಮೇಲೆ ಕ್ರಶ್ ಆಗಿ ಅದು ಪ್ರೀತಿಗೆ ತಿರುಗಿ, ಒಂದು ಹಂತದಲ್ಲಿ ತಮ್ಮ ಅಪ್ಲಿಕೇಶನ್ ಅನ್ನು ಪ್ರೀತಿಸಿದವರಿಗೆ ಮುಟ್ಟಿಸುತ್ತಾರೆ. ಅದು ಹೋಲ್ಡ್ ಆಗಬಹುದು ಇಲ್ಲ ರಿಜೆಕ್ಟ್ ಆಗಬಹುದು. ಇವರು ಮಾತ್ರ ತಮ್ಮ ಒನ್ ವೇ ದಾರಿ, ಒಂದಲ್ಲಾ ಒಂದು ದಿನ ಹೆದ್ದಾರಿಯಾಗಿ ಟು ವೇ ಆಗುತ್ತದೆ ಅನ್ನೋ ನಂಬಿಕೆಯಲ್ಲಿರುತ್ತಾರೆ. ಕ್ರಶ್ ಎಂದರೆ ಅಷ್ಟೆಲ್ಲಾ ರಿಸ್ಕ್ ಇಲ್ಲ. ಕ್ರಶ್ ಆದ ಹುಡುಗ/ಹುಡುಗಿಯ ವಿಚಾರದಲ್ಲಿ ಆಸಕ್ತಿ ತೋರಿಸುವುದು, ಅವರು ಕಂಡಾಗ ಕಣ್ಣು ಮಿಟುಕಿಸದೇ ನೋಡೋದು, ಅವರೊಂದಿಗೆ ಮಾತನಾಡುವ ಅವಕಾಶ ಸಿಕ್ಕಾಗಲೆಲ್ಲಾ ಕೆನ್ನೆ ಕೆಂಪಾಗಿಸಿಕೊಂಡು ಬ್ಲಶ್ ಆಗೋದು ಇಷ್ಟೇ. ಕ್ರಶ್ ಆಗಿದೆ ಅಂತ ಅವರಿಗೆ ತಿಳಿಸಬೇಕಂತಲೂ ಇಲ್ಲ. ಮತ್ತೆ ಕ್ರಶ್ ಒಬ್ಬರ ಮೇಲೇ ಆಗಬೇಕು ಅಂತಿಲ್ಲ ಅನ್ನೋದು ಇದರ ಅಡ್ವಾಂಟೇಜ್! ಲವ್ ಮಾಡಿದರೆ ಬ್ರೇಕ್ ಅಪ್ ಆಗೋ ಭಯವಿರುತ್ತೆ. ಕ್ರಶ್‌ಗಳಿಗೆ ಅಂಥದ್ದೇನೂ ಸಮಸ್ಯೆಯಿಲ್ಲ. ಒಟ್ಟಿನಲ್ಲಿ ನಮ್ಮ ಖುಷಿಗೆ ಹೇಗೆ ಬೇಕೋ ಹಾಗೆ ಕ್ರಶ್ ಆದವರನ್ನು ಚಿತ್ರಿಸಿಕೊಳ್ಳಬಹುದಾದ ಹಕ್ಕು ಸಿಗುತ್ತದೆ. ಇಷ್ಟೆಲ್ಲಾ ಹೇಳುತ್ತಿರುವ ನನ್ನನ್ನು ಲವ್ ಗುರು ಅಂದುಕೊಳ್ಳಬೇಡಿ ಮತ್ತೇ. ಹೀಗೇ ಜನರಲ್ ನಾಲೆಜ್ ಅಷ್ಟೇ!

❋

SSLC ಕೊನೆಯ ಪರೀಕ್ಷೆಗೆ ಇನ್ನೇನು ಕೆಲವೇ ದಿನಗಳು ಬಾಕಿ ಇದ್ದವು. ಪೈಥಾಗರಸ್ ಥೀರಮ್ ತಲೆಗೇ ಹೋಗ್ತಿಲ್ಲ ಅಂತ ವಿಶಾಖಾ ತಲೆಕೆಡಿಸಿಕೊಂಡಿದ್ದಕ್ಕೆ

ಮಿಂಚು ಹೇಳಿಕೊಡಲು ಅವಳ ಮನೆಗೆ ಬಂದಿದ್ದಳು. ಸ್ವಲ್ಪ ಹೊತ್ತು ಮಿಂಚು ಹೇಳುತ್ತಿದ್ದುದ್ದನ್ನು ಕೇಳಿಸಿಕೊಂಡ ವಿಶಾಖಾ ವಿಚಲಿತಳಾಗಿ ನಿನಗೆ ಏನೋ ತೋರಿಸಬೇಕು ಎಂದು ರೂಮಿನ ಬಾಗಿಲು ಹಾಕಿ ಬಂದು ಹೊಸದಾಗಿ ತಗೊಂಡ ಕೀಪ್ಯಾಡ್ ಮೊಬೈಲ್ ಅನ್ನು ಮಿಂಚು ಕೈಲಿಟ್ಟಳು. ಕಾಯಿನ್ ಬಾಕ್ಸ್ ಅಥವಾ ಲ್ಯಾಂಡ್ ಲೈನ್ ಫೋನ್ ಬಳಸಿ ಗೊತ್ತಿದ್ದ ಮಿಂಚು ಮೊದಲ ಸಲ ಮೊಬೈಲ್ ಅನ್ನು ಕೈಯಲ್ಲಿ ಮುಟ್ಟಿ ಅಚ್ಚರಿಗೊಂಡಳು. 'ಸ್ಟಡಿ ಹಾಲಿಡೇಸ್‌ನಲ್ಲಿ ಟೀಚರ್ಸ್‌ಗೆ, ಫ್ರೆಂಡ್ಸ್‌ಗೆ ಫೋನ್ ಮಾಡಿ ಡೌಟ್ಸ್ ಕೇಳ್ಬೇಕು ಅಂತ ಹಟ ಮಾಡಿ ತಗೊಂಡೆ. ಹೆಂಗೆ?' ವಿಶಾಖ ಹುಬ್ಬು ಹಾರಿಸಿದಾಗ ಮಿಂಚು ಅದನ್ನು ಜೋಪಾನ ಮಾಡು ಎಂದಳು. ಆದರೆ ವಿಶಾಖ ಫೋನ್ ಕೊಂಡುಕೊಂಡ ಹಿಂದೆ ಒಂದು ತರ್ಲೆ ಪ್ಲಾನ್ ಇತ್ತು. ಅದನ್ನು ಒಂದೂವರೆ ತಿಂಗಳು ಯೋಚಿಸಿ, ಯೋಜನೆ ಹಾಕಿ ಇಂದು ಕಾರ್ಯರೂಪಕ್ಕೆ ತಂದಳು.

'ನಿನ್ Mathematics textbook ಕೊಡು,' ಮಿಂಚು ಪುಸ್ತಕ ತಗೊಂಡು ಕೊನೇ ಪೇಜ್ ತೆಗೆದಳು. ಅದರಲ್ಲಿ ಒಂದು ಫೋನ್ ನಂಬರ್ ಬರೆದಿತ್ತು.

'ಇದು ಯಾರ್ದು? ನಾನ್ ಬರೆದಿಲ್ವಲ್ಲಾ?' ಮಿಂಚು ಆಶ್ಚರ್ಯದಿಂದ ನೋಡಿದಳು.

'ನಾನೇ ಬರೆದಿದ್ದು. ಸ್ಕೂಲ್ ಕೊನೇ ದಿನ ಲಂಚ್ ಟೈಮ್ ಅಲ್ಲಿ ನಾನು ಅನೂಪ್ ಕ್ಲಾಸಿಗೆ ಹೋಗಿದ್ನಲ್ಲ ಅವತ್ತು ಅವನು ಹೊಸ ಮೊಬೈಲ್ ತೊಗೊಂಡಿದ್ದೀನಿ ಅಂತ ಅವ್ನ್ ಫ್ರೆಂಡ್ಸ್‌ಗೆ ತೋರಿಸ್ತಿದ್ದ. ಅವನ ಮುಂದಿನ ಬೆಂಚಲ್ಲೇ ಪ್ರತೀಕ್ಷಾ ಕೂತ್ಕೊಳ್ಳೋದು. ಇವ್ನು ಫ್ರೆಂಡ್ಸ್‌ಗೆ ಫೋನ್ ನಂಬರ್ ಹೇಳ್ತಿದ್ದ. ನಂಗೆ ಬ್ಯಾಗಲ್ಲಿ ಮೊದ್ಲು ಸಿಕ್ಕಿದ್ದು ನಿನ್ ಬುಕ್ಕು. ಅದ್ರಲ್ಲೇ ಬರ್ಕೊಂಡೆ,' ವಿಶಾಖಾ ತನ್ನ ಸಾಹಸಗಾಥೆಯನ್ನ ಹೆಮ್ಮೆಯಿಂದ ಹೇಳಿಕೊಂಡಳು.

ಅದಕ್ಕೇ ನೀನ್ ನನ್ನ ಇಲ್ಲಿಗ್ ಕರ್ದಿದ್ದಾ ಎಂದು ಮಿಂಚು ಕೇಳಿದಾಗ ವಿಶಾಖಾ ಅದನ್ ಬಿಟ್ಟು ಈಗ ಮಜಾ ನೋಡು ಎಂದಳು. ವಿಶಾಖಾ ಕೂಡಲೇ ಅನೂಪ್ ನಂಬರ್‌ಗೆ ಹಾಯ್ ಎಂದು ಮೆಸೇಜ್ ಮಾಡಿದಳು. ತಕ್ಷಣ ಉತ್ತರ ಬರಲಿಲ್ಲ. ಸಾಯಂಕಾಲ ಹಾಯ್ ಡಿಯರ್ ಅಂದು ಕಳಿಸಿದಳು. ರಾತ್ರಿ ಹೊತ್ತಿಗೆ ಬಂದ 'who is this' ಅನ್ನೋ ಉತ್ತರ ನೋಡಿ ಕುಣಿದಾಡಿಬಿಟ್ಟಳು. 'you are very cute, I love your voice' ಎಂದು ಮೆಸೇಜ್ ಕಳಿಸಿದಳು. ತಾನು ಯಾರೆಂದು ಬಿಟ್ಟುಕೊಡದೇ, ತನ್ನನ್ನು ಹುಡುಕು, ನಾನು ನಿನ್ನ ಶಾಲೆಯ ಹುಡುಗಿ, ಪ್ರತಿ ಶನಿವಾರ ನಿನ್ನನ್ನು ನೋಡೋಕೆ ಅಂತ ಲೇಟ್ ಆಗಿ ಮನೇಗೆ ಹೋಗ್ತೇನೆ ಅಂತೆಲ್ಲಾ ಮೆಸೇಜ್ ಮಾಡಿದಳು. ಅನೂಪ್‌ಗೆ ಅವಳು ಯಾರೆಂದು ಗೊತ್ತಾಗಲಿಲ್ಲ. ತಿಳಿದುಕೊಳ್ಳಲು ಫೋನ್ ಮಾಡಿದ, ವಿಶಾಖಾ ಫೋನ್ ತೆಗೀಲಿಲ್ಲ, ಹಾಗೆ ಸಂದೇಶ ಕಳಿಸೋದನ್ನ ಬಿಡಲಿಲ್ಲ. ಅನೂಪ್ ಒಂದೆರಡು ಸಲ ಬೇರೆ ಬೇರೆ ನಂಬರ್‌ನಿಂದ ಕರೆ ಮಾಡಿ ಯಾರೆಂದು ತಿಳಿದುಕೊಳ್ಳೋಕೆ

ಪ್ರಯತ್ನ ಪಟ್ಟ. ತನ್ನ ನಂಬರ್ ಯಾರ್ಯಾರ ಹತ್ತಿರ ಇದೆ ಅನ್ನೋದು ಗೊತ್ತಿದ್ದ ವಿಶಾಖಾ ಹೊಸ ನಂಬರ್‌ನಿಂದ ಕರೆ ಬಂದರೆ ಅದು ಅನೂಪನದೇ ಅಂತ ಊಹಿಸಿ ಕರೆ ಸ್ವೀಕರಿಸುತ್ತಿರಲಿಲ್ಲ, ಮಾತನಾಡಿದರೂ, ನಾನು ಪಕ್ಕದ ಕ್ಲಾಸ್ ಹುಡುಗಿ, ಯಾರೆಂದು ನೀನೇ ಗೆಸ್ ಮಾಡು ಎಂದು ಮತ್ತದೇ ತಲೆಹರಟೆ ಮಾಡಿ ಅನೂಪನನ್ನು ಪೇಚಿಗೆ ಸಿಲುಕಿಸುತ್ತಿದ್ದಳು. ಪರೀಕ್ಷೆ ಹತ್ತಿರ ಬಂದಂತೆ ಅವನು ಉತ್ತರಿಸೋದು ನಿಲ್ಲಿಸಿಬಿಟ್ಟ. ವಿಶಾಖಾ ಮಾತ್ರ ಎಕ್ಸಾಮ್ ದಿನವೂ ಕೂಡ ಅವನಿಗೆ 'All the best dear Anup' ಎಂದು ಸಂದೇಶ ಕಳಿಸಿದಳು.

❋

ಅಂದು ಹತ್ತನೇ ತರಗತಿ ಪರೀಕ್ಷೆಯ ಫಲಿತಾಂಶ ಬರುವ ದಿನ. ನಿಮ್ಮ ಅಂಕಪಟ್ಟಿ ನಿಮ್ಮ ಭವಿಷ್ಯವನ್ನು ನಿರ್ಧಾರ ಮಾಡುತ್ತದೆ ಅನ್ನೋ ಮಾತನ್ನ ವರ್ಷವಿಡೀ ಅವರಿವರು ಹೇಳಿದ್ದನ್ನ ತಲೆಗೆ ತುಂಬಿಕೊಂಡಿದ್ದ ವಿದ್ಯಾರ್ಥಿಗಳು ರಿಸಲ್ಟ್ ನೋಡಲು ಆತಂಕದಿಂದ ಕಾಯುತ್ತಿದ್ದರು. ಕಮ್ಮಿ ಮಾರ್ಕ್ಸ್ ಬಂತು ಅಂತ ಎದೆಗುಂದದಿರಿ, ನಪಾಸಾದೆ ಅಂತ ಆತ್ಮಹತ್ಯೆ ಮಾಡಿಕೊಳ್ಳದಿರಿ ಎಂದು ಹುಡುಗರಿಗೆ ಧೈರ್ಯ ತುಂಬುವ ಟಿವಿ ಕಾರ್ಯಕ್ರಮದಲ್ಲೇ, ಇನ್ನೊಂದು ಸ್ವಲ್ಪ ಹೊತ್ತಲ್ಲಿ ಫಲಿತಾಂಶ ಹೊರಬೀಳಲಿದೆ ಯಾರಾಗಬಹುದು ಸ್ಟೇಟ್ ಟಾಪರ್ ಅನ್ನುವಂತಹ ಸ್ಕ್ರೋಲಿಂಗ್‌ಗಳು ಹೋಗುತ್ತಿದ್ದವು. ಎಷ್ಟೋ ತಂದೆ ತಾಯಂದಿರು ತಮ್ಮ ಮಕ್ಕಳ ಅಂಕಪಟ್ಟಿಗಿಂತ ಅಕ್ಕಪಕ್ಕದ ಮನೆಯ ಮಕ್ಕಳ ಅಂಕಗಳ ಬಗ್ಗೆ ಕಾತುರದಿಂದ ಕಾಯುತ್ತಿದ್ದರು. ಇನ್ನೊಂದಷ್ಟು ಜನ ಈ ಸಲ SSLC ಪರೀಕ್ಷೆ ಬರೆದವರು ನಮ್ಮ ಸಂಬಂಧಿಕರ ಮಕ್ಕಳಲ್ಲಿ ಯಾರ್ಯಾರಿದ್ದಾರೆ ಅಂತ ಎಲ್ಲಿಲ್ಲದ ಆಸಕ್ತಿಯಿಂದ ಹುಡುಕಾಡತೊಡಗಿದರು.

ಮಿಂಚು ಪರೀಕ್ಷೆ ಮುಗಿಸಿದ ಮೇಲೆ ದೊಡ್ಡ ಹೊರೆ ಇಳಿಯಿತು ಅನ್ನೋ ನಿರಾಳದಲ್ಲಿ ಉಡುಪಿಗೆ ಬಂದಿದ್ದಳು. ಅಮ್ಮನ ಜೊತೆ ರಜೆಯಲ್ಲಿ ಸಂತೋಷದಿಂದ ಕಾಲ ಕಳೆದವಳಿಗೆ ಫಲಿತಾಂಶದ ದಿನ ಕೈಕಾಲಾಡುತ್ತಿರಲಿಲ್ಲ.

'ಟೆನ್ಷನ್ ಮಾಡ್ಕೋಬೇಡ ಮಿಂಚು. ನಮ್ಮ ಪ್ರಯತ್ನಕ್ಕೆ ತಕ್ಕ ಪ್ರತಿಫಲ ಸಿಗುತ್ತೆ.' ಅರವಿಂದಾ ಧೈರ್ಯ ಹೇಳಿದಳು. ಹನ್ನೊಂದೂವರೆಗೆ ಆನ್ ಲೈನ್‌ನಲ್ಲಿ ರಿಸಲ್ಟ್ ನೋಡಲು ಸೈಬರ್ ಕೆಫೆಗೆ ಹೋಗಿ ಒಂದು ಗಂಟೆಗೆ ಹತ್ತು ರೂಪಾಯಿ ಪಾವತಿಸಿ Karnataka SSLC Board Examination Website ಲಿಂಕ್ ಒತ್ತಿದಳು. ಎಂದಿನಂತೆ Internet Explorerನಲ್ಲಿ ಕೊಟ್ಟ ಲಿಂಕ್ ಎಷ್ಟು ಹೊತ್ತು ಕಳೆದರೂ ತೆರೆದುಕೊಳ್ಳಲೇ ಇಲ್ಲ. ತಾನೇನಿದ್ದರೂ ಗೂಗಲ್ ಕ್ರೋಮ್ ಅನ್ನು ಡೌನ್ಲೋಡ್ ಮಾಡೋಕೆ ಮಾತ್ರ ಇರೋ ವೆಬ್ ಬ್ರೌಸರ್ ಅನ್ನೋದನ್ನು Internet Explorer ಮತ್ತೊಂದು ಸಲ ಸಾಬೀತು ಮಾಡಿತು. ಮೊದಲೇ ಟೆನ್ಷನ್‌ನಲ್ಲಿದ್ದ ಮಿಂಚೂಗೆ ಫಲಿತಾಂಶ ಬಂದ ಮೇಲೂ ಅದನ್ನು ನೋಡಲಾಗದೇ ಇರೋ ಪರಿಸ್ಥಿತಿ ಎದುರಾಗಿದ್ದಕ್ಕೆ ರೋಸಿಹೋಯಿತು,

ನಾನ್ಯಾಕಾದರೂ ಇಲ್ಲಿಗೆ ಬಂದೆನೋ ಬೆಂಗಳೂರಿನಲ್ಲಿದ್ದರೆ ಸ್ಕೂಲಿನ ನೋಟಿಸ್ ಬೋರ್ಡ್‌ನಲ್ಲೇ ಫಲಿತಾಂಶವನ್ನು ನೋಡಬಹುದಿತ್ತು ಅಂತ ತನ್ನನ್ನೇ ಶಪಿಸಿಕೊಂಡಳು. ವಿಶಾಖಾ ಮನೆಯ ಲ್ಯಾಂಡ್ ಲೈನ್‌ಗೆ ಕರೆ ಮಾಡಿದರೆ ಕಾರ್ಯಚರಣೆಯಲ್ಲಿದೆ ಅಡಚಣೆಗಾಗಿ ಕ್ಷಮಿಸಿ ಅಂತ ಬಂದಿತು. ಮೊಬೈಲ್ ಫೋನ್‌ಗೆ ಮೇಲಿಂದ ಮೇಲೆ ಕರೆ ಮಾಡಿದರೂ ಅವಳ್ಯಾಕೋ ಸ್ವೀಕರಿಸಲಿಲ್ಲ. ನಿಮಿಷಗಳು ಕಳೆದಂತೆ ಮಿಂಚು ತಲೆಬಿಸಿ ಏರತೊಡಗಿತು.

ಯಾರಿಗೆ ಕರೆ ಮಾಡಲಿ? ಮಾವನ ಮನೆಯಲ್ಲಿ ಕಂಪ್ಯೂಟರ್ ಇಲ್ಲ, ಯಾರ ಹತ್ತಿರ ಇಂಟರ್ನೆಟ್ ಇದೆ ಅಂತ ಯೋಚಿಸಿದವಳಿಗೆ ತನ್ನ ಗಣಿತ ಪುಸ್ತಕದ ಕೊನೇ ಪೇಜ್ ನೆನಪಾಯಿತು. ಸ್ನೇಹಿತರಲ್ಲಿ ವಿಶಾಖಾ ನಂಬರ್ ಬಿಟ್ಟರೆ ಇದ್ದದ್ದು ಅದೊಂದೇ. ಅನೂಪ್‌ನ ಫೋನ್ ಸಂಖ್ಯೆ! ಹೆಚ್ಚು ಯೋಚಿಸದೇ ಫೋನ್ ಮಾಡಿದಳು. ಎರಡು ರಿಂಗಿಗೆ ಆ ಕಡೆಯಿಂದ ಅನೂಪನ ತಾಯಿ ಫೋನ್ ಎತ್ತಿಕೊಂಡರು.

'ಹಲೋ ಯಾರು?' ಆ ಧ್ವನಿಗೆ ಮಿಂಚು ಒಂದು ಕ್ಷಣ ತಬ್ಬಿಬ್ಬಾಗಿ ಸಾವರಿಸಿಕೊಂಡು ಮಾತನಾಡಿದಳು.

'ನಾನು ಮಿಂಚೂ ಅಂತ, ಅನೂಪ್ ಸ್ಕೂಲ್‌ನಲ್ಲೇ ಓದಿದ್ದು. ಅವ್ರಿಗೆ ಫೋನ್ ಕೊಡ್ತೀರಾ?'

ಆ ಕಡೆಯಿಂದ ಹತ್ತು ಸೆಕಂಡು ಏನೂ ಮಾತು ಕೇಳಿಸಲಿಲ್ಲ. ಫೋನ್ ಇಟ್ಟುಬಿಟ್ಟರೇನೋ ಅಂದುಕೊಳ್ಳುವಷ್ಟರಲ್ಲಿ ಹಲೋ ಅನ್ನೋ ಧ್ವನಿ ಕೇಳಿಸಿತು. ಎನ್‌ಸಿಸಿ ಕಮಾಂಡ್ ಕೊಡುವಾಗ ಜೋರಾಗಿ ಕೇಳಿದ್ದ ಧ್ವನಿ ಮೆಲ್ಲಗೆ ಮಾತನಾಡಿದಾಗ ಇಷ್ಟು ಮೃದುವಾಗಿ ಕೇಳತ್ತೆ ಎಂದು ಮಿಂಚು ಎಣಿಸಿರಲಿಲ್ಲ.

'ನಿಮ್ ಹತ್ರ ಇಂಟರ್ನೆಟ್ ಇದೆಯಾ? ನಾನು ನಿಮ್ ಸ್ಕೂಲೇ. ಪಕ್ಕದ ಕ್ಲಾಸಿನವಳು.'

'ಆ.. ಹಾ, ಯಾಕೆ ಹೇಳಿ.'

'ನನ್ನ ರಿಸಲ್ಟ್‌ನ ನೋಡ್ತೀರಾ ಪ್ಲೀಸ್? ನಾನು ಊರಿಗೆ ಬಂದಿದ್ದೀನಿ, ಇಲ್ಲಿ ಇಂಟರ್ನೆಟ್ ಕನೆಕ್ಷನ್ ಸಮಸ್ಯೆ ಇದೆ.'

ಅನೂಪ್‌ಗೆ ಯಾರು ಎತ್ತ ಅಂತ ಗೊತ್ತಾಗಲಿಲ್ಲ. ಒಂದೇ ಸ್ಕೂಲಿನವಳು, ಸಣ್ಣ ಸಹಾಯ ಮಾಡೋದು ದೊಡ್ಡ ವಿಷ್ಯವಲ್ಲ ಅಂದುಕೊಂಡು ಹಾಲ್ ಟಿಕೆಟ್ ನಂಬರ್ ಹೇಳಿ ಎಂದ.

ಮತ್ತೆ ಆ ಕಡೆಯಿಂದ ಕೆಲಕ್ಷಣಗಳ ಕಾಲ ಉತ್ತರ ಬರಲಿಲ್ಲ. ಮಿಂಚು ತನ್ನ ಕೈಲಿದ್ದ ಕೊನೇ ಒಂದು ರೂಪಾಯಿಯನ್ನ ಕಾಯಿನ್ ಬಾಕ್ಸಿನೊಳಗೆ ತುರುಕಿದಳು.

'ಓ ಮೈ ಗಾಡ್. ನಿಮ್ದೇನಾ ಈ ಹಾಲ್ ಟಿಕೆಟ್ ನಂಬರ್?' ಏನೋ ಅದ್ಭುತವನ್ನು ಕಂಡಂತೆ ಅನೂಪ್ ಉದ್ಗರಿಸಿದ.

'ಹೌದು ಯಾಕೆ ಕೇಳ್ತಿದ್ದೀರಿ?'

'ನೀವೇನ್ ಮನುಷ್ಯರಾ? 96.32 ಪರ್ಸೆಂಟ್ ರೀ.. 625ಗೆ 602 ಮಾರ್ಕ್ಸ್ ತೊಗೊಂಡಿದ್ದೀರಾ!' Mathematics 99, Science 98, English 96, Kannada 123, ಹಿಂದಿ 97, Social science ಒಂದು 89. ಅದನ್ಯಾಕೆ ಬಿಟ್ರಿ? ಸೆಂಚುರಿ ಹೊಡೆಯೋದು ತಾನೆ. ಕಂಗ್ರಾಜುಲೇಶನ್ಸ್!"

ಮಿಂಚೂಗೆ ಸಂತೋಷದಲ್ಲಿ ಮಾತೇ ಹೊರಡಲಿಲ್ಲ. ತನ್ನ ಜೀವನದ ಅತ್ಯಂತ ಸಂತೋಷದ ವಿಷಯವನ್ನು ಅಪರಿಚಿತನಾಗಿರೋ ಅನೂಪ್ ಬಾಯಿಂದ ಕೇಳುತ್ತಿದ್ದಳು. ಭವಿಷ್ಯದಲ್ಲಿ ಅವಳ ಎಲ್ಲಾ ಸಂತೋಷ ದುಃಖಗಳಲ್ಲಿ ಭಾಗಿಯಾಗುವನು ಅವನೇ ಅನ್ನೋದರ ಸಣ್ಣ ಸುಳಿವೂ ಅವಳಿಗೆ ಇರಲಿಲ್ಲ.

ಕಾಯನ್ ಬೂತ್‌ನ ಸಮಯ 5,4.. ಎಂದು ಕೊನೇ ಸೆಕಂಡುಗಳನ್ನು ಎಣಿಸುತ್ತಿತ್ತು. ಕೈ ಖಾಲಿಯಾದ ಕಾರಣ ಅರ್ಜೆಂಟಾಗಿ ಮಿಂಚು 'ಥ್ಯಾಂಕ್ಯೂ ಸೊ ಮಚ್ ಎಂದಳು. ಮಾತು ಇನ್ನೇನು ಮುಗಿಯುವಷ್ಟರಲ್ಲಿ ಕಾಯಿನ್ ಬೂತ್ ನೀವು ಫೋನ್ ಕಟ್ ಮಾಡೋ ತೊಂದರೆ ತೆಗೆದುಕೊಳ್ಳಬೇಡಿ. ನಾನು ಸಹಾಯ ಮಾಡ್ತೀನಿ ಎಂದಿತು.

❋

ಸಿನಿಮಾಗಳನ್ನು ನೋಡಿ ಕಾಲೇಜೆಂದರೇ ಬರೀ ಸ್ಟೈಲ್ ಹೊಡಿಯೋದು, ಮಜಾ ಮಾಡೋದು ಅಂದುಕೊಂಡು ಮೊದಲ ದಿನ ಕಾಲೇಜಿಗೆ ಬಂದ ವಿದ್ಯಾರ್ಥಿಗಳಿಗೆ ಅಂದೇ ನಿರಾಸೆಯಾಯಿತು. ಕಾರಿಡಾರ್‌ನಲ್ಲಿ ಹೀರೋ ತರ ಓಡಾಡೋದು, ಹುಡುಗಿಯರು ಮಾಡಲ್‌ಗಳ ಹಾಗೆ ಬಟ್ಟೆ ಹಾಕೋದು, ಲವ್ ಲೆಟರ್ ಬರೆದು ರಾಕೆಟ್ ಮಾಡಿ ಎಸೆಯೋದು ಕನಸಿನಲ್ಲೂ ಸಾಧ್ಯವಿರಲಿಲ್ಲ. ಬೆಂಗಳೂರಿನ ಎಷ್ಟೋ ಕಾಲೇಜಿನ ಹಾಗೆ ಸಾಂದೀಪನಿ ಕಾಲೇಜಿನಲ್ಲೂ ಡ್ರೆಸ್ ಕೋಡ್ ಅನ್ನು ಕಟ್ಟುನಿಟ್ಟಾಗಿ ಪಾಲಿಸಬೇಕಿತ್ತು. ಹುಡುಗಿಯರಿಗೆ ಚೂಡಿದಾರ. ದುಪ್ಪಟ್ಟಾ ಇರಲೇಬೇಕು, ಹುಡುಗರಿಗೆ ಫಾರ್ಮಲ್ ಪ್ಯಾಂಟ್ ಶರ್ಟ್. "ಜೀನ್ಸ್ ಪ್ಯಾಂಟ್ ಹಾಕೊಳ್ಳೋ ಹಾಗಿಲ್ವಂತೆ! ಇದೂ ಒಂಥರಾ ಬಣ್ಣ ಬಣ್ಣದ ಯೂನಿಫಾರ್ಮ್" ಎಂದು ರಾಗ ಎಳೆದ ಕೆಲವು ವಿದ್ಯಾರ್ಥಿಗಳು ಕೆಜಿಗಟ್ಟಲೆ ನಿರಾಸೆಹೊತ್ತು ಕ್ಲಾಸ್ ಸೇರಿದರು.

ಹತ್ತನೇ ತರಗತಿಯಲ್ಲಿ ಶಾಲೆಗೆ ಎರಡನೇ ಟಾಪರ್ ಆದ ಮಿಂಚೂ ಅದೇ ಸಂಸ್ಥೆಯ ಕಾಲೇಜಿನಲ್ಲಿ ಪಿಯುಸಿಗೆ ಸೇರಿದಳು. ಒಳ್ಳೇ ಹೆಸರಿದ್ದ ಸಂಸ್ಥೆಯಾದ್ದರಿಂದ ಪ್ರೌಢಶಾಲೆಗೆ ಸೇರಿದ ಸುಮಾರು ಜನ ಡಿಗ್ರಿ ತನಕ ಅಲ್ಲೇ

ಓದುತ್ತಿದ್ದರು. ವಿಶಾಖಾ ಫರ್ಸ್ಟ್ ಕ್ಲಾಸ್ ತೊಗೊಳ್ಳೋಕೆ ಒದ್ದಾಡಿದ್ರಿಂದ ಇನ್ನು ಮುಂದೆ ನನ್ನ ಜೀವನದಿಂದ ಫಿಸಿಕ್ಸ್ ಕೆಮಿಸ್ಟ್ರಿಗೆಲ್ಲಾ ಗೇಟ್ ಪಾಸ್ ಕೊಡಬೇಕು ಅಂತ ಕಾಮರ್ಸ್ ತೆಗೆದುಕೊಂಡಳು. 83 ಪರ್ಸೆಂಟ್ ತೆಗೆದ ಅನೂಪ್ ಅಮ್ಮ ಹೇಳಿದ ಹಾಗೆ ಸೈನ್ಸ್ ತೆಗೆದುಕೊಂಡು ಅದೇ ಕಾಲೇಜಿನಲ್ಲಿ ಮುಂದುವರಿದ.

ಮೊದಲನೇ ಪಿಯುಸಿ, ಎಲೆಕ್ಟ್ರಾನಿಕ್ಸ್ ಕ್ಲಾಸಿನಲ್ಲಿ ಹಾಜರಾತಿ ಹಾಕುತ್ತಿದ್ದರು. ಅನೂಪ್ ತಾನಿದ್ದ ಕ್ಲಾಸಿನಲ್ಲೇ ಕುಳಿತಿದ್ದಾನೆ ಅನ್ನೋದು ಮಿಂಚು ಗಮನಕ್ಕೆ ಬಂದಿತು. ಲೆಕ್ಚರರ್ ಮಿಂಚು ಶಿವಧ್ವಜ್ ಅಂತ ಕರೆದದ್ದಕ್ಕೆ ಎಚ್ಚೆತ್ತು 'ಪ್ರೆಸೆಂಟ್ ಸರ್ ಎಂದಳು' ಮಿಂಚು! ಹೆಸರು ಕೇಳಿದ ಕೂಡಲೇ ಅನೂಪ್ ಅವಳನ್ನು ನೋಡಿದ. ಶಾಲೆಯಲ್ಲೆಲ್ಲೋ ನೋಡಿದ ಪರಿಚಿತ ಮುಖವೆನಿಸಿತು. ನೇರ ಬಲಕ್ಕೆ ತಿರುಗಿದರೆ ನಾಲ್ಕಾರು ಹುಡುಗರ ನಂತರ ಕಣ್ಣಿಗೆ ಕಾಣುವಂತೆ ಕೂತಿದ್ದ ಅನೂಪ್ ತನ್ನನ್ನು ನೋಡುತ್ತಿದ್ದದ್ದು ಮಿಂಚು ಗಮನಕ್ಕೆ ಬಂದು ಅನೂಪ್ ಕಡೆ ತಿರುಗಿದಳು. ಆಕಸ್ಮಿಕವಾಗಿ ಒಬ್ಬರನ್ನೊಬ್ಬರು ನೋಡಿದ್ದು ಅನೂಪ್–ಮಿಂಚು ಇಬ್ಬರಿಗೂ ಮುಜುಗರ ಉಂಟುಮಾಡಿತು.

ಅಂದಿನಿಂದ ಮಿಂಚೂನ ನೋಡಿದಾಗಲೆಲ್ಲ ಅನೂಪನ ತಲೆಯಲ್ಲಿ ಪ್ರಶ್ನಾರ್ಥಕ ಚಿಹ್ನೆಗಳು ಮೂಡುತ್ತಿದ್ದವು. ರಿಸಲ್ಟ್ ಕೇಳಲು ಫೋನ್ ಮಾಡಿದ್ದವಳು ಇವಳೇನಾ? ನನ್ನ ಫೋನ್ ಸಂಖ್ಯೆ ಹೇಗೆ ಸಿಕ್ಕಿತು ಇವಳಿಗೆ? ನನಗೇ ಏಕೆ ಕಾಲ್ ಮಾಡಿದಳು? ಮೆಸೇಜ್ ಮಾಡಿ ಆಟ ಆಡಿಸುತ್ತಿದ್ದವಳು ಇವಳೇನಾ? ಈಕೆ ನನಗೆ ಡಿಯರ್ ಎಂದು ಕಳಿಸುತ್ತಾಳಾ? ನನ್ನ ಧ್ವನಿ ಇವಳಿಗೆ ಅಷ್ಟೊಂದು ಇಷ್ಟವಾ? ಅನೂಪ್‌ನ ತಲೆ ಗೊಂದಲದ ಗೂಡಾಯ್ತು. ಅವನ ಮನಸ್ಸಿನ ಲೆಕ್ಕಾಚಾರದಲ್ಲಿದ್ದ ಮಿಂಚುಗೂ, ಕ್ಲಾಸಿನಲ್ಲಿ ಅಟೆಂಡೆನ್ಸ್ ಹಾಕೋವಾಗ, ಲೆಕ್ಚರರ್ ಪ್ರಶ್ನೆ ಕೇಳಿದಾಗ ಬಿಟ್ಟರೆ ಬೇರೆ ಯಾವ ಸಮಯದಲ್ಲೂ ತುಟಿಬಿಚ್ಚದ ಮಿಂಚುಗೂ ಒಂದಕ್ಕೊಂದು ತಾಳೆಯಾಗಲಿಲ್ಲ. ಹಾಗಾಗಿ ಸೀದಾ ಹೋಗಿ ಪ್ರಶ್ನೆ ಮಾಡುವ ಧೈರ್ಯ ಬರಲಿಲ್ಲ. ಪ್ರಶ್ನೆಯ ರೂಪದಲ್ಲಿ ಅನೂಪನ ಮನಸ್ಸಿನೊಳಗೆ ಜಾಗ ಭದ್ರಮಾಡಿಕೊಂಡಿದ್ದ ಮಿಂಚು ಮೇಲೆ ಅವನಿಗೆ ವಿಶೇಷವಾದ ಆಸಕ್ತಿ ಶುರುವಾಯಿತು. ಪ್ರತಿದಿನ ಅವಳು ಯಾವ ಬಣ್ಣದ ಬಟ್ಟೆ ತೊಟ್ಟಿದ್ದಾಳೆ, ಯಾರ್ಯಾರೊಂದಿಗೆ ಮಾತನಾಡುತ್ತಾಳೆ, ಲಂಚ್ ಸಮಯದಲ್ಲಿ ಎಲ್ಲಿಗೆ ಹೋಗ್ತಾಳೆ ಅನ್ನೋದರ ಡೇಟಾ ಅವನಿಗೇ ಅರಿವಿಲ್ಲದಂತೆ ಮೆದುಳಲ್ಲಿ ಎಂಟರ್ ಆಗುತ್ತಿತ್ತು

ಅದೊಂದು ದಿನ ಕ್ಲಾಸಿಗೆ ಬಂದ ಹೊಸ ಲೆಕ್ಚರರ್ ಎಲ್ಲರೂ ತಮ್ಮ ತಮ್ಮ ಪರಿಚಯ ಮಾಡಿಕೊಳ್ಳಿ ಅಂತ ಹೇಳಿದರು. ಪ್ರತಿಯೊಬ್ಬರೂ ಎದ್ದು ನಿಂತು ತಮ್ಮ ಹೆಸರು, ಯಾವ ಶಾಲೆಯಲ್ಲಿ ಓದಿದ್ದು, ಬೋರ್ಡ್ ಎಕ್ಸಾಮಿನಲ್ಲಿ ಬಂದ ಅಂಕವೆಷ್ಟು ಮತ್ತು ಮುಂದೆ ಏನಾಗಬೇಕೆಂಬ ಗುರಿಯಿದೆ ಅನ್ನೋದನ್ನ ಹೇಳಬೇಕಿತ್ತು. ನಲವತ್ಮೂರು ಜನ ಇದ್ದ ಕ್ಲಾಸಿನಲ್ಲಿ ಪ್ರತಿಯೊಬ್ಬರೂ ಇಷ್ಟು ಹೇಳಿ,

ಅದರ ಬಗ್ಗೆ ಚರ್ಚೆ ಆಗಿ ಮೇಡಮ್ ಅಟೆಂಡೆನ್ಸ್ ತೆಗೆದುಕೊಳ್ಳೋ ಹೊತ್ತಿಗೆ ಆ ಪಿರಿಯಡ್ ಮುಗಿದುಹೋಗಿಬಿಡುತ್ತೆ, ಇವತ್ತು ಪಾಠ ಶುರುಮಾಡುವುದಿಲ್ಲ ಅನ್ನೋ ಖುಷಿ ಒಂದು ಕಡೆಯಾದ್ರೆ, ಎದ್ದು ನಿಂತು ಎಲ್ಲರ ಮುಂದೆ ಹತ್ತನೇ ಕ್ಲಾಸ್‌ನ ಹಣೆಬರಹವನ್ನು ಜೋರಾಗಿ ಹೇಳಬೇಕಲ್ಲ ಅನ್ನೋ ಬೇಸರ ಸುಮಾರು ಹುಡುಗರ ಮುಖದಲ್ಲಿ ಅಂಟಿತ್ತು. ಲೆಕ್ಚರರ್ ಮಾತಿನ ಮೇರೆಗೆ ವಿದ್ಯಾರ್ಥಿಗಳು ತಮ್ಮ ಪ್ರವರ ಹೇಳಿಕೊಳ್ಳೋದಕ್ಕೆ ಶುರುಮಾಡಿದರು. ಅದರಲ್ಲಿ ಸುಮಾರು ಜನ ಮುಂದೆ ಎಂಜನಿಯರ್ ಆಗ್ತೇವೆ ಅಂದರು. ಒಂದೇ ಒಂದು ಕ್ಲಾಸಿನಲ್ಲಿ ಇಷ್ಟೊಂದು ಜನ ಎಂಜನಿಯರ್ ಆಗಬೇಕೆನ್ನುತ್ತಾರೆ. ಇಂತಹ ಎಷ್ಟು ಕ್ಲಾಸುಗಳಿವೆ, ಎಷ್ಟೆಷ್ಟು ಕಾಲೇಜುಗಳಿವೆ, ಪಾಸ್ ಆಗಿ ಹೊರಗೆ ಹೋಗುವ ವಿದ್ಯಾರ್ಥಿಗಳೆಷ್ಟೋ, ಹೊಸದಾಗಿ ಕಾಲೇಜಿಗೆ ಸೇರುವ ವಿದ್ಯಾರ್ಥಿಗಳೆಷ್ಟೋ! ರೈತರು ಕ್ವಿಂಟಾಲ್‌ಗಟ್ಟಲೆ ಟೊಮೇಟೋ ಬೆಳೆದು ಮಾರುಕಟ್ಟೆಯಲ್ಲಿ ಬೆಲೆ ಸಿಗದೆ, ಬೆವರು ಸುರಿಸಿ ಬೆಳೆದ ಬೆಳೆಯನ್ನು ರಸ್ತೆಗಳಲ್ಲಿ ಚೆಲ್ಲಿಹೋಗುವಂತಹ ದಿನಗಳು ಎಂಜನಿಯರ್‌ಗಳಿಗೆ ಬರದೇ ಇರಲಿ ಅಂತ ಲೆಕ್ಚರರ್ ಪ್ರಾರ್ಥಿಸಿಕೊಂಡರು.

'Hello, I am Minchu. I studied in Sandeepani high school, I scored 96.32 percent, I want to work in a reputed MNC and take good care of my mother'

ಮುಂದೆ ನಾನು ಏನಾಗಬೇಕೆನ್ನೋದನ್ನಷ್ಟೇ ಹೇಳಿದ ವಿದ್ಯಾರ್ಥಿಗಳ ಮಧ್ಯೆ ಇಲ್ಲೊಬ್ಬಳು ನನ್ನ ತಾಯಿಯನ್ನು ಚೆನ್ನಾಗಿ ನೋಡಿಕೊಳ್ಳಬೇಕು ಅಂತಿದ್ದಾಳಲ್ಲ ಅನ್ನೋದು ಎಲ್ಲರನ್ನೂ ಚಕಿತಗೊಳಿಸಿತು.

'ವೆರಿ ಗುಡ್ ಮಿಂಚು, ನಿಮ್ಮ ತಾಯಿ ಏನು ಮಾಡ್ತಾರೆ?'

'ಅವರು ಆಯುರ್ವೇದಿಕ್ ಡಾಕ್ಟರ್. ಉಡುಪಿಯಲ್ಲಿದ್ದಾರೆ.'

'ಮತ್ತೆ ನೀವಿರೋದು?'

'ನಾನು ಸ್ಟಡೀಸ್‌ಗೋಸ್ಕರ ಮಾವನ ಮನೇಲ್ಲಿದ್ದೀನಿ.'

'ನಿಮ್ಮ ತಂದೆ ಏನ್ ಮಾಡ್ತಾರೆ?'

ಮಿಂಚು ಈ ಪ್ರಶ್ನೆಯಿಂದ ತತ್ತರಿಸಿಹೋದಳು. ತಂದೆಯ ಬಗ್ಗೆ ಯೋಚಿಸಿ ತಿಂಗಳುಗಳೇ ಕಳೆದಿದ್ದವು. ಈಗ ಈ ಪ್ರಶ್ನೆ ಬೇಡದ ನೆನಪುಗಳನ್ನು ಎಳೆದುತಂದಿತು. ನನಗೇ ಇಷ್ಟು ನೋವಾಗುತ್ತಿದೆ. ಅಮ್ಮ ಊರಿನಲ್ಲಿ ಒಬ್ಬಳೇ ಎಷ್ಟು ನೋವನುಭವಿಸುತ್ತಿರಬಹುದು, ಸಾಲ ತೀರಿತೋ ಇಲ್ಲವೋ, ಅವಳು ಕಷ್ಟ ಹೇಳಿಕೊಳ್ಳೋದಿಲ್ಲ. ಅಮ್ಮನ ನೆನಪು ಗಾಢವಾಗಿ ಮಿಂಚು ಕಣ್ಣಲ್ಲಿ ನೀರು ತುಂಬಿತು. ಅಯ್ಯೋ! ನಾನು ಕ್ಲಾಸಿನಲ್ಲಿದ್ದೇನೆ ಅಳಬಾರದು ಅಂತ ಬುದ್ಧಿ ಎಚ್ಚರಿಸುವ ಮೊದಲೇ ಕಣ್ಣೀರು ಕೆನ್ನೆ ಮೇಲೆ ಜಾರಿಬಿಟ್ಟಿತು.

'ಆರ್ ಯು ಆಲ್ರೈಟ್ ಮಿಂಚು? ಸಾರಿ ನಾನು ನಿಮ್ಮ ತಂದೆ ಬಗ್ಗೆ ಕೇಳಬಾರದಿದ್ದು ಅನ್ನಿಸುತ್ತೆ.' ಲೆಕ್ಚರರ್ ಹತ್ತಿರ ಬಂದು ಸಮಾಧಾನ ಮಾಡಿದ್ದು ಮಿಂಚೂಗೆ ಇನ್ನಷ್ಟು ಮುಜುಗರ ತಂದಿತು. ತನ್ನ ವೈಯಕ್ತಿಕ ವಿಚಾರವನ್ನ ಕ್ಲಾಸಿನಲ್ಲಿ ಎಲ್ಲರ ಮುಂದೆ ಬಿಟ್ಟುಕೊಟ್ಟಂತಾಯ್ತಲ್ಲ ಅಂತ ತನ್ನ ಕಂಟ್ರೋಲ್‌ಗೆ ಸಿಗದ ಕಣ್ಣೀರನ್ನು ಶಪಿಸಿಕೊಂಡಳು.

96.32 ಪರ್ಸೆಂಟ್! ಇವಳೇ ಅಂದು ನನಗೆ ಫೋನ್ ಮಾಡಿದವಳು. ಬಹುಶಃ ಉಡುಪಿಯಿಂದ ಫೋನ್ ಮಾಡಿದ್ದಳು ಅನ್ನಿಸುತ್ತೆ. ಅಲ್ಲಿ ಇಂಟರ್ನೆಟ್ ಇರಲಿಲ್ಲವಾ? ಬೇರೆ ಸ್ನೇಹಿತರೂ ಇರಲಿಲ್ವಾ? ಇಷ್ಟು ಎಮೋಶನಲ್ ಆಗಿರೋ ಹುಡುಗಿ ನನಗೆ ಹಾಗೆಲ್ಲಾ ಸಂದೇಶ ಕಳಿಸುತ್ತಾಳಾ? ಮೇಡಮ್ ಪ್ರಶ್ನೆ ಕೇಳಿದ್ದಕ್ಕೆ ಎಷ್ಟು ಬೇಸರ ಮಾಡಿಕೊಂಡುಬಿಟ್ಟಳು. ಕಣ್ಣೀರು ಬಂದ ತಕ್ಷಣ ಅವಳ ಮೂಗು ಕೆನ್ನೆಯೆಲ್ಲಾ ಕೆಂಪಾಗಿಹೋಯಿತು. ಅವರ ತಂದೆ ತೀರಿಹೋಗಿರಬಹುದೇ? ಒಟ್ಟೊಟ್ಟಿಗೆ ಇಷ್ಟೆಲ್ಲಾ ಪ್ರಶ್ನೆಗಳು ಮೂಡಿದ ಅನೂಪ್ ಮನಸ್ಸಿನಲ್ಲಿ ಅವಳ ಬಗ್ಗೆ ಅನುಕಂಪವೂ ಸೇರಿಕೊಂಡಿತು.

ಮಿಂಚೂ ಅನೂಪ್ ತನ್ನನ್ನು ಆಗಾಗ ನೋಡುತ್ತಾನೆ ಅನ್ನೋದನ್ನು ಗಮನಿಸಿದಳು. ಇದಕ್ಕೆ ನಾನು ಅವನಿಗೆ ಫೋನ್ ಮಾಡಿದ್ದೇ ಕಾರಣವಿರಬೇಕು, ಒಂದು ಸಲ ಎದುರಿಗೆ ನಿಂತು ಮಾತಾಡಿಬಿಡ್ಲಾ ಅಂದುಕೊಂಡವಳಿಗೆ ತಕ್ಷಣ ಬೇಡ ಅನ್ನಿಸೋಕೆ ಸ್ಪಷ್ಟ ಕಾರಣವಿತ್ತು. ಅನೂಪ್ ನನ್ನ ಫೋನ್ ನಂಬರ್ ಹೇಗೆ ಸಿಕ್ಕಿತು ಅಂತ ಕೇಳಿದರೆ ವಿಶಾಖಾಳ ಕಿತಾಪತಿಯನ್ನೂ ಹೇಳಬೇಕಾಗುತ್ತದೆ. ಅದರ ಬದಲು ಸುಮ್ಮನಿರುವುದು ಲೇಸು ಅನ್ನೋ ನಿರ್ಧಾರಕ್ಕೆ ಅಂಟಿಕೊಂಡಳು. ಇದೆಲ್ಲದರ ನಡುವೆ ವಿಶಾಖಾ ಸುಮ್ಮನಿರಲಿಲ್ಲ. ಕಾಮರ್ಸ್ ತೊಗೊಂಡು ಬೇರೆ ಕ್ಲಾಸಿನಲ್ಲಿದ್ದರೂ ಪಿಯುಸಿಯಲ್ಲೂ ಎನ್‌ಸಿಸಿ ಸೇರಿದ ಹುಡುಗನನ್ನು ಆಗಾಗ ನೋಡೋ ಚಾನ್ಸ್ ಮಿಸ್ ಮಾಡಿಕೊಳ್ಳಲಿಲ್ಲ. ಮಿಸ್ಟ್ರಿ ಮೆಸೇಜ್‌ಗಳನ್ನು ಕಳಿಸೋಕೆ ಶುರು ಮಾಡೇಬಿಟ್ಟಳು.

'ಹಾಯ್, ಇವತ್ತು ತುಂಬಾ ಚೆನ್ನಾಗಿ ಕಾಣ್ತಿದ್ದೆ.' ಅನೂಪ್ ಮೆಸೇಜ್ ಓದಿ ಇವಳು ಮಿಂಚೂನಾ? ನಂಬರ್ ಬ್ಲಾಕ್ ಮಾಡ್ಲಾ ಅಂತ ಗೊತ್ತಾಗಲಿಲ್ಲ. ಈ ಸಲ ನೇರವಾಗಿ ಹೋಗಿ ಕೇಳೇಬಿಡಬೇಕು ಅಂತ ತೀರ್ಮಾನ ಮಾಡಿಕೊಂಡ.

✱

ಕಾಲೇಜು ಕ್ಯಾಂಟೀನಿನ ತುಂಬ ವಿಧವಿಧವಾದ ತಿನಿಸುಗಳ ಘಮ ಮಿಶ್ರಣವಾಗಿ ಘಾಟಿನ ವಾಸನೆಗೆ ರೂಪಾಂತರಗೊಂಡಿತ್ತು. ಮೆನುಗೆ ಹೊಸದಾಗಿ ಸೇರಿದ ಗೋಬಿ ಮಂಚೂರಿ, ನೂಡಲ್ಸ್ ಮತ್ತು ಸಾಬೂದಾನ ವಡೆಗೆ ಬೇಡಿಕೆ ಹೆಚ್ಚಾಗಿತ್ತು. ಅಮ್ಮ ಡಬ್ಬಿಗೆ ಹಾಕಿಕೊಟ್ಟ ಚಿತ್ರಾನ್ನ ತಣ್ಣಗಾಗಿದೆ ಎಂದು ವಿಶಾಖಾ ಅದರ ಜೊತೆಗೆ ಬಿಸಿ ಬಿಸಿ ಗೋಬಿ ಕಾಂಬಿನೇಶನ್ ಮಾಡಿಕೊಂಡು ಮಿಂಚುಗೂ

ಕೊಟ್ಟಳು. ನಾಲ್ಕು ಜನ ಕೂರಬಹುದಾದ ಟೇಬಲ್‌ನಲ್ಲಿ ಮಿಂಚು ಮತ್ತು ವಿಶಾಖಾ ಇಬ್ಬರೇ ಕೂತಿದ್ದರು. ಮಿಂಚೂನ ಹಿಂಬಾಲಿಸಿ ಬಂದಿದ್ದ ಅನೂಪ್ ಜಾಗವೂ ಖಾಲಿಯಿದೆ, ಸಮಯವೂ ಇದೆ ಎಂದು ಧೈರ್ಯ ಮಾಡಿ ಎದುರಿಗೆ ಹೋಗಿ ಕೂತ. ಅನೂಪನ ಅನಿರೀಕ್ಷಿತ ಆಗಮನದಿಂದ ಇಬ್ಬರೂ ದೊಡ್ಡ ಕಣ್ಣುಬಿಟ್ಟರು.

'ಹಾಯ್, ನಾನು ನಿಂಗೆ ಗೊತ್ತಿರ್ಬೋದು. ಅನೂಪ್,' ಮಿಂಚೂನೇ ದಿಟ್ಟಿಸಿ ಹೇಳಿದ. ಮೊದಲ ಬಾರಿಗೆ ಕಾಲೇಜಿನಲ್ಲಿ ಹುಡುಗನೊಬ್ಬ ನೇರವಾಗಿ ಬಂದು ಮಾತನಾಡಿಸಿದ್ದು ಮಿಂಚೂಗೆ ತುಂಬ ಸಂಕೋಚವಾಯಿತು. ಅದಲ್ಲದೇ ಇವನು ಈಗ ಇನ್ನೇನು ಕೇಳುವನೋ ಅಂತ ಭಯವೂ ಆಯ್ತು.

'ಏನಿಲ್ಲಾ ಫರ್ಸ್ಟ್ ಡೇ ಇಂದ ನಂಗೆ ಕನ್ಫ್ಯೂಶನ್. ನೀನ್ ನಂಗೆ ಒಂದು ಸಲ ಕಾಲ್ ಮಾಡಿದ್ದೆ ತಾನೆ?'

ವಿಶಾಖಾ ಮುಂದೇನೇ ಅನೂಪ್ ಕೇಳಿದರಿಂದ ಮಿಂಚೂಗೆ ಬಾಯಲ್ಲಿಟ್ಟ ತುತ್ತು ಗಂಟಲಲ್ಲಿ ಇಳಿಯದೆ ಸಿಕ್ಕಿಹಾಕಿಕೊಂಡಿತು. ಮಾತೇ ಹೊರಡಲಿಲ್ಲ. ಮಿಂಚು ಹುಡುಗನಿಗೆ ಫೋನ್ ಮಾಡ್ತಾಳಾ? ಅದೂ ನಾನ್ ಬರೆದ ಫೋನ್ ನಂಬರ್ ತೆಗೆದುಕೊಂಡು! ವಿಶಾಖಾ ಅವಳನ್ನ ಗುರಾಯಿಸಿದಳು.

'ಕ್ಲಾಸಿನಲ್ಲಿ ನಿಮ್ಮ ಪರ್ಸೆಂಟೇಜ್ ಹೇಳಿದಾಗ ನಂಗೆ ನೀನೇ ಅನ್ನಿಸ್ತು. ಕ್ಲಾರಿಟಿಗೆ ಕೇಳ್ದೆ ಅಷ್ಟೇ.'

ಪರಿಚಯವಿಲ್ಲದೇ ಇದ್ರೂ ಎಷ್ಟು ಆರಾಮಾಗಿ ಮಾತಾಡ್ತಾ ಇದ್ದಾನಲ್ಲಾ ಅನ್ನೋ ಸೋಜಿಗದಲ್ಲಿ ಮಿಂಚು ಅವನನ್ನೇ ನೋಡುತ್ತಿದ್ದವಳು ಮಾತಿನ ಮಧ್ಯೆ ಬಂದ pauseನಿಂದ ಇದು ನಾನು ಉತ್ತರ ಕೊಡುವ ಸಮಯ ಅಂತ ಎಚ್ಚೆತ್ತುಕೊಂಡಳು. 'ಹಾ ಅದೂ, ನಾನೇ ಫೋನ್ ಮಾಡಿದ್ದು. ನಮ್ಮೂರಲ್ಲಿ ಆಗ ಇಂಟರ್ನೆಟ್ ಪ್ರಾಬ್ಲಮ್ ಇತ್ತು. ವಿಶಾಖಾ ಕೂಡ ಫೋನ್‌ಗೆ ಸಿಗ್ಲಿಲ್ಲ. ರಿಸಲ್ಟ್ ಟೆನ್ಷನ್‌ನಲ್ಲಿ ನಿಮ್ ನಂಬರ್‌ಗೆ ಕಾಲ್ ಮಾಡ್ಬಿಟ್ಟೆ ಸಾರಿ,' ಇಷ್ಟು ಹೇಳುವಷ್ಟರಲ್ಲಿ ಮಿಂಚೂಗೆ ಸುಸ್ತಾಗಿತ್ತು.

'ಹೇ ಸಾರಿ ಎಲ್ಲ ಬೇಡ, ಜಸ್ಟ್ ಕನ್ಫರ್ಮ್ ಮಾಡ್ಕೊಂಡೆ ಅಷ್ಟೇ. ಬಟ್ ನನ್ ಫೋನ್ ನಂಬರ್ ಹೇಗೆ ಸಿಕ್ತು?' ಅನೂಪ್ ಸಹಜವಾಗಿ ಕೇಳಿದ. ಈಗ ನಿಜವಾಗಿಯೂ ಮಿಂಚು ಸಂಕಷ್ಟಕ್ಕೆ ಸಿಲುಕಿದ್ದಳು. ಗಾಬರಿಯಿಂದ ಬೆವರುತ್ತಾ ವಿಶಾಖಾ ಮುಖವನ್ನು ನೋಡಿದಳು.

'Okay, let me clear everything..' ವಿಶಾಖಾ ತಲೆಕೊಡವಿ ಹೇಳಿದಾಗ, ಮಿಂಚು ಇವಳಿನ್ನೇನು ಸುಳ್ಳು ಹೇಳಿ ಪೇಚಿಗೆ ಸಿಕ್ಕಿಹಾಕಿಕೊಳ್ಳುತ್ತಾಳೋ ಅನ್ನೋ ಗಾಬರಿಯಲ್ಲೇ ಇದ್ದಳು.

'ಮೊದಲನೇದಾಗಿ, ನಿಂಗೆ ಒಬ್ಳು ಅನ್ನೋನ್ ನಂಬರ್‌ನಿಂದ ಮೆಸೇಜ್ ಮಾಡ್ತಾಳಲ್ಲ. ಅದು ನಾನೇ. ವಿಶಾಖಾ ರಾವ್ ಅಂತ ನನ್ ಹೆಸ್ರು,' ನಗುತ್ತಾ ಹೇಳಿದಳು. ಅನೂಪ್ ಗಲಿಬಿಲಿಗೊಂಡ.

'ಮತ್ತೆ ಏನೇನ್ ಕಳ್ಸಿದ್ದೀನೋ ಅದೆಲ್ಲಾ ನಿಜ. I really adore you'

ಇಷ್ಟು ನೇರವಾಗಿ ಮಾತನಾಡಿದ ವಿಶಾಖಾಳನ್ನ ಮಿಂಚು ಮತ್ತು ಅನೂಪ್ ಇಬ್ಬರೂ ಅಚ್ಚರಿಯಿಂದ ನೋಡುತ್ತಿದ್ದರು. ಇಲ್ಲೀ ತನಕ ನೋಡೇ ಇರದ ಹುಡುಗಿ ತನಗೆ ಮೆಸೇಜ್ ಮಾಡುತ್ತಿದ್ದಳು. ಫೋನ್ ಮಾಡಿದರೆ ಕಟ್ ಮಾಡಿ ನಾನ್ಯಾರು ಅಂತ ಹುಡುಕು, ಕ್ಲೂ ಕೊಡ್ತೀನಿ ಎಂದು ಕಾಡುತ್ತಿದ್ದವಳು ಇವತ್ತು ಎದುರಿಗೇ ಕೂತು ತನ್ನ ಐಡೆಂಟಿಟಿಯನ್ನು ಬಯಲು ಮಾಡಿಕೊಂಡಿದ್ದಾಳೆ. ಈ ಸಮಯದಲ್ಲಿ ತನಗೆ ಸಿಕ್ಕ ಕಾಂಪ್ಲಿಮೆಂಟಿಗೆ ಧನ್ಯವಾದ ಹೇಳಬೇಕಾ ಅಥವಾ ಈ ತರ ಹುಡುಗಾಟ ನನಗೆ ಇಷ್ಟವಾಗೋದಿಲ್ಲ ಅಂತ ಬಯ್ದುಬಿಡಬೇಕಾ ಎಂದು ಅನೂಪನಿಗೆ ಗೊತ್ತಾಗಲಿಲ್ಲ. ಎಲ್ಲದಕ್ಕಿಂಥಾ ಹೆಚ್ಚಾಗಿ ಯಾಕೋ, ಮಿಂಚು ಮುಂದೆ ತಾನೊಬ್ಬ ರೂಡ್ ಮನುಷ್ಯ ಅನ್ನಿಸಿಕೊಳ್ಳೋದೂ ಸರಿಯನ್ನಿಸಲಿಲ್ಲ.

'ಇಷ್ಟವಾದವರ ನಂಬರ್ ತೊಗೊಳ್ಳೋದು, ಅದೂ ಒಂದೇ ಸ್ಕೂಲಿನಲ್ಲಿ ಓದಿರುವಾಗ, ದೊಡ್ಡ ಕಷ್ಟವೇನಲ್ಲ ಅಲ್ವಾ?' ವಿಶಾಖಾ ಅಲ್ಲಿಗೆ ಎಲ್ಲಾ ಪ್ರಶ್ನೆಗೆ ಉತ್ತರ ಕೊಟ್ಟೆ ಅನ್ನೋತರ ಮಾತಿಗೆ ಫುಲ್ ಸ್ಟಾಪ್ ಇಟ್ಟಳು.

'ಓ ಓಕೆ, ಥ್ಯಾಂಕ್ಸ್.. ಐ ಮೀನ್.. ಸಾರಿ ಕನ್ಫ್ಯೂಶನ್ ಆಯ್ತು. ನೀವು ಊಟ ಮಾಡಿ,' ಅನೂಪ್ ಗಡಿಬಿಡಿಯಲ್ಲಿ ಏಳಲು ಹೋದಾಗ. 'ವಿಶಾಖಾ ಅಂತ ನನ್ ಹೆಸ್ರು ನೆನ್ಪಿಟ್ಕೋ, ಕಾಮರ್ಸ್ ಕ್ಲಾಸ್' ಒತ್ತಿಹೇಳಿದಳು. ಅನೂಪ್ ಸರಿ ಸರಿ ಅಂತ ಫೇಕ್ ಸ್ಮೈಲ್ ಕೊಟ್ಟು ಜಾಗ ಖಾಲಿ ಮಾಡಿದ. ಅವನು ಯಾವುದಕ್ಕೆ ಸಾರಿ ಕೇಳಿದನೋ, ಯಾರಿಗೆ ಥ್ಯಾಂಕ್ಸ್ ಹೇಳಿದನೋ ಅವನಿಗೇ ತಿಳಿದಿರಲಿಲ್ಲ.

'ಎಷ್ಟ್ ಧೈರ್ಯಾನೇ ನಿಂಗೆ!' ಅಚ್ಚರಿಯಿಂದ ಮಿಂಚು ಕಣ್ಣುಗಳು ಅಗಲವಾದವು.

'ಪಾಪ ಹೆದ್ರುಕೊಂಡು ಹೋಗ್ಬಿಟ್ಟ ಅನ್ಸತ್ತೆ,' ವಿಶಾಖಾ ಜೋರಾಗಿ ನಕ್ಕಳು. ಮುಂದೆ ಏನು ಮಾಡ್ತೀಯ ಎಂದು ಮಿಂಚು ಕುತೂಹಲದಿಂದ ಕೇಳಿದ್ದಕ್ಕೆ ವಿಶಾಖಾ, 'ಅನೂಪ್ ಇವತ್ತಿನ ಡೋಸ್‌ನಿಂದ ಚೇತರಿಸಿಕೊಂಡು ಏನ್ ರಿಯಾಕ್ಟ್ ಮಾಡ್ತಾನೆ ನೋಡೋಣ' ಎಂದಳು. ಅನೂಪ್ ಆದ ಘಟನೆಯನ್ನೆಲ್ಲಾ ನೆನಪು ಮಾಡಿಕೊಂಡು ಅನಲೈಸ್ ಮಾಡಿದಾಗ ವಿಶಾಖಾ ಬಗ್ಗೆ ಕೋಪ ಬಂದಿತು. ಹೆಚ್ಚು ಯೋಚಿಸದೆ ಅವಳ ನಂಬರ್‌ನ ಬ್ಲಾಕ್ ಮಾಡಿದ.

❋

ಕಾಲೇಜಿನ ಬ್ಯಾಗು, ಬುಕ್ಕು, ಬಸ್ ಪಾಸುಗಳು ಹಳತಾದವು. ಜೊತೆ ಜೊತೆಗೆ ಪಾಠಗಳು, ಲ್ಯಾಬುಗಳು, ಕ್ಯಾಂಟೀನ್ ಊಟ ಎಲ್ಲವೂ ಮಿಂಚೂಗೆ

ಪರಿಚಿತವಾದವು. ಅವಳು ಉಡುಪಿಯ ಧಗೆಯನ್ನು ಮರೆತು ಬೆಂಗಳೂರಿನ ಚಳಿಗೆ ಹೊಂದಿಕೊಳ್ಳುತ್ತಾ ಹೋದಳು. ಅಂದು ಕಾಲೇಜಲ್ಲಿ ಪೇರೆಂಟ್ಸ್ ಟೀಚರ್ಸ್ ಮೀಟಿಂಗ್ ಇತ್ತು. ಕಾಲೇಜು ವಿದ್ಯಾರ್ಥಿಗಳಿಗೆ ಅದೊಂದು ಅವಮಾನದ ಸಂಗತಿ. ಬಾಯಲ್ಲಿ ಲಾಲಿಪಾಪ್ ಇಟ್ಟುಕೊಂಡು ಸಿಂಬಳ ಸುರಿಸೋ ವಯಸ್ಸಿನ ಮಕ್ಕಳಾದರೆ ಒಂದು ಲೆಕ್ಕ, ಮೀಸೆ ಗಡ್ಡ ಬಂದ ಮೇಲೂ ಕಾಲೇಜಿಗೆ ಪೋಷಕರು ಬರೋದಂತೆ, ನಮ್ಮ ಪರ್ಫಾರ್ಮೆನ್ಸ್ ಬಗ್ಗೆ ಲೆಕ್ಚರರ್ಸ್ ಅವರಿಗೆ ತಿಳಿಸೋದಂತೆ ವಾಟ್ ರಬಿಶ್! ಎಂದು ಕೆಲವರು ಅಧ್ಯಾಪಕರಿಗೆ ಕೇಳದಂತೆ ವಟಗುಟ್ಟಿಕೊಂಡರು. ನಿಮ್ಮ ಮಗು ತಿಂಡಿ ಡಬ್ಬಿ ಖಾಲಿ ಮಾಡಲ್ಲ, ಪಕ್ಕದಲ್ಲಿ ಕೂತಿರುವವರ ಜುಟ್ಟು ಎಳೀತಾನೆ, ಪೆನ್ಸಿಲ್ ಅನ್ನು ಬಾಯಲ್ಲಿಟ್ಟು ಕಚ್ಚುತ್ತಾಳೆ ಅನ್ನೋ ಕಂಪ್ಲೇಂಟ್‌ಗಳು ಬಡ್ತಿ ಪಡೆದು ಇಂಟರ್ನಲ್ ಮಾರ್ಕ್ಸ್ ಕಮ್ಮಿ, ಅಟೆಂಡೆನ್ಸ್ ಶಾರ್ಟೇಜ್ ಇದೆ. ಹಾಕಿರೋ ಬಟ್ಟೆ ಇಸ್ತ್ರಿ ಮಾಡಿರಲ್ಲ ಅನ್ನೋ ಹೊಸ ದೂರುಗಳು ಪೋಷಕರ ಕಿವಿಸೇರಲು ತಯಾರಾಗಿ ಕೂತಿದ್ದವು! ಅರವಿಂದಾಗೆ ಕ್ಲಿನಿಕ್ ಮುಚ್ಚಿ ಬೆಂಗಳೂರಿಗೆ ಬಂದು ಹೋಗುವಷ್ಟು ಬಿಡುವು ಸಿಗಲಿಲ್ಲ ಹಾಗಾಗಿ ಮಿಂಚು ಅತ್ತೆಯನ್ನು ಬರಲು ಕೇಳಿಕೊಂಡಿದ್ದಳು. ಬಂದವರಿಗೆ ಕಾಫೀ ಟೀ ವ್ಯವಸ್ಥೆ ಮಾಡಲಾಗಿತ್ತು. ಮಿಂಚೂ ಜೊತೆ ಕೆಲ ಹುಡುಗಿಯರು ವಿತರಣೆಯ ಜವಾಬ್ದಾರಿ ಹೊತ್ತಿದ್ದರು. ಮಧ್ಯಾಹ್ನ ಒಂದೂವರೆಗೆ ಶುರುವಾಗಬೇಕಿದ್ದ ಮೀಟಿಂಗ್ ಒಂದು ಮುಕ್ಕಾಲು ಕಳೆದರೂ ಶುರುವಾಗಿರಲಿಲ್ಲ. ಕಾರಣ, ಪೋಷಕರು ಇಂಡಿಯನ್ ಸ್ಟ್ಯಾಂಡರ್ಡ್ ಟೈಮನ್ನು ಅನುಸರಿಸಿದ್ದರು.

'ಬೋರ್ ಆಗ್ತಿದ್ಯಾ? ಒಂದು ಆಟ ಆಡೋಣಾ?' ತನಗೆ ಬೋರಾಯಿತೆಂದು ಇತರರನ್ನು ಕೇಳಿದಳು ಕ್ಲಾಸ್‌ಮೇಟ್.

'ಮೇಡಮ್ ಕೆಲ್ಸ ಕೊಟ್ಟಿದ್ದಾರೆ, ಬೋರ್ ಏನು,' ಇಡೀ ಕಾರ್ಯಕ್ರಮದ ಉಸ್ತುವಾರಿ ತಮ್ಮ ಮೇಲಿದೆ ಅನ್ನೋ ಹಾಗೆ ಮಿಂಚೂ ಹೇಳಿದಳು.

'ಅಯ್ಯೋ ಆಗೊಬ್ರು ಈಗೊಬ್ರು ಬರೋರಿಗೆ ಕಾಫೀ ಕೊಡೋದೇನು ದೊಡ್ಡ ಕೆಲ್ಸ. ಒಂದು ಆಟ ಆಡೋಣ? ಮಜಾ ಇರುತ್ತೆ.'

'ಈಗ ಆಟಾನಾ? ನಾನ್ ಬರಲ್ಲ,' ಮಿಂಚು ಹೆದರೇಬಿಟ್ಟಳು.

'ಸಿಂಪಲ್ ಕಣೇ, ನಾವ್ ಆಟ ಆಡ್ತಿದ್ದೀವಿ ಅಂತ ಬೇರೆವ್ರಿಗೆ ಗೊತ್ತಾಗಲ್ಲ. ಟಿವಿಯಲ್ಲಿ ಒಂದು ರಿಯಾಲಿಟಿ ಶೋ ಬರುತ್ತೆ ಗೊತ್ತಾ, ಅದರಲ್ಲಿ ಇದೇ ತರ! ಭಾಗವಹಿಸೋರು ಒಂದಿಡೀ ಕುಟುಂಬವನ್ನ ನೋಡಿ ಯಾರು ಯಾರಿಗೆ ಏನಾಗಬೇಕು ಅಂತ ಹೇಳ್ಬೇಕು. ಈಗ್ ನಾವು ಪೋಷಕರ ಮುಖ ನೋಡಿದ್ ಕೂಡಲೇ ಇವರು ಯಾರ ತಂದೆ ಅಥವಾ ತಾಯಿ ಇರಬಹುದು ಅಂತ ಗೆಸ್ ಮಾಡ್ಬೇಕು.'

ಟೈಮ್‌ಪಾಸಿಗೆ ಅಂತ ಆಟ ಶುರುವಾಗೇಬಿಡ್ತು. ಅವನ ಕಣ್ಣು, ಹುಬ್ಬು ಇವರ ಹಾಗೇ ಇದೇ, ಇವರು ಅವನ ತಾಯಿ ಇರಬೇಕು ಅಂತ ಗೆಸ್ ಮಾಡ್ತಾ ಗಲಗಲ ಅಂತಿದ್ದ ಹುಡುಗಿಯರಿಗೆ ತಮ್ಮ ಲಾಜಿಕ್ ಬಗ್ಗೆ ತಮಗೇ ನಗುಬಂತು. ಆ ಸಮಯಕ್ಕೆ ತುಂಬು ತೋಳು ರವಿಕೆ, ಕಾಟನ್ ಸೀರೆಯುಟ್ಟು ಬರುತ್ತಿದ್ದ ಹೆಂಗಸನ್ನ ನೋಡಿ ಮಿಂಚು, 'ಇವರು ಅನೂಪ್ ತಾಯಿ ಇರಬಹುದು,' ಎಂದಳು. ಇಷ್ಟು ಹೊತ್ತು ಆಟಕ್ಕೆ ಸಂಬಂಧಪಡದವಳ ಹಾಗೆ ನಿಂತಿದ್ದವಳು ಇದ್ದಕ್ಕಿದ್ದಂತೆ ಭಾಗವಹಿಸಿದ್ದಕ್ಕೆ ಮಿಕ್ಕವರು ಚಕಿತಗೊಂಡರು.

'ಅವರು ಸಿಂಧೂ ತಾಯಿ ಅನ್ಸತ್ತೆ, ಗಲ್ಲ ನೋಡು ಅವಳ ತರಾನೇ ಇದೆ,' ಮಿಂಚೂಗೆ ಪ್ರತಿಪಕ್ಷದ ಲಾಯರ್ ಹುಟ್ಟಿಕೊಂಡರು.

'ಇಲ್ಲ ಇಲ್ಲ, ಇವರ ಗಲ್ಲ ಇನ್ನೂ ಚೂಪಿದೆ, ಇವರು ಅನೂಪ್ ತಾಯಿನೇ ಮೂಗು ನೋಡು ಸೇಮ್ ಟು ಸೇಮ್, ನಕ್ಕಾಗ ಅವರಂತೇ ಅನೂಪ್‌ಗೂ ಮೇಲಿನ ಹಲ್ಲುಗಳು ಮಾತ್ರ ಕಾಣತ್ತೆ,' ಅವರಿವರ ಜೊತೆ ನಗುತ್ತಾ ಮಾತನಾಡುತ್ತಿದ್ದ ಅನೂಪ್‌ನ ತಾಯಿಯನ್ನ ನೋಡುತ್ತಾ ಉತ್ಸಾಹದಿಂದ ಮಾತನಾಡಿದಳು ಮಿಂಚು.

'ಹೌದಾ ನನ್ನ ಅಷ್ಟೊಂದು ಅಬ್ಸರ್ವ್ ಮಾಡಿದ್ದೀಯಾ?'

ಪರಿಚಿತ ಧ್ವನಿ ಬಂದ ಕಡೆ ತಿರುಗಿದಾಗ ಎದುರು ಅನೂಪ್ ನಿಂತಿದ್ದ. 'ಇಲ್ಲಾ ಎಲ್ಲರದೂ ಹೀಗೆ ಸುಮ್ನೆ ಗೆಸ್ ಮಾಡ್ತಿದ್ವಿ,' ಮಿಂಚು ತಬ್ಬಿಬ್ಬಾಗಿ ನುಡಿದು ಬಿಸಿ ಕಾಫಿಯನ್ನು ಅನೂಪ್ ತಾಯಿಯ ಕೈಗಿತ್ತಳು. 'ಅಮ್ಮಾ, ಇವ್ಳು ಮಿಂಚೂ ಅಂತ. ನಮ್ ಕ್ಲಾಸ್ ಟಾಪರ್. ಇವರು ನಮ್ಮಮ್ಮ.. ಚಿತ್ಕಳಾ ಶೇಖರ್,' ಅನೂಪ್ ಪರಿಚಯ ಮಾಡಿಕೊಟ್ಟಾಗ ಇಬ್ಬರೂ ಪರಸ್ಪರ ನಗು ಹಂಚಿಕೊಂಡರು. ಕಾಲೇಜಿನಲ್ಲಿ ಮಿಂಚು ಅನೂಪ್ ಜೊತೆ ಬಿಟ್ಟರೆ ಇನ್ಯಾವ ಹುಡುಗನೊಂದಿಗೂ ಮಾತನಾಡಿಲ್ಲ. ಈ ವಿಷಯ ಅನೂಪ್ ಕೂಡ ಗಮನಿಸಿ ಒಳಗೊಳಗೇ ಖುಷಿಪಟ್ಟಿದ್ದ. ಚಂದದ ಹುಡುಗಿ, ಅಮ್ಮನ ಕಂಡರೆ ಅಕ್ಕರೆ, ಬುದ್ಧಿವಂತೆ ಇದುವರೆಗೂ ಒಬ್ಬರೊಂದಿಗೂ ಜಗಳವಾಡದ, ಚೆಲ್ಲುಚೆಲ್ಲಾಗಿ ಆಡದ ಮಿಂಚೂ ಬಗ್ಗೆ ಅನೂಪ್‌ಗೆ ಆಸಕ್ತಿಯ ಜೊತೆ ಅಭಿಮಾನವೂ ಬೆಳೆದಿತ್ತು. ಏನಾದರೊಂದು ನೆಪ ಮಾಡಿಕೊಂಡು ಅವಳೊಂದಿಗೆ ಮಾತಿಗೆ ಇಳಿದುಬಿಡುತ್ತಿದ್ದ, ಅವಳನ್ನು ಅಮ್ಮನಿಗೂ ಪರಿಚಯಿಸಿ ಪುಳಕಗೊಂಡ.

ಕ್ಲಾಸ್ ರೂಮಿನ ಬಾಗಿಲು ಹಾಕಿಕೊಂಡು ಅಪ್ಪ ಅಮ್ಮಂದಿರು ಒಂದು ಗಂಟೆಗಳ ಕಾಲ ಲೆಕ್ಚರರ್‌ಗಳ ಜೊತೆ ಏನೋ ಸಮಾವೇಶ ನಡೆಸುತ್ತಿದ್ದಾರೆ. ನಮ್ಮ ಬಗ್ಗೆ ಏನೇನು ಮಾತನಾಡಿಕೊಂಡರೋ ಅನ್ನೋ ಕುತೂಹಲದಲ್ಲಿ ಹುಡುಗರು ಕಣ್ಣುಕಣ್ಣು ಬಿಡುತ್ತಾ ಕಾರಿಡಾರ್‌ನಲ್ಲಿ ನಿಂತಿದ್ದರು. ಕ್ಲಾಸ್ ರೂಮಿನ ಬಾಗಿಲು ತೆರೆದಾಗ ಎದೆಬಡಿತ ಜೋರಾಯಿತು. ಹೊರಬಂದ ಬಹಳಷ್ಟು ಮುಖಗಳು

ಗಂಭೀರವಾಗಿದ್ದವು, ಕೆಲವರು ಕೋಪದಲ್ಲಿ ಅವರ ಮಗ/ಮಗಳೆಲ್ಲಿ ಅಂತ ಹುಡುಕುತ್ತಾ ಬಂದರು, ಇನ್ನೂ ಕೆಲವರು ಹೊಸದಾಗಿ ಪರಿಚಯವಾದವರ ಜೊತೆ ನಗುತ್ತಾ ಮಾತನಾಡುತ್ತಿದ್ದರು. ಆದರೆ ಪೇರೆಂಟ್ಸ್ ಟೀಚರ್ಸ್ ಮೀಟಿಂಗ್ ಮುಗಿದರೂ ಮಿಂಚು ಅತ್ತೆ ಪತ್ತೆಯಾಗಲಿಲ್ಲ. ಅತ್ತೆ ಬರೋದಿಲ್ಲ ಅಂತ ಮೊದಲೇ ಗೊತ್ತಿದ್ದರೆ ಕುಸುಮಾ ಆಂಟಿ ಅಥವಾ ಮಾಧವ್ ರಾವ್ ಅಂಕಲ್ ನನ್ನಾದ್ರು ಕರೆಯಬಹುದಿತ್ತು, ಕಾಮರ್ಸ್‌ನವರಿಗೂ ಇಂದೇ ಪೇರೆಂಟ್ಸ್ ಟೀಚರ್ಸ್ ಮೀಟಿಂಗ್ ಇದ್ದಿದ್ದರೆ ಸಮಸ್ಯೆ ಬಗೆಹರಿಯುತ್ತಿತ್ತಲ್ಲ ಎಂದು ಮಿಂಚು ಪೇಚಾಡಿಕೊಂಡಳು. ಅಷ್ಟರಲ್ಲಿ ರಿಜಿಸ್ಟರ್ ಬುಕ್ ಹಿಡಿದು ಬಂದ ಮೇಡಮ್ ಮಿಂಚು ಪೇರೆಂಟ್ಸ್ ಸೈನ್ ಆಗಿಲ್ಲ ಅಂತ ಕೂಗಿದರು.

'ಮೇಡಮ್, ನಮ್ ಅತ್ತೆ ಬರಬೇಕಿತ್ತು, ಅವ್ರಿಗೆ ತಲೆನೋವು ಬಂದು ಬರೋಕಾಗ್ಲಿಲ್ಲ ಅಂತ ಹೇಳಿದ್ರು. ಸಾರಿ,' ಮಿಂಚೂ ಪೆಚ್ಚಾದಳು.

'ಇದು ಕಂಪಲ್ಸರಿ ಅಂತ ಹೇಳಿದ್ದೀವಲ್ಲ ಮಿಂಚು, ಪೇರೆಂಟ್ಸ್ ಸೈನ್ ಇಲ್ಲದೇ ಇಂಟರ್ನಲ್ ಮಾರ್ಕ್ಸ್‌ನ ಕೊಡೋಕೆ ಆಗಲ್ಲ,' ಮೇಡಂ ಖಡಾಖಂಡಿತವಾಗಿ ನುಡಿದಾಗ ಮಿಂಚು ಮುಖ ಸಪ್ಪಗಾಯಿತು. ಅಮ್ಮ ಬೆಂಗಳೂರಿನಲ್ಲಿದ್ದರೆ ಖಂಡಿತ ಮಿಸ್ ಮಾಡ್ತಿರಲಿಲ್ಲ. ಈಗೇನು ಮಾಡಲಿ ಅಂತ ಯೋಚಿಸುತ್ತಿದ್ದಾಗ ಅನೂಪ್‌ನ ತಾಯಿ ಬಂದು, ಏನಾಯಿತೆಂದು ವಿಚಾರಿಸಿಕೊಂಡು ನಾನು ಸಹಿ ಹಾಕ್ತೀನಿ ಕೊಡಿ ಅಂದಾಗ ಅವರು ಪೇರೆಂಟ್ಸ್ ಅಥವಾ ಗಾರ್ಡಿಯನ್ ಮಾತ್ರ ಸೈನ್ ಮಾಡ್ಬೋದು ಎಂದರು.

'ನಾನು ಗಾರ್ಡಿಯನ್ನೇ.. ಮಿಂಚು ನಮಗೆ ಹೈಸ್ಕೂಲಿನಿಂದ ಪರಿಚಯ. ಅವಳ ಹತ್ತನೇ ಕ್ಲಾಸ್ ಅಂಕಪಟ್ಟಿಯನ್ನ ನೋಡಿದವಳು ಮೊದಲು ನಾನೇ,' ನಗುತ್ತಾ ಹೇಳಿ ಮಿಂಚು ಪೋಷಕರ ಪರವಾಗಿ ಸಹಿ ಹಾಕಿದರು. ಮಿಂಚೂಗೆ ದೊಡ್ಡ ಸಮಸ್ಯೆ ಬಗೆಹರಿದಂತಾಯಿತು.

'ಥ್ಯಾಂಕ್ಸ್ ಆಂಟಿ ತುಂಬಾ ಸಹಾಯ ಆಯ್ತು.. ಅತ್ತೆ ಬರ್ಬೇಕಿತ್ತು, ಆದ್ರೆ..' ಮಿಂಚು ಭಾವುಕಳಾಗಿ ಮಾತನಾಡಿದಳು. ಇದೆಲ್ಲಾ ಏನು ದೊಡ್ಡ ಸಹಾಯ ಅಲ್ಲ ಬಿಡು ಅಂತ ಅವರು ದೊಡ್ಡತನ ಮೆರೆದರು. ಚಿತ್ಕಳಾ ಮಗನಿಗೆ ಕ್ಲಾಸ್ ತೆಗೆದುಕೊಳ್ಳುವಾಗ ಮಿಂಚು ಅವರನ್ನು ಗಮನಿಸುತ್ತಾ ನಿಂತಳು.

'ಲ್ಯಾಬ್ ಅಟೆಂಡೆನ್ಸ್ ಯಾಕೋ ಅಷ್ಟು ಕಮ್ಮಿ?' ಅನೂಪ್ ತಲೆಯನ್ನು ಮೊಟಕಿ ಕೇಳಿದರು

'ಶನಿವಾರ NCC ಕೆಲ್ಸ ಇರುತ್ತಲ್ಲಮ್ಮಾ, ಸ್ವಲ್ಪ ಲೇಟ್ ಆಗಿ ಹೋದ್ರೆ ಆ ಲ್ಯಾಬ್ ಅಟೆಂಡರ್ ಅಟೆಂಡೆನ್ಸೇ ಕೊಡಲ್ಲ. ಹುಡ್ಗೀರಿಗೆ, ಬಕೆಟ್ ಹಿಡಿಯೋರ್ಗೆ ಕೊಡ್ತಾರೆ. ನನ್ ಕಂಡ್ರೆ ಆಗಲ್ಲ ಆಯಪ್ಪನಿಗೆ,' ಅನೂಪ್ ತನಗೆ ದೊಡ್ಡ ಅನ್ಯಾಯವಾಗುತ್ತಿದೆ ಅನ್ನುವಂತೆ ಮಾತನಾಡುತ್ತಿದ್ದ. ಅಮ್ಮ ಕೋಪಮಾಡಿಕೊಳ್ಳದೇ ಮಗನಿಗೆ

ಬುದ್ಧಿವಾದ ಹೇಳಿದರು. ಮಿಂಚೂ ಇಡೀ ಘಟನೆಯಲ್ಲಿ ಅರವಿಂದಾಳನ್ನು ತುಂಬಾ ಮಿಸ್ ಮಾಡಿಕೊಂಡಳು.

❋

ಏಶಿಯಾದಲ್ಲೇ ದೊಡ್ಡದಾದ ಯುವ ಸಂಘಟನೆ National Cadets Corps - NCC ಹೆಣ್ಣು ಗಂಡು ಅನ್ನೋ ಭೇದವಿಲ್ಲದೇ ಕೊಡುವ ತರಬೇತಿ ವಿದ್ಯಾರ್ಥಿಗಳಲ್ಲಿ ಶಿಸ್ತನ್ನು ಬೆಳೆಸುತ್ತದೆ, ಮಾನಸಿಕವಾಗಿ ದೈಹಿಕವಾಗಿ ಸಬಲರನ್ನಾಗಿಸುತ್ತೆ ಅನ್ನೋದರ ಅರಿವಿದ್ದ ಚಿತ್ಕಳಾ ಪ್ರೌಢಶಾಲೆಯಲ್ಲಿರುವಾಗಲೇ ಮಗನನ್ನು ಎನ್‌ಸಿಸಿಗೆ ಸೇರಲು ಉತ್ತೇಜಿಸಿದ್ದಳು. ಬೆಳಕು ಹರಿದ ಮೇಲೆ ಆರಾಮಾಗಿ ಎದ್ದು, ಅಮ್ಮ ಮಾಡಿದ ತಿಂಡಿ ಚೆನ್ನಾಗಿಲ್ಲ ಅಂತ ಕಮೆಂಟ್ ಹೊಡೀತಿದ್ದ ಅನೂಪ್ ಮೊದಲ ಬಾರಿ ಹತ್ತುದಿನ ಕ್ಯಾಂಪಿಗೆ ಹೋಗಿ ಬಂದಮೇಲೆ ಬೋಧಿವೃಕ್ಷದ ಕೆಳಗೆ ಜ್ಞಾನೋದಯವಾದ ಬುದ್ಧನಂತಾಗಿದ್ದ. ಅದಕ್ಕೆ ಕಾರಣ ಕ್ಯಾಂಪಿನಲ್ಲಿ ಕಡ್ಡಾಯವಾಗಿ ಎಲ್ಲರನ್ನೂ ಮುಂಜಾನೆ ನಾಲ್ಕೈದು ಗಂಟೆಗೆ ಎಬ್ಬಿಸಿ ಕಿಲೋಮೀಟರ್‌ಗಟ್ಟಲೆ ಓಡಿಸುತ್ತಿದ್ದರು, ಎರಡು ಗಂಟೆ ವ್ಯಾಯಾಮ, ಪೆರೇಡು ಮಾಡಿ ಬಂದಮೇಲೆಯೇ ತಿಂಡಿ. ಅಷ್ಟು ಮಾಡಿ ಬಂದಮೇಲೆ ಹೊಟ್ಟೆಯೆಲ್ಲಾ ಬಾಯಿಯಾಗಿ ಮನೆ ಊಟ ತಿಂಡಿಯ ಬೆಲೆ ಗೊತ್ತಾಗಿತ್ತು. ಅನೂಪ ಶಾಲಾದಿನಗಳಿಂದ ಇಂತಹ ಹತ್ತಾರು ಕ್ಯಾಂಪುಗಳಲ್ಲಿ ಭಾಗವಹಿಸಿ, ಬಹುಮಾನ ಗೆದ್ದು ಸಾಂದೀಪನಿ ವಿದ್ಯಾಸಂಸ್ಥೆಯ ಎನ್‌ಸಿಸಿ ವಿಭಾಗದಲ್ಲಿ ಹೆಸರುವಾಸಿಯಾಗಿದ್ದ. ಅವನ ಮುಂದೆ ಒಂದು ಮಹತ್ತರವಾದ ಗುರಿಯಿತ್ತು. ಅದೇ RDC - Republic Day Camp. ದೆಹಲಿಯಲ್ಲಿ, ದೇಶದ ಪ್ರಧಾನಮಂತ್ರಿಗಳ ಉಪಸ್ಥಿತಿಯಲ್ಲಿ ನಡೆಯೋ ಗಣರಾಜ್ಯೋತ್ಸವದ ಪರೇಡ್‌ನಲ್ಲಿ ಕರ್ನಾಟಕವನ್ನು ಪ್ರತಿನಿಧಿಸುವ ಗುರಿ. ಅದು ಸುಲಭದ್ದಲ್ಲ ಮೊದಲು, ಕಾಲೇಜು ಮಟ್ಟದಲ್ಲಿ ಜಿಲ್ಲಾಮಟ್ಟದಲ್ಲಿ ಆಯ್ಕೆಯಾಗಬೇಕಿತ್ತು. ಅನೂಪನ ಟ್ರ್ಯಾಕ್ ರೆಕಾರ್ಡ್, ಅವನ ಸಾಧನೆಗಳು ಆಯ್ಕೆ ಪ್ರಕ್ರಿಯೆಯಲ್ಲಿ ಅವನ ಪರವಾಗಿತ್ತು ಆದರೆ ಪ್ರಿನ್ಸಿಪಾಲರ ಮಾತಿಗೇ ತಲೆಕೆಡಿಸಿಕೊಳ್ಳದ ಒಬ್ಬ ಸೀನಿಯರ್ ಲೆಕ್ಚರರ್ ಅವನ ಕನಸಿನ ಕ್ಯಾಂಪಿಗೆ ರೆಡ್ ಸಿಗ್ನಲ್ ಆಗಿ ಅಡ್ಡ ನಿಂತಿದ್ದರು. ಅನೂಪ್ ಅವರನ್ನು ಸಂಭಾಳಿಸಲು ಒಂದು ಪತ್ರ ಬರೆಯಬೇಕಾಯಿತು. ಆರಡಿ ಎತ್ತರದ ಡೊಳ್ಳು ಹೊಟ್ಟೆಯ ಕೆಮಿಸ್ಟ್ರಿ ಲೆಕ್ಚರರ್ ಮುಖ ಗಂಟು ಹಾಕಿಕೊಂಡು ಕೈಲಿದ್ದ ಲೆಟರ್ ಅನ್ನು ಓದಿದರು. ಅನೂಪ್ ತನ್ನ ಕನಸನ್ನು ಪೂರೈಸಿಕೊಳ್ಳುವ ಮೊದಲು ಎದುರಿಸಬೇಕಾದ ಸವಾಲಿನ ಮುಂದೆ ಕೈಕಟ್ಟಿ ಭಯಭಕ್ತಿಯಿಂದ ನಿಂತುಕೊಂಡಿದ್ದ.

'ಎನ್‌ಸಿಸಿ ನಿಂಗೆ ಊಟ ಕೊಡುತ್ತೇನಯ್ಯಾ? ಸೆಕಂಡ್ ಪಿಯುಸಿ ಅಂದ್ರೆ ಎಲ್ಲರಿಗೂ ಲೈಫ್ ಟರ್ನಿಂಗ್ ಪಾಯಿಂಟ್. ಮೂರು ತಿಂಗಳು ಆರ್‌ಡಿಸಿ ಟ್ರೈನಿಂಗ್ ಕ್ಯಾಂಪ್‌ಗೆ ಹೋಗಬೇಕಾಗಿರುವುದರಿಂದ ಈ ಸಲದ ಇಂಟರ್ನಲ್ಸ್

ಬರೆಯೋಕೆ ಆಗುತ್ತಿಲ್ಲ, ದಯವಿಟ್ಟು ಸಹಕರಿಸಿ ಅಂತ ಬರೆದಿದ್ದೀಯಲ್ಲ, ಎಷ್ಟು ಧೈರ್ಯ ನಿಂಗೆ! ಬೇರೆ ಲೆಕ್ಚರರ್ಸ್ ಏನು ಮಾಡ್ತಾರೋ ನಂಗದು ಬೇಡ. ನಂಗೆ ನನ್ನ ಸಬೆಕ್ಟ್ ಮುಖ್ಯ, ನನ್ನ ವಿದ್ಯಾರ್ಥಿಗಳು ಅದರಲ್ಲಿ ಒಳ್ಳೇ ನಾಲೆಡ್ಜ್ ತಗೋಬೇಕು. ಬರೀ ಅಂಕನಲ್ಲ,' ಲೆಕ್ಚರರ್ ಗದರಿದಕ್ಕೆ ಇಡೀ ಕ್ಲಾಸ್ pin drop silence ವಹಿಸಿತು. ಅನೂಪ್ ಕೊನೇ ಪ್ರಯತ್ನ ಅನ್ನುವಂತೆ ಮನವಿ ಮಾಡಿಕೊಳ್ಳಲು ಹೋದಾಗ 'Get out of my class.. nuisance ತಂದು!' ಎಂದು ಗುಡುಗಿದರು. ಅನೂಪ್ ಕ್ಲಾಸಿನಿಂದ ಹೊರಗೆ ಹೋಗಿ ಕಾರಿಡಾರಿನಲ್ಲಿ ತಲೆತಗ್ಗಿಸಿ ನಿಂತುಕೊಂಡಾಗ, ಮೊದಲ ಬೆಂಚಿನಲ್ಲಿ ಕುಳಿತಿದ್ದ ಮಿಂಚು ಅವನ ಮುಖದ ಮೇಲೆ ಬರೆದ ಬೇಸರ, ಅವಮಾನವನ್ನ ಓದಿ ಮರುಕಪಟ್ಟಳು.

ಪ್ರೊಫೆಸರ್ ನರಸಿಂಹ ಹೆಗಡೆ ಅಂದ್ರೆ ಹಾಗೆ, ತನ್ನ ಸಬ್ಜೆಕ್ಟ್ ಅಂತ ಬಂದರೆ ಯಾರ ಮಾತನ್ನೂ ಕೇಳಲ್ಲ ಅನ್ನೋದು ಎಲ್ಲರಿಗೂ ಮನದಟ್ಟಾಗಿದ್ದ ವಿಷಯ. ಮೂವತ್ತೆರಡು ವರ್ಷ ಅಧ್ಯಾಪಕ ಅನುಭವವಿದ್ದ ಅವರು ಹಾಡು ಹಸೆ ಕ್ರೀಡೆ ಅಂತ ಕ್ಲಾಸ್ ಬಿಟ್ಟು ತಿರುಗೋ ಹುಡುಗರನ್ನಂತೂ ಬೇಕಂತಲೇ ಟಾರ್ಗೆಟ್ ಮಾಡಿ ಬಯ್ಯುತ್ತಿದ್ದರು. ಅವರಿರೋ ಎತ್ತರಕ್ಕೆ, ಎದುರಿಗೆ ಬಂದು ನಿಂತರೆ ಹುಡುಗರ ಮೈ ನಡುಗುತ್ತಿತ್ತು. ಒಂದು ದಿನವೂ ಯಾರೂ ಅವರ ನಗುವನ್ನು ಕಂಡಿಲ್ಲ. ಪಿಯುಸಿ ಹುಡುಗರು ಅಂತಲೂ ನೋಡದೇ ಕೆನ್ನೆಗೆ ಬಾರಿಸಿಬಿಡುತ್ತಾರೆ ಅಂತ ಸೀನಿಯರ್‌ಗಳು ಹೆದರಿಸುವುದು ಆ ಕಾಲೇಜಿನ ಪರಂಪರೆಯಾಗಿದ್ದರಿಂದ ನರಸಿಂಹ ಹೆಗಡೆ ಸರ್ ಕ್ಲಾಸನ್ನು ಯಾರೂ ತಪ್ಪಿಸಿಕೊಳ್ಳುತ್ತಿರಲಿಲ್ಲ.

ರಾತ್ರಿಯೆಲ್ಲಾ ಯೋಚಿಸಿ ಧೈರ್ಯಮಾಡಿ ಅನೂಪ್ ರಿಕ್ವೆಸ್ಟ್ ಲೆಟರ್ ಬರೆದಿದ್ದ ಆದರೆ ಅದು ಕಸದಬುಟ್ಟಿ ಸೇರುವ ಭಾಗ್ಯ ಕಂಡಿತು. ನಾಲ್ಕಾರು ಎನ್‌ಸಿಸಿ ಕ್ಯಾಂಪುಗಳನ್ನು ಅಟೆಂಡ್ ಮಾಡಿ, ರೈಫಲ್ ಟ್ರೈನಿಂಗ್, ಮ್ಯಾಪ್ ರೀಡಿಂಗ್‌ಗಳಲ್ಲಿ ಅನುಭವವಿದ್ದ ಅನೂಪ್‌ಗೆ ಸಾರ್ಜೆಂಟ್ ಅನ್ನೋ ರ್‍ಯಾಂಕು ಸಿಕ್ಕಿತ್ತು. ಅದು ಪೋಲೀಸರು ಸಮವಸ್ತ್ರದ ಮೇಲೆ ಹಾಕಿಕೊಳ್ಳೋ ಸ್ಟಾರ್‌ಗಳ ಹಾಗೆ ಅನೂಪ್ ಈ ರ್‍ಯಾಂಕನ್ನು NCC ಸಮವಸ್ತ್ರದ ಮೇಲೆ ಹೆಮ್ಮೆಯಿಂದ ಧರಿಸುತ್ತಿದ್ದ. ಪಿಯುಸಿ ಮುಗಿದ ಮೇಲೆ ರಿಪಬ್ಲಿಕ್ ಡೇ ಕ್ಯಾಂಪಿಗೆ ಹೋಗೋ ಅವಕಾಶದ ಬಗ್ಗೆ ಗ್ಯಾರಂಟಿ ಇಲ್ಲದಿದ್ದರಿಂದ ಅವನ ಆಸೆಯನ್ನು ಪೂರೈಸಿಕೊಳ್ಳೋ ವ್ಯಾಲಿಡಿಟಿ ಅದೇ ವರ್ಷ ಮುಗಿದುಹೋಗುತ್ತಿತ್ತು. ದೇಶದಲ್ಲೇ ಅತಿ ವಿಶೇಷವಾಗಿ ಆಚರಿಸೋ ದೆಹಲಿಯ ಗಣರಾಜ್ಯೋತ್ಸವ ಸಮಾರಂಭದಲ್ಲಿ ಸೈನಿಕರು, ಪೋಲೀಸರ ಜೊತೆ ಭಾಗವಹಿಸೋ ಪರೇಡ್‌ನ ಟ್ರೈನಿಂಗ್‌ಗೆ ಅನೂಪ್ ಕಷ್ಟಪಟ್ಟು ಆಯ್ಕೆಯಾಗಿದ್ದ. ಆದರೆ ಲೆಕ್ಚರರ್ ಕಡಿವಾಣ ಹಾಕಿಬಿಟ್ಟರು.

'ಅನೂಪ್, ಬೇಜಾರು ಮಾಡ್ಕೋಬೇಡ. ಸರ್ ಹಾಗೇ ಮಾತಾಡೋದು ಅಂತ ನಿನಗೆ ಗೊತ್ತಲ್ವಾ?'

ಊಟ ಬಿಟ್ಟು, ಬೆಂಚಿನ ಮೇಲೆ ತಲೆಹಾಕಿಕೊಂಡು ಕಣ್ಣುಮುಚ್ಚಿ ಮಲಗಿದ್ದ ಅನೂಪ್‌ನ ಸ್ಥಿತಿ ನೋಡಲಾಗದೇ ಮಿಂಚು ಸಮಾಧಾನ ಮಾಡಲು ಬಂದಳು. ಅವನು ಹ್ಮ್ ಅಂತಷ್ಟೇ ಉತ್ತರಿಸಿದ. ಸಮಾಧಾನದ ಮಾತುಗಳಿಂದ ಸಮಸ್ಯೆ ಬಗೆಹರಿಯುವುದಿಲ್ಲ, ಸೂಕ್ತ ಪರಿಹಾರ ಕಂಡುಕೊಳ್ಳೋದು ಉತ್ತಮ ಎಂದು ಅವನ ಮೌನ ಸೂಚಿಸಿತು. ಕೊಂಚ ಯೋಚಿಸಿ ಮಿಂಚು ಮಾತನಾಡಿದಳು.

'ಒಂದು ಕೆಲ್ಸ ಮಾಡು, ಪ್ರಿನ್ಸಿಪಾಲ್ ಹತ್ತಿರ ಮಾತಾಡಿ ನಿನಗೊಬ್ಬನಿಗೇ ಪ್ರತ್ಯೇಕವಾಗಿ ಇಂಟರ್ನಲ್ಸ್ ಕೊಡುವಂತೆ ಮನವಿ ಮಾಡಿಕೋ. ನಮಗಿಂತಾ ಮೊದಲೇ ನೀನು ಇಂಟರ್ನಲ್ಸ್ ಬರೆದು ಒಳ್ಳೇ ಮಾರ್ಕ್ಸ್ ತೊಗೊಂಡ್ರೆ ಸರ್ ರೇಗಲ್ಲ. ಹಾಗೇ ಆರ್‌ಡಿಸಿ ಕ್ಯಾಂಪ್ ಭಾಗವಹಿಸೋದು ನಮ್ಮ ಕಾಲೇಜಿಗೇ ಹೆಮ್ಮೆಯ ವಿಷ್ಯ ಅನ್ನೋದನ್ನ ಅವರಿಗೆ ಮನವರಿಕೆ ಮಾಡೋ ಹಾಗೆ ಎನ್‌ಸಿಸಿ ಮಾಸ್ಟರ್ ಹತ್ರ ಮಾತನಾಡು.'

ಮಿಂಚು ಹೇಳಿದ ಉಪಾಯ ಇಷ್ಟವಾದರೂ ಇದನ್ನು ಕಾರ್ಯರೂಪಕ್ಕೆ ತರಬಹುದಾ ಅನ್ನೋ ಗೊಂದಲ ಅನೂಪ್‌ಗೆ ಇದ್ದೇ ಇತ್ತು.

'ಥ್ಯಾಂಕ್ಸ್ ಮಿಂಚು.'

'ಅಯ್ಯೋ ಅದಕ್ಕೆಲ್ಲಾ ಥ್ಯಾಂಕ್ಸ್ ಏನು,' ಎಂದು ಸ್ಮೈಲ್ ಮಾಡಿದಾಗ ಅನೂಪ್‌ನಲ್ಲಿ ಹೊಸ ಚೈತನ್ಯ ತುಂಬಿಕೊಂಡಿತು.

ಒಂದು ಒಳ್ಳೇ ಕೆಲಸ ಮಾಡಬೇಕಾದಾಗ ಎಷ್ಟೋ ವಿಷಯಗಳು ಕೂಡಿ ಬರುತ್ತದೆ ಅನ್ನೋದು ಅನೂಪ್ ಅನುಭವಕ್ಕೆ ಬಂತು. ಅದೇ ತಿಂಗಳು ನರಸಿಂಹ ಹೆಗಡೆಯವರು ಮಗಳ ಮದುವೆಗೆಂದು ಒಂದು ವಾರ ಕಾಲೇಜಿಗೆ ರಜೆ ಹಾಕಿದರು. ಆ ಸಮಯದಲ್ಲಿ ಮತ್ತೊಬ್ಬ ಕೆಮಿಸ್ಟ್ರಿ ಲೆಕ್ಚರರ್ ಕ್ಲಾಸ್ ತಗೊಳ್ಳಬೇಕಾಯಿತು. ಶಿಸ್ತಿನ ವಿದ್ಯಾರ್ಥಿ ಎಂದು ಅನೂಪ್ ಬಗ್ಗೆ ಅಭಿಮಾನ ಇಟ್ಟುಕೊಂಡಿದ್ದ ಅವರು, ಅವನ ಸಹಾಯಕ್ಕೆ ನಿಂತರು. ಪ್ರಿನ್ಸಿಪಲ್ ಅಪ್ಪಣೆ ಪಡೆದು ಅನೂಪ್ ಪ್ರತ್ಯೇಕವಾಗಿ ಇಂಟರ್ನಲ್ಸ್ ಬರೆದು ಕಾಲೇಜಿನಿಂದ ರಿಲೀಸ್ ಸರ್ಟಿಫಿಕೇಟ್ ಪಡೆದುಕೊಂಡ. ಇನ್ನೊಂದು ತಿಂಗಳ ತರಬೇತಿಯ ನಂತರ ದೆಹಲಿಯ ಪೆರೇಡ್‌ನಲ್ಲಿ ನಾನೂ ಒಬ್ಬನಾಗುವೆನೆಂದು ಅನೂಪ್ ಹಿರಿಹಿರಿ ಹಿಗ್ಗಿದ. ಇದು ಸಾಧ್ಯವಾಗುತ್ತಿರುವುದು ಮಿಂಚು ಕೊಟ್ಟ ಐಡಿಯಾದಿಂದ, ಅವಳಿಲ್ಲದಿದ್ದರೇ ನನ್ನ ಪ್ರಯತ್ನ ಕೈಬಿಡುತ್ತಿದ್ದ ಎಂದೆನಿಸಿತು. ಈ ಘಟನೆ ಅನೂಪ್ ಮತ್ತು ಮಿಂಚೂವನ್ನು ಇನ್ನಷ್ಟು ಹತ್ತಿರವಾಗಿಸಿತು.

❋

2012ರ ಆಸುಪಾಸಿನ ವರ್ಷಗಳಲ್ಲಿ ಬೆಂಗಳೂರಿನ ಹೋಟೆಲ್‌ಗಳೊಂದಿಗೆ ಸೆಣಸಲು ಫಾಸ್ಟ್‌ಫುಡ್ ಕಾರ್ನರ್‌ಗಳು, ವಿದೇಶಿ ಮೂಲದ Franchise food chainಗಳು ಲಗ್ಗೆಯಿಟ್ಟುಬಿಟ್ಟಿದ್ದವು. ಆ ಚೈನಿಗೆ ಮೊದಲು ಸಿಕ್ಕಿಕೊಂಡವರು

ಕಾಲೇಜು ವಿದ್ಯಾರ್ಥಿಗಳು. ಹೊರಗಡೆ ತಿನ್ನೋದು ಅಂದರೆ ಮಸಾಲೆದೋಸೆ ಕಾಫಿ ಅಂತಿದ್ದ ಕಾಲ ಹೋಗಿ ಕೋಕ್ ಬರ್ಗರ್‌ಗಳು ಆ ಜಾಗ ಅಲಂಕರಿಸಿಕೊಂಡವು. ಕಾಲೇಜಿನ ಹತ್ತಿರ ಸ್ವಲ್ಪ ದಿನದ ಹಿಂದೆ ತೆರೆದಿದ್ದ ಮೆಕ್ ಡೊನಾಲ್ಡ್ಸ್ ಯುವಕ ಯುವತಿಯರ ಗುಂಪುಗಳಲ್ಲಿ Talk of the town ಆಯಿತು. ಹೋಟೆಲುಗಳಲ್ಲಿ ಪಂಚೆಯುಟ್ಟ ಅಡುಗೆಭಟ್ಟರ ಕೈಯಡುಗೆ ಒಂದು ಮಟ್ಟಿಗೆ ಬೋರು ಬಂದು ಇಡ್ಲಿ ದೋಸೆಗಳೆಲ್ಲಾ ಹಸಿವಾದಾಗ, ಪಾಕೆಟ್ ಮನಿ ಕಮ್ಮಿಯಿದ್ದಾಗ ತಿನ್ನುವಂತಹ ತಿನಿಸುಗಳಾದವು. ನವೀನ ರೆಸ್ಟೋರೆಂಟ್‌ಗಳ ಕಲರ್ಫುಲ್ ಒಳಾಂಗಣ ವಿನ್ಯಾಸ, ಯೂನಿಫಾರ್ಮ್ ಕ್ಯಾಪು ತೊಟ್ಟು ಮುಗುಳ್ನಗೆ ಬೀರುತ್ತಾ ಇಂಗ್ಲಿಷಿನಲ್ಲಿ ಮಾತನಾಡಿಸೋ ಸ್ಟಾಫ್‌ಗಳು, ಅಲ್ಲಿ ಕೇಳಿಬರೋ ಹಿನ್ನೆಲೆ ಸಂಗೀತ, ಯುವಜನತೆಯ ಆಕರ್ಷಣೆಗೆ ಕಾರಣವಾದವು. ಯುವಕರೇ ಕೆಲಸಗಾರರು, ಯುವಕರೇ ಗ್ರಾಹಕರಿರೋದ್ರಿಂದಲೇ ಅಲ್ಲಿ ಸಿಗೋ ತಿನಿಸುಗಳು ಯುವಕರಿಗೇ ಅಂತಲೇ ಆಗಿಹೋಯಿತು. ಅದರ ರುಚಿ, ಬೆಲೆ ಮತ್ತು ಉಪಯೋಗದ ಬಗ್ಗೆ ಯೋಚಿಸುವ ಗೋಜಿಗೆ ಯಾರೂ ಹೋಗಲಿಲ್ಲ. ಮಿಂಚು ಅನೂಪ್ ಜೊತೆ ಮೊದಲ ಬಾರಿ ಅಂತಹದ್ದೊಂದು ಜಾಗಕ್ಕೆ ಬಂದಿದ್ದಳು.

'ಹೋದ್ ಸಲ ನಾನಿಲ್ಲಿಗೆ ಬಂದಾಗ ತುಂಬಾ ಇಷ್ಟ ಆಗಿತ್ತು, ನೀನ್ ಹೆಲ್ಪ್ ಮಾಡಿದ್ದಕ್ಕೆ ಟ್ರೀಟ್ ಕೊಡ್ತೀನಿ ಅಂತ ಹೇಳಿದ್ನಲ್ಲ ಅದಕ್ಕೆ ಇಲ್ಲಿಗೇ ಕರ್ಕೊಂಡ್ ಬಂದೆ.'

ಅನೂಪ್ ಉತ್ಸಾಹದಲ್ಲಿ ತಾನು ಆರ್ಡರ್ ಮಾಡಿದ್ದನ್ನು ಅವಳ ಮುಂದೆ ಇಡುತ್ತಾ ಹೇಳಿದನು. ಮಿಂಚು ಅದೆಲ್ಲವನ್ನೂ ಗಮನಿಸಿ ತಿನ್ನುವುದೋ ಬೇಡವೋ ಅನ್ನೋಹಾಗೆ ನೋಡುತ್ತಿದ್ದಳು.

'ಇದು Mc Veggie meal ಅಂತ. ಬರ್ಗರ್ ಒಳಗೆ ತರಕಾರಿ ಇದೆ ಅಷ್ಟೇ, ಫ್ರೆಂಚ್ ಫ್ರೈಸ್ ಆಲೂಗಡ್ಡೆ ಚಿಪ್ಸ್ ತರಾನೇ ಆದ್ರೆ ಹೊರಗಡೆ ಗರಿಗರಿ ಒಳ್ಗೆ ಮೆತ್ತಗಿರುತ್ತೆ, ಕೋಕಾಕೋಲಾ ನಿಂಗೆ ಗೊತ್ತಿದೆ ಅಲ್ವಾ?'

ಪ್ರಾಡಕ್ಟ್ ಅನ್ನು ಮಾರ್ಕೆಟಿಂಗ್ ಮಾಡೋ ಸೇಲ್ಸ್ ಮ್ಯಾನ್‌ನ ಹಾಗೆ ಅನೂಪ್ ಮಿಂಚುಗೆ ಹೊರದೇಶದಿಂದ ಬಂದು ಬೆಂಗಳೂರಿಗೆ ಹೊಸದಾಗಿ ಪರಿಚಯವಾದ ತಿನಿಸುಗಳ ಬಗ್ಗೆ ವಿವರಣೆ ಕೊಟ್ಟನು. ಮಿಂಚು ಬರ್ಗರ್‌ನ ಮೊದಲ ಬಾರಿ ತಿಂದು ನೋಡಿದಾಗ ಅವಳ ರಿಯಾಕ್ಷನ್‌ಗಾಗಿ ಅನೂಪ್ ಕಾದ.

'ಏನೋ ಸಪ್ಪೆ ಸಪ್ಪೆ ಇದೆ.. ಬಟ್ ಓಕೆ.'

'ಇದೇನ್ ನಿಮ್ಮ ಮಂಗಳೂರು ಮೀನ್ ಸಾರಾ ಖಾರ ಇರೋದಕ್ಕೆ. ಬರ್ಗರ್ ಕಣೇ. you should understand the taste, western countries ಅಲ್ಲಿ ನಮ್ಮೋರ್ ತರ ಸ್ಪೈಸಿ ಫುಡ್ ತಿನ್ನಲ್ಲ.'

ಈಗಾಗಲೇ ಮೆಕ್ ಡೊನಾಲ್ಡ್ಸ್‌ಗೆ ಮಾರುಹೋಗಿದ್ದಾನೆ ಅಂತ ಅರ್ಥ ಮಾಡಿಕೊಂಡ ಮಿಂಚು ನಕ್ಕಳು.

'ಅದೇನೇ ಆದ್ರು ರೇಟ್ ತುಂಬಾ ಜಾಸ್ತಿ. ಒಂದಿಡೀ ದಿನ ಇಬ್ರು ಊಟ ಮಾಡ್ಬೋದು ಇಷ್ಟ್ರಲ್ಲಿ.'

'ನೀನ್ಯಾಕೆ ಅದ್ರು ಬಗ್ಗೆ ಯೋಚ್ನೆ ಮಾಡ್ತಿದ್ದೀಯಾ? ಇದು ನನ್ ಟ್ರೀಟ್! ನಿನ್ ಐಡಿಯಾ ನನ್ನ ಸೇವ್ ಮಾಡ್ಬಿಡ್ತು. ಥ್ಯಾಂಕ್ಯೂ ಸೋ ಮಚ್ ಮಿಂಚು,' ಅನೂಪ್ ಖುಷಿಯಲ್ಲಿ ಟೇಬಲ್ ಮೇಲಿಟ್ಟಿದ್ದ ಅವಳ ಕೈ ಮೇಲೆ ತನ್ನ ಕೈಯಿಟ್ಟು ಹೇಳಿದಾಗ ಮಿಂಚೂಗೆ ಸಂಕೋಚವಾಯಿತು. ಕೈಬಿಡಿಸಿಕೊಂಡು ಮುಜುಗರ ಹೋಗಿಸಿಕೊಳ್ಳೋದಕ್ಕೆ ಮುಗುಳ್ನಗುತ್ತಾ ಮಾತನಾಡಿದಳು.

'ಮತ್ತೆ, ನೀನ್ RDC trainingಗೆ ಹೋದಾಗ ನೋಟ್ಸ್ ಬಗ್ಗೆ ಯೋಚ್ನೆ ಮಾಡ್ಬೇಡಾ, ನಾನ್ ಬರೆದುಕೊಡ್ತೀನಿ.'

ಕ್ಲಾಸಿನಲ್ಲಿ ಎಷ್ಟೋ ಜನ ಇದ್ದರು. ಕೆಮಿಸ್ಟ್ರಿ ಕ್ಲಾಸಿನಿಂದ ಅನೂಪನನ್ನು ಹೊರಹಾಕಿದಾಗ ಹಲವರು ಅವನಿಗಾದ ಅವಮಾನವನ್ನ ನೋಡಿ ಮನರಂಜನೆ ತೆಗೆದುಕೊಂಡರು, ಇನ್ನು ಕೆಲವರು ನೀನು ಕ್ಯಾಂಪಿಗೆ ಹೋಗೋ ಯೋಚನೆ ಬಿಟ್ಟುಬಿಡು ಅಂತ ಸಮಾಧಾನದ ಮಾತನಾಡಿದರು. ಇದರ ಮಧ್ಯೆ ಮಿಂಚು ತುಂಬಾ ವಿಶೇಷವಾಗಿ ಕಂಡಳು. ತನ್ನ ಸಮಸ್ಯೆಯನ್ನು ಅರ್ಥ ಮಾಡಿಕೊಂಡು ಅದಕ್ಕೆ ಸ್ಪಂದಿಸುವ, ಸೂಕ್ತ ಸಲಹೆ ಕೊಡುವ ಆಪ್ತ ಸ್ನೇಹಿತೆ ಸಿಕ್ಕಿದ್ದಕ್ಕೆ ಅನೂಪ್ ಸಂತಸಗೊಂಡ.

# 4

ಮುಂಜಾನೆಯ ಮಂಜು ಕವಿದ ವಾತಾವರಣದಲ್ಲಿ ಇಂಡಿಯಾ ಗೇಟ್ ಮಸುಕು ಮಸುಕಾಗಿ ಕಾಣುತ್ತಿತ್ತು. ಮೊದಲ ಮಹಾಯುದ್ಧದಲ್ಲಿ ಮಡಿದ 84 ಸಾವಿರ ಸೈನಿಕರ ಸ್ಮರಣೆಗಾಗಿ ಕಟ್ಟಿದ ಬೃಹದಾಕಾರದ ಬಾಗಿಲನ್ನು ಹತ್ತಿರ ಕಂಡು ಅನೂಪನ ಮೈಜುಮ್ಮೆಂದಿತು. ಅವನು ಒಂದೂವರೆ ತಿಂಗಳು Pre RDC Training ಗಾಗಿ ಬೇರೆ ಬೇರೆ ಕ್ಯಾಂಪುಗಳಲ್ಲಿ ಭಾಗವಹಿಸಿ, ಆಯ್ಕೆಗೊಂಡು ಕೊನೇ ಹಂತದ ಕ್ಯಾಂಪಿಗಾಗಿ ದೆಹಲಿಗೆ ಬಂದಿದ್ದ. ಕತ್ತಿಗೆ ಕ್ಯಾಮೆರಾ ನೇತು ಹಾಕಿಕೊಂಡವನು 'ಫೋಟೋ ಟೇಕ್, ಇಂಡಿಯಾ ಗೇಟ್, ಫೋಟೋ ಟೇಕ್, ಇಂಡಿಯಾ ಗೇಟ್' ಅಂತ ಜೋರಾಗಿ ತನ್ನದೇ ವಿಶಿಷ್ಟವಾದ ರಾಗದಲ್ಲಿ ಕೂಗುತ್ತಾ ಅಲ್ಲಿಗೆ ಬಂದವರೆಲ್ಲರ ಬೆನ್ನುಬೀಳುತ್ತಿದ್ದ. ಕೀಪ್ಯಾಡ್ ಮೊಬೈಲ್‌ಗಳ ಕಾಲವಾದ್ದರಿಂದ ಹಲವಾರು ಜನರು ಇವನ ಬುಟ್ಟಿಗೆ ಬೀಳುತ್ತಿದ್ದರು. ಇಲ್ಲೀ ತನಕ ಬಂದು, ನನ್ನ ಕೈಯಿಂದ ಫೋಟೋ ತೆಗಿಸಿಕೊಳ್ಳದೇ ಹೋದರೇ ಏಳು ಜನ್ಮದ ಪಾಪ ಸುತ್ತಿಕೊಂಡುಬಿಡುತ್ತೆ ಅನ್ನೋ ಹಾಗೆ ಹೆದರಿಸಿಬಿಡುವಂತಿತ್ತು

ಅವನು ಜನರನ್ನು ಒಪ್ಪಿಸುವ ರೀತಿ. ಬಿಸಿ ಬಿಸಿ ದೋಸೆಯ ಹಾಗೆ ಆಗ ತಾನೇ ಕ್ಲಿಕ್ಕಿಸಿದ ಫೋಟೋ, ಒಳಗಿದ್ದ ರೀಲ್‌ನಲ್ಲಿ ಅಚ್ಚಾಗಿ ಹೊರಬರುತ್ತಿತ್ತು. ಆತ ಕೆಲ ಸೆಕೆಂಡುಗಳ ಕಾಲ ಅದನ್ನು ಒದರಿ, ಕಪ್ಪನೆಯ ರೀಲ್ ಮೇಲೆ ಚಿತ್ರ ಮೂಡುತ್ತಿದ್ದ ಹಾಗೆ "ಅರೇ ಆಗಯಾ ದೇಖ್!" ಎನ್ನುತ್ತಾ ಫೋಟೋ ತೆಗೆಸಿಕೊಂಡವರಿಗಿಂತಾ ಹೆಚ್ಚು ಉತ್ಸಾಹದಿಂದ ಫೋಟೋ ತೆಗೆದುಕೊಡುತ್ತಿದ್ದ. ಇದೆಲ್ಲಾ ನೋಡುತ್ತಿದ್ದ ಅನೂಪನಿಗೆ, ಎನ್‌ಸಿಸಿ ಯೂನಿಫಾರ್ಮ್ ಹಾಕಿಕೊಂಡು ಬಂದು ಇಲ್ಲಿ ಫೋಟೋ ತೆಗೆಸಿಕೊಂಡಿದ್ದರೆ ಚೆನ್ನಾಗಿರುತ್ತಿತ್ತು, ಟಿ ಶರ್ಟ್ ಪ್ಯಾಂಟಿನಲ್ಲಿ ಫೋಟೋ ತೆಗೆದರೆ ಸಾಮಾನ್ಯ ಪ್ರವಾಸಿಗರ ಹಾಗೆ ಕಾಣುತ್ತದೆ ಎಂದೆನಿಸಿದರೂ ನೆನಪಿಗಿರಲಿ ಎಂದು ಫೋಟೋ ತೆಗೆಸಿಕೊಂಡ, ಜೊತೆಗೆ ಬಂದ ಇನ್ನೊಂದಷ್ಟು ಹುಡುಗರು ಅವನ ಸಾಲಿಗೆ ಸೇರಿದರು.

ವಾಲ್ಮೀಕಿ ವರ್ಣಿಸಿದ ಅಯೋಧ್ಯೆಯ ಅರಮನೆಯ ಹಾಗೆ ಕಾಣುವ ಸ್ವಾಮಿ ನಾರಾಯಣ ಅವರ ಭವ್ಯವಾದ ಅಕ್ಷರಧಾಮ ದೇವಸ್ಥಾನ, ಮುಘಲರ ಚರಿತ್ರೆಯನ್ನು ನೆನಪಿಸುವ ಕೆಂಪುಕೋಟೆ, ಪ್ರಪಂಚದ ಏಳು ಅದ್ಭುತಗಳಲ್ಲೊಂದಾದ ತಾಜ್‌ಮಹಲ್, ಆಗ್ರಾಕೋಟೆ, ಮಹಾತ್ಮಾ ಗಾಂಧೀಜಿಯವರ ಆದರ್ಶ ಜೀವನದ ದರ್ಶನ ಮಾಡಿಸೋ ರಾಜ್ ಘಾಟ್‌ನ ವಸ್ತು ಸಂಗ್ರಹಾಲಯ, ರಾಷ್ಟ್ರಪತಿ ಭವನ; ಈ ಎಲ್ಲಾ ಜಾಗಗಳಿಗೂ NCC ಕೆಡೆಟ್‌ಗಳಿಗಾಗಿ ವ್ಯವಸ್ಥೆ ಮಾಡಿದ ಬಸ್ಸು ಕರೆದೊಯ್ದು ಸುತ್ತಾಡಿಸಿತು. ಮೊದಲ ಬಾರಿ ದೇಶದ ರಾಜಧಾನಿಗೆ ಬಂದು, ಸುತ್ತಮುತ್ತಲಿನ ಪ್ರೇಕ್ಷಣೀಯ ಸ್ಥಳಗಳಿಗೆ ಭೇಟಿ ನೀಡಿದ್ದು, ದೇಶದೆಲ್ಲೆಡೆಯಿಂದ ಬಂದಿದ್ದ ಕೆಡೆಟ್‌ಗಳನ್ನು ಭೇಟಿಯಾಗಿ ಅವರೊಂದಿಗೆ ಬೆರೆತು ಎಲ್ಲರ ಭಾಷೆ, ಉಡುಗೆ, ಊಟಗಳ ಬಗ್ಗೆ ತಿಳಿದುಕೊಂಡಿದ್ದು ಅನೂಪನಿಗೆ ಹೆಮ್ಮೆಯುಂಟು ಮಾಡಿತು. ಈ ಪ್ರಯತ್ನ ಕೈಬಿಟ್ಟಿದ್ದರೆ ಎಂತಹ ಅನುಭವವನ್ನ ಕಳೆದುಕೊಳ್ಳುತ್ತಿದ್ದೆ ಅನ್ನೋ ಯೋಚನೆ ಬಂದಾಗ ಅವನಿಗೆ ಮಿಂಚು ನೆನಪಾಗದೇ ಇರಲಿಲ್ಲ.

ಜನವರಿ ಇಪ್ಪತ್ತಾರು, ಗಣರಾಜ್ಯೋತ್ಸವದ ದಿನ ಬಂದೇ ಬಿಟ್ಟಿತು. ಮಾರನೆಯ ದಿನದ ಬಗ್ಗೆ ಯೋಚಿಸುತ್ತಾ ಹಿಂದಿನ ರಾತ್ರಿ ಅನೂಪ್‌ಗೆ ಸರಿಯಾಗಿ ನಿದ್ರೆ ಆಗದೇ ಇದ್ದರೂ ಬೆಳಗ್ಗೆ ನಾಲ್ಕು ಗಂಟೆಗೆ ಸರಿಯಾಗಿ ಎದ್ದುಬಿಟ್ಟ, ಡಾರ್ಮಿಟರಿ ಶೈಲಿಯ ರೈಲು ಬೋಗಿಯಂತಹ ಉದ್ದದ ಕೋಣೆಗಳ ಬಂಕರ್ ಮಂಚಗಳಲ್ಲಿ ಮಲಗಿದ್ದ ನೂರಾರು ಹುಡುಗ ಹುಡುಗಿಯರು ಲಗುಬಗೆಯಿಂದ ಎದ್ದು, ಅಣಿಯಾಗಿ ತಮ್ಮ ಜೀವನದ ಮುಖ್ಯ ದಿನವನ್ನು ಸ್ವಾಗತಿಸಿದರು. ಅವರೆಲ್ಲರಿಗೂ ಕಳೆದ ಒಂದು ತಿಂಗಳು ತಪಸ್ಸಿನಂತಿತ್ತು. ಅಷ್ಟು ದಿನದ ಕಠಿಣವಾದ ಟ್ರೈನಿಂಗ್‌ಗಳಿಂದ, ಸುಡು ಬಿಸಿಲಿನಲ್ಲಿ ಮಾಡಿದ ಪೆರೇಡ್‌ಗಳಿಂದ ಚರ್ಮ ಸುಟ್ಟು ಕರಕಲಾಗಿ, ಮೈಯಲ್ಲಿನ ಕೊಬ್ಬೆಲ್ಲಾ ಮಾಯವಾಗಿ ಸಾಕು ಸಾಕು ಮಾಡಿದ್ದರು. ಎಲ್ಲರೂ ಕಾಯುತ್ತಿದ್ದ ದಿನ ಬಂದಾಗ ಪಟ್ಟ ಕಷ್ಟವೆಲ್ಲಾ ಮರೆತುಹೋಗಿ, ಹೊಸ ಉತ್ಸಾಹ ಚಿಮ್ಮಿತು. ಖಾಕಿ

ಬಣ್ಣದ ಪ್ಯಾಂಟು ಶರ್ಟು, ಸೊಂಟದ ಸುತ್ತ ನೀಲಿ, ಹಳದಿ, ಕೆಂಪು ಬಣ್ಣದ ಪಟ್ಟಿಗಳನ್ನೊಳಗೊಂಡ ಕಮರ್ ಬಂದ್, ಅದರ ಮೇಲೆ ಕಪ್ಪಗೆ ಹೊಳೆಯುವ ಬೆಲ್ಟು, ಎದೆಯ ಮೇಲೆ ಅನೂಪ್ ಶೇಖರ್ ಅನ್ನೋ ನೇಮ್ ಪ್ಲೇಟ್, ಜೇಬಿನ ಮೇಲೆ ಕ್ಯಾಂಪುಗಳ ಬ್ಯಾಡು, ಕತ್ತಿನ ಚರ್ಮ ಕಾಣದಂತೆ ತೊಟ್ಟ ನೆಕ್ ಸ್ಕಾರ್ಫ್, ಕಾಲಿಗೆ ಎರಡೆರಡು ಕೆಜಿ ತೂಕದ ಬೂಟು, ತಲೆಯ ಮೇಲೆ ಕೆಂಪು ಪುಕ್ಕವಿದ್ದ ಕ್ಯಾಪ್ ಹಾಕಿಕೊಂಡು ಅನೂಪ್ ನಿಲುಗನ್ನಡಿ ಮುಂದೆ ಎದೆಯುಬ್ಬಿಸಿ ನಿಂತುಕೊಂಡಾಗ, ಶಿಸ್ತು ಸಂಯಮ ಕೂಡಿದ ಮೂರ್ತಿಯೇ ಎದ್ದುಬಂದಂತೆ ಕಂಡ.

ಸ್ವತಂತ್ರ ಭಾರತದ ಗಣರಾಜ್ಯೋತ್ಸವದ ಮುಖ್ಯ ಆಕರ್ಷಣೆಯಾಗಿರೋ ದೆಹಲಿಯ ರಾಜ್‌ಪಥ್ ಪರೇಡ್ ಇನ್ನೇನು ಶುರುವಾಗಲಿದೆ ಎಂದು ಹಿಂದಿಯಲ್ಲಿ ಘೋಷಿಸಿದಾಗ ನೆರೆದಿದ್ದ ಸಾವಿರಾರು ವೀಕ್ಷಕರು ಕಾತುರದಿಂದ ಕಣ್ಣಗಲಮಾಡಿದರು. ವಿಶಾಲವಾದ ಮೈದಾನದಲ್ಲಿ ಸೈನಿಕರು, ಆರಕ್ಷಕರು, ನೌಕಾಪಡೆ, ಸೇನಾಪಡೆ ಮತ್ತು ವಾಯುಪಡೆಗೆ ಸೇರಿದ NCC Cadet ಗಳು ಗೆರೆ ಎಳೆದಂತೆ ನಿಖರವಾಗಿ, ಮೂರು ಮೂರು ಸಾಲಿನಲ್ಲಿ ನಿಂತುಕೊಂಡಿದ್ದರು. ಇದನ್ನೆಲ್ಲಾ ಸೆರೆಹಿಡಿದ ವಾಹಿನಿಗಳು ನೇರಪ್ರಸಾರದಲ್ಲಿ ಇಡೀ ದೇಶಕ್ಕೆ ಬಿತ್ತರಿಸುತ್ತಿದ್ದವು. ಧ್ವಜಾರೋಹಣದ ಸಮಯದಲ್ಲಿ ಗೌರವ ಸೂಚಿಸಲು ಇಡೀ ಸಭೆ ಎದ್ದು ನಿಂತಿತು. ತ್ರಿವರ್ಣ ಧ್ವಜ ಆಗಸದಲ್ಲಿ ಹಾರಾಡಿದ ಕೂಡಲೇ ನೂರಾರು ಬ್ಯಾಂಡ್ ಸೆಟ್‌ಗಳು ಸೇರಿ 'ಜನ ಗಣ ಮನ' ರಾಷ್ಟ್ರಗೀತೆಯನ್ನು ಮೊಳಗಿಸಿದವು. ಜಯಹೇ ಜಯಹೇ ಎಂದು ಎಲ್ಲರ ಗಂಟಲುಗಳು ಒಕ್ಕೊರಲಲ್ಲಿ ಹಾಡಿದಾಗ ಸಾವಿರಾರು ಕಣ್ಣುಗಳಲ್ಲಿ ದೇಶಭಕ್ತಿ ಜಿನುಗಿತು. ಡ್ರಮ್ ಬೀಟಿಗೆ ಸರಿಯಾಗಿ ಹೆಜ್ಜೆಯಿಡುತ್ತಿರುವ ಸಾವಿರಾರು ಕಾಲುಗಳನ್ನು ಎಲ್ಲರಿಗಿಂತ ಮುಂದೆ ಮಾರ್ಚ್ ಫಾಸ್ಟ್ ಮಾಡಿಕೊಂಡು ಹೋಗುತ್ತಿರುವವನು ಕೈಲಿ ರಿಮೋಟ್ ಹಿಡಿದುಕೊಂಡು ನಿಯಂತ್ರಿಸುತ್ತಿದ್ದಾನೇನೋ ಎನ್ನುವಷ್ಟು ಏಕನಿಷ್ಠೆಯಿಂದ ಎದೆಯ ಮಟ್ಟಿಗೆ ಕಾಲುಗಳನ್ನು ಮೇಲಕ್ಕೆತ್ತಿ ಮಾರ್ಚ್ ಫಾಸ್ಟ್ ಮಾಡಿದರು. ದೊಡ್ಡ ಮೈದಾನದಲ್ಲಿ ಇಂತಹ ಹತ್ತಾರು ಗುಂಪುಗಳು "ಡಮ್ಮರ ಡಮ್ಮರ ಡಮ್" ಅನ್ನೋ ಡ್ರಮ್ ಸದ್ದಿಗೆ ಸರಿಯಾಗಿ ಹೆಜ್ಜೆ ಇಡುತ್ತಾ ಪರೇಡ್ ಮುಂದುವರಿಸಿದವು. ಅನೂಪ್ ಇದ್ದ NCC ಪಡೆ ವೇದಿಕೆಯ ಮುಂಭಾಗಕ್ಕೆ ಬಂದಾಗ ಕಮಾಂಡರ್ ಆಫೀಸರ್ ಶೈಲೇಂದ್ರ ಸಿಂಗ್ ರಾಥೋಡ್ 'ಪರೇಡ್ ಸ್ವಾಗತ್ ಪ್ರಣಾಮ್, ಸೆಲ್ಯೂಟ್' ಎಂದು ಕಮಾಂಡ್ ಕೊಟ್ಟ ತಕ್ಷಣ ಎಲ್ಲಾ ಹುಡುಗರ ಕುತ್ತಿಗೆಗಳು ಚಕ್ ಎಂದು ತಿರುಗಿ ಸೆಲ್ಯೂಟ್ ಮಾಡುತ್ತಾ ಸಾಗಿದವು. ಮುಂದೆ ನೋಡದೇ ನಡೆಯುತ್ತಿದ್ದರೂ ಒಬ್ಬರಿಗೂ ಹೆಜ್ಜೆತಪ್ಪುವ ಭಯವಿರಲಿಲ್ಲ. ಎರಡು ಮೂರು ತಿಂಗಳಿನ ಕಠಿಣ ಪರಿಶ್ರಮದ ಪರಿಪೂರ್ಣತೆ ಅವರ ವಿಶ್ವಾಸದಲ್ಲಿ ಕಾಣುತ್ತಿತ್ತು. ಕೈಯಲ್ಲಿ ರೈಫಲ್ ಹಿಡಿದು ಗುಂಪಿನಲ್ಲಿ ಅನೂಪ್ ಪ್ರಧಾನ ಮಂತ್ರಿಗಳಿಗೆ ಸೆಲ್ಯೂಟ್ ಮಾಡುತ್ತಾ ಮಾರ್ಚ್ ಮಾಡುವಾಗ ಅವರೂ ವಾಪಸ್ ಸೆಲ್ಯೂಟ್

ಮಾಡಿದರು. ತಮ್ಮ ಕಡೆ ನೋಡಿ ದೇಶದ ಪ್ರಧಾನಿ ನಿಂತು ಸೆಲ್ಯೂಟ್ ಮಾಡಿದ್ದು ಅನೂಪನ ಮೈಯಲ್ಲಿ ಮಿಂಚು ಸಂಚರಿಸಿತು. ದೇಶದ ಲಕ್ಷಾಂತರ ಕಣ್ಮನಗಳನ್ನು ಸೆಳೆದು, ಸತತ ಮುಕ್ಕಾಲು ಗಂಟೆಗಳ ಕಾಲ ನಡೆದ ಪರೇಡ್ ಕರತಾಡನದ ಮಳೆಗರೆಯುವುದರೊಂದಿಗೆ ಮುಕ್ತಾಯವಾಯಿತು.

❋

ಅನೂಪ್ ಕ್ಯಾಂಪಿಗೆ ಹೋದಾಗಿನಿಂದ ಮಿಂಚು ದಿನಕ್ಕೆ ನಾಲ್ಕು ಬಾರಿಯಾದರೂ ಅವನನ್ನು ನೆನಪು ಮಾಡಿಕೊಳ್ಳುತ್ತಿದ್ದಳು. ಕ್ಲಾಸನಲ್ಲಿದ್ದಾಗ ಅವಳಿಗೆ ಅರಿವಿಲ್ಲದೇ ಕಣ್ಣುಗಳು ಅವನ ಬೆಂಚಿನ ಕಡೆ ಹೋಗುತ್ತಿತ್ತು. ಅವನಿಲ್ಲದ ಆ ಜಾಗ ಖಾಲಿ ಎನಿಸುತ್ತಿತ್ತು. ಪ್ರತಿದಿನವೂ ಕಾಲೇಜಿನಲ್ಲಿ ತನ್ನ ಪುಸ್ತಕದಲ್ಲಿ ಬರೆದುಕೊಂಡ ನೋಟ್ಸ್ ಅನ್ನು ಮನೆಗೆ ಹೋಗಿ ಅನೂಪ್‌ನ ಪುಸ್ತಕದಲ್ಲಿ ಬರೆಯುತ್ತಿದ್ದಳು. ನಾನೇಕೆ ಇದನ್ನೆಲ್ಲಾ ಮಾಡಬೇಕು ಅನ್ನೋ ಪ್ರಶ್ನೆ ಮೂಡಿದಾಗ, ಎರಡು ಸಲ ಬರೆದರೆ ಕಲಿತದ್ದು ಗಟ್ಟಿಯಾಗುತ್ತದೆ ಅನ್ನೋ ಉತ್ತರ ಕೊಟ್ಟುಕೊಂಡಳು. ಪ್ರತಿದಿನ ನಾನು ಅವನ ಕೆಲಸ ಮಾಡುತ್ತಿದ್ದೇನೆ, ಅವನಿಗೆ ನಾನು ಒಂದು ಸಲವಾದರೂ ನೆನಪಾಗಿದ್ದೇನಾ ಅನ್ನಿಸಿ ಬೇಸರವಾದಾಗ ಅವಳಿಗೆ ಹೌದು ಅಥವಾ ಇಲ್ಲ ಅನ್ನೋ ಉತ್ತರ ಕೊಡೋದಕ್ಕೆ ಯಾರೂ ಇರಲಿಲ್ಲ. ಆ ಗೊಂದಲದಲ್ಲೇ ಕಾಲ ಕಳೆದಳು. ಅದೊಂದು ದಿನ ಮಿಂಚು ನೋಕಿಯಾ ಕೀ ಪ್ಯಾಡ್ ಮೊಬೈಲ್‌ಗೆ ಯಾವುದೋ ನಂಬರ್‌ನಿಂದ ಕರೆಬಂದಿತು. ಅಮ್ಮ ಕೊಡಿಸಿದ ಫೋನ್‌ನಲ್ಲಿ ಅರವಿಂದಾ, ವಿಶಾಖ, ಅನೂಪ್ ಮನೆಯ ಫೋನು ಹೀಗೆ ಐದಾರು ನಂಬರ್‌ಗಳಿಗಿಂತ ಹೆಚ್ಚು ಸಂಖ್ಯೆಗಳು ಸೇವ್ ಆಗಿರಲಿಲ್ಲ. ಯಾರಿರಬಹುದು ಎಂದು ಫೋನ್ ಎತ್ತಿಕೊಂಡಾಗ ಆ ಕಡೆಯಿಂದ ಬಂದ ಧ್ವನಿ ಕೇಳಿ ಅವಳ ಮುಖ ಅರಳಿತು.

'ಹಾಯ್ ಮಿಂಚು, ನಾನು ಅನೂಪ್. ಹೇಗಿದ್ದೀಯಾ?' ಅವನ ಮಾತಿನಲ್ಲಿ ಕೆಜಿಗಟ್ಟಲೆ ಖುಷಿಯಿತ್ತು.

'ನಾನ್ ಆರಾಮ್, ನೀನ್ ಹೇಗಿದ್ದೀಯಾ? ಇಷ್ಟ್ ದಿನ ಆದ್ಮೇಲ್ ಫೋನ್ ಮಾಡ್ಬಿಟ್ಟಿದ್ದೀಯಾ?' ಮಿಂಚು ನಾಲಿಗೆಯಿಂದ ಹೊರಟ ಮಾತನ್ನ ತಡೆಯಬೇಕೆನ್ನುವಷ್ಟರಲ್ಲಿ ಅದು ಅನುಪನ ಕಿವಿ ಸೇರಿಬಿಟ್ಟಿತ್ತು. ತನ್ನ ಅತಿಶಯೋಕ್ತಿಗೆ ನಾಲಿಗೆ ಕಚ್ಚಿಕೊಂಡಳು. ನಾನ್ಯಾಕೆ ಅವನ ಫೋನ್ ಕಾಲ್‌ಗೆ ಕಾಯಬೇಕು? ಏನ್ ವಿಚಾರ ಹೇಳು ಅಂತ ಕೇಳಬೇಕಿತ್ತು ಅಷ್ಟೇ, ನಾನು ಕೇಳಿದ ರೀತಿ ಯಾಕೆ ನನಗೆ ಇಷ್ಟು ದಿನ ಫೋನ್ ಮಾಡಲಿಲ್ಲ ಅಂತ ವಿಚಾರಿಸಿಕೊಳ್ಳುತ್ತಿರೋ ಹಾಗಿದೆ! ನನ್ನ ಮಾತಿನಲ್ಲಿ ಅಷ್ಟೆಲ್ಲಾ ಅರ್ಥ ಕಾಣಿಸುತ್ತಿದೆಯಾ ಅಥವಾ ನಾನೇ ಅತಿಯಾಗಿ ಯೋಚಿಸುತ್ತಿದ್ದೇನಾ? ಒಂದೇ ಕ್ಷಣಕ್ಕೆ ಬಂದ ಇಷ್ಟೆಲ್ಲಾ ಯೋಚನೆಗಳಿಂದ ಮಿಂಚು ತಲೆ ಹ್ಯಾಂಗ್ ಆಗಿ ಹೋಯಿತು.

'ಸಾರಿ ಮಿಂಚು, ನಾನು ಹೊರಡುವಾಗ ಗಡಿಬಿಡಿಯಲ್ಲಿ ಮೊಬೈಲ್ ಫೋನ್ ಮರೆತುಹೋದೆ, ಇಲ್ಲಿಗೆ ಬಂದಮೇಲೆ ನಾವು ಹೊರಗೆ ಹೋಗಿ STD ಬೂತ್ ಅಥವಾ ಕಾಯಿನ್ ಬಾಕ್ಸ್‌ನಲ್ಲಿ ಮಾತಾಡ್ಬೋದು ಅಷ್ಟೇ. ಅಮ್ಮ ಅಪ್ಪನ ಜೊತೇನೂ ಜಾಸ್ತಿ ಮಾತನಾಡೋಕಾಗಿಲ್ಲ, ಇವತ್ ಎಲ್ಲಾ ಮುಗೀತಲ್ಲ ಮನೆಗೆ ಫೋನ್ ಮಾಡಿ ಅವರ ಹತ್ರ ಹರಟೆ ಹೊಡೆದು, ನಿಂಗೆ ಫೋನ್ ಮಾಡ್ದೆ.' ಅನೂಪ್ ತಪ್ಪಿತಸ್ಥ ಭಾವನೆಯಲ್ಲಿ ವಿವರಣೆಕೊಟ್ಟ. ಅರೇ! ಇವನೇಕೆ ಏನೋ ತಪ್ಪುಮಾಡಿದ್ದೇನೆ ಅನ್ನೋತರ ಮಾತನಾಡ್ತಿದ್ದಾನೆ? ಹೌದು. ನನಗೆ ಫೋನ್ ಮಾಡ್ದೇ ಇದ್ದದ್ದು ತಪ್ಪೇ, ಅವನು ಕ್ಯಾಂಪಿಗೆ ಹೋಗೋದಕ್ಕೆ ಐಡಿಯಾ ಕೊಟ್ಟವಳನ್ನ ಮರೀಬಾರ್ದು. ಅದಕ್ಕಾಗಿ ಈಗಾಗಲೇ ಸುಮಾರು ಸಲ ಥ್ಯಾಂಕ್ಸ್ ಹೇಳಿದ್ದಾನಲ್ಲ? ಮೆಕ್ ಡೊನಾಲ್ಡ್ಸ್‌ಗೆ ಕರೆದುಕೊಂಡು ಹೋಗಿ ಟ್ರೀಟ್ ಬೇರೆ ಕೊಟ್ಟಿದ್ದಾನೆ? ಮಿಂಚು ಮನಸ್ಸು ಮತ್ತೆ ಹೊಯ್ದಾಡತೊಡಗಿತು.

'ಮಿಂಚು.. ಕೇಳಿಸ್ತಿದೆಯ? ಸಾರಿ.. ನಾನು ನಿನ್ನ ತುಂಬಾ ಮಿಸ್ ಮಾಡ್ಕೊಂಡೆ ಗೊತ್ತಾ?'

ಸ್ನೇಹದ ಗೆರೆಯನ್ನ ಎಳೆಯಲು ಲಿಮಿಟ್ ಹುಡುಕುತ್ತಿದ್ದವಳು ಈ ಮಾತು ಕೇಳಿ ಪುಳಕಗೊಂಡಳು. ನಾನೂ ಮಿಸ್ ಮಾಡಿಕೊಂಡೆ ಅಂತ ಹೇಳಿಬಿಡಲೇ? "ಬೇಡ! ಜಾಸ್ತಿಯಾಗುತ್ತೆ," ಅಂತ ಒಳಮನಸ್ಸು ಧ್ವನಿ ಜೋರು ಮಾಡಿತು.

'ಥ್ಯಾಂಕ್ಯೂ ಅನೂಪ್. ಕ್ಲಾಸಲ್ಲೂ ಎಲ್ಲರೂ ನಿನ್ನನ್ನ ನೆನಪು ಮಾಡಿಕೊಳ್ತಿದ್ರು' ಏನೋ ಒಂದು ಉತ್ತರ ಕೊಟ್ಟುಬಿಟ್ಟೆ ಅಂತ ನಿಟ್ಟುಸಿರುಬಿಟ್ಟಳು.

'ಸರಿ, ನಿಂಗೆ ಸಿಕ್ಕಾಗ ಆ ಎಕ್ಸ್‌ಪೀರಿಯನ್ಸ್‌ನೆಲ್ಲಾ ಡಿಟೇಲ್ ಆಗಿ ಹೇಳ್ತೀನಿ. ನಾಳೆ ಬೆಳಗ್ಗೆ ಟ್ರೈನ್ ಇದೆ. ನಾಡಿದ್ದು ತಲುಪುತ್ತೀವಿ. ಆಚೆ ನಾಡಿದ್ದಿನಿಂದ ಕಾಲೇಜಿಗೆ ಬರ್ತೀನಿ. ಸೀಯು,' ಅನೂಪ್ ಸ್ವಲ್ಪ ಹೆಚ್ಚೇ ಡಿಟೇಲ್ಸ್ ಕೊಟ್ಟಿದ್ದ. ಮಿಂಚುಗೆ ಅವನ ಜೊತೆ ಮಾತನಾಡಿ ತುಂಬಾ ಖುಷಿಯಾದದ್ದು ಸತ್ಯ, ಆದರೆ ಯಾಕೆ ಖುಷಿಯಾಗಬೇಕು ಅನ್ನೋ ಲಾಜಿಕ್ ಅವಳ ತಲೆ ಕೆಡಿಸಿತು. ತನ್ನಲ್ಲಾಗುತ್ತಿರೋ ಬದಲಾವಣೆಯನ್ನು ಅಮ್ಮನೊಂದಿಗೆ ಹೇಳಿಕೊಳ್ಳಬೇಕೆನಿಸಿದರೂ ಅದೇಕೋ ಭಯ ಕಾಡುತ್ತಿತ್ತು. ಪ್ರತಿದಿನ ನಡೆಯೋ ಅಮ್ಮ ಮಗಳ ಹರಟೆಯಲ್ಲಿ ಬೆಳಗ್ಗಿನ ಕಾಫಿಯಿಂದ ಹಿಡಿದು ಮಲಗುವ ಮೊದಲು ಹಚ್ಚುವ ಸೊಳ್ಳೆ ಬತ್ತಿಯ ತನಕ ಎಲ್ಲಾ ವಿಷಯಗಳೂ ಬಂದು ಹೋಗುತ್ತಿದ್ದವು. ಅದರ ಮಧ್ಯೆ ನಿಧಾನವಾಗಿ ಅನೂಪನ ಸ್ನೇಹದ ಬಗ್ಗೆ ಮಿಂಚು ಹೇಳತೊಡಗಿದಳು.

'ಅಮ್ಮಾ ಅನೂಪ್ ಅಂತ ನನ್ ಫ್ರೆಂಡ್ ಬಗ್ಗೆ ಹೇಳ್ತಿದ್ನಲ್ಲ, ಇವತ್ತು ಅವರ ಮನೇಗ್ ಹೋಗಿದ್ದೆ. ನಾನು ಸೂಪರ್ ಮಾರ್ಕೆಟಿಗೆ ತರಕಾರಿ ತರೋಕೆ ಹೋದಾಗ ಅವರಮ್ಮ ಸಿಕ್ಕಿದ್ರು, ಮನೆ ಹತ್ತಿರಾನೇ ಇರೋದು ಅಂತ ಕರ್ಕೊಂಡ್ ಹೋಗಿದ್ರು.'

‘ಏನಮ್ಮಾ ನಡೆಸ್ತಿದ್ದೀಯಾ? ನನ್ ಮಗಳು ನನಗೆ ಸಿಗ್ದೇ ಇರೋಷ್ಟು ದೊಡ್ಡವಳಾಗ್ಬಿಟ್ಟಳಾ?’ ಅರವಿಂದಾ ತಮಾಷೆ ಮಾಡಿದಳು.

‘ಸಾಕು ನಿನ್ ಜೋಕು, ಏನೇ ಇದ್ರು ನಾನ್ ನಿನ್ ಹತ್ರ ಹೇಳ್ಕೊಳ್ಳೋದಿಲ್ವಾ? ಅವರಮ್ಮ ನಂಗೆ ತುಂಬಾ ಇಷ್ಟ ಆಗ್ತಾರೆ. ನಂಗೆ ಜ್ವರ ಬಂದಾಗ ಗಂಜಿ ಮಾಡಿ ಕಳಿಸಿದ್ರು, ಪೇರೆಂಟ್ಸ್ ಮೀಟಿಂಗ್ ವಿಚಾರಾನೂ ಹೇಳಿದ್ನಲ್ವಾ?’

ಮಿಂಚು ಅನೂಪ್ ಬಗ್ಗೆ, ಅವನ ಎನ್‌ಸಿಸಿ ಕ್ಯಾಂಪಿನ ಬಗ್ಗೆ, ಅವಳು ಬರೆದುಕೊಟ್ಟ ನೋಟ್ಸಿನ ಬಗ್ಗೆ ಎಲ್ಲವನ್ನೂ ಬಲು ಉತ್ಸಾಹದಲ್ಲಿ ಹೇಳಿದ್ದನ್ನು ಕೇಳಿ ಅರವಿಂದಾಗೆ ಆರನೇ ಸೆನ್ಸ್ ಎಚ್ಚರಿಸಿದ ಹಾಗಾಗಿತ್ತು.

‘ಮಿಂಚು.. ನೀನ್ಯಾಕೋ ಆ ಹುಡುಗನ್ನ ತುಂಬ ಹಚ್ಚಿಕೊಳ್ತಿದ್ದೀಯ ಅನ್ನಿಸ್ತಿದೆ,” ಎಂದು ಗದರಿ ಫೋನ್ ಇಟ್ಟಳು. ತನ್ನ ದಾಂಪತ್ಯ ಜೀವನದಲ್ಲಾದ ತಪ್ಪು ಮಗಳ ಜೀವನದಲ್ಲಿ ಮರುಕಳಿಸದಿರಲಿ ಅನ್ನೋ ಅರವಿಂದಾಳ ಪ್ರಯತ್ನ ನಿರಂತರವಾಗಿತ್ತು.

ಕಣುರೆಪ್ಪೆ ಮಿಟುಕಿಸುವಂತೆ ದಿನಗಳು ಕಳೆದು ಪಿಯುಸಿ ತರಗತಿಗಳು ಮುಗಿದವು. ಕಾಲೇಜಿನಲ್ಲಿ ಅಂದು ದ್ವಿತೀಯ ಪಿಯುಸಿ ವಿದ್ಯಾರ್ಥಿಗಳಿಗೆ ಬೀಳ್ಕೊಡುಗೆ ಸಮಾರಂಭ ಇಟ್ಟುಕೊಂಡಿದ್ದರು. ಎಲ್ಲಾ ಹುಡುಗಿಯರೂ ಸೀರೆಯಲ್ಲಿ ಬರಬೇಕು, ಹುಡುಗರು ಬ್ಲೇಜರ್ ಹಾಕಿಕೊಳ್ಳಬೇಕು ಅನ್ನುವ ಸುತ್ತೋಲೆ ಎಲ್ಲಾ ಕ್ಲಾಸಿಗೂ ಮುಟ್ಟಿತ್ತು. ಕೆಲವು ವಿದ್ಯಾರ್ಥಿಗಳು ಈ ಕಾಲೇಜಿನ ಋಣ ಇನ್ನೇನು ಸ್ವಲ್ಪ ದಿನಗಳು ಮಾತ್ರ ಅನ್ನೋ ಬೇಸರದಲ್ಲಿದ್ದರೆ ಹಲವರು ತಮ್ಮ ಉಡುಗೆ ತೊಡುಗೆಯನ್ನು ಬೇರೆಯವರು ನೋಡಬೇಕು ಅನ್ನೋ ಜೋಶ್‌ನಲ್ಲಿ ಕಾಲಿಗೆ ಚಕ್ರ ಕಟ್ಟಿಕೊಂಡಂತೆ ಎಲ್ಲಾ ಕಡೆ ಓಡಾಡುತ್ತಿದ್ದರು. ಸೀರೆ, ಬ್ಲೇಜರ್ ಧರಿಸಿದ ಹದಿನೆಂಟು ಹತ್ತೊಂಬತ್ತು ವಯಸ್ಸಿನ ವಿದ್ಯಾರ್ಥಿಗಳು ಒಂದೇ ದಿನದಲ್ಲಿ ಮೂರ್ನಾಲ್ಕು ವರ್ಷ ದೊಡ್ಡವರಾಗಿಬಿಟ್ಟ ಹಾಗೆ ಕಾಣುತ್ತಿದ್ದರು. ಕಾಲೇಜಿನಲ್ಲಿ ಕೂಗಾಡಬಾರದು, ಫೋನು ತರಬಾರದು, ಹುಡುಗ ಹುಡುಗಿ ಒಂದೇ ಬೆಂಚಿನಲ್ಲಿ ಕೂರಬಾರದು; ಹೀಗೆ ಪ್ರತಿದಿನ ಪಾಲಿಸಬೇಕಿದ್ದ ರೂಲ್ಸ್‌ಗಳಿಗೆಲ್ಲಾ ಇವತ್ತು ಗೋಲಿ ಹೊಡೆಯಬೇಕು ಅನ್ನೋದನ್ನು ವಿದ್ಯಾರ್ಥಿಗಳು ಸ್ವಘೋಷಿತ ನಿಯಮ ಮಾಡಿಕೊಂಡರು. ಇಂದು ನಮ್ಮನ್ನು ಯಾರೂ ಕೇಳುವವರಿಲ್ಲ ಅನ್ನೋ ಆಟಿಟ್ಯೂಡ್‌ನಲ್ಲಿ ಕೊನೇ ಬೆಂಚಿನಲ್ಲಿ ಕೈಕಾಲುಗಳನ್ನು ಚಾಚಿಕೊಂಡು ಕೂತಿದ್ದವರು ಸೀರೆಯುಟ್ಟ ಹುಡುಗಿಯರು ಕ್ಲಾಸಿನೊಳಗೆ ಬಂದ ಕೂಡಲೇ ‘ಓ’ ಎಂದು ಸೈರನ್ ತರ ಕೂಗುತ್ತಿದ್ದರು, ಇಡೀ ವರ್ಷ ಡಿಸೆಂಟ್ ಆಗಿ ಓದಿಕೊಂಡು, ಇತರರೊಂದಿಗೆ ಹೆಚ್ಚು ಮಾತನಾಡದವರನ್ನಂತೂ ಸೀರೆ ಸೂಟು ಹಾಕಿಕೊಂಡು ಬಂದಿದ್ದಕ್ಕೆ ರೇಗಿಸಿ ಹಣ್ಣುಮಾಡಿಬಿಟ್ಟರು. ಅಂತೆಯೇ, ಕೆಂಪು ಸೀರೆಯುಟ್ಟ ಮಿಂಚು ಕ್ಲಾಸಿನೊಳಗೆ ಕಾಲಿಡುತ್ತಲೇ ಅನೂಪ್ ಅನೂಪ್ ಎಂದು ಕೂಗಿಬಿಟ್ಟರು. ಮಿಂಚು ಮುಜುಗರವಾಗಿ ಓಡಿ ಬಂದು ತನ್ನ ಬೆಂಚಿನಲ್ಲಿ ಕುಳಿತುಬಿಟ್ಟಳು.

ಅನೂಪ್‌ಗೆ ಕ್ಲಾಸಿನೊಳಗೆ ಯಾರು ಬಂದಿದ್ದು ಅಂತ ನೋಡೋದೇ ಬೇಕಾಗಲಿಲ್ಲ ಅವರಿಬ್ಬರೂ ಹೆಚ್ಚು ಮಾತನಾಡೋದು, ಓಡಾಡೋದನ್ನು ಗಮನಿಸಿದ್ದ ಹುಡುಗರು ರೇಗಿಸಲು ಶುರು ಹಚ್ಚಿಕೊಂಡಿದ್ದರು. ಸೀರೆಯುಟ್ಟ ಮಿಂಚು ಹೇಗೆ ಕಾಣುತ್ತಿದ್ದಾಳೆ ಅನ್ನೋ ಕುತೂಹಲದಿಂದ ಅನೂಪ್ ಹಿಂದಿನ ಬೆಂಚಿನಿಂದ ಇಣುಕಿ ನೋಡಿದರೆ, ಅವಳು ಮುಂದೆ ಕೂತವರ ತಲೆ ಭುಜಗಳ ಮಧ್ಯೆ ಕಾಣಿಸದಂತೆ ಕರಗಿಹೋಗಿದ್ದಳು. ಅವಳನ್ನು ನೋಡಲಿಕ್ಕಾಗದೇ ಅನೂಪನಿಗೆ ನಿರಾಸೆಯಾಯಿತು.

ಅಂದೂ ಸಹ ಅಟೆಂಡೆನ್ಸ್ ಪುಸ್ತಕ ಹೊತ್ತು ಬಂದ ಕೆಮಿಸ್ಟ್ರಿ ಪ್ರೊಫೆಸರ್ ನರಸಿಂಹ ಹೆಗಡೆ, ಇಂದು ಎರಡು ಕ್ಲಾಸ್ ತಗೊಳ್ಳುತ್ತಿದ್ದೇನೆ. ರಜೆಯಲ್ಲಿದ್ದಿದ್ದರಿಂದ ಸಿಲಬಸ್ ಕಂಪ್ಲೀಟ್ ಆಗಿಲ್ಲ. ನೀವ್ ಬುಕ್ಸ್ ತಂದಿಲ್ಲ ಅಂತ ಗೊತ್ತು, ಪುಸ್ತಕದ ಹಾಳೆ ಮೇಲೆ ಗೀಚೋಕಿಂತ ಹೇಳಿಕೊಟ್ಟಿದ್ದನ್ನ ತಲೆಯೊಳಗೆ ಸೇವ್ ಮಾಡಿಕೊಳ್ಳಿ ಎಂದು ಆದೇಶಿಸಿ ಎಲ್ಲರ ಉತ್ಸಾಹಕ್ಕೆ ತಣ್ಣೀರೆರೆಚಿಬಿಟ್ಟರು. ದೊಡ್ಡ ಗಂಡಸು ಹೆಂಗಸರ ಹಾಗೆ ಸೂಟು ಸೀರೆಯುಟ್ಟರೇನು ಹಿಟ್ಲರ್ ಲೆಕ್ಚರರ್ ಮುಂದೆ ಉಸಿರುಬಿಡೋ ತಾಕತ್ತು ಯಾರಿಗೂ ಇರಲಿಲ್ಲ. ಇಡೀ ಕ್ಲಾಸು ಬಿಟ್ಟ ಕಣ್ಣು ಬಿಟ್ಟ ಹಾಗೆ ನೋಡುತ್ತಾ ಏನೋ ಭಾರಿ ಕೆಮಿಸ್ಟ್ರಿ ಪಾಠ ತಲೆ ತುಂಬಾ ತುಂಬಿಕೊಳ್ಳೋರ ಹಾಗೆ ಮುಖಭಾವನೆ ತೋರುತ್ತಾ ಕೂತರು. ಕ್ಲಾಸು ಮುಗಿಯುವುದರಲ್ಲಿ ಹುಡುಗಿಯರ ಮುಖದಲ್ಲಿದ್ದ ಮೇಕಪ್ಪು, ಹುಡುಗರ ಕೂದಲಿಗೆ ಹಾಕಿದ್ದ ಜೆಲ್ ಎರಡೂ ಬೆವರಿಂದ ತೊಯ್ದು ಹೊಸ ಆಕಾರ ಪಡೆದವು. ಅದನ್ನು ಸರಿಮಾಡಿಕೊಳ್ಳಲು ವಾಶ್ ರೂಮಿಗೆ ಓಡಿದವರನ್ನು ನೋಡಿದ ಬೇರೆ ಕ್ಲಾಸಿನ ವಿದ್ಯಾರ್ಥಿಗಳು 'ಓಹೋಹೋ! Farewell ದಿನ ಕೂಡಾ ಉಗ್ರನರಸಿಂಹ ದೇವರ ಕೃಪೆ ಸಿಕ್ಕಿಬಿಟ್ಟಿದೆ' ಅಂತ ರೇಗಿಸಿಬಿಟ್ಟರು. ಒಟ್ಟಿನಲ್ಲಿ ಈ ಜನುಮಕ್ಕೆ ಹಿಟ್ಲರ್ ಸಹವಾಸ ಮುಗೀತಲ್ಲಾ ಅಂತ ಸೆಕೆಂಡ್ ಪಿಯು ಸೈನ್ಸ್ ಬಿ ಸೆಕ್ಷನ್‌ನವರೆಲ್ಲರೂ ಸಮಾಧಾನಪಟ್ಟುಕೊಂಡರು.

*

'ಹೆಲೋ ಒನ್ ಟು ತ್ರೀ.. ಮೈಕ್ ಟೆಸ್ಟಿಂಗ್' ಕಡ್ಡಾಯವಾಗಿ ಹೇಳಲೇಬೇಕಾದ ಮಾತಿನೊಂದಿಗೆ ವೇದಿಕೆ ಕಾರ್ಯಕ್ರಮ ಶುರುವಾಯಿತು. ಮೊದಲನೇ ಪಿಯುಸಿ ಹುಡುಗಿಯೊಬ್ಬಳು ಹಾಡಿನ ಮಧ್ಯೆ ಸಾಹಿತ್ಯ ಮರೆಯುತ್ತಾ ಪ್ರಾರ್ಥನೆ ಗೀತೆ ಹಾಡಿ ಮುಗಿಸಿ ಕಾರ್ಯಕ್ರಮಕ್ಕೆ ಕಳೆ ತಂದಳು. ಸರದಿಯಲ್ಲಿ ಒಬ್ಬಬ್ಬರೇ ಪೋಡಿಯಂ ಮುಂದೆ ನಿಂತ ಲೆಕ್ಚರರ್‌ಗಳು ಹಿಂದಿನ ಬ್ಯಾಚ್‌ಗಳಿಗಿಂತಾ ಈ ಬ್ಯಾಚ್ ನಮಗೆ ಯಾಕೆ ತುಂಬಾ ವಿಶೇಷ ಅನ್ನೋದನ್ನ ಸವಿವರವಾಗಿ ಹೇಳುತ್ತಿದ್ದರು. ಪ್ರತಿ ವರ್ಷ ಇದೇ ಡೈಲಾಗ್ ಕೇಳುತ್ತಿದ್ದೇನೆ ಅನ್ನೋ ಬೇಸರದಿಂದ ಮೈಕು ಕೀರಲು ಧ್ವನಿಯಲ್ಲಿ ಕುಂಯ್.. ಎಂದು ಶಬ್ದ ಹೊರಡಿಸಿ ಅವರ ಮಾತಿಗೆ ಬ್ರೇಕ್ ಹಾಕಿತು. ಬೇರೆ ಬೇರೆ ಸ್ಪರ್ಧೆಗಳಲ್ಲಿ ಬಹುಮಾನ ಗೆದ್ದವರು ಟ್ರೋಫಿಗಾಗಿ ಕಾಯುತ್ತಾ

ಭಾಷಣಗಳಿಗೆ ಚಪ್ಪಾಳೆ ಹೊಡೆಯುತ್ತಿದ್ದರು. ಕಳೆದ ಎರಡು ವರ್ಷ ಅವಧಿಯಲ್ಲಿ ಕಾಲೇಜಿನಲ್ಲಿ ಕಿರಿಕ್ ಮಾಡಿಕೊಂಡು ಹೀರೋ ಆಗೋಕೆ ಹೋಗಿ ಝೀರೋ ಆದವರು, ಕಡಿಮೆ ಅಂಕ ಪಡೆದವರು, ನಮ್ಮನ್ಯಾರೂ ಇಲ್ಲಿ ಹೊಗಳುವವರಿಲ್ಲ ಬಿಡು ಅಂತ ಸಂಬಂಧಪಡದವರಂತೆ ಕೈಕಟ್ಟಿ ಕುಳಿತುಕೊಂಡರು. ಇಂತಹ ಕಾರ್ಯಕ್ರಮಗಳಿಂದ ಸಾಮಾನ್ಯವಾಗಿ ದೂರ ಉಳಿಯುತ್ತಿದ್ದ ನರಸಿಂಹ ಹೆಗಡೆ ಸರ್ ಎಲ್ಲರ ಆಶ್ಚರ್ಯಕ್ಕೆ ಇದ್ದಕ್ಕಿದ್ದಂತೆ ವೇದಿಕೆ ಮೇಲೆ ಪ್ರತ್ಯಕ್ಷವಾದರು. ನಿರೂಪಣೆ ಮಾಡುತ್ತಿದ್ದವರು ಅವರನ್ನು ಎರಡು ಮಾತು ಆಡುವಂತೆ ಕೇಳಿಕೊಂಡಾಗ ಮೈಕ್ ಮುಂದೆ ಬಂದೇಬಿಟ್ಟರು. ಹುಡುಗರ ಕುತೂಹಲ ಕೆರಳಿತು. ಇಲ್ಲೂ ಯಾರ ಗ್ರಹಚಾರ ಬಿಡಿಸುತ್ತಾರೋ ಅಂತ ಇಡೀ ಸಭೆ ನಿಶ್ಶಬ್ದವಾಯಿತು.

'ಎಲ್ರಿಗೂ ನಮಸ್ಕಾರ. ಏನಪ್ಪಾ ಹಿಟ್ಲರ್ ಇಲ್ಲೂ ನಮ್ಮನ್ನ ಬಿಡ್ತಿಲ್ವಲ್ಲಾ ಅಂತ ನೋಡ್ತಿದ್ದೀರಾ? ಇವತ್ತಿನ ನಂತರ ನಮ್ಮ ನಿಮ್ಮ ಭೇಟಿ ಯಾವತ್ತೋ ಗೊತ್ತಿಲ್ಲ. ಕೆಲವರು ರಿಸಲ್ಟ್ ಬಂದ ಮೇಲೆ ಒಳ್ಳೇ ಮಾರ್ಕ್ಸ್ ಬಂತು ಅಂತ ಸ್ವೀಟ್ ತಂದುಕೊಟ್ಟು ಹೋಗ್ತಾರೆ, ಇನ್ನು ಕೆಲವರು ವರ್ಷಗಳ ನಂತರ ಕೆಲಸ ಸಿಕ್ತು, ಮದುವೆ ಸೆಟ್ ಆಯ್ತು ಅಂತ ಮಾತಾಡ್ಸಿ ಹೋಗ್ತಾರೆ. ಎಲ್ಲರ ಹೆಸರನ್ನ ನೆನಪಿಟ್ಟುಕೊಳ್ಳೋದಕ್ಕೆ ಆಗಲ್ಲ. ವಯಸ್ಸಾಯ್ತಲ್ಲ. ಹಾಗಂತ ನನ್ನ ಸಿಲಬಸ್‌ನ ನಾನು ಮರೆಯೋದಿಲ್ಲ,' ನರಸಿಂಹ ಸರ್ ಮುಖದಲ್ಲಿ ಮಂದಹಾಸ ನೋಡಿ ಎಲ್ಲರೂ ಆಶ್ಚರ್ಯಚಕಿತರಾದರು. 'ಆಪ್ತಮಿತ್ರ' ಸಿನೆಮಾದಲ್ಲಿ 'ನೋಡು ನಿನ್ನ ಗಂಗಾ ನಾಗವಲ್ಲಿ ಆಗಿ ಬದಲಾಗ್ತಿರೋದನ್ನ ನೋಡು' ಅಂತ ವಿಷ್ಣುವರ್ಧನ್ ಹೇಳಿದಾಗ ರಮೇಶ್ ದಂಗಾಗಿ ನೋಡೋ ಹಾಗೆ ವಿದ್ಯಾರ್ಥಿಗಳು ಉಗ್ರನರಸಿಂಹ ಮೇಷ್ಟ್ರು ಡೊಳ್ಳುಹೊಟ್ಟೆ ಇರೋ ಮುದ್ದುಕೃಷ್ಣನಾಗಿ ಬದಲಾಗೋದನ್ನ ಬೆರಗಾಗಿ ನೋಡಿದರು. ಅವರ ಮಾತು ಮುಂದುವರಿಯಿತು.

'ಗುರುಗಳು ದೇವರಿದ್ದ ಹಾಗೆ ಅನ್ನೋ ಗೌರವ ಭಾವನೆ ದಿನೇ ದಿನೇ ಕಮ್ಮಿ ಆಗ್ತಿದೆ. "ಗುರುದೇವೋ ಭವ" ಅನ್ನೋ ಶ್ಲೋಕವನ್ನ 'ಗುರು ದೆವ್ವೋ ಭವ' ಅಂತ ಅಣಕಿಸಿ ಹೇಳೋದನ್ನೂ ನನ್ನ ಸರ್ವೀಸ್‌ನಲ್ಲಿ ಕೇಳಿಸಿಕೊಂಡಿದ್ದೇನೆ. ಇಂಥ ಸಮಯದಲ್ಲಿ ನಾವು ಸ್ಟ್ರಿಕ್ಟ್ ಆಗಿ ಇಲ್ದೇ ಇದ್ರೇ ನೀವು ಹೆಂಡ ಕುಡಿಸಿದ ಕೋತಿಗಳ ಹಾಗೆ ಆಗ್ಬಿಡ್ತೀರಾ. ಅದಕ್ಕೆ ಸ್ವಲ್ಪ ಲಂಗು ಲಗಾಮಿರ್ಲಿ ಅಂತ ನಾನು ಪ್ರಯತ್ನ ಮಾಡ್ತೀನಿ ಅಷ್ಟೇ. ಜಾಸ್ತಿ ಮಾತನಾಡಲ್ಲ, ಎಲ್ಲರೂ ಎಕ್ಸಾಮ್ ಚೆನ್ನಾಗಿ ಬರೀರಿ. ಕೆಮಿಸ್ಟ್ರೀಲಿ ಯಾರಾದ್ರು ಫೇಲ್ ಆದ್ರೆ ಮಾತ್ರ ನನ್ನ ಹಳೇ ಅವತಾರವನ್ನ ನೋಡ್ತೀರ. ಹಾಗೇ, ಮಿಸ್ಟರ್. ಅನೂಪ್ ನಿನ್ನ ಡೆಲ್ಲಿ ಪರೇಡ್‌ನ ಟಿವಿಯಲ್ಲಿ ನೋಡಿದ್ನಪ್ಪಾ. Prime Minister ನಿಮ್ಮ ಗುಂಪಿನ ಕಡೆ ನೋಡಿ ಸೆಲ್ಯೂಟ್ ಮಾಡ್ತಿದ್ರು! ಒಳ್ಳೆದು ಒಳ್ಳೇದು' ಮಾತು ಮುಗಿಸಿದವರೇ ಸ್ಟೇಜಿನಿಂದ ಇಳಿದು ಬಿರಬಿರನೆ ಹೊರಟೇಬಿಟ್ಟರು. ಅಂದು ನರಸಿಂಹ ಹೆಗಡೆ ಸರ್ ಎಲ್ಲರ ಪಾಲಿಗೆ 'ಬಯ್ತಾ ಹೇಳೋರು ಬದುಕೋಕೆ ಹೇಳ್ತಾರೆ' ಅನ್ನೋ ಗಾದೆ ಮಾತಿನ ತದ್ಭವ

ರೂಪವಾಗಿ ಕಂಡರು. ಅನೂಪನಿಗಂತೂ ಅವರ ಮಾತಿನಿಂದ ಕಣ್ಣುಗಳು ತೇವಗೊಂಡವು.

ಬಿಸಿ ಬೇಳೇಬಾತ್, ಮೊಸರನ್ನ, ಬಾದಾಮ್ ಪುರಿ! ಕಾರ್ಯಕ್ರಮದ ಜಾಗ ಬದಲಾಗಬಹುದು, ಜನ ಬದಲಾಗಬಹುದು ಆದರೆ ಸಾಂದೀಪನಿ ಸಂಸ್ಥೆಯ ಯಾವುದೇ ಕಾರ್ಯಕ್ರಮದಲ್ಲೂ ಈ ಮೆನು ಬದಲಾಗೋದು ಘೋರ ಅಪರಾಧ! ಕಾಲೇಜಿನ ಪರಂಪರೆಯನ್ನು ಉಳಿಸಿಕೊಂಡು ಹೋಗುತ್ತಿರುವುದು ಇವೇ ಖಾದ್ಯಗಳು. ಮಧ್ಯಾಹ್ನ ಎಲ್ಲರ ಪೇಪರ್ ತಟ್ಟೆಯಲ್ಲಿ ಇವು ರಾರಾಜಿಸಿದವು ಎಂಬಲ್ಲಿಗೆ ಬೀಳ್ಕೊಡುಗೆ ಸಮಾರಂಭ ಸಂಪನ್ನವಾಯಿತು. ಐದು ನಿಮಿಷಗಳ ಹಿಂದೆ ಗ್ರೂಪ್ ಫೋಟೋಗಳಿಗೆ ಪೋಸ್ ಕೊಡುತ್ತಿದ್ದ ಸೀರೆಯುಟ್ಟ ನೀರೆಯರು, ನೋಡುನೋಡುತ್ತಿದ್ದಂತೆ ಗಂಡನ ಮನೆಗೆ ಹೋಗ್ತಿರೋ ಮದುವೆ ಹೆಣ್ಣಿನ ಹಾಗೆ ಗೊಳೋ ಎಂದು ಅಳು ಶುರುಮಾಡಿಕೊಂಡುಬಿಟ್ಟರು. ಒಬ್ಬರನ್ನೊಬ್ಬರು ತಬ್ಬಿಕೊಂಡು ಮತ್ತೆ ಸಿಗ್ತಾ ಇರೋಣ, ಒಂದೇ ಕಾಲೇಜು ಸೇರೋಣ ಅಂತೆಲ್ಲಾ ಭವಿಷ್ಯದಲ್ಲಿ ಜೊತೆಗಿರುವ ಭಾಷೆ ತೆಗೆದುಕೊಳ್ಳುತ್ತಿದ್ದರು. ಅನೂಪ್ ತನ್ನ ನಂಬರ್‌ನ ಬ್ಲಾಕ್ ಮಾಡಿ ಮಿಂಚು ಜೊತೆ ಹೆಚ್ಚು ಮಾತನಾಡೋದನ್ನು ನೋಡಿ ಕಿರಿಕಿರಿ ಮಾಡಿಕೊಂಡಿದ್ದ ವಿಶಾಖಾ ಫೇರ್‌ವೆಲ್ ದಿನವೂ ಅದೇ ಗುಂಗಿನಲ್ಲಿದ್ದಂತೆ ಕಂಡಿತು. ಮಿಂಚು ಅವಳನ್ನು ಸಂಭಾಳಿಸಲು ಮಾಡಿದ್ದ ಪ್ರಯತ್ನಗಳು ಉಪಯೋಗಕ್ಕೆ ಬಂದಿರಲಿಲ್ಲ. ಬೇರೆ ಬೇರೆ ಕ್ಲಾಸ್ ಆಗಿದ್ದರಿಂದ ಯಾವುದಕ್ಕೂ ಹೆಚ್ಚು ಸಮಯ ಸಿಗದಂತೆ ಕಾಲ ಸರಿದಿತ್ತು. ಮಿಂಚು ವಿಶಾಖಾಳನ್ನು ಮುಂದೇನ್ ಮಾಡ್ತೀಯ ಅಂತ ಕೇಳಿದಾಗ ಜರ್ನಲಿಸಮ್ ತೊಗೋಬೇಕು ಅನ್ನಿಸ್ತಿದೆ ಬಿಎ ಮಾಡ್ತೀನಿ ಅಂತ ಚುಟುಕಾಗಿ ಉತ್ತರಿಸಿದಳು. ತಪ್ಪಿಲ್ಲದೇ ತನ್ನ ಬಗ್ಗೆ ಕೋಪ ಮಾಡಿಕೊಂಡವಳಿಗೆ ಇನ್ನೇನು ಹೇಳಲು ತಿಳಿಯದೆ ಮಿಂಚು ಆಗಾಗ ಸಿಗ್ತಿರೋಣ, ಆಲ್ ದ ಬೆಸ್ಟ್ ಎಂದು ಮನಸಾರೆ ಹಾರೈಸಿದಳು. ಮಿಂಚುಗೆ ಹೆಚ್ಚು ಸ್ನೇಹಿತರಿಲ್ಲದೇ ಹೋದರೂ ಎರಡು ವರ್ಷಗಳ ಕಾಲ ಪ್ರತಿದಿನ ಬಂದು ಹೋಗುತ್ತಿದ್ದ ಕಾಲೇಜು ಇನ್ನು ನೆನಪು ಮಾತ್ರ ಅಂತ ಕಣ್ತುಂಬಿಕೊಂಡಿತು. ಕ್ಲಾಸಿಗೆ ಕರೆದೊಯ್ಯುತ್ತಿದ್ದ ಕಾರಿಡಾರ್‌ಗಳು, ಖಾಲಿಯಾಗಿದ್ದ ಬೆಂಚುಗಳು, ಸಾಧನೆಗಳನ್ನು ಸಾರಿದ ನೋಟಿಸ್ ಬೋರ್ಡ್‌ಗಳು, ನಾಲಿಗೆ ಚಪಲ ಹೆಚ್ಚಿಸಿದ ಕ್ಯಾಂಟೀನು ಎಲ್ಲವನ್ನೂ ಕೊನೇ ಬಾರಿ ಎಂಬಂತೆ ಒಂದೊಂದಾಗಿ ನೋಡುತ್ತಾ ಬಂದಳು. ಅವುಗಳು ಉತ್ತರ ಕೊಡುವುದಾದರೆ ಒಂದು ಸಲ ಮಾತನಾಡಿಸಿ, ಮತ್ತೊಮ್ಮೆ ಸಿಗುವ ಎಂದು ಹೇಳಬೇಕೆನಿಸುತ್ತಿತ್ತು ಅವಳಿಗೆ. ಹೆಜ್ಜೆ ಮೇಲೆ ಹೆಜ್ಜೆಯಿಡುತ್ತಾ ನಡೆಯುತ್ತಿದ್ದಾಗ ಹಿಂದಿನಿಂದ ಬಂದ ನೆರಳನ್ನು ನೋಡಿ, ಯಾರೋ ಬಂದರು ನೋಡು ಎಂದು ಬುದ್ಧಿ ಸೂಚಿಸಿತು. ತಿರುಗಿ ನೋಡಿದಾಗ ಕಡುನೀಲಿ ಬಣ್ಣದ ಸೂಟ್ ಧರಿಸಿದ್ದ ಅನೂಪ್ ಕಂಡ. ಚೂಪಾದ ಕಪ್ಪು ಫಾರ್ಮಲ್ ಶೂಗಳಿಂದಾಗಿ ಇನ್ನೂ ಎತ್ತರ ಕಾಣುತ್ತಿದ್ದ. ಇಡೀ ದಿನ ಮಿಂಚುಗೆ ಅವನನ್ನು ಇಷ್ಟು ಹತ್ತಿರದಲ್ಲಿ ನೋಡೋ ಅವಕಾಶ ಸಿಕ್ಕಿರಲಿಲ್ಲ,

ನಾನೇ ಏಕೆ ಹತ್ತಿರ ಹೋಗಿ ಮಾತನಾಡಿಸಬೇಕು ಅನ್ನೋ ಲೆಕ್ಕಾಚಾರದಲ್ಲಿದ್ದಳು.

'ಮಿಂಚು, ನೀನ್ ಸೀರೆಯಲ್ಲಿ ಇಷ್ಟು ಚೆನ್ನಾಗಿ ಕಾಣಿಸ್ತೀಯ ಅಂತ ಗೊತ್ತೇ ಇರಲಿಲ್ಲ..

ಆಕ್ಚುಲಿ ನೀನುಟ್ಟಿದ್ದಕ್ಕೆ ಸೀರೆ ಚೆನ್ನಾಗಿ ಕಾಣ್ತಿದೆ ಅನ್ಸತ್ತೆ..

ನನ್ನ ಇಡೀ ಕಾಲೇಜ್ ಲೈಫನ್ನ ನೀನು ತುಂಬಾ ಬ್ಯೂಟಿಫುಲ್ ಮಾಡಿದ್ದೀಯ.

ಒಂದು ಮಾತು ಹೇಳ್ಲಾ..

ಐ ಲವ್ ಯೂ..'

ಅನೂಪ್ ಒಂದೊಂದೇ ಮಾತನ್ನು ಜೋಡಿಸುತ್ತಾ, ನಿಧಾನವಾಗಿ ಹೇಳಿ ಮುಗಿಸಿದ. ಸುತ್ತಮುತ್ತಲು ನಿಶ್ಯಬ್ದವಿದ್ದುದರಿಂದ ಅನೂಪ್ ಇನ್ನೊಮ್ಮೆ ಹೇಳುವ ಅವಶ್ಯಕತೆ ಇರಲಿಲ್ಲ. ಅವನು ಮೆಲ್ಲಗೆ ಹೇಳಿದರೂ ಖಾಲಿ ಇದ್ದ ಕಾಲೇಜಿನ ಬಿಲ್ಡಿಂಗ್‌ನಲ್ಲಿ echo ಹೊಡೆಯುವ ಹಾಗೇ ಕೇಳಿಸಿತು. ಇದ್ದಕ್ಕಿದ್ದಂತೆ ಅನೂಪನ ಬಾಯಿಂದ ಹೊರಬಂದ ಮಾತಿಗೆ ಮಿಂಚು ಸ್ತಬ್ಧಳಾದಳು. ಇವನು ಇಷ್ಟು ಹೊತ್ತು ನನ್ನನ್ನು ಹಿಂಬಾಲಿಸುತ್ತಿದ್ದನೇ? ಈ ಮಾತನ್ನು ಹೇಳೋಕಂತಲೇ ಇಲ್ಲಿಗೆ ಬಂದನೇ? ಕಾಲೇಜಿನ ಕೊನೆ ದಿನವೆಂದು ಮನಸ್ಸಲ್ಲಿದ್ದ ಮಾತುಗಳನ್ನು ಹೊರ ಚೆಲ್ಲುತ್ತಿರಬಹುದೇ? ಮನಸ್ಸು ಎಂಬ ಕ್ವಿಜ್ ಮಾಸ್ಟರ್ ಒಂದರ ಮೇಲೊಂದು ಪ್ರಶ್ನೆಗಳನ್ನು ಎಸೆಯಿತು. ಅನೂಪ್ ಅವಳ ಉತ್ತರಕ್ಕಾಗಿ ಕಾಯುತ್ತಾ ನಿಂತಿದ್ದ. ಮಿಂಚು ಸಾವರಿಸಿಕೊಂಡು ಹೇಳಬೇಕಾದ ಪದಗಳ ಹುಡುಕಾಟದಲ್ಲಿ ತೊಡಗಿ ಕೊನೆಗೂ ಮಾತಿನ ಮುತ್ತುದುರಿಸಿದಳು.

'ಅನೂಪ್, ಆಕ್ಚುಲಿ.. ಬೇರೆ ಯಾರಾದರೂ ಈ ಮಾತನ್ನ ಹೇಳಿದ್ದರೆ ಈ ಕ್ಷಣಾನೇ ಕೆನ್ನೆಗೆ ಬಾರಿಸಿಬಿಡುತ್ತಿದ್ದೆ. ಆದ್ರೆ..' ನೆಲಕ್ಕೆ ಕಣ್ಣೋಟವನ್ನು ಬಿತ್ತಿ ಮಾತನಾಡುತ್ತಿದ್ದ ಮಿಂಚು ಒಮ್ಮೆಲೇ ಕೇಳಿದ ಕೂಗಾಟ, ಚಪ್ಪಾಳೆಯ ಧ್ವನಿಗೆ ಬೆಚ್ಚಿ ಮಾತನ್ನು ತುಂಡರಿಸಿದಳು. ಐದಾರು ಹುಡುಗ ಹುಡುಗಿಯರು ವರ್ಲ್ಡ್ ಕಪ್ ಗೆದ್ದ ಸಂತೋಷವನ್ನು ಸಂಭ್ರಮಿಸುವವರಂತೆ ಅನೂಪನ ಭುಜ ತಟ್ಟಿ ಶೇಕ್ ಹ್ಯಾಂಡ್ ಮಾಡಿದರು. ಮಿಂಚು ಏನಾಗಿರಬಹುದು ಅಂತ ಊಹಿಸಲು ಪರದಾಡಿದಳು. ಉತ್ತರಕ್ಕೆ ತುಂಬ ಹೊತ್ತು ಕಾಯಬೇಕಾಗಲಿಲ್ಲ,

'ನಿಜ್ವಾಗ್ಲೂ ನೀನು ಡೇರ್ ಅಂತ ಈಗ ಒಪ್ಪಿಕೊಳ್ತೀನಿ ಕಣೋ. ಆದ್ರೂ ನೀನು truth ಸೆಲೆಕ್ಟ್ ಮಾಡ್ಕೋಬೇಕಿತ್ತು, ಆಗ ನಾವು ನಿಂಗೆ ಇಷ್ಟ್ ಕಷ್ಟದ್ ಟಾಸ್ಕ್ ಕೊಡುತ್ತಿರಲಿಲ್ಲ,' ಡೈಲಾಗ್ ಹೊಡೆದವನು ಪಕ್ಕದವನಿಗೆ ಹೈಫೈ ಕೊಟ್ಟು ಊರಗಲ ಬಾಯಿ ತೆರೆದು ನಕ್ಕ. ಇವರು Truth or Dare ಆಟವಾಡುತ್ತಿದ್ದರು, ಮಿಂಚೂನ ಪ್ರೀತಿಸುತ್ತಿರೋನ ಹಾಗೆ ಅವಳಿಗೆ ಪ್ರೊಪೋಸ್ ಮಾಡಬೇಕು ಅನ್ನೋ ಚಾಲೆಂಜನ್ನು ಒಪ್ಪಿ ಅನೂಪ್ ನಿನ್ನ ಮುಂದೆ ಬಂದಿದ್ದಾನೆ. ಇದೆಲ್ಲವನ್ನೂ ಸತ್ಯ ಎಂದು ಭಾವಿಸಿ ಇನ್ನೊಂದು ನಿಮಿಷದಲ್ಲಿ ಅವನ

ಮಾತಿಗೆ ಸ್ಪಂದಿಸಿಬಿಡುತ್ತಿದ್ದೆಯಲ್ಲಾ, ನೀನೆಂಥಾ ಮೂರ್ಖಳು! ಹೀಗೆ ಬಯ್ದು ಮನಸ್ಸಿಗೇನಾದರೂ ಕೈ ಇದ್ದರೆ ಅವಳ ಕಪಾಳಕ್ಕೆ ಬಾರಿಸಿಬಿಡುತ್ತಿತ್ತೇನೋ. ಮಿಂಚು ತಲೆತಗ್ಗಿಸಿಕೊಂಡು ಬಿರುಸಾಗಿ ಅಲ್ಲಿಂದ ಹೊರಟುಬಿಟ್ಟಳು. ಅನೂಪನಿಗೆ ಇದು ತಮಾಷೆಯಾಗಿ ಕೊನೆಯಾಗಲಿಲ್ಲ ಎಂದು ಅರ್ಥವಾಗಿ ಅವಳ ಹಿಂದೆಯೇ ಓಡಿದ.

'ಮಿಂಚು ಸಾರಿ, ನಿಜವಾಗ್ಲೂ ಸಾರಿ. ನಾನು ನಿನ್ನ ಹರ್ಟ್ ಮಾಡೋದಕ್ಕೆ ಹೀಗ್ ಮಾಡ್ಲಿಲ್ಲ. ಅವರು ಕೊಟ್ಟ ಚಾಲೆಂಜ್‌ಗೆ ಹೇಳಿದ್ರು ಕೂಡ, ನಾನ್ ಹೇಳಿದ್ಯಾವ್ದೂ ಸುಳ್ಳಲ್ಲ. ಈ ಕಾರಣಕ್ಕಾದ್ರೂ ನಾನ್ ನಿನ್ ಮುಂದೆ ಹೇಳಿಕೊಂಡ್ನಲ್ಲ ಅಂತ ನಂಗೆ ಖುಷಿಯಾಯ್ತು,' ಅನೂಪ್ ಒಂದೇ ಉಸಿರಿನಲ್ಲಿ ಮಾತನಾಡಿ ಅವಳ ಪ್ರತಿಕ್ರಿಯೆಗಾಗಿ ಕಾದ. ಆದರೆ ಮಿಂಚು ಮಾತನಾಡದೇ ಸುಮ್ಮನೆ ನಡೆಯುತ್ತಿದ್ದಳು.

'ಮಿಂಚು ಪ್ಲೀಸ್ ಏನಾದ್ರೂ ಮಾತಾಡು.'

'ಹೇ.. ಪರ್ವಾಗಿಲ್ಲ. ನಾನೇನೂ ಅಂದುಕೊಂಡಿಲ್ಲ. ಈ ಆಟ ತುಂಬಾ ಕಾಮನ್ ಬಿಡು, ಎಲ್ಲರೂ ಆಡ್ತಾರೆ. ಅದನ್ ಸೀರಿಯಸ್ ಆಗಿ ತೊಗೊಂಡ್ರೆ ನಾವೇ ಫೂಲ್ ಆಗೋದು,' ಮಿಂಚು ಯಾವ ಭಾವನೆಯಿಲ್ಲದೇ ಹೇಳಿದ್ದು ಅವನಿಗೆ ಇರಿದಂತಾಯಿತು.

'ನೀನ್ ಸುಳ್ ಹೇಳ್ತಿದ್ದೀಯ. ನನ್ ಮಾತಿಗೆ ನೀನ್ ಉತ್ತರ ಕೊಡೋಕ್ ಸ್ಟಾರ್ಟ್ ಮಾಡಿದ್ದೆ. ಬೇರೆಯವ್ರಾಗಿದ್ರೆ ಹೊಡೀತಿದ್ದೆ ಅಂದೆ. ಅಂದ್ರೆ ನನ್ ಮಾತನ್ನ ಸೀರಿಯಸ್ ಆಗಿ ತೊಗೊಂಡಿದ್ದೀಯ ಅಂತ ತಾನೇ'

'ನೋ ನೋ, ನಿಂಗೆ ಈ ಚಾಲೆಂಜ್ ಮಾಡಿದ್ದು ನಂಗೆ ಗೊತ್ತಾಗಿತ್ತು. ನಾನೂ ಆಟ ಆಡ್ಸೋಣ ಅಂತ ಹಾಗಂದೆ. ಡೋಂಟ್ ವರಿ. ಬಿಡು ಇದನ್ನ. ಬಾಯ್,' ನಡಿಗೆಯ ವೇಗ ಹೆಚ್ಚಿಸಿ ಮಿಂಚು ಕಣ್ಮರೆಯಾಗಿಬಿಟ್ಟಳು.

ಅವಳು ಎಲ್ಲದಕ್ಕೂ ಉತ್ತರ ಕೊಟ್ಟಿದ್ದಳು. ಆದರೆ ಆ ಉತ್ತರಗಳು ಸತ್ಯವಲ್ಲ ಅನ್ನೋದು ಇಬ್ಬರಿಗೂ ಗೊತ್ತಿತ್ತು. ಎಲ್ಲರ ಮುಂದೆ ನಾಚಿಕೆ ಪಡುವಂತೆ ಮಾಡಿದ್ದ ಅನೂಪ್ ತನ್ನ ಮಾತಿನಲ್ಲಿ ಸತ್ಯವಿತ್ತು ಅಂತ ಹೇಳಿದರೂ ಮಿಂಚು ಅದರ ಸತ್ಯಾಸತ್ಯತೆಯ ಬಗ್ಗೆ ತಲೆಕೆಡಿಸಿಕೊಳ್ಳಲಿಲ್ಲ. ಆ ಘಟನೆಯನ್ನೂ, ಅದರ ಕಾರಣ ಕರ್ತರನ್ನು ಮರೆತು ಪಿಯುಸಿ ಬೋರ್ಡ್ ಎಕ್ಸಾಮ್ ಕಡೆಗೆ ಗಮನ ಹರಿಸಿದಳು. ಅನೂಪ್ ಆತ್ಮೀಯ ಸ್ನೇಹಿತೆಯನ್ನು ಕಳೆದುಕೊಂಡ ಗಿಲ್ಟ್ ಮಧ್ಯೆ ಓದಿನ ಕಡೆ ಗಮನ ಹರಿಸಲು ಒದ್ದಾಡಿದ.

❋

ಸೈನ್ಸ್ ತೊಗೊಂಡವರು ಪಿಯುಸಿ ಪಾಸ್ ಆಗಿ ಸಿಇಟಿಯಲ್ಲಿ ಒಳ್ಳೆ ರ್‍ಯಾಂಕ್ ಬಂದ ನಂತರ ಏನು ಮಾಡಬೇಕು? ಡಾಕ್ಟರ್ ಆಗಬೇಕು ಅಂತಿದ್ದವರು

ಮೆಡಿಕಲ್ ರ್ಯಾಂಕ್ ಕಡಿಮೆ ಬಂದರೆ ಏನು ಮಾಡಬೇಕು? B.Sc ತರದ ಕೋರ್ಸ್ ಮಾಡಿದರೆ ಮಾಸ್ಟರ್ ಡಿಗ್ರಿ ಮಾಡದೇ ಬೆಲೆ ಇಲ್ಲ, ಬೇರೇನು ಮಾಡೋದು? ಅಕ್ಕ ಪಕ್ಕದ ಮನೆಯವರು ಪಿಯುಸಿ ಆದ್ಮೇಲೆ ನಿಮ್ಮ ಹುಡುಗ ಏನು ಮಾಡ್ತಾನೆ ಅಂತ ಕೇಳಿದ್ರೆ ಏನು ಹೇಳೋದು? ನನಗೆ ಜೀವನದಲ್ಲಿ ಏನು ಆಗ್ಬೇಕು ಅನ್ನೋ ಸ್ಪಷ್ಟತೆ ಇಲ್ಲ. ಏನು ಮಾಡೋದು? ಸರ್ವರೋಗಕ್ಕೂ ಒಂದೇ ಮದ್ದು ಅನ್ನೋ ಹಾಗೆ ಈ ಎಲ್ಲಾ ಪ್ರಶ್ನೆಗೆ ಒಂದೇ ಉತ್ತರ. ಎಂಜನಿಯರಿಂಗ್! ದುಡ್ಡಿರಲಿ ಇಲ್ಲದೇ ಇರಲಿ, ಒಳ್ಳೇ ರ್ಯಾಂಕ್ ಬರಲಿ ಬರದೇ ಇರಲಿ, ಒಳ್ಳೇ ಕಾಲೇಜ್ ಸಿಗಲಿ ಬಿಡಲಿ, ಆಸಕ್ತಿ ಇರಲಿ ಬಿಡಲಿ ಪೋಷಕರ ಮತ್ತು ವಿದ್ಯಾರ್ಥಿಗಳ ನೆಚ್ಚಿನ ಆಯ್ಕೆ ಈ ಎಂಜನಿಯರಿಂಗು. ಈ ಕೋರ್ಸಿನ ವಿಶೇಷತೆಯೇ ಅಂಥದ್ದು. ಇದನ್ನು ಓದಿದವರು ಭವಿಷ್ಯದಲ್ಲಿ ಬರೀ ಎಂಜನಿಯರ್‌ಗಳು ಆಗುವುದಿಲ್ಲ, ಆ ಕೋರ್ಸಿಗೆ ಸಂಬಂಧಪಡದೇ ಇರುವ ಕ್ಷೇತ್ರಗಳಲ್ಲಿ ತಮ್ಮ ಗುರಿ ಹುಡುಕಿಕೊಂಡು ಸಿನಿಮಾ ಡೈರೆಕ್ಟರ್‌ಗಳು, ಉದ್ಯಮಿಗಳು, ಕಲಾವಿದರಾಗಿ ಪರಿವರ್ತನೆಗೊಳ್ಳುತ್ತಾರೆ. ನಾಲ್ಕು ವರ್ಷ ವಯಸ್ಸು ಮತ್ತು ಹಣವನ್ನ ಗುರುದಕ್ಷಿಣೆಯಾಗಿ ಪಡೆದು ಜೀವನದ ಗುರಿಯ ಬಗ್ಗೆ ಜ್ಞಾನೋದಯ ಮಾಡಿಸೋ ಹೆಗ್ಗಳಿಕೆಯೂ ಇದಕ್ಕಿದೆ. ಐಟಿ ಕೆಲಸ ಸೇರಿ ಬೇರೆ ದೇಶಗಳಿಗೆ ಹಗಲು ರಾತ್ರಿ ಎನ್ನದೇ ಕೆಲಸ ಮಾಡೋ ಕೀಬೋರ್ಡ್ ಯೋಧರನ್ನು ಕೊಟ್ಟಿರುವುದೂ ಈ ಎಂಜನಿಯರಿಂಗ್ ಕೋರ್ಸೇ. ಇಷ್ಟೆಲ್ಲದರ ಮಧ್ಯೆ ಬಹಳ ಆಸಕ್ತಿಯಿಂದ ಓದಿ, ಈ ವಿಷಯದಲ್ಲಿ ಆಳವಾದ ಜ್ಞಾನವನ್ನು ಪಡೆದು ಮಾನವ ಸಂಪನ್ಮೂಲ ಆಗಬಲ್ಲ ಎಂಜನಿಯರ್‌ಗಳು ಗುರುತಿಸಿಕೊಳ್ಳೋದೇ ದೊಡ್ಡ ಸವಾಲು! ಈ ಎಲ್ಲಾ ವರ್ಗದ ಹುಡುಗರು ಮಿಂಚು ಸೇರಿದ ಎಂಜನಿಯರಿಂಗ್ ಕಾಲೇಜಿನಲ್ಲಿದ್ದರು. ಮಿಂಚುಗೆ ಗುರಿ ಕ್ಲಿಯರ್ ಇತ್ತು. ಚೆನ್ನಾಗಿ ಓದಬೇಕು, ಕೊನೇ ವರ್ಷದ ಕ್ಯಾಂಪಸ್ ಇಂಟರ್ವ್ಯೂನಲ್ಲಿ ಆಯ್ಕೆಯಾಗಿ ಒಳ್ಳೇ ಕಂಪನಿ ಸೇರಬೇಕು ಅನ್ನೋದು. ಆದರೆ ಅನೂಪ್ ಎಂಜನಿಯರಿಂಗೇ ಮಾಡಬೇಕು, ಅದರಲ್ಲೂ ಮಿಂಚು ಸೇರಿದ ಕಾಲೇಜಲ್ಲೇ ಓದಬೇಕು ಅನ್ನುವುದಕ್ಕೆ ಅವಳಿಂದ ದೂರ ಹೋಗಬಾರದು ಅನ್ನೋದಕ್ಕಿಂಥ ದೊಡ್ಡ ಕಾರಣ ಇನ್ನೊಂದಿರಲಿಲ್ಲ. ಫೇರ್ವೆಲ್ ದಿನದ ನಂತರ ಅನೂಪ್ ಮಿಂಚುವನ್ನು ಮಾತನಾಡಿಸಲು, ಭೇಟಿಮಾಡಲು ತುಂಬಾ ಸಲ ಪ್ರಯತ್ನ ಪಟ್ಟ. ಹಾಗೆ ಮಾಡಿದಾಗಲೆಲ್ಲಾ ಅವಳು ನಾನು ಅದನ್ನ ಮರೆತುಬಿಟ್ಟಿದ್ದೀನಿ, ಈಗ ಓದಬೇಕು, ಡಿಸ್ಟರ್ಬ್ ಮಾಡ್ಬೇಡ ಅಂದುಬಿಡುತ್ತಿದ್ದಳು. ತನ್ನಿಂದ ಅವಳ ಮನಸ್ಸು ಘಾಸಿಯಾಗಿರುವುದು ಅನೂಪ್‌ಗೆ ಚೆನ್ನಾಗಿ ಗೊತ್ತಾಗುತ್ತಿತ್ತು. ಆದರೆ ಅವಳ ನಿರ್ಲಿಪ್ತ ಭಾವನೆಯ ಮುಂದೆ ಏನು ಮಾಡುವುದು ಅಂತ ಗೊತ್ತಾಗದೇ ಸೋತುಬಿಟ್ಟ. ಇಬ್ಬರೂ ಒಂದೇ ಕಾಲೇಜಿನಲ್ಲಿದ್ದರೆ ಒಂದಲ್ಲಾ ಒಂದು ದಿನ ಸರಿಹೋಗುತ್ತೆ ಎಂದು ಅವಳನ್ನು ಉಳಿಸಿಕೊಳ್ಳುವ ಪ್ರಯತ್ನ ಮಾಡಿದ. ಹೊಸ ಕಾಲೇಜಿನಲ್ಲಿ ಮಿಂಚು ಅನೂಪನನ್ನು ಹೆಚ್ಚು ಮಾತನಾಡಿಸದೇ ಅಪರಿಚಿತಳಂತೆ ಇರುತ್ತಿದ್ದಳು. ಅವನು ಕಾಲೇಜು ಬಸ್ಸಿನಲ್ಲಿ ಪಕ್ಕ ಕೂರುವ ಪ್ರಯತ್ನ ಮಾಡುತ್ತಿದ್ದ,

ಅವಳು ಕ್ಲಾಸ್ ಮುಗಿಸಿ ಹೊರಬಂದಾಗ ಒಟ್ಟಿಗೆ ಮನೆಗೆ ಹೋಗಲು ಹಿಂದೆ ಬರುತ್ತಿದ್ದ, ಕ್ಯಾಂಟೀನ್‌ನಲ್ಲಿ ಅವಳ ಇಷ್ಟದ ಶ್ಯಾವಿಗೆ ಬಾತ್ ಆರ್ಡರ್ ಮಾಡಿ ಕಾಯುತ್ತಿದ್ದ. ಮಿಂಚು ಇದಕ್ಕೆಲ್ಲಾ ಅರೆಮನಸ್ಸಿನಲ್ಲಿ ಪ್ರತಿಕ್ರಿಯೆ ಕೊಡುತ್ತಿದ್ದರಿಂದ ಅನೂಪ್ ನಿರುತ್ಸಾಹಗೊಂಡು ತನ್ನ ವ್ಯರ್ಥ ಪ್ರಯತ್ನವನ್ನು ಕ್ರಮೇಣ ನಿಲ್ಲಿಸಿಬಿಟ್ಟ. ಬರಬರುತ್ತಾ ತಿಂಗಳುಗಟ್ಟಲೆ ಒಬ್ಬರನ್ನೊಬ್ಬರು ಮಾತನಾಡಿಸದೇ ತಮ್ಮ ಕೆಲಸದಲ್ಲಿ ಮಗ್ನಗೊಂಡಿರೋದು ಇಬ್ಬರಿಗೂ ಮೈಗೂಡಿತು.

ಈ ಮಧ್ಯೆ ವಿಶಾಖಾ ಮದುವೆಯಾಗ್ತಿದ್ದಾಳೆ ಅನ್ನೋ ವಿಷಯ ಮಿಂಚುಗೆ ಆಶ್ಚರ್ಯ ತಂದಿತು. ಬೇರೆ ಕಾಲೇಜು ಸೇರಿದ್ದಕ್ಕೆ ಅವಳ ಕಾಂಟ್ಯಾಕ್ಟ್ ಕಳೆದುಕೊಳ್ಳಬಾರದೆಂದು, ಕರೆಯದೇ ಇದ್ದರೂ ವಿಶಾಖಾ ಮನೆಗೆ ಹಾಜರ್ ಆಗಿ ಅವರ ತಂದೆ ತಾಯಿಯ ಜೊತೆ ಮಾತಿಗಿಳಿದು ಬಿಡುತ್ತಿದ್ದಳು. ವಿಶಾಖಾ ಅವಾಯ್ಡ್ ಮಾಡುತ್ತಿದ್ದಾಗ ಅದನ್ನು ತಿಳಿಮಾಡಲು, "ನಾನು ನಿನ್ನ ನೋಡೋಕ್ ಬಂದಿಲ್ಲ ಅಂಕಲ್ ಆಂಟಿನ ಮಾತನಾಡಿಸೋಕ್ ಬಂದೆ," ಅಂತ ತಮಾಷೆ ಮಾಡುತ್ತಿದ್ದಳು. ಹಟಮಾರಿಯ ಕೋಪ ಒಂದೆರಡು ಭೇಟಿಯ ನಂತರ ಕರಗಿತು. ಅನೂಪನ ಪ್ರಾಂಕ್ ಬಗ್ಗೆ ತಿಳಿದ ಮೇಲೆ ವಿಶಾಖಾಗೆ ಕೋಪ ಬಂದರೂ ಒಂದು ವಿಷಯ ಒಪ್ಪಿಕೊಂಡಳು. "ನಿನ್ನ ಅನೂಪ್ ಮಧ್ಯೆ ರಿಯಲ್ ಫೀಲಿಂಗ್ಸ್ ಇದೆ ಮಿಂಚು. ಅದಕ್ಕೆ ನಂಗೆ ಜೆಲಸ್ ಆಗ್ತಿತ್ತು" ಎಂದಳು. ಹೊಸ ಕಾಲೇಜ್, ಹೊಸ ವಾತಾವರಣದಲ್ಲಿ ಅದ್ಯಾವುದೂ ಉಳಿದಿಲ್ಲ ಅಂತ ಮಿಂಚು ಮಾತು ತೇಲಿಸಿ ಗೆಳತಿಗೆ ಉತ್ತರಿಸಿದ್ದಳು. ಸಮಯ ಕಳೆದಂತೆ ಮಿಂಚು ವಿಶಾಖಾ ಮಾತಿನಲ್ಲಿ ಅನೂಪ್ ಮರೆಯಾಗಿ ಸ್ನೇಹ ಮೊದಲಿನಂತೆ ಗಟ್ಟಿಯಾಯಿತು. ಯಾವ ಅಪೇಕ್ಷೆಯೂ ಇಲ್ಲದೇ ಪ್ರೀತಿ ತೋರಿಸುವ ಮಿಂಚು ಮಾಧವ್ ರಾವ್ ಕುಟುಂಬಕ್ಕೆ ಅಚ್ಚುಮೆಚ್ಚಾಗಿ ಉಳಿದಳು. ಡಿಗ್ರಿ ಕೊನೇ ವರ್ಷದಲ್ಲೇ ಮದುವೆಗೆ ಒಪ್ಪಿದ ವಿಶಾಖಾ ಹೊಸ ಜೀವನದ ಖುಷಿಯಲ್ಲಿದ್ದಳು. ಸ್ಫುರದ್ರೂಪಿಯಾದ ಸುಧೀರ್ ಭಾರದ್ವಾಜ್‌ನ ನೋಡಿದ ಮೇಲೆ ಮಿಂಚು 'ಯಾವ್ ಸಿನಿಮಾ ಹೀರೋಗು ಕಮ್ಮಿಯಿಲ್ಲ ಅಂತ ಮದ್ವೆ ಆಗ್ತಿದ್ದೀಯಾ,' ಅಂತ ಗೆಳತಿಯನ್ನ ರೇಗಿಸಿದಳು. ಮದುಮಗಳು, "ನಂಗೆ ಓದು, ಕೆಲಸ ಜಂಜಾಟ ಯಾವ್ದೂ ಬೇಡ. I want to be a happy homemaker," ಅಂತ ಪ್ರಾಮಾಣಿಕವಾಗಿ ಒಪ್ಪಿಕೊಂಡಿದ್ದು ಎಲ್ಲರ ಮುಗುಳ್ನಗೆಗೆ ಕಾರಣವಾಯಿತು.

❋

ಅನೂಪ್ ಒಂದು ವಾರದಿಂದ ಕಾಲೇಜಿಗೆ ಬರುತ್ತಿರಲಿಲ್ಲ. ಮೊದಮೊದಲು ಅದರ ಬಗ್ಗೆ ಹೆಚ್ಚು ತಲೆಕೆಡಿಸಿಕೊಳ್ಳದ ಮಿಂಚು ಏಳೆಂಟು ದಿನವಾದರೂ ಅವನು ಪತ್ತೆಯಾಗದಿದ್ದಾಗ ವಿಷಯ ಏನು ಎಂದು ತಿಳಿದುಕೊಳ್ಳಬಯಸಿದಳು. ಅವನಿಗೇ ಫೋನ್ ಮಾಡಲೇ? ಅವನ ನಂಬರ್ ಬದಲಾಗಿರಬಹುದೇ? ನನ್ನ ಫೋನ್ ರಿಸೀವ್ ಮಾಡುವನೇ ಅನ್ನೋ ಗೊಂದಲದಲ್ಲಿದ್ದಾಗ ಅನೂಪ್

ಜೊತೆ ಯಾವಾಗಲೂ ಇರುತ್ತಿದ್ದ ಸ್ನೇಹಿತ ಕಣ್ಣಿಗೆ ಬಿದ್ದ. ಅನೂಪ್‌ಗೆ ಹುಷಾರಿಲ್ವಾ? ಎಂದು ಕೇಳಿದಾಗ ಅವರಮ್ಮನಿಗೆ ಹುಷಾರಿಲ್ಲ, ಹಾಸ್ಪಿಟಲ್‌ನಲ್ಲಿ ಅಡ್ಮಿಟ್ ಆಗಿದ್ದಾರಂತೆ ಎಂದು ಸಲೀಸಾಗಿ ಹೇಳಿಬಿಟ್ಟ. ಏನಾಯಿತಂತೆ ಎಂದು ಕೇಳಿದವಳಿಗೆ, 'ಏನೋ ಸರಿಯಾಗಿ ಗೊತ್ತಿಲ್ಲ, ಹೊಟ್ಟೆನೋವು ಅಥವಾ ಕಿಡ್ನಿ ಪ್ರಾಬ್ಲಮ್ ಇರಬಹುದು' ಎಂದು ಅವಸರದಲ್ಲಿ ಏನೇನೋ ಹೇಳಿ ಮಾಯವಾದ.

ಹೊಟ್ಟೆನೋವಾ? ಅಥವಾ ಕಿಡ್ನಿ ಪ್ರಾಬ್ಲಮ್ಮಾ? ಹೊಟ್ಟೆನೋವಿಗೆ ಅಡ್ಮಿಟ್ ಆಗ್ತಾರಾ? ಇವನ್ನನ್ನು ಕೇಳಿದರೆ ಪ್ರಯೋಜನವಿಲ್ಲವೆನಿಸಿ ತಾನೇ ಅನೂಪ್‌ನನ್ನು ವಿಚಾರಿಸುವ ನಿರ್ಧಾರಕ್ಕೆ ಬಂದಳು. ತಕ್ಷಣ ಅವನ ನಂಬರಿಗೆ ಕರೆಮಾಡಿದಾಗ ಕಂಪ್ಯೂಟರ್ ಹುಡುಗಿ ಸ್ವಿಚ್ ಆಫ್ ಎಂದಳು. ಮನೆ ಹತ್ತಿರ ಹೋದಾಗ ಬಾಗಿಲಿಗೆ ಬೀಗ ಬಿದ್ದಿತ್ತು. ತನ್ನವರಲ್ಲದೇ ಇದ್ದರೂ ತನ್ನವರಿಗಿಂತಾ ಹೆಚ್ಚಾಗಿ, ವಾತ್ಸಲ್ಯದಿಂದ ಕಂಡ ಅನೂಪ್‌ನ ತಾಯಿ ಚಿತ್ಕಳಾಳ ಅನಾರೋಗ್ಯದ ವಿಚಾರ ಅವಳನ್ನು ಬಾಧಿಸಿತು. ಆಸ್ಪತ್ರೆ ಸೇರಿದವರನ್ನು ಸಂಪರ್ಕಿಸುವುದು ಹೇಗೆ, ಅವರ ಸ್ಥಿತಿ ಏನಿರಬಹುದೆಂದು ತಿಳಿಯದೇ ಚಿಂತೆಗೀಡಾದಳು. ಮುಕ್ಕಾಲು ಗಂಟೆ ಅವರ ಮನೆಯ ಬಾಗಿಲನ್ನು ಕಾದವಳಿಗೆ ಪಕ್ಕದ ಮನೆಯವರು ಕಾರನ್ನು ಪಾರ್ಕ್ ಮಾಡುತ್ತಿರುವುದು ಕಾಣಿಸಿತು. ಅವರನ್ನು ವಿಚಾರಿಸಿದಾಗ, "ಏನೋ ಆಪರೇಶನ್ ಅಂತೆ ಚಿತ್ಕಳಾ ಅವರನ್ನು ರಾಮಯ್ಯ ಆಸ್ಪತ್ರೆಗೆ ಸೇರಿಸಿದ್ದಾರೆ ಅಂತ ಶೇಖರ್ ಹೇಳುತ್ತಿದ್ದರು," ಅನ್ನೋ ಮಾಹಿತಿ ಸಿಕ್ಕಿತು. ಈ ಬೆಂಗಳೂರಿನಲ್ಲಿ ಒಬ್ಬರ ಬಗ್ಗೆ ಮಾಹಿತಿ ಪಡೆಯೋದು ಇಷ್ಟು ಕಷ್ಟವೇ? ಅಕ್ಕಪಕ್ಕದ ಮನೆಯವರಿಗೆ ಒಬ್ಬರ ಹೆಸರು ಇನ್ನೊಬ್ಬರಿಗೆ ಸರಿಯಾಗಿ ಗೊತ್ತಿಲ್ಲ. ಫೋನ್ ನಂಬರ್ ಅಂತೂ ದೂರದ ಮಾತು. ಬೆಳಗ್ಗೆ ವಾಕಿಂಗಿಗೋ, ರಂಗೋಲಿ ಹಾಕುವುದಕ್ಕೋ ಹೊರಬಂದವರು ಒಳಗೆ ಹೋಗಿ ಸೇರಿಕೊಂಡುಬಿಟ್ಟರೆ ಮುಗೀತು. ಮತ್ತೆ ಅವರ ದರ್ಶನ ನಾಳೆ ಬೆಳಗ್ಗೆಯೋ ಇನ್ಯಾವತ್ತೋ. ಕೆಟ್ಟ ಕುತೂಹಲಕ್ಕಾದರೂ ನೆರೆಹೊರೆಯವರ ಬಗ್ಗೆ ತಿಳಿದುಕೊಂಡಿರಬೇಕು. ಇಲ್ಲವಾದರೇ ಮನುಷ್ಯ ಸಂಘಜೀವಿ ಅನ್ನೋದರ ಅರ್ಥವೇ ನಶಿಸಿಬಿಡುತ್ತದೆ. ಒಂಟಿಯಾಗಿ ಬದುಕೋ ವೃದ್ಧರ ಕಥೆಯೇನಾಗಬೇಕು. ಅವರಿಗೇನಾದರೂ ತೊಂದರೆಯಾಗಿ ಕಿರುಚಿದರೂ ಜನ ಸಹಾಯ ಸಿಗುವುದು ಕಷ್ಟವಾಗಿಬಿಡುತ್ತದೆ. ಚಿತ್ಕಳಾ ಬಗ್ಗೆ ಯೋಚಿಸುತ್ತಾ ಮಿಂಚು ಮನಸ್ಸು ಸಮಾಜದ ಒಳಿತಿನ ಯೋಚನೆಯ ದಾರಿ ಹಿಡಿದುಬಿಟ್ಟಿತ್ತು. ರಾಮಯ್ಯ ಆಸ್ಪತ್ರೆಯ ದಾರಿ ಮುಗಿದಾಗ ಮಿಂಚು ಚಿಂತನೆಗಳನ್ನು ಬಿಡಿಸಿಕೊಂಡು ಹೊರಬಂದಳು.

ಆಟೋದಿಂದಿಳಿದ ಮಿಂಚು ರಾಮಯ್ಯ ಆಸ್ಪತ್ರೆಯ ಮುಂಭಾಗವನ್ನು ತಲೆಯೆತ್ತಿ ನೋಡಿದಳು. ದೊಡ್ಡದಾದ ಕಟ್ಟಡ, ರಸ್ತೆಬದಿಯಲ್ಲಿ ಹಾಕಿರೋ ಹುಲ್ಲಿನ ಲಾನು, ಹೂಗಿಡಗಳು, ಸುಂದರವಾದ ಆರ್ಚು ಎಲ್ಲವೂ ಬಂದವರ ಸ್ವಾಗತಕ್ಕೆ ಸಿದ್ಧವಾಗಿದ್ದವು. ಆದರೆ ಯಾರಿಗೂ ಸ್ವಾಗತ ಬೇಕಿರಲಿಲ್ಲ. ಬಯಸದೇ ಬಂದದ್ದೆಲ್ಲಾ ಭಾಗ್ಯವಾಗಿರುವುದಿಲ್ಲ. ಎಷ್ಟೋ ಜನ ಕಾರು ಆಟೋಗಳಿಂದ

ಇಳಿಯುತ್ತಿದ್ದಂತೇ ಒಳಗೆ ಓಡುತ್ತಿದ್ದರು. ಜೋರಾಗಿ ಶಬ್ದ ಮಾಡಿಕೊಂಡು ಬಂದ ಆಂಬುಲೆನ್ಸು ಒಳನುಗ್ಗಿತು. ವೀಲ್ ಚೇರುಗಳಲ್ಲಿ, ಸ್ಟ್ರೆಚರ್‌ಗಳಲ್ಲಿ ರೋಗಿಗಳನ್ನು ಕರೆದೊಯ್ಯುತ್ತಿದ್ದರು. ಹೊರಗಿನ ತಾಪಮಾನವೇ ಅಲ್ಲಿಯೂ ಇದ್ದಿದ್ದು. ಆದರೆ ಆ ವಾತಾವರಣದ ಬಿಸಿ ಮೈ ಸುಡುತ್ತಿತ್ತು. ಎಲ್ಲವನ್ನೂ ಗಮನಿಸುತ್ತಾ ರಿಸೆಪ್ಷನ್‌ಗೆ ಧಾವಿಸಿದ ಮಿಂಚು ಚಿತ್ಕಳಾ ಬಗ್ಗೆ ತನಗೆ ಗೊತ್ತಿದ್ದ ಮಾಹಿತಿ ಹೇಳಿ ಅವರಿರೋ ಜಾಗದ ವಿವರ ಪಡೆದಳು.

'ಪೇಶೆಂಟ್ ಚಿತ್ಕಳಾ ಅವರಿಗೆ ಡಯಾಲಿಸಿಸ್ ಮಾಡುತ್ತಿದ್ದಾರೆ. ವಾರ್ಡ್‌ಗೆ ಇನ್ನೂ ಶಿಫ್ಟ್ ಮಾಡಿಲ್ಲ,' ಎಂದು ಹೇಳಿ ರಿಸೆಪ್ಷನಿಸ್ಟ್ ಅವರ ಕಡೆಯವರನ್ನು ಭೇಟಿಯಾಗಬಹುದಾದ ದಾರಿ ತೋರಿದಳು. ಮಿಂಚು ಕಾಲುಗಳು ಆ ದಿಕ್ಕಿನೆಡೆ ವೇಗ ಪಡೆದುಕೊಂಡವು. ವೇಟಿಂಗ್ ಲಾಂಜ್‌ನಲ್ಲಿ ಸುಮಾರು ಜನ ಕೂತಿದ್ದರು, ತೂಕಡಿಸುತ್ತಿದ್ದರು. ನೀರವತೆಯಿಂದ ಕೂಡಿದ ಜಾಗದಲ್ಲಿ ಯಾರೋ ಕೆಮ್ಮಿದ ಶಬ್ದಕ್ಕೇ ಕೆಲವರು ಬೆಚ್ಚಿಬಿದ್ದರು. ಮಿಂಚು ಕಣ್ಣುಗಳು ಫೋಕಸ್ ಇಟ್ಟು ಅನೂಪನನ್ನು ಹುಡುಕುತ್ತಿದ್ದವು. ಮೂರನೇ ಸಾಲಿನ ಮೆಟಲ್ ಚೇರಿನ ತುದಿಯಲ್ಲಿ ಕೂತಿದ್ದವನು ಅನೂಪ್ ಎಂದು ಗುರುತಿಸಲು ಅರೆಕ್ಷಣ ಸಾಕಾಯಿತು. ಹತ್ತಿರ ಹೋದಾಗ ಗಾಢ ಯೋಚನೆಯಲ್ಲಿದ್ದ ಅನೂಪ್ ತಲೆ ಎತ್ತಲಿಲ್ಲ. ಎಷ್ಟೋ ತಿಂಗಳುಗಳ ನಂತರ ಅನೂಪ್‌ನನ್ನು ಈ ಸ್ಥಿತಿಯಲ್ಲಿ ಮಾತನಾಡಿಸುವಂತಾಯಿತಲ್ಲ ಎಂದು ಮಿಂಚೂಗೆ ಖೇದವಾಯಿತು. ಭುಜದ ಮೇಲೆ ಕೈಯಿಟ್ಟಾಗ ಅನೂಪ್ ಅವಳನ್ನು ನೋಡಿದ. ಮಿಂಚು ಅವನ ಕಣ್ಣಿನಲ್ಲಿ ಯಾವ ಭಾವನೆಯಿದೆ ಅನ್ನೋದನ್ನ ಅರ್ಥ ಮಾಡಿಕೊಳ್ಳಲು ಪ್ರಯತ್ನಪಟ್ಟು ಸೋತಳು. ಮಿಂಚು ಅವನ ಪಕ್ಕದಲ್ಲಿ ಕೂತು ಒಂದಷ್ಟು ಮೌನದ ನಂತರ ಮಾತನಾಡಿದಳು. 'ಡಯಾಲಿಸಿಸ್ ಯಾವಾಗ ಮುಗಿಯುತ್ತೆ?', 'ಇನ್ನೊಂದ್ ಸ್ವಲ್ಪ ಹೊತ್ತಾಗ್ಬೋದು. ಅದಕ್ಕೇ ಕಾಯ್ತಿದ್ದೀನಿ,' ಎಂದನು. ಹೇಗಿದ್ದಾರೆ ಅಮ್ಮ ಎಂದು ಕೇಳಿದ್ದಕ್ಕೆ 'ಹ್ಮ್..' ಎಂದಷ್ಟೇ ಹೇಳಿ ಅನೂಪ್ ಮುಂದೆ ಮಾತನಾಡಲಿಲ್ಲ. ಅವನ ನೀರು ತುಂಬಿಕೊಂಡ ಕಣ್ಣುಗಳು ಏನನ್ನೋ ಹೇಳಲು ಒದ್ದಾಡಿದವು. ಅಷ್ಟರಲ್ಲಿ ಬಂದ ನರ್ಸ್, "ಡಯಾಲಿಸಿಸ್ ಮುಗ್ದಿದೆ. ಪೇಶೆಂಟ್‌ನ ವಾರ್ಡ್‌ಗೆ ಶಿಫ್ಟ್ ಮಾಡಿದ್ದೇವೆ," ಎಂದು ವಿಷಯ ಮುಟ್ಟಿಸಿದಳು. ಅನೂಪ್ ತಕ್ಷಣ ಎದ್ದು ವಾರ್ಡಿನ ಕಡೆ ಓಡಿದ. ಮಿಂಚು ಅವನನ್ನೇ ಹಿಂಬಾಲಿಸಿದಳು. Two sharing wardನಲ್ಲಿ ಕಿಟಕಿ ಪಕ್ಕದ ಮಂಚದ ಮೇಲೆ ಚಿತ್ಕಳಾ ಮಲಗಿದ್ದಳು. ಯಾವಾಗಲೂ ಬಣ್ಣಬಣ್ಣದ ಕಾಟನ್ ಸೀರೆ, ತುಂಬು ತೋಳಿನ ಬ್ಲೌಸಿನಲ್ಲಿ ನೋಡಿದ್ದ ಅವರನ್ನ ಬಣ್ಣವೆಲ್ಲಾ ತೊಳೆದುಹೋದ ಬಿಳೀ ಗೌನಿನಲ್ಲಿ ನೋಡೋದು ಮಿಂಚೂಗೆ ತುಂಬಾ ಕಷ್ಟವಾಯಿತು. ಅವರ ಪಕ್ಕದಲ್ಲಿ ಅನೂಪ್‌ನ ತಂದೆ ಶೇಖರ್ ನೆಲ ನೋಡುತ್ತಾ ಕುಳಿತಿದ್ದರು. ಕುಟುಂಬದ ಆಧಾರಸ್ತಂಭ ಮಂಚ ಹಿಡಿದಿರುವುದು ಅಪ್ಪ ಮಗನನ್ನು ಕುಗ್ಗಿಸಿಬಿಟ್ಟಿತ್ತು.

'ಮಿಂಚು ಯಾವಾಗ್ ಬಂದೆ' ಚಿತ್ಕಳಾಳ ಮೆಲುದನಿ ಕೇಳಿತು.

'ಆಗ್ಲೆ ಬಂದೆ ಆಂಟಿ, ನಿಮ್ಗೆ ಟ್ರೀಟ್ಮೆಂಟ್ ನಡೀತಿತ್ತಲ್ಲ'

"ಟ್ರೀಟ್ಮೆಂಟ್ ಅಲ್ಲಮ್ಮ ಅದು.. ನರಕ! ನನ್ ಪ್ರಾಣಾನ ಹೊರಗೆ ತೆಗೀತಿದ್ದಾರೋ ಅನ್ನಿಸುತ್ತೆ" ಚಿತ್ಕಳಾ ಹೇಳಿದ ಮಾತಿಗೆ ಎಲ್ಲರ ಮನ ನೊಂದಿತು. ಅನೂಪ್ ಅಮ್ಮನ ಕೈಹಿಡಿದು ಏನೂ ಆಗಲ್ಲಮ್ಮ ಎಂದ. ಮಿಂಚು ಹತ್ತಿರ ಬಂದು, 'ಸಾರಿ ಆಂಟಿ ನಿಮಗೆ ಹುಷಾರಿಲ್ಲದೇ ಇದ್ದಿದ್ದು ನನಗೆ ಗೊತ್ತಿರಲಿಲ್ಲ' ಎಂದಳು. ಅವರ ಸ್ಥಿತಿ ಏನು ಅನ್ನೋದು ಸರಿಯಾಗಿ ಗೊತ್ತಿಲ್ಲದೇ ಇದ್ದರೂ ಎಲ್ಲರ ಮುಖಭಾವದಿಂದ ಪರಿಸ್ಥಿತಿ ಎಷ್ಟು ಗಂಭೀರವಾಗಿದೆ ಅನ್ನೋದನ್ನ ಅರ್ಥ ಮಾಡಿಕೊಂಡಳು. ಚಿತ್ಕಳಾ ಮಿಂಚುನ ನೋಡಿದ ಖುಷಿಯಲ್ಲಿ ಅವಳ ಜೊತೆಗಿನ ನೆನಪಿನ ಮೂಟೆಯನ್ನು ಬಿಚ್ಚಿದಳು. ಮಾತನಾಡಲು ಕಷ್ಟವಾಗೋ ಪರಿಸ್ಥಿತಿಯಲ್ಲೂ ತನ್ನನ್ನು ಆಪ್ತವಾಗಿ ಮಾತನಾಡಿಸಿದ್ದು ಮಿಂಚೂನ ಭಾವುಕಳಾಗಿಸಿತು. ಚಿತ್ಕಳಾ ಬಂದವರ ಮುಂದೆ ಉತ್ಸಾಹದಲ್ಲಿರಬೇಕೆಂದು ಪ್ರಯತ್ನಿಸುತ್ತಿದ್ದು ಕಾಣುತ್ತಿತ್ತು. ಬೇಡ ಎಂದರೂ ಕೇಳದೇ ಕಷ್ಟಪಟ್ಟು ಏಳಲು ಹೋದಾಗ ಅನೂಪ್ ಅವರಿಗೆ ಕೂರಲು ಸಹಾಯಮಾಡಿ ಒರಗಿಕೊಳ್ಳೋದಕ್ಕೆ ದಿಂಬನ್ನಿಟ್ಟ.

'ನೋಡಮ್ಮಾ, ಏಳು ದಿನ ಆಯ್ತು ಆಸ್ಪತ್ರೆ ಸೇರಿ. ಇನ್ನೂ ಡಾಕ್ಟರ್ ಮನೆಗೆ ಕಳಿಸೋ ಮನಸ್ಸು ಮಾಡಿಲ್ಲ. ಹೋದ ವರ್ಷ ನನಗೆ ಕಿಡ್ನಿ ಟ್ರಾನ್ಸ್ ಪ್ಲಾಂಟ್ ಆಗಿತ್ತು. ಎಲ್ಲಾ ಸರಿಹೋಯ್ತು ಅಂದುಕೊಂಡರೆ ಎಂಟು ಹತ್ತು ದಿನಗಳಿಂದ ಮತ್ತೆ ಹಾಸಿಗೆ ಹಿಡಿಯೋ ಹಾಗಾಯ್ತು. ಏನಾಗಿದೆ ಅಂತ ಡಾಕ್ಟರ್ ಸರಿಯಾಗಿ ಹೇಳ್ತಿಲ್ವಂತೆ. ಅಥ್ವಾ ಹೇಳಿರ್ತಾರೆ. ಇವರು ನನಗೆ ಹೇಳ್ತಿಲ್ಲ' ಚಿತ್ಕಳಾ ಸಂಬಂಧಿಕರ ಮದುವೆಗೆ ಹೋಗಿ ಊಟ ಮಾಡಿಕೊಂಡು ಬಂದೆ ಅನ್ನೋಹಾಗೆ ಸಲೀಸಾಗಿ ಮಾತನಾಡುತ್ತಿದ್ದರು. ಸ್ವತಃ ರೋಗಿಯೇ ತನ್ನ ದೇಹ ಕೈಕೊಡುತ್ತಿದೆ ಅನ್ನೋದನ್ನ ಹೇಳಿದಾಗ ಮಿಂಚೂಗೆ ಹೇಗೆ ಪ್ರತಿಕ್ರಿಯಿಸಬೇಕೆಂದು ತಿಳಿಯದೇ 'ಆರಾಮಾಗ್ತೀರಾ ಬಿಡಿ ಆಂಟಿ' ಕಾಯಿಲೆ ಎಂಥದ್ದೋ ಏನೋ ತಿಳಿಯದೆ ಭರವಸೆಯ ಮಾತನಾಡಿದಳು.

'ಹ್ಮ್. ಆಗ್ಬೇಕು ನನ್ ಮಗ ತನ್ನದು ಅಂತ ಒಂದು ಜೀವನ ಕಟ್ಟಿಕೊಳ್ಳೋ ತನಕ ಬದುಕಿರಬೇಕು ಅನ್ನೋ ಆಸೆ ಇದೆ. ನೋಡೋಣ ದೇವರಿಚ್ಛೆ! ನನ್ನ ಕೂದಲು ಕೆದರಿದೆ ಅಲ್ವಾ.. ಒಂದುಚೂರು ಟೇಬಲ್ ಮೇಲೆ ಬಾಚಣಿಗೆ ಇದೆ ತೆಕ್ಕೊಡ್ತೀಯಾ?'

ಚಿತ್ಕಳಾ ಒಂದೇ ಸಾಲಿನಲ್ಲಿ ಸಾವಿನ ಬಗ್ಗೆಯೂ ತಲೆಕೂದಲು ಕೆದರಿರುವ ಬಗ್ಗೆಯೂ ಮಾತನಾಡಿದ್ದು ಮಿಂಚೂಗೆ ಅಚ್ಚರಿಯಾಯಿತು. ಸಿನಿಮಾದಲ್ಲಿ ತೋರಿಸೋ ಕಿಡ್ನಿ ಫೇಲ್ಯೂರ್ ಆದ ರೋಗಿಗಳ ಕರುಳು ಕಿತ್ತು ಬರೋ ತರದ

ನಟನೆಗೂ ಎದುರಿಗೆ ನಿಜ ಜೀವನದಲ್ಲಿ ಅಗ್ನಿಪರೀಕ್ಷೆ ಎದುರಿಸುತ್ತಿರುವ ಚಿತ್ಕಳಾಳ ಮುಖಭಾವನೆಗೂ ಅಜಗಜಾಂತರವಿತ್ತು. ಸಿನಿಮಾದಲ್ಲಿ ಓವರ್ ಆಕ್ಟಿಂಗ್ ಮಾಡುತ್ತಾರೋ ಅಥವಾ ಅನೂಪ್ ತಾಯಿ ಸಮಚಿತ್ತದವರೋ ತಿಳಿಯಲಿಲ್ಲ. ಪಕ್ಕದ ಟೇಬಲ್ ಮೇಲಿದ್ದ ಬಾಚಣಿಗೆ ತೆಗೆದುಕೊಂಡು ನಾನೇ ಬಾಚುತ್ತೇನೆ ಅಂತ ಮಿಂಚು ಒತ್ತಾಯ ಮಾಡಿ ಅವರ ಸಿಕ್ಕಾದ ಕೂದಲನ್ನು ಬಿಡಿಸುವಾಗ ಕಣ್ತುಂಬಿಕೊಂಡಿತು. ಅನೂಪ್ ಮತ್ತು ನನ್ನ ಸ್ನೇಹವೂ ಹಾಗೇ ಸಿಕ್ಕಾಗಿತ್ತು. ಅದನ್ನು ಬಿಡಿಸದೇ ಜಟಿಲ ಮಾಡಿದ್ದು ತಪ್ಪೆನಿಸಿತು. ನೊಂದವಳ ಸಮಾಧಾನಕ್ಕೆ ಮತ್ತೊಂದು ಹೆಣ್ಣು ಸಿಕ್ಕಳು ಅಂತಲೋ ಏನೋ, ಚಿತ್ಕಳಾ ಸುಸ್ತಾಗಿದ್ದರೂ ಮನಸ್ಸು ಬಿಚ್ಚಿ ಮಾತನಾಡುತ್ತಿದ್ದಳು. ಅರ್ಧ ಗಂಟೆ ಕಳೆದರೂ ಮಲಗುವ ಮನಸ್ಸು ಮಾಡಲಿಲ್ಲ. 'ಅಮ್ಮಾ.. ಮಲ್ಕೋ ಪ್ಲೀಸ್' ಅನೂಪ್ ಗೋಗರೆದ. ಅವರು ರೆಸ್ಟ್ ಮಾಡಲಿ ಎಂದು ಮಿಂಚು 'ಆಂಟಿ ನೀವು ಮಲಗಿ, ಮುಂದಿನ ಸಲ ತುಂಬಾ ಮಾತನಾಡೋಣ' ಎಂದು ಹೊರಟಳು. 'ಸರಿ ಪುಟ್ಟಿ.. ನೀನು ಬಂದಿದ್ದು ಖುಷಿಯಾಯ್ತು. ನೀವಿಬ್ರು ಒಳ್ಳೇ ಸ್ನೇಹಿತ್ರು. ಏನೇ ಜಗಳ ಮನಸ್ತಾಪ ಇದ್ರು ಅದನ್ನೆಲ್ಲಾ ಬಿಟ್ಟುಬಿಡಿ' ಕಾಳಜಿಯಿಂದ ಹೇಳಿದರು. ಚಿತ್ಕಳಾ ಮಾತನ್ನು ಕೇಳಿ ಮಿಂಚು ಎಲ್ಲಾ ವಿಷಯ ಗೊತ್ತಾ ಅನ್ನೋ ಹಾಗೆ ಅನೂಪ್ ಕಡೆಗೆ ನೋಡಿದಳು. ಅವನೇನೂ ವ್ಯಕ್ತಪಡಿಸದೆ ಅಮ್ಮನಿಗೆ ಮಲಗಲು ಸಹಾಯ ಮಾಡಿದ. ಆಸ್ಪತ್ರೆಯಿಂದ ಹೊರ ಹೋಗುವಾಗ ಮಿಂಚು 'ನಾನ್ ಹೊರಡ್ತೀನಿ' ಎಂದಳು, ಅನೂಪ್ ಸರಿ ಅನ್ನುವಂತೆ ತಲೆಯಾಡಿಸಿದ. ಅವನೊಂದಿಗೆ ಆಡಬೇಕಾದ ತುಂಬಾ ಮಾತುಗಳು ಮಿಂಚೂ ಗಂಟಲಲ್ಲೇ ಉಳಿದವು. ಮೂರ್ನಾಲ್ಕು ಗಂಟೆ ಜೊತೆಗಿದ್ದರೂ ಅನೂಪ್ ತನ್ನ ಜೊತೆ ಏನೂ ಮಾತನಾಡದೇ ಉಳಿದದ್ದು ಮಿಂಚೂಗೆ ಆತಂಕವಾಯಿತು. ಅದಕ್ಕೆ ಕಾರಣ ದುಃಖನಾ ಅಥವಾ ಅನೂಪ್ ತನ್ನನ್ನು ದ್ವೇಷಿಸುತ್ತಾನಾ ಅನ್ನೋದು ತಿಳಿಯಲಿಲ್ಲ.

❋

ಸತತ ಇಪ್ಪತ್ತೆರಡು ದಿನ ಆಸ್ಪತ್ರೆಯಲ್ಲಿದ್ದ ಚಿತ್ಕಳಾ, ಕೆಲಸ ಮಾಡದೇ ಸೋಮಾರಿಯಾಗಿದ್ದ ಕಿಡ್ನಿ ಜೊತೆ ಗುದ್ದಾಡುತ್ತಾ ನರಕ ದರ್ಶನ ಮಾಡೋದಕ್ಕಿಂತ ಜೀವಬಿಡುವುದೇ ಲೇಸು ಅನ್ನೋ ನಿರ್ಧಾರ ಮಾಡಿಬಿಟ್ಟಳು. ಆದರೆ ಆ ನಿರ್ಧಾರ ಅವಳಿಗೆ ನೆಮ್ಮದಿ ತರಲಿಲ್ಲ. ಗಂಡ ಮಗನನ್ನು ಅರ್ಧ ದಾರಿಯಲ್ಲಿ ಕೈಬಿಟ್ಟುಹೋದರೆ ಅವರ ಗತಿಯೇನು ಅನ್ನೋ ಆಲೋಚನೆ Hyper Tension ಆಗಿ ಪರಿವರ್ತನೆಗೊಂಡಿತು, ಅದು ರಕ್ತದೊತ್ತಡವನ್ನು ಹೊಡೆದೆಬ್ಬಿಸಿ, ಕೆಲಸ ಮಾಡುತ್ತಿದ್ದ ಬೇರೆ ಬೇರೆ ಅಂಗಾಂಗಳನ್ನು ನಿಷ್ಕ್ರಿಯ ಗೊಳಿಸಿತು. ಹೋಗಬೇಕೆಂದಿದ್ದ ದೇಹ ಮತ್ತು ಇರಬೇಕೆನ್ನುತ್ತಿದ್ದ ಜೀವ ಎರಡೂ ಜಗಳವಾಡಿಕೊಂಡು ಕೊನೆಗೆ ಬೇರ್ಪಟ್ಟವು.

ಸಾವು ಬಹಳ ವಿಚಿತ್ರವಾದ ಸತ್ಯ. ಒಬ್ಬರಿಂದ ಕೇಡಾಗುತ್ತದೆ ಅನ್ನೋ ಸತ್ಯ ಗೊತ್ತಿದ್ದಾಗ ಅವರಿಂದ ದೂರ ಇರುತ್ತೇವೆ, ಬೆಂಕಿ ಸುಡುತ್ತದೆ ಅನ್ನೋ ಸತ್ಯ ಗೊತ್ತಿರುವಾಗ ಅದನ್ನು ಮುಟ್ಟುವುದಿಲ್ಲ, ಹೀಗೆ ಪ್ರತಿ ಸತ್ಯಕ್ಕೂ ಒಂದು ಪ್ರತಿಕ್ರಿಯೆ ಇರುತ್ತದೆ. ಆದರೆ ಪ್ರತಿಯೊಬ್ಬರಿಗೂ ಸಾವು ಬರುತ್ತೆ ಅನ್ನೋ ಸತ್ಯ ಗೊತ್ತಿದ್ದರೂ ಅದು ಎದುರಿಗೆ ಬರುವ ತನಕವೂ ಅದೊಂದು ಸುಳ್ಳು ಅನ್ನೋ ಹಾಗೆ ಬದುಕಿಬಿಡುತ್ತೇವೆ. ಅನೂಪ್ ಕೂಡ ಈ ಸತ್ಯವನ್ನು ಒಪ್ಪಿಕೊಳ್ಳದೆ, ಸುಳ್ಳನ್ನು ನಂಬಿ ಮೋಸ ಹೋದ. ಕಳೆದ ಒಂದು ವರ್ಷದಿಂದ ಚಿತ್ಕಳಾ ಐದಾರು ಸಲ ಆಸ್ಪತ್ರೆ ಸೇರಿದ್ದಳು, ಅವನು ಎಳನೀರು, ಹಣ್ಣುಗಳನ್ನು ಕೊಟ್ಟುಬರುತ್ತಿದ್ದ, ಒಂದೆರಡು ದಿನದಲ್ಲಿ ಡಯಾಲಿಸಿಸ್ ಮಾಡಿಸಿಕೊಂಡು ಮನೆಗೆ ಮರಳುತ್ತಿದ್ದಳು, ಈ ಸಲವೂ ಹಾಗೇ ಆಗುತ್ತದೆ ಅನ್ನೋ ನಿರೀಕ್ಷೆಯಲ್ಲಿದ್ದ. ಆದರೆ ಅದು ಎರಡು ದಿನಕ್ಕೆ ಮುಗಿಯಲಿಲ್ಲ. ಆಸ್ಪತ್ರೆಯಲ್ಲಿದ್ದು ಸಮಯ ವ್ಯರ್ಥ ಮಾಡಬೇಡ ಅಂತ ತಂದೆ ತಾಯಿ ಒತ್ತಾಯ ಮಾಡಿದ್ದಕ್ಕೆ ಕಾಲೇಜಿಗೆ ಹೋಗಲು ಶುರು ಮಾಡಿದ. ಪ್ರತಿದಿನ ಕಾಲೇಜು ಮುಗಿಸಿ ಸೀದಾ ಆಸ್ಪತ್ರೆಗೆ ಹೋಗಿ ಅಮ್ಮನ ಆರೋಗ್ಯ ವಿಚಾರಿಸಿಕೊಂಡು ಮನೆಗೆ ಹೋಗೋದು ರೂಢಿಯಾಗಿತ್ತು. ಹಿಂದಿನ ರಾತ್ರಿಯಷ್ಟೇ ಕ್ರಿಯಾಟಿನ್ಸ್ ಲೆವೆಲ್ ನಾರ್ಮಲ್ ಆಗುತ್ತಿದೆ ಎಂದು ಡಾಕ್ಟರ್ ತಿಳಿಸಿದಾಗ ಇನ್ನೇನು ಅಮ್ಮ ಮನೆಗೆ ವಾಪಸ್ ಬಂದೇಬಿಡುತ್ತಾಳೆ ಅನ್ನೋ ಸಂತಸದಲ್ಲಿದ್ದ. ಅದೇ ಖುಷಿಯಲ್ಲಿ ಕಾಲೇಜು ಮುಗಿದ ಮೇಲೆ ಸ್ನೇಹಿತರ ಜೊತೆಗೆ ಕ್ರಿಕೆಟ್ ಆಡಿ ನಂತರ ಆಸ್ಪತೆಗೆ ಹೋಗೋಣವೆಂದುಕೊಂಡ. ಕ್ರಿಕೆಟ್ ಆಡಿ ಬೆವರು ಒರೆಸಿಕೊಳ್ಳುತ್ತಾ ಬ್ಯಾಗ್‌ನ ಹೆಗಲಿಗೇರಿಸಿಕೊಂಡಾಗ ವೈಬ್ರೇಟ್ ಆಗುತ್ತಿದ್ದ ಫೋನ್ ಬೆನ್ನಿಗೆ ಕಚಗುಳಿ ಇಟ್ಟಿತು. "ಅನೂಪ್ ಸ್ವಲ್ಪ ಬೇಗ ಆಸ್ಪತ್ರೆಗೆ ಬಾ, ಅಮ್ಮನಿಗೆ ಸೀರಿಯಸ್ ಆಗಿದೆ" ತಂದೆ ಭಾರವಾದ ಧ್ವನಿಯಲ್ಲಿ ಹೇಳಿದರು. ಸೀರಿಯಸ್ ಎಂದರೆ ಏನಿರಬಹುದು ಎಂದು ಯೋಚಿಸಿದಾಗ ಎದೆಬಡಿತ ಜೋರಾಯಿತು. ಆಸ್ಪತ್ರೆ ತಲುಪುವ ತನಕವು "ಹಾಗಾಗಿರೋದಿಲ್ಲ, ಹಾಗಾಗಿರೋದಿಲ್ಲ" ಎಂದು ಹೇಳಿಕೊಳ್ಳುತ್ತಾ ಮನಸ್ಸು ಆಲೋಚಿಸುತ್ತಿದ್ದ ಸತ್ಯವನ್ನು ದೂರ ತಳ್ಳುವ ಪ್ರಯತ್ನ ಮಾಡಿದ. ಆದರೆ ಹಾಗೇ ಆಗಿಬಿಟ್ಟಿತ್ತು.

ಅಮ್ಮನನ್ನು ಕಳೆದುಕೊಂಡಾಗ ಅನೂಪನ ವಯಸ್ಸು ಇಪ್ಪತ್ತೊಂದು. ಅನುಕಂಪ ತೋರುವಷ್ಟು ಚಿಕ್ಕವನಲ್ಲದಿದ್ದರೂ ಅನೂಪ್ ತಾಯಿಯ ಮೇಲೆ ತುಂಬಾ ಅವಲಂಬಿತನಾಗಿದ್ದ. ಹೇರ್ ಕಟ್‌ನಿಂದ ಹಿಡಿದು ಮಿಂಚು ಜೊತೆಗಿನ ಮನಸ್ತಾಪದ ತನಕ ಎಲ್ಲಾ ವಿಚಾರದಲ್ಲೂ ಭಾಗಿಯಾಗಿದ್ದ ಆಪ್ತಸ್ನೇಹಿತೆಯಂಥ ತಾಯಿ ಇದ್ದಕ್ಕಿದ್ದಂತೆ ಕಣ್ಮರೆಯಾದಾಗ ಜಗತ್ತೇ ಸ್ತಬ್ಧವಾಯಿತು. ಮಿಂಚುಗೂ ಸುದ್ದಿ ಮುಟ್ಟಿದಾಗ ಆಘಾತವಾಯಿತು. ತಕ್ಷಣ ಅನೂಪನ ಮನೆಗೆ ಓಡಿದಳು. ಚಿಕ್ಕ ಸೈಟಿನಲ್ಲಿ ಕಟ್ಟಿದ ಡ್ಯೂಪ್ಲೆಕ್ಸ್ ಮನೆ ಮುಂದೆ ಹಾಕಿದ್ದ ಹೊಗೆ ಶೋಕವನ್ನು ಹೊರ ಸೂಸುತ್ತಿತ್ತು. ಗೇಟಿನ ಮುಂದೆ ಗಂಡಸರು ಕೈಕಟ್ಟಿ ಪಿಸುಮಾತಿನಲ್ಲಿ ತಮಗೆ

ಸಾವಿನ ಬಗ್ಗೆ ಗೊತ್ತಿರುವಷ್ಟನ್ನೂ ಸಮಯ, ದಿನಾಂಕ ಸಮೇತ ಒಬ್ಬರಿಗೊಬ್ಬರು ಹೇಳುತ್ತಿದ್ದರು. ಸ್ಕೂಟರ್‌ಗಳಲ್ಲಿ ಹೋಗುತ್ತಿದ್ದವರು ವೇಗವನ್ನು ನಿಧಾನಿಸಿ ಸೂತಕದ ಮನೆಯನ್ನು ಸ್ಕ್ಯಾನ್ ಮಾಡುವ ಹಾಗೆ ನೋಡಿ ಹೋಗುತ್ತಿದ್ದರು. ಮಿಂಚು ಮನೆ ಹತ್ತಿರ ಬಂದಾಗ ದುಃಖ ಉಮ್ಮಳಿಸಿಬಂದಿತ್ತು. ಪರಿಚಯದವರು ಯಾರೂ ಕಾಣಿಸಲಿಲ್ಲ. ಹಿಂಜರಿಕೆಯಲ್ಲಿ ಮನೆಯೊಳಗೆ ಹೋದಾಗ ಚಿತ್ಕಳಾ ಶಾಂತವಾಗಿ ಮಲಗಿದ್ದಂತೆ ಕಂಡಿತು. ಅನೂಪ್ ತಾಯಿಯ ಮುಖವನ್ನೇ ತದೇಕಚಿತ್ತದಿಂದ ನೋಡುತ್ತಾ ಅವಳ ಪಾದದ ಬಳಿ ಕೂತಿದ್ದ. ಅವನ ಕಣ್ಣಲ್ಲಿ ನೀರಿರಲಿಲ್ಲ. ಅತ್ತೂ ಅತ್ತೂ ಕಣ್ಣೀರು ಬತ್ತಿಹೋಗಿತ್ತೋ ಅಥವಾ ಹೊರಬರದೆ ಒಳಗೇ ಹೆಪ್ಪುಗಟ್ಟಿತ್ತೋ ಗೊತ್ತಿಲ್ಲ. ಕೆನ್ನೆ ತುಂಬಾ ಅರಿಶಿನ, ದೊಡ್ಡ ಹಣೆ ಬೊಟ್ಟು, ತಾಳಿ, ಕಾಲುಂಗುರ; ಮೂಗಿನಲ್ಲಿಟ್ಟ ಹತ್ತಿಯೊಂದನ್ನು ಹೊರತುಪಡಿಸಿದರೆ, ಸಾಲಂಕೃತ ಮುತ್ತೈದೆಯ ಹಾಗೆ ಚಿತ್ಕಳಾ ಕಂಗೊಳಿಸುತ್ತಿದ್ದಳು. ಮಿಂಚೂಗೆ ಹೋದವರಿಗಿಂತ ಇದ್ದವರ ಬಗ್ಗೆ ಕನಿಕರವಿತ್ತು. ತಾಯಿಯನ್ನು ಕಳೆದುಕೊಂಡ ಅನೂಪನ ಸ್ಥಿತಿಯನ್ನು ತಾನೇ ಅನುಭವಿಸಿದಷ್ಟು ವ್ಯಥೆಪಟ್ಟಳು. ಅನೂಪನಿಗೆ ಏನು ಹೇಳಬೇಕೆಂದು ತಿಳಿಯದಾದಾಗ ಎಲ್ಲಾ ದುಃಖಕ್ಕೂ ಸಮಾಧಾನದ ಮಾತುಗಳು ಸೂಕ್ತವಲ್ಲವೆನಿಸಿ, ಅವನ ವೇದನೆಗೆ ಮೂಕಪ್ರೇಕ್ಷಕಳಾದಳು.

'ಹೋಗ್ಬಿಟ್ಯಲ್ಲೇ ಚಿತ್ಕಳಾ.. ನಿನ್ ಮಗ ಗಂಡ ಎಲ್ಲರನ್ನೂ ಬಿಟ್ಟು ಹೋದ್ಯಲ್ಲಾ' ಒಂದಿಬ್ಬರು ಶೋಕದ ರಾಗ ಎಳೆಯುತ್ತಾ ಮನೆಯವರ ದುಃಖವನ್ನು ಹೆಚ್ಚು ಮಾಡುವಂತೆ ರೋಧಿಸಿದರು.

'ಇನ್ನು ಮುಂದೆ ಈ ಮನೆ ಬೆಳಗೋರು ಯಾರು, ಎಷ್ಟು ಚೆನ್ನಾಗಿ ಉಪ್ಪಿನಕಾಯಿ ಹಾಕ್ತಿದ್ದೆ, ಹೋದ ತಿಂಗಳು ತಾನೇ ನಾನು ಮಾಡಿದ್ದ ಕಾಯಿ ಒಬ್ಬಟ್ಟು ತಿಂದು ಮನೆಗೂ ತೊಗೊಂಡು ಹೋದೆ. ಹೋಗ್ಬಿಟ್ಯಲ್ಲೇ.' ಒಬ್ಬೊಬ್ಬರೂ ಇಹಲೋಕ ತ್ಯಜಿಸಿದವರೊಂದಿಗಿನ ಸಂಬಂಧದ ವಿವರಣೆ ಕೊಡುತ್ತಾ ಅಳುತ್ತಿದ್ದನ್ನು ಕೇಳಿ ಅನೂಪ್ ತಂದೆ ಶೇಖರ್‌ಗೆ ತಲೆಚಿಟ್ಟು ಬಂದಿತು. 'ಅವ್ಳಿಗೆ ಈಗ ನೆಮ್ಮದಿಯಾಯ್ತು ಬಿಡಿ ಯಾರೂ ಗೋಳಾಡ್ಬೇಡಿ, ಆ ಆಸ್ಪತ್ರೆ, ಕಾಯಿಲೆ, ಡಯಾಲಿಸಿಸ್ ಅಂತ ಪ್ರತಿದಿನ ಸಾಯ್ತಾ ಬದುಕ್ತಿದ್ಲು. ಈಗ್ ಸಂತೋಷ್ವಾಗಿ ಮಲ್ಗಿದ್ದಾಳೆ,' ಶೇಖರ್‌ನ ದುಃಖ, ಹತಾಶೆಯೆಲ್ಲಾ ರೇಗಾಟದ ರೂಪ ಪಡೆದು ಹೊರಬಂದಿತು. ಶೇಖರ್ ಚಿತ್ಕಳಾಳನ್ನು ಇಷ್ಟಪಟ್ಟು ಮದುವೆಯಾದವನು. ಆಫೀಸಿನ ಹತ್ತಿರ ಇದ್ದ ಚಿತ್ಕಳಾಳ ತಂದೆಯ ಬೇಕರಿಗೆ ತನ್ನೊಲುಮೆಯ ಹುಡುಗಿಯನ್ನು ನೋಡುವುದಕ್ಕಾಗಿಯೇ ಹೋಗುತ್ತಿದ್ದವನು, ಸಂಬಳದ ಪೇರೋಲ್ ಶೀಟ್ ಅನ್ನು ತೋರಿಸಿ ನಿಮ್ಮ ಮಗಳನ್ನು ನನಗೆ ಮದುವೆ ಮಾಡಿಕೊಡಿ ಎಂದು ಕಾಡಿಬೇಡಿ ಮದುವೆಯಾದ ಪ್ರೇಮಿ. "ಹೆಂಡತಿ ಮೇಲೆ ಎರಡನೇ ಬಾರಿ ಪ್ರೀತಿಯಾದಾಗ ಅದು ವೃದ್ಧಾಪ್ಯದ ಲಕ್ಷಣ ಅಂತೆ, ನಿನ್ ಮೇಲೆ ಮತ್ತೆ ಪ್ರೀತಿ ಆಗ್ತಿದೆ ಕಣೇ," ಎಂದು ಹಿಂದಿನ ವಾರವಷ್ಟೇ ಹೇಳಿ ಚಿತ್ಕಳಾಳನ್ನು

ನಗಿಸಿದ್ದ. ಅನಾರೋಗ್ಯ, ನೋವನ್ನೆಲ್ಲಾ ಮರೆತು ನಕ್ಕ ಆ ನಗು ಇನ್ನೊಂದು ಇಪ್ಪತ್ತು ವರ್ಷ ಜೊತೆಗೆ ಬದುಕೋ ವಿಶ್ವಾಸ ಕೊಟ್ಟಿತ್ತು. ಮೊದಲ ಬಾರಿ ಬೇಕರಿಗೆ ಹೋದಾಗ ಲಂಗ ದಾವಣಿ ತೊಟ್ಟ ಚಿತ್ಕಳಾ, ಅರ್ಧ ಕೆಜಿ ಮೈಸೂರು ಪಾಕ್ ಪೊಟ್ಟಣ ಕೈಗಿತ್ತ ಗುಳಿಕೆನ್ನೆಯ ಚಿತ್ಕಳಾ, ಮೊದಲ ನೋಟದಲ್ಲೇ ಶೇಖರನ ಮನಸ್ಸು ಕದ್ದಳು. ಅಂದು ಹುಟ್ಟಿದ ಪ್ರೀತಿ, ಸಂಸಾರ ಹೂಡಿ ಮೂವತ್ತೆರಡು ವರ್ಷವಾದರೂ, ಎಂತಹ ಸಂದರ್ಭ ಎದುರಾದರೂ ಕಮ್ಮಿಯಾಗಲಿಲ್ಲ. ಆಕೆಗೆ ಮಕ್ಕಳು ಹೆರುವ ಭಾಗ್ಯವಿಲ್ಲ ಅಂತ ಗೊತ್ತಾದಾಗಲೂ ಪ್ರೀತಿಗೆ ಚ್ಯುತಿ ಬರಲಿಲ್ಲ. ನಮಗೆ ನಾವೇ ಮಕ್ಕಳು ಎಂದು ಹೇಳಿದ್ದು ಚಿತ್ಕಳಾಗೆ ಒಪ್ಪಿಗೆಯಾಗಲಿಲ್ಲ. ಚಿತ್ಕಳಾಳ ಆಸೆಯಂತೇ ಅನೂಪ ಅವರ ಮಗನಾಗಿ, ಅವಳ ನಗುವಾಗಿ ಮನೆಗೆ ಬಂದ.

ಹೆತ್ತಮ್ಮನನ್ನು ಕಳೆದುಕೊಂಡಿದ್ದರೂ ಅನೂಪ ಅಷ್ಟು ನೊಂದುಕೊಳ್ಳುತ್ತಿದ್ದನೋ ಇಲ್ಲವೋ ತಿಳಿಯದು. ಚಿತ್ಕಳಾಳ ಸಾವಿನಿಂದ ಅವನಿಗೆ ಅನಾಥಪ್ರಜ್ಞೆ ಕಾಡಿತು. ಅಮ್ಮನಿಲ್ಲದ ಒಂದೊಂದು ದಿನವೂ ಅನೂಪನಿಗೆ ಒಂದೊಂದು ಯುಗದ ಹಾಗೆ ಭಾಸವಾಯಿತು. ಬೆಳಗ್ಗೆ ಎದ್ದ ತಕ್ಷಣ ಅಮ್ಮಾ ಅನ್ನೋ ಮಾತು ಯಾಂತ್ರಿಕವಾಗಿ ಹೊರಬರುತ್ತಿತ್ತು. ಅವಳಿಲ್ಲ ಅಂತ ಜೀರ್ಣಿಸಿಕೊಳ್ಳೋದೇ ಅವನ ದಿನದ ಮೊದಲ ಕೆಲಸವಾಗಿಬಿಟ್ಟಿತು, ಹೆಣ್ಣಿಲ್ಲದ ಮನೆ ಹುಡುಗರ ಪಿಜಿಯಂತಾಗಿಹೋಯಿತು. ಮನೆಯಲ್ಲಿ ಮಾತುಗಳನ್ನೇ ಕೇಳದ ಗೋಡೆಗಳು ಬೇಸರದ ಮುಖಮಾಡಿಕೊಂಡವು. ದೇವರಮನೆ ಧೂಳು ಹಿಡಿಯಿತು. ಅಡುಗೆ ಮನೆಯ ಡಬ್ಬಗಳು ಖಾಲಿಯಾಗಿ ಗಮನ ಕೊಡುವವರಿರಲಿಲ್ಲ. ಮನೆಯಲ್ಲಿ ಹೋಟೆಲ್ ಊಟದ ಘಮಲು ಹರಡಿತು. ತಂದೆ ಮಗ ಒಂದೇ ಮನೆಯಲ್ಲಿದ್ದು ಬೇರೆ ಬೇರೆ ಪ್ರಪಂಚದಲ್ಲಿ ಬದುಕುತ್ತಿದ್ದರು.

ಅಮ್ಮನ ನಗುಮುಖದ ಫೋಟೋಗೆ ಹಾಕಿದ್ದ ಹಾರವನ್ನು ತೆಗೆದಾಗ ಅನೂಪನಿಗೆ ಒಂದು ತರದ ಸಮಾಧಾನ ಸಿಕ್ಕಿತು. ಗಂಟೆಗಟ್ಟಲೆ ಫೋಟೋ ನೋಡುತ್ತಾ ಕೂತುಬಿಡುತ್ತಿದ್ದವನನ್ನು ಉರುಳುತ್ತಿದ್ದ ದಿನಗಳು ವಾಸ್ತವಕ್ಕೆ ಮರಳುವಂತೆ ಒತ್ತಾಯಿಸಿದವು. ಅನೂಪ್ ಕಾಲೇಜಿಗೆ ಹೋಗಲು ಶುರುಮಾಡಿದ. ಅವನು ಮೊದಲಿನಂತಾಗುತ್ತಿದ್ದಾನೆ ಎಂದು ಮಿಂಚು ಸಮಾಧಾನ ಪಟ್ಟಿಕೊಂಡಳು. ಆದರೆ ಅವನು ಸದಾ ಅನ್ಯಮನಸ್ಕನಾಗಿರುತ್ತಿದ್ದ, ಪ್ರತಿದಿನ ಕಾಲೇಜಿಗೆ ಒಂದೇ ಬಟ್ಟೆ ಹಾಕಿಕೊಂಡು ಬರುವುದನ್ನು ಗಮನಿಸಿದ ಮಿಂಚೂಗೆ ಭಯವಾಯಿತು. ಇವನೇನಾದರೂ ಖಿನ್ನತೆಗೆ ಒಳಗಾಗಿದ್ದಾನಾ? ಊಟ ಮಾಡುತ್ತಿದ್ದಾನೋ ಇಲ್ಲವೋ ಎಂದು ಆತಂಕವಾಯಿತು. ಕಾಲವೇ ಎಲ್ಲವನ್ನೂ ಮರೆಸುತ್ತೆ ಅಂದುಕೊಂಡರೂ ಮರೆಯುವುದಕ್ಕೆ ಸಹಾಯ ಮಾಡುವವರು ಸಿಕ್ಕಾಗ ಮನಸ್ಸು ಬೇಗ ಹಗುರವಾಗುತ್ತದೆ ಎಂದು ಮಿಂಚು ಏನಾದರೊಂದು ನೆಪ ಹುಡುಕಿ ಅನೂಪನನ್ನು ಮಾತನಾಡಿಸುತ್ತಿದ್ದಳು. ಆಗಾಗ

ಅವನ ಮನೆಗೂ ಹೋಗಿ ಬರುತ್ತಿದ್ದಳು. ಅದೊಂದು ದಿನ ಅನೂಪ ಚಿತ್ಕಳಾಳ ಫೋಟೋ ತೋರಿಸುತ್ತಾ ಮಿಂಚೂಗೆ ತನ್ನ ಜನ್ಮರಹಸ್ಯವನ್ನು ತೆರೆದಿಟ್ಟ. ಅಲ್ಲಿಯ ತನಕ ಯಾರೊಂದಿಗೂ ಹೇಳಿಕೊಂಡಿರದ ಮಾತುಗಳು ಹೊರಬಂದಾಗ ಮನಸ್ಸು ಹಗುರವೆನಿಸಿತು.

"ನಿಂಗೊತ್ತಾ? ನಾನು ನಮ್ಮಪ್ಪ ಅಮ್ಮಂಗೆ adopted son, ನನ್ನ ಹೆತ್ತಮ್ಮ ನಾನ್ ಹುಟ್ಟಿದ್ ಕೆಲವು ತಿಂಗಳಲ್ಲೇ ಸತ್ತುಹೋದ್ರಂತೆ ಇದೇ ಮನೇಲಿ ನಮ್ಮಪ್ಪ ಅಮ್ಮ ಬಾಡಿಗೆಗೆ ಇದ್ರಂತೆ ನನ್ ಕಂಡ್ರೆ ಚಿತ್ಕಳಾ ಅಮ್ಮಂಗೆ ಮೊದ್ಲಿಂದನೂ ಪ್ರೀತಿ, ಅಮ್ಮ ತೀರ್ಕೊಂಡ್ ಮೇಲೆ ನನ್ನ ಇವ್ರೇ ಸಾಕ್ತೀನಿ ಅಂತ ನಮ್ಮಪ್ಪನ್ನ ಒಪ್ಪಿಸಿದ್ರಂತೆ," ಮಿಂಚುಗೆ ಈ ವಿಷಯ ತಿಳಿದು ಶಾಕ್ ಆದರೂ ಅದೇನೋ ದೊಡ್ಡ ವಿಷಯ ಅನ್ನೋ ಹಾಗೆ ರಿಯಾಕ್ಟ್ ಮಾಡಲಿಲ್ಲ. ನೆಟ್ಟ ದೃಷ್ಟಿ ಕದಲಿಸದೇ ಮಾತನಾಡುತ್ತಿದ್ದ ಅನೂಪನನ್ನೇ ನೋಡುತ್ತಿದ್ದಳು. ಅವನ ಕಣ್ತುಂಬಿಕೊಂಡಾಗ ಅವಳಿಗೂ ಅಳುಬಂದಂತಾಯಿತು.

"ನಿಮ್ ರಿಯಲ್ ಅಪ್ಪ ಈಸಿ ಆಗಿ ಒಪ್ಕೊಂಡ್ರಾ?"

"ಅದೊಂದ್ ದೊಡ್ ಕಥೆ ಬಿಡು, I don't wanna talk about it. ಆದ್ರೆ ನಾನ್ ಎಷ್ಟ್ unlucky ಅಲ್ವಾ.. ನನ್ನ ಹೆತ್ತಮ್ಮನೂ ಬಿಟ್ಟುಹೋದ್ಲು, ಸಾಕಿದ್ ಅಮ್ಮನೂ ಬಿಟ್ಟು ಹೋದ್ಲು," ಅನೂಪನ ಮಾತುಗಳಲ್ಲಿ ದುಃಖದ ತೀವ್ರತೆ ಇಲ್ಲದೇ ಇದ್ದರೂ ಅವನು ಎಷ್ಟು ವ್ಯಥೆಪಟ್ಟುಕೊಂಡಿದ್ದಾನೆ ಅನ್ನೋದು ಅವನನ್ನು ನೋಡಿದರೆ ಅರ್ಥವಾಗುತ್ತಿತ್ತು. ಅವನ ಜೀವನದಲ್ಲಿ ಖಾಲಿಯಿದ್ದ ಹೆಣ್ಣಿನ ಜಾಗವನ್ನು ಮಿಂಚು ತುಂಬಿದಳು. ಅವಳ ಪ್ರೀತಿಯಲ್ಲಿ ತಾಯಿಯ ಪ್ರೀತಿಯಷ್ಟು ಅಗಾಧತೆ, ವಾತ್ಸಲ್ಯವಿತ್ತು, ಸ್ನೇಹಿತೆಯ ಮಮಕಾರವಿತ್ತು, ಅನೂಪನ ಒಂಟಿತನವನ್ನು ದೂರಮಾಡುವ ಜವಾಬ್ದಾರಿಯನ್ನು ಹೊತ್ತುಕೊಂಡಳು. ಎಂಜಿನಿಯರಿಂಗ್ ಕೊನೇ ವರ್ಷಕ್ಕೆ ಬಂದಾಗ ಅವನು ಇಂಟರ್‌ವ್ಯೂ ಅಟೆಂಡ್ ಮಾಡೋದಕ್ಕೆ ಪ್ರೋತ್ಸಾಹಿಸಿದಳು, ಅನೂಪ್ ಮತ್ತೆ ಮೊದಲಿನ ಹಾಗೆ ಮಾಡುವ ಪ್ರಯತ್ನ ಕ್ರಮೇಣ ಫಲಕೊಟ್ಟಿತು. ಎಂಜಿನಿಯರಿಂಗ್ ಡಿಗ್ರಿ ಮುಡಿಗೇರಿಸಿಕೊಳ್ಳುವ ಮುನ್ನವೇ ಕ್ಯಾಂಪಸ್ ಇಂಟರ್‌ವ್ಯೂನಲ್ಲಿ ಇಬ್ಬರ ತೆಕ್ಕೆಗೆ ಕೆಲಸದ ಆಫರ್ ಲೆಟರ್ ಬಂದು ಸೇರಿತ್ತು. ಹಾಗಾಗಿ ಅಂದು ಮಿಂಚೂ ಅತ್ಯಂತ ಸಂತೋಷವಾಗಿದ್ದಳು. ಬೆಂಗಳೂರಿಗೆ ಬಂದಿದ್ದು ಸಾರ್ಥಕವಾಯ್ತು ಅನ್ನೋ ಭಾವನೆ ಅವಳಲ್ಲಿ ತುಂಬಿತ್ತು. ಅಮ್ಮನ ಜೊತೆ ಮಾತನಾಡಿ ಖುಷಿ ಹಂಚಿಕೊಂಡಳು. ಈ ಸಲ ನಾನು ಮೆಕ್ ಡೊನಾಲ್ಡ್ಸ್‌ಗೆ ಕರೆದುಕೊಂಡು ಹೋಗ್ತೇನೆ ಅಂತ ಅನೂಪ್‌ನ ಕರೆದುಕೊಂಡು ಬಂದು ಇನ್ನೊಮ್ಮೆ ಬೇಡ ಅನ್ನುವ ಹಾಗೆ ಹೊಟ್ಟೆ ತುಂಬಿಸಿಕೊಂಡರು.

'ನನ್ ಜೊತೆ ಬಂದಿದ್ದಕ್ಕೆ ಥ್ಯಾಂಕ್ಸ್. ಯು ಆರ್ ಮೈ ಬೆಸ್ಟ್ ಫ್ರೆಂಡ್ ಅನೂ'

'ಮಿಂಚು, ನಾವಿಬ್ಬರೂ ಫ್ರೆಂಡ್ಸ್ ಅಷ್ಟೇ ಅನ್ನಿಸುತ್ತಾ ನಿಂಗೆ?'

ಈ ಸಲ ಮಿಂಚು ಆ ಪ್ರಶ್ನೆಗೆ ತಬ್ಬಿಬ್ಬಾಗಲಿಲ್ಲ. ಈಗಾಗಲೇ ಆಕೆ ಇದರ ಬಗ್ಗೆ ಸಾಕಷ್ಟು ಯೋಚಿಸಿ ಸ್ಪಷ್ಟತೆ ಕಂಡುಕೊಂಡಿದ್ದಳು.

'ಮಿಂಚು, ನೀನ್ಯಾಕೆ ನಂಗೆ ಇಷ್ಟೆಲ್ಲಾ ಮಾಡ್ತಿದ್ದೀಯಾ? ನಂಗ್ಯಾಕೆ ನಿನ್ ಜೊತೆ ಇರ್ಬೇಕು ಅನ್ನಿಸುತ್ತೆ? ಏನೇನೋ ಆಗಿ, ನಾವಿಬ್ರು ದೂರ ಹೋಗಿದ್ರೂ ಇವತ್ತು ಮತ್ತೆ ಒಟ್ಟಿಗಾಗೋ ಸಂದರ್ಭ ಯಾಕ್ ಬಂತು? ಇದಕ್ಕೆಲ್ಲಾ ಲವ್ ಅನ್ನೋ ಒಂದು ಪದ ಕೊಡೋಕೆ ಇಷ್ಟ ಇಲ್ಲ. ಅದು ಚಿಕ್ಕ ಪದ ಅನ್ನಿಸುತ್ತೆ. ಮೊದಲೊಂದು ಸಲ ಅದನ್ನು ಹೇಳಿ ತಪ್ಪುಮಾಡಿದ್ದೀನಿ. I want to live with you. ನಿನ್ ಜೊತೆ ಇಡೀ ಜೀವನ ಕಳೀಬೇಕು. ಇರ್ತೀಯಾ ಪ್ಲೀಸ್?'

ಅನೂಪ್ ಮನದಾಳದ ಮಾತನ್ನು ಹೇಳಿ ಕೈಯನ್ನ ಚಾಚಿದ. ಮಿಂಚು ಹೆಚ್ಚು ಯೋಚಿಸದೇ ಅವನ ಕೈ ಹಿಡಿದುಕೊಂಡಳು. ಹಿಡಿದ ಕೈಗಳು ದಿನೇ ದಿನೇ ಬಿಗಿಯಾದವು, ಕೈಗಳಷ್ಟೇ ಅಲ್ಲದೆ ದೇಹದ ಕಣಕಣಗಳೂ ಬೆಸೆದುಕೊಂಡು, ಇಬ್ಬರೂ ಒಬ್ಬರೆನ್ನುವಷ್ಟು ಹತ್ತಿರವಾದರು. ಪುಸ್ತಕದ ಪುಟ ತಿರುವಿದಷ್ಟು ವೇಗವಾಗಿ ಅನೂಪ್ ಮಿಂಚು ಪ್ರೇಮಿಗಳಾಗಿ ಆರು ವರ್ಷ ಕಳೆಯಿತು. ವರ್ತಮಾನದಲ್ಲಿ ಅವರ ಮಧ್ಯೆ ಪ್ರೀತಿಗೆ ಕೊರತೆ ಇರಲಿಲ್ಲ, ನಂಬಿಕೆಗೆ ಕೊರತೆಯಿರಲಿಲ್ಲ. ಇರೋ ಸವಾಲು ಒಂದೇ, ಅನೂಪನ ವೃತ್ತಿ ಜೀವನದ ಬಗ್ಗೆ ಇಬ್ಬರಲ್ಲಿದ್ದ ಭಿನ್ನಾಭಿಪ್ರಾಯ.

## 5

ಅಂದು ಅನೂಪ್ ಕಾರ್ಯನಿಮಿತ್ತ ಪಬ್ ಒಂದಕ್ಕೆ ಬಂದಿದ್ದ. ಬಾಗಿಲು ತೆಗೆದ ತಕ್ಷಣ ಜೋರಾಗಿ ಹಾಕಿದ್ದ ಮ್ಯೂಸಿಕ್ ಕಿವಿಯೊಳಗೆ ನುಗ್ಗಿತು. ವಾರವೆಲ್ಲಾ ಯಾಂತ್ರಿಕವಾಗಿ ಕೆಲಸ ಮಾಡಿ ವಾರಾಂತ್ಯದಲ್ಲಿ ಬದುಕು ಹುಡುಕುತ್ತಿದ್ದವರಿಗೆ ಪಬ್ ಅಕ್ಕರೆಯ ಅಪ್ಪುಗೆ ನೀಡಿತ್ತು. ಬಂದವರಿಗೆ ಕುಡಿದು ತೂರಾಡಬೇಕು ಅನ್ನೋದೇ ಉದ್ದೇಶವಾಗಿರಲಿಲ್ಲ. ಟೇಬಲ್‌ಗೆ ತರಿಸಿಕೊಂಡದ್ದನ್ನು ಗಂಟೆಗಟ್ಟಲೆ ಮೆಲ್ಲುತ್ತಾ ಜೊತೆಗಾರರೊಂದಿಗೆ ಮಾತಿನಲ್ಲಿ ಮುಳುಗೋದು ಅವರಿಗೆ stress buster ಆಗಿ ಪರಿಣಮಿಸಿತ್ತು. ಸಿಗರೇಟ್ ಹೊಗೆ ಸುತ್ತಿಕೊಂಡ ರೂಮಿನಲ್ಲಿ ಪ್ರತ್ಯಕ್ಷವಾದ ಸ್ನೇಹಿತ ಅನೂಪನನ್ನು ಕಂಡೊಡನೇ ತಬ್ಬಿಕೊಂಡು ಗ್ರೀಟ್ ಮಾಡಿ ಸೌಜನ್ಯ ಮೆರೆದ. ಮೆಟ್ಟಿಲು ಹತ್ತುತ್ತಾ ಮೇಲೆ ಹೋದಂತೆ ಫಾಸ್ಟ್ ಬೀಟಿನ ಹಾಡನ್ನು ಯಾರೋ ದೂರ ಕರೆದೊಯ್ದಂತಾಯಿತು. ಶಾಂತವಾಗಿದ್ದ ಟೆರೇಸ್ ವ್ಯೂನ ಕೊನೇ ಟೇಬಲ್ ಆರಿಸಿಕೊಂಡು ಇಬ್ಬರೂ ಕುರ್ಚಿಗಳನ್ನು ಅಲಂಕರಿಸಿದರು. ಮಹಡಿಯ ಮೇಲಿದ್ದರೂ ಸುತ್ತಮುತ್ತಲ ಎತ್ತರದ ಬಿಲ್ಡಿಂಗ್‌ಗಳು ಇವರನ್ನೇ ಇಣುಕಿ ನೋಡುವಂತೆ ಕಂಡವು. ಕೆಳಗಡೆ, ಸಾಲುಗಟ್ಟಿ ನಿಂತಿದ್ದ ಟ್ರಾಫಿಕ್ ಬೆಂಗಳೂರಿನ ರಸ್ತೆಗಳಲ್ಲಿ ಚಿತ್ತಾರ ಬಿಡಿಸಿದ್ದವು. ಕಯ್ಯಪಿಯ್ಯ ಅಂತ ಹಾರನ್ ಮಾಡ್ತಿದ್ದ ಸ್ಲೋ ಮೂವಿಂಗ್ ಟ್ರಾಫಿಕ್ ನೋಡುತ್ತಿದ್ದಾಗ

ಅನೂಪನಿಗೆ ಯಾಕೋ, ಸದ್ಯ! ನಾನು ಆ ಜಂಜಾಟದಿಂದ ದೂರ ಇದ್ದೇನಲ್ಲ ಎನಿಸಿತು. ಅಲ್ಲಾವುದ್ದೀನನ ಅದ್ಭುತ ದೀಪದಿಂದ ಜೀನಿ ಹೊರಬಂದಂತೆ, ಇಷ್ಟು ಹೊತ್ತು ಫೋನಿನಲ್ಲಿ ಮುಳುಗಿದ್ದ ಗೆಳೆಯ ಹೊರಬಂದು ಮಾತನಾಡಿದ.

'ಸೋ ಡ್ಯೂಡ್, ಲಾಂಗ್ ಟೈಮ್. ಹೇಗ್ ನಡೀತಿದೆ ಕೆಲ್ಸ ಎಲ್ಲಾ?'

'ಅದೇನ್ ಬ್ರೋ.. ನಡೀತಿರುತ್ತೆ. ನಾವು ಇದ್ದಲ್ಲೇ ಇರ್ತೀವಿ ಅಷ್ಟೆ. ಲೈಫ್ ಅಲ್ಲಿ ಏನೂ ಹೊಸದಾಗಿ ಮಾಡ್ತಿಲ್ಲ ಅನ್ನಿಸುತ್ತೆ'

ಕಾರ್ಪೊರೇಟ್ ಕೆಲಸ ದೇಹ ಮನಸ್ಸನ್ನು ತುಕ್ಕು ಹಿಡಿಸುತ್ತಿದೆ ಅನ್ನೋ ಭಾವನೆ ಅನೂಪನಲ್ಲಿ ಗಾಢವಾಗಿ ಬೆಳೆದಿತ್ತು. ಮೂರ್ನಾಕು ಜಗಳಗಳ ನಂತರ ಅವನು ಈ ವಿಚಾರವಾಗಿ ಮಿಂಚು ಜೊತೆ ಚರ್ಚಿಸಲು ಇಷ್ಟಪಡಲಿಲ್ಲ, ತಂದೆ ಶೇಖರ್‌ಗೆ ಹೇಳಿದಾಗ ನಿನಗೆ ಇಷ್ಟವಿಲ್ಲದಿದ್ದರೆ ಬೇರೆ ಕೆಲಸ ಹುಡುಕಿಕೋ ಎಂದಿದ್ದರು. ಮಗನ ಮೇಲೆ ಆರ್ಥಿಕವಾಗಿ ಅವಲಂಬನೆಯಾಗಿರದ ಅವರಿಂದ ಈ ಮಾತು ಸುಲಭವಾಗಿ ಹೊರಬಂದಿತ್ತು. ಅನೂಪನಂತೆ ಬೇಸತ್ತ ಗೆಳೆಯ ರಾಹುಲ್, ಕೆಲಸ ಬಿಟ್ಟು ಸ್ವಂತ event management company ತೆರೆದಿದ್ದ. "ರಿಸ್ಕ್ ಜಾಸ್ತಿ ಇದ್ರೂ ಇಲ್ಲಿ ನಾವೇ ರಾಜ, ಕಾರ್ಪೊರೇಟ್ ಪಾಲಿಟಿಕ್ಸ್‌ಗಿಂತ ಇದು ತುಂಬಾ ಬೆಟರ್" ಅನ್ನೋದು ಅವನ ಲೆಕ್ಕಾಚಾರ. ಸ್ವತಂತ್ರವಾಗಿ ವೃತ್ತಿ ಆಯ್ಕೆ ಮಾಡಿಕೊಂಡಿರುವ ಬಗ್ಗೆ ಅನೂಪನಿಗೆ ತುಂಬಾ ಗೌರವವಿತ್ತು. ರಾಹುಲ್ ಡೆಲ್ಲಿಯ NCC ಕ್ಯಾಂಪಿನಲ್ಲಿ ಪರಿಚಯವಾದವನು. ಮೊದಲಿಂದಲೂ ಸಂಘಟನೆ, ಲೀಡರ್ಶಿಪ್ ಬಗ್ಗೆ ಆಸಕ್ತಿ ಇದ್ದಿದ್ದರಿಂದ ಅವನಿಗೆ ಆರು ತಿಂಗಳಿಗಿಂತ ಹೆಚ್ಚು ಎಂಪ್ಲಾಯಿಯಾಗಿ ಕೆಲಸ ಮಾಡೋಕಾಗದೇ ಸ್ವಂತವಾಗಿ ನಿಲ್ಲುವ ಸಾಹಸಮಾಡಿದ. ಅಪರೂಪಕ್ಕೆ ಕಾಂಟ್ಯಾಕ್ಟ್‌ನಲ್ಲಿದ್ದ ರಾಹುಲ್ ಮೂರು ದಿನಗಳ ಹಿಂದೆ ಮೆಸೇಜ್ ಮಾಡಿ ಸಿಗೋಣ ಒಂದು ವಿಷಯ ಮಾತನಾಡಬೇಕು ಎಂದಿದ್ದು ಇಂದಿನ ಅವರ ಭೇಟಿಗೆ ನಾಂದಿಯಾಗಿತ್ತು.

'ನಿನ್ ಇನ್ಸ್ಟಾಗ್ರಾಮ್‌ನಲ್ಲಿ ಫೋಟೋಸ್ ನೋಡ್ದೆ, potraits are so good! ಒಳ್ಳೇ ಫ್ರೇಮ್ಸ್. ನಂದು ಒಂದು ಆಫರ್ ಇದೆ. ನನ್ ಈವೆಂಟ್ಸ್‌ಗಳಿಗೆ ಫೋಟೋಗ್ರಾಫರ್ ಬೇಕು. ನೀನು collaborate ಆಗೋಕಾಗುತ್ತಾ?'

ಮೊದಲ ಬಾರಿ, ಕಾರ್ಪೊರೇಟ್ ಎಂಪ್ಲಾಯಿಯಾಗಲ್ಲದೆ ಒಬ್ಬ ಕ್ರಿಯಾಶೀಲ ವ್ಯಕ್ತಿಯಾಗಿ ಗುರುತಿಸಿಕೊಂಡಿದ್ದು ಅನೂಪ್‌ಗೆ ತುಂಬಾ ಸಂತೋಷವಾಯಿತು. ಆದರೆ ಇಷ್ಟು ಬೇಗ ಈ ಆಫರ್ ಅನ್ನು ಒಪ್ಪಿಕೊಳ್ಳಬೇಕಾ, ಕೆಲಸದ ಮಧ್ಯೆ ಸಮಯ ಸಾಲುತ್ತಾ? ನನಗೆ ಇರುವ ಕ್ಯಾಲಿಬರ್ ಸಾಕಾಗುತ್ತಾ ಅನ್ನೋ ಗೊಂದಲಗಳು ತಲೆಗೆ ತುಂಬಿಕೊಂಡವು.

'ಬ್ರೋ ನಾನು ಜಸ್ಟ್ hobby ಗೆ ತೆಗ್ದಿರೋ ಫೋಟೋಸ್ ಅದು, are you sure? ನಾನಿನ್ನೂ ತುಂಬ ಟ್ರೇನ್ ಆಗ್ಬೇಕು ಅನ್ನಿಸುತ್ತೆ. ಮತ್ತೆ ನಾನ್ ನೈಟ್ ಶಿಫ್ಟ್ ಅಲ್ಲಿ ಕೆಲಸ ಮಾಡ್ತಿದ್ದೀನಿ' ಅನೂಪ್ ಪ್ರಾಮಾಣಿಕವಾಗಿ ಮಾತನಾಡಿದ.

'ನಮ್ ಟೀಮಲ್ಲಿ ಇರೋರೆಲ್ಲಾ ಅಮೆಚರ್ಸ್. ಪ್ರೊಫೆಷನಲ್ಸ್‌ನ ಹ್ಯಾಂಡಲ್ ಮಾಡೋಕೆ ನಮಗೂ ಕಷ್ಟ. ಅವರ ಪೇಮೆಂಟ್ಸ್, ಈಗೋ, ಎಲ್ಲಾ ಕಾಸ್ಲಿ ಅನ್ನಿಸುತ್ತೆ. ಲೈಕ್ ಮೈಂಡೆಡ್ ಜನ ಸೇರಿ ನಮ್ಮ ಪ್ಯಾಶನ್‌ಗೆ ಕೆಲಸ ಮಾಡ್ತಿರೋ ಕಂಪನಿ ನಮ್ದು. ಹಾಗಂತ ದುಡ್ಡು ಕೊಡಲ್ಲಾ ಅಂತಲ್ಲ. we earn decent money. ಎಲ್ಲಾದಕ್ಕಿಂತ ಜಾಸ್ತಿ ನಾವು ಖುಷಿಯಾಗಿದ್ದೀವಿ. work hard, party hard ಅನ್ನೋದು ನಮ್ ಮಂತ್ರ'

ಅನೂಪ್‌ಗೆ ರಾಹುಲ್‌ನ ಮಾತು ಒಪ್ಪಿಗೆಯಾಯಿತು. ಇದರ ಬಗ್ಗೆ ಮಿಂಚೂ ಹತ್ತಿರ ಚರ್ಚೆ ಮಾಡಬೇಕು ಅಂದುಕೊಂಡ, ಇದನ್ನು ಹೇಗೆ ಯಾವಾಗ ಹೇಳೋದು ಅನ್ನೋದು ಸ್ಪಷ್ಟವಾಗಲಿಲ್ಲ. ರಾಹುಲ್ ಫೋನ್‌ನ ಆ ಪಬ್ಬಿನ ಆ್ಯಪ್‌ನಲ್ಲಿ ಊಟ ಆರ್ಡರ್ ಮಾಡಲು ಶುರು ಮಾಡಿದ. watermelon cocktail ನಿಂದ ಡಿನ್ನರ್ ಮೊದಲಾಯಿತು. ಊಟ ಮಾಡುವಾಗ ಅನೂಪ್‌ನ ಮನಸ್ಸು ಹೊಸದಾರಿ ತೆರೆದುಕೊಳ್ಳುತ್ತಿರುವ ಬಗ್ಗೆ ಯೋಚಿಸುತ್ತಿತ್ತು. ಇದರಿಂದ ನನ್ನ ಮತ್ತು ಮಿಂಚು ಮಧ್ಯೆ ಮನಸ್ತಾಪ ಬರಬಹುದಾ ಅನ್ನೋ ಭಯ ಸಣ್ಣದಾಗಿ ಶುರುವಾಗಿ ಮೈ ಬಿಸಿಮಾಡಿತು. ಅಷ್ಟರಲ್ಲಿ ಟೇಬಲ್ ಸುತ್ತ ಮೋಡ ಕವಿದಂತಾಗಿ ತಲೆಯೆತ್ತಿನೋಡಿದ. ರಾಹುಲ್ ಟೀಂನ ಐದು ಹುಡುಗರು ಇಬ್ಬರು ಹುಡುಗಿಯರು ಸುತ್ತ ನಿಂತಿದ್ದರು. ಎಲ್ಲರೂ ಪಾರ್ಟಿಯ ಜೋಶ್‌ನಲ್ಲಿದ್ದರು. 'He is Anup Shekhar. ನಮ್ಮ ಹೊಸ ಫೋಟೋಗ್ರಾಫರ್' ಎಂದು ಹೇಳಿ ಒಬ್ಬೊಬ್ಬರನ್ನೇ ಅನೂಪ್‌ಗೆ ಪರಿಚಯ ಮಾಡಿಸಿಕೊಟ್ಟ, ಸಾಫ್ಟ್‌ವೇರ್ ಎಂಜಿನಿಯರ್ ಅನ್ನೋದಕ್ಕಿಂತ ಫೋಟೋಗ್ರಾಫರ್ ಅನ್ನೋದು ಅನೂಪ್‌ಗೆ ಹಿತವಾಗಿ ಕೇಳಿಸಿತು. ರಾಹುಲ್‌ನ ಟೀಮ್ ಮೆಂಬರ್ಸ್ ಅವನೊಂದಿಗೆ ಬಹಳ ಆತ್ಮೀಯವಾಗಿ ಮಾತನಾಡಿದರು. ಅವರೆಲ್ಲರೂ ಒಂದು ಕಡೆ ಕೂತು ಮಾಡೋ ಕೆಲಸದಲ್ಲಿ ಜಿಗುಪ್ಸೆ ಹುಟ್ಟಿ ತಮ್ಮ ಖುಷಿಯನ್ನ ಹುಡುಕಿ ಹೊರಟಿರುವವರು ಎಂದು ತಿಳಿದು ಅನೂಪ್‌ಗೆ ನಿರಾಳವಾಯಿತು. ಮಿಂಚೂ ಹತ್ತಿರ ಮಾತನಾಡಲು ಹಿಂಜರಿಯುವುದರಲ್ಲಿ ಅರ್ಥವಿಲ್ಲ, ನಾಲ್ಕು ಗೋಡೆಯ ಮಧ್ಯೆ ಚೈನು ಕಟ್ಟಿದ ನಾಯಿಯಂತಿರುವುದಕ್ಕಿಂತ ಸ್ವಚ್ಛಂದವಾಗಿ ಹಾರಾಡೋ ಹಕ್ಕಿಯಾಗಿ ಬದುಕಬೇಕು ಅನ್ನಿಸಿದಾಗ ಮನಸ್ಸು Swipe right! ಎಂದಿತು.

*

ಉಡುಪಿಯಲ್ಲಿ ಮುಂಜಾನೆ ತುಂತುರು ಮಳೆ ಸುರಿಯುತ್ತಿತ್ತು. ಉರಿ ಬಿಸಿಲಿಂದಾಗಿ ಯಾವಾಗಲೂ ಏದುಸಿರು ಬಿಡುವ ಉಡುಪಿಯ ಟಾರ್ ರಸ್ತೆಗಳು ರಾತ್ರಿಯೆಲ್ಲಾ ಜೋರಾಗಿ ಸುರಿದ ಮಳೆಯಿಂದ ತಂಪಾಗಿ ಕಾಲುಚಾಚಿ ಮಲಗಿದ್ದವು. ಮಂಗಳೂರು ಹೆಂಚಿನ ಮೇಲೆ ರಂಗೋಲಿ ಚುಕ್ಕಿಗಳಂತೆ ಹನಿಗಳು ನಿಂತಿದ್ದವು. ಅರವಿಂದಾ ಒಲೆ ಮೇಲೆ ಕುದಿಯುತ್ತಿರೋ ನೀರಿಗೆ ಟೀ ಪುಡಿ ಬೆರೆಸಿದಾಗ ಚಹಾ ಬಣ್ಣ ಬಿಟ್ಟಿತು, ಘಮ ಮನೆ ತುಂಬಾ ಹರಡಿತು.

'ಅರವಿಂದಾ.. ಅಡುಗೆ ಮನೆಯಲ್ಲಿದ್ದೀಯಮ್ಮಾ?' ಪರಿಚಿತ ಧ್ವನಿ ಬಂದ ಕಡೆ ಅರವಿಂದಾ ಹೆಜ್ಜೆ ಹಾಕಿದಳು.

'ಅಮ್ಮಾ ಬನ್ನಿ ಬನ್ನಿ. ನೀವು ಬರ್ತೀರಾ ಅಂತ ನನ್ನ ಟೀ ಪುಡಿಗೆ ಗೊತ್ತಿತ್ತು ಅನ್ನಿಸುತ್ತೆ. ಕೈಜಾರಿ ಹೆಚ್ಚೇ ಬಿದ್ದುಬಿಟ್ಟಿದೆ. ಇಬ್ಬರೂ ಒಟ್ಟಿಗೆ ಕುಡೀಬೋದು.'

'ಆಹಾ.. ಟೀ ಕುಡೀರಿ ಅನ್ನೋದನ್ನ ಎಷ್ಟು ಜಾಣೆಯಾಗಿ ಹೇಳ್ತೀಯಾ ನೋಡು. ಇಷ್ಟು ಮಕ್ಕಳಿಗೆ ಪಾಠ ಮಾಡಿದ್ದರೂ ನಾನು ನಿನ್ನಷ್ಟು ಬುದ್ಧಿವಂತೆ ಆಗಲೇ ಇಲ್ಲ'

ಎಪ್ಪತ್ತೆರಡು ವಯಸ್ಸಿನ ರಾಧಾಬಾಯಿ ಮನಸ್ಫೂರ್ತಿಯಾಗಿ ಅರವಿಂದಾನ ಮೆಚ್ಚಿ ಮಾತನಾಡಿದರು. ಅವರು ಸರ್ಕಾರಿ ಶಾಲೆಯಲ್ಲಿ ಶಿಕ್ಷಕಿಯಾಗಿ ನಲವತ್ತು ವರ್ಷ ಸೇವೆ ಸಲ್ಲಿಸಿ ನಿವೃತ್ತಿ ಹೊಂದಿದ್ದರು. ನೂರು ಮೀಟರ್ ನಡೆದುಹೋದರೆ ಅವರ ಮನೆ. ಮನೆಯಲ್ಲಿ, ರಾಧಾಬಾಯಿ ಮತ್ತವರ ಪತಿ, ಪೋಸ್ಟಲ್ ಡಿಪಾರ್ಟ್ಮೆಂಟಿನಲ್ಲಿ ದುಡಿದು ನಿವೃತ್ತಿಯಾದ ಎಪ್ಪತ್ತೈದು ವರ್ಷದ ವಿಠೋಬ್ ರಾವ್ ಇಬ್ಬರೇ ಇರೋದು. ರಾಧಾಬಾಯಿ ಮನೆಯಲ್ಲಿ ಅಂದು ಒತ್ತುಶಾವಿಗೆ ಮಾಡಿ, ಭಾನುವಾರವಾದ್ದರಿಂದ ಅರವಿಂದಾ ಕೂಡ ಬಿಡುವಾಗಿರುತ್ತಾಳೆ ಎಂದು ತಿಂಡಿಗೆ ಕರೆಯೋದಕ್ಕೆ ಬಂದಿದ್ದರು. ಕುಂಕುಮಕ್ಕಾಗಲೀ, ಊಟಕ್ಕಾಗಿ ರಾಧಾಬಾಯಿ ಎಂದಿಗೂ ಫೋನ್ ಮಾಡಿ ಕರೆಯುವವರಲ್ಲ. 'ಅಕ್ಕಪಕ್ಕದ ಮನೆಯವರಿಗೆಂಥಾ ಫೋನು ಎರಡು ಹೆಜ್ಜೆ ಹೋಗಿ ಬಂದುಬಿಡುತ್ತೇನೆ' ಎಂದು ಹೊರಟೇಬಿಡ್ತಾರೆ. ಅದರಲ್ಲೂ ಅರವಿಂದಾ ಎಂದರೆ ಬಲು ಪ್ರೀತಿ. ಅವಳ ಮದುವೆಯ ಮುಂಚಿನಿಂದಲೂ ನೋಡಿಕೊಂಡು ಬಂದಿದ್ದಾರೆ. ಒಂಟಿ ಹೆಣ್ಣು, ದಿಟ್ಟೆ, ಸ್ವಾವಲಂಬಿ ಅನ್ನೋ ಅಭಿಮಾನ ಹೆಚ್ಚು.

'ಮಿಂಚುಗೊಂದು ಗಂಡು ನೋಡಬೇಕು ಅಂತಿದ್ದೀನಿ ರಾಧಮ್ಮಾ. ಅವಳು ಬೇಡ ಅಂತಾಳೆ. ನಮ್ ಕರ್ತವ್ಯ ನಾವು ಮಾಡಬೇಕಲ್ಲಾ' ಟೀ ಹೀರುತ್ತಾ ಅರವಿಂದಾ ಹೇಳಿದಳು.

'ಹೊರದೇಶದ ಹುಡುಗನನ್ನು ನೋಡ್ಬೇಕು ಅಂತಿದ್ದರೆ ಹೇಳು. ಸೀನಿಯರ್ ಸಿಟಿಝನ್ ವಾಟ್ಸ್ಯಾಪ್ ಗ್ರೂಪಿನಲ್ಲಿ ಹಾಕ್ತೀನೆ' ಫೋನನ್ನು ಹೆಚ್ಚು ಬಳಸದ ಅರವಿಂದಾ ಅವರ ಮಾತಿಗೆ ಹುಬ್ಬೇರಿಸಿದಳು. ಮಿಂಚೂನ ಒಂದು ಮಾತು ಕೇಳಿ ಮುಂದುವರಿಯೋಣ ಅಂದಳು. ಟೀ ಕುಡಿದು ಮುಗಿಸಿದರೂ ಅವರಿಬ್ಬರ ಹರಟೆ ಮುಗಿಯಲಿಲ್ಲ. ಮಿಂಚು ಇದ್ದ ಬೆಂಗಳೂರಿನ ಪಿಜಿಯ ಬಗ್ಗೆ, ರಾಧಾಬಾಯಿಯ ಮಂಡಿನೋವಿನ ಬಗ್ಗೆ, ರಾಧಮ್ಮ ದಂಪತಿ ಈ ವರ್ಷ ಅಮೆರಿಕಾಕ್ಕೆ ಹೊರಟಿರುವ ಬಗ್ಗೆ ಮಾತು ಬೆಳೆಯುತ್ತಾ ಸಾಗಿತು.

"ರಾಧಮ್ಮನವರೇ, ಮಾತಾಡಿ ಮಾತಾಡಿ ಹಲ್ಲು ಬಿದ್ದುಹೋಗುತ್ತೆ ಬರ್ತೀರಾ? ಒತ್ತುಶ್ಯಾವಿಗೆ ಹೋಗಿ ಒಣಶ್ಯಾವಿಗೆ ಆಗಿಹೋಗುತ್ತದೆ" ವೆಂಕೋಬ್

ರಾವ್ ಪಂಚೆ ಎತ್ತಿಕಟ್ಟಿಕೊಂಡು ಅರವಿಂದಾ ಮನೆ ಬಾಗಿಲಿಗೆ ಬಂದೇ ಬಿಟ್ಟರು.

"ಹಲ್ಲೆಲ್ಲಾ ಆಗಲೇ ಬಿದ್ದುಹೋಗಿದೆ ಬಿಡಿ," ಗಂಡನಿಗೆ ಹೇಳಿ ನಕ್ಕರು. ಅವರು ನಗುವಾಗ ಸುಕ್ಕುಗಟ್ಟಿದ ಮುಖ ಕಳೆಕಳೆಯಾಗಿ ಕಂಡಿತು.

"ಹಾಗಾದರೇ ನಿನ್ನ ಹಲ್ಲು ಸೆಟ್ ಬಿದ್ದುಹೋಗುತ್ತೆ.." ವೆಂಕೋಬ್ ರಾವ್ ತನ್ನ ಜೋಕಿಗೆ ತಾವೇ ನಕ್ಕರು.

'ಆಹಾ ನಿಮ್ಮದೇನು ಹಾಲು ಹಲ್ಲು ನೋಡಿ, ಹಲ್ಲು ಸೆಟ್ಟು ತೆಗೆದಿಟ್ಟರೆ ಬೊಚ್ಚು ಬಾಯಿ ನೋಡಿ ಅರವಿಂದಾ ಬೆಚ್ಚಿಬೀಳುತ್ತಾಳೆ!' ರಾಧಮ್ಮ ಬಿಂಕ ಮಾಡಿದರು.

"ಒಟ್ಟಿನಲ್ಲಿ ನಿಮ್ ಹೆಂಡ್ತಿ ಎರಡು ನಿಮಿಷ ನಿಮ್ಮಿಂದ ದೂರ ಇರೋಹಾಗಿಲ್ಲ ಸೆರಗಿನ ವಾಸನೆ ಹುಡುಕಿ ಬಂದುಬಿಡ್ತೀರಿ" ಅರವಿಂದಾ ಗಂಡ ಹೆಂಡತಿ ಕೋಳಿ ಜಗಳವನ್ನ ನಿಲ್ಲಿಸಲು ಹೇಳಿದಳು.

ರಾಧಾಬಾಯಿ, ವೆಂಕೋಬ್ ರಾವ್ ಐವತ್ತೇಳು ವರ್ಷದ ದಾಂಪತ್ಯದಲ್ಲಿ ಒಬ್ಬರನ್ನೊಬ್ಬರು ಬಿಟ್ಟಿರಲಿಲ್ಲ. ಗಂಡ ಹೆಂಡತಿ ಒಟ್ಟಿಗೆ ಇದ್ದು ಇದ್ದು, ನೋಡೋಕೆ ಒಂದೇ ಥರ ಕಾಣಿಸ್ತಾರೆ ಅನ್ನೋ ಮಾತಿಗೆ ಇವರೇ ಪ್ರೇರಣೆ ಇರಬೇಕು. ಅವರಿಬ್ಬರೂ ಜಂಟಿಯಾಗಿಲ್ಲದಿದ್ದರೆ ಜುಟ್ಟು ತೆಗೆದ ತೆಂಗಿನಕಾಯಿಯ ಹಾಗೆ, ಬಣ್ಣ ತುಂಬಿರದ ರಂಗೋಲಿಯ ಹಾಗೆ ಬಣಬಣ ಅನ್ನಿಸುವುದು. ಸರ್ಕಾರಿ ನೌಕರಿಯಲ್ಲಿದ್ದಾಗ ಒಂದೇ ಊರಿಗೆ ಇಬ್ಬರನ್ನೂ ಕಳಿಸಬೇಕು ಇಲ್ಲದಿದ್ದರೆ ಟ್ರಾನ್ಸ್‌ಫರ್ ಬೇಡ, ಪ್ರೊಮೋಶನ್ ಕೂಡ ಬೇಡ ಎಂದು ಧರಣಿ ಕೂತುಬಿಡುತ್ತಿದ್ದರು. ಹತ್ತಿರದಲ್ಲಿದ್ದು ಅರವಿಂದಾ ಕಷ್ಟ ಸುಖಕ್ಕೆ ಆಗಿರುವವರು ಇವರೇ. ಸದಾ ಜಗಳವಾಡಿದರೂ ಬಿಟ್ಟಿರಲಾರದ ಇವರನ್ನು ನೋಡಿದವರು ಆದರ್ಶ ದಂಪತಿಗಳು ಎಂದೇ ಕರೆಯಬಹುದು. ಮಗನಿಗೆ ನಲವತ್ತರ ವಯಸ್ಸಾಗಿದೆ. ಹೆಂಡತಿಯೊಂದಿಗೆ ಪರವೂರಿನಲ್ಲಿದ್ದಾನೆ. "ಮಕ್ಕಳನ್ನು ಹೆರಬೇಕೆನ್ನೋದು ಎಲ್ಲರ ಆಸೆ. ಹಾಗಂತ, ಅವರೇ ನಮ್ಮ ಜೀವನದ ಕೊನೆ ತನಕ ಇರುತ್ತಾರೆ ಅನ್ನೋಕಾಗಲ್ಲ. ನನಗೆ ಅವಳು ಅವಳಿಗೆ ನಾನು" ಎನ್ನುತ್ತಾರೆ ವೆಂಕೋಬ್ ರಾವ್.

ಮನೆಕಡೆ ಹೊರಟ ವೃದ್ಧರ ಅಚಲವಾದ ದಾಂಪತ್ಯವನ್ನು ಅರವಿಂದಾ ಮೆಚ್ಚುತ್ತಾ ನಿಂತಾಗ ಅವಳ ದಾಂಪತ್ಯ ಚೂರಾದ ನೆನಪು ಎದೆಯಲ್ಲೆಲ್ಲೋ ಚುಚ್ಚಿದಂತಾಯಿತು. ನನ್ನವರೆಂದು ಯಾರಾದರೂ ಜೊತೆಯಲ್ಲಿರಬೇಕಿತ್ತೆಂದು ಎಷ್ಟೋ ಸಲ ಅನ್ನಿಸಿದರೂ ಬೇರೆ ಮಾರ್ಗ ಕಾಣಲಿಲ್ಲ ಅಥವಾ ಮಾರ್ಗ ಹುಡುಕುವ ಧೈರ್ಯ ಮಾಡಲಿಲ್ಲ. "ಮದುವೆ ಮಾಡ್ಕೋಮಾ, ನಂಗೋಸ್ಕರ ನೀನ್ ಯಾವ್ ತ್ಯಾಗ ಮಾಡೋದು ನಂಗಿಷ್ಟ ಇಲ್ಲ" ಅಂತ ಮಿಂಚು ಪದೇ ಪದೇ ಹೇಳೋದು ನೆನಪಾಯಿತು. ಈ ವಯಸ್ಸಿನಲ್ಲಿ ಮದುವೆಯೇ? ಯಾರ್ ಜೊತೆ? ಎಲ್ಲಿ ಸಿಗ್ತಾರೆ..; ಛೇ! ಇದೊಂದು ಬೇಡದ ಯೋಚನೆ, ಮಗಳ ಮದುವೆ

ಮಾಡೋದನ್ನ ಬಿಟ್ಟು ನನ್ ಬಗ್ಗೆ ಯೋಚಿಸೋದು ತಪ್ಪು ಅಂತ ಓಡುತ್ತಿದ್ದ ಮನಸ್ಸಿಗೆ ಬ್ರೇಕ್ ಹಾಕಿ ಒತ್ತುಶ್ಯಾವಿಗೆ ಸವಿಯಲು ಸಿದ್ಧವಾದಳು.

❋

ಉಡುಪಿ ಬಸ್ ಸ್ಟ್ಯಾಂಡಿನಿಂದ ಐದು ನಿಮಿಷ ದೂರದಲ್ಲಿರೋ ಶ್ರೀ ಮಹಾಲಸಾ ಆಯುರ್ವೇದಿಕ್ ಕ್ಲಿನಿಕ್‌ಗೆ ಅರವಿಂದಾಳ ಪ್ರೈವೇಟ್ ಬಸ್‌ನಲ್ಲಿ ಓಡಾಟ. ತುಳುಭಾಷೆಯದೇ ಕಾರುಬಾರು ನಡೆಯೋ ಬಸ್ಸಿನಲ್ಲಿ ಆಗಾಗ ಸಿಗೋ ಪರಿಚಯದ ಕಂಡಕ್ಟರ್‌ಗಳು, ಪೇಶೆಂಟ್‌ಗಳು "ಎಂಚ ಉಳ್ಳಾರ್ ಡಾಕ್ಟರ್" ಅಂತ ಅವಳನ್ನು ಮಾತನಾಡಿಸೋದನ್ನು ತಪ್ಪಿಸೋದಿಲ್ಲ. ಆಯುರ್ವೇದವನ್ನು ತನ್ನ ದೈನಂದಿನ ಬದುಕಲ್ಲೂ ಪಾಲಿಸೋ ಅರವಿಂದಾ ಅದೊಂದು ವೈದ್ಯಕೀಯ ಪದ್ಧತಿ ಅನ್ನುವುದಕ್ಕಿಂತ ಜೀವನಕ್ರಮ ಎಂದು ನಂಬುತ್ತಾಳೆ. ಅನಾರೋಗ್ಯ ಎಂದು ಯಾರೇ ಬಂದರೂ ಅವಳು ಕೇಳುವ ಮೊದಲ ಪ್ರಶ್ನೆ ಊಟ ಸಮಯಕ್ಕೆ ಸರಿಯಾಗಿ ಮಾಡುತ್ತೀರಾ? ಎಷ್ಟು ಹೊತ್ತು ನಿದ್ರೆ ಮಾಡುತ್ತೀರಾ ಅಂತ. ನಾವೇನು ತಿಂತೀವೋ ಅದೇ ನಮ್ಮ ದೇಹದ ಸ್ವಭಾವವನ್ನು ಹೇಳುತ್ತೆ ಅನ್ನೋದು ಅವಳ ವಾದ. ರಾತ್ರಿ ಒಂಬತ್ತು ಗಂಟೆಯ ನಂತರ ಒಂದು ದಿನವೂ ಊಟ ಮಾಡುವುದಿಲ್ಲ, ಸೂರ್ಯೋದಯಕ್ಕಿಂತ ಮೊದಲು ಏಳುತ್ತಾಳೆ, ಬೆಳಗ್ಗಿನ ಉಪಹಾರ ಮತ್ತು ರಾತ್ರಿ ಊಟವನ್ನು ಮಿತವಾಗಿರಿಸುತ್ತಾಳೆ. ವಾರಕ್ಕೊಮ್ಮೆ ಎಣ್ಣೆ ನೀರು ಹಾಕಿಕೊಂಡು ದೇಹವನ್ನು ತಂಪು ಮಾಡುವುದನ್ನು ಮರೆಯುವುದಿಲ್ಲ. ಆರೋಗ್ಯವೇ ಭಾಗ್ಯ ಅನ್ನುವುದನ್ನು ಪರಿಪಾಲಿಸುತ್ತಿರುವ ಅರವಿಂದಾಗೆ ಆ ಬಲದಿಂದಲೇ ಇನ್ನೊಬ್ಬರ ಮೇಲೆ ಅವಲಂಬನೆಯಾಗೋ ಸಂದರ್ಭ ಬಂದಿಲ್ಲ. ಅರವಿಂದಾ ಕ್ಲಿನಿಕ್‌ಗೆ ಬರೋ ಬಹುತೇಕ ಜನರು ತಮ್ಮ ಆರೋಗ್ಯದಲ್ಲಿ ಸುಧಾರಣೆ ಕಂಡಿರುವವರು. ಕೈಗೆಟಕುವ ಫೀಸು ಪಡೆಯುವ, ಮಂದಹಾಸದ ಮುಖದ ಡಾಕ್ಟರ್ ಅರವಿಂದಾ ಎಲ್ಲರಿಗೂ ಅಚ್ಚುಮೆಚ್ಚು. ಕ್ಲಿನಿಕ್ ಪಕ್ಕದ ಕುಡ್ಲಾ ರೆಸ್ಟೋರೆಂಟಿನ ಹುಡುಗರಿಗೆ ಬಿಟ್ಟು, ಆ ಹೋಟೆಲಿನಲ್ಲಿ ಹಳೇ ಎಣ್ಣೆ ಬಳಸುವುದನ್ನು ನೋಡಿದರೆ, ರಸ್ತೆಯಲ್ಲಿ ಕಸ ಚೆಲ್ಲಿದರೆ ಅರವಿಂದಾ ಕ್ಲಾಸು ತೆಗೆದುಕೊಂಡುಬಿಡುತ್ತಿದ್ದಳು. ಡಾಕ್ಟರಮ್ಮ ಭಾರಿ ಸ್ಟ್ರಿಕ್ಟು. ಬಿಟ್ಟರೇ ಯಾರೂ ನಮ್ಮ ಹೋಟೆಲಿಗೆ ಹೋಗಬೇಡಿ ಆರೋಗ್ಯ ಕೆಡುತ್ತದೆ ಅಂತ ಗಿರಾಕಿಗಳ ತಲೆಕೆಡಿಸಿಬಿಡುತ್ತಾರೆ ಅಂತ ಒಳಗೊಳಗೇ ಮಾತನಾಡಿಕೊಳ್ಳುವುದುಂಟು.

ಅಂದು ಕ್ಲಿನಿಕ್‌ನಲ್ಲಿ ಪೇಶೆಂಟ್ಸ್ ಯಾರೂ ಇಲ್ಲದ ಕಾರಣ ಯೂಟ್ಯೂಬ್‌ನಲ್ಲಿ ಬೇರೆ ಬೇರೆ ದೇಶದಲ್ಲಿ ಆಯುರ್ವೇದವನ್ನು ಜನ ಹೇಗೆ ಸ್ವೀಕರಿಸುತ್ತಾರೆ ಅನ್ನುವುದರ ಬಗ್ಗೆ ಆಯುರ್ವೇದಿಕ್ ವೈದ್ಯ ಗುರುರಾಜ್ ಕುಲಕರ್ಣಿ ಅವರು ಹೇಳುತ್ತಿರುವುದನ್ನು ನೋಡುತ್ತಿದ್ದಳು. ಭಾರತೀಯರಿಗೆ ಆರೋಗ್ಯವೆಂದರೆ 'ಯುದ್ಧದ ಸಮಯದಲ್ಲಿ ಶಸ್ತ್ರಾಭ್ಯಾಸವೆನ್ನೋ ಹಾಗೆ' ರೋಗ ಬಂದಾಗ, ಅದು ಇನ್ನೇನು ತಡೆದುಕೊಳ್ಳಲು ಸಾಧ್ಯವಿಲ್ಲ ಅನ್ನೋ ಸಮಯದಲ್ಲಿ ಡಾಕ್ಟರ್ ಬಳಿ

ಓಡಿಹೋಗಿ ಪೇಚಾಡುತ್ತಾರೆ. ಅಂತಹ ಸಮಯದಲ್ಲಿ ಆಯುರ್ವೇದ ಫಲಕಾರಿ ಆಗುವುದಿಲ್ಲ. ಅದೊಂದು ಸ್ಲೋ ಪ್ರೊಸೆಸ್. ಯಾವುದೇ ಅಡ್ಡಪರಿಣಾಮವಿಲ್ಲದೇ ದೇಹವನ್ನು ಸುಸ್ಥಿತಿಯಲ್ಲಿಟ್ಟುಕೊಳ್ಳಲು ಸಹಕಾರಿಯಾಗುತ್ತದೆ. ನಮ್ಮ ದೇಶದ ಸಂಸ್ಕೃತಿ ರೀತಿ ನೀತಿಗಳನ್ನು ನಮಗಿಂತಾ ಹೆಚ್ಚಾಗಿ ದೇಶ ಬಿಟ್ಟು ಹೋದ NRI ಗಳು ಮತ್ತು ವಿದೇಶಿಯರು ಪಾಲಿಸುತ್ತಾರೆ, ಗೌರವಿಸುತ್ತಾರೆ. ಆಯುರ್ವೇದವಾಗಲಿ, ಯೋಗವಾಗಲಿ, ನಮ್ಮವರಿಗೆ ಅದು ಹಿತ್ತಲಗಿಡ ಮದ್ದಲ್ಲ ಅನ್ನುವ ಹಾಗಾಗಿದೆ ಎಂದು ಮಾತನಾಡುತ್ತಿದ್ದರು. ದೊಡ್ಡ ದೊಡ್ಡ ನಗರಗಳಲ್ಲೇ ಆಯುರ್ವೇದದ ಮಹತ್ವ ತಿಳಿಸಲು ಕಷ್ಟ. ಇನ್ನು ಉಡುಪಿಯಂಥ ಪುಟ್ಟ ಊರಿನಲ್ಲಿ ಇದರ ಬಗ್ಗೆ ಅರಿವು ಮೂಡಿಸುವುದು ಹೇಗೆ ಅನ್ನೋ ದೀರ್ಘಾಲೋಚನೆಯಲ್ಲಿ ಮುಳುಗಿದ ಅರವಿಂದಾಳನ್ನು ಮೊಬೈಲಿಗೆ ಬಂದ ವಾಟ್ಸಾಪ್ ಮೆಸೇಜಿನ ಸದ್ದು ಎಚ್ಚರಿಸಿತು.

'ಅಮ್ಮಾ ತಕ್ಷಣ ಬೆಂಗಳೂರಿಗೆ ಬರ್ತೀಯಾ. ತುಂಬಾ ಅರ್ಜೆಂಟು' ಮಿಂಚು ಮೆಸೇಜ್ ಮಾಡಿದ್ದಳು. ಅರವಿಂದಾಗೆ ಮಂಕು ಕವಿದಂತಾಯಿತು. ಮಗಳು ಯಾವ ತೊಂದರೆಯಲ್ಲಿ ಸಿಕ್ಕಿಕೊಂಡಿದ್ದಾಳೋ, ಏನಾಯಿತೋ ಎಂದು ಗಾಬರಿಯಾಗಿ ಫೋನ್ ಮಾಡಿದಳು. ಆ ಕಡೆಯಿಂದ ಕಟ್ ಆಗುತ್ತಿತ್ತು. ಎರಡು ಮೂರು ಸಲ ಫೋನ್ ಮಾಡಿದರೂ ಕಟ್ ಮಾಡುತ್ತಿದ್ದರಿಂದ ಅರವಿಂದಾ ಆತಂಕದಲ್ಲಿ ಬೆವೆತುಬಿಟ್ಟಳು.

'ಅಮ್ಮಾ..!!' ಮಿಂಚು ಧ್ವನಿ ಕೇಳಿಸಿ ಫೋನ್ ಕಿವಿಗಿಟ್ಟುಕೊಂಡಳು. ಅದು ಫೋನ್‌ನಿಂದ ಬಂದ ಧ್ವನಿಯಲ್ಲ, ಅಷ್ಟಕ್ಕೂ ಫೋನ್ ರಿಂಗೇ ಆಗಿಲ್ಲ ಎಂದು ಖಚಿತವಾದಾಗ ಯಾರೋ ಬಂದಿದ್ದಾರೆ ಅನ್ನಿಸಿ ಅರವಿಂದಾ ಹಿಂದೆ ತಿರುಗಿದಳು. ಲಗೇಜು ಹಿಡಿದ ಮಿಂಚು ಕ್ಲಿನಿಕ್ ಬಾಗಿಲಿನಲ್ಲಿ ಪ್ರತ್ಯಕ್ಷವಾಗಿದ್ದಳು. ಅರವಿಂದಾ ಇದು ನನ್ನ ಭ್ರಮೆಯೋ ಅಥವಾ ವಾಸ್ತವಾನೋ ಅಂತ ಗುರುತಿಸಲಿಕ್ಕೆ ಕೆಲಕ್ಷಣ ತೆಗೆದುಕೊಂಡಳು.

"ಏನ್ರೀ ಡಾಕ್ಟರ್ ಅರವಿಂದಾ ಅವರೇ ಶಾಕ್ ಆಯ್ತಾ, ಆಗ್ಬೇಕು ಅಂತಲೇ ಮಾಡಿದ್ದಲ್ವಾ" 'ಕೆಂಪೇಗೌಡ' ಸಿನೆಮಾದಲ್ಲಿ ರವಿಶಂಕರ್ ಹಾಗೆ ಡೈಲಾಗ್ ಹೊಡೆಯುತ್ತಾ ಬಂದ ಮಿಂಚು ಅಮ್ಮನನ್ನು ತಬ್ಬಿಕೊಂಡಳು.

"ಏಯ್, ಮಂಗ, ಎಷ್ಟು ಹೆದರಿಸ್ಬಿಟ್ಟೆ.. ಕೈಕಾಲ್ ಆಡ್ತಿಲ್ಲ ನಂಗೆ. ಈ ತರ ತಮಾಷೆ ಮಾಡ್ತಾರಾ?" ಮೈಯಲ್ಲಿ ತುಂಬಿಕೊಂಡ ಆತಂಕವನ್ನೆಲ್ಲಾ ಒಂದೇ ಸಲಕ್ಕೆ ಹೊರದೂಡುವಂತೆ ನಿಟ್ಟುಸಿರು ಬಿಟ್ಟು ಮಗಳನ್ನು ತರಾಟೆಗೆ ತೆಗೆದುಕೊಂಡಳು.

"ಮದರ್ ಇಂಡಿಯಾ, ನೀವು ಈ ಲೆವೆಲ್‌ಗೆ ಬಿಪಿ ರೈಸ್ ಮಾಡಿಕೊಳ್ತೀರಾ ಅಂತ ಅಂದುಕೊಂಡಿರ್ಲಿಲ್ಲ. ಓಕೆ ಸಾರಿ, ನೀರ್ ಕೊಡ್ಲಾ? ನಾನ್ ಅಷ್ಟ್

ದೂರದಿಂದ ಬಂದಿದ್ದೀನಿ. ಹೇಗಿದ್ದೀಯಾ? ನಿನ್ನ ನೋಡಿ ಖುಷಿಯಾಯ್ತು ಅಂತ ಏನೂ ಹೇಳೋದಿಲ್ವಾ?" ನಾಟಕೀಯವಾಗಿ ಮಾತನಾಡಿ ಬಯ್ಗುಳದಿಂದ ತಪ್ಪಿಸಿಕೊಳ್ಳುವ ತಂತ್ರ ಕೆಲಸ ಮಾಡಿತು.

ಮಗಳು ಬಂದ ಖುಷಿಯಲ್ಲಿ ಅರವಿಂದಾ ಕ್ಲಿನಿಕ್ ಮುಚ್ಚಿ ಮನೆಗೆ ಹೊರಡೋ ನಿರ್ಧಾರ ಮಾಡಿದಳು. ಬಳಸದೇ ಕೂಡಿಟ್ಟಿದ್ದ ರಜೆಗಳನ್ನ ಅಪ್ಲೈ ಮಾಡಿ ಮಿಂಚು ಒಂದು ವಾರ ಅಮ್ಮನೊಂದಿಗೆ ಇರಲು ಬಂದಿದ್ದಳು. ಈ ಸಲ ಅವಳು ಊರಿಗೆ ಹೊರಡುವಾಗ ಬ್ಯಾಗುಗಳಲ್ಲಿ ಬಟ್ಟೆಗಳನ್ನು, ಹಾಗೆ ತಲೆಯಲ್ಲಿ ಯೋಜನೆಗಳನ್ನೂ ಮಡಚಿಟ್ಟುಕೊಂಡಿದ್ದಳು. "ಹುಡುಗನ್ನು ನೋಡೋಕೆ ಶುರು ಮಾಡೋಣ" ಅಂತ ಅರವಿಂದಾ ಪದೇ ಪದೇ ಹೇಳುತ್ತಿದ್ದುದರಿಂದ ತನ್ನ ಮದುವೆಯ ವಿಷಯ ಗಂಭೀರವಾಗುತ್ತಿರುವುದು ಮಿಂಚೂಗೆ ಅರಿವಾಯಿತು. ಅಮ್ಮನಿಗೆ ಅನೂಪ್ ಬಗ್ಗೆ ಹೇಳೋ ಸಮಯ ಬಂದಿದೆ, ಮದುವೆ ಆದರೆ ಅನೂಪ್ ಕೂಡ ಕೆಲಸ ಬಿಡಬೇಕು ಅನ್ನೋ ಯೋಚನೆ ತಳ್ಳಿಹಾಕುತ್ತಾನೆ, ಜವಾಬ್ದಾರಿ ಹೆಗಲಿಗೆ ಬಿದ್ದಾಗ ತಲೆ ಭಾರವಾಗಿ, ನಿರ್ಧಾರಗಳು ಟೊಳ್ಳಾಗುವುದಕ್ಕೆ ಬಿಡುವುದಿಲ್ಲ ಅನ್ನೋ ಲೆಕ್ಕಾಚಾರದ ಮೂಟೆ ಹೊತ್ತು ಉಡುಪಿಯ ಬಸ್ ಹತ್ತಿಬಂದಿದ್ದಳು.

❋

ಸಿಟಿ ಬಸ್ ಇಳಿದು ಮಿಂಚು, ಅರವಿಂದಾ ಮನೆ ಕಡೆ ಹೆಜ್ಜೆ ಹಾಕಿದರು. ಒಂದು ನಿಮಿಷದ ಮಣ್ಣು ದಾರಿ ಸವೆಸಿದ ಮೇಲೆ ಹಲಸು, ತೆಂಗು ಮಾವಿನಮರಗಳು ಚಪ್ಪರ ಹಾಕಿದಂತೆ ಮನೆಯಂಗಳದಲ್ಲಿ ನೆರಳು ಚೆಲ್ಲಿದ್ದವು. ನಳನಳಿಸುತ್ತಿರೋ ಹೂವಿನ ಗಿಡಗಳು ಮಿಂಚುವನ್ನು ನೋಡಿ "ನಿಮ್ಮಮ್ಮ ನಮ್ಮನ್ನು ಚೆನ್ನಾಗಿ ನೋಡಿಕೊಳ್ಳುತ್ತಾರೆ" ಅಂತ ಗಾಳಿಗೆ ತಲೆಯಾಡಿಸುತ್ತಾ ಮಾತಿಲ್ಲದೇ ಸಾರಿಬಿಟ್ಟವು. ಬೆಂಗಳೂರಿನಂತಹ ದೊಡ್ಡ ನಗರದಲ್ಲಿ ಪಿಜಿಯ ರೂಮೊಂದನ್ನು ಇನ್ನೊಬ್ಬರ ಜೊತೆ ಶೇರ್ ಮಾಡಿಕೊಂಡು ಉಳಿದ ಅರ್ಧ ಜಾಗವಷ್ಟೇ ನನ್ನದು ಅಂದುಕೊಂಡಿದ್ದವಳಿಗೆ, ಊರಿನ ಮನೆಯ ಅಂಗಳ, ಪಡಸಾಲೆ, ಒಳಮನೆ, ನಡುಮನೆ, ಅಡುಗೆ ಮನೆ ಸುತ್ತಮುತ್ತ ಹೂದೋಟ ಕಾಲುದಾರಿ ಗೇಟು ಎಲ್ಲವನ್ನೂ ನೋಡುತ್ತಿರುವಾಗ ಭೂಮಿಯ ಮೇಲೆ ನಮ್ಮದು ಅಂತ ಇಷ್ಟು ವಿಶಾಲವಾದ ಜಾಗ ಇದೆಯಲ್ಲಾ, ರಿಯಲ್ ಎಸ್ಟೇಟಿನ ಬೆಲೆಗಳು ಸಣ್ಣ ಊರಿಗೂ ದೊಡ್ಡ ನಗರಕ್ಕೂ ಬೇರೆಯಾಗಬಹುದು. ಆದರೆ ನಮ್ಮದು ಅನ್ನೋ ಮಮತೆ ಬೇರೆಯಾಗುವುದಿಲ್ಲವಲ್ಲ ಎಂದು ಮಿಂಚು ಮನಸ್ಸು ಪಾಯಿಂಟ್ ಹಾಕಿತು.

ಮಗಳು ಮನೆಗೆ ಬಂದಿರೋ ಸಂಭ್ರಮದಲ್ಲಿ ಎಷ್ಟೋ ದಿನದಿಂದ ನಿರುದ್ಯೋಗಿಗಳಾಗಿದ್ದ ಗ್ರೈಂಡರು, ದೊಡ್ಡ ಕುಕ್ಕರು, ಬಾಣಲೆ ಎಲ್ಲದಕ್ಕೂ ಕೆಲಸ ಸಿಕ್ಕಿತು. ಪ್ರತಿದಿನ ಸಣ್ಣ ಪಾತ್ರೆಯಲ್ಲಿ ಕುಚ್ಚಲಕ್ಕಿ ಗಂಜಿ ಬೇಯಿಸುತ್ತಿದ್ದ ಒಲೆಯು

ಇಂದು ಬಾಣಲೆಯಲ್ಲಿ ಕರಿದ ಪೂರಿ, ದೊಡ್ಡ ಕುಕ್ಕರಿನ ಪುಲಾವ್‌ಗಳನ್ನು ತಲೆಯ ಮೇಲಿಟ್ಟುಕೊಂಡು ಮೆರೆಸಿದವು. ಅಡುಗೆ ಮನೆಯಲ್ಲಿ ಸೋಸುವ, ತುರಿಯುವ, ಬಾಡಿಸುವ, ಕುದಿಯುವ ಶಬ್ದಗಳು ಕ್ರಮೇಣ ಶಾಂತವಾಗಿ ಅಡುಗೆ ತಯಾರಾಯಿತು ಎಂದು ಸೂಚಿಸಿದವು. ಪ್ರತಿಬಿಂಬ ಕಾಣುವಂತೆ ಒರೆಸಿದ್ದ ರೆಡ್ ಆಕ್ಸೈಡ್ ನೆಲದ ಮೇಲೆ ಜೋಡಿಸಿಟ್ಟ ಅಡುಗೆ ಪಾತ್ರೆಗಳು ಬಣ್ಣ ತುಂಬಿದ ರಂಗೋಲಿಗಿಂತ ಚೆಂದವಾಗಿ ಕಾಣುತ್ತಿದ್ದವು. ಮಿಂಚು ಹೊಟ್ಟೆಯೆಲ್ಲಾ ಬಾಯಿ ಮಾಡಿಕೊಂಡು ಊಟಕ್ಕೆ ಕೂತಳು. ರಾಧಮ್ಮಜ್ಜಿಯ ಜೊತೆ ಮಾತನಾಡಿ ಬಾಯಲ್ಲಿದ್ದ ಜೊಲ್ಲುರಸವೂ ಒಣಗಿ ಹೋಗಿತ್ತು. ಮೂರು ತಟ್ಟೆಯಲ್ಲಿ ಅರವಿಂದಾ ಮಿಂಚು ರಾಧಮ್ಮ ಬಡಿಸಿಕೊಂಡು ಕೈಗೂ ಬಾಯಿಗೂ ಯುದ್ಧ ಶುರುಮಾಡಿದರು.

'ರಾಧಾ.. ರಾಧಾಬಾಯಿ, ಈ ಮುದುಕನನ್ನ ಹಸಿವಿನಿಂದ ಗೊಟಕ್ ಅನ್ನಿಸ್ಬೇಕು ಅಂತಿದ್ಯೇನೇ' ವೆಂಕೋಬ್ ರಾವ್ ಮನೆಯೊಳಗೆ ಧಾಳಿಯಿಟ್ಟರು.

'ಅಜ್ಜ ನೀವು ಊಟಕ್ಕೆ ಬರಲ್ವಾ ಅಂತ ನಾನ್ ಕೇಳ್ದೆ.. ಅಜ್ಜಿ ನೀವು ಕೃಷ್ಣಮಠದಲ್ಲಿ ಊಟ ಮಾಡ್ಕೊಂಡ್ ಬರ್ತೀರ ಅಂದ್ರು'

'ಇವತ್ತಲ್ಲಿ ಊಟ ಇಲ್ಲಮ್ಮಾ.. ಏಕಾದಶಿ ಅಲ್ವಾ. ಇವಳೇನಾದರೂ ಮಾಡಿದ್ದಾಳಾ ಅಂತ ನೋಡಿದ್ರೆ ಪಾತ್ರೆಯಲ್ಲಿ ನನ್ನ ಮುಖಾನೇ ಕಾಣಿಸ್ತಿತ್ತು'.

'ಇನ್ನು ಮುಂದೆ ತಲೆ ಬಾಚಿಕೊಳ್ಳುವಾಗ ಅದೇ ಪಾತ್ರೇನೇ ನೋಡ್ಕೋ ತಾತ. ಕನ್ನಡಿ ಯಾಕೆ ಸುಮ್ಮನೆ ಒಡೆದುಹೋಗುತ್ತೆ' ಮಿಂಚು ರೇಗಿಸಿದಳು.

'ಏಯ್ ತಲೆಹರಟೆ. ಈ ರಾಧ ಸಾಲದು ಅಂತ ನೀನೂ ನನ್ನ ಆಡಿಕೊಳ್ತೀಯಾ? ಜುಟ್ಟು ಕಟ್ ಮಾಡ್ಬಿಡ್ತೀನಿ. ನಿಂಗೆ ಬಾಚಿಕೊಳ್ಳೋಕೆ ಕೂದಲೇ ಇರಬಾರದು' ವೆಂಕಿ ತಾತ ಗುರ್ ಎಂದರು.

'ಟೋಫನ್ ಹಾಕೊಂಡ್ ತಲೆ ಬಾಚ್ಕೋತೀನಿ. ಬೆಂಗಳೂರಿನಿಂದ ಹೊಸಾ ಟೋಫನ್ ತಂದಿದ್ದೀನಿ' ಬಾಯಿ ತುಂಬಾ ತುಂಬಿಕೊಂಡ ಪುಲಾವನ್ನು ಜಗಿಯುತ್ತಾ ಮಿಂಚು ಮಾತಿನ ಸಮರದಲ್ಲಿ ಮುಂದಿನ ಬಾಣಬಿಟ್ಟಳು.

ವೆಂಕಿ ತಾತನಿಗೆ ಇನ್ನು ವಾದ ಮಾಡಲು ಹೊಟ್ಟೆಯಲ್ಲಿ ಶಕ್ತಿ ಸಾಕಾಗಲಿಲ್ಲ. ಪೇಚಾಡಿಕೊಳ್ಳುತ್ತಾ ತಾನೇ ತಟ್ಟೆ ತಂದು, ಊಟ ಬಡಿಸಿಕೊಂಡಿದ್ದನ್ನು ನೋಡಿ ಮಿಂಚೂಗೆ ಒಳಗೊಳಗೇ ನಗುಬಂದಿತು. ಅಜ್ಜಿ ತಾತ ಯಾವಾಗಲೂ ಜಗಳವಾಡುತ್ತಾರೆ ಅನ್ನೋದು ಮಿಂಚೂಗೆ ಗೊತ್ತಿರೋ ವಿಚಾರ. ಆದರೆ ಅದು ಅವಳ ತಂದೆಯ ಜಗಳದಂತೆ ನೋವುಕೊಡುವಂಥದ್ದಲ್ಲ, ಇಬ್ಬರ ಮುಖದಲ್ಲಿ ಮುನಿಸು ಇದ್ದರೂ ಪರಿಸ್ಥಿತಿಯಲ್ಲಿ ಹಾಸ್ಯ ತುಂಬಿರೋ ಜಗಳ. ಮಿಂಚುವಿನ ಜಡ್ಡುಗಟ್ಟಿದ ನಾಲಿಗೆ ಊಟವಾದ ಮೇಲೆ ಟ್ರೀಟ್ಮೆಂಟ್ ಕೊಟ್ಟು ಸರಿಮಾಡಿದಂತಾಗಿತ್ತು. ಇನ್ನೂ ಒಂದು ವಾರ ಊಟ ತಿಂಡಿ ಸಮಯ

ಬಂದರೆ ಸ್ವರ್ಗ ಅನ್ನೋ ಖುಷಿ ಮೈತುಂಬಾ ತುಂಬಿಕೊಂಡಿತು. ವೆಂಕಿ ತಾತ ವೀಳ್ಯ ಜಗಿಯುತ್ತಾ ಪಕ್ಕದಲ್ಲಿ ಕೂತವರು ಮಿಂಚೂ ಕಡೆ ಸುತ್ತಿದ ವಿಳ್ಳೆದೆಲೆ ತೋರಿಸಿದರು. ಮಿಂಚು ಬೇಡವೆಂದಾಗ, ಸಕ್ಕರೆ ಹಾಕಿ ಸುತ್ತಿದ್ದೀನಿ ಜೀರ್ಣ ಆಗುತ್ತೆ ಎಂದು ಬಾಯಿಗೆ ತುರುಕಿದರು. ಸ್ವಂತ ಅಜ್ಜ ಅಜ್ಜಿಗಿಂತ ಹೆಚ್ಚಾಗಿದ್ದ ರಾಧಮ್ಮಜ್ಜಿ ವೆಂಕಿ ತಾತನೊಡನೆ ಬಹಳ ದಿನದ ನಂತರ ಸಮಯ ಕಳೆದು ಮಿಂಚು ಹಿಗ್ಗಿದಳು. ಎಷ್ಟೋ ಸಲ ಮಿಂಚು ಶಾಲೆಗೆ ತಡವಾದಾಗ ತಮ್ಮ ಹಳೇ ಮಾರುತಿ 800 ಕಾರಿನಲ್ಲಿ ಕರೆದುಕೊಂಡು ಹೋಗುತ್ತಿದ್ದವರು ಇವರು, ಅವರ ತೋಟದ ನೇಂದ್ರ ಬಾಳೆಯನ್ನು ಚಿಪ್ಸ್ ಮಾಡಿಸಿ ಕೊಡುತ್ತಿದ್ದರು, ಹಬ್ಬಕ್ಕೆ ಬಟ್ಟೆ ಕೊಡಿಸುತ್ತಿದ್ದರು. ಹಾಗಾಗಿ ಮಿಂಚುಗೆ ಇವರ ಜೊತೆಗಿರುವಷ್ಟು ಸಲಿಗೆ ಬೇರೆ ಯಾವ ನೆಂಟರ ಜೊತೆಗೂ ಬರಲಿಲ್ಲ.

'ನೀವಿಬ್ರು ಇರೋದಕ್ಕೆ ಅಮ್ಮ ಒಂಟಿಯಲ್ಲ ಅನ್ನೋ ಧೈರ್ಯ ನಂಗೆ ಅಜ್ಜ'

'ನಿಮ್ಮಮ್ಮ ಗಟ್ಟಿಗಿತ್ತಿ ಬಿಡಮ್ಮಾ. ಆದ್ರೆ ದೇವರು ಅವಳ ಸಂಸಾರದ ವಿಷಯದಲ್ಲಿ ಮೋಸ ಮಾಡಿಬಿಟ್ಟ'

'ನಿಮ್ಮಿಬ್ಬರನ್ನ ನೋಡಿದ್ರೆ ಅಮ್ಮಂಗೂ ಯಾರಾದ್ರೂ ಜೊತೆ ಇರ್ಬಾರ್ದಾ ಅನ್ನಿಸುತ್ತೆ'

'ಬೇಡ ಸುಮ್ಮನಿರಮ್ಮ ಪಕ್ಕದಲ್ಲಿ ಮಲಗಿರೋರು ನನ್ ಹೆಂಡತಿ ತರ ಗೊರಕೆ ಹೊಡೆದ್ರೆ ನಿದ್ರೆ ಬರಲ್ಲ'

'ಯಾರ್ರೀ ಗೊರಕೆ ಹೊಡೆಯೋದು? ತಾವು ಹೊಡೆದ ಗೊರಕೆಯ ಪ್ರತಿಧ್ವನಿ ತಮಗೇ ಕೇಳಿಸಿಬೇ್ಕು. ಅದಕ್ಕೆ ಪದೇಪದೇ ಮಗ್ಗಲು ಬದಲಿಸಿಕೊಂಡು ನಿದ್ರೆ ಮಾಡದೇ ನನ್ನ ನಿದ್ರೇನೂ ಹಾಳುಮಾಡೋದು'

ಸೊಂಟಕ್ಕೆ ಸೆರಗು ಸಿಕ್ಕಿಸಿಕೊಂಡ ರಾಧಾ ಅಜ್ಜಿ ಹೊಟ್ಟೆಗಿಳಿದ ಊಟ ಕರಗೋವರೆಗೂ ಗಂಡನನ್ನು ಬಿಡಬಾರದು ಎಂದು ಪಣ ತೊಟ್ಟೇಬಿಟ್ಟರು. ಅರವಿಂದಾ ಮತ್ತು ಮಿಂಚು ಅವರಿಬ್ಬರ ವಾಗ್ವಾದ ನೋಡುತ್ತಾ ಕಣ್ಣೀರು ಬರೋ ತನಕ ನಕ್ಕರು.

❋

ಸೂರ್ಯ ತನ್ನ ಪಾಳಿಯನ್ನು ಮುಗಿಸಿಕೊಂಡು ಚಂದ್ರನಿಗೆ ಜಾಗ ಮಾಡಿಕೊಟ್ಟ, ನಕ್ಷತ್ರಗಳೂ ಸರಿಯಾದ ಸಮಯಕ್ಕೆ ಹಾಜರಾಗಿ ಪ್ರೆಸೆಂಟ್ ಸರ್ ಎಂದವು. ಅರವಿಂದಾ ಮನೆಯಲ್ಲಿ ಲೈಟುಗಳನ್ನು ಆರಿಸಿಕೊಂಡು ಬಂದಂತೆ ಮನೆಯಲ್ಲಿ ಕತ್ತಲೆ ಆವರಿಸಿತು. ಆ ಸಮಯಕ್ಕೇ ಕಾದಿದ್ದ ಬೀದಿ ದೀಪದ ಬೆಳಕು ಕಿಟಕಿಯಿಂದ ನುಗ್ಗಿ ಕೋಣೆಯನ್ನು ಆಕ್ರಮಿಸಿಕೊಂಡಿತು. ಯಾವುದೋ ಲಹರಿಯಲ್ಲಿದ್ದ ಅರವಿಂದಾ ಮನಸ್ಸಿನಲ್ಲಿ ವಿಚಿತ್ರವಾದ ಪ್ರಶ್ನೆಗಳು ಮೂಡಿದವು. ಬೆಳಕು ಇದ್ದಾಗ ಕತ್ತಲೆ ಎಲ್ಲಿಗೆ ಹೋಗಿರುತ್ತದೆ? ಬೆಳಕು ಆರಿದ

ಕೂಡಲೇ ಕತ್ತಲೆ ಎಲ್ಲಿಂದ ಬರುತ್ತದೆ? ಕತ್ತಲೆ ಮತ್ತು ಬೆಳಕು ಎಂದೂ ಕೂಡಲು ಸಾಧ್ಯವಿಲ್ಲವೇ? ಸೂರ್ಯ ಚಂದ್ರರೇ ಇಲ್ಲದಿದ್ದರೆ ಈ ಭೂಮಿ ಹೇಗಿರುತ್ತಿತ್ತು? ಯಾವುದು ಶಾಶ್ವತ? ಕತ್ತಲೆಯಾ ಅಥವಾ ಬೆಳಕಾ? ಕತ್ತಲು ಇರುವುದಕ್ಕೆ ಬೆಳಕಿಗೆ ಬೆಲೆಯಲ್ಲವೇ ಅಥವಾ ಬೆಳಕಿರುವುದಕ್ಕೆ ಕತ್ತಲೆಗೆ ಬೆಲೆಯೇ? ಎಲ್ಲಾ ಬೆಳಕೂ ಹಿತವಲ್ಲ ಎಲ್ಲಾ ಕತ್ತಲೆಯೂ ಭಯವಲ್ಲ. ಬೆಳಕು ನಿದ್ದೆಗೆಡಿಸಬಹುದು, ಕತ್ತಲೆ ನೆಮ್ಮದಿಯನ್ನ ತರಬಹುದು. ಕೈಕಟ್ಟಿ ಆಕಾಶ ನೋಡುತ್ತಾ ಸುಳಿದಾಡುತ್ತಿದ್ದ ಅಸ್ಪಷ್ಟ ಗೊಂದಲದಲ್ಲಿ ಸಿಕ್ಕಿಕೊಂಡಳು. ಕತ್ತಲೆಗೂ ಅರವಿಂದಾಳಿಗೂ ಅವಿನಾಭಾವ ನಂಟು. ನೀನು ಒಂಟಿ ಅಂತ ಪ್ರತಿ ರಾತ್ರಿ ನೆನಪು ಮಾಡುವುದು ಈ ಕತ್ತಲೆಯೇ. ಕತ್ತಲೆಯನ್ನು ಎದುರಿಸಲಾರದೇ ಅರವಿಂದಾ ರಾತ್ರಿ ಲೈಟ್ ಹಾಕಿಕೊಂಡೇ ಮಲಗುತ್ತಿದ್ದಳು. ಇಂದು ಮಿಂಚು ಜೊತೆಯಿದ್ದದ್ದಕ್ಕೆ ಮನೆ ದೀಪಗಳಿಗೆ ವಿರಾಮ ಕೊಟ್ಟಳು. ಕೋಣೆಯಿಂದ ಮಿಂಚು ಧ್ವನಿ ಬಂದಾಗ ಎಚ್ಚೆತ್ತುಕೊಂಡು ಮನೆ ಬಾಗಿಲಿಗೆ, ಎಲ್ಲೆಲ್ಲೋ ಹರಿದಾಡುತ್ತಿದ್ದ ಮನದ ಬಾಗಿಲಿಗೂ ಬೀಗ ಹಾಕಿ ಮಲಗುವ ಕೋಣೆಯ ಕಡೆ ನಡೆದಳು.

ತಲೆಗೆ ಎಣ್ಣೆಹಚ್ಚಿಕೊಳ್ಳುತ್ತಾ ಕುಳಿತಿದ್ದ ಮಿಂಚು ಅಮ್ಮನನ್ನು ನೋಡಿ 'ಏನು ತುಂಬಾ ಡೀಪ್ ಆಗಿ ಯೋಚನೆ ಮಾಡುತ್ತಿದ್ದೀಯಾ' ಎಂದು ಕೇಳಿದಳು.

'ಏನಿಲ್ಲಾ..' ಸುಮ್ಮನೇ ಹೀಗೆ.

'ಒಬ್ಬಳೇ ಇರೋದು ಅಭ್ಯಾಸವಾಗಿ ನಿನ್ನ ತಲೇಲಿ ಏನೇನೋ ಯೋಚ್ನೆ ಬರುತ್ತೆ. ಅದಕ್ಕೆ ನನ್ ಜೊತೆ ಬೆಂಗಳೂರಿಗೆ ಬಾ ಅನ್ನೋದು'

'ಮಿಂಚು.. ಇದರ ಬಗ್ಗೆ ನಾವು ತುಂಬಾ ಸಲ ಚರ್ಚೆ ಮಾಡಿದ್ದೀವಿ. ಇಲ್ಲಿರೋ ಮನೆ, ಕ್ಲಿನಿಕ್ ಎಲ್ಲಾ ಬಿಟ್ಟು ಆ ನಗರದಲ್ಲಿ ನಾಲ್ಕು ಗೋಡೆ ಮಧ್ಯೆ ಸುಮ್ಮನೆ ಕೂರೋದಕ್ಕೆ ತಲೆ ಕೆಡುತ್ತೆ'

ಮಿಂಚು ಉತ್ತರಿಸದೆ ಸುಮ್ಮನಾದಳು. ಅರವಿಂದಾ 'ಕೊಡು ನಾನು ಹಚ್ತೀನಿ' ಎಂದು ಮಗಳ ಕೈಲಿದ್ದ ಕೊಬ್ಬರಿ ಎಣ್ಣೆ ಬಾಟಲನ್ನು ಕೈಗೆ ತೆಗೆದುಕೊಂಡಳು. ಅಂಗೈ ತುಂಬಾ ಎಣ್ಣೆ ತೆಗೆದುಕೊಂಡು, ಮಿಂಚು ತಲೆಯ ಮೇಲೆ ಸುರಿದು ರೊಟ್ಟಿ ತಟ್ಟುವ ಹಾಗೆ ತಟ್ಟಿದಾಗ ಎಷ್ಟೋ ದಿನದಿಂದ ಬಾಯಾರಿದ ನೆತ್ತಿ ಎಣ್ಣೆಯನ್ನು ಹೀರಿಕೊಂಡಿತು. ಇನ್ನೊಂದಷ್ಟು ಎಣ್ಣೆಯನ್ನು ತೆಗೆದುಕೊಂಡು ಎರಡೂ ಕೈಗೂ ಹರಡಿಕೊಳ್ಳುವಂತೆ ಅಂಗೈಯನ್ನು ಒಂದಕ್ಕೊಂದು ಉಜ್ಜಿಕೊಂಡು ತಲೆಯ ಹಿಂಭಾಗದಿಂದ ಕೂದಲಿನ ಬುಡಕ್ಕೆ ಹಚ್ಚುತ್ತಾ ಬಂದಳು. ಐದಾರು ನಿಮಿಷಗಳ ಕಾಲ ಒಂದು ಕೂದಲನ್ನೂ ಬಿಡದಂತೆ ಎಣ್ಣೆ ಹಚ್ಚಿ ಮಸಾಜ್ ಮಾಡಿದಳು. ಅಮ್ಮನ ಎಲ್ಲಾ ಬೆರಳುಗಳು ತಲೆಕೂದಲಿನ ಬುಡವನ್ನು ತಲುಪಿ ಹಿತವಾಗಿ ತಿಕ್ಕುತ್ತಿದ್ದಂತೆ ಮಿಂಚು ಕಣ್ಣುಗಳು ತಾನಾಗೇ ಮುಚ್ಚಿಕೊಂಡವು. ಕಿಲೋಮೀಟರ್ ಗಟ್ಟಲೆ ಸುಡುಬಿಸಿಲಿನಲ್ಲಿ ಬರಿಗಾಲಲ್ಲಿ ನಡೆದು ಬಂದವರಿಗೆ ಮರದ ನೆರಳಲ್ಲಿ

ಕೂತು, ತಣ್ಣನೆ ಎಳನೀರು ಕುಡಿದು, ಇದ್ದಕ್ಕಿದ್ದಂತೆ ಸುರಿದ ಮಳೆ ಧರೆಯನ್ನು ತಂಪಾಗಿಸಿದಾಗ ಆಗುವ ತೃಪ್ತಿಯ ಅನುಭವ ಅವಳಿಗಾಯಿತು.

'ನೆತ್ತಿ ಬರಡು ಭೂಮಿಯಾಗಿದೆ. ಬರೀ ಶಾಂಪೂ ಹಾಕಿಕೊಂಡು ಸ್ನಾನ ಮಾಡಿ ಕೂದಲು ಒಣಹುಲ್ಲಿನ ಹಾಗೆ ಮಾಡಿಕೊಂಡಿದ್ದೀಯ' ಅಮ್ಮನ ಬಯ್ಗುಳ ನಿದ್ದೆ ಮಂಪರಿಗೆ ಸಿಕ್ಕ ಮಿಂಚೂಗೆ ತಾಗಲಿಲ್ಲ. ಹ್ಮ್ ಎಂದು ಮಲಗಲು ಹೋದವಳನ್ನು ಅರವಿಂದಾ ಗದರಿದಳು 'ದಿಂಬಿನ ಮೇಲೆ ಹಳೇ ಬಟ್ಟೆ ಹಾಕೊಂಡು ಮಲ್ಕೋ, ಜಿಡ್ಡೆಲ್ಲಾ ದಿಂಬಿಗೆ ಮೆತ್ತಿಸಬೇಡ.' ಅರವಿಂದಾ ಆರ್ಡರ್ ಮಾಡಿದರೂ ಮಗಳ ತಲೆಕೆಳಗೆ ಬಟ್ಟೆ ಇಟ್ಟು ಬೆಡ್‌ಶೀಟ್ ಹೊದ್ದಿಸಿ ಮಲಗಿಸಿದವಳು ಅವಳೇ. ಒಂಟಿಯಾಗಿ ಬದುಕಿನ ಬಂಡಿಯನ್ನು ಎಳೆಯುತ್ತಿರೋ ಅರವಿಂದಾ ರಾತ್ರಿಯಾದರೆ ಯೋಚನೆಗಳ ಭಯದಿಂದ ಬೇಗ ಮಲಗಿಬಿಡುತ್ತಿದ್ದಳು. ನಿದ್ರೆ ಆಲೋಚನೆಗಳು ಹತ್ತಿರ ಬರದಂತೆ ಬೇಲಿ ಹಾಕುತ್ತಿತ್ತು. ಇಂದು ಪಕ್ಕದಲ್ಲಿ ಮಗಳು ಮಲಗಿದ್ದರಿಂದ ಅವಳನ್ನೇ ನೋಡುತ್ತಿದ್ದ ಅರವಿಂದಾಗೆ ನಿದ್ರೆ ಹತ್ತಲಿಲ್ಲ. ಮಿಂಚು ಚಿಕ್ಕಂದಿನಲ್ಲೇ ತುಂಬಾ ಪ್ರಬುದ್ಧತೆಯನ್ನು ಬೆಳೆಸಿಕೊಂಡಿದ್ದಳು. ಚಿಕ್ಕ ಹುಡುಗಿಯ ಬಾಯಲ್ಲಿ ಅಪ್ಪ ಅಮ್ಮನ ಜಗಳದ ಬಗ್ಗೆ ತಿಳಿದುಕೊಳ್ಳಲು ಸುಲಭ ಎಂದು ನೆಂಟರಿಷ್ಟರು ಕೆಣಕಿದಾಗ ಒಂದು ದಿನವೂ ಅಪ್ಪನ ಅಮ್ಮನನ್ನು ಮೂರನೆಯವರ ಮುಂದೆ ಬಿಟ್ಟುಕೊಡುತ್ತಿರಲಿಲ್ಲ. ಮನೆಯ ಪರಿಸ್ಥಿತಿ ಅರ್ಥಮಾಡಿಕೊಂಡವಳು, ಒಂದು ದಿನವೂ ಯಾವ ವಿಚಾರಕ್ಕೂ ಹಟ ಮಾಡಿದವಳಲ್ಲ.

ಎಂಟನೇ ತರಗತಿಯಲ್ಲಿ ಓದುತ್ತಿದ್ದಾಗ ಕ್ಲಾಸಿನಲ್ಲೊಂದು ದಿನ ಮಿಂಚೂಗೆ ತೊಡೆ ಸಂಧಿಯಲ್ಲಿ ಒದ್ದೆಯಾದಂತಾಯಿತು. ಸ್ವಲ್ಪ ಹೊತ್ತಿನಲ್ಲೇ ಹೊಟ್ಟೆನೋವು ಶುರುವಾಯಿತು. ಪಾಠದ ಬಗ್ಗೆ ಗಮನ ಹೋಗಿ ತನ್ನ ದೇಹದಲ್ಲಾಗುತ್ತಿರುವ ಬದಲಾವಣೆಯ ಕಡೆ ಗಮನ ಹರಿಸಿದಳು. ಸೈನ್ಸ್ ಟೀಚರ್ ಹೆಣ್ಣುಮಕ್ಕಳನ್ನು ಮಾತ್ರ ಕೂರಿಸಿಕೊಂಡು ಹೇಳಿಕೊಟ್ಟಿದ್ದ ವಿಷಯ ನೆನಪಾಗಿ ತನಗಾಗುತ್ತಿರುವುದು ಅದೇ ಅನ್ನೋ ನಿರ್ಧಾರಕ್ಕೆ ಬಂದಳು. ಮುಂದೆ ಏನು ಅಂತ ಯೋಚಿಸುತ್ತಿದ್ದವಳಿಗೆ ಬಳಿಯಿದ್ದ ಕರವಸ್ತ್ರ ತಕ್ಷಣಕ್ಕೆ ಸಹಾಯಕ್ಕೆ ಬಂದಿತು. ಮೇಡಮ್‌ಗೆ ಅನುಮತಿ ಕೇಳಿ ಹುಡುಗಿಯರ ಶೌಚಾಲಯಕ್ಕೆ ಓಡಿದಳು. ಸ್ವಚ್ಛ ಮಾಡಿಕೊಂಡು, ಕರವಸ್ತ್ರವನ್ನು ಅಡ್ಡ ಇಟ್ಟು ಬಟ್ಟೆ ಸರಿಮಾಡಿಕೊಂಡು ಕನ್ನಡಿಯಲ್ಲಿ ಕಂಡ ಮುಖವನ್ನು ನೋಡಿಕೊಂಡಳು. ಮೊದಲ ಸಲ ತನ್ನ ಮುಖವನ್ನು ನೋಡಿಕೊಳ್ಳೋಕೆ ನಾಚಿಕೆಯಾಯಿತು. ಈಗ ನಾನು ಹುಡುಗಿಯಲ್ಲ, ಕನ್ಯೆಯಾಗಿದ್ದೇನೆ ಎಂದು ಮುಖ ಕೆಂಪೇರಿತು. ಕ್ಲಾಸ್ ಟೀಚರ್‌ಗೆ ಹೇಳಿ ಮನೆಗೆ ಹೊರಡುವ ಮನಸ್ಸಾದರೂ ಹಾಗೆ ಮಾಡಿದರೆ ವಿಷಯ ಇತರ ಸ್ನೇಹಿತೆಯರು ಏನಾಯಿತೆಂದು ಕೇಳುತ್ತಾರೆ, ಅವರಿಗೂ ಹೇಳಬೇಕಾಗುತ್ತದೆ. ಮೊದಲು ಅಮ್ಮನಿಗೆ ತಿಳಿಸಬೇಕೆಂದು ಶಾಲೆ ಮುಗಿಯುವ ತನಕ ಕಾದಳು. ಶಾಲೆಯ ಗಂಟೆ

ಬಾರಿಸಿದ ಕೂಡಲೇ ಮಿಂಚೂ ತಾನು ಮೈನೆರೆದ ವಿಷಯವನ್ನು ಅಮ್ಮನಿಗೆ ಮುಟ್ಟಿಸುವ ಕಾತರ ಹೆಚ್ಚಾಯಿತು. ಮನಸ್ಸು ಓಡು ಎನ್ನುತ್ತಿತ್ತು, ದೇಹ ಆಗುತ್ತಿಲ್ಲ ಎನ್ನುತ್ತಿತ್ತು. ಮನೆಯ ಕಡೆ ಇಡುತ್ತಿರುವ ಒಂದೊಂದು ಹೆಜ್ಜೆಯೂ ಭಾರವಾಗುತ್ತಾ ಹೋಯಿತು. ಸುಸ್ತಾಗತೊಡಗಿತು. ಇನ್ನೇನು ಮನೆಗೆ ಸೇರಿ ಅಮ್ಮನೊಂದಿಗೆ ಮಾತನಾಡುತ್ತೇನೆ ಅನ್ನೋದನ್ನು ನೆನೆದು ಸಮಾಧಾನಪಟ್ಟುಕೊಂಡದ್ದು ಸುಳ್ಳಾಗಿಹೋಯಿತು. ಮನೆ ಹತ್ತಿರ ಬಂದಾಗ ಅತ್ಯಂತ ಘೋರವಾದ ದೃಶ್ಯ ಅವಳಿಗಾಗಿ ಕಾದಿತ್ತು. ರಭಸವಾಗಿ ನಡೆಯುತ್ತಿದ್ದ ತಂದೆ ಹಿಂದೆ ಬರುತ್ತಾ ಅವನ ಬ್ಯಾಗನ್ನು ಕಸಿದುಕೊಳ್ಳಲು ಪ್ರಯತ್ನಿಸುತ್ತಿದ್ದ ಅರವಿಂದಾಳನ್ನು ದೂಡಿಬಿಟ್ಟ, ಅವಳು ಆಯತಪ್ಪಿ ಬಿದ್ದುಬಿಟ್ಟಳು. ಮನೆಯಲ್ಲಿ ಜಗಳವಾಗಿದೆ, ಅಪ್ಪ ಮನೆ ಬಿಟ್ಟು ಹೋಗುತ್ತಿದ್ದಾರೆ ಅನ್ನೋದು ಕೈಲಿದ್ದ ಬ್ಯಾಗು, ಅಮ್ಮನ ಅಳು, ಅಪ್ಪನ ಕೋಪದ ಮುಖ ಸಾರುತ್ತಿತ್ತು. ಅಪ್ಪ ಅಮ್ಮನ ಜಗಳಕ್ಕೆ ಸಾಕ್ಷಿಯಾಗಿ ಮಿಂಚು ದಿಗ್ಭ್ರಮೆಯಿಂದ ನಿಂತಳು. ಅದೇ ಅವರಿಬ್ಬರ ಕೊನೇ ಜಗಳವಾಗಿತ್ತು. ಇನ್ನು ಮುಂದೆ ನನಗೆ ಅಪ್ಪ ಇಲ್ಲ ಅನ್ನುವ ಸತ್ಯ ಒಂದೇ ಸಲಕ್ಕೆ ಅವಳ ಕೈಕಾಲನ್ನು ತಣ್ಣಗಾಗಿಸಿತು. ಭವಿಷ್ಯ ವರ್ತಮಾನದ ಅಭದ್ರತೆಯೆಲ್ಲಾ ಸೇರಿ ಸೂರ್ಯನನ್ನು ಸುತ್ತುವರಿಯುವ ಗ್ರಹಗಳಂತೆ ಇದ್ದಕ್ಕಿದ್ದಂತೇ ಮಿಂಚೂನ ಸುತ್ತುವರಿಯಿತು. ಅರವಿಂದಾ ದುಃಖದಲ್ಲಿರುವುದನ್ನು ಕಂಡು ತನ್ನ ವಿಷಯವನ್ನು ತಿಳಿಸಲೇ ಇಲ್ಲ. ಹೇಳಿದರೆ ಅದಕ್ಕೆ ಶಾಸ್ತ್ರ ಸಂಪ್ರದಾಯ ಮಾಡಬೇಕಾಗುತ್ತದೆ. ನೆರೆಹೊರೆಯವರನ್ನು, ಸಂಬಂಧಿಕರನ್ನು ಕರೆದು ಸಂಭ್ರಮಿಸೋ ವಾತಾವರಣ ಮನೆಯಲ್ಲಿಲ್ಲ. ಅಪ್ಪ ಎಲ್ಲಿ ಅನ್ನೋ ಪ್ರಶ್ನೆಗೆ ಉತ್ತರ ಗೊತ್ತಿಲ್ಲ. ಇದನ್ನೆಲ್ಲಾ ನಿಭಾಯಿಸುವ ಆರ್ಥಿಕ ಸ್ಥಿತಿ ಅಮ್ಮನಿಗೆ ಇದೆಯೋ ಇಲ್ಲವೋ ಗೊತ್ತಿಲ್ಲ ಎಂದು ಅಂಗಡಿಗೆ ಹೋಗಿ ತನಗೆ ಬೇಕಾದ್ದನ್ನು ಕೊಂಡು ಎಲ್ಲವನ್ನು ಒಬ್ಬಳೇ ನಿಭಾಯಿಸಿಬಿಟ್ಟಳು. ಮುಂದಿನ ತಿಂಗಳು ಮುಟ್ಟಾದಾಗ ಕರೆಯಾದ ಸಮವಸ್ತ್ರ ನೋಡಿ ಅರವಿಂದಾಗೆ ವಿಷಯ ಗೊತ್ತಾಯಿತು. ಯಾವ ತಾಯಿಯಾದರೂ ಮಗಳ ಹೆಣ್ತನವನ್ನು ಸಂಭ್ರಮಿಸದೇ ತನ್ನ ಸಂಕಷ್ಟದಲ್ಲಿ ಮುಳುಗಿಬಿಡುವಳೇ ಎಂದು ಸಂಕಟಪಟ್ಟಳು. ಮಗಳಿಗೆ ಮುಂದೆ ಯಾವ ಕೊರತೆಯೂ ಇಲ್ಲದಂತೆ ಮುನ್ನಡೆಸಬೇಕೆಂದು ಶಪಥ ಮಾಡಿ ಮಗಳನ್ನು ಬೆಂಗಳೂರಿಗೆ ಕಳುಹಿಸಿ ತಾನು ಸಂಸಾರವನ್ನು ನಿಭಾಯಿಸುವ ಸ್ವಾವಲಂಬನೆಯನ್ನು ಪಡೆಯುವತ್ತ ಗಮನಹರಿಸಿದಳು ಅರವಿಂದಾ.

❋

ಮಿಂಚು ಉಡುಪಿಯ ಕೃಷ್ಣ ಮಠಕ್ಕೆ ಹೋದಾಗಲೆಲ್ಲ ಕುರುಬನೆನ್ನೋ ಕಾರಣಕ್ಕೆ ಕನಕದಾಸರನ್ನು ದೇವಸ್ಥಾನದ ಒಳಗೆ ಬಿಡದೇ ಇದ್ದಾಗ ಭಕ್ತನ ಕೂಗಿಗೆ ಕೃಷ್ಣನೇ ತಿರುಗಿ ಕಿಂಡಿಯಲ್ಲಿ ದರ್ಶನ ಕೊಟ್ಟ ಕಥೆ ಅವಳಿಗೆ ನೆನಪಾಗುತ್ತದೆ. ಜೊತೆಗೆ ಕನಕದಾಸ ಅಂದ ತಕ್ಷಣ ಡಾಕ್ಟರ್ ರಾಜಕುಮಾರ್ ಅವರ 'ಬಾಗಿಲನು ತೆರೆದು ಸೇವೆಯನು ಕೊಡೋ ಹರಿಯೇ' ಹಾಡೂ ಕಿವಿಯಲ್ಲಿ

ಸುಳಿಯುತ್ತಿತ್ತು. ಹುಟ್ಟೂರಿಗೆ ಬಂದಾಗಲೆಲ್ಲಾ ತಪ್ಪದೇ ಅಮ್ಮನ ಜೊತೆ ಕೃಷ್ಣಮಠಕ್ಕೆ ಬಂದುಹೋಗುತ್ತಿದ್ದಳು. ದೇವಸ್ಥಾನದ ಸುತ್ತ ಇದ್ದ ಎಂಟು ಮಠಗಳು, ರಥಬೀದಿಯಲ್ಲಿ ನಿಂತಿದ್ದ ದೊಡ್ಡ ತೇರನ್ನು ನೋಡುತ್ತಾ ನಡೆಯುತ್ತಿದ್ದ ಅಮ್ಮ ಮಗಳಿಗೆ ಪುತ್ತೂರು ನರಸಿಂಹ ನಾಯಕ್ ಅವರ ಕಂಠಸಿರಿಯ ಭಕ್ತಿಗೀತೆ ಅಂಗಡಿಗಳ ಸ್ಪೀಕರ್‌ನಲ್ಲಿ ಹೊರಬಂದು ಮನದಣಿಸಿದವು. ಈ ಸಲ ವಿಶೇಷವಾಗಿ ಬರಿ ನೆಲದ ಮೇಲೆ ಊಟ ಮಾಡುವ ಹರಕೆ ತೀರಿಸಿ, ಅಮ್ಮನಿಗಾಗಿ ಕೇಳಿಕೊಂಡ ಹಳೇ ವರವನ್ನು ಆದಷ್ಟು ಬೇಗ ಕೊಟ್ಟುಬಿಡುವಂತೆ ಕಡೆಗೋಲು ಹಿಡಿದ ಕೃಷ್ಣನಿಗೆ ನೆನಪು ಮಾಡಿದಳು. ಅವಳ ಹಾಗೆ ಕಲ್ಲು ನೆಲದ ಮೇಲೆ ಬಡಿಸಿದ ಅನ್ನ ಸಾರು ಪಲ್ಯ ಪಾಯಸಗಳನ್ನು ಸವಿದು "ನಿನ್ನ ಸೇವೆ ಮಾಡಿದ್ದೀನಿ, ನಾನು ಕೇಳಿದ್ದನ್ನು ಕೊಡು" ಎಂದು ಸಾಕಷ್ಟು ಜನ ಭಕ್ತರು ಬಾಲಕೃಷ್ಣನ ಮೇಲೆ ಒತ್ತಡ ಹೇರಿ ಆಗಲೇ ಬಿಪಿ ಬರುವಂತೆ ಮಾಡಿದ್ದರು. ಅದೇನೇ ಇರಲಿ, ದೇವಸ್ಥಾನದವರಂತೂ ಇಲ್ಲಿಗೆ ಬಂದು ನೆಲದ ಮೇಲೆ ಊಟ ಮಾಡಿದವರ ಆರೋಗ್ಯ ಕೆಟ್ಟು ನಮಗೆ ಬಿಪಿ ಹೆಚ್ಚಾಗಬಾರದೆಂದು ಭಕ್ತರು ಊಟ ಮಾಡುವ ನೆಲವನ್ನು ತಟ್ಟೆ, ಬಾಳೆ ಎಲೆಗಳಿಗಿಂತ ಹೆಚ್ಚು ಶುಚಿಯಾಗಿ ನೋಡಿಕೊಂಡಿದ್ದರು.

ಸೂರ್ಯಾಸ್ತ ನೋಡಲು ಬಂದ ಅಮ್ಮ ಮಗಳು ಕೆಂಡದಲ್ಲಿ ಸುಟ್ಟು ಉಪ್ಪುಖಾರ ಹಾಕಿದ ಜೋಳವನ್ನು ತಿನ್ನುತ್ತಾ ಸಮುದ್ರದ ಕಡೆ ಮುಖ ಮಾಡಿದ್ದರು. ಮರಳಿನ ಮೇಲೆ ಮಕ್ಕಳು ಅಲ್ಲಲ್ಲಿ ಕಪ್ಪೆಗೂಡು ಕಟ್ಟುತ್ತಿದ್ದರು, ಕೆಲವರು ತಮ್ಮ ಪ್ರೀತಿಪಾತ್ರರ ಹೆಸರನ್ನ ಮರಳಲ್ಲಿ ಬರೆದು ಸಂಭ್ರಮಿಸುತ್ತಿದ್ದರು. ವಿದೇಶೀ ಪ್ರವಾಸಿಗರು ಎಷ್ಟು ಕಡಿಮೆ ಸಾಧ್ಯವೋ ಅಷ್ಟು ಕಡಿಮೆ ಬಟ್ಟೆ ತೊಟ್ಟು ಸೂರ್ಯನ ಬಿಸಿಲಿಗೆ ಮೈಯೊಡ್ಡಿ ಮಲಗಿದ್ದರು. ಇದೆಲ್ಲವನ್ನೂ ಗಮನಿಸುತ್ತಾ ಮಿಂಚು ಮತ್ತು ಅರವಿಂದಾ ತಮ್ಮ ತಮ್ಮ ಗ್ರಹಿಕೆಯಲ್ಲಿ ಮುಳುಗಿದರು.

'ನಮ್ ದೇಶದಲ್ಲಿ ತುಂಬಾ ನಾಚಿಕೆ ಅಲ್ವಾ ಅಮ್ಮ? ಇವರೆಲ್ಲಾ ಎಷ್ಟು ಬಿಂದಾಸ್ ಆಗಿ ಬದುಕ್ತಾರೆ ನೋಡು. ಸುತ್ತಮುತ್ತ ನಮ್ಮನ್ನೇ ಕೆಕ್ಕರಿಸಿ ನೋಡ್ತಿದ್ದಾರೆ ಅನ್ನೋ ಸಂಕೋಚವೇ ಇಲ್ಲ' ಮಿಂಚು ಕಣ್ಮುಂದೆ ಇದ್ದ ದೃಶ್ಯದಿಂದ ತೀರ್ಮಾನಕ್ಕೆ ಬಂದವಳ ಹಾಗೆ ಮಾತನಾಡಿದಳು.

'ಸಂಕೋಚ, ನಾಚಿಕೆ ಜಾಸ್ತಿ ಅನ್ನೋ ನಮ್ ದೇಶದಲ್ಲಿ ಅತಿ ಹೆಚ್ಚು. ಮುಚ್ಚಿಟ್ಟಷ್ಟು ಕುತೂಹಲ ಹೆಚ್ಚು ಅನ್ನೋ ಮನಸ್ಥಿತಿ ನಮ್ಮಲ್ಲಿ. ಸೀರೆಯುಟ್ಟವರು ಮಾತ್ರ ಸಂಸ್ಕಾರವಂತರು ಮೈ ತೋರಿಸಿದವರೆಲ್ಲಾ ಮರ್ಯಾದೆ ಬಿಟ್ಟವರು ಅನ್ನೋ ಪೂರ್ವಾಗ್ರಹದ ಯೋಚನೆ. ಮನುಷ್ಯನ ವ್ಯಕ್ತಿತ್ವ ಇರುವುದು ಅವನ ಮಾತಿನಲ್ಲಿ ನಡತೆಯಲ್ಲಿ ಅಲ್ವಾ?'

ಮಿಂಚೂಗೆ ಅಮ್ಮನ ಮಾತು ಸರಿ ಅನ್ನಿಸಿತು.

'ಅಮ್ಮ ನೀನು ಮೈತುಂಬಾ ಸೀರೆಯುಟ್ಟುಕೊಂಡರೂ ತುಂಬಾ broad minded. ಯಾವುದನ್ನೂ ಸಂಕುಚಿತವಾಗಿ ನೋಡಲ್ಲ. You are a right blend of modern and traditional thoughts ಅನ್ನಿಸುತ್ತೆ ನಂಗೆ. ಆದ್ರೆ ಇನ್ನೊಂದ್ ಮದ್ವೆ ಆಗು ಅಂದ್ರೆ ಮಾತ್ರ ಯಾಕ್ ಹಳೇ ಕಾಲ್ದೋಳ್ ತರ ಆಡ್ತೀಯ?

ಅರವಿಂದಾಗೆ ಸಂಗಾತಿ ಬೇಡವೇ ಬೇಡ ಅಂತೇನೂ ಇರಲಿಲ್ಲ. ಆದರೆ ಅದಕ್ಕೆ ಸಮಯ ಮಾಡಿಕೊಂಡಿರಲಿಲ್ಲ, ಹೊಸ ನಿರ್ಧಾರವನ್ನು ತೆಗೆದುಕೊಂಡು ಸಮಾಜವನ್ನು ಎದುರಿಸೋ ಶಕ್ತಿ ಬೆಳೆಸಿಕೊಂಡಿರಲಿಲ್ಲ. ಕಳೆದ ಏಳೆಂಟು ವರ್ಷಗಳು ಕ್ಲಿನಿಕ್ ಸೆಟ್ ಅಪ್ ಮಾಡಿ, ಅದರ ವರಮಾನದಲ್ಲಿ ಮಿಂಚು ಓದು, ಖರ್ಚುವೆಚ್ಚ ನೋಡಿಕೊಳ್ಳುವುದರಲ್ಲೇ ಕಳೆದುಹೋಗಿತ್ತು. ಕೆಲಸ ಸಿಕ್ಕ ನಂತರದಿಂದ ಮಿಂಚು ಅಮ್ಮನಿಗೇ ದುಡ್ಡು ಕಳಿಸುವಂತಾಗಿದ್ದಾಳೆ. ಹಾಗಾಗಿ ಅರವಿಂದಾ ಈಗ ಮಗಳ ವಿಚಾರದಲ್ಲಿ Tension free. ಅವಳ ಮದುವೆಯೊಂದು ಆಗಿಬಿಟ್ಟರೆ, ಉಳಿದ ಆಯಸ್ಸನ್ನು ತಾನು ಹೇಗೆ ಕಳೆಯಬೇಕು ಅನ್ನೋ ನಿರ್ಧಾರವೊಂದೇ ಅರವಿಂದಾ ಪಾಲಿನ ದೊಡ್ಡ ಪ್ರಶ್ನೆಯಾಗಿತ್ತು.

'ನೀನಂತು ನನ್ ಜೊತೆ ಬೆಂಗಳೂರಿಗೆ ಬರಲ್ಲ ಅಂತೀಯಾ, ನಾನೂ ಇಲ್ಲಿರೋಕಾಗಲ್ಲ. ಈಗ್ ತಾನೆ ಫಾರಿನರ್ಸ್ ಬಗ್ಗೆ ಮಾತಾಡಿದ್ವಲ್ಲ. ಅವ್ರು ನಿನ್ ವಯಸ್ಸಲ್ಲಿ ಎಷ್ಟು ಜನ ಮೊದಲನೇ ಮದುವೆ ಆಗ್ತಾರೆ ಗೊತ್ತಾ?'

'ನೆವರ್ ಟೂ ಲೇಟ್ ಅನ್ನೋ ಮಾತಿದೆ. ಜಸ್ಟ್ ನಲವತ್ತಾರು ವರ್ಷದ ಸುಂದರ ಹೆಣ್ಣಿಗೆ ವರ ಬೇಕಿದ್ದಾನೆ ಅಂತ ಹೇಳಿದ್ರೆ ಜನ ಕ್ಯೂ ನಿಂತುಕೊಳ್ತಾರೆ ಗೊತ್ತಾ' ಮಿಂಚು ಮಾತಿಗೆ ಅರವಿಂದಾ ಕಣ್ಣಗಲಿಸಿ 'ಈ ವಯಸ್ನಲ್ಲಿ ಯಾರ್ನೂ ಹುಡುಕೊಂಡ್ ಹೋಗೋಕಾಗಲ್ಲ, ಅವರಾಗೇ ಸಿಗ್ಬೇಕು ಅಷ್ಟೇ' ಎಂದು ಒತ್ತಿ ಹೇಳಿದಳು. ಅರವಿಂದಾ ಮಾತಿಗೆ ಸರಿಯಾಗಿ ಯಾರೋ ಜೋರಾಗಿ ಕೂಗಿದಕ್ಕೆ ಅರವಿಂದಾ ನಡಿಗೆಯನ್ನು ನಿಲ್ಲಿಸಿದಳು. 'ಮೇಡಮ್ ಮೇಡಮ್.. ಗಾಜಿನ ಚೂರು!'. ಓಡಿ ಬಂದ ವ್ಯಕ್ತಿ ಮರಳಲ್ಲಿ ಅರ್ಧಂಬರ್ಧ ಹೂತು ಆಕಾಶ ನೋಡುತ್ತಿದ್ದ ಒಡೆದ ಬಿಯರ್ ಬಾಟಲಿಯನ್ನು ಎತ್ತಿಕೊಂಡು ಕೈಲಿದ್ದ ಚೀಲದೊಳಗೆ ಹಾಕಿಕೊಂಡ. ಅರವಿಂದಾಗೆ ಆ ವ್ಯಕ್ತಿಯನ್ನು ದಿಟ್ಟಿಸಿದಾಗ ನೆನಪಾಯ್ತು, ಆತ ಚಕ್ರವರ್ತಿ ಎಂದು.

"ಓ ಥ್ಯಾಂಕ್ಸ್, ಇವತ್ ನಮ್ಮಮ್ಮನ್ ಕಾಲನ್ನ ಉಳಿಸ್ಬಿಟ್ರಿ ನೀವು!" ಮಿಂಚು ಉದ್ಗರಿಸಿದಳು. ಅವರು ಅರವಿಂದಾಳ ಕಾಲನ್ನು ಮಾತ್ರವಲ್ಲ ಎಷ್ಟೋ ಜನರ ಕಾಲುಗಳನ್ನ ಉಳಿಸುವುದರ ಜೊತೆಗೆ ಕಾಲ ಕಾಲಕ್ಕೂ ಪ್ರಕೃತಿಯನ್ನು ಉಳಿಸೋ ಕೆಲಸ ಮಾಡ್ತಿರೋ ವಾಲಂಟಿಯರ್ ಎಂದು ಸುತ್ತಮುತ್ತ ಗಮನಿಸಿದಾಗ ಅರಿವಾಯಿತು. ಚಕ್ರವರ್ತಿಯ ಹಾಗೆ ಚೀಲ ಹಿಡಿದು ಇನ್ನೊಂದಷ್ಟು ಜನ ಸಮುದ್ರದ ದಡದಲ್ಲಿ ಬಿದ್ದಿದ್ದ ಬಾಟಲಿಗಳು, ಪ್ಲಾಸ್ಟಿಕ್ ಕವರ್‌ಗಳು ಇನ್ನೂ

ತರಾವರಿ ಕಸವನ್ನು ಹೆಕ್ಕುತ್ತಿದ್ದರು. ಕೆಲವರು ದೊಡ್ಡ ಜರಡಿಯಂಥ ವಸ್ತು ಹಿಡಿದು ಮರಳನ್ನು ಸೋಸುತ್ತಿದ್ದರು. ಇನ್ನೊಂದೆಡೆ ಕಸದ ರಾಶಿಯನ್ನು ಹೊತ್ತ ಟ್ರಕ್ಕು ವಾಲಂಟಿಯರ್‌ಗಳು ಮೈಬಗ್ಗಿಸಿ ಕೆಲಸ ಮಾಡುತ್ತಿರುವುದನ್ನು ಕನಿಕರದಿಂದ ನೋಡುತ್ತಾ ನಿಂತಿತ್ತು.

ಚಕ್ರವರ್ತಿ ಮಿಂಚು ಧನ್ಯವಾದಕ್ಕೆ ಮುಗುಳ್ನಗೆ ಬೀರಿದ. 'ಎಷ್ಟು ಅಂತ ಕ್ಲೀನ್ ಮಾಡ್ತೀರಾ, ಜನ ಕಸ ಹಾಕ್ತಾನೇ ಇರ್ತಾರಲ್ವಾ' ಮಿಂಚು ಕನಿಕರದಿಂದ ಕೇಳಿದಳು.

'ಮತ್ತೆ ಕೊಳೆಯಾಗುತ್ತೆ ಅಂತ ನಮ್ ಬಟ್ಟೆ ನಾವು ಒಗೀದೇ ಇರ್ತೀವಾ ಮೇಡಮ್? ನಾಳೆ ಗಲೀಜಾಗುತ್ತೆ ಅಂತ ಇವತ್ ಸ್ನಾನ ಮಾಡ್ದೇ ಇರ್ತೀವಾ?' ಚಕ್ರವರ್ತಿ ತನ್ನ ಶ್ರದ್ಧೆಯನ್ನು ಒಂದೇ ಮಾತಿನಲ್ಲಿ ಹೇಳಿ ಕೆಲಸ ಮುಂದುವರಿಸಿದ.

'ಆತ ಏನೇನೋ ಸಮಾಜಸೇವೆ ಕೆಲ್ಸಗಳನ್ನ ಮಾಡುತ್ತಿರುತ್ತಾರೆ, ನಮ್ಮ ಕ್ಲಿನಿಕ್ ಪಕ್ಕದ ಕುಡ್ಲಾ ರೆಸ್ಟೋರೆಂಟಿಗೆ ಆಗಾಗ ಬರೋದನ್ನ ನೋಡಿದ್ದೀನಿ. ಪ್ರಕೃತಿ, ನದಿ ಸಮುದ್ರ ಅಂತ ತುಂಬಾ ಕಾಳಜಿ ಅವರಿಗೆ, ಒಂದು ಸಲ ಪೇಪರಿನಲ್ಲಿ ಅವರ ಬಗ್ಗೆ ಬಂದಂಗೆ ನೆನಪು' ಎಂದು ಅರವಿಂದಾ ಚಕ್ರವರ್ತಿಯ ಬಗ್ಗೆ ತನಗೆ ಗೊತ್ತಿದ್ದ ವಿಷಯವನ್ನು ಮಗಳಿಗೆ ಹೇಳಿದಳು. ಐವತ್ತು ವರ್ಷ ಆಸುಪಾಸಿನ ವ್ಯಕ್ತಿಯಲ್ಲಿ ಕಂಡ ಉತ್ಸಾಹ ಮಿಂಚುಗೆ ಮೆಚ್ಚುಗೆಯಾಯಿತು. ದಾರಿಯಲ್ಲಿ ನಡೆಯುವಾಗ, ಬಸ್ಸಿನಲ್ಲಿ ಕೂತಿರುವಾಗ, ಮನೆಯ ಬೀಗ ತೆಗೆಯುತ್ತಿರುವಾಗ, ಬಚ್ಚಲು ಮನೆಗೆ ಕಾಲು ತೊಳೆಯಲು ಹೋದಾಗಲೂ ಮಿಂಚು ವಿಷಯವನ್ನ ಬದಲಾಯಿಸಲೇ ಇಲ್ಲ. ಒಬ್ಬಂಟಿ ಬದುಕು ಸಾಕು, ಮದುವೆ ಮಾಡಿಕೊಂಡುಬಿಡು. ಅದನ್ನ ಮದುವೆ ಅಂತ ಕರೆಯೋಕೆ ಇಷ್ಟವಿಲ್ಲದಿದ್ದರೆ ಬೇಡ. ಫ್ರೆಂಡ್‌ಶಿಪ್ ಅಂದುಕೋ, ಕಂಪ್ಯಾನಿಯನ್‌ಶಿಪ್ ಅಂದುಕೋ. ನೀನು Netflix ನೋಡಲ್ವಲ್ಲಾ? ಅದರಲ್ಲಿ ಎಷ್ಟು ದೊಡ್ಡ ದೊಡ್ಡ ಮಕ್ಕಳ ಮುಂದೆ ತಂದೆ ತಾಯಿಗಳು ಮದುವೆ ಆಗೋ ತರ ವೆಬ್ ಸೀರೀಸ್ ಇದೆ ಗೊತ್ತಾ? ಒಂದ್ ಸಲ ಮನ್ಸು ಮಾಡಿ ಮದುವೆಗೆ Swipe right ಅಂದುಬಿಡಮ್ಮಾ ಎಂದು ಮಿಂಚೂ ಉಸಿರಾಡಲು ಪುರುಸೊತ್ತು ಕೊಡದ ಹಾಗೆ ಮಾತನಾಡುತ್ತಲೇ ಇದ್ದಳು.

## 6

'ಅಮ್ಮ, ನೀನ್ ಹುಡ್ಕೋದು ಬೇಡ, ನಾನೊಬ್ಬನನ್ನ ಇಷ್ಟಪಟ್ಟಿದ್ದೀನಿ,' ತನಗೆ ಗಂಡು ಹುಡುಕುವ ಕೆಲಸ ಗಂಭೀರವಾಗುತ್ತಿರೋ ಲಕ್ಷಣ ಕಂಡು ಮಿಂಚು ಅದಕ್ಕೆ ಸ್ಪಷ್ಟತೆ ಕೊಟ್ಟುಬಿಟ್ಟಳು. ಕಳೆದ ಒಂದು ವರ್ಷದಿಂದ ಮಿಂಚು ಮದುವೆ ಅಂದ ತಕ್ಷಣ ವಿಷಯಾಂತರ ಮಾಡುತ್ತಿದ್ದನ್ನು ಗಮನಿಸಿದ್ದ ಅರವಿಂದಾಗೆ ಈ ಮಾತಿನಿಂದ ಆಶ್ಚರ್ಯವೇನೂ ಆಗಲಿಲ್ಲ. 'ಅವ್ನು ನಿಂಗೂ ಗೊತ್ತು,

ಸಾಂದೀಪನೀಲಿ ಒಟ್ಟಿಗೆ ಓದ್ತಿದ್ವಿ ಮುಂದಿನ ಸಲ ಬೆಂಗಳೂರಿಗೆ ಬಂದಾಗ ಪರಿಚಯ ಮಾಡಿಸ್ತೀನಿ.' ತಾನು ಹುಡುಕಿಕೊಂಡಿರುವ ಹುಡುಗನ ಬಗ್ಗೆ ಆತಂಕಪಡುವ ಅಗತ್ಯವಿಲ್ಲ ಅನ್ನೋ ವಿಶ್ವಾಸ ಅವಳ ಮಾತಿನಲ್ಲಿತ್ತು. ಅರವಿಂದಾ ಪ್ರೇಮ ವಿವಾಹದ ವಿರೋಧಿಯೇನಲ್ಲ ಆದರೂ ಮಗಳ ಬದುಕಿನ ಮುಖ್ಯ ನಿರ್ಧಾರದಲ್ಲಿ ನನ್ನ ಪಾತ್ರವೇನೂ ಇಲ್ಲ ಅನ್ನೋ ಸತ್ಯ ಅವಳನ್ನು ಒಂದು ಕ್ಷಣ ಸ್ತಬ್ಧಗೊಳಿಸಿತು.

'ಅಮ್ಮ ನೀನ್ ನನ್ ವಿಷಯ ಬಿಟ್ಟುಬಿಡು, ನನ್ ಮದ್ವೆ ಆಯ್ತು ಅಂದ್ಕೋ.. ನೀನ್ ಮುಂದೆ ಏನ್ ಮಾಡ್ತೀಯ ಹೇಳು.' ಈಗಷ್ಟೇ ಶುರುವಾದ ವಿಷಯಕ್ಕೆ ಬ್ರೇಕ್ ಹಾಕಿ ಮತ್ತೆ ಅಮ್ಮನ ಕಡೆಗೆ ಬಾಣಬಿಟ್ಟಳು. ಅರವಿಂದಾ ಬಳಿ ಉತ್ತರವಿರಲಿಲ್ಲ. ಅಮ್ಮನನ್ನು ಒಬ್ಬಂಟಿಯಾಗಿ ಬಿಟ್ಟು ಅನೂಪ್ ಜೊತೆ ಸುಖವಾಗಿರಬೇಕೆಂದು ಮಿಂಚು ಎಂದೂ ಕನಸು ಕಂಡವಳಲ್ಲ. ಅಮ್ಮನನ್ನೇ ಬೆಂಗಳೂರಿಗೆ ಬರುವಂತೆ ಒಪ್ಪಿಸುತ್ತೇನೆ ಅನ್ನೋ ಧೈರ್ಯದಲ್ಲಿದ್ದಳು. ಅದು ಆಗೋದಿಲ್ಲವೆನ್ನೋದು ಖಡಾಖಂಡಿತವಾಗಿ ಅರವಿಂದಾ ನುಡಿದಾಗ ಮಿಂಚು ತಾನೇ ಒಂದು ನಿರ್ಧಾರಕ್ಕೆ ಬಂದಳು. Find groom for a single parent ಅಂತ ಗೂಗಲ್ ಸರ್ಚ್ ಮಾಡಿದಾಗ ಹತ್ತಾರು ಉತ್ತರಗಳು ನಾ ಮುಂದು ತಾ ಮುಂದು ಎಂದು ಹೊರಬಂದದ್ದನ್ನು ನೋಡಿ ಹೊಸ ದಾರಿ ಸಿಕ್ಕ ಖುಷಿಯಲ್ಲಿ ತೇಲಾಡಿದಳು. ಗಂಡು ಹೆಣ್ಣುಗಳನ್ನು ಜೋಡಿ ಮಾಡೋ ಆ್ಯಪ್‌ಗಳು, ವೆಬ್ಸೈಟ್ ಗಳು ಸುಮಾರಷ್ಟಿದ್ದವು. ಮನುಷ್ಯನಿಗೆ ಸಂಬಂಧಗಳು ಬೇಕೇ ಬೇಕು. ಅಗತ್ಯತೆಗಳು ಬೇರೆ ಅಷ್ಟೇ. ಟಿನೇಜ್ ಹುಡುಗರು ಬಳಸುವ ಡೇಟಿಂಗ್ ಆ್ಯಪ್‌ಗಳು, ಜಾತಿ ಧರ್ಮಗಳ ಮ್ಯಾಟ್ರಿಮೊನಿಗಳು, ವ್ಯಕ್ತಿಯ ಅಭಿರುಚಿಯ ತಕ್ಕ ಹಾಗೆ ತಮ್ಮ ಸಂಗಾತಿಯನ್ನು ಹುಡುಕಿಕೊಳ್ಳಬಹುದು ಅನ್ನೋ ಆಶ್ವಾಸನೆ ಕೊಡುವ ಟ್ಯಾಗ್ ಲೈನ್‌ಗಳನ್ನು ನೋಡಿದ ಮಿಂಚು ಅದರ ಬಗ್ಗೆ ಸರಿಯಾಗಿ ರಿಸರ್ಚ್ ಮಾಡಿ, ಅಮ್ಮನ ಪ್ರೊಫೈಲ್ ರಿಜಿಸ್ಟರ್ ಮಾಡಬೇಕು ಅಂದುಕೊಂಡಳು. ಸಕ್ಸಸ್ ಆಗಲೀ ಬಿಡಲಿ ಪ್ರಯತ್ನ ದೊಡ್ಡದು ಅನ್ನೋದು ಅವಳ ನಂಬಿಕೆ.

Einsteinನ theory of relativity ಕಣ್ಣೆದುರಿಗೆ ಕೂತಿರೋ ಚಂದದ ಹುಡುಗಿಗೆ ಮಾತ್ರವಲ್ಲ ರಜೆ ದಿನಗಳಿಗೂ ಅನ್ವಯಿಸುತ್ತದೆ. ಕೆಲಸದ ದಿನ ಒಂದು ನಿಮಿಷವು ಎರಡೆರಡು ಗಂಟೆಯಂತೆ ಓಡಿದರೆ ರಜೆಯಲ್ಲಿ ದಿನಗಳು ಗಂಟೆಗಳಂತೆ ಓಡಿಬಿಡುತ್ತವೆ. ಅಂತೆ, ಮಿಂಚು ಆಫೀಸ್ ವಾಪಸ್ ಬಾ ಎಂದಿತು. ಬೆಂಗಳೂರಿಗೆ ಹೊರಡುವ ಮುನ್ನ ರಾಧಾ ಅಜ್ಜಿ ವೆಂಕಿ ತಾತನನ್ನ ಕಾಣಲು ಬಂದಾಗ ಅವರು ಮಧ್ಯಾಹ್ನ ಊಟ ಮುಗಿಸಿ ಪ್ರಪಂಚವನ್ನು ಮರೆತು ನಿದ್ರೆಗೆ ಜಾರಿದ್ದರು. ಬಾಗಿಲು ಬಡಿದ ಶಬ್ದ ಕೇಳಿ ನೀನು ತೆಗೀ ನೀವು ತೆಗೀರಿ ಅಂತ ಒಬ್ಬರಿಗೊಬ್ಬರು ಹೇಳಿಕೊಳ್ಳುತ್ತಿರೋದು ಬಾಗಿಲಲ್ಲಿ ನಿಂತ ಮಿಂಚೂಗೆ ಕೇಳಿಸಿತು.

‘ಮಲಗಿದ್ರೆ ಪರವಾಗಿಲ್ಲ, ಆಮೇಲೇ ಬರ್ತೀನಿ’ ಮಿಂಚು ಹೊರಡಲು ಹೋದಾಗ ಬಾಗಿಲು ತೆರೆದುಕೊಂಡಿತು.

‘ಬಾರೇ. ಪರ್ವಾಗಿಲ್ಲ ಇನ್ನೇನು ಕೆಲಸ ನಮ್ಮಿಬ್ಬರಿಗೂ ಮಲಗಿದ್ವಿ ಅಷ್ಟೇ. ಎಷ್ಟು ಹೊತ್ತಿಗೆ ಬಸ್ಸು?’ ಅಜ್ಜಿ ಸೀರೆ ಸರಿಮಾಡಿಕೊಂಡು, ಕೂದಲು ಗಂಟು ಕಟ್ಟಿಕೊಳ್ಳುತ್ತಾ ಮಿಂಚೂನ ಒಳಗೆ ಕರೆದರು.

‘ಎಂಟೂವರೆ ಅಜ್ಜಿ. ದುರ್ಗಾಂಬಾ ಬುಕ್ ಮಾಡಿದ್ದೀನಿ’

‘ಹ್ಮ್.. ನಿಮ್ಮಮ್ಮ ಮತ್ತೆ ಒಬ್ಬಳೇ ಇರೋದನ್ನ ಅಡ್ಜಸ್ಟ್ ಮಾಡಿಕೊಳ್ಳೋಕೆ ಒಂದ್ ತಿಂಗಳು ತೊಗೋತಾಳೆ’

ಮಿಂಚು ಹೊರಡುತ್ತಾಳೆ ಅನ್ನೋ ಬೇಸರ ಅಜ್ಜಿಯ ಮುಖದಲ್ಲಿ ಹಾದುಹೋಯಿತು. ಬಟ್ಟಲಿಗೆ ಕೊಬ್ಬರಿ ಮಿಠಾಯಿ, ಖಾರಾ ಬೂಂದಿ ಹಾಕಿಕೊಂಡು ಬಂದು ಮಿಂಚು ಕೈಗಿಟ್ಟು, ಟೀ ಮಾಡಲು ಹೋದಾಗ ತಾತ ‘ನನಗೂ ಒಂದು ಲೋಟಾ ಟೀ, ಸಕ್ಕರೆ ಒಂದೂವರೆ ಚಮಚ’ ಎಂದು ಮಲಗಿದ್ದಲ್ಲೇ ಒಂದು ಕಣ್ಣು ತೆರೆದು ಕೂಗಿದರು. ಅವರಿಬ್ಬರ ಸಮರ ಶುರುವಾಗೋ ಮುನ್ನ ತಾನು ಬಂದಿದ್ದ ವಿಷಯ ತಿಳಿಸಿಬಿಡಲು ಮಿಂಚು ಅವಸರಿಸಿದಳು.

‘ಅಮ್ಮಂಗೆ ಮದ್ವೆ ಆಗು ಅಂತಿದ್ದೀನಿ. ಇದಕ್ಕೆ ನಿಮ್ ಸಪೋರ್ಟ್ ಕೂಡ ಬೇಕು’.

ಅಜ್ಜಿ ಯೋಚಿಸುತ್ತಾ ತಾತನ ಕಡೆ ನೋಡಿದಾಗ ಅವರು ಹಾಸಿಗೆಯಿಂದ ಎದ್ದುಕೂತರು. ಇಬ್ಬರೂ ಗಾಢವಾಗಿ ಯೋಚಿಸುತ್ತಿರುವಂತೆ ಕಂಡಿತು. ಹಿರಿಯರ ಮುಂದೆ ದುಡುಕಿ ಏನಾದರೂ ತಪ್ಪು ಮಾತನಾಡಿಬಿಟ್ಟೆನಾ? ಅಮ್ಮನಂತೆ ಇವರೂ ಬಯ್ದುಬಿಡುತ್ತಾರೇನೋ ಎಂದು ಪೇಚಾಡಿಕೊಂಡಳು ಮಿಂಚು.

‘ಮದುವೆ ಆಗ್ಬೇಕು ಅನ್ನೋದೇ ಪರಿಹಾರ ಅಲ್ಲಮ್ಮ. ಅದ್ರಿಂದ ಕಷ್ಟಾನೂ ಆಗಬಹುದು. ಯಾರನ್ನೋ ಕಟ್ಕೊಂಡು ಆಮೇಲ್ ಒಬ್ಳೇ ಇದ್ದಾಗ್ಲೇ ಚೆನ್ನಾಗಿತ್ತು ಅನ್ನಿಸಿಬಿಟ್ರೆ ಬದುಕು ನರಕ ಆಗ್ಬಿಡುತ್ತೆ’ ಅಜ್ಜಿ ಉತ್ತರಿಸಿದರು.

‘ನರಕ ದರ್ಶನ ಮಾಡಿಸೋರೆ ಸಿಕ್ತಾರೆ ಅಂತ ಯಾಕೆ ಹೇಳ್ತೀಯಾ ರಾಧಾ? ಒಳ್ಳೇವ್ರೂ ಸಿಗಬಹುದು. ಅರವಿಂದಾಳನ್ನ ಸಂತೋಷವಾಗಿಟ್ಟುಕೊಳ್ಳಬಹುದು’ ಹೆಂಡತಿ ಮಾತಿಗೆ ಯಾವಾಗಲೂ ಉಲ್ಟಾ ಹೊಡಿಯೋ ವೆಂಕೋಬ್ ರಾವ್ ಈ ಚಾನ್ಸ್‌ನೂ ಬಿಡಲಿಲ್ಲ.

ಒಟ್ಟಿನಲ್ಲಿ ತಾತ ಅಜ್ಜಿ ಇಬ್ಬರೂ ಅಮ್ಮ ಮದುವೆಯಾವುದು ತಪ್ಪು ಅನ್ನುತ್ತಿಲ್ಲ, ಅದಕ್ಕೆ ಇವರ ಸಹಮತ ಇದೆ. ಸಿಗುವವರು ಒಳ್ಳೆಯವರಾಗಿರಬೇಕಷ್ಟೇ ಅನ್ನೋದು ವಿಷಯ ಅಂತ ಮಿಂಚು ಸಮಾಧಾನಪಟ್ಟುಕೊಂಡಳು.

'ನೀವಿಬ್ಬರೂ ಸೇರಿ ಅಮ್ಮ ಮದುವೆ ಆಗೋಕೆ ರೆಡಿ ಮಾಡ್ಸಿ, ನಾನು ವರನನ್ನ ಹುಡುಕ್ತೇನೆ. ಓಕೆನಾ?' ಮಿಂಚು ಉತ್ಸಾಹ ನೋಡಿ ತಾತ ಅಜ್ಜಿ ಗಲಿಬಿಲಿಗೊಂಡರು. ಮಿಂಚು ತನಗೆ ಬೇಕಾದ ಉತ್ತರ ಸಿಗೋವರೆಗೂ ಅವರನ್ನು ಕಾಡಿದಳು. 'ಅರವಿಂದಾಗೆ ಒಳ್ಳೇದಾಗೋದಾದ್ರೆ ಮಾಡ್ತೀವಿ. ಅವಳೂ ಮನಸ್ಸು ಮಾಡ್ಬೇಕು' ರಾಧಮ್ಮಜ್ಜಿ ಕನ್ಫ್ಯೂಶನ್‌ನಲ್ಲಿ ಒಪ್ಪಿಗೆ ಸೂಚಿಸಿದರು. ಮಿಂಚು ಹೊರಡುವಾಗ ಟೀ, ಕೊಬ್ಬರಿ ಮಿಠಾಯಿ, ಖಾರಾ ಬೂಂದಿಯ ಜೊತೆಗೆ ಸಿಹಿಯಾದ ಭರವಸೆಯೂ ರಾಧಮ್ಮ ದಂಪತಿ ಮನೆಯಲ್ಲಿ ಬಳುವಳಿಯಾಗಿ ಸಿಕ್ಕಿತು.

❋

ಕೆಲವೊಮ್ಮೆ ರಾತ್ರಿಗಳೇ ಜೀವನದ ಅಮೂಲ್ಯವಾದ ಅನುಭವಗಳನ್ನು ಕೊಡುತ್ತವೆ. ನವದಂಪತಿಗಳಿಗೆ ಶೃಂಗಾರಮಯವಾದರೆ, ವಯಸ್ಸಿನ ಹುಡುಗ ಹುಡುಗರಿಗೆ ಪ್ರೇಮಿಯನ್ನು ನೆನೆಪಿಸುವ ಸಮಯ, ಮಾರನೇ ದಿನ ಪರೀಕ್ಷೆಯೋ, ಕೆಲಸದ ಸಂದರ್ಶನವಿರುವವರಿಗೆ ಆತಂಕ ಕಾಡುವ ಸಮಯ. ಆದರೆ ಜೀವನದ ಎಲ್ಲಾ ಮಜಲುಗಳನ್ನೂ ದಾಟಿ, ಜೊತೆಯಲ್ಲಿ ಯಾರೂ ಇಲ್ಲದೆ ಬದುಕುವವರಿಗೆ ರಾತ್ರಿಗಳು ಭಯಹುಟ್ಟಿಸುವ ಸಮಯ. ನಿದ್ರೆ ಹತ್ತೋವರೆಗೂ ಕಾಡೋ ಯೋಚನೆಗಳು, ಒಂಟಿತನ, ಈಗಲೇ ನನಗೇನಾದರೂ ಆಗಿಬಿಟ್ಟರೆ, ಅದು ಯಾರಿಗೂ ತಿಳಿಯಲಾರದೇ ಹೋದರೆ ಅನ್ನೋ ಭಯ ರಾತ್ರಿಗಳನ್ನು ಇನ್ನೂ ಭೀಕರವಾಗಿಸುತ್ತದೆ. ಈ ಅನುಭವಕ್ಕೆ ಅರವಿಂದಾ ಹೊಸಬಳಲ್ಲ. ಮಗಳೊಂದಿಗೆ ಒಂದು ವಾರ ಆರಾಮಾಗಿ ಕಳೆದ ದಿನಗಳು ಮುಗಿದು ಜೀವನ ಯಥಾಸ್ಥಿತಿಗೆ ಮರಳಿತು. ರಾತ್ರಿ ಅರವಿಂದಾ ಊಟಕ್ಕೆ ಎಂದಿನಂತೆ ಗಂಜಿ ಮಾಡಿಕೊಂಡಳು, ಕುಕ್ಕರ್ ಕೂಗುವ ಸದ್ದು, ಗ್ಯಾಸ್ ಆಫ್ ಮಾಡುವ ಸದ್ದು, ತಟ್ಟೆಗೆ ಅನ್ನ ಬಡಿಸಿಕೊಳ್ಳುವ ಸದ್ದು, ಬಾಯಿಗೆ ಅನ್ನ ಹಾಕಿಕೊಂಡ ಮೇಲೆ ಅಗಿಯುವ ಸದ್ದು, ನಲ್ಲಿ ನೀರಿನ ಸದ್ದು ಬಿಟ್ಟರೆ ಆ ಮನೆಯಲ್ಲಿ ಬೇರೇನೂ ಕೇಳಿಸುತ್ತಿರಲಿಲ್ಲ. ತಟ್ಟೆ ತೊಳೆಯುವಾಗ ಕೇಳಿಬಂದ ಕೈಬಳೆಯ ಸದ್ದು ಅವಳಿಗೆ ತಲೆ ಚಿಟ್ಟೆನಿಸಿತು. ಮನೆಯಿಂದ ಹೊರಗೆ ಬಂದು ನಿಂತಳು. ಇಡೀ ಪ್ರಪಂಚದಲ್ಲಿ ಚಂದಿರನೊಬ್ಬನೇ ನನ್ನನ್ನು ನೋಡುತ್ತಿದ್ದಾನೆ ಎನ್ನುವಂತೆ ಭಾಸವಾಯಿತು. ಯಾಕೋ ಆ ನೀರವತೆಯನ್ನು ಅರವಿಂದಾ ತಡೆದುಕೊಳ್ಳಲಾಗಲಿಲ್ಲ, ಬಾಗಿಲು ಹಾಕಿಕೊಂಡು ಒಳಗೆ ಹೋದಳು. ಮಂಚದ ಮೇಲೆ ಮಲಗಿಕೊಂಡವಳಿಗೆ ನಿದ್ರೆ ಹತ್ತಲಿಲ್ಲ. 'ಇನ್ನೆಷ್ಟು ರಾತ್ರಿಗಳನ್ನು ಹೀಗೇ ಕಳೆಯಬೇಕು? ಬೆಂಗಳೂರಿಗೆ ಹೋಗಿಬಿಡ್ಲಾ? ಊರಲ್ಲಿದ್ದು ಏನು ಮಾಡಬೇಕು? ಬೆಂಗಳೂರಿಗೆ ಹೋದರೂ ಮಿಂಚು ಮದುವೆಯಾದ ಮೇಲೆ ಅವಳ ಮನೆಯಲ್ಲಿರುವುದು ಚೆನ್ನಾಗಿರುವುದಿಲ್ಲ. ನನಗೆ ಗಂಡು ಮಗನಿದ್ದರೆ ಅವನು ಜೊತೆಯಲ್ಲಿರುತ್ತಿದ್ದನೇನೋ.. ನಾನು ಹೀಗೆ ಅಂದುಕೊಳ್ಳಬಾರದು. ಮಿಂಚು ನನಗೆ ಮಗನಿಗಿಂತ ಹೆಚ್ಚು.'

ಒಂದು ಗಂಟೆ ಕಳೆದರೂ ಕಣ್ಣು ಮಾತ್ರ ಮುಚ್ಚಿತ್ತು, ಮೆದುಳು ಒಂದು ಯೋಚನೆಯಿಂದ ಇನ್ನೊಂದು ಯೋಚನೆಯತ್ತ ಸಂಚರಿಸುತ್ತಲೇ ಇತ್ತು. ಮೈ ನಡುಗಿದಂತಾಗಿ ಅರವಿಂದಾ ಎದ್ದು ಕೂತಳು. ಕತ್ತಲೆ ನನ್ನನ್ನು ನುಂಗಿಬಿಡುತ್ತೇನೋ ಎಂದು ಭಾಸವಾಗಿ ಲೈಟ್ ಹಾಕಿದಳು. ಚಳಿ ಜಾಸ್ತಿ ಇತ್ತು. ಬೆಡ್‌ಶೀಟ್ ಥಂಡಿಯನ್ನು ತಡೆಯಲು ಸೋತಿತು. ಕಂಬಳಿಯನ್ನು ಬೆಳಗ್ಗೆಯಷ್ಟೇ ಒಗೆದದ್ದು ನೆನಪಾಗಿ ಕಂಬಳಿ ತರಲು ಅಟ್ಟ ಹತ್ತಿದಳು. ಅಟ್ಟದ ಮೇಲಿಂದ ಹೊರಗಡೆ ರಸ್ತೆ ಕತ್ತಲೆಯೊಳಗೆ ನುಗ್ಗಿರುವಂತೆ ಕಂಡಿತು. ಎಲ್ಲೆಲ್ಲೂ ಕತ್ತಲೆಯಿದೆ ಎಂದು ಭಯವಾಯಿತು. ಕಂಬಳಿ ಹಿಡಿದುಕೊಂಡು ಅಟ್ಟದ ಮೆಟ್ಟಿಲಿಂದ ದಬದಬನೆ ಇಳಿಯುತ್ತಿದ್ದಾಗ ಒಮ್ಮೆಲೇ ಮೆಟ್ಟಿಲ ಸಂಧಿಯಲ್ಲಿ ಕಾಲನ್ನಿಟ್ಟುಬಿಟ್ಟಳು. ಎಲ್ಲೋ ಪ್ರಪಾತದೊಳಗೆ ಬಿದ್ದಂತಾಯಿತು. ಒಂದೇ ಕ್ಷಣದಲ್ಲಿ ಸಾವಿರಾರು ಯೋಚನೆ ಮುತ್ತಿಕೊಂಡುಬಿಟ್ಟಿತು. ಮೆಟ್ಟಿಲಿನಿಂದ ಬಿದ್ದು ಕಾಲು ಮುರಿದು ಹೋದರೆ, ನಾನು ಮತ್ತೆಂದೂ ನಡೆಯಲು ಸಾಧ್ಯವಾಗದೇ ಹೋದರೆ? ಇನ್ನು ಮುಂದೆ ನಾನು ಬೇರೆಯವರ ಮೇಲೆ ಅವಲಂಬಿತಳಾಗಿ ಹೋದರೆ? ಕಾಲೇ ಇಲ್ಲದ ಡಾಕ್ಟರ್ ಹತ್ತಿರ ಪೇಶೆಂಟ್ಸ್ ಬರದೇಹೋದರೆ. ಬರೀ ಋಣಾತ್ಮಕ ಯೋಚನೆಗಳೇ ತುಂಬಿ ಕಣ್ಣು ಕತ್ತಲಾಯಿತು. ಕಾಲಲ್ಲಿ ಅಂಥಾ ನೋವೇನು ಕಾಣಿಸದಿದ್ದಾಗ ವಾಸ್ತವಕ್ಕೆ ಬಂದಳು. ಅವಳು ಕೊನೆಯ ಎರಡನೇ ಮೆಟ್ಟಿಲ ಸಂಧಿಯಲ್ಲಿ ಕಾಲನ್ನಿಟ್ಟಿದ್ದಳು. ಕಾಲಿನ ಹಿಂಭಾಗ ತರಚಿದ್ದು ಬಿಟ್ಟರೇ ಬೇರೇನೂ ಆಗಿರಲಿಲ್ಲ. ಅರವಿಂದಾ ಗಾಯಕ್ಕೆ ಕೊಬ್ಬರಿಯೆಣ್ಣೆ ಸವರಿಕೊಂಡು ಮಲಗಿದಳು. ಅದೇಕೋ ಸುಮ್ಮನೆ ಅಳು ಬರಲು ಶುರುವಾಯಿತು. ಜೋರಾಗಿ ಅಳಬೇಕು ಅನ್ನಿಸಿತು. ತನ್ನ ಬಗ್ಗೆ ತನಗೇ ಮರುಕವುಂಟಾಯಿತು. ತಾನೊಬ್ಬ ಸ್ವಾಭಿಮಾನಿ ಅನ್ನಿಸಿತು, ಒಳ್ಳೆಯವಳು ಅನ್ನಿಸಿತು ತ್ಯಾಗಿ ಅನ್ನಿಸಿತು. ಇಷ್ಟೆಲ್ಲಾ ಇದ್ದರೂ ಯಾಕೋ ನನ್ನ ಬದುಕು ಅಪೂರ್ಣ ಅನ್ನಿಸಿ ಅರವಿಂದಾ ಬಿಕ್ಕಳಿಸಿ ಅತ್ತಳು. ಆ ಅಳುವನ್ನು ಕೇಳುವವರೂ ಯಾರೂ ಇರಲಿಲ್ಲ. ಖಾಲಿ ಮನೆಯಲ್ಲಿ ಅವಳ ಅಳು ಪ್ರತಿಧ್ವನಿಸಿತು. ಮಗಳಿಗೆ ಫೋನ್ ಮಾಡುವ ಮನಸ್ಸಾಯಿತು. ಆದರೆ ಏನೆಂದು ಹೇಳಲಿ? ನಾನು ಅತ್ತೆ ಎಂದು ಗೊತ್ತಾದರೇ ಅವಳೂ ಅಳುತ್ತಾಳೆ, ನಾಳೆಯೇ ವಾಪಸ್ ಬಂದುಬಿಡುತ್ತಾಳೆ, ಬೆಂಗಳೂರಿನಲ್ಲಿ ಇದ್ದುಬಿಡು ಅನ್ನುತ್ತಾಳೆ. ಇದ್ಯಾವುದೂ ಶಾಶ್ವತ ಪರಿಹಾರವಲ್ಲ ಅನ್ನಿಸಿತು. ಒಳಗಿದ್ದ ಡಾಕ್ಟರ್ ಬುದ್ಧಿ ಹೀಗೆಲ್ಲಾ ಆಗೋದು ಖಿನ್ನತೆಯ ಲಕ್ಷಣಗಳು ಎಂದು ಎಚ್ಚರಿಸಿದಾಗ ಎರಡು ನಿಮಿಷ ಧ್ಯಾನ ಮಾಡಿ ಮನಸ್ಸನ್ನು ನಿಯಂತ್ರಣಕ್ಕೆ ತಗೊಂಡು ಕಣ್ಣುಮುಚ್ಚಿ ಮಲಗಿದಳು.

*

'ಯಾರ್ರೀ ಗೊರಗುಂಟೆಪಾಳ್ಯ.. ಬನ್ನೀ, ಗೊರಗುಂಟೆಪಾಳ್ಯಾ...' ಕಂಡಕ್ಟರ್ ಜಾಲಹಳ್ಳಿ ಕ್ರಾಸು ದಾಟಿದಾಗಿನಿಂದ ನಿಮಿಷಕ್ಕೊಮ್ಮೆ ಕೂಗುತ್ತಿದ್ದ. ತುಮಕೂರು

ರಸ್ತೆಯಲ್ಲಿ ಬಂದ ಬೇರೆ ಬೇರೆ ಊರಿನ ಬಸ್ಸುಗಳು ಕೆಂಪು ಬಿಳಿ, ಹಳದಿ ಬಣ್ಣದ ಬೆಳಕುಗಳನ್ನು ಹೊರಚೆಲ್ಲುತ್ತಾ ಪ್ರಯಾಣಿಕರನ್ನು ಕೆಳಗಿಳಿಸಿ ಭಾರ ಕಮ್ಮಿ ಮಾಡಿಕೊಳ್ಳುತ್ತಿದ್ದವು. ಮಿಂಚು ಸ್ಲೀಪರ್ ಬಸ್ಸಿನ ಸೀಟಿನ ಮೇಲೆ ಹರಡಿಕೊಂಡಿದ್ದ ಬೆಡ್‌ಶೀಟು, ನೀರಿನ ಬಾಟಲ್, ಹ್ಯಾಂಡ್ ಬ್ಯಾಗ್, ಫೋನ್ ಚಾರ್ಜರ್ ಎಲ್ಲವನ್ನೂ ಎತ್ತಿಟ್ಟುಕೊಂಡು ಸೀಟಿನಲ್ಲಿ ಏನನ್ನೂ ಬಿಟ್ಟಿಲ್ಲವೆಂದು ಕೊನೆಯದಾಗಿ ಪರೀಕ್ಷಿಸಿ ಬೆಂಗಳೂರಿನ ವಾತಾವರಣಕ್ಕೆ ಜಿಗಿಯಲು ಅಣಿಯಾದಳು. ನಸುಗತ್ತಲೆಯಲ್ಲಿ ಐದೂವರೆ ಹೊತ್ತಿಗೆ ಬಸ್ಸು ಗೊರಗುಂಟೆಪಾಳ್ಯ ಸಿಗ್ನಲ್ಲಿನಲ್ಲಿ ನಿಂತಿತು. ಮಿಂಚು ಲಗೇಜನ್ನು ಇಳಿಸಿ, ಬಸ್ಸಿನ ಕೊನೇ ಮೆಟ್ಟಿಲಿನಿಂದ ಇಳಿಯುತ್ತಲೇ ನಾಲ್ಕೈದು ಜನ ಡ್ರೈವರ್‌ಗಳು ಅವಳನ್ನು ಸುತ್ತುವರಿದರು. 'ಎಲ್ಲಿ ಮೇಡಮ್?' 'ಆಟೋ ಬೇಕಾ ಮೇಡಮ್' ಪೈಪೋಟಿ ಮೇಲೆ ಕೇಳಿದರು. ಒಬ್ಬನಂತೂ ಮಿಂಚು ಲಗೇಜನ್ನು ತಾನಾಗೇ ಕಿತ್ತುಕೊಳ್ಳಲು ಮುಂದಾದ. ಮಿಂಚು ಗಾಬರಿಯಿಂದ ಬೇಡ ಅನ್ನುವಾಗ ಪರಿಚಿತ ಕೈ ಅವಳ ಲಗೇಜನ್ನು ಬಿಡಿಸಿಕೊಂಡಿತು. ಮಿಂಚು ಅತ್ತಕಡೆ ನೋಡಿ ಮುಗುಳ್ನಗೆ ಬೀರಿದಳು. ಮಿಂಚೂನ ಕರೆದುಕೊಂಡು ಹೋಗಲು ಬಂದಿದ್ದ ಅನೂಪ್‌ನ ನೋಡಿ ಆಟೋ ಕ್ಯಾಬು ಅಂತ ಅಟ್ಯಾಕ್ ಮಾಡಿದವರಿಗೆ ನಿರಾಸೆಯಾಯಿತು.

ಮಿಂಚು ಬುಲೆಟ್ ಹತ್ತಿ ಅನೂಪ್ ಹಿಂದೆ ಕೂರುತ್ತಲೇ 'ಮಿಸ್ಡ್ ಯೂ' ಅನ್ನುತ್ತಾ ಗಟ್ಟಿಯಾಗಿ ತಬ್ಬಿಕೊಂಡಳು. ಅನೂಪ್ ತನ್ನ ಎದೆಯ ಮೇಲಿದ್ದ ಅವಳ ಕೈಯನ್ನು ಹಿಡಿದುಕೊಂಡು 'ಮಿಸ್ಡ್ ಯು ಟೂ' ಎಂದು ಹೆಲ್ಮೆಟ್ ಹಾಕಿಕೊಂಡು ಗಾಡಿ ಸ್ಟಾರ್ಟ್ ಮಾಡಿದ. ಇಷ್ಟು ದಿನ ಅವನಿಂದ ದೂರವಿದ್ದದ್ದಕ್ಕೋ ಅಥವಾ ಬಸ್ಸಿನಿಂದ ಇಳಿದ ತಕ್ಷಣ ಹೀರೋ ಹಾಗೆ ಬಂದು ತನ್ನ ಕ್ಷೇಮ ನೋಡಿಕೊಂಡ ಅಂತಲೋ, ಮಿಂಚು ಖುಷಿಯಿಂದ ಅಪ್ಪುಗೆಯನ್ನು ಬಿಗಿಗೊಳಿಸಿದಳು. ತಣ್ಣನೆಯ ಗಾಳಿಯಲ್ಲಿ ಇನಿಯನ ಸನಿಹ ಮತ್ತು ಬುಲೆಟ್ ರೈಡ್ ಸೇರಿ ಬೆಳಗ್ಗೆಯನ್ನು ಇನ್ನಷ್ಟು ರೋಮ್ಯಾಂಟಿಕ್ ಆಗಿಸಿತು.

'ಏನ್ರೀ ಅಮ್ಮನ್ನ ನೋಡ್ಕೊಂಡ್ ಬಂದು ಭಾರೀ ಖುಷೀಲಿದ್ದೀರಾ?' ಹೆಲ್ಮೆಟ್ ಒಳಗಿಂದ ಅನೂಪ್ ಮಾತು ಸನ್ನೆ ಎಲ್ಲಾ ಬಳಸಿ ಪ್ರಶ್ನೆ ಕೇಳಿದ.

'ಏನಿಲ್ಲ ಸುಮ್ನೆ.. ಐ ಲವ್ ಯೂ' ಮಿಂಚು ಅವನ ಬೆನ್ನಿಗೆ ಮುಖ ಕೊಟ್ಟು ಒರಗಿ ಕೂತಳು.

ಹುಡುಗಿ ಕಾರಣವಿಲ್ಲದೇ ಐ ಲವ್ ಯೂ ಅಂತ ಹೇಳುತ್ತಿದ್ದರೇ ಒಳ್ಳೇ ಲಹರಿಯಲ್ಲಿದ್ದಾಳೆ ಅಂತ ಅರ್ಥ ಅನ್ನೋದು ಅನೂಪ್‌ನಿಗೆ ಚೆನ್ನಾಗಿ ಗೊತ್ತು. ಬಸ್ ಸ್ಟ್ಯಾಂಡಿನಿಂದ ಪಿಕ್ ಮಾಡಿದ ಮೇಲೆ ಮಧ್ಯೆ ಒಂದು ಕಡೆ ಸ್ಟಾಪು, ರಸ್ತೆ ಬದಿಯ ಪೆಟ್ಟಿಗೆ ಅಂಗಡಿಯಲ್ಲಿ ಬಿಸಿ ಕಾಫಿ, ಒಂದಷ್ಟು ನಗು, ಹರಟೆ ನಂತರವೇ ಪಿಜಿ ದಾರಿಯ ಯೋಚನೆ. ಪ್ರತಿ ಸಲ ಉಡುಪಿಯಿಂದ ಮಿಂಚು ಬೆಂಗಳೂರಿಗೆ ಬಂದಾಗ ಈ ರುಟೀನ್ ಕಂಪಲ್ಸರಿ. ಎರಡು ಪೇಪರ್ ಕಪ್‌ನಲ್ಲಿ

ಬಿಸಿ ಕಾಫಿಯನ್ನು ನಾಜೂಕಾಗಿ ಹಿಡಿದು ತಂದು ಅನೂಪ್ ಒಂದನ್ನು ಮಿಂಚು ಕೈಗಿರಿಸಿದನು. ಅವಳು ಚಳಿಯಲ್ಲಿ ಕಾಫೀ ಹೀರಿ ಸಂಭ್ರಮಿಸಿದಳು. ಇಬ್ಬರಿಗೂ ತುಂಬಾ ಮಾತನಾಡುವುದಿತ್ತು. ಯಾವ ಮಾತನ್ನು ಹೇಗೆ ಹೇಳೋದು ಅನ್ನೋ ಸ್ಟಾರ್ಟಿಂಗ್ ಪ್ರಾಬ್ಲಮ್ ಆಗುತ್ತಿತ್ತು. ಮಿಂಚು ತಾನು ಹೇಳಬೇಕಾದ ವಿಷಯ ಬೀದಿಯಲ್ಲಿ ಮಾತನಾಡುವಂಥದ್ದಲ್ಲಾ ಅನ್ನೋ ತೀರ್ಮಾನಕ್ಕೆ ಬಂದು ಅವನನ್ನೇ ಕೇಳಿದಳು.

ಏನೋ ಹೇಳ್ಬೇಕು ಅಂತ ಮೆಸೇಜ್ ಮಾಡಿದ್ಯಲ್ಲಾ.. ಗುಡ್ ನ್ಯೂಸ್ ಆ? ಬ್ಯಾಡ್ ನ್ಯೂಸ್ ಆ?

ಅನೂಪ್ ರಾಹುಲ್‌ನ ಈವೆಂಟ್ ಕಂಪನಿಯಲ್ಲಿ ಫೋಟೋಗ್ರಫಿ ಮಾಡೋಕೆ ಶುರುಮಾಡಿದ್ದ. ಸದ್ಯಕ್ಕೆ ಕೆಲಸ ಮತ್ತು ಫೋಟೋಗ್ರಫಿ ಎರಡನ್ನೂ ಬ್ಯಾಲೆನ್ಸ್ ಮಾಡಬೇಕು ಅನ್ನೋದು ಅವನ ನಿರ್ಧಾರವಾಗಿತ್ತು. ವಾರಾಂತ್ಯದ ಕಾರ್ಯಕ್ರಮಗಳನ್ನು ಒಪ್ಪಿಕೊಳ್ಳುವುದರಿಂದ ಆಫೀಸಿಗೂ ತೊಂದರೆಯಾಗುವುದಿಲ್ಲ, ಇಲ್ಲಿ ಅನುಭವವೂ ಸಿಗುತ್ತದೆ ಅನ್ನೋ ರಾಹುಲ್‌ನ ಅಡ್ವೈಸ್ ರುಚಿಸಿತ್ತು. ಆದರೆ ಈ ಎಲ್ಲಾ ಬೆಳವಣಿಗೆಗಳ ಬಗ್ಗೆ ಮಿಂಚೂನ ಭೇಟಿಯಾಗಿ ನೇರವಾಗಿ ಮಾತನಾಡಬೇಕು ಅಂದುಕೊಂಡಾಗ ಅವಳು ಉಡುಪಿಗೆ ಹೊರಟು ಬಂದಿದ್ದಳು. ಅದಲ್ಲದೇ ಈಗಾಗಲೇ ಒಂದು ಇವೆಂಟಿಗೆ ಹೋಗಿ ಬಂದಿದ್ದನ್ನು ಮಿಂಚೂಗೆ ಹೇಳಿರಲಿಲ್ಲ. ಅದು ತಪ್ಪು ಅನ್ನೋದು ಅವನಿಗೆ ಗೊತ್ತು. ಆದರೆ ಅದು ದೊಡ್ಡ ವಿಷಯ ಅನ್ನುವ ಹಾಗೆ ಮಾತನಾಡಿದರೆ ಎದುರಿಗಿರುವವರೂ ಹಾಗೆ ರಿಯಾಕ್ಟ್ ಮಾಡುತ್ತಾರೆ. ಸಲೀಸಾಗಿ ಹೇಳುವುದು ಒಳಿತು ಅನ್ನಿಸಿತು.

'ಏನಿಲ್ಲ ನನ್ NCC ಫ್ರೆಂಡ್ ಇದ್ನಲ್ಲಾ ರಾಹುಲ್ ಅಂತ, ಅವನು ಈವೆಂಟ್ ಮ್ಯಾನೇಜ್ಮೆಂಟ್ ಕಂಪನಿ ನಡೆಸ್ತಿದ್ದಾನೆ. ಫ್ರೀ ಇದ್ದಾಗ ಫೋಟೋ ತೆಗಿಯೋಕೆ ಬರ್ತೀಯಾ ಅಂತ ಕೇಳ್ದಾ, ನಿನ್ನನ್ನೂ ಒಂದ್ ಮಾತು ಕೇಳೋಣ ಅಂದುಕೊಂಡೆ..' ರಾಗ ಎಳೆಯುತ್ತಾ ಮಾತನಾಡಿದ.

ಮಿಂಚೂಗೆ ಅನೂಪ್ ತನ್ನ ಪರ್ಮಿಷನ್ ಕೇಳ್ತಿದ್ದಾನೆ ಅಂತ ಖುಷಿಯಾಯಿತು. ಹೋದ ಸಲ ಕೆಲಸ ಬಿಡುವ ವಿಚಾರದಲ್ಲಿ ಜಗಳ ಮಾಡಿದ್ದರಿಂದ ಈ ಸಲ ಸಪೋರ್ಟ್ ಮಾಡಬೇಕು ಅನ್ನಿಸಿತು.

'ಹೋಗು ನನ್ ಕಡೆಯಿಂದ Swipe right..! ನಿಂಗೂ ಚೇಂಜ್ ಇರುತ್ತೆ. ನೀನ್ ತೆಗ್ದಿರೋ ಫೋಟೋಗಳನ್ನೆಲ್ಲಾ ತೋರಿಸು ಅವರು ಇಂಪ್ರೆಸ್ ಆಗ್ತಾರೆ,' ಎಂದು ಮುಗುಳ್ನಕ್ಕಳು.

ಅವರು ಫೋಟೋಗಳನ್ನು ನೋಡಿ ಇಂಪ್ರೆಸ್ ಆಗಿ, ಎಲ್ಲಾರೂ ಸೇರಿ ಕಾರ್ಪೊರೇಟ್ ಕೆಲಸವನ್ನು ಬಯ್ದುಕೊಂಡು, ಒಂದು ಇವೆಂಟನ್ನೂ

ಅದ್ಧೂರಿಯಾಗಿ ಮಾಡಿ ಮುಗಿಸಿದ್ದಾಗಿತ್ತು. ಮಿಂಚು ಬರೀ ಹವ್ಯಾಸ ಅಂದುಕೊಂಡಿದ್ದನ್ನ ಅನೂಪ್ ವೃತ್ತಿಯಾಗಿ ತೆಗೆದುಕೊಳ್ಳಲು ಮುಂದಾಗಿದ್ದ. ಹಿಂದಿನ ಬಾರಿ ಮಿಂಚು ಜೊತೆ ಎಲ್ಲವನ್ನು ಫಿಲ್ಟರ್ ಇಲ್ಲದೇ ಮಾತನಾಡಿದ್ದಕ್ಕೆ ಜಗಳಕ್ಕೆ ತಿರುಗಿತು. ಹಾಗಾಗಿ ಈ ಸಲ ಅನೂಪ್ ಸಂದರ್ಭವನ್ನು ಜಾಣತನದಲ್ಲಿ ಹ್ಯಾಂಡಲ್ ಮಾಡಿದ್ದ. ಅದರಲ್ಲಿ ಅರ್ಧ ಸತ್ಯವಿತ್ತು, ಕಿಲಾಡಿತನವಿತ್ತು. ಆದರೆ ಉದ್ದೇಶ ಇಬ್ಬರ ಮಧ್ಯೆ ವಿರಸ ಮೂಡಬಾರದು ಅನ್ನೋದು. ಮನುಷ್ಯ ತಪ್ಪು ಮಾಡಿದರೂ ಅವನ ಉದ್ದೇಶ ಸರಿಯಾಗಿದ್ದರೆ ಕ್ಷಮೆಗೆ ಅರ್ಹ ಎಂದು ಪರಿಗಣಿಸಬಹುದು. ಆದರೆ ಮನಸ್ತಾಪ ಹುಟ್ಟಿದ ಸಂದರ್ಭದಲ್ಲಿ ಉದ್ದೇಶವನ್ನು ಕೆದಕಿ ಸತ್ಯಶೋಧ ಮಾಡುವ ತಾಳ್ಮೆ ಸೂಕ್ಷ್ಮ ಸಂವೇದನೆ ಇರಬೇಕಲ್ಲ.

'ಅನೂ.. ಅಮ್ಮ ನಮ್ಮ ಮದ್ವೆಗೆ ತುಂಬಾ ಅರ್ಜೆಂಟ್ ಮಾಡ್ತಿದ್ರು, ಸೋ ನಾನು ನಿನ್ ಬಗ್ಗೆ ಹೇಳ್ಬಿಟ್ಟೆ' ಮಿಂಚು ಇದ್ದಕ್ಕಿದ್ದಂತೆ ಹಾಗೆ ಹೇಳಿದ್ದು ಅನೂಪ್‌ಗೆ ಕೊಂಚ ಶಾಕ್ ಆಯ್ತು.

'ಏನಂತ ಹೇಳ್ದೆ? ಇಬ್ರೂ ಡಿಸೈಡ್ ಮಾಡಿ ದೊಡ್ಡೋರಿಗೆ ಹೇಳ್ಬೇಕು ಅಂದ್ಕೊಂಡಿದ್ದಲ್ವಾ ಮಿಂಚು? I am really not ready for all this'

'sorry, ಪೂರ್ತಿ ಏನ್ ಹೇಳ್ಲಿಲ್ಲ. ಜಸ್ಟ್ ಇಷ್ಟ ಪಟ್ಟಿದ್ದೀನಿ ಅಂದೆ. ಅವ್ರು ಹುಡುಗನ್ನ ನೋಡ್ತೀನಿ ಅಂತ ಹೇಳೋದ್ ಬಿಡ್ಲಿ ಅಂತ ಅಷ್ಟೇ.. actually, ನೀನ್ಯಾಕೆ ಟೆನ್ಷನ್ ಮಾಡ್ಕೋಬೇಕು? ನಮ್ ಮದ್ವೆ ಆದ್ಮೇಲೆ ಅಮ್ಮ ಎಲ್ಲಿರ್ತಾರೆ ಏನ್ ಮಾಡ್ತಾಳೆ ಅನ್ನೋ ಟೆನ್ಷನ್ ಇರ್ಬೇಕಾಗಿರೋದ್ ನಂಗೆ'

ಮಿಂಚುಗೆ ಯಾವಾಗಲೂ ಅವಳದ್ದೇ ಯೋಚನೆ ಅನ್ನಿಸಿ ಬೇಸರವಾದರೂ ಬೆಳ್ಳಂಬೆಳಗ್ಗೆ ಚರ್ಚೆ ಮಾಡಲು ಅವನಿಗೆ ಮನಸ್ಸಾಗಲಿಲ್ಲ. ಬೆಣ್ಣೆಯಿಂದ ಕೂದಲು ಹೊರ ತೆಗೆಯುವಷ್ಟು ನಾಜೂಕಾಗಿ ಇಬ್ಬರೂ ತಮ್ಮ ಬೇಡಿಕೆಗಳನ್ನು ಒಬ್ಬರ ಮೇಲೊಬ್ಬರು ಹೇರಿದರು. ಅನೂಪ್‌ಗೆ ಹೊಸ ವೃತ್ತಿಯಲ್ಲಿ ಗಟ್ಟಿನೆಲೆ ಕಾಣಬೇಕಿತ್ತು, ಮದುವೆಯ ಮುನ್ನ ನಾಲ್ಕೈದು ವರ್ಷವಾದರೂ ಸಮಯಬೇಕಿತ್ತು. ಹಾಗೆ ಹೇಳಿದರೆ ಜಗಳ ಗ್ಯಾರಂಟಿ, ಸಮಯ ದೂಡುತ್ತಾ ತನಗೆ ಬೇಕಾದ್ದನ್ನು ಮಾಡಿಕೊಂಡರಾಯಿತು ಅನ್ನೋ ಲೆಕ್ಕಾಚಾರ ಹಾಕಿದ.

✱

ಉಡುಪಿಯ ಜನರಿಗೆ ಸೂರ್ಯ ಕೊಟ್ಟ ಚಾಲೆಂಜ್ ಸ್ವೀಕರಿಸಿ ಕೆಲವರು ಮೈಯೊಡ್ಡಿ ನಡೆದಾಡಿದರೆ, ಕೆಲವರು ಸೋತು ಕೊಡೆ ಹಿಡಿದರು, ಇನ್ನು ಕೆಲವು ಹೆಂಗಳೆಯರು ಕಣ್ಣಷ್ಟೇ ಕಾಣುವ ಹಾಗೆ ದುಪ್ಪಟ್ಟಾಗಳಿಂದ ತಮ್ಮ ಮುಖ ಕುತ್ತಿಗೆಯನ್ನು ಮುಚ್ಚಿಕೊಂಡು ಸೂರ್ಯನ ವಿರುದ್ಧ ಹೋರಾಟಕ್ಕೆ ಇಳಿದಿದ್ದರು. ಮಾರುಕಟ್ಟೆಯಲ್ಲಿ ಮೀನುಗಳು ಬಿಸಿಲಿಗೆ ಹೊಳೆಯುತ್ತಿದ್ದವು, ರಸ್ತೆಯ ಕೊನೆಯಲ್ಲಿದ್ದ ದೇವೀರಮ್ಮನ ಗುಡಿಯಲ್ಲಿ ಭಕ್ತರು ಬೆವರು ಹರಿಸುತ್ತಾ

ಬೇಡಿಕೊಳ್ಳುತ್ತಿದ್ದರು. ಗಿಜಿಗಿಜಿ ಅನ್ನುತ್ತಿದ್ದ ರಸ್ತೆಯಲ್ಲಿ ಅರವಿಂದಾಳ ಕ್ಲಿನಿಕ್ ಮುಂದೆ ಕಾರೊಂದು ಬಂದು ನಿಂತಿತು. ಅದರಿಂದ ಇಳಿದವರ ಜೊತೆ ಇನ್ನೊಂದಷ್ಟು ಜನ ಸೇರಿ ಜೋರುಜೋರಾಗಿ ಮಾತನಾಡೋಕೆ ಶುರುಮಾಡಿದರು. ಅದರಿಂದ ಕ್ಲಿನಿಕ್ ಒಳಗಿದ್ದ ಪೇಶೆಂಟ್‌ಗಳಿಗೆ ತೊಂದರೆಯಾಯಿತು, ಜೋರಾಗುತ್ತಿದ್ದ ವಟವಟ ಮಾತುಗಳು ಕ್ಲಿನಿಕ್ ಒಳಗಿನ ಚರಾಚರಗಳಿಗೂ ತಾಳ್ಮೆ ಪರೀಕ್ಷೆ ಮಾಡಿ, ಅರವಿಂದಾ ಕೂತಿದ್ದ ಚೇರೂ ಕೂಡ ಏನಾಗುತ್ತಿದೆ ನೋಡು ಎಂದು ಅವಳನ್ನು ಹೊರದಬ್ಬಿತು. ಹೋಟೆಲ್‌ನ ಹುಡುಗರು ಕುಡ್ಲಾ ರೆಸ್ಟೋರೆಂಟಿಗೆ ಹೊಸದಾಗಿ ಬಂದ ಮ್ಯಾನೇಜರ್‌ನನ್ನು ಬರಮಾಡಿಕೊಂಡು ಒಬ್ಬರಿಗೊಬ್ಬರು ಪರಿಚಯ ಮಾಡಿಕೊಳ್ಳುತ್ತಾ ಮಾತನಾಡುತ್ತಿದ್ದರು. ಹೋಟೆಲ್ ಮುಂದೆ ಗ್ರಾಹಕರ ಗಾಡಿಗಳೇ ತುಂಬಿದ್ದರಿಂದ ಕಾರು ಪಾರ್ಕಿಂಗಿಗೆ ಜಾಗ ಸಿಗದೇ ಪಕ್ಕದ ಕ್ಲಿನಿಕ್ ಮುಂದೆ ನಿಲ್ಲಿಸಿಕೊಂಡಿದ್ದರು.

'ಸರ್ ಸ್ವಲ್ಪ ಕಾರ್‌ನ ಆ ಕಡೆ ನಿಲ್ಸಿ ಮಾತಾಡಿ, ನಮ್ಮ ಪೇಶೆಂಟಿಗೆ ಉಪದ್ರ ಆಗ್ತದೆ' ಅರವಿಂದಾ ಅಸಮಾಧಾನವನ್ನು ತೋರಿಸದೆ ನಯವಾಗಿ ಕೇಳಿದಳು.

'ಮೇಡಮ್ ಎರಡೇ ನಿಮಿಷ ಹೊರಟುಬಿಡ್ತೇವೆ' ಗುಂಪಿನಲ್ಲೊಬ್ಬ ಉತ್ತರಿಸಿದ. ಅರವಿಂದಾ ಒಳಗೆ ಹೋದಳು. ಹತ್ತು ನಿಮಿಷವಾದರೂ ಆ ಗುಂಪು ಚದುರದೇ ಇದ್ದಾಗ ಪಿತ್ತ ನೆತ್ತಿಗೇರಿ ಬಿರುಗಾಳಿಯಂತೆ ಹೊರಬಂದು ಗಟ್ಟಿಯಾಗಿ ಮಾತನಾಡಿದಳು.

'ಒಂದ್ ಸಲ ಹೇಳಿದ್ರೆ ಅರ್ಥವಾಗೋದಿಲ್ವಾ? ಬೇರೆಯವರ ಜಾಗದಲ್ಲಿ ಪಾರ್ಕ್ ಮಾಡ್ಬಾರ್ದು ಅಂತ ಗೊತ್ತಾಗಲ್ವಾ? ಸಾಲ್ದಕ್ಕೆ ಗಲಾಟೆ ಬೇರೆ ಮಾಡ್ತಿದ್ದೀರಿ'

'ಒಬ್ಬರಿಗೆ ಕಾಯ್ತಾ ಇದ್ವಿ ಇನ್ನೂ ಬಂದಿಲ್ಲ ಹಾಗಾಗಿ ಮಾತಾಡ್ತಿದ್ವಿ ಅಷ್ಟೇ. ಹೋಗ್ತೀವಿ ಬಿಡಿ. ಅದಕ್ಯಾಕೆ ರೇಗ್ತೀರಾ?' ಹುಡುಗ ವಾಪಸ್ ಜೋರಾಗಿ ಮಾತನಾಡಿದ.

ಕುಡ್ಲಾ ರೆಸ್ಟೋರೆಂಟಿನವರಿಗೂ ಅರವಿಂದಾಗೂ ಮೊದಲಿಂದಾನೂ ಅಷ್ಟಕ್ಕಷ್ಟೇ. ಇಂದು ನೆಪ ಸಿಕ್ಕಿದ್ದರಿಂದ ಮಾತಿಗೆ ಮಾತು ಜೋರಾಯಿತು. ನಿಮ್ಮ ಕ್ಲಿನಿಕ್‌ಗೆ ಬಂದವರೂ ನಮ್ಮ ಹೋಟೆಲ್ ಮುಂದೆ ಗಾಡಿ ನಿಲ್ಲಿಸುತ್ತಾರೆ ಆಗ ನಾವು ಜಗಳ ಆಡ್ತೇವಾ ಅಂತ ಅಪೋಸಿಶನ್ ಪಾರ್ಟಿ ವಾದ ಮಾಡಿತು. ಒಂಟಿ ಹೆಂಗಸು ನಾಲ್ಕಾರು ಜನರಿಗೆ ಜವಾಬು ಕೊಟ್ಟು ಬೀದಿ ಜಗಳ ಮಾಡೋಕಾಗದೇ ಅರವಿಂದಾ ಒಳಗೊಳಗೇ ಸೋಲುತ್ತಿದ್ದಳು. ಹಿಂದಿನ ಬಾರಿ, ಹೋಟೆಲ್‌ನ ಕಸವನ್ನು ರೋಡಿಗೆ ಹಾಕ್ತಾರೆ ಅಂತ ಅವಳು ಕೊಟ್ಟ ಕಂಪ್ಲೇಂಟ್ ನಿಂದಾಗಿ ಹೋಟೆಲ್‌ನವರು ದಂಡ ತೆತ್ತಬೇಕಾಯಿತು ಆ ವಿಷಯವನ್ನು ಮನಸ್ಸಲ್ಲಿಟ್ಟುಕೊಂಡು ಜಗಳವನ್ನು ಅತಿರೇಕಕ್ಕೆ ತೆಗೆದುಕೊಂಡುಹೋಗೋ

ಹುನ್ನಾರದಲ್ಲಿದ್ದರು. ಇಷ್ಟು ಮಾತಾಡಿ 'ಸರಿ ಬಿಡಿ ಹೋಗ್ಲಿ' ಎಂದುಬಿಟ್ಟರೆ ಪುಕ್ಕಲುತನವಾಗುತ್ತದೆ ಎಂದು ಅರವಿಂದಾ ಕೂಡ ಛಲ ಬಿಡಲಿಲ್ಲ. ಒಳಗಿದ್ದ ಪೇಶೆಂಟು ಗಲಾಟೆ ಕಂಡು ಮತ್ತೊಮ್ಮೆ ಅಪಾಯಿಂಟ್ಮೆಂಟ್ ತೆಗೆದುಕೊಳ್ತೇನೆ ಎಂದು ಎದ್ದು ಹೋದರು. ಹೋಟೆಲ್‌ನಲ್ಲಿ ಟೀ ಆರ್ಡರ್ ಮಾಡಿ ಕುಳಿತಿದ್ದ ಸುರೇಶ್ ಚಕ್ರವರ್ತಿ ಇದೆಲ್ಲವನ್ನು ಗಮನಿಸಿ ಎದ್ದು ಬಂದ.

'ಬಿಡ್ರಿ ಯಾಕ್ ಮಾತು, ಕಾರ್ ಅಡ್ಡ ನಿಲ್ಸಿದ್ ನಿಮ್ ತಪ್ಪು, ಬೇರೆ ಏನೇನೋ ಮಾತಾಡ್ಬೇಡಿ ಬನ್ನಿ' ಚಕ್ರವರ್ತಿಯ ಖಡಕ್ ಮಾತಿನಿಂದ ಗುಂಪು ಚದುರಿತು. ಆತ ಹೋಟೆಲ್ ಓನರ್‌ಗೆ ಬೇಕಾದವರು ಅನ್ನೋದು ಎಲ್ಲರಿಗೂ ತಿಳಿದಿತ್ತು. ಜೊತೆಗೆ ಸಮಾಜಮುಖಿ ಕಾರ್ಯಗಳಿಗೆ ಹೆಸರುವಾಸಿಯಾಗಿದ್ದವನ ಮಾತನ್ನು ತಿರಸ್ಕರಿಸಲಾಗಲಿಲ್ಲ. ಹುಲಿಗಳೊಂದಿಗೆ ಸಮರಕ್ಕಿಳಿದ ಜಿಂಕೆಗೆ ಆನೆಯ ಸಹಾಯ ಸಿಕ್ಕಿ ಪಾರಾದಂತಾಯಿತು ಅರವಿಂದಾಗೆ. ಚಕ್ರವರ್ತಿಗೆ ಮುಗುಳ್ನಗೆಯ ಧನ್ಯವಾದ ಸಲ್ಲಿಸಿದಳು. ರೆಸ್ಟೋರೆಂಟಿಗೆ ಬಂದಾಗ, ತರಕಾರಿ ಮಾರ್ಕೆಟ್ಟಿನಲ್ಲಿ ಎದುರಿಗೆ ಸಿಕ್ಕಾಗ, ಕೆಲವೊಮ್ಮೆ ಬಸ್ಸಿನಲ್ಲಿ ಮುಖಾಮುಖಿಯಾದಾಗ ಅರವಿಂದಾ ಮತ್ತು ಚಕ್ರವರ್ತಿ smile exchange ಮಾಡಿಕೊಳ್ಳೋದು ಅಭ್ಯಾಸವಾಯಿತು. ಆತನ ಪರಿಸರ ಪ್ರೇಮ, ಸ್ವಚ್ಛತೆಯ ಪರ ನಡೆಸುತ್ತಿದ್ದ ಕಾರ್ಯ ಚಟುವಟಿಕೆಗಳು ಅರವಿಂದಾ ಗಮನಕ್ಕೆ ಬರುತ್ತಿದ್ದವು, ಹಾಗೆ ಆತನಿಗೂ ಅರವಿಂದಾಳ ನಿಷ್ಕಲ್ಮಷ ನಗು, ಸ್ವಾವಲಂಬಿ ಬದುಕು ಅಪ್ರಯತ್ನಪೂರ್ವಕವಾಗಿ ಗೊತ್ತಾಗುತ್ತಿತ್ತು.

ಸುರೇಶ್ ಚಕ್ರವರ್ತಿ ಜಲಮಾಲಿನ್ಯ ತಡೆಗಟ್ಟುವ ಉದ್ದೇಶದೆಡೆ ದುಡಿಯುತ್ತಿದ್ದ NGO ಜೊತೆ ಕೈಜೋಡಿಸಿ ನಾಲ್ಕು ವರ್ಷಗಳಾಗಿದ್ದವು. ಕೆರೆಬಾವಿಗಳ ಸಂರಕ್ಷಣೆ, ಬತ್ತಿಹೋದ ಜಲಮೂಲಗಳ ಪುನಶ್ಚೇತನ, ಜಲಚರಗಳ ಸಂರಕ್ಷಣೆ, ಅಧ್ಯಯನ ಮತ್ತು ಈ ವಿಷಯಗಳಲ್ಲಿ ಜನಸಾಮಾನ್ಯರಿಗೆ ಅರಿವು ಮೂಡಿಸುವುದು ಅವನ ಕೆಲಸದ ಮುಖ್ಯ ಭಾಗಗಳಾಗಿದ್ದವು. ಇದರಲ್ಲಿ ಸಾಕಷ್ಟು ಕೃಷಿ ಮಾಡಿದ್ದ ಚಕ್ರವರ್ತಿಗೆ ತಾನು ಕೆಲಸ ಮಾಡಿದ್ದ ಎಲ್ಲಾ ಊರುಗಳಲ್ಲಿ ಪರಿಸರ ಸಂರಕ್ಷಣೆಗೆ ಸಂಬಂಧಿತ ವಿಷಯಗಳ ಅಂಕಿ ಅಂಶಗಳು ಬಾಯಿಪಾಠವಾಗಿತ್ತು. ಹಲವರು ಹೊಟ್ಟೆ ತುಂಬಿಸಿಕೊಳ್ಳೋದಕ್ಕೆ ದುಡಿಯುತ್ತಾರೆ, ಇನ್ನೊಂದಷ್ಟು ಜನ ದುಡ್ಡಿಗಾಗಿ ದುಡಿಯುತ್ತಾರೆ ಆದರೆ ಆತ್ಮತೃಪ್ತಿಗಾಗಿ ಕೆಲಸ ಮಾಡುವ ಮನಸ್ಸು, ಹುಮ್ಮಸ್ಸು ಇರುವುದು ಕೆಲವರಿಗೆ ಮಾತ್ರ. ಚಕ್ರವರ್ತಿ ಆ ಪೈಕಿಯವನು. ಇವನದು ಉಡುಪಿ ಬಸ್ ಸ್ಟ್ಯಾಂಡಿನಿಂದ ಒಂದು ಸ್ಟಾಪ್ ದೂರದಲ್ಲಿನ ಬಾಡಿಗೆ ಮನೆಯಲ್ಲಿ ವಾಸ. ಅರವಿಂದಾ ಕೂಡಾ ಬಸ್ಸಿನಲ್ಲೇ ಪ್ರಯಾಣ ಮಾಡುತ್ತಿದ್ದರಿಂದ ಇಬ್ಬರೂ ಬೆಳಗಿನ ಹೊತ್ತು ಎಷ್ಟೋ ಸಲ ಒಂದೇ ಬಸ್ಸು ಹಿಡಿಯುತ್ತಿದ್ದರು. ಬೆಂಗಳೂರಿನ ಹಾಗೆ ನಿಮಿಷಕ್ಕೊಂದು ಬಸ್ಸಿಲ್ಲದ ಊರಿನಲ್ಲಿ ಬಸ್ಸಿನ ಸಮಯಕ್ಕೆ ನಮ್ಮ ಕೆಲಸಗಳನ್ನು ಸರಿಹೊಂದಿಸಿಕೊಳ್ಳುವ ಅನಿವಾರ್ಯವಿತ್ತು. ಅದೊಂದು ದಿನ ಅರವಿಂದಾ ಸಾಯಂಕಾಲ ಕ್ಲಿನಿಕ್ ಕೆಲಸ ಮುಗಿಸಿ ಬಾಗಿಲು ಹಾಕಬೇಕು ಅನ್ನುವಷ್ಟರಲ್ಲಿ

ಬಸ್ಸು ಸ್ಟ್ಯಾಂಡಿಗೆ ಬಂದುಬಿಟ್ಟಿತ್ತು. ಗಡಿಬಿಡಿಯಲ್ಲಿ ಬೀಗ ಹಾಕಿ ಬಸ್ಸಿನ ಹಿಂದೆ ಓಡುವಷ್ಟರಲ್ಲಿ ಅದು ಹೊರಟುಬಿಟ್ಟಿತು. ಮುಂದಿನ ಬಸ್ಸಿಗೆ ಅರ್ಧ ಗಂಟೆ ಕಾಯಬೇಕಲ್ಲಾ ಅನ್ನೋ ಹತಾಶೆಯಲ್ಲಿ ನಿಂತಾಗ ಆಶ್ಚರ್ಯಕ್ಕೆ ಮುಂದೆ ಹೋದ ಬಸ್ಸು ಮತ್ತೆ ನಿಂತುಕೊಂಡಿತು. ಕಿಟಕಿಯಿಂದ ತಲೆ ಆಚೆ ಹಾಕಿದ ಚಕ್ರವರ್ತಿ "ಬೇಗ ಬನ್ನಿ ಮೇಡಮ್" ಎಂದು ಕರೆದ. ಅರವಿಂದಾ ಓಡಿ ಹೋಗಿ ಬಸ್ ಹತ್ತಿದಳು. ಚರ್ಕವರ್ತಿಗೆ ಅವಳಿಂದ ಮತ್ತೊಮ್ಮೆ ಧನ್ಯವಾದ ಅರ್ಪಿತವಾಯಿತು. ಕಂಡಕ್ಟರ್ ಅರವಿಂದಾಗೆ ಅಲೆವೂರಿನ ಟಿಕೆಟ್ ಕೊಟ್ಟು ಮುಂದಿನ ಸೀಟಿನಲ್ಲಿ ಕುಳಿತಿದ್ದ ಚಕ್ರವರ್ತಿನ್ನು ನೋಡಿ ಆಶ್ಚರ್ಯದಿಂದ ಕೇಳಿದ.

'ಏನ್ ಸರ್ ಎಂಟೂವರೆ ರೌಂಡಿಗೆ ಬರ್ತಿದ್ರಲ್ವಾ? ಬೇಗ ಹೋಗ್ತಿದ್ದೀರಾ'

'ಸ್ವಲ್ಪ ಹುಷಾರಿರಲಿಲ್ಲ ಹಾಗಾಗಿ' ಚಕ್ರವರ್ತಿ ಜೇಬಿನಿಂದ ದುಡ್ಡು ತೆಗೆದು ಐದು ರೂಪಾಯಿ ಇಟ್ಟು ಮುಂದಿನ ಸ್ಟಾಪಿಗೆ ಟಿಕೆಟ್ ಕೊಡಿ ಎಂದ. ದಿನಾಲೂ ಒಂದೇ ಸ್ಟಾಪ್ ಓಡೋಡಾದ್ರಿಂದ ಎರಡು ರೂಪಾಯಿ ಕೊಡ್ತೇನೆ, ಟಿಕೆಟ್ ಬೇಡ. ನಂಗೆ ಮೂರು ರೂಪಾಯಿ ಉಳಿತಾಯ ನಿಂಗೆ ಎರಡು ರೂಪಾಯಿ ಲಾಭ ಅಂತ ಡೀಲ್ ಮಾಡಿಕೊಂಡಿದ್ದವನು ಇಂದು ಟಿಕೆಟ್ ಕೇಳುತ್ತಿದ್ದಾನಲ್ಲ ಅಂತ ಕಂಡಕ್ಟರ್ ಹುಬ್ಬೇರಿಸಿ ಟಿಕೆಟ್ ಹರಿದ. ಅರವಿಂದಾ ನೋಡುತ್ತಿದ್ದರಿಂದ ಅವಳ ಮುಂದೆ ಚಿಲ್ಲರೆ ಮನುಷ್ಯ ಆಗಬಾರದೆಂದು ಚಕ್ರವರ್ತಿ ಡೀಲನ್ನು ಕೈಬಿಟ್ಟಿದ್ದ. ಟಿಕೆಟ್ ವಿಷಯದಿಂದ ತಪ್ಪಿಸಿಕೊಂಡರೂ ಹೆಂಗಸಿನ ಮುಂದೆ ಮುಜುಗರ ಪ್ರಾಪ್ತಿಯೋಗ ಎಂದು ಚಕ್ರವರ್ತಿಯ ದಿನಭವಿಷ್ಯದಲ್ಲಿ ಬರೆದಿತ್ತೆಂದು ಕಾಣುತ್ತದೆ. ಬೆಳಗ್ಗೆ ಮಸಾಲೆದೋಸೆ ತಿಂದಾಗಿನಿಂದ ಶುರುವಾದ ಎದೆ ಉರಿ ಮತ್ತು ಹುಳಿ ತೇಗು ನಿಂತಿರಲಿಲ್ಲ. ಒಂದು ಸ್ಟಾಪ್ ಬರುವಷ್ಟರಲ್ಲಿ ಏಳೆಂಟು ಸಲ ಮೇಲಿಂದ ಮೇಲೆ ತೇಗುತ್ತಿದ್ದನ್ನು ಗಮನಿಸಿದ ಅರವಿಂದಾ 'ಗ್ಯಾಸ್ಟ್ರಿಕ್ ಪ್ರಾಬ್ಲಮ್ ಅನ್ನಿಸುತ್ತೆ ನಿಮಗೆ. ನಾಳೆ ಕ್ಲಿನಿಕ್ಕಿಗೆ ಬನ್ನಿ' ಎಂದು ಕಾಳಜಿ ತೋರಿದಳು. ಚಕ್ರವರ್ತಿ ಅದಕ್ಕೆ ಸರಿ ಎಂದು ಬಲವಂತವಾಗಿ ತಲೆಯಾಡಿಸಿ ಬಸ್ಸಿನಿಂದ ಇಳಿದುಕೊಂಡ. ಅಷ್ಟು ಚಂದದ ಡಾಕ್ಟರ್ ಮುಂದೆ ಡರ್ರಾ ಬರ್ರಾ ಅಂತ ಹೊರಬಂದ ತೇಗನ್ನು ಇಡೀ ದಿನ ಶಪಿಸುವುದನ್ನು ನಿಲ್ಲಿಸಲಿಲ್ಲ ಆತ.

## 7

ಮೂರು ಹೊತ್ತು ಹೋಟೆಲ್ ಊಟ, ಗೊತ್ತು ಗುರಿಯಿಲ್ಲದ ಓಡಾಟ ಚಕ್ರವರ್ತಿಯ ಅನ್ಯಾರೋಗ್ಯಕ್ಕೆ ಕಾರಣವಾಗಿತ್ತು. ಡಾಕ್ಟರ್ ಅಂದರೆ ಊರಾಚೆ ಓಡಿ ಹೋಗುವ ಪೈಕಿಯವನಾದ್ದರಿಂದ ದಿನಕ್ಕೆ ಎರಡು ಪ್ಯಾಕ್ ಈನೋ ಕುಡಿದು ತೇಗು ನಿಲ್ಲೋ ಹಾಗೆ ಮಾಡಿಕೊಂಡ. ಅರವಿಂದಾ ಸಹ ಎರಡು ಮೂರು ಸಲ ಬಸ್ಸಿನಲ್ಲಿ ಸಿಕ್ಕಾಗ, ರಸ್ತೆಯಲ್ಲಿ ನೋಡಿದಾಗ ಚಕ್ರವರ್ತಿ ಬರೀ ಮುಗುಳ್ನಗೆ

ಬೀರಿ ಕಣ್ತಪ್ಪಿಸಿಕೊಳ್ಳುತ್ತಿದ್ದನ್ನು ಗಮನಿಸಿ ಅನಾರೋಗ್ಯ ಸರಿಹೋಗಿರಬಹುದು ಎಂದುಕೊಂಡು ಸುಮ್ಮನಾದಳು.

ಅದೊಂದು ದಿನ, ಚಕ್ರವರ್ತಿ ಹೋಟೆಲಿನಲ್ಲಿ ಊಟ ಮಾಡಿ ಕೈತೊಳೆಯುತ್ತಿದ್ದಾಗ ತಲೆ ತಿರುಗಿಬಿದ್ದರು ಎಂದು ಪಕ್ಕದಲ್ಲೇ ಇದ್ದ ಡಾಕ್ಟರ್ ಅರವಿಂದಾಳ ಬಳಿ ಯಾರೋ ಕರೆದುಕೊಂಡು ಬಂದರು. ಪರೀಕ್ಷೆ ಮಾಡಿದಾಗ ಡಯಾಬಿಟೀಸ್ ಇರುವುದು ತಿಳಿದು ಬಂದಿತು. ತಕ್ಷಣಕ್ಕೆ ನೀವು ಇಂಗ್ಲಿಷ್ ಮೆಡಿಸನ್ ತೆಗೆದುಕೊಳ್ಳಿ. ಆದರೆ ಜೀವನ ಪೂರ್ತಿ ಮಾತ್ರೆ ಸಂಗಾತಿ ಆಗಬಾರದೆಂದರೆ ನೀವು ಆಯುರ್ವೇದವನ್ನು ಪಾಲಿಸಬಹುದೆಂದು ಸಲಹೆ ಕೊಟ್ಟಳು. ಇಷ್ಟು ವರ್ಷ ದೇಹ ಸಾಥ್ ಕೊಟ್ಟಿದ್ದರಿಂದ ಎಲ್ಲಿಯಾದರೂ ಬದುಕುತ್ತೇನೆ, ಹೇಗಾದರೂ ಇರುತ್ತೇನೆ, ಎಷ್ಟು ಹೊತ್ತಿಗಾದರೂ ಮಲಗುತ್ತೇನೆ, ಯಾರೂ ಇಲ್ಲದಿದ್ದರೂ ಬದುಕಬಲ್ಲೆ ಅನ್ನೋ ಅಹಂ ಗೊತ್ತಿಲ್ಲದೇ ಅವನ ತಲೆಯೊಳಗೆ ಅವಿತು ಕುಳಿತಿತ್ತು. ಆದರೆ ಅಂದಿನ ಘಟನೆಯಿಂದ ಚಕ್ರವರ್ತಿಗೆ, ಜೀವನದಲ್ಲಿ ಒಂದು ಹೆಜ್ಜೆ ಹಿಂದೆ ಇಟ್ಟಂತಾಯಿತು. ತನ್ನ ಸ್ಥಿತಿಯ ಯೋಚನೆಯ ಬೆನ್ನೇರಿ ಹೊರಟ ಚಕ್ರವರ್ತಿಗೆ ಹೊಸ ಹೊಸ ತತ್ವಗಳು ಹೊಳೆದವು. 'ಕಳೆದುಕೊಂಡ ಮೇಲೇ ಬೆಲೆ ಗೊತ್ತಾಗುವುದು' ಅನ್ನೋ ಮಾತು ಸಾರ್ವತ್ರಿಕ ಸತ್ಯ. ಅದು ವಸ್ತುವಾಗಲೀ, ಭಾವನೆಯಾಗಲೀ, ಮನುಷ್ಯನಾಗಲಿ. ಬೆಳಗ್ಗೆ ಎದ್ದ ತಕ್ಷಣ ಇನ್ನೂ ಉಸಿರಾಡುತ್ತಿದ್ದೇವೆ ಅನ್ನೋ ಭಾಗ್ಯಕ್ಕೆ ನಾವು ಎಂದೂ ತಲೆ ಬಾಗುವುದಿಲ್ಲ. ನಮ್ಮ ಕೈಕಾಲುಗಳು ಗಟ್ಟಿಯಾಗಿವೆ, ತಿಂದ ಅನ್ನ ಜೀರ್ಣವಾಗುತ್ತಿದೆ, ನೂರಾರು ಮೈಲಿ ದೂರದವರೆಗೂ ನಮ್ಮ ಕಣ್ಣು ದೃಷ್ಟಿ ಹಾಯಿಸಿ ನೋಡಬಲ್ಲದು ಅನ್ನೋದನ್ನು 'ಭಾಗ್ಯ' ಎಂದು ನಾವು ಪರಿಗಣಿಸುವುದೇ ಇಲ್ಲ. ಇದನ್ನೆಲ್ಲಾ ನಮ್ಮ ಹಕ್ಕು ಅಂದುಕೊಂಡು ಬಿಡುತ್ತೇವೆ. ದೇಹದ ಅಂಗಾಂಗಗಳು ಯಾವ ತೊಂದರೆಯೂ ಇಲ್ಲದೆ ಕೆಲಸ ಮಾಡುತ್ತಿದೆ ಅನ್ನುವ ಭಾಗ್ಯವನ್ನು ನಾವು ಎಂದಿಗೂ ಸಂಭ್ರಮಿಸುವುದಿಲ್ಲ. ಬದಲಿಗೆ ಜೀವನದಲ್ಲಿರುವ ಕೊರತೆಯನ್ನೇ ದೊಡ್ಡದಾಗಿಸಿಕೊಂಡು ಕೊರಗುತ್ತಿರುತ್ತೇವೆ ಅಂತೆಲ್ಲಾ ಅನ್ನಿಸಿದಾಗ ಚಕ್ರವರ್ತಿಗೆ ಅದನ್ನೆಲ್ಲಾ ತನ್ನ ಜೀವನದಲ್ಲಿ ರೂಢಿಸಿಕೊಳ್ಳೋಕೆ ಈಗ ಸಮಯ ಉಳಿದಿದೆಯೋ ಇಲ್ಲವೋ ಎಂದು ತಿಳಿಯಲಿಲ್ಲ. ರಕ್ತ ಪರೀಕ್ಷೆ, ಮೂತ್ರ ಪರೀಕ್ಷೆಗಳಿಗೆ ಕೊಟ್ಟು, ಅದರ ಫಲಿತಾಂಶ ಬರುವ ತನಕ ಕಾಯಲು ಒದ್ದಾಡಿ, ಫಲಿತಾಂಶ ಬಂದಮೇಲೆ ಮಾತ್ರೆಗಳಷ್ಟೇ ಅಲ್ಲದೆ ಇನ್ಸುಲಿನನ್ನೂ ತೆಗೆದುಕೊಳ್ಳುವಷ್ಟು ದೇಹ ಹದಗೆಟ್ಟಿದೆ ಎಂದು ತಿಳಿದು ಚಕ್ರವರ್ತಿಗೆ ತಲೆಚಿಟ್ಟು ಬಂದಿತು. ಇಡೀ ದಿನ ಯಾವುದರಲ್ಲೂ ಗಮನ ಹರಿಸಲಾಗಲಿಲ್ಲ. ಇನ್ನು ಮುಂದೆ ಬದುಕು ಅವರೋಹಣ ಕ್ರಮ ಅನುಸರಿಸುತ್ತದೆ ಎಂದನಿಸಿ ಭಯವಾಯಿತು. ತನಗಾಗುತ್ತಿರುವ ಭಯ ಆತಂಕಗಳನ್ನು ತೋಡಿಕೊಳ್ಳಲೂ ಯಾರೂ ಇರಲಿಲ್ಲ. ಇದ್ದವರೆಲ್ಲಾ ದೂರವಾಗಿ ವರ್ಷಗಳೇ ಸರಿದಿದ್ದವು. ಮನಸ್ಸು ಸ್ಥಿಮಿತಕ್ಕೆ ಸಿಗಲಿಲ್ಲ. ಯಾಕೋ ಅರವಿಂದಾಳನ್ನು ಕಾಣಬೇಕೆನಿಸಿತು ಆಕೆ ಡಾಕ್ಟರ್ ಎಂದೋ, ಆಕೆ

ತೋರಿಸೋ ಕಾಳಜಿ ಹಿತವೆಂದೋ ಅಥವಾ ಆಕೆಯ ನಗು ಎಲ್ಲಾ ನೋವನ್ನು ದೂರ ಮಾಡುತ್ತದೆಯೆಂದೋ ಸ್ಪಷ್ಟವಿಲ್ಲದೇ ಮಹಾಲಸಾ ಆಯುರ್ವೇದಿಕ್ ಸೆಂಟರಿನೆಡೆಗೆ ಹೆಜ್ಜೆಯಿಟ್ಟನು.

'ಓ ಬನ್ನಿ ಬನ್ನಿ.. ಈಗ ಹೇಗಿದ್ದೀರಾ ಸರ್?' ಅರವಿಂದಾ ನಗುಮುಖದಿಂದ ಬರಮಾಡಿಕೊಂಡಳು.

ಅವಳಂತೇ ಆ ಕ್ಲಿನಿಕ್ ಕೂಡ ಜೀವಂತಿಕೆಯಿಂದ ಕೂಡಿತ್ತು. ಪುಟ್ಟ ರೂಮಿನಲ್ಲಿ ಮರದ ಕುರ್ಚಿ ಟೇಬಲ್ ಮತ್ತು ಬಂದವರು ಕೂರುವುದಕ್ಕೆ ಇನ್ನೆರೆಡು ಮರದ ಕುರ್ಚಿಗಳು. ಕಿಟಕಿ ಬಳಿ ಇದ್ದ ಎರಡು ಹೂ ಗಿಡಗಳು ಗಾಳಿಗೆ ತೂರಾಡುತ್ತಿದ್ದವು. ಗೋಡೆಯ ಮೇಲೆ ಹಾಕಿದ್ದ ದೇವರ ಫೋಟೋ ಮುಂದೆ ದೀಪ ಬೆಳಗುತ್ತಿತ್ತು. ಹಚ್ಚಿದ ಊದುಬತ್ತಿಯ ಪರಿಮಳ ಇಡೀ ಕೋಣೆಯನ್ನು ತುಂಬಿಕೊಂಡಿತ್ತು.

'ಯಾವ್ ದೇವರ ಫೋಟೋ ಡಾಕ್ಟರ್ ಅದು' ಹಿಂದೆಂದೂ ನೋಡದ ದೇವತೆಯ ಪಟವನ್ನೇ ದಿಟ್ಟಿಸುತ್ತಾ ಕೇಳಿದ.

'ಒಂದು ಧನ್ವಂತರಿ, ಆಯುರ್ವೇದದ ದೇವತೆ ಮತ್ತೆ ಇನ್ನೊಂದು ನಮ್ಮ ಮನೆ ದೇವರು ಮಹಾಲಸಾ ನಾರಾಯಣೀ. ಈಕಡೆಯವರಿಗೆ ಗೊತ್ತಿರುತ್ತೆ' ಪರಿಚಯ ಮಾಡಿಕೊಟ್ಟ ಮೇಲೂ ಅರ್ಥವಾಗದೆ ಚಕ್ರವರ್ತಿ ಮಹಾಲಸಾ ದೇವಿಯ ಫೋಟೋ ಕಡೆ ನೋಡುತ್ತಿದ್ದನ್ನು ಗಮನಿಸಿ ಅರವಿಂದಾ ಇನ್ನಷ್ಟು ವಿವರಣೆ ಕೊಟ್ಟಳು.

'ಸಮುದ್ರಮಥನದ ಸಮಯದಲ್ಲಿ ಮಹಾವಿಷ್ಣು ಮೋಹಿನಿ ಅವತಾರ ತಾಳಿ ರಾಕ್ಷಸರನ್ನು ಕೊಲ್ತಾನಲ್ಲಾ, ಆ ಮೋಹಿನಿ ಅವತಾರವೇ ಮಹಾಲಸಾ ನಾರಾಯಣಿ ಅಂತ ನಾವು ಪೂಜಿಸ್ತೇವೆ. ಅದಕ್ಕೇ ನೋಡಿ ಬೇರೆ ದೇವಿಯರ ಹಾಗೆ ಇವಳು ಪೂರ್ತಿ ಸೀರೆಯುಟ್ಟಿಲ್ಲ. ಕಾಲ ಕೆಳಗೆ ರಾಕ್ಷಸರು ಸತ್ತುಬಿದ್ದಿದ್ದಾರೆ'

'ನಮ್ಮಲ್ಲಿ ಕೋಟ್ಯಂತರ ದೇವತೆಗಳು ಇರೋದೇ ಕಷ್ಟವಾಗಿಬಿಟ್ಟಿದೆ ಡಾಕ್ಟರ್. ಯಾರ್ ಹತ್ರ ಅಪ್ಪಾಯಿಂಟ್ಮೆಂಟ್ ತೊಗೊಂಡು ನನ್ನ ಕಾಪಾಡಪ್ಪಾ ಅಂತ ಕೇಳ್ಕೋಬೇಕೋ ಗೊತ್ತಾಗೋದಿಲ್ಲ' ಚಕ್ರವರ್ತಿ ತಮ್ಮ ಸಮಸ್ಯೆಯನ್ನು ಅತಿ ಗಂಭೀರವಾಗಿ ಹೇಳಿದ ರೀತಿಗೆ ಅರವಿಂದಾ ಬಾಯಿತುಂಬಾ ನಕ್ಕಳು. ಹುಣ್ಣಿಮೆಯ ಬೆಳಕಿನಂಥಾ ಅವಳ ನಗುವನ್ನು ನೋಡಿ ನಾನು ಇಷ್ಟು ದೊಡ್ಡ ಜೋಕ್ ಮಾಡಿಬಿಟ್ನಾ! ಎಂದು ಚಕ್ರವರ್ತಿಗೆ ಆಶ್ಚರ್ಯದ ಜೊತೆ ಹೆಮ್ಮೆಯುಂಟಾಯ್ತು. ಕೈಲಿದ್ದ ರಿಪೋರ್ಟು, ಮಾತ್ರೆ ಎಲ್ಲವನ್ನೂ ಅವಳ ಮುಂದಿದ್ದ ಟೇಬಲ್ ಮುಂದೆ ಸುರಿದು ಮಾತು ಮುಂದುವರಿಸಿದ.

'ನೋಡಿ ಡಾಕ್ಟರ್, ನಾನು ಸಂಪಾದಿಸಿದ ಆಸ್ತಿ' ವಿಷಾದದ ನಗೆ ಬೀರಿದ.

'ನಲವತ್ತೈದು- ಐವತ್ತಾದ್ಮೇಲೆ ಇದೆಲ್ಲಾ ಮಾಮೂಲಿ ಆಗ್ಬಿಟ್ಟಿದೆ. ಅದಕ್ಕೇ

ನಾವು ಎಷ್ಟಾಗುತ್ತೋ ಅಷ್ಟು ಎಚ್ಚರಿಕೆಯಿಂದಿರಬೇಕು. ಜೀವನ ಶೈಲಿ ಚೆನ್ನಾಗಿದ್ದರೇ ಎಷ್ಟೋ ವಿಷಯಗಳು ಕಂಟ್ರೋಲ್‌ನಲ್ಲಿರುತ್ತೆ'

'ದಿನಕ್ಕೆ ಎರಡು ಮೂರು ಹೊತ್ತು ಹೋಟೆಲ್‌ನಲ್ಲಿ ಊಟ ಮಾಡೋರ್ಗೆ ಲೈಫ್ ಸ್ಟೈಲ್ ಹೇಗೆ ಚೆನ್ನಾಗಿರುತ್ತೆ ಡಾಕ್ಟರ್?'

'ನೀವ್ ಯಾಕೆ ಹೊರಗಡೆ ತಿನ್ನಬೇಕು? ಮನೆಯಿಂದ ಊಟ ತರ್ಬೋದಲ್ವಾ? ಮನೇಲಿ ಯಾರ್ಯಾರಿದ್ದಾರೆ?'

ಆರೋಗ್ಯ ಕೆಟ್ಟಾಗ ನನ್ನವರು ಅಂತ ಒಂದು ತುತ್ತು ಅನ್ನ ಬೇಯಿಸಿಕೊಡುವವರು ಯಾರೂ ಇಲ್ಲ ಅನ್ನೋ ಸತ್ಯದಿಂದ ಚಕ್ರವರ್ತಿಗೆ ಇದ್ದಕ್ಕಿದ್ದಂತೆ ಗಂಟಲು ತುಂಬಿ ಬಂದಿತು.

'ನನ್ನ ಹೆಂಡತಿ ತೀರ್ಕೊಂಡು ತುಂಬಾ ವರ್ಷ ಆಯ್ತು. ನಂಗೆ ಇಷ್ಟ ಬಂದ್ ಕೆಲ್ಸ ಮಾಡ್ಕೊಂಡ್ ಒಬ್ನೇ ಇದ್ದೀನಿ.'

'ಮಕ್ಕಳ್ಯಾರೂ ಇಲ್ವಾ ನಿಮ್ಗೆ?'

ಅರವಿಂದಾ ಕೇಳಿದ ಪ್ರಶ್ನೆಗೆ ಹೌದು ಅನ್ನೋದು ಸತ್ಯವಾದ ಮಾತಾದರೂ, ಆ ಸತ್ಯವು ಇಂದಿಗೆ ಸತ್ಯವಾಗಿ ಉಳಿದಿಲ್ಲವೆಂದು ಆತ ಮಕ್ಕಳಿಲ್ಲ ಎಂದುಬಿಟ್ಟ, ಬೆಂಗಳೂರಿನಲ್ಲಿ ಸುಮಾರು ವರ್ಷ ಪ್ರೈವೇಟ್ ಕಂಪನಿಯಲ್ಲಿ ಕೆಲ್ಸ ಮಾಡಿ, ಹೆಂಡತಿ ತೀರಿಕೊಂಡ ಮೇಲೆ ಸಮಾಜಮುಖಿ ಕಾರ್ಯಗಳ ಕಡೆ ಹೊರಳಿ, ಕೈಗೆ ಬರೋ ಪುಡಿಗಾಸಿನಲ್ಲಿ ಸಾರ್ಥಕದ ಬದುಕು ಕಳೆಯಬೇಕೆನ್ನೋ ಆತನ ಕಥೆ ಕೇಳಿ ಅರವಿಂದಾಗೆ ಮರುಕವುಂಟಾಯಿತು. ಮನುಷ್ಯನಿಗೆ ದುಡ್ಡು ಆರೋಗ್ಯ ಎರಡಿದ್ದಾಗ ನಾನು ಒಂಟಿಯಾಗಿ ಬದುಕಬಲ್ಲೆ ಅನ್ನೋ ವಿಶ್ವಾಸ ಮುಗಿಲು ಮುಟ್ಟಿರುತ್ತೆ. ಇಂತಹ ಪರೀಕ್ಷೆಗಳು ಎದುರಾದಾಗಲೇ ಕೂಡಿ ಬಾಳೋದರ ಪ್ರಾಮುಖ್ಯತೆ ಅರ್ಥವಾಗೋದು, ಮುಪ್ಪಿನಲ್ಲಿ ಮಿಂಚು ನನ್ನನ್ನು ನೋಡಿಕೊಳ್ಳುತ್ತಾಳೆ ಅಂದುಕೊಂಡರು ಅವಳ ಗಂಡನೂ ಅದನ್ನು ಮನಸಾರೆ ಒಪ್ಪಬೇಕು. ಮೂರನೆಯವರ ನಿರ್ಧಾರದ ಮೇಲೆ ನಮ್ಮ ಬದುಕು ನಿಂತಿರುವುದು ತುಂಬಾ ಶೋಚನೀಯ ಅನ್ನಿಸಿತು. ತನ್ನ ಭಯವನ್ನು ಮರೆಯಲು ಚಕ್ರವರ್ತಿಯ ಜೀವನ ಬಗ್ಗೆ ಮಾತನಾಡುತ್ತಾ ಕೂತಳು. ಲೋಕಾಭಿರಾಮವಾಗಿ ಮಾತುಗಳು ಮುಂದುವರಿದಾಗ ಚಕ್ರವರ್ತಿ ಅರವಿಂದಾ ಬಗ್ಗೆ ತಿಳಿದುಕೊಳ್ಳುವ ಆಸಕ್ತಿ ತೋರಿಸಿದ.

'ನಿಮ್ಮ ಮನೆ ಇರೋದು ಎಲ್ಲಿ?' ಎಂದು ಕೇಳಿದ್ದಕ್ಕೆ ಅರವಿಂದಾ 'ಅಲೆವೂರು ನಿಮ್ಮ ಸ್ಟಾಪಿನಿಂದ ಐದು ಸ್ಟಾಪ್ ಮುಂದೆ. ಸರಿ ನೀವು ಏನಾದರೂ ಸಹಾಯ ಬೇಕಿದ್ದರೆ ಕೇಳಿ' ಎಂದು ಹೇಳಿ ಮಾತನ್ನು ಮೊಟಕುಗೊಳಿಸಿಬಿಟ್ಟಳು. ಚಕ್ರವರ್ತಿ ಇದ್ದಕ್ಕಿದ್ದಂತೆ ಮಾತುಕತೆ ಮುಗಿದಿದ್ದಕ್ಕೆ ಕಾರಣ ಹುಡುಕದೇ ಕನ್ಸಲ್ಟೇಶನ್ ಫೀಸ್ ಕೊಡಲು ಮುಂದಾದ.

'ಫೀಸ್ ಏನೂ ಬೇಡ, ನಾನಿವತ್ತು ನಿಮ್ಮ ಆರೋಗ್ಯ ಪರೀಕ್ಷೆ ಮಾಡಿರುವುದಕ್ಕಿಂಥ ಹೆಚ್ಚಾಗಿ ಲೈಫ್ ಕೋಚ್ ಆಗಿ ಮಾತನಾಡಿದ್ದೇನೆ. ಆ ಸರ್ವೀಸ್‌ಗೆ ಇನ್ನೂ ಫೀಸ್ ನಿಗದಿಪಡಿಸಿಲ್ಲ' ಅರವಿಂದಾ ಮುಗುಳ್ನಗೆ ಬೀರುತ್ತಾ ಅವನನ್ನು ಬೀಳ್ಕೊಟ್ಟಳು.

❋

ಮಾತ್ರೆಗಳ ಜೊತೆಗೆ ಅರವಿಂದಾಳ ಮಾರ್ಗದರ್ಶನದಲ್ಲಿ ಚಕ್ರವರ್ತಿಯ ಹೊಟ್ಟೆ ಸೇರಿದ ಹಾಗಲಕಾಯಿ, ಬೆಳ್ಳುಳ್ಳಿ, ಚೂರ್ಣ, ಪಥ್ಯಗಳು ಕೆಲವೇ ವಾರಗಳಲ್ಲಿ ಇನ್ಸುಲಿನ್ ಸೂಜಿಗಳಿಂದ ಅವನನ್ನು ಪಾರು ಮಾಡಿದವು. ಆತ ಫೀಲ್ಡ್ ವರ್ಕ್ ಕಡಿಮೆ ಮಾಡಿ NGOದ ಕೆಲಸಗಳಿಗಾಗಿ ಯುವ ವಾಲಂಟಿಯರ್ಸ್‌ಗಳಿಗೆ ತರಬೇತಿ ಕೊಟ್ಟು ಹೊಸ ತಂಡಗಳನ್ನು ಕಟ್ಟಿದ. ಸದ್ಯಕ್ಕೆ, ಉಡುಪಿಯಲ್ಲಿ ಅತ್ಯಂತ ಹಳೆಯದಾದ ಬಾವಿಯೊಂದರ ಪುನಶ್ಚೇತನ ಮಾಡೋ ಪ್ರಾಜೆಕ್ಟನ್ನು NGO ಕೈಗೆತ್ತಿಕೊಂಡಿತ್ತು, ಈ ಕೆಲಸ ಚಕ್ರವರ್ತಿಯ ನೇತೃತ್ವದಲ್ಲಿ ನಡೆಯಬೇಕಿತ್ತು. ಆ ಬಾವಿಯ ನೀರನ್ನು ಕಮರ್ಷಿಯಲ್ ಬಳಕೆಗೆ, ಒಳಚರಂಡಿಗೆ ಬಳಸಿಕೊಂಡು, ಆ ಕೆಲಸಕ್ಕೆ ಬಳಕೆಯಾಗುತ್ತಿದ್ದ ಕುಡಿಯುವ ನೀರನ್ನು ಉಳಿಸುವುದು ಈ ಯೋಜನೆಯ ಮೂಲ ಉದ್ದೇಶವಾಗಿತ್ತು. ಇದರಿಂದ ಒಂದಷ್ಟು ಹುಡುಗರಿಗೆ ಕೆಲಸವೂ ಸಿಕ್ಕಿತು. ಇಪ್ಪತ್ತೈದು ಮೂವತ್ತು ವಯಸ್ಸಿನ ಹುಡುಗರಿದ್ದ ತಂಡದ ಜೊತೆ ಚಕ್ರವರ್ತಿ ಕೆಲಸ ಮಾಡುತ್ತಿದ್ದಾಗ ಒಂದು ದಿನ ಅರವಿಂದಾಳ ಇಮೇಜ್ ಬದಲಾಗುವಂತಹ ಘಟನೆಯೊಂದು ನಡೆಯಿತು. ತಿಂಡಿಯ ಚೂರನ್ನು ಕಾಗೆಗಳೆಲ್ಲಾ ಮುತ್ತಿಗೆ ಹಾಕುವ ಹಾಗೆ ಟೀಂ ಮೆಂಬರ್ಸ್ ಮೊಬೈಲ್ ಸುತ್ತಾ ಸುತ್ತಿಕೊಂಡು ಗುಸುಗುಸು ಅನ್ನುತ್ತಿದ್ದರು. ಕುತೂಹಲದಿಂದ ಚಕ್ರವರ್ತಿ ಹತ್ತಿರ ಬಂದಾಗ ಒಬ್ಬ ಮೊಬೈಲನ್ನು ಮುಚ್ಚಿಟ್ಟುಕೊಂಡುಬಿಟ್ಟ.

'ಏಯ್ ಏನ್ರೋ ಅದು? ಏನ್ ನೋಡ್ತಿದ್ರಿ ಯಾರಿಗೂ ತೋರ್ಸ್ಬಾರ್ದಂಥದ್ದನ್ನ ನೋಡ್ತಿದ್ರಾ? ಎಂದು ಕೇಳಿದಾಗ ಹುಡುಗರು ತಬ್ಬಿಬ್ಬಾದರು. ಅದರಲ್ಲೊಬ್ಬನಿಗೆ ಕೆಲಸದ ಬಿಟ್ಟು ಬ್ಲೂ ಫಿಲ್ಮ್ ನೋಡ್ತಿದ್ದೀರಾ ಅನ್ನೋಹಾಗೆ ಪ್ರಶ್ನೆ ಕೇಳಿದ ಚಕ್ರವರ್ತಿಗೆ ಸ್ಪಷ್ಟತೆ ಕೊಡುವುದು ಉತ್ತಮ ಅನ್ನಿಸಿತು.

'ನೀವ್ ಅಂದ್ಕೊಳ್ತಿರೋ ತರ ಏನಿಲ್ಲ ಸರ್. ರವಿ ಮದ್ವೆ ಆಗ್బೇಕು ಅಂತ ಒಂದು ಮ್ಯಾಟ್ರಿಮೊನಿ ಸೈಟಿಗೆ ರಿಜಿಸ್ಟರ್ ಆಗಿದ್ದ. ಎಂತೆಂಥಾ ಹುಡುಗೀರಿದ್ದಾರೆ ತೋರಿಸು ಅಂತ ನಾವೆಲ್ರೂ ರೇಗಿಸಿ ಮೊಬೈಲ್ ಕಿತ್ತುಕೊಂಡು ನೋಡ್ತಿದ್ವಿ, ಅದ್ರಲ್ಲಿ ಒಬ್ರನ್ನ ನೋಡಿ ಶಾಕ್ ಆಯ್ತು'

'ಶಾಕ್ ಆಗೋ ಅಂಥದ್ದು ಏನಾಯ್ತೋ? ನಿಂಗೆ ಕೈಕೊಟ್ಟು ಹೋದ ಹುಡುಗಿ ಅಲ್ಲಿ ಸಿಕ್ಕಿದ್ಲಾ?' ಚಕ್ರವರ್ತಿ ಹುಡುಗಾಟ ಮಾಡಿದಾಗ ಅವನಿಗೇ ಶಾಕ್ ಆಗುವಂತ ಉತ್ತರ ಕಾದಿತ್ತು.

'ಇಲ್ಲಾ ಸಾರ್.. ಅದೇ ಆಯುರ್ವೇದ ಡಾಕ್ಟರ್ ಇದ್ದಾರಲ್ಲ, ಅವ್ರ್ ಫೋಟೋ ಕೂಡಾ ಇದ್ರಲ್ಲಿ ಇದೆ ನೋಡಿ. ಅವರು ಮದುವೆ ಆಗ್ಬೇಕು ಅಂತ ರಿಜಿಸ್ಟರ್ ಮಾಡಿಕೊಂಡಿದ್ದಾರೆ'

ಮೊಬೈಲ್ ತೆರೆದು ನೋಡಿದಾಗ ಚೂಡಿದಾರ್ ಹಾಕಿಕೊಂಡ ಅರವಿಂದಾ ಫೋಟೋ ಕಣ್ಣಿಗೆ ಬಿತ್ತು. ಫೇಕ್ ಪ್ರೊಫೈಲ್ ಇರಬಹುದಾ ಎಂದು ಪರೀಕ್ಷೆ ಮಾಡಲು ಚಕ್ರವರ್ತಿ ಡಿಟೇಲ್ಸ್ ಹುಡುಕಿದನು.

**ಡಾ. ಅರವಿಂದಾ ಎಮ್**

**Ayurvedic Doctor at Shri Mahalasa Ayurvedic centre Udupi.**

**Age : 46**

**place : ಉಡುಪಿ**

**Marital status- Separated**

**Looking for – ಸಂಗಾತಿ ಜೀವನ ಬಯಸ್ತಿರೋ ವ್ಯಕ್ತಿ. ನಲವತ್ತೈದು ವರ್ಷ ಮೇಲ್ಪಟ್ಟಿರಬೇಕು. Divorced, Widower ಆಗಬಹುದು.**

**Financial status - ಇಂಡಿಪೆಂಡೆಂಟ್. ಉಡುಪಿಯಲ್ಲಿ ಸ್ವಂತ ಮನೆ ಮತ್ತು ಸಣ್ಣ ಕ್ಲಿನಿಕ್ ಇದೆ.**

**Dependent family member - ಯಾರೂ ಇಲ್ಲ.**

**Children - ಮಗಳಿದ್ದಾಳೆ. ಬೆಂಗಳೂರಿನಲ್ಲಿ ಕೆಲಸ ಮಾಡುತ್ತಿದ್ದಾಳೆ.**

ಅರವಿಂದಾ ಬದುಕಿನ ಬಗ್ಗೆ ತಿಳಿದುಕೊಳ್ಳಲು ಆಸಕ್ತಿ ತೋರಿಸಿದಾಗ ಆಕೆಯ ಮನೆ ಎಲ್ಲಿದೆ ಅನ್ನೋದನ್ನೂ ಸರಿಯಾಗಿ ಬಿಟ್ಟುಕೊಡದೆ ಮಾತು ಮುಗಿಸಿದ್ದಳು. ಅಂಥವಳು ತನ್ನ ಬಗ್ಗೆ ಹೀಗೆ ಹಾಕಿಕೊಂಡಿರುವುದು ಚಕ್ರವರ್ತಿಗೆ ನಂಬಲಾಗಲಿಲ್ಲ. ಇದು ಯಾರೋ ಕಿಡಿಗೇಡಿಗಳು ಮಾಡಿರೋ ಕೆಲಸ. ನಿಮ್ಮ ಕೆಲಸ ನೋಡಿಕೊಳ್ಳಿ ಎಂದು ಗುಂಪನ್ನು ಚೆದುರಿಸಿದ.

ಮ್ಯಾಟ್ರಿಮೊನಿಯಲ್ಲಿ ನೋಡಿದ ವಿಷಯದ ಸತ್ಯಾಸತ್ಯತೆಗಳನ್ನು ತಿಳಿಸುವುದಕ್ಕೆ ಚಕ್ರವರ್ತಿಗೆ ಜನ ಸಿಗದಿದ್ದರೂ ಅದೊಂದು Verified profile ಅನ್ನೋದನ್ನು ಹೇಗೆ ಪರೀಕ್ಷಿಸುವುದು ಎಂದು ಯೂಟ್ಯೂಬ್ ಹೇಳಿಕೊಟ್ಟಿತು. ಇಂತಹ ವೆಬ್ಸೈಟುಗಳಲ್ಲಿ ಫ್ರಾಡ್‌ಗಳನ್ನು ತಡೆಯುವುದಕ್ಕಾಗಿ ಒಟಿಪಿ ಬಳಸಿ, ಅವರ ಮಾಹಿತಿಗಳನ್ನು ಪರಿಶೀಲಿಸಿ ವೆರಿಫೈಡ್ ಅನ್ನೋ ಮುದ್ರೆ ಒತ್ತಿರುತ್ತಾರೆ. ಹಾಗೆಂದರೆ ಇದರಲ್ಲಿ ಮೋಸವಿಲ್ಲ, ಈ ವ್ಯಕ್ತಿಯ ಎಲ್ಲಾ ಮಾಹಿತಿಗಳೂ ಸತ್ಯ ಎಂದು ಯೂಟ್ಯೂಬರ್ ಸವಿವರಾಗಿ ಚಿತ್ರದ ಸಮೇತ ತಿಳಿಸಿಕೊಟ್ಟ. ಅರವಿಂದಾಳನ್ನು

ಮಂದಹಾಸವನ್ನು, ಅವಳ ಕೆಲಸವನ್ನು, ವ್ಯಕ್ತಿತ್ವವನ್ನು ಯಾವ ಉದ್ದೇಶವೂ ಇಲ್ಲದೆ ಮೆಚ್ಚಿದ್ದ ಚಕ್ರವರ್ತಿಗೆ ಆಕೆ ಜೊತೆಗಾರನನ್ನು ಹುಡುಕುತ್ತಿದ್ದಾಳೆ ಅನ್ನೋ ಸತ್ಯ ಯಾಕೋ ಇಷ್ಟವಾಗಲಿಲ್ಲ. ಒಂಟಿ ಜೀವನ ನಡೆಸುತ್ತಿದ್ದವನಿಗೆ ಇದರ ಬಗ್ಗೆ ದೀರ್ಘಾಲೋಚನೆ ಮಾಡೋದಕ್ಕಿಂತಾ ಆಸಕ್ತಿದಾಯಕ ವಿಷಯವೂ ಇನ್ನೊಂದಿರಲಿಲ್ಲ. ವಯಸ್ಸಿನ ಹುಡುಗಿಗೆ ವರನನ್ನು ಹುಡುಕುತ್ತಿದ್ದಾರೆ ಎಂದು ಗೊತ್ತಾದಾಗ ಮದುವೆಯಾಗದ ಯಾವ ಹುಡುಗನಾದರೂ ಒಂದು ಸಲ ಅತ್ತ ಗಮನ ಕೊಡುತ್ತಾನೆ. ವಿದ್ಯೆ, ರೂಪ, ಅಂತಸ್ತು, ಜಾತಿ ಇನ್ನಿತರ ಅಗತ್ಯತೆಗಳು ಹೊಂದಿಕೊಂಡಲ್ಲಿ ಆ ಗಮನ ಆಸಕ್ತಿಯಾಗಿ ಬದಲಾಗುತ್ತದೆ, ಎರಡೂ ಕಡೆ ಅದೇ ಆಸಕ್ತಿ ಇದ್ದಾಗ ಮದುವೆಯೂ ಕೂಡಿ ಬರುತ್ತದೆ. ಆದರೆ ಅರವಿಂದಾ ವಿಚಾರದಲ್ಲಿ ಹೇಗೆ ವರಾನ್ವೇಷಣೆ ನಡೆಯಬಹುದೆಂದು ಚಕ್ರವರ್ತಿಯ ಲೆಕ್ಕಾಚಾರಕ್ಕೆ ಸಿಗಲಿಲ್ಲ. ಆದರೆ ಹುಟ್ಟಿದ ಆಸಕ್ತಿಯಂತೂ ಬೆಳೆಯುತ್ತಲೇ ಹೋಯಿತು. ಹುಡುಗ ಏನು ಓದಿರಬೇಕು? ಯಾವ ಕೆಲಸದಲ್ಲಿರಬೇಕು, ಹಣವೆಷ್ಟಿರಬೇಕು, ಯಾವ ಜಾತಿ ಅನ್ನೋ ಯಾವ ವಿಚಾರವನ್ನು ಹಾಕಿರಲಿಲ್ಲ, ಸಂಗಾತಿಯನ್ನು ಬಯಸುವ ವ್ಯಕ್ತಿ ತನ್ನ ಖರ್ಚನ್ನು ತಾನು ನೋಡಿಕೊಂಡರೆ ಸಾಕು ಅನ್ನೋ ಹಾಗೆ ಬರೆದ ಮಾಹಿತಿ ಚಕ್ರವರ್ತಿಯ ತಲೆಯಲ್ಲಿ ಜಾಗ ಮಾಡಿಕೊಂಡು ಮಲಗಿಬಿಟ್ಟಿತು.

*

ಅಂದು ಭಾನುವಾರದ ಬೆಳಗ್ಗೆ ಎಂದು ಬೆಂಗಳೂರಿನ ಖಾಲಿ ರಸ್ತೆಗಳು ಸೂಚಿಸಿದವು. ಜಿಮ್ಮಿಗೆ ಹೋಗಬೇಕು ವ್ಯಾಯಾಮ ಮಾಡಬೇಕು ಎಂದು ಪ್ರತಿಜ್ಞೆ ಮಾಡಿದ್ದ ಶೂರರು ನಾಳೆ ನಾಳೆ ಎಂದು ವಾರವಿಡೀ ತಳ್ಳಿಕೊಂಡು ಬಂದು ಭಾನುವಾರದಂದು ಯೋಜನೆಯನ್ನು ಪೂರೈಸಿದರು. ಮಿಂಚೂ ಇನ್ನೂ ಹಾಸಿಗೆ ಬಿಟ್ಟು ಎದ್ದಿರಲಿಲ್ಲ. ಶನಿವಾರದ ದಿನ ಕೂಡ ಕೆಲಸ ಮಾಡಿ, ರಾತ್ರಿ ಮಲಗಿದ್ದು ತಡವಾದ್ದರಿಂದ ಇಡೀ ದಿನ ನಿದ್ದೆಯಲ್ಲೇ ಕಳೆಯಬೇಕೆಂದುಕೊಂಡಿದ್ದಳು. ಟೀಪಾಯಿ ಮೇಲಿಟ್ಟ ಮಿಂಚು ಫೋನ್ ಅನವರತವಾಗಿ ಹೊಡೆದುಕೊಳ್ಳಲು ಶುರುಮಾಡಿತು. ಫೋನ್ ಮಾಡಿದವರು ನಿದ್ರೆಗೆಡಿಸಬೇಕೆಂದು ತೀರ್ಮಾನಿಸಿ ಬಿಟ್ಟಂತಿತ್ತು. ಮಿಂಚು ಕಣ್ಣುಮುಚ್ಚಿಕೊಂಡು 'ಶೀತಲ್ ಫೋನ್ ಕಟ್ ಮಾಡು' ಎಂದು ಕೊಟ್ಟ ಆದೇಶಕ್ಕೆ ಉತ್ತರ ಬರದೇ ಇದ್ದಾಗ ಮಿಂಚು ಅಸಮಾಧಾನದಲ್ಲಿ ಎದ್ದು ಫೋನ್ ರಿಸೀವ್ ಮಾಡಿದಳು.

'ಅಮ್ಮಾ ಯಾಕ್ ಅಷ್ಟ್ ಸಲ ಫೋನ್ ಮಾಡ್ತಿದ್ದೀಯಾ? ನಂಗೆ ಸುಸ್ತಾಗಿದೆ, ಎದ್ಮೇಲೆ ವಾಪಸ್ ಮಾಡ್ತೀನಿ' ಒಂದೇ ಉಸಿರಿನಲ್ಲಿ ಹೇಳಿ ಕಟ್ ಮಾಡುತ್ತಿದ್ದಾಗ ಅಮ್ಮನ ಗರಂ ಆಗಿದ್ದ ಧ್ವನಿ ಮಾತಿನ ಕಡೆಗೆ ಗಮನ ಕೊಡುವಂತೆ ಮಾಡಿತು.

'ತಲೆ ಕೆಟ್ಟಿದೆಯಾ ನಿನಗೆ? ನಾನು ಮದ್ವೆ ಆಗ್ತೀನಿ ಅಂದ್ನಾ? ಮ್ಯಾಟ್ರಿಮೊನಿಯಲ್ಲಿ ನನ್ನ ಪ್ರೊಫೈಲ್ ಹಾಕಿದ್ದೀಯಲ್ಲಾ'

ಮಿಂಚು ನಿದ್ರೆ ಮಾಯವಾಯಿತು. ಉಡುಪಿಯಿಂದ ಬಂದಾಗಿನಿಂದ ಮಿಂಚು ಅಮ್ಮನ ಮದುವೆಯ ವಿಚಾರವಾಗಿ ಅನೂಪ್ ತಲೆ ತಿಂದಿದ್ದಳು. ಅವನು ಇಂಟರ್ನೆಟ್, ಯೂಟ್ಯೂಬ್ ಹುಡುಕಾಡಿ ಸ್ನೇಹಿತರನ್ನ ವಿಚಾರಿಸಿ ನಂಬಿಕಾರ್ಹ ಮ್ಯಾಟ್ರಿಮೊನಿ ಸೈಟಿನಲ್ಲಿ ಹೆಸರನ್ನು ನೋಂದಾಯಿಸುವಂತೆ ಸೂಚಿಸಿದ್ದ. ಆಗಿದ್ದಾಗಲಿ ಎಂದು ಅರವಿಂದಾಗೆ ಹೇಳದೆಯೇ ಪ್ರೊಫೈಲ್ ಕ್ರಿಯೇಟ್ ಮಾಡಿಬಿಟ್ಟಿದ್ದಳು. ಅಮ್ಮನಿಗೆ ಹೊಂದಿಕೆಯಾಗೋ ವ್ಯಕ್ತಿ ಯಾರಾದರೂ ಸಿಕ್ಕರೆ ಮುಂದಿನದ್ದನ್ನು ನೋಡಿಕೊಳ್ಳುವ ಅಂತಿದ್ದಳು. ನೋಂದಾಯಿಸಿದ ಮೂರ್ನಾಲ್ಕು ದಿನದಲ್ಲಿ ಹತ್ತಾರು ಪ್ರೊಫೈಲ್‌ಗಳಿಂದ ಮೆಸೇಜುಗಳು ಬಂದಿದ್ದವು. ಅದರಲ್ಲಿ ಮಣಿಪಾಲ್ ಆಸ್ಪತ್ರೆಯಲ್ಲಿ ಸರ್ಜನ್ ಆಗಿರೋ ಡಾಕ್ಟರ್‌ನ ಮೆಸೇಜ್ ನೋಡಿ ಮಧ್ಯರಾತ್ರಿಯ ತನಕ ಅವರ ಮಾಹಿತಿಗಳನ್ನು ಪರಿಶೀಲನೆ ಮಾಡಿದಳು. ಅವರು ಅಮ್ಮನಿಗೆ ಸರಿ ಹೊಂದುತ್ತಾರೆ ಅನ್ನಿಸಿದ ಕೂಡಲೇ ಮ್ಯಾಟ್ರಿಮೊನಿ ಸೈಟಿನ ಲಿಂಕು, ಡಾಕ್ಟರ್‌ನ ಪ್ರೊಫೈಲ್ ಎಲ್ಲವನ್ನೂ ಅಮ್ಮನಿಗೆ ಕಳಿಸಿ ಮಲಗಿಕೊಂಡಳು. ಅರವಿಂದಾ ಬೆಳಗ್ಗೆ ಎದ್ದು ಫೋನ್ ನೋಡಿದಾಗ ಮಧ್ಯರಾತ್ರಿಯಲ್ಲಿ ಮಗಳು ಮಾಡಿದ ಕಿತಾಪತಿ ಅರ್ಥವಾಗಿ ತಲೆಚಿಟ್ಟು ಬಂದು ಫೋನ್ ಮಾಡಿದ್ದಳು.

'ಮಿಂಚೂ ಕೇಳಿಸ್ತಿದ್ದೀಯಾ..? ಮೊದ್ಲು ಇದನ್ನೆಲ್ಲಾ ಡಿಲೀಟ್ ಮಾಡು'

'ಅಮ್ಮಾ ಆ ಸರ್ಜನ್ ಪ್ರೊಫೈಲ್ ನೋಡಿದ್ಯಾ? ಅವರೂ ಡಿವೋರ್ಸಿ. preferably medical professionನಲ್ಲಿರೋ single woman ಅಂತ ಹಾಕಿದ್ದಾರೆ. ಹ್ಯಾಂಡ್ಸಮ್ ಆಗಿದ್ದಾರೆ, ಮಂಗಳೂರಲ್ಲಿ ಸ್ವಂತ ಮನೆ ಇದೆ. ಒಬ್ಬನೇ ಮಗ ಆಸ್ಟ್ರೇಲಿಯಾದಲ್ಲಿದ್ದಾನೆ. ನಿಂಗೆ ಸರಿಹೋಗುತ್ತೆ. ರಾತ್ರಿಯೆಲ್ಲಾ ಕಷ್ಟಪಟ್ಟು ನೋಡಿದ್ದೀನಮ್ಮಾ.. ಅದಕ್ಕೂ ಬೆಲೆಯಿಲ್ವಾ?'

'ಏನ್ ನೋಡಿದ್ದೀಯಾ? ಯಾರೋ ಒಬ್ಬ ಹುಡುಗ ಐ ಲವ್ ಯೂ ಆಂಟಿ. ನನ್ನ ಮದ್ವೆ ಆಗ್ತೀಯಾ ಅಂತ ಮೆಸೇಜ್ ಮಾಡಿದ್ದಾನೆ. ಅದನ್ನ ನೋಡ್ಲಿಲ್ವಾ? ಈ ತರ ಅಸಹ್ಯನೆಲ್ಲಾ ನಾನ್ ನೋಡ್ಬೇಕೇನೇ?'

'ಎಲ್ಲಾದ್ರಲ್ಲೂ ಕೆಟ್ಟದ್ದೂ ಇರುತ್ತೆ ಒಳ್ಳೇದೂ ಇರುತ್ತೆ. ನಮಗೆ ಬೇಕಾದ್ದನ್ನ ನಾವು ಆರಿಸಿಕೊಳ್ಳಬೇಕು ಅಷ್ಟೇ'

'ಮಿಂಚು ನನಗೆ ನಿನ್ನ ಬುದ್ಧಿವಾದ ಬೇಕಾಗಿಲ್ಲ. ನಂಗೆ ಗೊತ್ತಿಲ್ದೇ ಇರೋರ್ ಸಹವಾಸ ಆಗಿಬರಲ್ಲ'

'ಹಾಗಿದ್ದರೆ ಗೊತ್ತಿರೋರ ಸಹವಾಸ ಆಗಿಬರುತ್ತಾ? ಪರಿಚಯ ಮಾಡ್ಕೊಂಡು ಗೊತ್ತು ಮಾಡಿಕೊಂಡೇ ಮದುವೆಯಾಗು. ನೀನು ಒಪ್ಪಿಕೊಂಡರೆ ನಾನು ಬೇಗ ಮದ್ವೆ ಆಗ್ತೀನಿ'

ಮಾಡುವ ಕೆಲಸ ಬಿಟ್ಟು ಅವರಿವರನ್ನು ಭೇಟಿಯಾಗೋ ಯೋಚನೆ ಅರವಿಂದಾಗೆ ಒಪ್ಪಿಗೆಯಾಗಲೇ ಇಲ್ಲ. ಮಗಳು ನಿದ್ರೆ ಮಾಡಲಿ ಅಂತ ಫೋನ್ ಇಟ್ಟಳು, ಆದರೆ ಅವಳ ಕೆಲಸದಿಂದ ಅರವಿಂದಾ ನಿದ್ದೆಗೆಡುವಂತಾಯಿತು.

❋

ಅನೂಪ್ ಶೇಖರ್ ಅಂತ ಹೆಸರಲ್ಲಿ ಅಪ್ಪ ಮಗ ಜೊತೆಗಿದ್ದರೂ, ಅವರಿಬ್ಬರೂ ಒಬ್ಬರಿಗೊಬ್ಬರು ಎಂದಿಗೂ ಜೊತೆಯಾಗೇ ಇಲ್ಲ. 'ಚಿತ್ಕಳಾ' ಅನ್ನೋ ಕೊಂಡಿ ಅವರನ್ನು ಅಪ್ಪ ಮಗನಾಗಿ ಜೋಡಿಸಿಟ್ಟಿತ್ತು. ಆಕೆ ಇಷ್ಟ ಪಟ್ಟು ದತ್ತು ತೆಗೆದುಕೊಂಡವನನ್ನು ಶೇಖರ್ ಮಗನೆಂದು ಪರಿಗಣಿಸಿರಲಿಲ್ಲವೋ, ಅಥವಾ ಅಪ್ಪ ನನ್ನನ್ನು ಸ್ವಂತ ಮಗನಂತೆ ನೋಡುವುದಿಲ್ಲ ಅಂತ ಅವನೇ ಶೇಖರ್ ನನ್ನು ದೂರವಿಟ್ಟಿದ್ದಾನೋ ಹೇಳುವುದಕ್ಕಾಗೋದಿಲ್ಲ. ಚಿತ್ಕಳಾಳ ಸಾವಿನ ನಂತರ ಅವರಿಬ್ಬರ ಅಂತರ ಇನ್ನಷ್ಟು ಜಾಸ್ತಿಯಾಯಿತು.

'ಅಪ್ಪ, ನಾನ್ ಕೆಲ್ಸ ಬಿಟ್ರೆ ನಿಂಗೇನನ್ಸುತ್ತೆ?' ಅಂತ ಕೇಳಿದಾಗ ಶೇಖರ್ 'ಬಿಡು, ನಿಂಗೇನ್ ತೊಂದ್ರೆ ಸ್ವಂತ ಮನೆ ಇದೆ, ಬಾಡಿಗೇನೂ ಬರುತ್ತೆ' ಅಂದದ್ದು ಯಾಕೋ ವ್ಯಂಗ್ಯ ಅನ್ನಿಸಿತು. ನಿನ್ನ ಸಾಕು ತಂದೆ ಮಾಡಿಟ್ಟಿದ್ದನ್ನ ಅನುಭವಿಸು ಅಂತ ಆಡಿಕೊಂಡರೇನೋ ಎಂದು ಕೊರಗಿದ. ಚಿಕ್ಕಂದಿನಲ್ಲಿ ಅನೂಪನ ವಯೋಸಹಜವಾದ ಚೇಷ್ಟೆ, ಗಲಾಟೆ ತಪ್ಪುಗಳು ಶೇಖರ್ ಸಹಿಸುತ್ತಿರಲಿಲ್ಲ, ಬೇಕಿತ್ತಾ ಇದೆಲ್ಲಾ, ಇವನೊಂದು ಭಾರ ಅನ್ನುವಂತೆ ಚಿತ್ಕಳಾಗೆ ಬಯ್ದದ್ದು ಆ ಪುಟ್ಟ ಹುಡುಗನ ಕಣ್ಣಲ್ಲಿ ಚಿತ್ರಪಟದಂತೆ ಕೂತುಬಿಟ್ಟಿತ್ತು. ಹಾಗಾಗಿ ಅವನಿಗೆ ಶೇಖರ್ ಏನೇ ಹೇಳಿದರೂ ನನ್ನನ್ನು ದೂರ ಇಟ್ಟೇ ಮಾತನಾಡುತ್ತಾನೆ ಅನ್ನೋ ಭಾವನೆ ಬಲವಾಗಿಬಿಟ್ಟಿತು. ಅದರಲ್ಲಿನ ಸರಿ ತಪ್ಪುಗಳನ್ನು ಹುಡುಕಿ ಸಂಬಂಧವನ್ನು ಗಟ್ಟಿಮಾಡಿಕೊಳ್ಳುವ ಸಂದರ್ಭ, ಅಗತ್ಯತೆ ತಂದೆ ಮಗನಿಗೆ ಚಿತ್ಕಳಾಳ ನಿರ್ಗಮನದ ನಂತರವಂತೂ ಬರಲೇ ಇಲ್ಲ.

ಅದೇಕೋ ಅಂದು ಅನೂಪನಿಗೆ ತಾಯಿಯ ನೆನಪು ಹೆಚ್ಚಾಗಿ ಅವಳ ಫೋಟೋ ನೋಡುತ್ತಾ ಚಿಕ್ಕ ಹುಡುಗನಂತೆ ಬಿಕ್ಕಳಿಸಿ ಅತ್ತುಬಿಟ್ಟ. ಈ ಬಣ್ಣದ ಬಟ್ಟೆ ಹಾಕಿಕೋ, ಈ ಚಪ್ಪಲಿ ತೊಡು, ಈ ಶಾಲೆ ಸೇರು ಅಂತ ಪ್ರತಿಯೊಂದನ್ನೂ ಆಯ್ಕೆ ಮಾಡಿ ಅನೂಪನ ಜೀವನವನ್ನು ಸಲೀಸಾಗಿ ಮುನ್ನಡೆಸಿಕೊಂಡು ಬಂದಿದ್ದ ಅಮ್ಮನಿಗೆ ಇನ್ನೂ ಹೆಚ್ಚು ಆಯಸ್ಸು ಇದ್ದಿದ್ದರೆ ನನ್ನ ಇಡೀ ಜೀವನದ ಭಾರವನ್ನು ಹೊತ್ತು ಜೊತೆಗೆ ನಡೆಸಿಕೊಂಡು ಹೋಗುತ್ತಿದ್ದಳೇನೋ ಅನ್ನಿಸಿತು. ಮಿಂಚು ತನ್ನೆಲ್ಲಾ ನಲಿವು ನೋವುಗಳಲ್ಲಿ ಜೊತೆಯಾಗಿದ್ದರೂ ಕೆಲಸ, ಮದುವೆ ಅಂತ ಬಂದಾಗ ಅವಳ ದೃಷ್ಟಿಕೋನದಿಂದ ನಿರ್ಧಾರವನ್ನು ಹೇರಿಬಿಡುತ್ತಾಳೆ, ನನ್ನ ಹಿತವನ್ನು ಪರಿಗಣಿಸುವುದಿಲ್ಲ ಅನ್ನಿಸಿಬಿಟ್ಟಿತು. ಕಚೇರಿಯಲ್ಲಿ ಮ್ಯಾನೇಜರ್ ರಜೆ ತೊಗೊಂಡಿದ್ದಕ್ಕಾಗಿ ಎಲ್ಲರ ಮುಂದೆ ಬಯ್ದದ್ದು, ಅದೇ ರಜೆಯಲ್ಲಿ ಮಾಡಿದ ಫೋಟೋ ಶೂಟ್ ನೋಡಿ ಸ್ನೇಹಿತರು, ಕ್ಲೈಂಟ್‌ಗಳೆಲ್ಲಾ ಹೊಗಳಿದ್ದು ಅವನಿಗೆ

ಒಂದೇ ಘಟನೆಯಿಂದ ಸಿಕ್ಕ ಎರಡು ರೀತಿಯ ಅನುಭವಗಳಾಗಿದ್ದವು. ಯಾವುದು ಶಾಶ್ವತ, ಯಾವುದಕ್ಕೆ ಹೆಚ್ಚು ಒತ್ತುಕೊಡಬೇಕು ಅನ್ನೋ ತೊಳಲಾಟದಲ್ಲಿ ಸಿಕ್ಕಿಬಿದ್ದನು. ಇದೆಲ್ಲದಕ್ಕಿಂತ ಹೆಚ್ಚಿನ ನೋವು ಕೊಟ್ಟಿದ್ದು ಇತ್ತೀಚೆಗೆ ಅಪ್ಪನ ಜೊತೆಗಾದ ಜಗಳ.

ಅನೂಪ್ ಬಿಡುವಾದಾಗ ಅಡುಗೆಮನೆ ಸೇರಿ ಬ್ರೆಡ್ ಆಮ್ಲೆಟ್, ಮ್ಯಾಗಿ ಮಾಡಿ ತನ್ನ ಹೊಟ್ಟೆಯ ಜೊತೆ ಅಪ್ಪನ ಹೊಟ್ಟೆಯನ್ನೂ ತುಂಬಿಸುತ್ತಿದ್ದ. ಅಂದು ಹೊಸದಾಗಿ ಏನಾದರೂ ತಿಂಡಿ ಟ್ರೈ ಮಾಡ್ತೀನಿ ಅನ್ನೋ ಉತ್ಸಾಹದಲ್ಲಿ ತಾನೇ ಅಂಗಡಿಗೆ ಹೋಗಿ ಸಾಮಗ್ರಿಗಳನ್ನು ತಂದಿಟ್ಟುಕೊಂಡಿದ್ದ.

'ಅನೂಪ್, ಸ್ವಲ್ಪ ಮಾತಾಡು ಅವ್ರು ತುಂಬಾ ಬೇಜಾರಾಗಿದ್ದಾರೆ' ಶೇಖರ್ ಇದ್ದಕ್ಕಿದ್ದಂತೆ ಕೈಗೆ ಫೋನು ಕೊಡುತ್ತಾ ಹೇಳಿದ್ದು ಯಾರ ಬಗ್ಗೆಯೆಂದು ಅನೂಪನಿಗೆ ತಕ್ಷಣ ಅರ್ಥವಾಗಲಿಲ್ಲ.

'ಯಾರಪ್ಪ?'

'ಅದೇ.. ಸುರೇಶ್ ಚಕ್ರವರ್ತಿ, ಪಾಪ ಅವ್ರಿಗೆ ಹುಷಾರ್ ತಪ್ಪಿದ್ಯಂತೆ'

ಇನ್ನೂ ಹೆಚ್ಚು ಹೇಳೋದು ಬೇಕಿರಲಿಲ್ಲ. ಫೋನ್ ಮಾಡಿರುವುದು ಅವನ ಹೆತ್ತ ತಂದೆಯೆಂದು ಗೊತ್ತಾಯಿತು. ಅವರೊಂದಿಗೆ ಮಾತನಾಡುವುದು ತನಗಿಷ್ಟವಿಲ್ಲ ಅನ್ನೋದು ಗೊತ್ತಿದ್ದರೂ ಶೇಖರ್ ಸೀದಾ ಫೋನ್ ಕೈಗೆ ತಂದುಕೊಟ್ಟಿದ್ದಕ್ಕೆ ಸಿಟ್ಟು ನೆತ್ತಿಗೇರಿತು. 'ಇನ್ನೂ ಅವ್ರ ಜೊತೆ ಕಾಂಟ್ಯಾಕ್ಟ್ ನಲ್ಲಿದ್ದೀರಾ..' ಅನೂಪ್ ಫೋನ್ ಕಿತ್ತುಕೊಂಡು ಕಟ್ ಮಾಡಿದ. ಆ ನಡವಳಿಕೆ ಶೇಖರ್‌ಗೆ ಹಿಡಿಸಲಿಲ್ಲ. ಅಡುಗೆ ಮನೆಯಲ್ಲಿ ಅಡುಗೆಯ ಬಿಸಿಗಿಂತ ಇಬ್ಬರ ಮಧ್ಯೆ ಮಾತಿನ ಬಿಸಿಯೇ ಹೆಚ್ಚಾಯ್ತು. ಶೇಖರ್‌ಗೆ ಸುರೇಶ್ ಚಕ್ರವರ್ತಿ ತನ್ನ ಹೆಂಡತಿಯ ಕೋರಿಕೆಯನ್ನ ಈಡೇರಿಸಿದ ವ್ಯಕ್ತಿ ಅನ್ನೋ ಅಭಿಮಾನ ಇನ್ನೂ ಉಳಿದಿತ್ತು. ಅಪರೂಪಕ್ಕೊಮ್ಮೆ ಫೋನ್ ಮಾಡಿ ಮಗನ ಬಗ್ಗೆ ವಿಚಾರಿಕೊಳ್ಳೋದ್ರಲ್ಲಿ ಅವನಿಗೆ ಯಾವ ತಪ್ಪು ಕಾಣಿಸಿರಲಿಲ್ಲ. ಅದರಲ್ಲೂ ಇಂದು ಆರೋಗ್ಯ ಸರಿಯಿಲ್ಲ, ನೀವೆಲ್ಲರೂ ನೆನಪಾದ್ರಿ, ನನ್ನೋರು ಅಂತ ನಂಗೆ ಇನ್ಯಾರು ಇಲ್ಲವಲ್ಲ ಅಂತ ಹೇಳಿದ ಮಾತಿಗೆ ಸಾಂತ್ವನವೆಂಬಂತೆ ಅನೂಪನೊಂದಿಗೆ ಎರಡು ಸೌಜನ್ಯದ ಮಾತಾಡಿಸೋಣವೆಂದು ಅಡುಗೆ ಮನೆಗೆ ಫೋನ್ ತಂದುಕೊಟ್ಟಿದ್ದನು. ಆದರೆ ಆ ಕಾಳಜಿ ಅನೂಪನ ಕಣ್ಣಲ್ಲಿ ಬೇರೆ ರೂಪವೇ ಪಡೆದಿತ್ತು. ಬಿಟ್ಟುಹೋದ ಹುಡುಗಿಯ ನೆನಪಿನ ನೋವಲ್ಲಿದ್ದು, ಅತ್ತು ಕರೆದು, ಪ್ರೀತಿಯನ್ನು ಮರೆತು ಅದರಿಂದ ಹೊರಗೆ ಬಂದಮೇಲೆ ಅವಳು ಎದುರಿಗೆ ಸಿಕ್ಕರೆ ಹೇಗೆ ಮೈ ಉರಿಯುತ್ತದೋ, ಅದೇ ಥರ ಅನೂಪನಿಗೆ ಹೆತ್ತಪ್ಪನ ಬಗ್ಗೆ ಇರಿಟೇಶನ್. ಮಗನ ಜವಾಬ್ದಾರಿಯನ್ನು ಇನ್ನೊಬ್ಬರ ಮಡಿಲಿಗೆ ಹಾಕಿದ ಮೇಲೆ ಮತ್ತೆ ಅಳಿದುಳಿದ ನಂಟನ್ನು ಹುಡುಕಿಕೊಂಡು ಬರೋದನ್ನು ಅವನು

ಸಹಿಸುತ್ತಿರಲಿಲ್ಲ. ಅದೇ ಕಾರಣಕ್ಕೆ ಶೇಖರ್ ಮತ್ತು ಅನೂಪ್ ಮಧ್ಯೆ ಎಷ್ಟೋ ಸಲ ವಾದ ನಡೆದಿತ್ತು. 'ನಿನ್ ಹೆತ್ತಪ್ಪನ ಬಗ್ಗೆ ಒಂದ್ ಚೂರು ಕನಿಕರ ಇಲ್ಲ ನಿಂಗೆ, ಇನ್ನು ನಾನ್ ಸಾಯ್ತಿದ್ದೀನಿ ಅಂದ್ರೆ ಉಭ ಶುಭ ಅನ್ನಲ್ವೇನೋ' ಎಂದು ಶೇಖರ್ ದೂರಿದ್ದು ಅವನ ಮನ ನೋಯಿಸಿ ತಂದೆ ಇದ್ದೂ ಅನಾಥ ಪ್ರಜ್ಞೆ ಕಾಡೋಕೆ ಶುರುವಾಯಿತು. ಅಂದೇ ಮನೆ ಬಿಟ್ಟು ಹೋಗಬೇಕು ಅನ್ನಿಸಿತು. ಇದ್ದ ಅಪ್ಪ ನನ್ನಪ್ಪ ಅಲ್ಲ, ದೂರ ಇರೋ ಅಪ್ಪನನ್ನು ಒಪ್ಪಿಕೊಳ್ಳೋ ಮನಸ್ಸಿಲ್ಲ, ಹೆತ್ತ ತಾಯಿಯ ನೆನಪಿಲ್ಲ, ಎಲ್ಲರ ಪ್ರೀತಿಯನ್ನು ತಾನೊಬ್ಬಳೇ ಕೊಡುತ್ತಿದ್ದ ಸಾಕಿದ ತಾಯಿ ವಾಪಸ್ಸು ಬರಲಾರದೂರಿಗೆ ಹೋಗಿಬಿಟ್ಟಳು. ಹೆಚ್ಚು ಹೆಚ್ಚು ಯೋಚಿಸಿದಷ್ಟೂ ಸ್ವಯಂ ಕರುಣೆ ಹೆಚ್ಚಾಗುತ್ತಾ ಹೋಗಿ ಕಣ್ತುಂಬಿ ಬಂತು. 'ನಾನೇನ್ ಚಿಕ್ಕ ಮಗು ಅಲ್ಲ, ಅಪ್ಪ ಅಮ್ಮ ಸಾಕ್ಬೇಕಾಗಿರೋ ವಯಸ್ಸೂ ನನ್ನದಲ್ಲ. I should stop self pitying and relax' ಅನೂಪ್ ತನಗೆ ತಾನೇ ಗದರಿಕೊಂಡು ನಿದ್ದೆಗೆ ಶರಣಾದ.

## 8

ಮೂರು ದಿನದಿಂದ ಶ್ರೀಮಹಾಲಸಾ ಕ್ಲಿನಿಕ್‌ನ ಬಾಗಿಲು ತೆಗೆದಿರಲಿಲ್ಲ. ಚಕ್ರವರ್ತಿಗೆ ಬಸ್ಸು ಹತ್ತಿದ ತಕ್ಷಣ ಇಡೀ ಬಸ್ಸನ್ನೊಮ್ಮೆ ಕಣ್ಣು ಹಾಯಿಸಿ ಡಾಕ್ಟರ್ ಎಲ್ಲಾದರೂ ಕಾಣುವಳೇ ಅಂತ ನೋಡುವ ಅಭ್ಯಾಸ ಶುರುವಾಗಿತ್ತು. ಆದರೆ ಡಾಕ್ಟರ್ ಕಾಣಲೇ ಇಲ್ಲ. ಇಷ್ಟು ಬೇಗ ಮದುವೆ ಆಗಿಹೋಯಿತಾ ಅಂತನಿಸಿದರೂ ಆ ಊಹೆಗೆ ಪುಷ್ಟಿಕೊಡೋ ಯಾವ ಸಾಕ್ಷಿಯೂ ಸಿಗಲಿಲ್ಲ. ಅವರ ಫೋನ್ ನಂಬರಿಗೆ ಕಾಲ್ ಮಾಡುವ ಅನ್ನಿಸಿತು, ಕಾರಣವಿಲ್ಲದೇ ಫೋನ್ ಮಾಡಿದರೆ ಏನಂದುಕೊಳ್ಳುತ್ತಾರೋ ಬೇಡ ಅಂತಲೂ ಅನ್ನಿಸಿತು. ಮರುಕ್ಷಣ, ತನ್ನ ಶುಗರ್ ಲೆವೆಲ್ ಬಗ್ಗೆ ಮಾತನಾಡೋಕೆ ಫೋನ್ ಮಾಡಿ, ಕ್ಲಿನಿಕ್ ಮುಚ್ಚಿರೋ ಕಾರಣ ಕೇಳಬಹುದು ಅನ್ನಿಸಿ ಫೋನಾಯಿಸಿದ. ಮೂರು ರಿಂಗಿನ ನಂತರ ಫೋನ್‌ನಿಂದ ಬಂದ ಅಪರಿಚಿತ ಧ್ವನಿ ಡಾಕ್ಟರ್‌ಗೆ ಆರಾಮಿಲ್ಲ ಈಗ ಯಾವ ಪೇಶೆಂಟ್ ಜೊತೆಗೂ ಅವರು ಮಾತಾಡೋದಿಲ್ಲ ಎಂದಿತು. ದ್ವಾರಪಾಲಕರ ಹಾಗೆ ಫೋನಿನಲ್ಲೇ ಅಡ್ಡನಿಂತುಬಿಟ್ಟವರನ್ನು ಶಪಿಸಿಕೊಂಡು ಪೆಚ್ಚಾಗಿ ಫೋನ್ ಇಡಬೇಕು ಅನ್ನುವಷ್ಟರಲ್ಲಿ ಅರವಿಂದಾ ಹಲೋ ಎಂದಳು. ಫೋನ್ ಮಾಡಿರುವುದು ಚಕ್ರವರ್ತಿ ಎಂದು ಗೊತ್ತಾಗಿ 'ಪೇಶೆಂಟ್ ಅಲ್ಲ ಅವರು ನನ್ನ ಸ್ನೇಹಿತರು' ಅಂತ ಹೇಳಿ ರಾಧಮ್ಮಜ್ಜಿಯಿಂದ ಫೋನ್ ತೆಗೆದುಕೊಂಡು ಮಾತನಾಡಿದಳು.

'ಹಲೋ, ನಮಸ್ತೆ ಸುರೇಶ್ ಚಕ್ರವರ್ತಿ ಅವ್ರೇ, ಹೇಗಿದ್ದೀರಿ ಆರಾಮಾ? ನಂಗೆ ಸ್ವಲ್ಪ ಕಾಲು ಪೆಟ್ಟಾಗಿತ್ತು ಅದಕ್ಕೆ ಕ್ಲಿನಿಕ್‌ಗೆ ಬಂದಿಲ್ಲ'

'ಏನಾಯ್ತು. ದೊಡ್ಡ ಪೆಟ್ಟಾಗಿದೆಯಾ?'

'ಅದೇನಾಯ್ತು ಅಂದ್ರೆ, ನಂಗೆ ದಿನಾ ಬಸ್ಸಿನ ಸಮಯಕ್ಕೆ ಹೊಂದಿಸಿಕೊಳ್ಳೋದು ಯಾಕೋ ಕಷ್ಟ ಅನ್ನಿಸುತ್ತಿತ್ತು. ಅದಕ್ಕೆ ಒಂದು ಟೂ ವೀಲರ್ ತೊಗೊಳ್ಳೋಣ ಅಂತ ನನ್ನ ಪೇಶೆಂಟ್ ಹತ್ತಿರ ಮಾತಾಡ್ತಿದ್ದೆ. ಅವಳು ಗಾಡಿ ಓಡಿಸೋದನ್ನ ಹೇಳಿಕೊಡ್ತೀನಿ ಅಂದ್ಲು, ನನಗೂ ಟಚ್ ಬಿಟ್ಟುಹೋಗಿತ್ತು ಒಂದೆರಡು ದಿನ ಕಾಲು ಕೊಟ್ಟು ಓಡಿಸಿ ಧೈರ್ಯ ಬಂದು ದೊಡ್ಡ ರಸ್ತೆಗೆ ತಗೊಂಡು ಹೋದೆ ಎದುರುಗಡೆ ನಾಯಿ ಓಡಿಬಂತು. ಭಯಪಟ್ಟು ಬ್ರೇಕ್ ಹಾಕುವ ಬದಲು ಆಕ್ಸಿಲೇಟರ್ ಜೋರು ಮಾಡ್ದೇ ನೋಡಿ.. ಸೀದಾ ಹೋಗಿ ಮರಕ್ಕೆ ಗುದ್ದಿ, ಗಾಡಿ ನನ್ ಕಾಲ ಮೇಲೆ ಬಿದ್ದು ಹೋಯ್ತು.'

ಅರವಿಂದಾ ಆದ ಘಟನೆಯನ್ನು ಸ್ವಲ್ಪವೂ ನೋವಿಲ್ಲದೇ ದೊಡ್ಡ ಕಾಮಿಡಿ ಅನ್ನೋ ತರ ಹೇಳಿದಳು. ಆದರೆ ವಿಷಯ ತಿಳಿದು ಚಕ್ರವರ್ತಿಗೆ ಬೇಸರವಾಯಿತು

'ಅಯ್ಯೋ ಹೌದಾ, ಫ್ರ್ಯಾಕ್ಚರ್ ಏನು ಆಗಿಲ್ಲ ತಾನೆ?'

'ಇಲ್ಲ ಇಲ್ಲ.. ಗಾಯ ಆಗಿದೆ, ಅಲ್ಲಲ್ಲಿ ತರಚಿದೆ, ಮೂಳೆಗೆ ಪೆಟ್ಟುಬಿದ್ದಿದೆ ಅಷ್ಟೇ. ಸರಿ ಹೋಗುತ್ತೆ'

'ಏನಾದ್ರೂ ಬೇಕಿದ್ರೆ ಕೇಳಿ, ಸಂಕೋಚ ಪಟ್ಕೋಬೇಡಿ ಮೇಡಮ್.. ಈಗ ನಿಮ್ ಅಲೆವೂರಿನಲ್ಲಿರೋ ಹಳೇ ಬಾವಿ ಹತ್ರನೇ ನಮ್ ಕೆಲ್ಸ'

ಹಳೇ ಬಾವಿಯ ವಿಷಯ ಅರವಿಂದಾಗೂ ಆಸಕ್ತಿ ಹುಟ್ಟಿಸಿತು, ಸಣ್ಣವಳಿದ್ದಾಗ ಅಮ್ಮನ ಜೊತೆ ಆ ಬಾವಿಗೆ ಹೋಗಿ ನೀರು ತರುತ್ತಿದ್ದ ನೆನಪು ಮರುಕಳಿಸಿತು, ಕ್ರಮೇಣ ಅದು ಬತ್ತಿ ಹೋಗಿತ್ತು. ಜನಗಳ ಓಡಾಟ ಕಮ್ಮಿಯಾಗುತ್ತಿದ್ದಂತೆ ಆ ಜಾಗದಲ್ಲಿ ಒಂದೆರಡು ಕ್ರೈಮ್ ನಡೆದು ಒಂದು ಕಾಲದಲ್ಲಿ ಸಿಹಿನೀರಿಗೆ ಪ್ರಖ್ಯಾತಿಯಾಗಿದ್ದ ಬಾವಿ ಕುಖ್ಯಾತಿ ಪಡೆಯುವಂತಾಯಿತು. ಚಕ್ರವರ್ತಿಯ ಟೀಮ್ ಈಗ ಆ ಬಾವಿಯ ಪುನಶ್ಚೇತನ ಮಾಡೋ ಕಾರ್ಯವನ್ನ ತೆಗೆದುಕೊಂಡಿರೋದು ಅವಳಿಗೂ ಸಂತೋಷವಾಯ್ತು. ಪಾಳುಬಿದ್ದ ಬಾವಿಗೆ ಜೀವ ಕೊಡೋ ಪ್ರೊಸೆಸ್‌ನ ತಿಳಿದುಕೊಳ್ಳೋದರ ಬಗ್ಗೆ ಆಸಕ್ತಿ ತೋರಿಸಿದಳು. ಬಾವಿಯ ಸುತ್ತಮುತ್ತ ಬೆಳೆದುಕೊಂಡಿರೋ ಮುಳ್ಳುಗಿಡ, ಒಣಗಿದ ಮರಗಳನ್ನ, ಕಸ ಕಡ್ಡಿಗಳನ್ನೆಲ್ಲಾ ಮೊದಲು ಕಿತ್ತು ಹಾಕ್ತೇವೆ, ನಂತರ ಬಾವಿಯೊಳಗಿನ ಶುದ್ಧೀಕರಣ ಶುರುವಾಗುತ್ತದೆ. ಇದಕ್ಕೆಲ್ಲಾ ಬುಲ್ಡೋಜರ್ ಬಳಸ್ತೀವಿ, ಎಲ್ಲಾ ಕ್ಲೀನ್ ಆದಮೇಲೆ ಬಾವಿಯೊಳಗೆ ಉಳಿದುಕೊಂಡಿರೋ ಪಾಚಿ ತೆಗೆದು, ನೀರನ್ನೂ ಕೂಡ ಮೋಟರ್ ಮೂಲಕ ಹೊರ ತೆಗೀತೀವಿ. ನೀರನ್ನ ಪುನರ್‌ಭರ್ತಿ ಮಾಡೋದಕ್ಕೆ ಬಾವಿಯನ್ನ ಇನ್ನೊಂದಷ್ಟು ಅಗೆಯಬೇಕಾಗುತ್ತದೆ ಮತ್ತೆ ಮಳೆನೀರು ಬಾವಿ ಕಡೆಗೇ ಹರಿದು ಬರೋಹಾಗೆ ಮಣ್ಣೊಳಗಿನಿಂದಲೇ ಕಾಲುವೆ ಮಾಡುತ್ತೇವೆ. ಇದೆಲ್ಲಾ ಆಗಿ ನೀರು ಬಂದ ನಂತರ ಅದರ ಶುದ್ಧೀಕರಣ, ಆ

ನೀರು ಬಳಸೋದಕ್ಕೆ ಸೂಕ್ತವೋ ಇಲ್ಲವೋ ಅಂತ ಪರೀಕ್ಷೆ ಮಾಡಲಾಗುತ್ತೆ ಅಂತ ಚಕ್ರವರ್ತಿ ಉತ್ಸಾಹದಲ್ಲಿ ವಿವರಿಸಿದ.

'ಒಂದ್ ಸಲ ನಾನೂ ಬರ್ತೀನಿ ನೋಡೋಕೆ, ನನ್ ಚಿಕ್ಕಂದಿನ ನೆನಪು ಆ ಬಾವಿ'

'ಖಂಡಿತ ಬನ್ನಿ ಮೇಡಮ್, ಮೊದ್ಲು ಹುಷಾರಾಗಿ.. ನಾನೇ ಕರ್ಕೊಂಡ್ ಹೋಗ್ತೀನಿ'

ಚಕ್ರವರ್ತಿ ಬಾವಿ ಅಗೆಯೋ ವಿಷಯದಿಂದ ಮ್ಯಾಟ್ರಿಮೊನಿ ವಿಷಯಕ್ಕೆ ಮಾತನ್ನು ತಿರುಗಿಸುವ ದಾರಿ ಗೊತ್ತಾಗದೇ ಫೋನ್ ಇಟ್ಟುಬಿಟ್ಟ. ಮಿಂಚು ಜೊತೆ ಬಿಟ್ಟರೆ ಇನ್ಯಾರೊಂದಿಗೂ ಹರಟೆ ಹೊಡೆಯದ ಅರವಿಂದಾ ಇಂದು ಅರ್ಧ ಗಂಟೆ ನಗುನಗುತ್ತಾ ಮಾತನಾಡಿದ್ದು ರಾಧಮ್ಮನಿಗೆ ಅಚ್ಚರಿಯಾಯಿತು. ಆತ ಯಾರೆಂದು ಕೇಳಿದಾಗ ಅವರೊಬ್ಬರಿದ್ದಾರೆ, ಸ್ನೇಹಜೀವಿ ಕೆರೆ ಬಾವಿ ನೀರು ಅಂತ ಕೇಳಿದರೆ ಗಂಟೆಗಟ್ಟಲೆ ಮಾತನಾಡುತ್ತಾರೆಂದು ಅರವಿಂದಾ ಚಕ್ರವರ್ತಿಯ ಪರಿಚಯ ಹೇಳಿದಳು. ಒಬ್ಬರೇ ಇದ್ದಾರಾ? ಅವರ ಕುಟುಂಬ? ದುಡ್ಡು ಕೆಲಸ ಎಂದು ರಾಧಮ್ಮ ಇನ್ನಷ್ಟು ಪ್ರಶ್ನೆ ಕೇಳಿದಾಗ ಅರವಿಂದಾ ಎಲ್ಲದಕ್ಕೂ ಚುಟುಕಾಗಿ ಉತ್ತರಿಸಿ ಮಾತು ಮುಗಿಸಿದಳು.

ಉಡುಪಿ ಬಸ್ ಸ್ಟ್ಯಾಂಡಿನ ಬಳಿಯಿರೋ ಲ್ಯಾಬ್‌ನಿಂದ X-ray ರಿಪೋರ್ಟ್ ತರಬೇಕಾಗಿ ಬಂದಾಗ ಚಕ್ರವರ್ತಿ ಆ ಜವಾಬ್ದಾರಿ ಹೊತ್ತು ಅರವಿಂದಾಳನ್ನು ಕಾಣಲು ಮನೆಗೆ ಬಂದಿದ್ದ. ಆಕೆ ನಡೆಯಲು ಕಷ್ಟವಾಗಿ ಕುಂಟುತ್ತಿದ್ದಳು. ಯಾವಾಗಲೂ ಸೀರೆಯುಟ್ಟು ಜಡೆ ಹೆಣೆದು ಫಾರ್ಮಲ್ ಆಗಿ ಕಾಣಿಸಿಕೊಂಡಿದ್ದ ಅರವಿಂದಾ ಚೂಡಿದಾರ್ ತೊಟ್ಟು ಜುಟ್ಟು ಕಟ್ಟಿದ ಕೂದಲಲ್ಲಿ ಅವಳ ವಯಸ್ಸಿಗಿಂತ ಒಂದು ಹತ್ತು ವರ್ಷ ಚಿಕ್ಕವಳಾಗಿ ಕಾಣುತ್ತಿದ್ದಳು. ಚಕ್ರವರ್ತಿ ಅಡಿಯಿಂದ ಮುಡಿಯವರೆಗೆ ಗಮನಿಸುತ್ತಿದ್ದನ್ನ ಅರವಿಂದಾ ನೋಡಿದಾಗ ಅವನು ಕಣ್ತಪ್ಪಿಸಿ ರಾಧಮ್ಮಜ್ಜಿ ವೆಂಕಿ ತಾತನ ಪರಿಚಯ ಮಾಡಿಕೊಂಡು ಮಾತಿಗೆ ಕೂತ. ಮೂವರದೂ ಅರವಿಂದಾಳನ್ನು ಮೆಚ್ಚೋ ಮಾತೇ ಆಗಿತ್ತು. ರಾಧಮ್ಮಜ್ಜಿಗೆ ಚಕ್ರವರ್ತಿ ಅರವಿಂದಾ ಬಗ್ಗೆ ತೋರಿಸಿದ ಕಾಳಜಿ ಇಷ್ಟವಾಗಿ ಮಾತಿನ ಭರದಲ್ಲಿ 'ಇವಳ ಮಗಳು ಮಿಂಚು, ನಮ್ಗೆ ಕನ್ಯಾದಾನ ಮಾಡೋ ಜವಾಬ್ದಾರಿ ಹೊರೆಸಿ ಹೋಗಿದ್ದಾಳೆ' ಎಂದುಬಿಟ್ಟಳು. ಅನಿರೀಕ್ಷಿತವಾಗಿ ಎದುರಾದ ಮಾತಿನಿಂದ ಅರವಿಂದಾಗೆ ಮುಜುಗರವಾಯಿತು.

'ನೀವು ಮ್ಯಾಟ್ರಿಮೊನಿಯಲ್ಲಿ ಹೆಸರು ನೋಂದಾಯಿಸಿದ್ರಾ?' ಚಕ್ರವರ್ತಿ ಅಂತೂ ಇಂತು ಈ ದಿನ ಧೈರ್ಯ ಮಾಡಿ ಕೇಳೇಬಿಟ್ಟ.

'ಅದು. ನನ್ ಮಗಳು ಮಾಡಿದ್ ಕೆಲಸ. ಸರಿಯಾಗ್ ಬಯ್ದಿದ್ದೀನಿ ಅವಳಿಗೆ'

'ಬಯ್ಯೋದ್ಯಾಕಮ್ಮ. ನೀನ್ ಮದ್ವೆ ಮಾಡ್ಕೋ ಅಂತಾನೇ ನಾವೂ ಹೇಳೋದು. ಇವತ್ತು ನಿನ್ ಕಾಲು ಹೀಗಾಯ್ತು, ನಾವಿದ್ವಿ. ಎಷ್ಟ್ ದಿನ ನಾವ್ ಜೊತೇಲಿರ್ತೀವಿ?' ವೆಂಕೋಬ್ ರಾವ್ ಬಾಯಿ ತೂರಿಸಿದರು. ಬ್ರೇಕ್ ಹಾಕದಿದ್ದರೆ ಮಾತುಕತೆ ಎಲ್ಲಿಗೋ ಹೋಗಿ ಮುಟ್ಟುತ್ತದೆ ಎಂದು ಅರವಿಂದಾ ವಿಷಯಾಂತರ ಮಾಡಿದಳು. ಆದರೂ ಆ ಭೇಟಿಯಿಂದ ಅರವಿಂದಾ ಮತ್ತು ಚಕ್ರವರ್ತಿಯ ಮಧ್ಯೆ ಮುಕ್ತತೆ ಬೆಳೆಯೋದಕ್ಕೆ ಕಾರಣವಾಯಿತು.

ಕಾಲಿನ ಗಾಯ ವಾಸಿಯಾದರೂ ಒಳನೋವು ಉಳಿದುಕೊಂಡುಬಿಟ್ಟಿತು. ಹಾಗಾಗಿ ಮಿಂಚು ಅರವಿಂದಾಗೆ ಬಸ್ಸನ್ನು ಬಿಟ್ಟು ಆಟೋದಲ್ಲಿ ಕ್ಲಿನಿಕ್ ಹೋಗಲು ಸೂಚಿಸಿದಳು. ಪ್ರತಿದಿನ ಸಾಯಂಕಾಲ ಕ್ಲಿನಿಕ್ ಕೆಲಸ ಮುಗಿದ ಮೇಲೆ ಆಟೋಗಾಗಿ ಕಾಯುತ್ತಾ ನಿಲ್ಲುವ ಅರವಿಂದಾನ ನೋಡಿ ಚಕ್ರವರ್ತಿ, ಒಬ್ಬ ಆಟೋದವನನ್ನ ವರ್ತನೆಗೆ ಇಟ್ಟುಕೊಂಡುಬಿಡಿ. ಕಾಯೋದು ತಪ್ಪುತ್ತೆ ಅನ್ನೋ ಸಲಹೆ ಕೊಟ್ಟ. ಅವಳಿಗೆ ಒಪ್ಪಿಗೆಯಾದಾಗ ಪರಿಚಯದ ಆಟೋ ಡ್ರೈವರ್ ಅನ್ನು ಅರವಿಂದಾಳನ್ನ ದಿನಾ ಪಿಕ್ ಅಪ್ - ಡ್ರಾಪ್ ಮಾಡೋ ಕೆಲಸಕ್ಕೆ ಗೊತ್ತುಮಾಡಿಕೊಟ್ಟ. ಅರವಿಂದಾಗೆ ಇದರಿಂದ ತುಂಬಾ ಉಪಯೋಗವಾಯಿತು. ಆದರೆ ಇದರಿಂದ ತನಗೂ ಉಪಯೋಗವಾಗುತ್ತದೆ ಎಂದು ಚಕ್ರವರ್ತಿ ಊಹಿಸಿರಲಿಲ್ಲ. ಬೆಳಗ್ಗೆ ಅರವಿಂದಾ ಮನೆಯಿಂದ ಹೊರಟ ಆಟೋ ಚಕ್ರವರ್ತಿಯ ಮನೆಯ ಬಸ್ ಸ್ಟಾಪ್ ಮುಂದೆಯೇ ಹೋಗಬೇಕಿತ್ತು. ಬಸ್ಸಿಗಾಗಿ ಕಾಯುತ್ತಿದ್ದ ಚಕ್ರವರ್ತಿ ಅಚಾನಕ್ಕಾಗಿ ಕಣ್ಣಿಗೆ ಬಿದ್ದಾಗ ಅರವಿಂದಾ ಅವನನ್ನೂ ಆಟೋಗೆ ಹತ್ತಿಸಿಕೊಳ್ಳುತ್ತಿದ್ದಳು. ಬರಬರುತ್ತಾ ಅದೇ ಆಟೋ ಅವರಿಬ್ಬರ personal transportation ಆಯಿತು. ಸ್ನೇಹಿತರು ಆಟೋ ಹತ್ತಿದಾಗ ಆಟೋಮ್ಯಾಟಿಕಲಿ ಮಾತುಗಳು ಶುರುವಾಗುತ್ತಿದ್ದವು. ಉಡುಪಿ, ಬೀಚು, ಆಯುರ್ವೇದ, ಜಲಮಾಲಿನ್ಯ, ವೃದ್ಧಾಪ್ಯ, ಆರೋಗ್ಯ, ರಾಜಕೀಯ; ಹೀಗೆ ಬೇರೆ ಬೇರೆ ಟಾಪಿಕ್‌ಗಳ ಜೊತೆ, ಚಕ್ರವರ್ತಿ ಅರವಿಂದಾಳ ಆಟೋ ಕಥೆಗಳು ಸುಮಾರಾದವು.

## 9

ಮಿಂಚು ಫೋನಿನ ನೋಟಿಫಿಕೇಶನ್ ತೆಗೆದು ನೋಡಿದಾಗ ಗೂಗಲ್ ಫೋಟೋಸ್ your memories on this day ಅಂತ ಹಿಂದಿನ ಹುಟ್ಟುಹಬ್ಬದ ಫೋಟೋಗಳನ್ನೆಲ್ಲಾ ಆಯ್ದು ತೋರಿಸಿತು. ಡೇಟಾ ಸಿಂಕ್ ಮಾಡಿದ್ದರಿಂದ ಐದು ವರ್ಷದ ಜಾತಕವೇ ಗೂಗಲ್‌ನ ಕೈಲಿತ್ತು. ವರ್ಷದಿಂದ ವರ್ಷಕ್ಕೆ ನಮ್ಮ ಮುಖ, ಕೂದಲು, ಡ್ರೆಸಿಂಗ್ ಸೆನ್ಸ್, ಯೋಚನೆ ಎಲ್ಲಾ ಎಷ್ಟು ಬದಲಾಗುತ್ತದೆ ಎಂದು ಮಿಂಚು ವಿಸ್ಮಯದಿಂದ ನೋಡಿದಳು. ಮಿಂಚು ಮತ್ತು

ಅನೂಪ್ ಪ್ರೀತಿ ಹೇಳಿಕೊಂಡ ಮೊದಲ ವರ್ಷ ಸ್ನೇಹಿತರಾರಿಗೂ ತಿಳಿಸದೇ ಇಬ್ಬರೇ ದೇವಸ್ಥಾನಕ್ಕೆ ಹೋಗಿ, ಮಧ್ಯಾಹ್ನ ಹೋಟೆಲಿನಲ್ಲಿ ಊಟ ಮಾಡಿ ಹುಟ್ಟುಹಬ್ಬವನ್ನು ಆಚರಿಸಿದರು. ಆಗ ನಾವು ಮಾಡುತ್ತಿರುವುದು ತಪ್ಪೋ ಸರಿಯೋ ಅನ್ನೋ ಗೊಂದಲ ಇಬ್ಬರ ಮನಸ್ಸಲ್ಲೂ ಇತ್ತು. ಹುಚ್ಚುತನ ಎಲ್ಲಾ ಭಯ ಗೊಂದಲಗಳನ್ನು ದೂರಮಾಡಿತ್ತು. ಎರಡನೇ ವರ್ಷ ಮಿಂಚು ಆಫೀಸಿನ ಬಳಿ ಅನೂಪ್ ಖುದ್ದಾಗಿ ಬಂದು ಅವಳನ್ನು ಕರೆದುಕೊಂಡು ಹೋಗುವಷ್ಟು ಧೈರ್ಯ ಬಂದಿತ್ತು. ಆ ಸಲ ಅನೂಪ್ ಆಫೀಸಿನ ಮುಂದೆ ಬಂದಿದ್ದಕ್ಕಿಂತ ದೊಡ್ಡ ಆಶ್ಚರ್ಯವೊಂದು ಕಾದಿತ್ತು. ಅವನು ಮಿಂಚು ಹುಟ್ಟುಹಬ್ಬದ ದಿನ ಬುಲೆಟ್ ಗಾಡಿಯನ್ನು ಖರೀದಿಸಿದ್ದ, ಗಾಡಿ ನಂಬರಿನಲ್ಲಿ ಅವಳ ಹುಟ್ಟುಹಬ್ಬದ ದಿನಾಂಕ ಅಡಗಿಕೊಂಡಿತ್ತು. ಇನ್ಯಾವ ಉಡುಗೊರೆ ಕೊಡಿಸಿದ್ದರೂ ಮಿಂಚೂಗೆ ಅಷ್ಟು ಸಂತೋಷವಾಗುತ್ತಿರಲಿಲ್ಲ. ಮೂರನೇ ವರ್ಷ ಅರವಿಂದಾ ಜೊತೆ ಇದ್ದಿದ್ದರಿಂದ ಇಬ್ಬರೂ ಭೇಟಿಯಾಗೋಕಾಗದೇ ಅನೂಪ್ ತಡ ರಾತ್ರಿ ಪಿಜಿ ಗೇಟಿಗೆ ಬಂದು ಮಿಂಚುಗೆ ವಾಚ್ ಕೊಟ್ಟು ವಿಷ್ ಮಾಡಿದ್ದ. ನಾಲ್ಕನೇ ವರ್ಷ ತುಂಬಾ ದೊಡ್ಡ ಸೆಲೆಬ್ರೇಶನ್ ಇತ್ತು. ಏಕೆಂದರೆ ಮಿಂಚೂಗೆ ಇಪ್ಪತ್ತೈದು ವರ್ಷಗಳು ತುಂಬಿದ್ದವು. ಬೆಳಗ್ಗೆ ಎದ್ದಾಗ ಅಲಾರಾಂ ಗಡಿಯಾರದಿಂದ ಹಿಡಿದು ಅವಳಿಗೆ ಹೊಸ ಹೊದಿಕೆ, ಹೊಸ ಸೋಪು, ಹೊಸ ಟವಲ್ಲು, ಬಟ್ಟೆ, ಮ್ಯಾಚಿಂಗ್ ಓಲೆ, ಬಳೆ ಸೆಟ್ಟು ಎಲ್ಲಾ ಸೇರಿ ಇಪ್ಪತ್ತೈದು ಉಡುಗೊರೆಗಳನ್ನು ಕೊಟ್ಟು ಗರ್ಲ್ ಫ್ರೆಂಡ್ ಸಿಲ್ವರ್ ಜುಬಿಲೀ ಹುಟ್ಟುಹಬ್ಬವನ್ನು ಅನೂಪ್ ಅದ್ದೂರಿಯಾಗಿ ಆಚರಿಸಿದ್ದ. ವಿಶಾಖಾ, ಶೀತಲ್ ಆಫೀಸಿನ ಸ್ನೇಹಿತರು ಎಲ್ಲಾ ಸೇರಿ ಆಚರಿಸಿದ ಹಿಂದಿನ ವರ್ಷದ ಫೋಟೋಗಳನ್ನು ಸ್ವೈಪ್ ಮಾಡುತ್ತಿದ್ದ ಹಾಗೆ ಅವಳಿಗೆ ಎಲ್ಲಾ ನೆನಪುಗಳು ಮರುಕಳಿಸಿದವು.

'ಈ ಫೋಟೋನೆಲ್ಲಾ ನೋಡಿದ್ರೆ ನಾವ್ ಒಬ್ಬರಿಗೊಬ್ಬರು ಎಷ್ಟು ಹಳಬರಲ್ವಾ ಅನ್ನಿಸುತ್ತೆ ಕಣೋ' ಮಿಂಚೂ ಭಾರವಾದ ಧ್ವನಿಯಲ್ಲಿ ಹೇಳಿದಳು.

'ಏನಮ್ಮಾ ನಾಸ್ಟಾಲ್ಜಿಯಾನಾ? ಈ ಗೂಗಲ್ ಫೋಟೋಸ್ ಹಳೇದನ್ನ ಎತ್ತಿತೋರಿಸಿ ಎಷ್ಟ್ ಜನಕ್ಕೆ ಖುಷಿಕೊಡುತ್ತೋ ಎಷ್ಟ್ ಜನಕ್ಕೆ ದುಃಖ ಕೊಡುತ್ತೋ ಗೊತ್ತಿಲ್ಲ'

'ನಂಗೆ ಬೆಂಗಳೂರಿಗೆ ಬಂದಾಗ್ಲಿಂದ ಯಾವ ದುಃಖನೂ ಇಲ್ಲಾ.. ನೀನ್ ಇದ್ಯಲ್ಲಾ ನನ್ನ ಖುಷಿಯಾಗಿಡೋದಕ್ಕೆ'

'ನಾಳೆ ನಿನ್ ಬರ್ತಡೇಗೆ ಏನೋ ಬೇಕು ಅಂತ ಗೇರ್ ಹಾಕ್ತಿರೋ ಹಾಗಿದೆ' ಅನೂಪ್ ತುಂಟ ನಗೆ ಬೀರುತ್ತಾ ಹೇಳಿದ

'ಹೆಲೋ ನಾನು ಇಂಡಿಪೆಂಡೆಂಟ್ ಹುಡುಗಿ. ಏನಾದ್ರೂ ಬೇಕಿದ್ರೆ ನಾನೇ ತೊಗೋತೀನಿ. ಇನ್ಫ್ಯಾಕ್ಟ್ ನಾನೇ ಹೇಳ್ಬೇಕು ಅಂತಿದ್ದೆ. ನಾಳೆ ನನ್ನ ಹುಟ್ಟುಹಬ್ಬಕ್ಕೆ

ಜಾಸ್ತಿ ದುಡ್ಡು ಖರ್ಚು ಮಾಡ್ಬೇಡ. ನಾವಿಬ್ರು ಜೊತೆಯಾಗಿ ಖುಷಿಯಾಗಿ ಟೈಮ್ ಸ್ಪೆಂಡ್ ಮಾಡಿದ್ರೆ ಸಾಕು'

'ಖಂಡಿತ! ಈಗ ಇಂಪ್ರೆಸ್ ಮಾಡ್ಬೇಕಾಗಿಲ್ವಲ್ಲ. ಹುಡ್ಗಿ ಬಿದ್ದಾಯ್ತು. ಇನ್ನೇನಿದ್ರೂ ಬಜೆಟ್ ಬರ್ತಡೇ ಮಾತ್ರ' ಅನೂಪನ ತರ್ಲೆ ಮಾತಿಗೆ ಮಿಂಚು ಕಿವಿ ಹಿಂಡಿದಳು.

ಒಂದು ಅರ್ಥದಲ್ಲಿ ಅನೂಪ್ ಮಾತು ಸತ್ಯವಾಗಿತ್ತು. ಹೊಸದರಲ್ಲಿ ಹುಡುಗಿಗೆ ಖರ್ಚು ಮಾಡಿ ಉಡುಗೊರೆಗಳನ್ನು ಕೊಟ್ಟು ಇಂಪ್ರೆಸ್ ಮಾಡಬೇಕು ಅನ್ನಿಸುತ್ತಿರುತ್ತದೆ. ವರ್ಷಗಳು ಕಳೆದಂತೆ ಆ ಆಸಕ್ತಿ, ಮೋಟಿವೇಶನ್‌ಗಳು ಅರಿವಿಲ್ಲದೇ ಕಮ್ಮಿಯಾಗಿಬಿಡುತ್ತೆ. ಕೆಲಸದೊತ್ತಡ ಇರುವವರಿಗಂತೂ ಅದನ್ನೆಲ್ಲಾ ಮಾಡೋದಕ್ಕೆ ಸಮಯವೂ ಸಿಗುವುದಿಲ್ಲ. ಹೀಗೆ ಬದಲಾಗ್ತಿರೋ ಜೀವನ ಶೈಲಿಯ ಜೊತೆಗೆ ಸಂಬಂಧಗಳಲ್ಲಿ filmy expectations ಕಮ್ಮಿ ಆಗಬೇಕು ಅನ್ನೋದು ಮಿಂಚು ನಿಲುವು.

ಬೆಳಗ್ಗೆ ಐದೂವರೆಗೆ ತಯಾರಾಗಿ ಮಿಂಚು ಪಿಜಿಯಿಂದ ಹೊರಗೆ ಬಂದಾಗ ಅನೂಪ್ ಆಗಲೇ ಬಂದು ಕಾಯುತ್ತಿದ್ದ. ಹೆಲ್ಮೆಟ್ ಜಾಕೆಟ್ ಶೂಸ್ ಹಾಕಿಕೊಂಡು ಅಡಿಯಿಂದ ಮುಡಿಯವರೆಗೂ ಕಪ್ಪಗೆ ಕಾಣುತ್ತಿದ್ದವನು ಅನೂಪನೇ ಎಂದು ಖಚಿತವಾಗಿ ಹೇಳಲು ಬುಲೆಟ್ ನೇಮ್ ಪ್ಲೇಟಿನಿಂದ ಮಾತ್ರ ಸಾಧ್ಯವಿತ್ತು. ಮಿಂಚು ಹತ್ತಿರ ಬಂದಂತೆ ಅವಳನ್ನು ತಬ್ಬಿ 'ಹ್ಯಾಪಿ ಬರ್ತಡೇ ನನ್ ಬಂಗಾರ' ಎಂದ. ತನ್ನ ಹುಡುಗನ ಮಾತು ಕೇಳಿ ಮಿಂಚುಗೆ ಒಳಗೊಳಗೇ ನಾಚಿಕೆಯಾಯಿತು.

'ಹೀಗೇ ಬರ್ತೀಯಾ? ಚಳಿ ಆಗುತ್ತೆ. ಜಾಕೆಟ್ ಹಾಕೊಂಡ್ಬಾ' ಅನೂಪ್ ಹೇಳಿದ.

'ಚಳಿ ಆಗುತ್ತಾ? ಎಲ್ಲಿಗ್ ಹೋಗ್ತಿದ್ದೀವಿ? ಮಧ್ಯಾಹ್ನದ್ ಒಳಗೆ ಬಂದ್ಬಿಡ್ತೀವಿ ಅಂದೆ ಮತ್ತೆ?'

'ಸರ್ಪ್ರೈಸ್ ಅನ್ಲಿಲ್ವಾ? ಎಲ್ಲಿಗೆ ಅಂತ ಹೇಳಿದ್ರೆ ಸರ್ಪ್ರೈಸ್ ಅಂತಾರಾ ಅದನ್ನಾ, ಬೇಗ ಹಾಕ್ಕೊಂಡು ಬಾ ಲೇಟ್ ಆಗುತ್ತೆ' ಗಡಿಬಿಡಿ ಮಾಡಿದಾಗ ಮಿಂಚು ಒಳಗೆ ಹೋಗಿ ಚೂಡಿದಾರ್ ಮೇಲೆ ಪುಲ್ ಓವರ್ ಹಾಕಿಕೊಂಡು ಬಂದಳು.

'Road trip starts now with my birthday girl' ಎಂದವನು ಗಾಡಿ ಚಾಲು ಮಾಡಿ ಆಕ್ಸಿಲೇಟರ್ ಏರಿಸಿದ.

ಹೆಬ್ಬಾಳದ ಹೊರವರ್ತುಲ ರಸ್ತೆಯ ಬದಿಗಳಲ್ಲಿ ಶಿಸ್ತಾಗಿ ಬೆನ್ನು ನೆಟ್ಟಗೆ ಮಾಡಿ ನಿಂತ ಬೀದಿ ದೀಪಗಳು ಇಡೀ ರಸ್ತೆಗೆ ಬೆಳಕು ಚೆಲ್ಲಿ, ಅಲ್ಲೊಂದು ಇಲ್ಲೊಂದು ಓಡಾಡುತ್ತಿದ್ದ ಗಾಡಿಗಳನ್ನು ನೋಡುತ್ತಿದ್ದವು. ಶರವೇಗದಲ್ಲಿ ಅನೂಪನ ಬುಲೆಟ್ ಗಾಳಿಯಲ್ಲಿ ತೇಲುವ ಹಾಗೆ ಹೋಗುತ್ತಿತ್ತು. ಪ್ರಯಾಣ ಎತ್ತ ಕಡೆಗೆ ಸಾಗುತ್ತಿದೆ ಅನ್ನೋ ಕುತೂಹಲದಲ್ಲಿ ಮಿಂಚು ಹೋಗುತ್ತಿರುವ ರೂಟ್‌ನ

ಆಧಾರದ ಮೇಲೆ ಊಹೆ ಮಾಡಲು ಶುರುಮಾಡಿದಳು. ಬುಲೆಟ್ ಹೆಬ್ಬಾಳದಿಂದ ಎಡಕ್ಕೆ ತಿರುಗುತ್ತಲೇ 'ನಾವು ಏರ್ಪೋರ್ಟಿಗೆ ಹೋಗ್ತಿದ್ದೀವಿ. ಇದಂತು ಖಂಡಿತ. ಅಲ್ಲಿ ತನಕ ಲಾಂಗ್ ಡ್ರೈವ್ ಹೋಗಿ ಕಾಫಿ ಕುಡಿದು ಏನಾದ್ರು ತಿಂತೀವಿ. ಆಮೇಲೆ ವಾಪಸ್ ಬರುವಾಗ ಎಲ್ಲಾದ್ರೂ ಒಳ್ಳೇ ಕಡೆ ಊಟ ಮಾಡ್ತೀವಿ. ಅದೇ ತಾನೆ ನಿನ್ನ ಸರ್ಪ್ರೈಸು. ನಂಗೆ ಗೊತ್ತಾಗೋಯ್ತು' ಮಿಂಚು ಚಿಕ್ಕಮಕ್ಕಳಂತೆ ಉತ್ಸಾಹದಲ್ಲಿ ಹೇಳಿದಾಗ ಅನೂಪ್ ಮರು ಮಾತನಾಡದೆ ನಗುವಿನ ಉತ್ತರ ಕೊಟ್ಟ. ಬೈಕಿನ ಚಕ್ರ ಏರ್ಪೋರ್ಟಿನ ಕಡೆ ತಿರುಗದೆ ದೊಡ್ಡಬಳ್ಳಾಪುರಕ್ಕೆ ಹೋಗೋ ಮಾರ್ಗ ಹಿಡಿದಾಗ ಮಿಂಚೂಗೆ ತನ್ನ ಊಹೆ ಮಕಾಡೆ ಮಲಗಿಕೊಂಡಿದ್ದು ತಿಳಿದುಬಂತು. ಇಪ್ಪತ್ತು ನಿಮಿಷದಲ್ಲಿ ಅವರು ಹೋಗುತ್ತಿದ್ದ ಜಾಗ ಯಾವುದು ಅನ್ನೋದು ಸ್ಪಷ್ಟವಾಯಿತು. 'ಹೇ ನಂದಿಬೆಟ್ಟ! ಅಯ್ಯೋ ನಂದಿಬೆಟ್ಟಕ್ಕೆ ಕರ್ಕೊಂಡು ಬಂದಿದ್ದೀಯಾ.. ನಾನ್ ಬೆಂಗಳೂರಿಗೆ ಬಂದಾಗ್ಲಿಂದ ನೋಡ್ಬೇಕು ಅಂದುಕೊಂಡಿದ್ದೆ!' ಅವಳು ಖುಷಿಯಲ್ಲಿ ಉದ್ಗರಿಸಿದಳು.

ಬೆಟ್ಟದ ತಪ್ಪಲಿನಿಂದ ಏರೋಕೆ ಶುರುವಾದ ದೈತ್ಯಾಕಾರದ ಹೆಬ್ಬಾವಿನಂತಹ ರಸ್ತೆ ಏಳು ಕಿಲೋಮೀಟರ್ ಉದ್ದದವರೆಗೆ ಚಾಚಿತ್ತು. ಸುತ್ತಲೂ ಮುಗಿಲಿಗೆ ಮುತ್ತಿಕ್ಕುವಂತೆ ಬೆಳೆದುಕೊಂಡಿದ್ದ ಮರಗಿಡಗಳು, ರಸ್ತೆಯಲ್ಲಿ ಮೇಲೆ ಮೇಲೆ ಹೋದಂತೆ ಮುಂಜಾವಿನ ಮೋಡ, ಮಂಜು ಎಲ್ಲಾ ಸೇರಿ ದಾರಿಕಾಣದ ಹಾಗೆ ಮಸುಕುಗೊಂಡಿತ್ತು. ಮಿನುಗುತ್ತಿದ್ದ ಹೆಡ್ ಲೈಟಿನಿಂದ ಮಾತ್ರ ಎದುರಿಗೆ ಗಾಡಿ ಬರುತ್ತಿದೆ ಎಂದು ಗುರುತಿಸಬಹುದಾಗಿತ್ತು. ಅನೂಪ್ ಎಚ್ಚರಿಕೆಯಿಂದ ಗಾಡಿ ಓಡಿಸುತ್ತಿದ್ದ. ಬೆಂಗಳೂರಿನ ಸಮೀಪದಲ್ಲಿ ಇಂಥದ್ದೊಂದು ಗಿರಿಧಾಮ ಇದೆಯಾ ಎಂದು ಮಿಂಚು ಬೆರಗಾದಳು. ಪಾರ್ಕಿಂಗ್‌ನಲ್ಲಿ ಬೈಕನ್ನು ನಿಲ್ಲಿಸಿ ಟಿಕೆಟ್ ತೆಗೆದುಕೊಂಡು ಬೆಟ್ಟದ ತಪ್ಪಲ ಕಡೆಗೆ ನಡೆದರು. ಮಿಂಚು ಕೈಕಟ್ಟಿಕೊಂಡು ನಡುಗುತ್ತಾ 'ಇವತ್ ನಾನ್ ಪುಲೋವರ್ ಹಾಕೊಂಡ್ ಬಂದಿಲ್ಲ ಅಂದಿದ್ರೆ ಫ್ರೀಜ್ ಆಗಿ ಐಸ್ ಕ್ರೀಮ್ ಆಗ್ಬಿಡ್ತಿದ್ದೆ' ಎಂದಳು. 'ನೀನಲ್ಲ ನಾನ್ ಐಸ್ ಕ್ರೀಮ್ ಆಗ್ತಿದ್ದೆ. ಯಾಕಂದ್ರೆ ನೀನ್ ನಡುಗ್ತಿದ್ದೀಯಾ ಅಂತ ನನ್ ಜಾಕೆಟ್ ಬಿಚ್ಚಿ ನಿಂಗೆ ಕೊಡ್ಬೇಕಿತ್ತಲ್ಲ' ಅನೂಪನ ಜೋಕಿನಲ್ಲಿದ್ದ ಸತ್ಯಕ್ಕೆ ಇಬ್ಬರಿಗೂ ನಗು ಬಂತು.

ಪ್ರವಾಸಿಗರು ನಿಂತು ವ್ಯೂ ನೋಡಲೆಂದು ನಿರ್ಮಿಸಿದ್ದ ಕಬ್ಬಿಣದ ಹಟ್ ಒಂದರೊಳಗೆ ಮಿಂಚು ಮತ್ತು ಅನೂಪ್ ಸೇರಿಕೊಂಡು ಸುತ್ತ ನೋಡಿದಾಗ ಹಿಮಾಲಯದಲ್ಲಿರುವಂತೆ ಸುತ್ತಲೂ ಮಂಜು ಕವಿದಿತ್ತು. ಸ್ವರ್ಗ ಹೀಗೇ ಇರಬಹುದೇನೋ ಅಂತ ಅನುಮಾನ ಬರುವಂತ ಪ್ರಕೃತಿ ಸೌಂದರ್ಯವನ್ನು ಮಿಂಚು ಕಣ್ತುಂಬಿಕೊಳ್ಳುತ್ತಾ ಮೈಮರೆತಳು. ಅನೂಪ್ ಅವಳ ಹೆಗಲ ಮೇಲೆ ಕೈಹಾಕಿ ಎದೆಗಪ್ಪಿಕೊಂಡ. ಇಬ್ಬರಿಗೂ ಆ ಕ್ಷಣವೇ ಕಾಲ ನಿಂತುಹೋಗಬಾರದಾ ಅನ್ನಿಸಿತು. ಕಣ್ಣೆದುರಿಗೆ ಕೈಗೆಟುಕುವಂತಿದ್ದ ಬಿಳೀ ಮೋಡಗಳು, ಮೈ ನಡುಗದಂತೆ ಹಿಡಿದ ಪ್ರೇಮಿಯ ಅಪ್ಪುಗೆ, ಹುಟ್ಟುಹಬ್ಬ ಸಂಪೂರ್ಣವಾಗಲು ಇನ್ನೇನು ಬೇಕು

ಅಂದುಕೊಂಡಾಗ ಅಮ್ಮನ ಹಾರೈಕೆ ಇನ್ನೂ ಬಾಕಿ ಇದೆ ಎಂದು ನೆನಪು ಮಾಡಿಕೊಂಡಳು. ಅರವಿಂದಾಗೆ ಅವಳ ಮನದ ಮಾತು ಕೇಳಿಸಿತೇನೋ ಅನ್ನುವಂತೆ ಫೋನ್ ರಿಂಗ್ ಆಯಿತು. ಮಿಂಚು ಅಪ್ಪುಗೆ ಬಿಡಿಸಿಕೊಂಡು ಫೋನ್ ರಿಸೀವ್ ಮಾಡಿದಳು.

'ಹುಟ್ಟುಹಬ್ಬದ ಶುಭಾಷಯ ಮಿಂಚು' ಅರವಿಂದಾ ಹೃದಯ ತುಂಬಿ ಹಾರೈಸಿದಳು. ಮಿಂಚೂಗೆ ಅಮ್ಮನ ಧ್ವನಿ ಕೇಳಿ ಸಂತೋಷ ದುಪ್ಪಟ್ಟಾಯಿತು.

'ನಾನ್ ಅರ್ಧ ಗಂಟೆಯಿಂದ ಫೋನ್ ಟ್ರೈ ಮಾಡ್ತಿದ್ದೆ ನಾಟ್ ರೀಚಬಲ್ ಅಂತ ಬರ್ತಿತ್ತು. ಎಲ್ಲಿದ್ದೀಯಾ?' ಅಮ್ಮನ ಪ್ರಶ್ನೆಗೆ ಒಂದು ಕ್ಷಣ ಮಿಂಚೂಗೆ ಬ್ಲಾಂಕ್ ಆಯಿತು.

'ನಂದಿಬೆಟ್ಟಕ್ಕೆ ಬಂದಿದ್ದೀವಮ್ಮಾ.. ನನ್ ಫ್ರೆಂಡ್ಸ್ ಎಲ್ಲಾ ನನಗೆ ಸರ್ಪ್ರೈಸ್ ಮಾಡೋಕೆ ಇಲ್ಲಿಗೆ ಕರ್ಕೊಂಡ್ ಬಂದಿದ್ದಾರೆ.'

'ಸರಿ, ಹುಡುಗಾಟ ಮಾಡ್ಕೋಬೇಡಿ. ಹುಷಾರು. ಮಿಂಚು, ಇವತ್ತಿಗೆ ನಿಂಗೆ ಇಪ್ಪತ್ತಾರು ತುಂಬಿತು. ಮುಂದಿನ ವರ್ಷದ್ ಹುಟ್ಟುಹಬ್ಬನ ನಿನ್ ಗಂಡನ್ ಜೊತೆ ಆಚರಿಸ್ಕೊಳ್ಳೋ ಹಾಗಾಗ್ಲಿ' ಅರವಿಂದಾ ಭಾವುಕಳಾಗಿ ಹೇಳಿದಳು.

'ಓಕೆ ಓಕೆ. ನೀನ್ ಬೆಳಗ್ ಬೆಳಗ್ಗೆ ಎಮೋಷನಲ್ ಆಗ್ಬೇಡಾ.. ಆಮೇಲ್ ಫೋನ್ ಮಾಡ್ತೀನಿ. ಐ ಲವ್ ಯೂ ಅಮ್ಮ' ಅಮ್ಮ ಸಮಾಧಾನ ಆದಳು ಅನ್ನೋದನ್ನು ಖಚಿತಪಡಿಸಿಕೊಂಡು ಮಿಂಚು ಫೋನ್ ಇಟ್ಟಳು.

'ಅನೂ.. ಇವತ್ತಿಗೆ ನಂಗೆ 26 ವರ್ಷ ತುಂಬ್ತು, ನಾವ್ಯಾಕೆ ಈ ವರ್ಷ ಮದುವೆ ಆಗ್ಬಾರ್ದು?'

ಮದ್ವೆ ಆಗ್ಬೇಕು ಸರಿ. ಆದ್ರೆ ಅದಕ್ಕೆ ವಯಸ್ಸು ಯಾಕೆ ಮಧ್ಯ ತರ್ತೀಯಾ? ನಾವು ರೆಡಿ ಇದ್ದೀವಾ ಅನ್ನೋದನ್ನ ಮೊದಲು ನೋಡ್ಕೋಬೇಕು. ನಿಂಗೆ ಇಪ್ಪತ್ತಾರು ಜಾಸ್ತಿ ಅನ್ನಿಸ್ಬೋದು, ಆದ್ರೆ ನನಗೆ ಇಪ್ಪಾತ್ತಾರು ತುಂಬಾ ಕಮ್ಮಿ ಅನ್ನಿಸುತ್ತೆ. ಇಷ್ಟ್ ಬೇಗ ಹುಡುಗರು ಈ ಕಾಲದಲ್ಲಿ ಯಾರ್ ಮದ್ವೆ ಆಗ್ತಾರೆ?

ಮದುವೆ ವಿಷಯ ಬಗ್ಗೆ ಮಾತನಾಡಿದಾಗಲೆಲ್ಲಾ ಅನೂಪ್ ಅದನ್ನು ಕಡೆಗಾಣಿಸುವ ಹಾಗೆ ಮಾತನಾಡುತ್ತಿದ್ದು ಮಿಂಚೂಗೆ ಇಷ್ಟವಾಗುತ್ತಿರಲಿಲ್ಲ. ತುಂಬಾ ಸಲ ಸಮಾಧಾನದಿಂದ ಅರ್ಥ ಮಾಡಿಸಲು ಪ್ರಯತ್ನಪಟ್ಟಿದ್ದಳು. ಇತ್ತೀಚೆಗೆ ಅನೂಪ್ ಕೆಲಸಕ್ಕಿಂತಾ ಈವೆಂಟ್ ಬಗ್ಗೆ ಹೆಚ್ಚು ಗಮನಕೊಡುವುದು ಕಣ್ಣಿಗೆ ಬಿದ್ದಾಗಲಿಂದ ಮದುವೆಯ ವಿಷಯವನ್ನು ಆಗಾಗ ತೆಗೆಯುತ್ತಿದ್ದಳು. ಹುಟ್ಟುಹಬ್ಬದ ದಿನವಾದ್ದರಿಂದ ಇವತ್ತು ಅನೂಪ್ ನನಗೆ ಬೇಸರ ಆಗೋ ಹಾಗೆ ಮಾತನಾಡಲ್ಲ, ಈಗಲೇ ಮದುವೆ ವಿಷಯವನ್ನು ಒಂದು ಹಂತಕ್ಕೆ ಸ್ಪಷ್ಟ ಮಾಡಿಕೊಂಡು ಬಿಡಬೇಕು ಅನ್ನೋ ನಿರ್ಧಾರ ಮಾಡಿ ದೀರ್ಘವಾದ ಉಸಿರೆಳೆದುಕೊಂಡು ಮಾತು ಮುಂದುವರಿಸಿದಳು.

‘ಅನೂಪ್ ನೀನ್ ಹೇಳೋದ್ ನಂಗೆ ಅರ್ಥ ಆಗುತ್ತೆ. ಬಟ್ ನಾವಿಬ್ರೂ ಒಂದೇ ವಯಸ್ಸಿನವರು ಅನ್ನೋದು ಪರಿಚಯವಾದಾಗ್ಲಿಂದಾ ಗೊತ್ತಿರೋ ವಿಷಯ. ಈಗ ಅದು ಸಮಸ್ಯೆ ಆಗ್ಬಾರ್ದು ಅಲ್ವಾ? ಅಮ್ಮ ವಾರಕ್ಕೆ ಒಂದು ಮೂರು ಸಲನಾದ್ರೂ ಮದುವೆ ಬಗ್ಗೆ ಪಟ್ಟುಹಿಡಿದು ಮಾತನಾಡ್ತಾರೆ, ನಿನ್ನ ಪರಿಚಯ ಮಾಡ್ಸು ಅಂತ ಕೇಳ್ತಾರೆ, ನಿನ್ ಬಗ್ಗೆ ನಾನು ಸೀರಿಯಸ್ ಇಲ್ಲ ಅಂದ್ರೆ ಬೇರೆ ಹುಡುಗನ್ನ ನೋಡ್ಲಾ ಅಂತಾರೆ. ನಾನು ಅವಾಯ್ಡ್ ಮಾಡ್ತಿದ್ದೆ. ಆದರೆ ಈಗ ನನಗೇ ಮುಂದೆ ಹಾಕೋದ್ರಲ್ಲಿ ಯಾವ ಅರ್ಥನೂ ಇಲ್ಲ ಅನ್ನಿಸ್ತಿದೆ. Its high time to start our life together’ ಮಿಂಚು ಒಂದೊಂದೇ ಮಾತನ್ನು ನಿಧಾನವಾಗಿ ಅನೂಪನ ಮನಸ್ಸಿಗೆ ನಾಟುವ ಹಾಗೆ ಆಡಿದಳು. ಅನೂಪ್‌ಗೆ ಮಾತು ಎಲ್ಲಿಗೋ ಹೋಗುತ್ತೆ, ಈ ಸಮಯದಲ್ಲಿ ಚರ್ಚೆ ಮಾಡೋದು ಬೇಡ ಅನ್ನಿಸಿತು.

‘ಮಿಂಚು ಇದನ್ನ ಆಮೇಲ್ ಮಾತಾಡೋಣ. ಈಗ ಕೆಳಗೆ ನೋಡು ಮತ್ತೆ ಈ ವ್ಯೂ ಸಿಗಲ್ಲ, ಮಂಜೆಲ್ಲಾ ಹೋಗಿ ಭೂಮಿ ಕಾಣತ್ತೆ’

‘ನೀನ್ ಟಾಪಿಕ್ ಚೇಂಜ್ ಮಾಡ್ಬೇಡಾ.. ನಂದಿಬೆಟ್ಟಕ್ಕೆ ಮತ್ತೆ ಯಾವಾಗ್ಲಾದ್ರೂ ಬರ್ಬೋದು. ನಮ್ ಲೈಫ್ ಬಗ್ಗೆ ಮಾತಾಡ್ತಿದ್ದೀನಿ’ ಮಿಂಚು ಗಂಭೀರವಾಗಿ ನುಡಿದಾಗ ಅನೂಪ್‌ಗೆ ತಾನು ಮಾಡಿಕೊಂಡ ಬರ್ತಡೇ ಪ್ಲಾನ್‌ಗೆ ಅವಳು ಬೆಲೆ ಕೊಡುತ್ತಿಲ್ಲ ಅನ್ನಿಸಿ ಅಸಮಾಧಾನಗೊಂಡ.

‘ನಿಂಗೆ ಬರೀ ನಿಂದೇ ಅಲ್ವಾ? ನಿಂಗೆ ಇಪ್ಪತ್ತಾರಾಯ್ತು, ನಿಮ್ಮಮ್ಮ ಒಬ್ಬಂಟಿ, ನಿನ್ ಕೆಲ್ಸ ಸಂಬಳ ಚೆನ್ನಾಗಿದೆ, ನನ್ ಆಸೆ ಏನು ನಂಗೇನ್ ಬೇಕು ಅಂತ ಯೋಚ್ನೆ ಮಾಡ್ತೀಯಾ? ಇಲ್ಲ. ಇವತ್ ಇಷ್ಟು ಪ್ಲಾನ್ ಮಾಡಿ ನಂದೀಬೆಟ್ಟಕ್ಕೆ ಕರ್ಕೊಂಡ್ ಬಂದಿದ್ದೀನಿ. ಅದನ್ ನೋಡಿ ಖುಷಿಪಡೋದನ್ನ ಬಿಟ್ಟು ಜಗಳ ಆಡೋಕೆ ಕಾಯ್ತಿದ್ದೀಯಾ!’ ಅನೂಪ್ ತನ್ನ ಮಾತನ್ನು ಸಾಧ್ಯವಾದಷ್ಟು ತಣ್ಣಗೆ ಹೇಳಲು ಪ್ರಯತ್ನಪಟ್ಟ. ಆದರೆ ಅದರ ತೀವ್ರತೆ ಮಿಂಚುಗೆ ತಟ್ಟಿತ್ತು.

‘ಟ್ರಿಪ್ ಹೊಡಿ, ರೋಮ್ಯಾನ್ಸ್ ಮಾಡು, ಗಂಟೆಗಟ್ಟಲೆ ಫೋನ್ ಅಲ್ಲಿ ಮಾತಾಡು ಇದೇ ನಿನ್ ಪ್ರಕಾರ ಲವ್ ಆದ್ರೆ, I am sorry. ನಾನ್ ಆಥರ ಬದುಕೋಳಲ್ಲ. ನಾಲ್ಕು ವರ್ಷದಿಂದ ನಾವ್ ಇದನ್ನೇ ಮಾಡ್ತಾ ಬಂದಿದ್ದೀವಿ. ನಮ್ ಸಂಬಂಧನ ಈಗ ನೆಕ್ಸ್ಟ್ ಲೆವೆಲ್‌ಗೆ ತೊಗೊಂಡ್ ಹೋಗ್ಬೇಕು. ಇದ್ರಲ್ಲಿ ನಂಗೆ ಬೇಕಾದ್ದು ಅಂತ ಯಾಕೆ ಹೇಳ್ತೀಯ? ಮದ್ವೆ ಇಬ್ಬರಿಗೂ ಬೇಕಾದದ್ದು ತಾನೆ? ನಿಜ ಹೇಳಿದ್ರೆ ನೀನ್ ಹರ್ಟ್ ಆಗ್ತಿಯಾ?. ನಿಂಗೆ ಬೇಕಾದ್ ಹಾಗೆ ರೂಲ್ಸ್ ಚೇಂಜ್ ಮಾಡ್ತಿರೋದು ನೀನು. ನಿಂಗೆ ಕೆಲ್ಸ ಇಷ್ಟ ಇಲ್ಲ, ಬೇರೆ ಏನ್ ಮಾಡ್ಬೇಕು ಅಂತ ಕ್ಲಾರಿಟಿ ಇಲ್ಲ. ಫುಲ್ ಟೈಮ್ ಫೋಟೋಗ್ರಫಿ ಮಾಡ್ತೀನಿ ಅಂತ ನನ್ ಮುಂದೆ ಹೇಳಿದ್ರೆ ಬಯ್ತೀನಿ ಅಂತ ಮುಚ್ಚಿಡುತ್ತೀಯ’

'ಮಿಂಚು ಏನೇನೋ ಮಾತಾಡ್ಬೇಡಾ! ನಾನ್ ಏನ್ ಮುಚ್ಚಿಟ್ಟಿದ್ದೀನಿ' ಅನೂಪ್ ಧ್ವನಿ ಏರಿಸಿದ.

'ಅವತ್ತು ಟೀ ಕುಡಿವಾಗ ನೀನು ಮ್ಯಾನಿಪ್ಯುಲೇಟ್ ಮಾಡಿದ್ದು ನಂಗೆ ಗೊತ್ತಾಯ್ತು. ರಾಹುಲ್ ಈವೆಂಟ್ ಕಂಪನಿ ಸೇರಿ ಅವನ ಜೊತೆ ಒಂದ್ ಈವೆಂಟ್ ಮಾಡಿದ ಮೇಲೆ ನನ್ನನ್ನ ಪರ್ಮಿಷನ್ ಕೇಳೋರ ಹಾಗೆ ನಾಟಕ ಮಾಡ್ದೆ. ನಾನ್ ಅದನ್ನ ನಂಬಿದ್ದೆ ಕೂಡಾ. ಬಟ್ ಇನ್ಸ್ಟಾಗ್ರಾಮ್‌ನಲ್ಲಿ ನಿನ್ನ ಅವ್ರು ಆ ಈವೆಂಟ್ ಟ್ಯಾಗ್ ಮಾಡಿ ಸ್ಟೋರಿ ಹಾಕಿದ್ರು. ಡೇಟ್ ನೋಡಿ ಗೊತ್ತಾಯ್ತು. ಓಕೆ! ನೀನೇನೋ ಟ್ರೈ ಮಾಡ್ತಿದ್ದೀಯಾ ಅದಕ್ಕೆ ನಾನು ಅಡ್ಡ ಬರ್ಬಾರ್ದು ಅಂತ ಅವತ್ತೆ ಸಮಾಧಾನ ಮಾಡ್ಕೊಂಡು ಸುಮ್ಮನಿದ್ದೆ. ಎಲ್ಲಾ ಹುಡುಗಿಯರು ಕೇಳೋ ಬೇಸಿಕ್ ಅಗತ್ಯ ಅಂದರೆ ನನ್ನ ಹುಡುಗನಿಗೆ ಒಂದು ಒಳ್ಳೇ ಕೆಲಸ ಇರಬೇಕು ಅಂತ. ಆದರೆ ನೀನ್ ಅದನ್ನೇ ಬಿಡ್ಬೇಕು ಅಂತ ಏನೇನ್ ಬೇಕೋ ಎಲ್ಲಾ ಮಾಡ್ತಿದ್ದೀಯ. ಭವಿಷ್ಯದ ಬಗ್ಗೆ ಒಂದು ಚೂರು ಯೋಚ್ನೆ ಇಲ್ಲ, ನನ್ನ ಬಗ್ಗೇನೂ ಜವಾಬ್ದಾರಿ ಇಲ್ಲ. ಅದಕ್ಕೇ ನೀನು ನಿಮ್ಮಪ್ಪನ ಜೊತೆ ಕೂಡ ಒಳ್ಳೇ ರಿಲೇಶನ್‌ಶಿಪ್‌ನ ಮೇಂಟೇನ್ ಮಾಡೋಕಾಗಿಲ್ಲ. ಈಗ ನೀನ್ ನನ್ನ ಮೇಲೆ ಬ್ಲೇಮ್ ಮಾಡ್ತಿರೋದ್ ನೋಡಿದ್ರೆ ಇದ್ಯಾವ್ದು ವರ್ತ್ ಇಲ್ಲ ಅನ್ನಿಸುತ್ತೆ.'

ಅನೂಪ್‌ಗೆ ಅವಳ ಮಾತಿನಿಂದ ತುಂಬಾ ಹರ್ಟ್ ಆಯಿತು. ಅಮ್ಮ ಹೋದಮೇಲೆ ಅನೂಪ್ ತನ್ನ ಮನೆಯ ವಿಷಯವನ್ನು ಮಿಂಚು ಜೊತೆ ಎಂದಿಗೂ ಚರ್ಚೆ ಮಾಡಿರಲಿಲ್ಲ. ಮುರಿದುಹೋದ ಸಂಸಾರದ ಬಗ್ಗೆ ಚರ್ಚೆ ಮಾಡೋಕೂ ಹೆಚ್ಚು ವಿಷ್ಯ ಇರಲಿಲ್ಲ. ಆದರೆ ಮಿಂಚು ಅನೂಪನನ್ನು ಲೂಸರ್ ಅನ್ನೋ ಹಣೆಪಟ್ಟಿ ಕೊಟ್ಟಿದ್ದು ಅವನು ಜೀರ್ಣಿಸಿಕೊಳ್ಳಲಾಗಲಿಲ್ಲ. ಮಾತಾಡುವಾಗ ಮಿತಿ ಇಟ್ಟುಕೊಂಡು, ಸಂಬಂಧಕ್ಕೆ ಧಕ್ಕೆಯಾಗಿಬಿಡುತ್ತೋ ಅನ್ನೋ ಭಯ ಹಿಂಜರಿಕೆಯಿಂದ ಮಾತನಾಡಿದ್ದರೆ ಎಲ್ಲವೂ ನಿಯಂತ್ರಣದಲ್ಲಿರುತ್ತಿತ್ತು. ಆದರೆ ಇಲ್ಲಿ, ಇಬ್ಬರ ಮನಸ್ಸಿನ ಮಾತುಗಳು ಅಣೆಕಟ್ಟೆ ಒಡೆದು ನೀರು ಭೋರ್ಗರೆಯುವಂತೆ ಹೊರಬಂದವು. ನೀರಿನ ಜೊತೆ ಕೆಸರೂ ಹೊರಬಂದಾಗ ರಾಡಿಯಾಗಿ ಹೋಯಿತು.

'ನೀನ್ ನನ್ನ ಕಂಟ್ರೋಲ್ ಮಾಡೋಕೆ ಬರಬೇಡ ಮಿಂಚು. ನನ್ ಜೀವನಾನ ನನ್ನ ರೀತೀಲಿ ಬದುಕೋಕೆ ಬಿಡು. ನೀನ್ ಹೇಳಿದ ಹಾಗೆ ಬದುಕಿದ್ರೆ ಅದು ನನ್ನ ಬದುಕು ಅನ್ನಿಸಿಕೊಳ್ಳಲ್ಲ' ಅನೂಪ್ ಎಷ್ಟೋ ದಿನದಿಂದ ಅಡಗಿಸಿಟ್ಟಿದ್ದ ಹತಾಶೆಯನ್ನೆಲ್ಲಾ ಈ ಒಂದು ಮಾತಿನಲ್ಲಿ ಹೊರ ಹಾಕಿದ. ಮಿಂಚು ಮೌನವಹಿಸಿದಳು. ಅನೂಪನೂ ಮಾತನಾಡಲಿಲ್ಲ. ನಂದಿಬೆಟ್ಟದ ತಪ್ಪಲಿನಲ್ಲಿ ಬೀಸುತ್ತಿದ್ದ ತಣ್ಣನೆ ಗಾಳಿಯಲ್ಲೂ ಇಬ್ಬರು ಕುದಿಯುತ್ತಿದ್ದರು. ಮೈಬಿಸಿಯಾಗಿ ಬೆವರು ಬರುವಂತಾಗುತ್ತಿತ್ತು. ಮಿಂಚು ಇದ್ದಕ್ಕಿದ್ದಂತೆ ಅಲ್ಲಿಂದ ಹೊರಟಳು. ಅನೂಪ್ ಎಲ್ಲಿಗೆ ಹೋಗುತ್ತಿದ್ದೀಯಾ ಎಂದು ಕೇಳಿದ, ಅವಳು

ಉತ್ತರಿಸಲಿಲ್ಲ. ಅವನು ಹೆಚ್ಚು ಯೋಚಿಸದೆ ಕಲ್ಲು ಬೆಂಚಿನ ಮೇಲೆ ಕುಕ್ಕರಿಸಿದ. ಮಿಂಚು ಬಿರಬಿರನೆ ನಡೆದುಕೊಂಡು ಬಂದಳು ಪಾರ್ಕಿಂಗ್ ತನಕ ಬಂದು ಹಿಂದೆ ತಿರುಗಿದಾಗ ಅನೂಪ್ ತನ್ನನ್ನು ಹಿಂಬಾಲಿಸಿಲ್ಲ ಅನ್ನೋದು ಇನ್ನಷ್ಟು ಕೋಪ ಬರಿಸಿತು. ಒಂದು ಕಡೆ ನಿಲ್ಲಲು ಮನಸ್ಸು ಒಪ್ಪಲಿಲ್ಲ, ಬಿರುಗಾಳಿಯಂತೆ ನಡೆಯುತ್ತಾ ಹೋದಳು. ಕಾಲಿಗೂ ಬುದ್ಧಿಗೂ ಸಂಬಂಧ ಕಡಿದು ಹೋಗಿತ್ತು. ಏದುಸಿರು ಬಿಡುತ್ತಾ ಬೆಟ್ಟ ಇಳಿಯುತ್ತಿದ್ದರೆ, ಸಿಟ್ಟು ಮೇಲೇರುತ್ತಿತ್ತು.

Was he my 'swipe left' choice?

ಇಷ್ಟು ವರ್ಷವಾದ ಮೇಲೆ ಏಕೆ ಹೀಗೆ ಅನ್ನಿಸುತ್ತಿದೆ?!

ಒಂದು ದಿನದಲ್ಲಿ ನಿರ್ಧಾರಕ್ಕೆ ಬರಬಾರದು!

ಆದರೆ ಯಾವುದೋ 'ಒಂದು ದಿನವೇ' ನಮ್ಮ ತಪ್ಪಿನ ಅರಿವಾಗುವುದು!

ಬುದ್ಧಿಯಿಲ್ಲದ ವಯಸ್ಸಿನಲ್ಲಿ ಅವನನ್ನು ಪ್ರೀತಿಸಿ ಇಂದು ಪಶ್ಚಾತ್ತಾಪ ಪಡೋಹಾಗಾಯ್ತು!

ತಪ್ಪು ಸರಿಗಳ ತಕ್ಕಡಿ ಮೊದಮೊದಲು ಮೇಲೆ ಕೆಳಗೆ ಜಗ್ಗಾಡುತ್ತಿತ್ತು. ಕೊನೆಕೊನೆಗೆ ತಪ್ಪು ಅನ್ನುವ ಕಡೆಗೇ ಭಾರ ಹೆಚ್ಚಾಗಿ ಮನಸ್ಸಿನ ತಕ್ಕಡಿ ಫಲಿತಾಂಶ ಘೋಷಿಸಿಬಿಟ್ಟಿತು. ನಂದಿಬೆಟ್ಟದ ಕೆಳಗೆ ಬಂದು ನಿಂತವಳು ಇಲ್ಲಿಂದ ಮನೆಗೆ ಹೇಗೆ ಹೋಗುವುದು ಎಂದು ಯೋಚಿಸಿದಳು. ಸಿಟಿಯಲ್ಲಾದರೇ ಕ್ಯಾಬ್ ಸಿಗುತ್ತಿತ್ತು. ಇಲ್ಲಿಂದ ಕ್ಯಾಬ್ ಸಿಗುತ್ತೋ ಇಲ್ಲವೋ ಎಂದು ಮೊದಲ ಬಾರಿ ನಂದಿಬೆಟ್ಟಕ್ಕೆ ಬಂದವಳಿಗೆ ತಿಳಿಯಲಿಲ್ಲ. ಬಂದ ಖಾಸಗಿ ಬಸ್ಸು ಹತ್ತಿಬಿಟ್ಟಳು. ತುಂಬಿದ ಬಸ್ಸಿನಲ್ಲಿ ಕೂರಲು ಜಾಗವಿಲ್ಲದೇ ಇದ್ದದ್ದು ಅವಳನ್ನು ಬಾಧಿಸಲಿಲ್ಲ, ಬಸ್ಸಿನಲ್ಲಿ ಕೇಳಿಬರುತ್ತಿದ್ದ ಗಲಾಟೆಗೆ ಅವಳ ಕಿವಿ ಸೇರಲಿಲ್ಲ. ಅನೂಪ ಇಬ್ಬರ ಜೀವನವನ್ನೂ ಬೇರೆಯಿಟ್ಟು ಆಡಿದ ಮಾತುಗಳೇ ಅವಳ ಕಿವಿಯಲ್ಲಿ ಗುಯ್‌ಗುಟ್ಟುತ್ತಿದ್ದವು. ದೊಡ್ಡಬಳ್ಳಾಪುರದಲ್ಲಿಳಿದು, ಇನ್ನೊಂದು ಬಸ್ಸು ಹತ್ತಿ ಯಲಹಂಕಾಗೆ ಬಂದು, ಅಲ್ಲಿಂದ ಕ್ಯಾಬ್ ಮಾಡಿಕೊಂಡು ಪಿಜಿ ತಲುಪಿ ಸೀದಾ ರೂಮಿಗೆ ಹೋದವಳೇ ಮುಖದ ತುಂಬಾ ಮುಸುಕು ಹಾಗಿ ಮಲಗಿಬಿಟ್ಟಳು. ಕಣ್ಮುಚ್ಚಿದಾಗ ನಂದಿಬೆಟ್ಟದಿಂದ ಇಲ್ಲಿಯವರೆಗಿನ ದಾರಿ ಆಕಾಶದಿಂದ ತೆಗೆದ ಡ್ರೋನ್ ಕ್ಯಾಮೆರಾದ ಶಾಟ್‌ನಂತೆ ಮುಚ್ಚಿದ ಕಣ್ಣಿನ ಕಪ್ಪು ಪರದೆಯ ಮೇಲೆ ಮೂಡಿತು. ಅಷ್ಟು ದೂರದಿಂದ ಸಿಕ್ಕ ಸಿಕ್ಕ ವಾಹನ ಹತ್ತಿ ಚಂಡಿಯ ಹಾಗೆ ಬಂದುಬಿಟ್ಟಿದ್ದಳು ಮಿಂಚು!

ಅನೂಪ್ ಹತ್ತು ನಿಮಿಷ ಕಾದವನು ಮಿಂಚು ಎಂದು ಕೂಗುತ್ತಾ ಸುತ್ತಮುತ್ತ ಹುಡುಕಾಡಿದ. ನನ್ನಿಂದ ಕೋಪ ಬಂದು ಇಲ್ಲೇ ಎಲ್ಲೋ ಬಾತ್ರೂಮಿಗೋ ಇನ್ನೆಲ್ಲಿಗೋ ಹೋಗಿರಬಹುದು ಅಂದುಕೊಂಡವನ ಊಹೆ ತಪ್ಪಾಗಿತ್ತು. ಪಾರ್ಕಿಂಗಿನಲ್ಲಿ ಹುಡುಕುತ್ತಿದ್ದಾಗ ಟಿಕೆಟ್ ಕೊಟ್ಟವನು ಅವರು ಬಸ್ ಹತ್ತಿ

ಹೋದರು ಎಂದ. ಇಷ್ಟು ಕೋಪ ತೋರಿಸುವಂತದ್ದು ನಾನೇನೂ ಮಾಡಲಿಲ್ಲ ಅನ್ನಿಸಿದಾಗ ಅವಳಿಗೆ ಫೋನ್ ಮಾಡಲೂ ಮನಸ್ಸು ಹಿಂದೇಟು ಹಾಕಿತು.

ಬದುಕು ಕಟ್ಟಿಕೊಳ್ಳುವ ಸಲುವಾಗಿ ಈ ಜೋಡಿ ಪ್ರೀತಿಯನ್ನು ಬಲಿ ಕೊಡಲು ಸಿದ್ಧವಾದರೆ, ಬದುಕಿನ ಸಂಜೆಯನ್ನು ತಲುಪಿದ್ದ ಜೋಡಿ ಪ್ರೀತಿಗಾಗಿ ಹಂಬಲಿಸುತ್ತಿದ್ದವು. ಮಿಂಚು ಮನಸ್ಸು ಅನೂಪನಿಂದ ದೂರವಾಗಲು ದಿನೇ ದಿನೇ ಕ್ಯೂರಿಂಗ್ ಮಾಡಲು ಬಿಟ್ಟ ಕಾಂಕ್ರೀಟಿನಂತೆ ಗಟ್ಟಿಯಾಗುತ್ತಿತ್ತು. ನಂದಿ ಬೆಟ್ಟದಿಂದ ಮಿಂಚು ಹೇಳದೇ ಕೇಳದೇ ಬಿಟ್ಟುಹೋಗಿದ್ದು ಅನೂಪನಿಗೆ ತುಂಬಾ ಸಿಟ್ಟು ತರಿಸಿತ್ತು. ಸಾಯಂಕಾಲದವರೆಗೂ ಕಾದವನು ನಂತರ ಅವಳಿಂದ ಏನೂ ಸುದ್ದಿ ಬರದೇ ಇದ್ದಾಗ ಫೋನ್ ಮಾಡಿದ. ಆದರೆ ಮಿಂಚು ನಾನು ಮನೆಗೆ ತಲುಪಿದೆನೋ ಬಿಟ್ಟೆನೋ ಅನ್ನೋ ಸಣ್ಣ ಕಾಳಜಿಯೂ ಇಲ್ಲ, ನನ್ನ ಹುಟ್ಟುಹಬ್ಬದ ದಿನವೇ ನನ್ನನ್ನು ಇಷ್ಟು ತಾತ್ಸಾರ ಮಾಡುವವನಿಂದ ಇನ್ನೇನನ್ನೂ ನಿರೀಕ್ಷೆ ಮಾಡಲು ಸಾಧ್ಯವಿಲ್ಲ ಅನ್ನಿಸಿ ಅನೂಪ್ ನಂಬರ್ ಬ್ಲಾಕ್ ಮಾಡಿಬಿಟ್ಟಿದ್ದಳು. ಇನ್ಸ್ಟಾಗ್ರಾಮ್, ಫೇಸ್‌ಬುಕ್ ಮೆಸೆಂಜರ್ ಕೂಡ ಬ್ಲಾಕ್ ಆಗಿದ್ದು ನೋಡಿ ಅನೂಪ್ ಮಿಂಚೂ ನನ್ನ ನಿರ್ಧಾರಗಳನ್ನು ಅವಮಾನಿಸುತ್ತಿದ್ದಾಳೆ ಅನ್ನೋ ನಿರ್ಧಾರಕ್ಕೆ ಬಂದ. ಅವಳಾಡಿದ ಮಾತುಗಳನ್ನು ನೆನಪಿಸಿಕೊಂಡಾಗಲೆಲ್ಲಾ ಅದು ಮನಸ್ಸನ್ನು ಚುಚ್ಚಿ ಘಾಸಿಗೊಳಿಸಿತು. ಮತ್ತೆ ನೀನಾಗೇ ಅವಳನ್ನು ಸಂಪರ್ಕಿಸುವುದು ಬೇಡ ಎಂದಿತು ಅನೂಪ್‌ನ ಮನಸ್ಸು. 'ನನ್ನ ಬೆಲೆ ಗೊತ್ತಾಗಲಿ' ಎಂದು ಇಬ್ಬರೂ ಮೌನದ ಚಳವಳಿ ನಡೆಸುತ್ತಾ ಯೋಚನೆಗಳ ಕರೆಯನ್ನು Swipe left ಮಾಡಿ ಕತ್ತರಿಸಿದರು.

## 10

ಮಳೆಗಾಲ ಮುಗಿದು ಚಳಿಗಾಲ ಶುರುವಾಯಿತು. ಎಲೆಗಳು ಉದುರಿ ಮರಗಳು ಬೋಳಾದವು. ಆದರೆ ಎಲೆಗಳನ್ನು ಕಳೆದುಕೊಂಡ ದುಃಖ ಮರಗಳಲ್ಲಿರಲಿಲ್ಲ. ಹೊಸ ಎಲೆಗಳು ಚಿಗುರಿ, ಮತ್ತೆ ಹಸಿರ ಸೀರೆಯುಟ್ಟು ನಳನಳಿಸುವ ದಿನಕ್ಕಾಗಿ ಕಾದವು. ಬದಲಾವಣೆಗೆ ಒಗ್ಗಿಕೊಳ್ಳುವ ಗುಣ ಪ್ರಾಣಿ ಪಕ್ಷಿ ಮರ ಗಿಡ ಕೀಟ ಎಲ್ಲದಕ್ಕೂ ಸಹಜವಾಗೇ ಇದೆ. ಮನುಷ್ಯ ಮಾತ್ರ ಬದಲಾವಣೆಗಳಿಗೆ ಒಗ್ಗಿಕೊಳ್ಳಲು ಸಿದ್ಧವಾಗಿರುವುದಿಲ್ಲ. ಎಲ್ಲಾ ತಾನಂದುಕೊಂಡಂತೇ ನಡೆಯಲಿ ಅನ್ನೋ ಹಂಬಲ, ಭವಿಷ್ಯ ತನ್ನ ಕೈಲಿದೆ ಅನ್ನೋ ಭ್ರಮೆಯಲ್ಲಿರುವವರಿಗೆ, ಅವರಿಚ್ಛೆಯ ವಿರುದ್ಧವಾದುದು ಎದುರಾದಾಗ ಅದನ್ನು ಒಪ್ಪಿಕೊಳ್ಳಲಾರದೇ ಚಿಂತೆ, ದುಃಖ, ಕೋಪಗಳಿಗೆ ಬಲಿಯಾಗಿಬಿಡುತ್ತಾರೆ. ಆದರೆ ಆಗೋದೆಲ್ಲ ಒಳ್ಳೇದಕ್ಕೆ ಅಂತ ನಂಬಿರುವವರಿಗೆ life ಕೊಡೋ surprise ಗಳು ನಿಜವಾಗಿಯೂ ಸಕಾರಾತ್ಮಕವಾಗಿರುತ್ತದೆ.

ಅರವಿಂದಾಳ ಬದುಕಿನಲ್ಲೂ ಬದಲಾವಣೆಯ ಸಮಯ ಬಂದಿತು. ಅದನ್ನು ಎಂದೂ ಊಹಿಸಿರಲಿಲ್ಲ. ಹನ್ನೆರಡು ವರ್ಷ ಒಂಟಿಯಾಗಿದ್ದವಳ ಬಾಳಲ್ಲಿ ಸ್ನೇಹಿತನ ಆಗಮನವಾಯಿತು. ಈ ಸ್ನೇಹ ಎಂದೆಂದಿಗೂ ಉಳಿಯಬೇಕು ಅನ್ನಿಸಲು ಶುರುವಾಯಿತು. ಒಂಟಿಯಾಗಿರೋ ಗಂಡು ಮತ್ತು ಹೆಣ್ಣು ಇಡೀ ಬದುಕು ಸ್ನೇಹಿತರಾಗಿ ಜೊತೆಯಲಿರಲು ಸಾಧ್ಯವೇ, ನಮಗೆ ಸಾಧ್ಯವಾದರೂ, ನೋಡೋ ಕಣ್ಣುಗಳಿಗೆ ಸಮಂಜಸ ಉತ್ತರ ಕೊಡೋ ಹೆಸರು ಈ ಸಂಬಂಧಕ್ಕೆ ಬೇಕಲ್ಲ ಅನ್ನಿಸಿತು. ಒಬ್ಬರಿಗೊಬ್ಬರ ಸಾಮೀಪ್ಯ ಇಬ್ಬರಿಗೂ ಇಷ್ಟವಾಗುತ್ತಿದೆ ಅಂತ ಅವರ ಕಣ್ಣುಗಳು ಮಾತನಾಡಿಕೊಂಡವು. ಏನಾದರೊಂದು ಕಾರಣ ಅವರ ಹರಟೆಗೆ, ಜೊತೆ ಕಾಲ ಕಳೆಯೋದಕ್ಕೆ ಜಾಗ ಮಾಡಿಕೊಡುತ್ತಿತ್ತು. 'ಟೂ ವೀಲರ್ ಬದಲು ಕಾರ್ ಕಲಿತುಕೊಳ್ಳಿ, ಒಂದು ವೇಳೆ ಮರಕ್ಕೆ ಗುದ್ದಿದರೂ ನಿಮ್ಮ ಕಾಲಿನ ಮೇಲೆ ಕಾರು ಬೀಳಲ್ಲ' ಎಂದು ಚಕ್ರವರ್ತಿ ಜೋಕ್ ಮಾಡಿದ್ದು ಅರವಿಂದಾ ಮನಸ್ಸಿನಲ್ಲಿ ಕುಳಿತುಕೊಂಡಿತು. ಕಾರ್ ಡ್ರೈವಿಂಗ್ ಕಲಿಯಬೇಕು ಅಂದುಕೊಂಡಾಗ ಚಕ್ರವರ್ತಿಯೇ ಗುರುವಾದನು. ಬೆಳಗ್ಗೆ ಕ್ಲಿನಿಕ್‌ಗೆ ಹೊರಡುವ ಸಮಯಕ್ಕಿಂತ ಮುಕ್ಕಾಲು ಗಂಟೆ ಮುಂಚೆ ಹೊರಟುಬಂದು ಲಗುಬಗೆಯಿಂದ ಕಾರ್ ಡ್ರೈವಿಂಗ್ ಕಲಿಯೋಕೆ ಶುರು ಮಾಡಿದಳು. ಈಗೆಲ್ಲಾ ಗೇರ್ ಗಾಡಿ ಕಲೀಲೇ ಬೇಕಂತಿಲ್ಲ, ಆಟೋಮ್ಯಾಟಿಕ್ ಕಾರೇ ತುಂಬ ಈಸಿ, ಸ್ಟೇರಿಂಗ್ ಬ್ಯಾಲೆನ್ಸ್ ಮತ್ತೆ ರೋಡ್ ಫೇಸಿಂಗ್ ಕಲಿತುಬಿಡಿ, ಮುಂದಿನ ತಿಂಗಳೇ ಕಾರ್ ತೊಗೋಬಹುದೆಂದು ಚಕ್ರವರ್ತಿ ಉತ್ತೇಜಿಸಿದ. ಅದರಂತೇ ಒಂದು ವಾರದಲ್ಲಿ ಅರವಿಂದಾ ಕಾರ್ ಓಡಿಸಲು ಕಲಿತು ತಾನು fast learner ಅಂತ ಪ್ರೂವ್ ಮಾಡಿದಳು. 'ನಾ ಇದ್ದಿದ್ದಕ್ಕೆ ನೀವ್ ಇಷ್ಟ್ ಬೇಗ ಕಲ್ತಿದ್ದು ಡಾಕ್ಟ್ರೇ.. ಆ ಡ್ರೈವಿಂಗ್ ಕ್ಲಾಸ್‌ನವ್ನು ಕನಿಷ್ಠ ಅಂದ್ರೂ ಇಪ್ಪತ್ತು ಕ್ಲಾಸ್ ತೊಗೋತಿದ್ದ' ಕಾಲು ಎಳೆಯೋ ಧ್ವನಿಯಲ್ಲಿ ಚಕ್ರವರ್ತಿ ಮಾತನಾಡಿದಾಗ ಅರವಿಂದಾ ಜಂಭ ಮಾಡುವ ಪುಟ್ಟ ಹುಡುಗಿಯಂತಾಗಿಬಿಟ್ಟಳು. 'ನಾನು ಎಷ್ಟನ್ನೋ ನೋಡೀನೇ ಕಲ್ತಿದ್ದೇನೆ, ಎಲ್ಲದಕ್ಕೂ ತಿದ್ದಿ ತೀಡೋ ಗುರುಗಳು ಬೇಕಂತಿಲ್ಲ ಗೊತ್ತಾ, ನಾನು ಡಿಗ್ರಿ ಮಾಡಿದ ಮೇಲೆ ಡಾಕ್ಟರ್ ಆಗಿದ್ದಲ್ಲ, ಎಂಟು ವರ್ಷದಲ್ಲೇ ಡಾಕ್ಟರ್ ಆದವಳು,' ಎಂದು ಹೆಮ್ಮೆಯಿಂದ ಹೇಳಿಕೊಂಡಳು. ಅಷ್ಟು ದಿನದಲ್ಲಿ ಅರವಿಂದಾ ಬಗ್ಗೆ ಎಲ್ಲವನ್ನೂ ತಿಳಿದುಕೊಂಡಿದ್ದ ಚಕ್ರವರ್ತಿ ಹೌದೌದು ಎಂದು ತಲೆಯಾಡಿಸಿದ. ಅರವಿಂದಾಳ ಜೀವನವೇ ಒಂದು ಸ್ಫೂರ್ತಿದಾಯಕ ಕಥೆ ಅನ್ನೋದು ಅವನ ಅಭಿಪ್ರಾಯವಾಗಿತ್ತು.

ಅರವಿಂದಾ ಹುಟ್ಟಿದ್ದು ಧರ್ಮಸ್ಥಳ ಸಮೀಪದ ಉಜಿರೆಯಲ್ಲಿ. ತಂದೆ ತಾಯಿ ಮೊದಲು ಅಲ್ಲೇ ವಾಸವಾಗಿದ್ದರು. ಅರವಿಂದಾಳ ತಂದೆಯ ತಂದೆ ವಿಶ್ವನಾಥ ಪಂಡಿತರು ನಾಟಿ ಔಷಧಿ ಕೊಡುವುದರಲ್ಲಿ ಹೆಸರುವಾಸಿಯಾಗಿದ್ದರು. ಕೈ ಕಾಲು ಮುರಿದರೆ, ಉಳುಕಿದರೆ, ಬೆನ್ನುನೋವು, ಕೀಲು ನೋವು ಸ್ನಾಯು ಸೆಳೆತ, ಇಂತಹ ತೊಂದರೆಯುಂಟಾದಾಗ ಸುತ್ತಮುತ್ತಲ ಜನರ ಮನದಲ್ಲಿ ನೆನಪಾಗುತ್ತಿದ್ದದ್ದೇ

ನಾಟಿವೈದ್ಯ ವಿಶ್ವನಾಥರು. ಅಜ್ಜ ನಾಟಿಮೊಟ್ಟೆ, ಗಿಡಮೂಲಿಕೆಗಳಿಂದ ಪರಿಣಾಮಕಾರಿಯಾಗಿ ಔಷಧಿ ಮಾಡುವುದು, ಕಟ್ಟು ಹಾಕುವುದನ್ನು ನೋಡುತ್ತಾ, ಅವರಿಗೆ ಸಹಾಯ ಮಾಡುತ್ತಾ ಅರವಿಂದಾ ತನ್ನ ಬಾಲ್ಯವನ್ನು ಕಳೆದಳು. ರೋಗವು ಉಪಶಮನವಾದ ನಂತರ ಜನರು ಅಜ್ಜನ ಕಾಲಿಗೆ ನಮಸ್ಕಾರ ಮಾಡಿ ಸಂತೃಪ್ತಿಯ ನಗೆ ಬೀರುವುದನ್ನು ನೋಡಿದಾಗ ದೊಡ್ಡವಳಾದ ಮೇಲೆ ತಾನೂ ಅವರ ಹಾಗೇ ನಾಟಿವೈದ್ಯೆ ಆಗುತ್ತೇನೆ ಅಂದುಕೊಳ್ಳುತ್ತಿದ್ದಳು. ಎಷ್ಟೋ ಸಲ ಅವರ ಜೊತೆ ಗಿಡಮೂಲಿಕೆಗಳನ್ನು ಕಿತ್ತುಕೊಂಡು ಬರಲು, ಕಟ್ಟು ಹಾಕಲು ಜೊತೆಯಾಗುತ್ತಿದ್ದಳು. ಜೊತೆಯಲ್ಲಾಡುತ್ತಿದ್ದ ಸ್ನೇಹಿತರ ಸಣ್ಣಪುಟ್ಟ ಗಾಯಗಳಿಗೆ ಅರವಿಂದಾನೇ ಡಾಕ್ಟರ್ ಆಗಿದ್ದಳು. ಕೆಲವು ವರ್ಷಗಳ ನಂತರ ಅವಳ ಕುಟುಂಬ ಉಡುಪಿಗೆ ಬಂದು ನೆಲೆಸಿತು. ವಿಶ್ವನಾಥ ಪಂಡಿತರು ತೀರಿಹೋದ ಮೇಲೆ ಅವರ ಪರಂಪರೆಯನ್ನು ಮುಂದುವರಿಸಲು ಊರಲ್ಲಿ ಯಾರೂ ಉಳಿಯಲಿಲ್ಲ. ಅರವಿಂದಾಗೆ ವೈದ್ಯೆಯಾಗಬೇಕು ಅನ್ನೋ ಹಂಬಲ ಮನಸ್ಸಲ್ಲಿ ಬೇರೂರಿಬಿಟ್ಟಿದ್ದರಿಂದ ಮಣಿಪಾಲ್ ಯೂನಿವರ್ಸಿಟಿಯಲ್ಲಿ ಆಯುರ್ವೇದದ ಪದವಿ ಪಡೆದಳು. ಮೂರು ವರ್ಷ ಆಸ್ಪತ್ರೆಯೊಂದರಲ್ಲಿ ವೈದ್ಯೆಯಾಗಿ ಕೆಲಸ ಮಾಡುತ್ತಾ ಚಿಕ್ಕಂದಿನ ಕನಸನ್ನು ಸಾಕಾರಗೊಳಿಸಿಕೊಂಡಳು. ಆದರೆ ತನ್ನದೇ ಕ್ಲಿನಿಕ್ ತೆರೆಯಬೇಕು ಅನ್ನುವ ಮಹದಾಸೆ ಬಾಕಿ ಉಳಿಯಿತು. ಅವಳ ತಂದೆಯ ಸ್ನೇಹಿತರ ಕಡೆಯಿಂದ ಬಂದ 'ಬಹಳ ಒಳ್ಳೇ ಸಂಬಂಧ'ವನ್ನು ಒಪ್ಪಿ ಹೆತ್ತವರ ಆಸೆಯಂತೆ ಮದುವೆಯಾದಳು. ಗಂಡ ಶಿವಧ್ವಜ್ ಮುಂಬಯಿಯಲ್ಲಿ ವಾಸವಾಗಿದ್ದ, ಅರವಿಂದಾಳ ವೃತ್ತಿ ಬದುಕು ಉಡುಪಿಯಲ್ಲೇ ಕೊನೆಗೊಂಡಿತು. ಮದುವೆಯಾದ ಮೊದಲ ಐದು ವರ್ಷ ಅರವಿಂದಾ ತುಂಬಾ ಸಂತೋಷವಾಗಿದ್ದಳು. ತನ್ನ ಕನಸು, ವೃತ್ತಿ ಎಲ್ಲವನ್ನೂ ಮರೆತು ಗಂಡನಿಗೆ ತಕ್ಕ ಪತ್ನಿಯಾಗಿ, ಮುಂಬಯಿಯ ಸಾಮಾನ್ಯ ಗೃಹಿಣಿಯಾಗಿ ಬದುಕು ನಡೆಸಿದಳು. ನಂತರ ಶಿವಧ್ವಜ್ ತೆಗೆದುಕೊಂಡ ನಿರ್ಧಾರಗಳು ಬದುಕನ್ನು ಬದಲಾಯಿಸಿಬಿಡುತ್ತೆ ಎಂದು ಅವಳು ಊಹಿಸಿರಲಿಲ್ಲ.

ತೊಂಬತ್ತರ ದಶಕದಲ್ಲೇ ಸ್ವಂತ ಫೋಟೋ ಸ್ಟುಡಿಯೋ ಇಟ್ಟುಕೊಂಡಿದ್ದ ಶಿವಧ್ವಜ್‌ನ ವರಮಾನಕ್ಕೇನೂ ಕಮ್ಮಿ ಇರಲಿಲ್ಲ. ಫ್ಯಾಷನ್ ಫೋಟೋಗಳನ್ನು ತೆಗೆಯಲು ಶುರು ಮಾಡಿದ ಮೇಲೆ ಅವನ ವ್ಯಕ್ತಿತ್ವವೇ ಬದಲಾಗಿಹೋಯಿತು. ಅಂದ ಚಂದದ ಮಾಡಲ್‌ಗಳ ಮೈಮಾಟವನ್ನು ಸೆರೆಹಿಡಿದ ಶಿವಧ್ವಜ್‌ಗೆ ಸಿನಿಮಾ ಮತ್ತು ಗ್ಲಾಮರ್ ಕ್ಷೇತ್ರ ಆಯಸ್ಕಾಂತದಂತೆ ಸೆಳೆಯಿತು. ದೊಡ್ಡ ಕಾರು ಕೊಳ್ಳಬೇಕು, ನಿರ್ಮಾಪಕನಾಗಬೇಕು ಐಷಾರಾಮಿ ಬದುಕು ನಡೆಸಬೇಕು ಎಂದು ಅರವಿಂದಾ ಹತ್ತಿರ ಹೇಳಿಕೊಳ್ಳುತ್ತಿದ್ದನು. ಮೊದಮೊದಲು ಅರವಿಂದಾಗೆ ಅವನ ಮಹತ್ವಾಕಾಂಕ್ಷೆಯ ಮಾತುಗಳಿಂದ ಸಂತೋಷವಾಗುತ್ತಿತ್ತು. ಆದರೆ ಅದರ ಹಿಂದಿನ ಅಪಾಯಗಳ ಬಗ್ಗೆ ಯೋಚಿಸಿದಾಗ ಭಯ ಹುಟ್ಟಿತು. ತಮಗೆ ಫೋಟೋ ಸ್ಟುಡಿಯೋ ಒಂದೇ ಸಾಕು, ದೊಡ್ಡ ಮಟ್ಟದ ಕೆಲಸಗಳನ್ನು ಮೈ

ಮೇಲೆ ಎಳೆದುಕೊಳ್ಳೋದು ಬೇಡ ಎಂದು ಬುದ್ಧಿವಾದ ಹೇಳಿದಳು. ಶಿವಧ್ವಜ್‌ಗೆ ಅವಳ ಮಾತು ರುಚಿಸಲಿಲ್ಲ. ಹಿಂದೆ ನಾಲ್ಕು ಹಿಟ್ ಸಿನಿಮಾಗಳನ್ನು ಕೊಟ್ಟ ದೊಡ್ಡ ನಟನೊಬ್ಬನ ಕಾಲ್ ಶೀಟ್ ಸಿಕ್ಕಿದೆ ಅನ್ನೊ ಖುಷಿಯಲ್ಲಿ ತನ್ನಲ್ಲಿದ್ದ ಹಣವನ್ನೆಲ್ಲಾ ಆ ಹಿಂದಿ ಸಿನಿಮಾ ನಿರ್ಮಾಣದಲ್ಲಿ ಹೂಡಿದ. ಶೂಟಿಂಗಿಗೆ ಇದ್ದಬದ್ದ ಹಣವೆಲ್ಲಾ ಖರ್ಚಾಗಿ ಪೋಸ್ಟ್ ಪ್ರೊಡಕ್ಷನ್‌ಗೆ ಮತ್ತು ಪ್ರಚಾರಕ್ಕೆ ಹಣ ಬೇಕಾದಾಗ ಶಿವ ತನ್ನ ಫೋಟೋ ಸ್ಟುಡಿಯೋನ ಮಾರಿ ಅದನ್ನೂ ಸಿನಿಮಾ ನಿರ್ಮಾಣ ಅನ್ನೋ ರಾಕ್ಷಸನ ಬಾಯಿಗೆ ಹಾಕಿದ. ದುರದೃಷ್ಟವಶಾತ್ ಆ ಸಿನಿಮಾ ಒಂದು ವಾರಕ್ಕೇ ಥಿಯೇಟರ್‌ನಿಂದ ಎತ್ತಂಗಡಿಯಾಯಿತು. ಸಿನಿಮಾ ಫ್ಲಾಪ್ ಆದದ್ದಲ್ಲದೇ ಅರವಿಂದಾ ಶಿವಧ್ವಜ್‌ನ ದಾಂಪತ್ಯ ಫ್ಲಾಪ್ ಆಗಲೂ ಕಾರಣವಾಯಿತು. ಅರವಿಂದಾ ಗಂಡನ ಕಷ್ಟಕ್ಕೆ ನೆರವಾಗಲು ಮುಂಬಯಿಯಲ್ಲಿ ಕೆಲಸಕ್ಕೆ ಸೇರಿದಳು. ಎಲ್ಲಾ ಕಷ್ಟಗಳ ಮಧ್ಯೆ, ವೈದ್ಯೆಯಾಗಿ ಒಂದಷ್ಟು ಜನರ ನಗುವಿಗೆ ಕಾರಣವಾಗುತ್ತಿದ್ದು ಅವಳ ಜೀವನದಲ್ಲಿ ಮತ್ತೆ ನೆಮ್ಮದಿ ತಂದಿತ್ತು. ಆದರೆ ಆ ಖುಷಿಯೂ ಹೆಚ್ಚು ದಿನ ಉಳಿಯಲಿಲ್ಲ. ಹೆಂಡತಿಯ ದುಡ್ಡಲ್ಲಿ ಬದುಕಲು ಅಹಂ ಅಡ್ಡ ಬಂದಿದ್ದರಿಂದ ಶಿವ ದಿನಕ್ಕೊಂದು ಚಕಾರ ಎತ್ತುತ್ತಿದ್ದ. ಮುಂಬಯಿಯ ಜೀವನ ತುಂಬಾ ದುಬಾರಿ ಉಡುಪಿಗೆ ಹೋಗೋಣವೆಂದು ಅವಳ ಮನವೊಲಿಸಿದ. ಆದರೆ ಆ ಯೋಜನೆಯ ಫಲವಾಗಿ ಅರವಿಂದಾ ವಾಪಸ್ ತವರು ಮನೆಯ ಕದ ತಟ್ಟಬೇಕಾಯಿತು.

ಅರವಿಂದಾಳ ಮದುವೆಯಾಗಿ ಎರಡು ವರ್ಷದಲ್ಲಿ ಅವಳ ತಾಯಿ ಅನಾರೋಗ್ಯದಿಂದ ತೀರಿಕೊಂಡಿದ್ದಳು. ಮುಂಬಯಿಯಲ್ಲಿ ಹಣ ಆಸ್ತಿ ಕೆಲಸವನ್ನು ಕಳೆದುಕೊಂಡ ಮೇಲೆ ತಾಯಿಯಿಲ್ಲದ ತವರಿಗೆ ಗಂಡನ ಜೊತೆ ಮಿಂಚೂನ ಪುಟ್ಟ ಕೈಗಳನ್ನು ಹಿಡಿದು ನಡೆಸಿಕೊಂಡು ಬಂದಳು. ಆದರೆ ಭವಿಷ್ಯದಲ್ಲಿ ಆ ಕೈಗಳನ್ನು ಹಿಡಿದು ನಡೆಸುವ ಜವಾಬ್ದಾರಿ ತನ್ನೊಬ್ಬಳದೇ ಆಗುತ್ತೆ ಎಂದು ಅವಳಿಗೆ ತಿಳಿದಿರಲಿಲ್ಲ. ಉಡುಪಿಗೆ ವಾಪಸ್ ಹೋಗುವ ಗಂಡನ ಮಾತನ್ನು ಒಪ್ಪಿದ್ದೇ ಅವಳ ಜೀವನದ ಬಹುದೊಡ್ಡ ಸೋಲಾಗಿ ಪರಿಣಮಿಸಿತು. "ಒಂದು ವಾರ ನಿಮ್ಮ ಮನೇಲಿರು ನಂತರ ಬೇರೆ ಮನೆಯ ವ್ಯವಸ್ಥೆ ಮಾಡುವೆ" ಎಂದು ಹೇಳಿದ್ದ ಗಂಡನಿಗೆ ಆ ಒಂದು ವಾರ ಎಂದೂ ಕಳೆಯುವುದಿಲ್ಲ ಎಂದು ಮೊದಲೇ ಗೊತ್ತಿತ್ತೋ, ಬರಬರುತ್ತಾ ಆ ಆಯ್ಕೆ ಸುಲಭವಾಯಿತೋ ಗೊತ್ತಿಲ್ಲ. ಒಂದು ತಿಂಗಳಾದರೂ ಅಳಿಯ ಮಗಳು ಮೊಮ್ಮಗಳನ್ನು ಕರೆದುಕೊಂಡು ಹೋಗದಿದ್ದಾಗ ಅರವಿಂದಾಳ ತಂದೆಗೆ ಆದ ವಿಚಾರವೆಲ್ಲಾ ತಿಳಿಯಿತು. ಸ್ನೇಹಿತರನ್ನು ಹಿಡಿದು ಕೇಳಿದರು, ಮಗಳನ್ನು ವಾಪಸ್ ಕರೆದುಕೊಂಡು ಹೋಗುವಂತೆ ಕೇಳಿಕೊಂಡರು. ಆದರೆ ಮುಂಬಯಿಯಲ್ಲಿ ಮನೆಯೇ ಇಲ್ಲದ ಮೇಲೆ ಕರೆದುಕೊಂಡು ಹೋಗುವುದು ಎಲ್ಲಿಗೆ ಎಂದು ಶಿವಧ್ವಜ್ ತಣ್ಣಗೆ ಹೇಳಿದ. ಅರವಿಂದಾಳ ಅತ್ತೆ–ಮಾವನನ್ನು ಸಂಪರ್ಕಿಸಿದರು, ಅವರು ಮಗ ನಮ್ಮ ಜೊತೆಗಿಲ್ಲದೇ ನಿಮ್ಮ ಮಗಳನ್ನು ಇರಿಸಿಕೊಳ್ಳುವುದು ಹೇಗೆ ಸಾಧ್ಯ ಅನ್ನೋ

ಪ್ರಶ್ನೆಯನ್ನ ಮುಂದಿಟ್ಟರು. ಒಲ್ಲದ ಗಂಡನಿಗೆ ಹಿಟ್ಟಿನಲ್ಲಿ ಕಲ್ಲು ಅಂತಾಗಿಬಿಟ್ಟಿತು ಅರವಿಂದಾಳ ಬದುಕು. ಪೂರ್ವಾಪರಗಳನ್ನು ವಿಚಾರಿಸಿ ಒಳ್ಳೇ ಸಂಬಂಧ ಎಂದು ನಂಬಿ ಮದುವೆಮಾಡಿಕೊಟ್ಟು ಮಗಳ ಬದುಕನ್ನು ನನ್ನ ಕೈಯಾರೆ ಹಾಳುಮಾಡುಬಿಟ್ಟೆ ಅನ್ನೋ ಚಿಂತೆ ಅರವಿಂದಾಳ ತಂದೆಯ ಜೀವವನ್ನೇ ತಿಂದುಹಾಕಿಬಿಟ್ಟಿತು. ಅರವಿಂದಾ ಗಂಡನ ಸಂಪರ್ಕ ಕಳೆದುಕೊಳ್ಳಬಾರದು ಎಂದು ಸತತ ಪ್ರಯತ್ನ ಪಡುತ್ತಲೇ ಇದ್ದಳು ತಿಂಗಳಿಗೋ ಎರಡು ತಿಂಗಳಿಗೋ ಒಮ್ಮೆ ಉಡುಪಿಗೆ ಬರುತ್ತಿದ್ದವನು ಹೆಂಡತಿ ಮಗಳನ್ನು ವಾಪಸ್ ಕರೆದುಕೊಂಡು ಹೋಗುತ್ತೇನೆ ಅನ್ನೋ ಆಶ್ವಾಸನೆಯನ್ನು ಕೊಡುತ್ತಿದ್ದ. ಜಗಳ ಹೆಚ್ಚಾದಾಗ ಮನೆ ಮಾಡುವುದಕ್ಕೆ ಅಡ್ವಾನ್ಸ್ ತಂದಿದ್ದೇನೆ ಎಂದು ಹತ್ತೋ ಇಪ್ಪತ್ತು ಸಾವಿರ ರೂಪಾಯಿ ಕೊಟ್ಟು ಆಶ್ವಾಸನೆಯನ್ನು ಗಟ್ಟಿ ಮಾಡುತ್ತಿದ್ದ. ಆದರೆ ಬರಬರುತ್ತಾ ಆ ಸಂಬಂಧ ಕ್ಷೀಣಿಸುತ್ತಲೇ ಹೋಯಿತು.

'ನನ್ನ ಜೀವನದಲ್ಲಿ ನಾನು ಮಾಡಿದ ತಪ್ಪೇನು? ಒಂದು ದಿನವೂ ತಂದೆ ತಾಯಿಗಳು ತಲೆತಗ್ಗಿಸುವಂತ ಕೆಲಸ ಮಾಡಲಿಲ್ಲ, ಅವರು ತೋರಿಸಿದ ಹುಡುಗನನ್ನು ಒಪ್ಪಿ ಮದುವೆಯಾದೆ, ಕಟ್ಟಿಕೊಂಡ ಸಂಸಾರಕ್ಕಾಗಿ ತನ್ನ ಇಷ್ಟದ ವೃತ್ತಿಯನ್ನು ಬಲಿಕೊಟ್ಟೆ, ಗಂಡನಿಗೆ ನೆರವಾಗಲು ಮತ್ತೆ ದುಡಿಯುವ ಮನಸ್ಸು ಮಾಡಿದೆ. ಆದರೆ ಯಾವುದೂ ನನ್ನ ಸಂಸಾರವನ್ನು ಉಳಿಸಲಿಲ್ಲ, ಮುಂದೆ ನನ್ನ ಬದುಕಿನ ಗತಿಯೇನು' ಗಂಡನಿಂದ ದೂರವಾದ ಅರವಿಂದಾಗೆ ಪ್ರತಿದಿನವೂ ಈ ಪ್ರಶ್ನೆಗಳು ಬಾಧಿಸಿದವು. ಕೊನೆಗೊಂದು ದಿನ ಗಂಡ ತನ್ನ ಅಸಲಿ ಮುಖವನ್ನು ತೋರಿಸುವ ಧೈರ್ಯ ಮಾಡಿಯೇ ಬಿಟ್ಟ. ಒಂದಲ್ಲಾ ಒಂದು ದಿನ ಸರಿಹೋಗುತ್ತೇ ಅನ್ನೋ ಭ್ರಮೆಯಲ್ಲಿ ತೂಗುಗತ್ತಿಯ ಮೇಲೆ ನಿಂತಿದ್ದ ಅರವಿಂದಾ ಸಂಸಾರ ಮುರಿದು ಬಿದ್ದಿತು. ಅಂದಿನಿಂದ ಮಿಂಚು ಭವಿಷ್ಯವನ್ನು ಉಜ್ವಲಗೊಳಿಸುವುದೇ ಅವಳ ಬದುಕಿನ ಧ್ಯೇಯವಾಯಿತು. ಮಿಂಚು ಓದಿ ದೊಡ್ಡವಳಾಗಿ ತನ್ನ ಕಾಲ ಮೇಲೆ ನಿಂತಿದ್ದಾಳೆ ಅನ್ನೋ ವಿಶ್ವಾಸ ಮೂಡಿಸುವ ತನಕವೂ ಅವಳ ಬೆನ್ನೆಲುಬಾಗಿ ನಿಂತದ್ದು ಶ್ರೀ ಮಹಾಲಸಾ ತಾಯಿಯ ಆಶೀರ್ವಾದದೊಂದಿಗೆ ಶುರುವಾದ ಆಯುರ್ವೇದಿಕ್ ಸೆಂಟರ್ ಒಂದೇ.

❋

'ಇಷ್ಟೆಲ್ಲಾ ಕಷ್ಟಪಟ್ಟು ಮಾಡಿದ ಕ್ಲಿನಿಕ್‌ನ ನೀವ್ಯಾಕೆ ಡೆವಲಪ್ ಮಾಡಿಲ್ಲ? ನಿಮ್ಮೊಳಗಿರೋ ವಿದ್ಯೆ, ಸೇವಾ ಮನೋಭಾವ ಇನ್ನೂ ತುಂಬ ಜನರಿಗೆ ಉಪಯೋಗ ಆಗ್ಬೇಕು, ಎಲೆಮರೆ ಕಾಯಿಯ ಹಾಗೆ ಬದುಕಬೇಡಿ' ಹೀಗೆ ಚಕ್ರವರ್ತಿ ಹುರಿದುಂಬಿಸಿ ಮಾತನಾಡುವಾಗಲೆಲ್ಲಾ ಅರವಿಂದಾಗೆ ಏನಾದರೂ ಮಾಡಬೇಕೆನಿಸುತ್ತಿತ್ತು. ಅದಕ್ಕೆ ತುಂಬಾ ಹಣ ಬೇಕು, ಹಣವಿದ್ದರೂ ಜೊತೆಗೆ ನಿಲ್ಲುವ ಜನ ಬೇಕು ಅನ್ನೋದು ತಿಳಿದಿತ್ತು. ಹಾಗೆ ಹೇಳಿದರೆ ಚಕ್ರವರ್ತಿ ನಾನಿದ್ದೇನೆ ಎಂದು ಮುಂದೆ ಬರುತ್ತಾರೆ. ಆದರೆ ಎಲ್ಲದಕ್ಕೂ ಅವರ ಸಹಾಯ

ಕೇಳೋದು ಸರಿಯಲ್ಲ ಅನ್ನಿಸಿ ಆ ಆಸೆಯನ್ನು ಅಲ್ಲಿಗೇ ಬಿಟ್ಟುಬಿಡುತ್ತಿದ್ದಳು. ಶ್ರೀ ಮಹಾಲಸಾ ಆಯುರ್ವೇದಿಕ್ ಸೆಂಟರ್ ಒಂದು ದಿನವೂ ಜನರಿಂದ ತುಂಬಿಕೊಂಡಿಲ್ಲ. ಏಕೆಂದರೆ ಡಾಕ್ಟರ್ ಅರವಿಂದಾ ತುಂಬಾ ಸ್ಟ್ರಿಕ್ಟು! ಸರಿಯಾಗಿ ಓದದೇ ಹೋಮ್ ವರ್ಕ್ ಮಾಡದೇ ಬಂದ ವಿದ್ಯಾರ್ಥಿಗಳಿಗೆ ಬಯ್ಯುವ ಟೀಚರ್‌ನಂತೆ, ಹೇಳಿದ ಪಥ್ಯ, ಔಷಧವನ್ನು ಪಾಲಿಸದ ರೋಗಿಗಳಿಗೆ ಅರವಿಂದಾ ಖಾರವಾಗಿ ಮಾತನಾಡಿಬಿಡುತ್ತಿದ್ದಳು. ಎಷ್ಟೋ ಜನ ಇದರಿಂದ ಸಿಟ್ಟಾಗಿ, ಇನ್ನು ಕೆಲವರು ಸೋಮಾರಿತನದಿಂದ ಆಯುರ್ವೇದ ನಮಗೆ ವರ್ಕ್ ಆಗಲ್ಲ ಅನ್ನೋ ನೆಪ ಒಡ್ಡಿ ಪಲಾಯನ ಮಾಡಿದ್ದರು. ಅರವಿಂದಾಳ ಮಾರ್ಗದರ್ಶನವನ್ನು ಕಟ್ಟುನಿಟ್ಟಾಗಿ ಪಾಲಿಸಿದವರು ಗುಣಮುಖರಾಗದ ಉದಾಹರಣೆ ಇಲ್ಲ. ಒಂದು ಸಲ ಅವಳ ಚಿಕಿತ್ಸೆಗೆ ಒಗ್ಗಿಕೊಂಡವರು ತಮ್ಮ ಹತ್ತಿರದವರಿಗೂ ಹೇಳಿ ಬಾಯಿಮಾತಿನ ಮೂಲಕವೇ ಅರವಿಂದಾಳ ಕ್ಲಿನಿಕ್‌ಗೆ ಖಾಯಂ ವಿಸಿಟರ್ಸ್ ಆಗಿದ್ದರು. ಪ್ರಚಾರವೇ ಇಲ್ಲದ, ಹೊರನೋಟದಲ್ಲಿ ಆಡಂಬರವೂ ಇಲ್ಲದ ಕ್ಲಿನಿಕ್‌ಗೆ ಪೇಶೆಂಟ್ಸ್ ಬರುತ್ತಾರೆ ಎಂದರೆ ಅದು ಬಹುಶಃ ಗುಣಮುಖರಾದ ರೋಗಿಗಳ ಸ್ನೇಹಿತರೋ ಬಂಧುಗಳೋ ಆಗಿರುತ್ತಿದ್ದರು.

ಅದೊಂದು ದಿನ ಆಟೋದಲ್ಲಿ ಬಂದಿಳಿದ ನಾಲ್ಕು ಜನ ಸೀದಾ ಕ್ಲಿನಿಕ್ ಒಳಗೆ ಹೋದರು. ಅರವಿಂದಾ ದಿನಪತ್ರಿಕೆ ಓದುತ್ತಾ ಕುಳಿತವಳು ಇದೇನಿದು ಇಷ್ಟೊಂದು ಜನ ಎಂದು ತಲೆ ಎತ್ತಿ ನೋಡಿದಳು. ಅವರ್ಯಾರೂ ರೋಗಿಗಳಂತೆ ಕಾಣಲಿಲ್ಲ. ಎಲ್ಲರೂ ಹಬ್ಬಕ್ಕೋ ಮದುವೆಗೋ ತಯಾರಾದವರಂತೆ ಕಾಣುತ್ತಿದ್ದರು. ಅರವಿಂದಾಳ ಮುಖದ ತುಂಬಾ ಪ್ರಶ್ನಾರ್ಥಕ ಚಿಹ್ನೆ ಹುಟ್ಟಿಕೊಂಡಿತು. ಅವರ ಮಾತು ಕೇಳಿದ ಮೇಲೆ, ಸೀರೆಯುಟ್ಟು ಮಲ್ಲಿಗೆ ಹೂವು ಮುಡಿದು ಬಂದವಳು ಎರಡು ವರ್ಷದ ಹಿಂದೆ ಸೋರಿಯಾಸಿಸ್‌ಗೆ ಚಿಕಿತ್ಸೆ ತೆಗೆದುಕೊಂಡ ಹುಡುಗಿ ಸ್ನೇಹಾ ಎಂದು ನೆನಪಾಯಿತು. ಆಕೆ ಮೊದಲ ಬಾರಿ ಕಾಯಿಲೆ ತೋರಿಸಲು ಬಂದಾಗ, ಸೋರಿಯಾಸಿಸ್ ಒಂದು ದೀರ್ಘಕಾಲದ ಚರ್ಮದ ಕಾಯಿಲೆ. ಅನುವಂಶೀಯತೆಯಿಂದ ಈ ಸಮಸ್ಯೆ ಬರುವ ಸಾಧ್ಯತೆ ಹೆಚ್ಚು, ಪೌಷ್ಟಿಕಾಂಶ ಕೊರತೆ, ಒತ್ತಡದ ಜೀವನ ಶೈಲಿ, ವೈರಲ್ ಇನ್ಫೆಕ್ಷನ್ ಇಂತಹ ಕಾರಣಗಳಿಂದ ಬರುವ ಈ ಕಾಯಿಲೆ ಒಬ್ಬರಿಂದ ಇನ್ನೊಬ್ಬರಿಗೆ ಹರಡುವಂಥದ್ದಲ್ಲ. ಒಣ ಚರ್ಮವಿರುವ ಜಾಗದಲ್ಲಿ ಹಾಗು ಎಲ್ಲೆಲ್ಲಿ ರಕ್ತ ಸಂಚಲನ ಕಮ್ಮಿಯಿರುತ್ತದೆಯೋ, ಅಲ್ಲಿ ಸೋರಿಯಾಸಿಸ್ ಉಂಟಾಗುವ ಸಾಧ್ಯತೆ ಹೆಚ್ಚು. ಮೊಣಕೈ ಮೇಲ್ಭಾಗ, ಮಂಡಿಯ ಮೇಲ್ಭಾಗ, ಕಿವಿಯ ಹಿಂಭಾಗ, ಹುಬ್ಬಿನ ಜಾಗಗಳಲ್ಲಿ ಶುರುವಾಗಿ ದೇಹದ ಬೇರೆ ಬೇರೆ ಭಾಗಗಳಿಗೆ ಹರಡಿಕೊಳ್ಳುತ್ತದೆ. ಇದನ್ನು ಆಹಾರಕ್ರಮ ಮತ್ತು ಔಷಧಿಯ ಮೂಲಕ ಸರಿಮಾಡಬಹುದು ಎಂದು ಅರವಿಂದಾ ರೋಗದ ಗುಣಲಕ್ಷಣಗಳ ಬಗ್ಗೆ ತಿಳಿಸಿ, ಅದನ್ನು ಹೋಗಲಾಡಿಸಬಹುದೆಂದು ಆಕೆಗೆ ಧೈರ್ಯ ತುಂಬಿದ್ದಳು.

ಇಪ್ಪತ್ನಾಲ್ಕು ವರ್ಷದ ಸ್ನೇಹಾಗೆ ಸೋರಿಯಾಸಿಸ್ ಕಂಡುಬಂದ ನಾಲ್ಕು ವಾರದಲ್ಲಿ ದೇಹದ ಹತ್ತಾರು ಕಡೆ ಹರಡಿಕೊಂಡುಬಿಟ್ಟಿತ್ತು. ಮೊದಲು ತಲೆಕೂದಲಿನಲ್ಲಿ ಬಿಳಿಪುಡಿಯ ಹಾಗೆ ಕಾಣಿಸಿಕೊಂಡಾಗ ಅದನ್ನು ತಲೆಯ ಹೊಟ್ಟು ಎಂದುಕೊಂಡು ಮೊಸರು, ನಿಂಬೆಹಣ್ಣು, ಡ್ಯಾಂಡ್ರಫ್ ಹೋಗಿಸುವ ಶಾಂಪು ಮತ್ತಿತರ ಮನೆಮದ್ದಿನಿಂದ ಸರಿಮಾಡುವ ಪ್ರಯತ್ನ ಮಾಡಿದರು. ಆದರೆ ಅದು ಪೂರ್ತಿ ತಲೆಯಲ್ಲಿ ಕಾಣಿಸಿಕೊಳ್ಳದೆ ಅಲ್ಲಲ್ಲಿ ಮಚ್ಚೆಯ ಹಾಗೆ ಶುರುವಾದಾಗ ಗಾಬರಿಯಾಗತೊಡಗಿತು. ದಿನಗಳು ಕಳೆದಂತೆ ಬೆನ್ನು, ಮೊಣ ಕೈ, ಹೊಟ್ಟೆ ಎಲ್ಲಾ ಕಡೆ ಅಲ್ಲಲ್ಲಿ ಚರ್ಮದ ಪದರ ಎದ್ದು ಬಂದಂತೆ ಕೆಂಪಾಗಿ, ಅದರ ಮೇಲೆ ಬಿಳೀ ಹೊಟ್ಟಿನಂತ ಪದರವು ನಿರ್ಮಾಣವಾಗಿ ತೀವ್ರವಾದ ತುರಿಕೆ ಮತ್ತು ಉರಿ ಶುರುವಾಯಿತು. ಇದರಿಂದ ಸ್ನೇಹಾಗೆ ನಿದ್ದೆ ಮಾಡಲಾಗಲಿಲ್ಲ. ಆ ಆಯಿಂಟ್ಮೆಂಟ್‌ಗಳು, ಮಾತ್ರೆಗಳು ಆ ಕ್ಷಣಕ್ಕೆ ಉರಿ ಕಡಿತವನ್ನು ಕಡಿಮೆ ಮಾಡಿದವು ವಿನಃ ಸೋರಿಯಾಸಿಸ್ ಅನ್ನು ಪೂರ್ತಿಯಾಗಿ ಹೋಗಲಾಡಿಸಲಿಲ್ಲ. ಆ ಕಾರಣದಿಂದ ನಿಶ್ಚಯವಾಗಿದ್ದ ಸ್ನೇಹಾಳ ಮದುವೆಯೂ ಮುರಿದು ಬಿದ್ದಿತ್ತು.

'ಮೇಡಮ್ ನನ್ನ ಮಗಳ ಮದುವೆ ಇನ್ವಿಟೇಶನ್‌ನ ನಿಮಗೇ ಮೊದಲು ಕೊಡ್ಬೇಕು ಅಂತ ಬಂದ್ವಿ. ಇವರು ನನ್ನ ತಾಯಿ, ಈಕೆ ನನ್ನ ಹೆಂಡತಿ. ಅವಳು ಆಗ ಒಂದೆರಡು ಸಲ ಮಾತ್ರ ಬಂದಿದ್ದು. ಸ್ನೇಹಾ ಗೊತ್ತಾಯ್ತಲ್ಲಾ'

ಸ್ನೇಹಾಳ ತಂದೆ ಮುಖದಲ್ಲಿ ಕೆಜಿಗಟ್ಟಲೆ ಖುಷಿ ಮತ್ತು ಕೃತಜ್ಞತಾ ಭಾವ ತುಳುಕಾಡುತ್ತಿತ್ತು. ಇನ್ವಿಟೇಶನ್ ಕೊಟ್ಟು ಸ್ನೇಹಾ ಅರವಿಂದಾಳ ಕಾಲಿಗೆ ನಮಸ್ಕಾರ ಮಾಡಲು ಬಂದಾಗ ಅರವಿಂದಾ ಮುಜುಗರದಿಂದ ಅವಳನ್ನು ಎಬ್ಬಿಸಿದಳು.

'ನಿಮ್ಮ ಆಶೀರ್ವಾದದಿಂದ ಅವಳು ಇಂದು ಇಷ್ಟು ಖುಷಿಯಾಗಿದ್ದಾಳೆ ಡಾಕ್ಟರ್, ಬರ್ರೋ ಹದಿನೈದನೇ ತಾರೀಕು ಮದ್ವೆ, ತಪ್ಪದೇ ಬರ್ಬೇಕು' ಅವಳ ತಾಯಿ ಬಾಯಿ ತುಂಬಾ ಕರೆದಳು.

'ತುಂಬಾ ಒಳ್ಳೇ ವಿಷ್ಯ. ಕಂಗ್ರಾಜುಲೇಶನ್ಸ್ ಸ್ನೇಹಾ' ಅವರನ್ನು ಕೂರಿಸಿ ಅರವಿಂದಾ ಕುಡ್ಲಾ ರೆಸ್ಟೋರೆಂಟಿನಿಂದ ಎಲ್ಲರಿಗೂ ಬಾದಾಮಿ ಹಾಲು ತರಿಸಿದಳು.

ಸ್ನೇಹಾಳ ಮುಖವನ್ನು ದಿಟ್ಟಿಸಿದಾಗ ಎರಡು ವರ್ಷದ ಹಿಂದೆ ಹೇಗಿದ್ದಳು ಅನ್ನೋ ಚಿತ್ರಣ ಅರವಿಂದಾ ಕಣ್ಣ ಮುಂದೆ ಬಂದಿತು. ಹುಬ್ಬಿನ ಮೇಲೆಲ್ಲಾ ಹರಡಿದ್ದ ಚರ್ಮರೋಗ ಅವಳ ಮುಖಲಕ್ಷಣವನ್ನೇ ತಿಂದುಹಾಕಿ ಬಿಟ್ಟಿತ್ತು, ತಂದೆಯ ಜೊತೆಗೆ ಬರುತ್ತಿದ್ದ ಹುಡುಗಿ ಹೆಚ್ಚು ಮಾತನಾಡುತ್ತಿರಲಿಲ್ಲ. ತನಗಾಗುತ್ತಿರೋ ನೋವನ್ನು ಮೆಲುದನಿಯಲ್ಲಷ್ಟೇ ಹೇಳುತ್ತಿದ್ದಳು. ಜನರು ಆಕೆಗೆ ಕಜ್ಜಿ ರೋಗ ಬಂದಿದೆ ಎಂದು ಹೀಯಾಳಿಸುತ್ತಿದ್ದರು, ಪಕ್ಕದಲ್ಲಿ ನಡೆದುಕೊಂಡು ಹೋದರೆ ದೂರ ಓಡುತ್ತಿದ್ದರು ಎಂದು ಹೇಳಿಕೊಂಡು ಸ್ನೇಹಾ ಕುಗ್ಗಿ

ಹೋಗಿದ್ದಳು. ಆಕೆಯ ತಂದೆ ಪೂಜೆ ಪುನಸ್ಕಾರಗಳನ್ನು ಮಾಡಿ ಸೋತಿದ್ದರು. ಆಯುರ್ವೇದದಿಂದ ಮಾತ್ರ ಸೋರಿಯಾಸಿಸ್ ಅನ್ನು ಸಂಪೂರ್ಣವಾಗಿ ಗುಣಪಡಿಸಬಹುದೆಂದು ನಂಬಿದ್ದ ಅರವಿಂದಾ ಸ್ನೇಹಾಳ ಕೇಸ್‌ಗಾಗಿ ಹೆಚ್ಚಿನ ಅಧ್ಯಯನವನ್ನೂ ಮಾಡಿದಳು, ಉಜಿರೆಗೆ ಹೋಗಿ ತಾತ ಬರೆದಿಟ್ಟ ಪುಸ್ತಕವನ್ನು ಹುಡುಕಿ ನಾಟಿ ಔಷಧಿಯ ಪ್ರಯೋಗವನ್ನೂ ಮಾಡಿದಳು. ನಾಲ್ಕು ವಾರದ ಪಥ್ಯ, ಗಿಡಮೂಲಿಕೆಯಿಂದ ತಯಾರಾದ ಎಣ್ಣೆಯ ಮಾಲೀಶ್, ವಿಟಮಿನ್ ಸಿ ಹೆಚ್ಚು ಬಳಕೆ, ಇದೆಲ್ಲದರ ಜೊತೆ ಧನಾತ್ಮಕ ಚಿಂತನೆಗಳು ಸೇರಿ ಸ್ನೇಹಾಳ ಕಾಯಿಲೆ ವಾಸಿಯಾಗುತ್ತಾ ಬಂದಿತು. ಸೋರಿಯಾಸಿಸ್ ಹರಡುವುದು ಪೂರ್ತಿಯಾಗಿ ನಿಂತಿತು.

'ಮೇಡಮ್ ನಿಜ್ವಾಗಲೂ ನೀವು ಹೇಳಿದ ಹಾಗೆ ನಾವು ಹೊರಗಡೆ ಊಟ, ಪ್ರೊಸೆಸ್ಡ್ ಊಟ, ಕೂಲ್ ಡ್ರಿಂಕ್ಸ್ ಎಲ್ಲವನ್ನೂ ಬಿಟ್ಟುಬಿಟ್ಟಿದ್ದೇವೆ, ದಿನಾ ರಾತ್ರಿ ಅರ್ಧ ಬೇಯಿಸಿದ ತರಕಾರಿಯನ್ನ ತಿನ್ನೋದಕ್ಕೆ ಶುರು ಮಾಡಿದ್ದೇವೆ, ಸ್ನೇಹಾಗೆ ಹೇಳಿದ ಪಥ್ಯವನ್ನ ಮನೆಮಂದಿಯಲ್ಲಾ ಪಾಲಿಸಿ ಎಷ್ಟು ಬದಲಾವಣೆಯಾಗಿದೆ ಗೊತ್ತಾ, ನನ್ನ ತಾಯಿಯ ಶುಗರ್ ಲೆವೆಲ್ ಕಂಟ್ರೋಲ್‌ಗೆ ಬಂದಿದೆ, ನನ್ನ ಮಗಳಿಗೆ ಮತ್ತೆ ಮದುವೆ ಗೊತ್ತಾಗಿದೆ. ಅದಕ್ಕೆ ನೀವು ಕೊಟ್ಟ ಚಿಕಿತ್ಸೆ ಮತ್ತೆ ಮಾರ್ಗದರ್ಶನವೇ ಕಾರಣ. ನನ್ನ ಮಗಳ ಮುಖ ನೋಡೋಕೆ ಆಗ್ತಿರಲ್ಲಿಲ್ಲ, ಅವಳ ಭವಿಷ್ಯ ಇವತ್ತು ಏನಾಗುತ್ತಿತ್ತೋ' ತಂದೆ ದುಃಖ ತಡೆದುಕೊಳ್ಳಲಾರದೇ ಕಣ್ಣೀರು ಹಾಕಿಬಿಟ್ಟಾಗ ಅರವಿಂದಾ ಸಮಾಧಾನ ಮಾಡಬೇಕಾಯಿತು.

ಮನೆಮಂದಿಯೆಲ್ಲಾ ಕೈಮುಗಿದು ಮದುವೆಗೆ ಬರಲೇಬೇಕೆಂದು ಪರಿಪರಿಯಾಗಿ ಹೇಳಿ ಹೋದರು. ಅರವಿಂದಾಗೆ ಅಜ್ಜ ವಿಶ್ವನಾಥ ಪಂಡಿತರ ಬಳಿ ಬಂದ ಜನರು ಕೈಮುಗಿದು ಕೃತಜ್ಞತೆ ಸಲ್ಲಿಸುತ್ತಿದ್ದು ನೆನಪಾಗಿ ಕಣ್ಣು ತುಂಬಿಕೊಂಡಿತು. ಚಿಕ್ಕಂದಿನ ಅರವಿಂದಾ ಕನಸು ಇಂದು ಸಾಕಾರಗೊಂಡಂಥ ಅನುಭವವಾಯಿತು. ಅರವಿಂದಾ ಹತ್ತಾರು ರೋಗಿಗಳಿಗೆ ಮೈಗ್ರೇನ್, ಕಿಡ್ನಿ ಸ್ಟೋನ್‌ನಂತಹ ಸಂಕೀರ್ಣವಾದ ಕಾಯಿಲೆಗಳನ್ನು ಗುಣಪಡಿಸಿದ್ದಳು. ಇನ್ನೊಬ್ಬರ ಜೀವನದ ಕಷ್ಟವನ್ನ ಹೋಗಲಾಡಿಸಿ, ಅವರ ಬಾಳಿನಲ್ಲಿ ನಗು ತರಿಸಬಹುದಾಗ ತನ್ನ ವೃತ್ತಿಯ ಬಗ್ಗೆ ಅತೀವ ಹೆಮ್ಮೆ ಪಟ್ಟುಕೊಂಡಿದ್ದಳು. ಇಂಥಾ ವೃತ್ತಿಯ ಶಕ್ತಿಯನ್ನು ನನ್ನ ಕೈಕಾಲು ಗಟ್ಟಿಯಿರುವ ತನಕ ರೋಗಿಗಳ ಸೇವೆಗೆ ಬಳಸಬೇಕು, ಅದೇ ನನ್ನ ಬದುಕಿನ ಸಾರ್ಥಕತೆ ಅನ್ನೋ ಭಾವನೆ ದೃಢವಾಯಿತು.

'ನಿಮ್ ಕೈಗುಣ ತುಂಬಾ ಚೆನ್ನಾಗಿದೆ ಅಂತಾಯ್ತು ಡಾಕ್ಟರ್' ಸ್ನೇಹಾಳ ಕಥೆ ಕೇಳಿ ಚಕ್ರವರ್ತಿ ಹೆಮ್ಮೆಯಿಂದ ಹೇಳಿದ.

'ಕೈಗುಣ ಅನ್ನೋದೆಲ್ಲಾ ಜನರ ನಂಬಿಕೆ ಅಷ್ಟೇ ನಾನು ನನ್ನ ಕೆಲಸವನ್ನ ನಂಬ್ತೀನಿ, ಮತ್ತೆ ಗುಣರಾಗಬೇಕು ಅನ್ನೋ ಪ್ರಾಮಾಣಿಕ ಪ್ರಯತ್ನಾನ ನಂಬ್ತೀನಿ,

ಆಯುರ್ವೇದ ಒಂದು ತಪಸ್ಸಿದ್ದ ಹಾಗೆ ಒಂದೇ ಕ್ಷಣದಲ್ಲಿ ವರ ಸಿಗೋದಿಲ್ಲ. ಅದಕ್ಕೆ ತಾಳ್ಮೆ ಬೇಕು, ಶಿಸ್ತು ಬೇಕು ನಂಬಿಕೆ ಬೇಕು. ಆಗ ಆರೋಗ್ಯ ನಮ್ಮ ಕೈಲಿರುತ್ತೆ'

'ನಾನ್ ಯಾವಾಗ್ಲು ಹೇಳೋದನ್ನ ನೀವು ಸೀರಿಯಸ್ ಆಗಿ ತೊಗೊಳ್ಳಿ, ನೀವು ಇನ್ನೂ ಬೆಳೀಬೇಕು. ಪ್ರಯತ್ನ ಪಟ್ರೆ ನಿಮ್ ಕ್ಲಿನಿಕ್‌ನ ಉಡುಪಿಯಲ್ಲೇ ನಂಬರ್ ಒನ್ ಕ್ಲಿನಿಕ್ ಆಗುತ್ತೆ ಅಂತ ನನಗನಿಸುತ್ತದೆ'

ಅರವಿಂದಾ ಚಕ್ರವರ್ತಿಯ ಮಾತಿಗೆ ನಕ್ಕು ಸುಮ್ಮನಾದರೂ ಅವಳ ಮನಸ್ಸಿನಲ್ಲಿ ಎರಡು ವಿಷಯ ಸ್ಪಷ್ಟವಾದವು. ಮೊದಲನೆಯದು ಕ್ಲಿನಿಕ್‌ನ ಪ್ರಯೋಜನ ಇನ್ನೊಂದಷ್ಟು ಜನಕ್ಕೆ ತಲುಪಿಸುವ ಪ್ರಯತ್ನ ಶುರುವಾಗಬೇಕೆನ್ನೋದು. ಎರಡನೆಯದು ಯಾರೂ ಸಹ ಅವಳ ವೃತ್ತಿಯನ್ನು ಚಕ್ರವರ್ತಿಯಷ್ಟು ಸಂಭ್ರಮಿಸಿರಲಿಲ್ಲ, ಮಹತ್ವಾಕಾಂಕ್ಷೆಯನ್ನು ಹುಟ್ಟು ಹಾಕಿರಲಿಲ್ಲ ಅನ್ನೋದು. ಬೇರೆಲ್ಲಾ ಸಂಬಂಧಗಳು ಅವಳನ್ನು ಪ್ರೀತಿಯ ತಾಯಿ, ವಿಧೇಯ ಮಗಳು, ಜವಾಬ್ದಾರಿಯುತ ಹೆಣ್ಣು ಅನ್ನೋ ಬಿರುದುಗಳನ್ನು ಕೊಟ್ಟಿದ್ದವು. ಆದರೆ ಯಾರೂ ನೀನು ಜನಪ್ರಿಯ ವೈದ್ಯೆಯಾಗಬೇಕು ಎಂದು ಪ್ರೋತ್ಸಾಹಿಸಿರಲಿಲ್ಲ.

ಚಕ್ರವರ್ತಿಯ ಕಣ್ಣಲ್ಲಿ ಅರವಿಂದಾ ವಿಶೇಷವಾಗಿ ಕಾಣುತ್ತಿದ್ದದ್ದು ಒಂದೇ ಕಾರಣಕ್ಕೆ. ಅವಳು ಎಲ್ಲರಂತೆ ಬರೀ ತನ್ನ ಸಂಸಾರಕ್ಕಾಗಿ ಬದುಕುವವಳಲ್ಲ. ಸಮಾಜಕ್ಕೆ ಏನಾದರೂ ಕೊಡುಗೆ ಕೊಡಬೇಕೆಂದು ಹೋರಾಡುವವಳು, ಇನ್ನೊಬ್ಬರ ನೋವಿಗೆ ಸ್ಪಂದಿಸುವವಳು, ತನಗೆ ಗೊತ್ತಿರುವ ವಿದ್ಯೆಯಿಂದ ಇನ್ನೊಬ್ಬರ ಜೀವನದಲ್ಲಿ ಸಕಾರಾತ್ಮಕ ಬದಲಾವಣೆ ತರುತ್ತಿರೋ ದೊಡ್ಡ ಸಾಧಕಿ. ನಾನು ನನ್ನದು ಅಂತ ಹೋಗೋ ದಾರಿಯಲ್ಲಿ ನಡೆದರೆ ಅದಕ್ಕೆ ಕೊನೆಯಿಲ್ಲ ಅನ್ನೋದನ್ನ ಸ್ವತಃ ನಂಬಿರೋ ಚಕ್ರವರ್ತಿ ಅರವಿಂದಾಗೆ ಸಪೋರ್ಟ್ ಸಿಸ್ಟಮ್ ಆಗಿ ನಿಂತ.

'ಉಡುಪಿ ಬಸ್ ಸ್ಟ್ಯಾಂಡ್ ಐದು ಕಿಲೋಮಿಟರ್ ಸುತ್ತಳತೆಯಲ್ಲಿ ಇರೋದು ಬರೀ ನಾಲ್ಕು ಆಯುರ್ವೇದಿಕ್ ಕ್ಲಿನಿಕ್‌ಗಳು. ಒಂದೆರಡು ಆಯುರ್ವೇದದ ಔಷಧಿ ಸಿಗೋ ಅಂಗಡಿಗಳಿವೆ. ಆದರೆ ಎಲ್ಲಾ ಕಡೆ ಜನ ಕಮ್ಮೀನೇ. ಒಂದು ಅವರಿಗೆ ಆಯುರ್ವೇದದ ಉಪಯೋಗ ಗೊತ್ತಿಲ್ಲ, ಇನ್ನೊಂದು ಡಾಕ್ಟರ್ ಬಗ್ಗೇನೂ ಗೊತ್ತಿಲ್ಲ' ಚಕ್ರವರ್ತಿ ಇಷ್ಟೆಲ್ಲಾ ಮಾಹಿತಿ ಸಂಗ್ರಹಿಸಿಕೊಂಡು ಬಂದಿರೋದನ್ನು ಅರವಿಂದಾ ಅಚ್ಚರಿ ಸಂತೋಷದಿಂದ ನೋಡಿದಳು.

'ನಾನೇನ್ ಹೇಳ್ತೀನಿ ಅಂದ್ರೆ, ಮೊದಲು ನೀವು ಕ್ಲಿನಿಕ್ ಪ್ರೊಮೋಷನ್ ಮಾಡ್ಬೇಕು'

'ಅಯ್ಯೋ ಅದೆಲ್ಲಾ ತಲೆನೋವಿನ್ ಕೆಲ್ಸ ಯೋಚ್ನೆ ಮಾಡಿ ಬಿಟ್ಟಿದ್ದೀನಿ. ಕ್ಲಿನಿಕ್ ನನ್ ಕೈ ಅಳತೆಯಲ್ಲಿದ್ರೆ ಎಲ್ಲಾ ಕೆಲ್ಸ ಸುಲಭ. ಮಾರ್ಕೆಟಿಂಗ್‌ಗೆ ದುಡ್ಡು, ಜನ

ಬೇಕು. ಆಮೇಲೆ ಅದು ಕ್ಲಿಕ್ ಆದ್ರೂ ನಂಗೆ ಸಹಾಯಕ್ಕೆ ಇನ್ನೊಂದಷ್ಟು ಸ್ಟಾಫ್ ಬೇಕಾಗುತ್ತೆ. ಈಗ ಇರೋ ಕೆಲ್ಸ, ಮನೆ ನನಗೆ ಸರಿಹೋಗಿದೆ'

'ಹಾಗಂದ್ಕೊತೀವಿ, ಒಂದ್ ಸಲ ಶುರು ಆದ್ರೆ ಅದಕ್ಕೇ ಒಗ್ಗಿ ಹೋಗ್ತೀವಿ ಡಾಕ್ಟರ್. ಈಗ ಕ್ಲಿನಿಕ್ ಅಲ್ಲಿ ಪೇಶೆಂಟ್ಸ್‌ಗಳಿಗೆ ನೀವ್ ಕಾಯೋ ಬದಲು ಅವರು ನಿಮಗೆ ಕಾಯ್ತಾರೆ ಅಷ್ಟೇ. ಇನ್ನೇನೂ ಬದಲಾಗಲ್ಲ. ಮಾರ್ಕೆಟಿಂಗ್‌ಗೆ ಕಮ್ಮಿ ದುಡ್ಡಲ್ಲಿ ಏನೇನೋ ಐಡಿಯಾಗಳನ್ನ ಮಾಡ್ಬೋದು. ನೀವ್ ಹೂಂ ಅನ್ನಿ!!'

**ಶ್ರೀ ಮಹಾಲಸಾ ಆಯುರ್ವೇದಿಕ್ ಸೆಂಟರ್**

**ನಂ 45, ದೇವೀರಮ್ಮ ದೇವಸ್ಥಾನದ ರಸ್ತೆ, ಉಡುಪಿ.**

**Experience the healthy life through Ayurveda**

**ಡಾ. ಅರವಿಂದಾ ಎಸ್, BAMS**

**ವಿಶೇಷ ಚಿಕಿತ್ಸೆಗಳು: ಸೋರಿಯಾಸಿಸ್, ಕಿಡ್ನಿ ಸ್ಟೋನ್, ನಿದ್ರಾಹೀನತೆ, ಡಯಾಬಿಟೀಸ್, PCOD, ಮೈಗ್ರೇನ್, ಕೂದಲು ಉದುರುವುದು, ಸ್ವರ್ಣ ಬಿಂದು ಪ್ರಾಶನ**

**ಜೊತೆಗೆ ಅಭ್ಯಂಗ ಸ್ನಾನ, ಪಂಚಕರ್ಮ ಚಿಕಿತ್ಸೆಗಳು ದೊರೆಯುವುದು.**

**Timings - 9am-1pm 3pm-8pm ಸಂಪರ್ಕಿಸಿ - 9987332100**

ಮಹಾಲಸಾ ದೇವತೆಯ ಫೋಟೋ ಹೊತ್ತ ಅರವಿಂದಾಳ ಕ್ಲಿನಿಕ್ ವಿವರವನ್ನು ಬಿತ್ತರಿಸುವ ಕರಪತ್ರ ಉಡುಪಿಯ ಗಲ್ಲಿಗಲ್ಲಿಗೂ ತಲುಪಿತು. ಒಂದಷ್ಟು ಕರಪತ್ರಗಳನ್ನು ದಿನಪತ್ರಿಕೆಯ ಜೊತೆ ಸೇರಿಸಿ ಕಳಿಸಿದರೆ, ಇನ್ನೊಂದಷ್ಟನ್ನು ಚಕ್ರವರ್ತಿ ಖುದ್ದಾಗಿ ಪರಿಚಯದ ಹೋಟೆಲಿಗೆ, ಅಂಗಡಿಗಳಿಗೆ, ಜನ ಹೆಚ್ಚಾಗಿ ಓಡಾಡೋ ಜಾಗಗಳಲ್ಲಿ ನಿಂತು ವಿತರಿಸಿದ. ಅವನ ಸಹಾಯಕ್ಕೆ ಅರವಿಂದಾ ಕಣ್ತುಂಬಿ ಬಂತು. ಅವಳ ಸೇವಿಂಗ್ಸ್ ಹಣವನ್ನು ಮೊದಲ ಬಾರಿ ಕ್ಲಿನಿಕ್‌ನ ಪ್ರಚಾರಕ್ಕಾಗಿ ಖರ್ಚು ಮಾಡಿದ್ದಳು. ಹಣಕ್ಕಿಂತ ಹೆಚ್ಚು ಸಮಯ, ಪರಿಶ್ರಮವನ್ನು ಮೀಸಲಿಟ್ಟಳು. ಒಂದು ತಿಂಗಳಲ್ಲಿ ಹಾಕಿದ ಪರಿಶ್ರಮ ಫಲ ಕೊಡಲು ಶುರು ಮಾಡಿತು. ಅಪಾಯಿಂಟ್ಮೆಂಟ್ ತೊಗೊಳ್ಳೋ ಜನ ಹೆಚ್ಚಾದರು. ಅರವಿಂದಾ ಊಹಿಸಿದಂತೆ ಕ್ಲಿನಿಕ್‌ನಲ್ಲಿದ್ದ ಜಾಗ, ಜನ ಎರಡೂ ಶಾರ್ಟೇಜ್ ಬಿತ್ತು.

ಹಳೇ ಬಾವಿಯ ಪುನಶ್ಚೇತನದ ಕೆಲಸ ಮುಗಿದಿತ್ತು, ಕಾರ್ಪೊರೇಟರ್ ಉದ್ಘಾಟನೆ ಮಾಡಿ ಚಕ್ರವರ್ತಿ ಮತ್ತು ತಂಡಕ್ಕೆ ಪ್ರಶಂಸೆಯ ಮಳೆಗರೆದರು. 'ಬಾವಿ ಈಗ ಫಸ್ಟ್‌ಕ್ಲಾಸ್ ಆಗಿದೆ, KRS ನೋಡಿದಷ್ಟೇ ಖುಷಿಯಾಗುತ್ತೆ' ಎಂದು ಚಕ್ರವರ್ತಿ ಅರವಿಂದಾನ ಬಾವಿಯ ದರ್ಶನಕ್ಕೆ ಕರೆದೊಯ್ದನು. ದೈತ್ಯಾಕಾರದ ಬಾವಿಯ ಸುತ್ತ ಗೋಡೆ ಕಟ್ಟಿ, ಅದರ ಬಾಯಿಗೆ ಕಬ್ಬಿಣದ ಮೆಶ್ ಹಾಕಿ ಮುಚ್ಚಿತ್ತು.

ಅದರ ಮೇಲೆ ಮರದಿಂದ ಬಿದ್ದ ಬಣ್ಣಬಣ್ಣದ ಹೂವುಗಳು ಹೊಸ ಬಾವಿಯನ್ನು ಸಿಂಗಾರ ಮಾಡಿದ್ದವು. ಅರವಿಂದಾ ಸಂಭ್ರಮದಲ್ಲಿ ಇಣುಕಿ ನೋಡಿದಳು. ಒಳಗಿನ ನೀರು ಪನ್ನೀರಿನಂತೆ ಶುದ್ಧವಾಗಿ ಕಂಡಿತು.

'ಎಷ್ಟೊಂದ್ ನೀರ್ ಬಂದ್ಬಿಟ್ಟಿದೆ! ಕುಡೀಬೋದಾ ಈ ನೀರು?'

'ಇಲ್ಲ ಇಲ್ಲ.. ಅಷ್ಟು ಪ್ಯೂರ್ ಇಲ್ಲ ನೀರು ನೋಡೋಕೆ ಕ್ಲೀನ್ ಆಗಿದೆ. ಇದನ್ನ ಕಮರ್ಷಿಯಲ್ ಯೂಸೇಜ್‌ಗೆ ಕಳಿಸಿಕೊಡ್ತಾರೆ. ಫ್ಯಾಕ್ಟ್ರಿಗಳಿಗೆ, ವಾಶಿಂಗ್‌ಗೆ, ಒಳಚರಂಡಿ ಕ್ಲೀನಿಂಗಿಗೆ.. ಬಟ್ ನಾವು ಈ ಪ್ರಾಜೆಕ್ಟಿಂದ ಕುಡಿಯೋ ನೀರನ್ನ ಅದಕ್ಕೆಲ್ಲಾ ಬಳಸೋದನ್ನ ತಡೆಗಟ್ಟಿದ್ದೀವಿ'

ಚಕ್ರವರ್ತಿ ನೀರು ಪ್ರಕೃತಿಯ ಬಗ್ಗೆ ಮಾತನಾಡುವಾಗ ಸ್ವಂತ ಮಕ್ಕಳ ಬಗ್ಗೆ ಹೇಳಿಕೊಳ್ಳುತ್ತಿರುವಷ್ಟು ಉತ್ಸಾಹ ಸಂತೋಷ ತೋರಿಸುತ್ತಿದ್ದ.

'ನಿಮ್ಗೆ ಹೇಗೆ ಇದ್ರಲ್ಲೆಲ್ಲಾ ಇಂಟ್ರೆಸ್ಟ್? ನೀವ್ ಮಾಡೋ ಕೆಲ್ಸಕ್ಕೂ ಸಿಗೋ ಹಣಕ್ಕೂ ಸಂಬಂಧನೇ ಇಲ್ಲ ಅಲ್ವಾ..'

'ನಾನು ದುಡಿದು ಸಾಕ್ಬೇಕು ಅಂತ ಯಾರೂ ಇಲ್ವಲ್ಲ. ಮೊದಲು ಹೋಟೆಲ್ ಕ್ಯಾಷಿಯರ್ ಆಗಿ ಬೆಂಗಳೂರಿನಲ್ಲಿ ಕೆಲಸ ಮಾಡ್ತಿದ್ದೆ, time passಗೆ ಅಂತ NGO ಕೆಲ್ಸನೂ ಮಾಡ್ತಿದ್ದೆ, ಆಮೇಲೆ ಅದೇ ಇಷ್ಟವಾಗೋಯ್ತು. ಗಲ್ಲಾಪೆಟ್ಟಿಗೆ ಮುಂದೆ ದುಡ್ಡು ಎಣಿಸೋ ಕೆಲಸ ಬಿಟ್ಟು ನಂಗೆ ಖುಷಿ ಸಿಗೋ ಕೆಲ್ಸ ಮಾಡೋಣ ಅಂತ ಅಷ್ಟೇ.. ನಿಮ್ ತರಾನೇ' ಆ ಮಾತಿಗೆ ಅರವಿಂದಾ ಅವನ ಮುಖ ದಿಟ್ಟಿಸಿ ಮುಗುಳ್ನಕ್ಕಳು.

❋

ರಾಮನಗರ ಜಿಲ್ಲೆಯಲ್ಲಿರೋ ಚಿಕ್ಕ ಹಳ್ಳಿ ವಿಶ್ವೇಶ್ವರಪುರ. ಅಲ್ಲಿ ವಿಶ್ವೇಶ್ವರನ ದೇವಸ್ಥಾನವಿರುವುದರಿಂದ ಆ ಹಳ್ಳಿಗೆ ಅದೇ ಹೆಸರು. ಆ ಗುಡಿಯ ಅರ್ಚಕನ ಒಬ್ಬನೇ ಮಗ ಸುರೇಶ್ ಚಕ್ರವರ್ತಿ. ಮೂರು ಹೆಣ್ಣಿನ ನಂತರ ಹುಟ್ಟಿದ ಗಂಡು ಮಗನೆಂದು ತಾಯಿ ಅವನನ್ನು ತುಂಬಾ ಮುದ್ದು ಮಾಡುತ್ತಿದ್ದಳು, ಎಲ್ಲರಿಗೂ ತಂಗಳನ್ನ ಬಡಿಸಿದರೆ ಕಾದು ಕಾದು ಹುಟ್ಟಿರುವ ಸುಪುತ್ರನಿಗೆ ಮಾತ್ರ ಬಿಸಿ ಅನ್ನ ಬಡಿಸುತ್ತಿದ್ದಳು. ಅಮ್ಮನ ಈ ಪಕ್ಷಪಾತದಿಂದ ಹೆಣ್ಣುಮಕ್ಕಳಿಗ ಬೇಸರವಾದರೂ ಹೊರಗೆ ತೋರಿಸಿಕೊಳ್ಳುವ ಧೈರ್ಯವಿರಲಿಲ್ಲ. ಯಾಕೆಂದರೆ ತಮ್ಮ ಹುಟ್ಟನ್ನೇ ಭಾರವೆಂದುಕೊಂಡ ತಂದೆ ತಾಯಿಗಳು ಈ ತಾರತಮ್ಯವನ್ನು ಅರ್ಥಮಾಡಿಕೊಳ್ಳುವುದಿಲ್ಲ ಎಂದವರಿಗೆ ತಿಳಿದಿತ್ತು. ಹೆಣ್ಣು ಅನ್ನೋ ಕೀಳರಿಮೆ ಅವರಲ್ಲಿ ರಕ್ತಗತವಾಗಿ ಸೇರಿಕೊಂಡುಬಿಟ್ಟಿತ್ತು. ಗಂಡು ಮಗು ಆಗದೇ ಹೋದರೇ ವಂಶ ನಿಂತುಹೋಗುತ್ತದೆ, ಆಗ ದೇವಸ್ಥಾನವನ್ನು ಮುನ್ನಡೆಸಿಕೊಂಡು ಹೋಗಲು ಇನ್ನೊಬ್ಬರಿಗೆ ಬಿಟ್ಟುಕೊಡಬೇಕಾಗುತ್ತದೆ ಅನ್ನೋ ಭಯದಿಂದ ಗಂಡ ಹೆಂಡತಿ ಇಬ್ಬರೂ ಗಂಡು ಮಗುವನ್ನು ಪಡೆಯುವುದಕ್ಕಾಗಿ ಮಾಡದ ಪೂಜೆ

ಇರಲಿಲ್ಲ, ಅನುಸರಿಸದ ವ್ರತ ಇರಲಿಲ್ಲ. ಕೊನೆಗೆ ದೇವಸ್ಥಾನದ ಒಂದೊಂದು ಮೆಟ್ಟಿಲಿಗೂ ಒಂದೊಂದು ತೆಂಗಿನಕಾಯಿ ಒಡೆದು ಬೇಡಿಕೊಂಡಿದ್ದು ಕೈಗೂಡಿತು. ತಮ್ಮದು ಅಂತಿದ್ದ ದೇವಸ್ಥಾನಕ್ಕೆ, ಅಲ್ಪ ಸ್ವಲ್ಪ ಆಸ್ತಿಗೆ ಕೊನೆಗೂ ವಾರಸುದಾರ ದೊರಕಿದ ಅನ್ನೋ ಸಂಭ್ರಮದಲ್ಲಿ ತಾಯಿ ಅವನಿಗೆ 'ಸುರೇಶ ಚಕ್ರವರ್ತಿ' ಎಂದು ನಾಮಕರಣ ಮಾಡಿದಳು.

ಚಕ್ರವರ್ತಿ ಆರೇಳು ವರ್ಷ ತುಂಬುವ ಹೊತ್ತಿಗೆ ಅಪ್ಪನ ಜೊತೆ ಗುಡಿಗೆ ಜೊತೆಯಾಗಿ ಹೋಗಲು ಶುರುಮಾಡಿದ. ಕಲ್ಲುಗಳಿಂದ ಕಟ್ಟಿದ ವಿಶ್ವೇಶ್ವರನ ದೇವಸ್ಥಾನ ಅತ್ಯಂತ ಪುರಾತನವಾದುದ್ದು. ತಲತಲಾಂತರದಿಂದ ಆ ಗುಡಿಯಲ್ಲಿ ಆ ಕುಟುಂಬದವರೇ ಪೂಜೆ ಮಾಡಿಕೊಂಡು ಬಂದಿದ್ದರು. ಅಲ್ಲಿನ ನಿರ್ವಹಣೆ ಕೂಡ ಅವರಿಗೇ ಸೇರಿತ್ತು. ಕಡುಗಪ್ಪು ಬಣ್ಣದ ಈಶ್ವರನ ಲಿಂಗಕ್ಕೆ ದಿನವೂ ಅಭಿಷೇಕ ನಡೆಯುತ್ತಿತ್ತು. ನಂತರ ಭಕ್ತರು ಮಾಡಿಸಿದ್ದ ಬೆಳ್ಳಿಯ ಕಣ್ಣುಗಳು, ಮುಖವಾಡಗಳು ಎಲ್ಲವನ್ನ ಜೋಡಿಸಿ ವಿಶ್ವೇಶ್ವರನಿಗೆ ಹೂವಿನಿಂದ ಅಲಂಕಾರ. ಮಧ್ಯಾಹ್ನ ಹನ್ನೆರಡಕ್ಕೆ ದೇವಸ್ಥಾನದ ಬಾಗಿಲು ಹಾಕಿದರೆ ಪುನಃ ತೆರೆಯೋದು ಸಾಯಂಕಾಲ ಆರು ಗಂಟೆಗೆ. ಬೆಳಗ್ಗೆ ಹಾಕಿದ್ದ ಹೂವುಗಳನ್ನು ತೆಗೆದು ಹೊಸ ಹೂವುಗಳನ್ನು ಇಟ್ಟು ಮತ್ತೊಮ್ಮೆ ಪೂಜೆ. ಇದಲ್ಲದೇ ವಿಶೇಷ ದಿನಗಳಂದು ನಡೆಯಬೇಕಿದ್ದ ಪೂಜೆಗಳು, ಅದರ ವ್ಯವಸ್ಥೆ ಇದನ್ನೆಲ್ಲಾ ತಂದೆಯ ಜೊತೆ ಇದ್ದು ಸುರೇಶನೂ ನೋಡಿಕೊಳ್ಳುತ್ತಿದ್ದ. 'ದೊಡ್ಡವನಾದ ಮೇಲೆ ನೀನೇ ಇದಕ್ಕೆಲ್ಲಾ ಯಜಮಾನ' ಎಂದವನ ತಲೆಯಲ್ಲಿ ತುಂಬಿದ್ದರಿಂದ ಎಲ್ಲವನ್ನೂ ಶ್ರದ್ಧೆಯಿಂದ ಕಲಿಯುತ್ತಿದ್ದ. ಕೆಲವು ವರ್ಷದಲ್ಲಿ ವಿಶ್ವೇಶ್ವರಪುರಕ್ಕೆ ಹೋಗುವ ಮಣ್ಣಿನ ರಸ್ತೆಯ ದಾರಿ ಕಾಣದ ಹಾಗೆ ದೊಡ್ಡದಾದ ಹೆದ್ದಾರಿ ನಿರ್ಮಾಣವಾಯಿತು. ಅದರ ಪರಿಣಾಮವಾಗಿ ಬೇರೆ ಊರಿನಿಂದ ದೇವಸ್ಥಾನಕ್ಕೆ ಬರುತ್ತಿದ್ದ ಭಕ್ತರು ಕಡಿಮೆಯಾಗಿಬಿಟ್ಟರು. ಊರಿನವರು ಹಾಕುತ್ತಿದ್ದ ಪುಡಿಗಾಸಿನಲ್ಲಿ ಮನೆ ನಡೆಸುವುದು ಕಷ್ಟವಾಯಿತು. ಇದರ ಮಧ್ಯೆ ಸಪೋಟ ಮತ್ತು ಮಾವಿನ ತೋಟ ಪಿತ್ರಾರ್ಜಿತ ಆಸ್ತಿಯಾದ್ದರಿಂದ ಅದು ಪಾಲಾಗಬೇಕು ಎಂದು ಸುರೇಶನ ದೊಡ್ಡಪ್ಪ ಕೋರ್ಟಿಗೆ ಹೋದರು. ಬೆಳೆದು ನಿಂತ ಹೆಣ್ಣುಮಕ್ಕಳಿಗೂ ದಾರಿ ಮಾಡಬೇಕಿತ್ತು. ಎಲ್ಲಾ ಕಷ್ಟಗಳು ಒಟ್ಟೊಟ್ಟಿಗೆ ಬಂದು ಮುಂದೆ ದಾರಿ ಕಾಣದೆ ಅವನ ತಂದೆ ತಲೆಯ ಮೇಲೆ ಕೈ ಹೊತ್ತು ಕುಳಿತುಬಿಟ್ಟರು.

ಎಲ್ಲಾ ಕಷ್ಟಗಳಿಗೂ ಕೊನೆಯಿರುತ್ತೆ ಅನ್ನೋ ಮಾತು ಸತ್ಯವೆಂಬಂತೆ ಕೆಲವೇ ತಿಂಗಳುಗಳಲ್ಲಿ ಚಕ್ರವರ್ತಿಯ ಕುಟುಂಬಕ್ಕೆ ಅದೃಷ್ಟ ಖುಲಾಯಿಸಿತು. ಪತ್ರಿಕೆಯಲ್ಲಿ ಬಂದ ಒಂದು ಸುದ್ದಿ ದೇವಸ್ಥಾನದ ಭವಿಷ್ಯವನ್ನೇ ಬದಲಾಯಿಸಿತು. 'ವಿಶ್ವೇಶ್ವರ ದೇವಸ್ಥಾನದಲ್ಲಿರೋ ವಿಶೇಷ ಶಕ್ತಿ ಭಕ್ತರ ಕಷ್ಟಗಳನ್ನು ಕೂಡಲೇ ಪರಿಹರಿಸುತ್ತದೆ, ಶಿವಲಿಂಗದ ಎದುರಿಗೆ ಎರಡೂ ಕೈಯನ್ನು ಮೇಲಕ್ಕೆತ್ತಿ ಮುಂಗಾಲಿನ ಮೇಲೆ ನಿಂತುಕೊಂಡರೆ ಒಂದೆರಡು ನಿಮಿಷದಲ್ಲಿ ಯಾವುದೋ ಒಂದು ಶಕ್ತಿ

ದೇಹದೊಳಗೆ ಸೇರಿಕೊಂಡು ದೇಹ ತೂರಾಡಿದಂತಾಗುತ್ತದೆ. ಈ ದೈವೀ ಅನುಭವದ ನಂತರ ನಮ್ಮ ಇಷ್ಟಾರ್ಥ ದೇವರಿಗೆ ಕೇಳಿಸಿ ಈಡೇರುತ್ತದೆ.' ಸ್ವಲ್ಪ ದಿನದಲ್ಲೇ ಈ ಸುದ್ದಿ ಎಲ್ಲಾ ಕಡೆಗೆ ಕಾಳ್ಗಿಚ್ಚಿನಂತೆ ಹರಡಿತು. ಈ ಕೌತುಕವನ್ನು ನೋಡಲು ದೇವಸ್ಥಾನಕ್ಕೆ ಜನಸಾಗರ ಹರಿದು ಬಂದಿತು. ಗರ್ಭಗುಡಿಯ ಮುಂದೆ ನಿಲ್ಲಲು ಕೋರ್ಟಿನ ಕಟಕಟೆಯ ತರಹದ ವೇದಿಕೆ ನಿರ್ಮಾಣ ಮಾಡಲಾಯಿತು. ಜನರು ಸಾಲಾಗಿ ಬಂದು ಎರಡೂ ಕೈಗಳನ್ನು ಮೇಲಕ್ಕೆತ್ತಿ, ಮುಂಗಾಲಿನ ಮೇಲೆ ನಿಂತು ಒಂದೆರಡು ನಿಮಿಷದ ನಂತರ 'ಓಹ್! ನನಗೂ ಅನುಭವವಾಯ್ತು, ಇನ್ನೇನು ಬಿದ್ದೇ ಹೋಗುತ್ತಿದ್ದೆ! ಎಂತಹ ಶಕ್ತಿ' ಎಂದು ಉದ್ಗಾರ ಮಾಡಿದರು, ಚಕ್ರವರ್ತಿಯ ತಂದೆ ಎಲ್ಲರಿಗೂ ಮಂಗಳಾರತಿ ಕೊಟ್ಟು ಆಶೀರ್ವಾದ ಮಾಡಿ, ನನಗೆ ವಿಶ್ವೇಶ್ವರ ಕನಸಿನಲ್ಲಿ ಬಂದು ಈ ಶಕ್ತಿಯ ಬಗ್ಗೆ ತಿಳಿಸಿದನೆಂದು ಕೇಳಿದವರಿಗೆಲ್ಲಾ ಸವಿವರವಾಗಿ ಹೇಳುತ್ತಿದ್ದರು. ನಿಮ್ಮೆಲ್ಲರ ಕಷ್ಟಗಳು ಈಗ ನೀರು ಕುಡಿದಂತೆ ಸುಲಭವಾಗಿ ಪರಿಹಾರವಾಗುತ್ತದೆ ಅನ್ನೋ ವಿಶ್ವಾಸ ಕೊಡಲು ಶುರು ಮಾಡಿದರು.

ದೇವಸ್ಥಾನದ ಅಭಿವೃದ್ಧಿ ಮನೆಯ ಅಭಿವೃದ್ಧಿಗೂ ನಾಂದಿಯಾಯಿತು. ಸಾಲ ತೀರಿದವು, ಹೆಣ್ಣುಮಕ್ಕಳ ಮದುವೆಯಾಯಿತು, ಸುತ್ತಮುತ್ತಲ ಊರಿನಲ್ಲಿ ಸುರೇಶನ ತಂದೆ ಪ್ರಖ್ಯಾತರಾದರು. ಪ್ರತಿದಿನ ಅಭಿಷೇಕಕ್ಕಾಗಿ ಬರುತ್ತಿದ್ದ ಹಾಲು ತುಪ್ಪ ಬಾಳೇಹಣ್ಣು ಗೋಡಂಬಿ ದ್ರಾಕ್ಷಿಗಳು ಮನೆಬಳಕೆಗೂ ಹೆಚ್ಚಾಗಿ ಬಂದ ಅಂಗಡಿಗಳಿಗೇ ವಾಪಸ್ಸು ಸೇರಿ ಲಾಭ ಮಾಡಿಕೊಟ್ಟವು. ಗರ್ಭಗುಡಿಯ ಮುಂದೆ ನಿಲ್ಲಲು ನೂಕುನುಗ್ಗಲು, ಗಲಾಟೆಯಾಯಿತು, ತೀರ್ಥ ಪ್ರಸಾದದ ರುಚಿ ಬಣಬಣವಾಯಿತು. 'ಎರಡೂ ಕೈಯನ್ನ ಮೇಲೆತ್ತಿ ಮುಂಗಾಲಿನ ಮೇಲೆ ಎಲ್ಲಿ ನಿಂತುಕೊಂಡರೂ ತಲೆ ಸುತ್ತು ಬರುತ್ತದೆ, ದೇಹದ ಬ್ಯಾಲೆನ್ಸ್ ತಪ್ಪುತ್ತಲ್ಲ.. ಅದಕ್ಕೆ ಆ ಜಾಗದಲ್ಲೇ ನಿಲ್ಲಬೇಕಿಲ್ಲ' ಎಂದು ಅವರಿವರು ಮಾತನಾಡಿಕೊಂಡರು. ಈ ಎಲ್ಲಾ ಬದಲಾವಣೆಗಳು ಚಕ್ರವರ್ತಿಯ ಮನಸ್ಸಿನಲ್ಲಿ ಗಂಭೀರವಾದ ಚಿಂತನೆಗಳನ್ನು ಹುಟ್ಟುಹಾಕಿದವು. ಏನಾದರೊಂದು ಚಿಂತಿಸುತ್ತಾ ಊರಿನ ಕೆರೆ ಬಾವಿಗಳ ಬಳಿ ಏಕಾಂಗಿಯಾಗಿ ಕುಳಿತುಬಿಡುತ್ತಿದ್ದ. ಹತ್ತಾರು ಮನೆಗೆ ಆಗೋ ಬಾವಿಗಿಂತ, ಒಂದು ಊರಿಗೆ ಆಗೋ ಕೆರೆಗಿಂತ ಹತ್ತಾರು ಊರಿಗೆ ಆಗೋ ನದಿಯಾಗಿ ಬದುಕೋದು ಸುಂದರ ಅನ್ನಿಸೋಕೆ ಶುರುವಾಯಿತು. ದೊಡ್ಡವನಾಗುತ್ತಿದ್ದ ಹಾಗೆ ಚಕ್ರವರ್ತಿ ಬೆಳೆಸಿಕೊಂಡ ಒಂದು ಗುಣ ತಂದೆ ತಾಯಿಯರಿಗೆ ಕಿರಿಕಿರಿಯುಂಟುಮಾಡಿತು. ಎಲ್ಲದಕ್ಕೂ ಏಕೆ? ಏನು? ಎಂದು ಪ್ರಶ್ನೆ ಕೇಳುವುದು ಅವನ ಸ್ವಭಾವವಾಗಿಬಿಟ್ಟಿತು. 'ದೊಡ್ಡವರನ್ನ ಹಾಗೆಲ್ಲಾ ಪ್ರಶ್ನೆ ಮಾಡಬಾರದು, ಹೇಳಿದ್ದಷ್ಟು ಮಾಡಬೇಕು' ಅಂತ ಗದರೋ ಅಸ್ತ್ರ ಚಕ್ರವರ್ತಿಯ ಮುಂದೆ ಕೆಲಸ ಮಾಡಲಿಲ್ಲ. 'ನಾವು ದೇವರಿಗೆ ಏಕೆ ಪೂಜೆ ಮಾಡುತ್ತೇವೆ?' 'ಗಂಡುಮಕ್ಕಳೇ ಯಾಕೆ ಪೂಜೆ ಮಾಡಬೇಕು?' ಇಂತಹ ಪ್ರಶ್ನೆಗಳನ್ನು

ಕೇಳಿದಾಗಲಂತೂ ತಂದೆ ಉರಿದು ಬೀಳುತ್ತಿದ್ದರು. ಸುರೇಶ ಚಕ್ರವರ್ತಿಯ ಜೀವನದಲ್ಲಾದ ಎರಡು ಘಟನೆಗಳು ಅವನ ವ್ಯಕ್ತಿತ್ವವನ್ನೇ ಬದಲಾಯಿಸಿಬಿಟ್ಟಿತು. ಒಂದು ಅವನ ಚಿಕ್ಕ ಅಕ್ಕನ ಅಂತರ್ಜಾತಿಯ ವಿವಾಹ ಇನ್ನೊಂದು ಮನೆಯಲ್ಲಿ ನಡೆಯ ಆಸ್ತಿ ಜಗಳ.

ದೊಡ್ಡ ಅಕ್ಕಂದಿರು ತಂದೆತಾಯಿ ಹೇಳಿದವರನ್ನು ಮದುವೆಯಾಗಿ ಎಷ್ಟು ಸುಖವಾಗಿದ್ದರು ಅನ್ನೋದನ್ನ ಅವನು ಕಣ್ಣಾರೆ ನೋಡಿದ್ದ. ಹೆಣ್ಣುಮಕ್ಕಳೆಂದರೆ ಹೊರೆ ಎಂದು ತಿಳಿದಿದ್ದ ತಂದೆತಾಯಿಗಳು ಅವರನ್ನು ಮನೆಯಿಂದ ಸಾಗಿಸುವ ಕೆಲಸವನ್ನಷ್ಟೇ ಮಾಡಿದ್ದರು. ಕೊನೆಯ ಅಕ್ಕ ಟೈಪ್‌ರೈಟಿಂಗ್ ಕೋರ್ಸಿಗೆ ಸೇರಿಕೊಂಡಾಗ ಅಲ್ಲಿ ಪರಿಚಯವಾದವನನ್ನ ಮದುವೆಯಾಗಬೇಕೆಂದು ಬಯಸಿದ್ದಳು. ಇಬ್ಬರೂ ಪರಸ್ಪರ ಪ್ರೀತಿಸಿ ಒಟ್ಟಿಗೆ ಬಾಳುವ ಕನಸು ಕಟ್ಟಿಕೊಂಡಿದ್ದರು. ಹೆಣ್ಣುಮಗಳನ್ನು ಹೊರಗೆ ಕಳಿಸಿದ್ದೇ ದೊಡ್ಡ ವಿಚಾರವಾಗಿದ್ದ ಮನೆಯಲ್ಲಿ ಪ್ರೇಮ ವಿವಾಹ, ಅದರಲ್ಲೂ ಹುಡುಗ ಅನ್ಯ ಜಾತಿಯವನೆಂದು ತಿಳಿದಾಗ ಚಕ್ರವರ್ತಿಯ ಅಕ್ಕನಿಗೆ ಮೈತುಂಬಾ ಬಾಸುಂಡೆಗಳೇ ಬಳುವಳಿಯಾಗಿ ಸಿಕ್ಕವು. ಚಕ್ರವರ್ತಿ ಅಕ್ಕನ ಪರ ನಿಂತುಕೊಂಡ. ದೊಡ್ಡವರನ್ನು ಒಪ್ಪಿಸುವ ವ್ಯರ್ಥ್ಯ ಪ್ರಯತ್ನವನ್ನು ಬಿಟ್ಟು ಅವರಿಬ್ಬರನ್ನು ದೂರ ಕರೆದುಕೊಂಡು ಹೋಗಿ ಮದುವೆ ಮಾಡಿಸಿ ಕಳಿಸಿಕೊಟ್ಟ.

'ನಿನ್ನನ್ನೇನು ಬಸವಣ್ಣ ಅಂದುಕೊಂಡಿದ್ದೀಯೇನೋ! ಒಬ್ಬನೇ ಮಗ ಅಂತ ತಲೆ ಮೇಲೆ ಹೊತ್ತು ಸಾಕಿದ್ದಕ್ಕೆ ನನ್ನ ಮರ್ಯಾದೆಯನ್ನು ಹಾಳು ಮಾಡಿಬಿಟ್ಟೆಯಲ್ಲಾ!' ತಂದೆ ಮಗನ ಮೇಲೆ ಕೆಂಡ ಕಾರಿದರು. ಕೋಪದ ಜೊತೆ ಅಸಹಾಯಕತೆ, ಸಿಕ್ಕಿರುವ ಜನಮನ್ನಣೆ ಕಳೆದುಹೋಗುತ್ತದೆ ಅನ್ನೋ ಭಯ ಎಲ್ಲವೂ ಸೇರಿ ಚಕ್ರವರ್ತಿಯನ್ನು ಕೊಂದು ಹಾಕಿಬಿಡಬೇಕೆನ್ನಿಸಿತ್ತು ಅವರಿಗೆ.

'ಅಕ್ಕ ಈಗ ಮೇಜರ್, ಅವಳನ್ನ ನೀವು ತಡೆಯೋಕೆ ಆಗ್ತಿರಲಿಲ್ಲ. ದೊಡ್ಡ ಅಕ್ಕಂದರಿಗಿಂತಾ ಚೆನ್ನಾಗಿ ಬದುಕ್ತಾರೆ ನೋಡ್ತಿರಿ, ಯಾವತ್ತೋ ನ್ಯೂಸ್ ಪೇಪರ್‌ನಲ್ಲಿ ಬಂದಿದ್ದನ್ನ ನಂಬಿ ಜನ ಮರುಳೋ ಜಾತ್ರೆ ಮರುಳೋ ಅನ್ನೋ ಹಾಗೆ ಬಂದಿರೋ ನಿಮ್ಮ ಗೌರವದ ಬಗ್ಗೆ ನೀವ್ ತಲೆ ಕೆಡಿಸಿಕೊಳ್ಳಬೇಡಿ ಅಪ್ಪಾ. ದೇವರು ಅಂದ್ರೆ ಮೌಢ್ಯ ಆಗಬಾರದು, ಒಂದು ಪಾಸಿಟಿವ್ ಶಕ್ತಿ ಆಗಬೇಕು.'

ಚಕ್ರವರ್ತಿಯ ಮಾತುಗಳು ಅಪ್ಪ ಅಮ್ಮನನ್ನು ನಡುಗಿಸಿಬಿಟ್ಟಿತು. ಬಯಸಿ ಬಯಸಿ ಪಡೆದ ಮಗ ನಮ್ಮೆಲ್ಲಾ ಆಸೆಗಳನ್ನ ಬುಡಮೇಲು ಮಾಡುತ್ತಿದ್ದಾನೆ ಎಂದು ಕಂಗಾಲಾದರು. ಚಕ್ರವರ್ತಿಯ ತಾಯಿ ಎಲ್ಲವನ್ನೂ ಸರಿ ಮಾಡಲು ಕೊನೇ ಪ್ರಯತ್ನ ಮಾಡಿದಳು. ತನ್ನ ಅಣ್ಣನ ಮಗಳು ಲತಾ ಜೊತೆ ಚಕ್ರವರ್ತಿಯ ಜೊತೆ ಮದುವೆ ಮಾಡಿಸಿ ಮನೆ, ದೇವಸ್ಥಾನದ ಹೊರೆಯನ್ನು ಮಗನ ಮೇಲೆ ಹೆಗಲಿಗೆ ಕಟ್ಟಿಬಿಟ್ಟಳು. ವಯೋಸಹಜ ಗುಣದಿಂದ ಕೃಶರಾಗುತ್ತಿದ್ದ ತಂದೆ ತಾಯಿಗಳ ಮೇಲೆ ಅವರಿಗೆ ಹಿಡಿಸದ ಚಿಂತನೆಗಳನ್ನು ಹೇರಿ ಇನ್ನಷ್ಟು ನೋವು ಮಾಡೋದು

ಬೇಡವೆಂದು ಚಕ್ರವರ್ತಿಯೂ ಸುಮ್ಮನಾದ. ಆದಲ್ಲದೇ, ಮದುವೆಯಾದ ಮೇಲೆ ತನ್ನ ಸಂಸಾರವನ್ನು ಹೇಗೆ ಮುನ್ನಡೆಸಬೇಕೆಂಬ ಯೋಚನೆ ಹೆಗಲೇರಿತ್ತು. ಪಿಯುಸಿಯ ನಂತರ ಡಿಗ್ರಿ ಸೇರಲು ಬೇರೆ ಊರಿಗೆ ಹೋಗಬೇಕೆಂದಿದ್ದಾಗ ತಂದೆ ಅವನ ಓದಿಗೆ ತಿಲಾಂಜಲಿ ಇಡಬೇಕೆಂದು ಒತ್ತಾಯ ಮಾಡಿದರು. ದೇವಸ್ಥಾನ, ತೋಟವನ್ನು ನಡೆಸಿಕೊಂಡು ಹೋಗುವುದಕ್ಕಾಗಿಯೇ ಹುಟ್ಟಿದವನನ್ನು ಬೇರೆ ಊರಿಗೆ ಕಳಿಸುವುದು ಅಸಾಧ್ಯದ ಮಾತಾಗಿತ್ತು. ಅಲ್ಲಿಂದ ಐದಾರು ವರುಷ ತಂದೆತಾಯಿಗಳ ಅಣತಿಯಂತೇ ಚಕ್ರವರ್ತಿಯ ಜೀವನ ನಡೆಯಿತು. ಆದರೆ ದೇವಸ್ಥಾನ ದಿನೇ ದಿನೇ ಬೆಳೆಯುತ್ತಿರುವ ರೀತಿ ಸಂಬಂಧಿಕರ ಕಣ್ಣು ಕುಕ್ಕುವಂತೆ ಮಾಡಿತು. ದೊಡ್ಡಪ್ಪ, ಚಿಕ್ಕಪ್ಪಂದಿರು, ದೊಡ್ಡ ಅಕ್ಕಂದಿರು ಮತ್ತು ಇಬ್ಬರು ಭಾವಂದಿರು ಎಲ್ಲರೂ ಆಸ್ತಿಯಲ್ಲಿ ಪಾಲು ಕೇಳಲು ಸಾಲುಗಟ್ಟಿ ಬಂದರು.

'ದೇವಸ್ಥಾನ ಎಲ್ಲರಿಗೂ ಸೇರಬೇಕಾದದ್ದು. ನೀನು ಊರಿನಲ್ಲೇ ಉಳಿದಿದ್ದರಿಂದ ನಿನಗೆ ಪೂಜೆ ಮಾಡಲು ಬಿಟ್ಟಿದ್ದು' 'ತಟ್ಟೆಕಾಸನ್ನು ನೀನೇ ಇಟ್ಟುಕೋ, ಆದರೆ ಹುಂಡಿಗೆ ಬಂದದ್ದು ಪಾಲಾಗಬೇಕು' 'ವಿಶ್ವೇಶ್ವರ ನಿನ್ನ ಕೈಹಿಡಿದುಬಿಟ್ಟಾ ಅಂತ ನಿನ್ನ ಅಣ್ಣ ತಮ್ಮಂದಿರ ಕೈಬಿಡಬೇಡಪ್ಪಾ. ನ್ಯಾಯವನ್ನ ಮರೀಬೇಡಾ' 'ಈಗ ಹೆಣ್ಣುಮಕ್ಕಳಿಗೂ ಆಸ್ತಿಯಲ್ಲಿ ಪಾಲಿದೆ..' ತಲೆಗೊಂದಂತೆ ಮಾತನಾಡಿ ಚಕ್ರವರ್ತಿಯ ತಂದೆಯನ್ನು ತರಾಟೆಗೆ ತೆಗೆದುಕೊಂಡುಬಿಟ್ಟರು. ಮಾತು ವಾದವಾಯಿತು, ವಾದ ಜಗಳಕ್ಕೆ ತಿರುಗಿತು, ಬಾಯಿಮಾತಿನ ಜಗಳ ಕೈಕಾಲುಗಳ ಸಹಾಯವನ್ನೂ ಪಡೆದುಕೊಂಡು ಕ್ರೂರಿಯಾಗಿಬಿಟ್ಟಿತು. 'ಇಷ್ಟ್ ವರ್ಷ ನಮ್ಮ ಕಷ್ಟಕ್ಕಾಗಲಿಲ್ಲ ಸುಖಕ್ಕಾಗಲಿಲ್ಲ, ಇವತ್ತು ನಿಮಗೆ ದೇವಸ್ಥಾನ ಕಣ್ಣಿಗೆ ಬಿದ್ದುಬಿಡ್ತಾ? ಸ್ವಲ್ಪ ವರ್ಷಗಳ ಹಿಂದೆ ಅಲ್ಲಿ ಕಸಗುಡಿಸೋರು ಇಲ್ಲದೇ ನಾನು ನನ್ನ ಮಗ ಎಲ್ಲಾ ಕೆಲಸ ಮಾಡ್ತಿದ್ವಿ, ಈಗ ಯಾವ್ ಮುಖ ಇಟ್ಟುಕೊಂಡು ನಮ್ಮ ಮನೆ ಬಾಗಿಲಿಗೆ ಬಂದಿದ್ದೀರಾ? ಯಾವ್ದೇ ಕಾರಣಕ್ಕೂ ನಾನು ದೇವಸ್ಥಾನದ ಒಂದು ರೂಪಾಯಿನೂ ನಿಮಗೆ ಕೊಡೋದಿಲ್ಲ. ಹೆಣ್ಣುಮಕ್ಕಳ ಮದುವೇಗೂ ಎಲ್ಲಾ ಶಕ್ತಿಮೀರಿ ಮಾಡಿದ್ದೀನಿ. ಇನ್ನೇನಿದ್ರೂ ಎಲ್ಲವನ್ನ ಚಕ್ರವರ್ತಿ ನಡೆಸಿಕೊಂಡು ಹೋಗ್ತಾನೆ' ಹೋರಾಟದ ಮತ್ತೊಂದು ಬದಿಯಲ್ಲಿ ಒಬ್ಬರೇ ಇದ್ದರೂ ಚಕ್ರವರ್ತಿಯ ತಂದೆ ಪಟ್ಟುಬಿಡದೇ ತಮ್ಮ ನಿರ್ಧಾರವನ್ನು ಗಂಟಲು ಹರಿಯುವಂತೆ ಕಿರುಚಿ ಹೇಳಿದರು.

ಜನರ ಮುಂದೆ ಬೀದಿಯಲ್ಲಿ ನಡೆದ ಆಸ್ತಿ ಜಗಳ ತಾರಕಕ್ಕೇರಿತು. ಎಲ್ಲಿ ನಮಗೆ ದೇವಸ್ಥಾನದ ಆದಾಯದ ಪಾಲು ತಪ್ಪಿಹೋಗುವುದು ಅನ್ನೋ ಕೋಪದಲ್ಲಿ ಕೈ ಕೈ ಮಿಲಾಯಿಸಿದ ದೊಡ್ಡಪ್ಪ ಕೊನೆಗೆ ಮೈಮೇಲೆ ದೆವ್ವ ಬಂದಂತೆ ಚಕ್ರವರ್ತಿಯ ತಂದೆಯನ್ನು ಕಾಲಿನಲ್ಲಿ ಒದ್ದು ಬೀಳಿಸಿ ಪಕ್ಕದಲ್ಲಿದ್ದ ದೊಡ್ಡ ಕಲ್ಲನ್ನು ತಲೆಯ ಮೇಲೆ ಎತ್ತಿ ಹಾಕಲು ಬಂದಾಗ ಚಕ್ರವರ್ತಿ ಅಪ್ಪನನ್ನು ರಕ್ಷಿಸಿದ. ಸಣ್ಣ ಜಗಳ ಹೋಗಿ ಪೊಲೀಸ್ ಕೇಸಾಗಿ ಬಿಡಬಹುದೆಂಬ ಭಯದಿಂದ ಸಂಬಂಧಿಕರು

ಚದುರಿದರು. ಮನೆ ಮುಂದೆ ನಿಂತ ಜನರೆಲ್ಲಾ ಬಿಟ್ಟ ಕಣ್ಣನ್ನು ಬಿಟ್ಟ ಹಾಗೇ ನೋಡುತ್ತಿದ್ದರು.

ಒಂದೇ ರಕ್ತ ಹಂಚಿಕೊಂಡು ಹುಟ್ಟಿದ ಅಣ್ಣತಮ್ಮಂದಿರನ್ನೇ ದಾಯಾದಿಗಳನ್ನಾಗಿಸಿದ ಆಸ್ತಿಯ ಬಗ್ಗೆ ಚಕ್ರವರ್ತಿಗೆ ಯಾವ ವ್ಯಾಮೋಹವೂ ಬರಲಿಲ್ಲ. ಅವನು ಸಮಚಿತ್ತದ ವ್ಯಕ್ತಿಯಾಗಿಬಿಟ್ಟ. ತನ್ನೂರಿನ ಪ್ರಕೃತಿಯ ಮಡಿಲಲ್ಲಿ ಒಬ್ಬನೇ ಗಾಳಿಗೆ ತಲೆದೂಗುವ ಗಿಡಮರಗಳನ್ನು, ಸಚ್ಛಂದವಾಗಿ ಹಾರೋ ಹಕ್ಕಿಗಳನ್ನು, ಸಾಲುಗಟ್ಟಿ ಶಿಸ್ತಾಗಿ ನಡೆಯೋ ಇರುವೆಗಳನ್ನು, ಹರಿಯುವ ನೀರಿನ ಸೌಂದರ್ಯವನ್ನು ನೋಡೋಕಿಂತ ಹೆಚ್ಚು ಖುಷಿ ಅವನಿಗೆ ಇನ್ಯಾವುದರಲ್ಲೂ ಸಿಗಲಿಲ್ಲ. ತಂದೆ ತಾಯಿ ಗಂಡು ಮಗನೆಂದು ಹೆಚ್ಚು ಪ್ರಾಶಸ್ತ್ಯ ಕೊಟ್ಟಿದ್ದರೂ ಮೂವರು ಅಕ್ಕಂದಿರ ಜೊತೆ ಬೆಳೆದ ಹುಡುಗನದು ಹೆಂಗರಳು. ಯಾರಿಗೂ ನೋವು ಕೊಡದೇ, ಜಗಳವಾಡದೇ, ಅಲ್ಪತೃಪ್ತನಾಗಿ ಬದುಕನ್ನು ನೋಡುವ ಚಕ್ರವರ್ತಿ ಮನೆಯವರ ಪಾಲಿಗೆ ಒಬ್ಬ ಕೈಲಾಗದ ಮಗನಾಗಿ, ಅಸಹಾಯಕ ಗಂಡನಾಗಿ, ಬೇಜವಾಬ್ದಾರಿ ಅಪ್ಪನಾಗೇ ಉಳಿದುಕೊಂಡುಬಿಟ್ಟ. ಈ ಘಟನೆಯಿಂದಾದ ಆಘಾತದಿಂದ ಚಕ್ರವರ್ತಿ ಚೇತರಿಸಿಕೊಳ್ಳಲೇ ಇಲ್ಲ. ದೇವಸ್ಥಾನದ ಜಗಳ ಕೋರ್ಟಿನ ಮೆಟ್ಟಿಲೇರಿ ಕೊನೆಗೆ ವಿಶ್ವೇಶ್ವರ ದೇವಸ್ಥಾನದ ಮೇಲ್ವಿಚಾರಣೆ ಮುಜರಾಯಿ ಇಲಾಖೆಯ ಪಾಲಾಯಿತು. ತಂದೆಯಷ್ಟು ಹಟವಿಲ್ಲದ ಚಕ್ರವರ್ತಿಗೆ ತೋಟದ ವಿಚಾರದಲ್ಲಿ ಸಿಕ್ಕಿದಷ್ಟೇ ಪಾಲು ಸಾಕೆಂದು ಸುಮ್ಮನಾಗಿಬಿಟ್ಟ. ದೇವಸ್ಥಾನದಲ್ಲಿ ಪೂಜೆಯನ್ನು ಮುಂದುವರಿಸಿಕೊಂಡು ಹೋಗೋದಕ್ಕೆ ಕೋರ್ಟ್ ಅವಕಾಶ ಕೊಟ್ಟರೂ ಅವನಿಗದು ಬೇಕಾಗಿರಲಿಲ್ಲ. ಜೀವನ ರೂಪಿಸಿಕೊಳ್ಳಲು ತಾಯಿ, ಹೆಂಡತಿಯನ್ನು ಕಟ್ಟಿಕೊಂಡು ಹೊಟ್ಟೆಪಾಡಿಗೆ ಬೆಂಗಳೂರಿಗೆ ಬರಬೇಕಾಯ್ತು. ಹೋಟೆಲ್ ಒಂದರಲ್ಲಿ ಕ್ಯಾಷಿಯರ್ ಆಗಿ ಸೇರಿಕೊಂಡ ಅವನ ಬದುಕು ಹೊಸ ದಾರಿಯಲ್ಲಿ ಸಾಗಿತು.

ಮನುಷ್ಯ ಸಂಬಂಧಗಳ ಮೇಲೆ ನಂಬಿಕೆ ಕಳೆದುಕೊಂಡಿದ್ದ ಚಕ್ರವರ್ತಿಯ ಕುಟುಂಬದಲ್ಲಿ ನಂಬಿಕೆಯನ್ನು ಮರುಸ್ಥಾಪನೆ ಮಾಡಿದ್ದು ಚಿತ್ಕಳಾ ಮತ್ತು ಶೇಖರ್. ನಾವು ಮನೆ ಮಾಲೀಕರು ಇವರು ಬಾಡಿಗೆಗೆ ಬಂದವರು ಅನ್ನೋ ದರ್ಪವನ್ನು ಚಕ್ರವರ್ತಿಯ ಕುಟುಂಬದ ಮೇಲೆ ಅವರು ಎಂದೂ ತೋರಲಿಲ್ಲ. ಬಸುರಿಯಾಗಿದ್ದ ಲತಾಳನ್ನು ಚಿತ್ಕಳಾ ಕಣ್ಣಲ್ಲಿ ಕಣ್ಣಿಟ್ಟು ನೋಡಿಕೊಳ್ಳುತ್ತಿದ್ದಳು. ಕಷ್ಟ ಸುಖದಲ್ಲೂ ಒಬ್ಬರಿಗೊಬ್ಬರು ಭಾಗಿಯಾಗುತ್ತಿದ್ದರು. ಚಿತ್ಕಳಾ ಶೇಖರ್ ದಂಪತಿಗೆ ಮಕ್ಕಳಿಲ್ಲ ಅನ್ನೋ ಕೊರಗಿಗೆ ಲತಾ ಮಿಡಿಯುತ್ತಿದ್ದಳು, ಆದರೆ ತನ್ನ ಮಗನನ್ನೇ ಅವರ ಮಡಿಲಲ್ಲಿಟ್ಟು ಕಣ್ಮುಚ್ಚುವಂಥ ಸ್ಥಿತಿ ಬರುತ್ತದೆ ಎಂದವಳು ಎಣಿಸಿರಲಿಲ್ಲ.

*

'ನನ್ ಹೆಂಡ್ತಿಗೂ ಸೋರಿಯಾಸಿಸ್ ಇತ್ತು, ನಮಗೆ ಆ ರೋಗದ ಬಗ್ಗೆ ಸರಿಯಾದ ತಿಳಿವಳಿಕೆ ಇರ್ಲಿಲ್ಲ, ಮೈಕೈ ಮೇಲಿದ್ದ ರೋಗ ಎಲ್ಲಿ ಮಗೂಗೂ ತಾಗಿಬಿಡುತ್ತೋ ಎಂದು ನಾನವಳಿಗೆ ಮಗೂನ ಮುಟ್ಟೋಕ್ ಬಿಡ್ತಿರ್ಲಿಲ್ಲ, ಅವ್ಳನ್ನ ದೂರ ಇಟ್ಬಿಟ್ಟೆ.. ಅದೇ ಕಾರಣಕ್ಕೆ ಅವ್ಳು ಡಿಪ್ರೆಶನ್‌ಗೆ ಹೋಗ್ಬಿಟ್ಲು ಅನ್ಸತ್ತೆ. ಮಗು ಹುಟ್ಟಿ ಏಳೆಂಟು ತಿಂಗ್ಳು ಕೂಡಾ ಜೊತೇಲಿದ್ಲೋ ಇಲ್ವೋ'

'ಮಗೂನ ನೀವ್ಯಾಕೆ ನೋಡ್ಕೊಳ್ಳಿಲ್ಲ?' ಅರವಿಂದಾ ಕನಿಕರದಿಂದ ಕೇಳಿದಳು.

'ನಾನ್ ಎರಡು ವರ್ಷ ನೋಡ್ಕೊಂಡೆ, ನನ್ ತಾಯಿ ಇದ್ದಾಗ ಆಗ್ತಿತ್ತು. ಸಂಪಾದನೆ ಅಂತ ಓಡಾಟ ಜಾಸ್ತಿಯಾಯ್ತು ಆಗೆಲ್ಲಾ ಮಗೂನ ಅವ್ರ ಮನೇಲ್ ಬಿಟ್ಟಿರ್ತಿದ್ದೆ. ಇಡೀ ದಿನ ಅವ್ರಿಗ್ ಒಗ್ಗಿಹೋಗಿ ನಾನ್ ಬಂದ್ಮೇಲೆ ಎತ್ತಿಕೊಳ್ಳೋಕ್ ಹೋದ್ರೆ ನನ್ ಹತ್ರ ಬರೋಕೇ ಅಳ್ತಿದ್ದ.. ಆಗ ತುಂಬಾ ನೋವಾಗ್ತಿತ್ತು.'

ಚಕ್ರವರ್ತಿ ಅರವಿಂದಾ ಮುಂದೆ ಮೊದಲ ಬಾರಿ ತನ್ನೊಳಗಿನ ದುಃಖವನ್ನು ತೆರೆದಿಟ್ಟಿದ್ದ. ಭಗವಂತ ತನಗೆ ಯಾವ ಕಷ್ಟವನ್ನೂ ಕೊಟ್ಟಿಲ್ಲ ಅನ್ನೋ ಹಾಗೆ ಖುಷಿಯಾಗಿರುತ್ತಿದ್ದ ಆತ್ಮೀಯ ಗೆಳೆಯ ಅತ್ತುಬಿಟ್ಟಿದ್ದು ಅರವಿಂದಾಗೆ ಸಹಿಸಲಾಗಲಿಲ್ಲ. ಕಣ್ಣೊರೆಸಿ ಸಮಾಧಾನಿಸಿದಳು, ವರ್ಷಗಳ ಹಿಂದೆ ಕಳೆದುಹೋದ ಆಸರೆ ಮತ್ತೆ ಸಿಕ್ಕಂತಾಗಿ ಅವನ ದುಃಖದ ಕಟ್ಟೆಯೊಡೆದು ಮಗುವಂತೆ ಅವಳನ್ನು ಅಪ್ಪಿಕೊಂಡ. ಅರವಿಂದಾ ಸ್ಪಂದಿಸಿದಳು. ಅವರ ಮಧ್ಯೆ ಮೌನವೇ ಸಾಂತ್ವನವಾಯಿತು.

'ಸಾಕಿ ಸಲಹಿರೋ ತಂದೆ ತಾಯಿನೇ ಮಕ್ಳು ದೂರ ಮಾಡ್ತಾರೆ, ನೀವ್ ಅವ್ನಿಂದ ರೆಸ್ಪಾನ್ಸ್ ನಿರೀಕ್ಷೆ ಮಾಡ್ಬಾರ್ದು ಅನ್ಸತ್ತೆ ನಂಗೆ. ನಿಮ್ಗೆ ಯಾರೂ ಇಲ್ಲ ಅಂದ್ಕೋಬೇಡಿ. ನಾನಿದ್ದೀನಿ'

'ಯಾವಾಗ್ಲು ಜೊತೆಗಿರ್ತೀರಾ?' ಚಕ್ರವರ್ತಿ ಕೇಳಿದ ಪ್ರಶ್ನೆಗೆ ಅರವಿಂದಾ ಒಂದು ಕ್ಷಣ ಯೋಚಿಸಿ ಉತ್ತರಿಸಿದಳು.

'ಹ್ಮ್.. ಇರ್ಬೇಕು ಅನ್ನಿಸ್ತಿದ್ದೆ, ನಿಜ ಹೇಳ್ಬೇಕು ಅಂದ್ರೆ ನನ್ ಜೊತೇಲಿ ನಿಂತಿರೋರು ನೀವು'

ಅರವಿಂದಾ ತೋರಿದ ಪ್ರೀತಿಗೆ ಚಕ್ರವರ್ತಿಯ ನೋವೆಲ್ಲಾ ಮಾಯವಾಗಿ ಹೋಯಿತು. ಇನ್ನು ಮುಂದೆ ಒಟ್ಟಿಗೆ ಬಾಳೋಣವೆಂದು ನಿರ್ಧರಿಸಿದ ಜೋಡಿಗೆ ಇನ್ಯಾರ ತಡೆಯೂ ಇರಲಿಲ್ಲ. ಮಿಂಚುಗೆ ಸಂತೋಷವಾಗುತ್ತದೆ ಅನ್ನೋದು ಖಚಿತವಾಗಿದ್ದ ವಿಷಯ, ತಂದೆ ತಾಯಿಯ ಸ್ಥಾನದಲ್ಲಿದ್ದ ರಾಧಮ್ಮಜ್ಜಿ ದಂಪತಿಗಳಿಗೂ ಒಪ್ಪಿಗೆಯಿತ್ತು. ತಮ್ಮವರೇ ಒಪ್ಪಿದ ಮೇಲೆ ಇನ್ಯಾರ ಬಗ್ಗೆಯೂ ಯೋಚಿಸಬೇಕಿಲ್ಲ ಅನ್ನೋದು ಅರವಿಂದಾಳ ಧೈರ್ಯವಾಗಿತ್ತು. ಒಟ್ಟಿಗೆ ಇದ್ದು ಸಂಸಾರ ನಡೆಸಬೇಕಾದ ಆಸೆ, ಅಗತ್ಯ ಅವರಿಗಿರಲಿಲ್ಲ. ಸುಮ್ಮನೇ ಕೂತು ಹರಟೆ ಹೊಡೆಯೋದಕ್ಕೆ, ಒಬ್ಬರಿಗೊಬ್ಬರ ದಿನಚರಿಯಲ್ಲಿ ಭಾಗಿಯಾಗೋಕ್ಕೆ ಮಾತ್ರ,

ನಾವು ಈ ವಯಸ್ಸಲ್ಲಿ ಇಷ್ಟು ದೊಡ್ಡ ನಿರ್ಧಾರ ತೆಗೆದುಕೊಂಡರೆ ಅರ್ಥವಿಲ್ಲ. ಜೊತೆಗಿರುವುದರಲ್ಲಿ ಸಾರ್ಥಕ ಕಾಣೋಣ ಎಂದು ನಿರ್ಧರಿಸಿದ ಚಕ್ರವರ್ತಿ ಮತ್ತು ಅರವಿಂದಾ ಇಬ್ಬರೂ ಶ್ರೀ ಮಹಾಲಸಾ ಆಯುರ್ವೇದಿಕ್ ಸೆಂಟರ್‌ನ ಬೆಳವಣಿಗೆಗೆ ತಮ್ಮ ಸಮಯ, ಶ್ರಮವನ್ನೆಲ್ಲಾ ಅರ್ಪಿಸಿದರು. ಕ್ಲಿನಿಕ್‌ನ ಪ್ರಚಾರಕ್ಕೆ ಹೆಚ್ಚು ಖರ್ಚಾಗಲಿಲ್ಲ. word of mouthಗಿಂತ ದೊಡ್ಡ ಮಾರ್ಕೆಟಿಂಗ್ ಬೇಕಾಗಿಲ್ಲ ಅನ್ನೋದು ಅರವಿಂದಾ ಯಶಸ್ಸಿಗೂ ಕಾರಣವಾಯಿತು. ಸೋರಿಯಾಸಿಸ್ ರೋಗದ ಬಗ್ಗೆ ಯಾರಾದರೂ ಮಾತನಾಡಿದರೆ, ಡಾ. ಅರವಿಂದಾನ ಭೇಟಿಯಾಗಿ, ಖಂಡಿತ ಗುಣಪಡಿಸುತ್ತಾರೆ ಅನ್ನೋ ಮಾತು ಉಡುಪಿ ಜನರ ಬಾಯಿಂದ ಸುತ್ತ ಮುತ್ತಲ ಊರಿಗೂ ತಲುಪುವಂತಾಯ್ತು. ಇದ್ದ ಪುಟ್ಟ ಕ್ಲಿನಿಕ್ ಸಾಲದೇ ಇನ್ನೊಂದು ಶಾಖೆ ತೆರೆಯುವಂತೆ ಚಕ್ರವರ್ತಿ ಸೂಚಿಸಿದ. ಮೊದಮೊದಲು ಬೇಡವೆನಿಸಿದರೂ ಪೇಶೆಂಟ್‌ಗಳಿಂದಲೂ ಅದೇ ಸಲಹೆ ಬಂದಾಗ ಅರವಿಂದಾ ಒಪ್ಪಿಕೊಂಡಳು. ಅದಕ್ಕಾಗಿ ಸಾಲ ತೆಗೆದು ಕೊಳ್ಳಬೇಕಾಯಿತು, ಇನ್ನಿಬ್ಬರು ಡಾಕ್ಟರ್‌ಗಳು, ನಾಲ್ಕು ಥೆರಪಿಸ್ಟ್‌ಗಳು, ಐದಾರು ಸ್ಟಾಫ್‌ಗಳು ಸೇರಿ ಅರವಿಂದಾಳ ಎರಡನೇ ಕ್ಲಿನಿಕ್ ತೆರೆಯಲು ಸಿದ್ಧತೆಗಳು ನಡೆದವು.

'ಅಮ್ಮಾ.. ನಿಜ್ವಾಗ್ಲೂ ನಿನ್ ಬಗ್ಗೆ ಎಷ್ಟ್ ಹೆಮ್ಮೆ ಆಗ್ತಿದೆ ಗೊತ್ತಾ.. ನಿನ್ ಸಾಧನೆ ಮುಂದೆ ನಾನ್ ಜೀರೋ' ಮಿಂಚು ಹೊಸ ಕ್ಲಿನಿಕ್‌ಗೆ ಒಂದು ಸುತ್ತುಹೊಡೆದು ಬಂದ ಉತ್ಸಾಹದಲ್ಲಿ ಅರವಿಂದಾಳನ್ನು ತಬ್ಬಿಕೊಂಡಳು.

'ಇದಕ್ಕೆ ತುಂಬಾ ಜನ ಸಪೋರ್ಟ್ ಮಾಡಿದ್ದಾರೆ ಮಿಂಚು. ಅದರಲ್ಲೂ ನಾನ್ ಹೇಳ್ತಿದ್ನಲ್ಲ, ಚಕ್ರವರ್ತಿ ಅವ್ರೂ..'

'ಗೊತ್ತಾಯ್ತು, ಕೊಳೆಯಾಗುತ್ತೆ ಅಂತ ದಿನಾ ಸ್ನಾನ ಮಾಡ್ದೇ ಇರೋಕಾಗುತ್ತಾ ಅಂತ ಅವತ್ತು ಬೀಚ್ ಹತ್ರ ಡೈಲಾಗ್ ಹೊಡ್ದಿದ್ರಲ್ಲ..' ಮಿಂಚು ಹೇಳಿದ ರೀತಿಗೆ ಅರವಿಂದಾಗೆ ಜೋರಾಗಿ ನಗು ಬಂದಿತು.

ನೆರೆದ ಇಪ್ಪತ್ತೈದು ಮೂವತ್ತು ಮಂದಿಯ ಹಾರೈಕೆಯೊಂದಿಗೆ ಹೊಸ ಕ್ಲಿನಿಕ್ ಪ್ರಾರಂಭಗೊಂಡಿತು. ಹೊಸ ಹೆಜ್ಜೆಯಲ್ಲಿ ಎಷ್ಟು ಸಂತೋಷವಿತ್ತೋ ಅಷ್ಟೇ ಸವಾಲನ್ನೂ ಎದುರಿಸಬೇಕಾಯಿತು. ಆಯುರ್ವೇದ ಮತ್ತು ನಾಟಿವೈದ್ಯ ಪದ್ಧತಿಯಿಂದ ಅವಳು ತನ್ನದೇ ಆದ ಔಷಧಗಳನ್ನು ಸಿದ್ಧಪಡಿಸಿ ಚಿಕಿತ್ಸೆ ನೀಡುತ್ತಿದ್ದಳು. ಯಾವಾಗ ಅದು ಫಲಕಾರಿಯಾಯಿತೋ ಅದನ್ನು ಹೆಚ್ಚು ಜನರಿಗೆ ತಲುಪಿಸೋ ಉದ್ದೇಶದಿಂದ ಆ ಔಷಧಗಳನ್ನು retail outletಗಳಲ್ಲಿ ದೊರೆಯುವ ಹಾಗೆ ಮಾಡಲು ಸಾಕಷ್ಟು ಒದ್ದಾಡಿದಳು. ಅದರಲ್ಲೂ ಸೋರಿಯಾಸಿಸ್ ಚಿಕಿತ್ಸೆಗಾಗಿ ಸಿದ್ಧಪಡಿಸಿದ ಗಿಡಮೂಲಿಕೆಗಳ ಚೂರ್ಣ ಮತ್ತು ಎಣ್ಣೆಯನ್ನು ಪೇಟೆಂಟ್ ಮಾಡಿ ಮಾಸ್ ಪ್ರೊಡಕ್ಷನ್‌ನ ಯೋಚನೆ ಮಾಡಿದಳು ಆದರೆ ಅದು ಫಲಿಸಲಿಲ್ಲ.

'ಈ ಔಷಧಿಯಿಂದ 80–90% ರೋಗಿಗಳು ಗುಣಮುಖರಾಗಿರೋ ಸಾಕ್ಷಿ ತೋರಿಸ್ತಿದ್ದೀನಿ, ಆದ್ರೂ ಇದಕ್ಕೆ ಮಾನ್ಯತೆ ಕೊಡ್ತಿಲ್ಲ' ಅರವಿಂದಾ ಹತಾಶೆಯಿಂದ ಹೇಳಿದಳು.

'ಯಾಕೆಂದ್ರೆ ಅದ್ರಿಂದ ಮಾರ್ಕೆಟ್‌ನಲ್ಲಿರೋ ಬೇರೆ ಔಷಧಿಗಳ ಡಿಮ್ಯಾಂಡ್ ಕಮ್ಮಿ ಆಗುತ್ತೆ ಅಂತ' ಚಕ್ರವರ್ತಿ ಶಾಂತವಾಗಿ ನುಡಿದ

'ಇದ್ರಲ್ಲೂ ಕಾಂಪಿಟೇಶನ್ ಬೇಕಾ? ರೋಗ ವಾಸಿಯಾಗೋದು ಮುಖ್ಯ ಅಲ್ವಾ?'

'ಹಾಗೆಲ್ಲಾ ನಾವ್ ಅಂದ್ಕೊತೀವಿ, ನಾವ್ ಅವ್ರ ಜಾಗದಲ್ಲಿದ್ರೆ ಅವ್ರ ಹಾಗೇ ಯೋಚ್ನೆ ಮಾಡ್ತಿದ್ವೇನೋ. ತಲೆ ಕೆಡಿಸಿಕೊಳ್ಬೇಡಿ, ಅಗತ್ಯ ಇರೋರು ನಿಮ್ ಔಷಧೀನ ಹುಡ್ಕೊಂಡ್ ಬರ್ತಾರೆ'

ಅರವಿಂದಾ ಮಾತುಗಳಲ್ಲಿ idealistic ಯೋಚನೆಗಳೇ ಹೆಚ್ಚಿರುತ್ತಿತ್ತು. ಎಷ್ಟೋ ಸಲ ವಾಸ್ತವತೆಯಿಂದ ಅದು ದೂರ ಉಳಿಯುತ್ತದೆ ಅಂದು ಚಕ್ರವರ್ತಿ ಶಾಂತವಾಗಿ ಅರ್ಥ ಮಾಡಿಸಲು ಪ್ರಯತ್ನಿಸುತ್ತಿದ್ದ. ಅದೇ ವಿಚಾರವಾಗಿ ಇಬ್ಬರ ಮಧ್ಯೆ ಆರೋಗ್ಯಕರ ಚರ್ಚೆ ನಡೆಯುತ್ತಿತ್ತು. ಸಮಾಜ ಹೀಗೆ ಹೀಗೆ ಇರಬೇಕು ಅನ್ನೋದು ಕಥೆಗಳಲ್ಲಿ ಮಾತ್ರ, ನಿಜ ಜೀವನದಲ್ಲಿ ಹಾಗೆ ಇರೋದಿಲ್ಲ ಅನ್ನೋದು ಚಕ್ರವರ್ತಿಯ ವಾದವಾದರೆ, ಅದನ್ನು ನಾವ್ಯಾಕೆ ಒಪ್ಪಬೇಕು? ಯಾಕೆ ಬದಲಾಯಿಸಲು ಪ್ರಯತ್ನ ಮಾಡಬಾರದು ಅನ್ನೋದು ಅವಳ ವಾದವಾಗುತ್ತಿತ್ತು. ಇಂತಹ ವಾಗ್ವಾದಗಳು ಅವರ ಯೋಚನೆಯಲ್ಲಿ ಪಾರದರ್ಶಕತೆಯನ್ನು ಹೆಚ್ಚಿಸಿತು. ಇಬ್ಬರೂ ತಮ್ಮಲ್ಲಿದ್ದ ವ್ಯತ್ಯಾಸಗಳನ್ನು ಗೌರವಿಸಿದರು. ಭಿನ್ನಾಭಿಪ್ರಾಯವೆಂದರೆ ಬೇರೆಯಾದ ಅಭಿಪ್ರಾಯಗಳಷ್ಟೇ, ಅದು ಎಲ್ಲಾ ಸಂಬಂಧಗಳಲ್ಲೂ ಸಹಜ, ಅದರಿಂದ ಜಗಳವಾಗಬೇಕಿಲ್ಲ ಅನ್ನೋ ಅರಿವು ಅವರಿಗಿತ್ತು.

❋

ಅಂದು ವೆಂಕೋಬ್ ರಾವ್ ಮನೆಯಲ್ಲಿ ತಾಯಿಯ ತಿಥಿ ನಡೆದಿತ್ತು. ಹೋಗುವ ದಿನ ನನಗೊಂದು ಕಾಫಿ ಮಾಡಿಕೊಡು ಎಂದು ಕೇಳಿ ಸೊಸೆಯ ಕೈಲಿ ಕಾಫಿ ಕುಡಿದು ಹಾಯಾಗಿ ನಿದ್ರೆ ಹೋಗುವಂತೆ ಪ್ರಾಣ ಬಿಟ್ಟ ಅನಾಯಾಸ ಮರಣ ಅವರದು. ದೀರ್ಘಾಯಸ್ಸು ಬಾಳಿದ ಜೀವದ ಹನ್ನೆರಡನೇ ವರ್ಷದ ತಿಥಿಯನ್ನು ಆಚರಿಸಲು ಅದ್ದೂರಿ ತಯಾರಿ ನಡೆದಿತ್ತು. ಆ ಅದ್ದೂರಿ ತಯಾರಿಗೆ ಬೇಕಾಗಿದ್ದ ಸಾಮಗ್ರಿಗಳೆಂದರೆ ತರಕಾರಿ ಮತ್ತು ಅಡುಗೆ ಸಾಮಾನು. ಅಲ್ಲಿಗೆ ಬರಲಿದ್ದ ಅತಿಥಿ ಅಭ್ಯಾಗತರೆಂದರೆ ಪ್ರತಿದಿನ ತಪ್ಪದೇ ಬಾಲ ಆಡಿಸಿಕೊಂಡು ಬರುತ್ತಿದ್ದ ಶ್ವಾನ, ಕೆಂಚರಾಯರು ಮತ್ತು ಎಲ್ಲಿದ್ದರೂ ಹಾರಿಬಂದು ತಮ್ಮ ಪಾಲಿನ ಆಹಾರವನ್ನು ಹೊತ್ತೊಯ್ಯುತ್ತಿದ್ದ ಕಾಕರಾಜ.

'ನಮ್ಮ ಪೂರ್ವಜರು ಕಾಗೆಯ ರೂಪದಲ್ಲಿ ಬಂದು ಊಟ ಮಾಡ್ಕೊಂಡ್ ಹೋಗ್ತಾರೆ ಕಣೇ, ಅವಕ್ಕೆ ಒಂದು ತುತ್ತು ಅನ್ನ ಇಟ್ಟುಬಿಟ್ಟರೆ ಅವರ ಆತ್ಮಕ್ಕೆ ಶಾಂತಿ' ವೆಂಕಿ ತಾತ ತಮ್ಮ ಅನುಕೂಲಕ್ಕೆ ಹೇಗೆ ಬೇಕೋ ಹಾಗೆ ಅವರ ತಾಯಿಯ ತಿಥಿಯನ್ನು ಮಾಡುವ ರೂಲ್ ಹಾಕಿಕೊಂಡಿದ್ದರು. ದೊಡ್ಡ ಹಾಲ್ ಬುಕ್ ಮಾಡಿ ಎಲ್ಲರನ್ನೂ ಕರೆಸಿ ಊಟ ಹಾಕಿಸಿ ತಾಯಿಯ ಕಾರ್ಯವನ್ನು ಮಾಡುವ ವಯಸ್ಸಾಗಲಿ ಶಕ್ತಿಯಾಗಲೀ ಅನುಕೂಲವಾಗಲೀ ಅವರಿಗಿರಲಿಲ್ಲ. ಆದರೆ ತಿಥಿ ಮಾಡದೇ ಉಳಿಯುವ ಮನಸ್ಸೂ ಅವರದ್ದಾಗಿರಲಿಲ್ಲ. ಹಾಗಾಗಿ ಕಾರ್ಯವನ್ನು ಮಾಡಿದಂತಾಗಬೇಕು, ಆ ನೆಪದಲ್ಲಿ ಬಗೆಬಗೆಯ ಭಕ್ಷ್ಯಗಳೂ ಹೊಟ್ಟೆ ಸೇರಬೇಕು ಎಂದವರ ಲೆಕ್ಕಾಚಾರವಾಗಿತ್ತು. ಜೊತೆಗೆ ಸಾವನ್ನು ಸಂಭ್ರಮಿಸುವ, ಸತ್ತವರನ್ನು ನೆನಪಿನಲ್ಲಿಟ್ಟುಕೊಳ್ಳುವ ಪದ್ಧತಿ ಭಾರತೀಯರಲ್ಲಿ ಸಾಮಾನ್ಯ, ಆಚರಣೆ ಬೇರೆಯಾದರೂ ಉದ್ದೇಶ ಒಂದೇ. ಸಾವಿನ ನಂತರವೂ ಅವರು ನಮ್ಮನ್ನು ಕಾಯುತ್ತಾರೆ, ಅವರಿಗೆ ಹಸಿವು ಬಾಧಿಸುತ್ತದೆ, ನಾವು ಮಾಡುವ ಕಾರ್ಯದಿಂದ ಅವರಿಗೆ ಸ್ವರ್ಗ ಪ್ರಾಪ್ತಿಯಾಗುತ್ತದೆ ಅನ್ನೋ ನಂಬಿಕೆಗಳು ಬದುಕಿರುವ ಎಷ್ಟೋ ಜನರಿಗೆ ಹೊಟ್ಟೆ ತುಂಬಿಸುತ್ತದೆ. ತರಕಾರಿ ಹೂವು ದಿನಸಿ ಮಾರುವವರಿಂದ ಹಿಡಿದು ಶ್ರಾದ್ಧ ಮಾಡಿಸುವ ಪುರೋಹಿತರು, ಶ್ರಾದ್ಧದ ಊಟಕ್ಕೆ ಬರುವವರ ತನಕ ಎಲ್ಲರೂ ಆ ಪಟ್ಟಿಯಲ್ಲಿ ಸೇರುತ್ತಾರೆ ಅನ್ನೋ ಸಮಾಜಪರ ಕಾಳಜಿ ಅವರಿಗಿತ್ತು. ವೆಂಕೋಬ್ ರಾವ್ ಅವರ ಮನೆಯಲ್ಲಿ ತಯಾರಾಗುತ್ತಿದ್ದ ಹತ್ತಾರು ವೆರೈಟಿ ಖಾದ್ಯಗಳನ್ನು ತಯಾರಿಸುತ್ತಿದ್ದ ಕೈಗಳು ಎರಡೇ, ಅವು ರಾಧಮ್ಮನದು. ಪ್ರತಿ ಹಬ್ಬಕ್ಕೂ ಈ ಜಗಳ ಆಗಿ, ನಂತರ ಕೆಲಸ ಹಂಚಿಕೊಂಡ ಮೇಲೆ ಆ ದಿನಕ್ಕೊಂದು ಕಳೆ ಬರುತ್ತಿತ್ತು.

'ಉದ್ದಿನ ವಡೆ, ಬೆಂಡೇಕಾಯಿ ಗೊಜ್ಜು, ಬಾಳೇಕಾಯಿ ಪಲ್ಯ, ಹಿರೇಕಾಯಿ ಬಜ್ಜಿ, ಕಟ್ಟು ಸಾರು, ತರಕಾರಿ ಹುಳಿ ಎಲ್ಲಾ ಬಾಯಲ್ಲಿ ಹೇಳಿದ ತಕ್ಷಣ ಪ್ರತ್ಯಕ್ಷ ಆಗೋದಿಲ್ಲ. ಗಂಟೆಗಟ್ಟಲೆ ಅಡುಗೆ ಮನೆಯಲ್ಲಿ ಒಲೆ ಮುಂದೆ ನಿಂತು ಮಾಡ್ಬೇಕು. ಒಬ್ಬಳ ಕೈಲಿ ಆಗಲ್ಲ. ನೀವು ಸಹಾಯ ಮಾಡಿದ್ರೆ ಮಾಡ್ತೀನಿ' ರಾಧಮ್ಮ ಖಡಾಖಂಡಿತವಾಗಿ ಹೇಳಿಬಿಟ್ಟಾಗ ವೆಂಕೋಬ್ ರಾವ್ ಅವರಿಗೆ ಬೇರೆ ದಾರಿ ಇರಲಿಲ್ಲ. ಸೋಫಾ ಬಿಟ್ಟು ಎದ್ದು ಈಳಿಗೆ ಮಣೆ ಮುಂದೆ ಕೂತು ತಾವು ಈಗಷ್ಟೇ ಹೇಳಿದ ಖಾದ್ಯಗಳಿಗೆ ಬೇಕಾದ ತರಕಾರಿಯನ್ನು ಹೆಚ್ಚಲು ಶುರು ಮಾಡುತ್ತಾ ಗೊಣಗಿದರು.

'ನನ್ನಷ್ಟು ಯಾವ ಗಂಡಸೂ ಕೆಲಸ ಮಾಡಲ್ಲ, ನಿಂಗೆ ತರಕಾರಿ ಹೆಚ್ಚಿ ಕೊಡ್ತೀನಿ, ಆಗಾಗ ಪಾತ್ರೆ ತೊಳೀತೀನಿ..' ಮಂಗಳೂರು ಸೌತೆಯನ್ನು ಎರಡು ಭಾಗ ಮಾಡುತ್ತಾ ತಮ್ಮ ಸಾಧನೆಯನ್ನು ಹೇಳಿಕೊಂಡಾಗ ರಾಧಮ್ಮನ ಹುಬ್ಬುಗಂಟಿಕ್ಕಿಕೊಂಡಿತು.

'ನೀವೇ ಭಾರಿ ಅಂತ ಕೊಚ್ಚಿಕೊಳ್ಬೇಡಿ. ಈಗಿನ್ ಕಾಲದಲ್ಲಿ ಮದ್ವೆ ಆಗಿರೋ ಹುಡುಗ ಹುಡುಗಿ ಎಲ್ಲಾ ಕೆಲಸವನ್ನು ಸಮಭಾಗ ಮಾಡ್ಕೋತಾರೆ. ಬಿಡಿ, ಆ ಕಾಲದಲ್ಲಿ ಹುಟ್ಟಿದ್ದೇ ನಮ್ ತಪ್ಪು, ನೀವಂತೂ ಮದುವೆಯಾದ್ ಹೊಸದ್ರಲ್ಲಿ ನೀರು ಕುಡ್ದಿದ್ ಲೋಟಾನೂ ಆ ಕಡೆಯಿಂದ ಈ ಕಡೆ ಇಡ್ತಿರ್ಲಿಲ್ಲ. ಏನಂತಾ ಬೆಳಸ್ಬಿಟ್ರೋ ನಿಮ್ಮಮ್ಮ'

'ನಮ್ಮಮ್ಮನ್ ಯಾಕೇ ಬಯ್ತೀಯ? ಅವ್ರು ಹೋಗಿ ಹನ್ನೆರಡು ವರ್ಷ ಆಯ್ತು, ಅವ್ರ್ ತಿಥೀನೇ ಮಾಡ್ತಿದ್ದೀವಿ ಇವತ್ತು. ನೀನೊಬ್ಬಳೇ ಮಾಡ್ತಿಲ್ವಲ್ಲಾ ನಾನೂ ಕೆಲ್ಸ ಮಾಡ್ತಿದ್ದೀನಿ'

ಎಂದಿನಂತೆ ತಮ್ಮ ಭೂತಕಾಲದ ಮಾತುಗಳಲ್ಲಿ ಜೋತಾಡುತ್ತಿದ್ದ ದಂಪತಿ ಹೊರಗಡೆಯಿಂದ ಬಂದ ಶಬ್ದ ಕೇಳಿ ಎಚ್ಚೆತ್ತುಕೊಂಡರು. ಮನೆ ಮುಂದೆ ಹೊಸ i10 ಕಾರು ಬಂದು ನಿಂತಿತು. ಯಾರೆಂದು ನೋಡಲು ಪಂಚೆ ಎತ್ತಿ ಕಟ್ಟಿಕೊಂಡು ವೆಂಕೋಬ್ ರಾವ್ ಹೊರಗೆ ಬಂದಾಗ ಅರವಿಂದಾ ಕಾರಿನ ಡ್ರೈವಿಂಗ್ ಸೀಟಿನಿಂದ ಇಳಿದು ಬಂದಳು. ಪಕ್ಕದಲ್ಲಿ ಚಕ್ರವರ್ತಿ ಕುಳಿತಿದ್ದ. ಅವರು ಆಶ್ಚರ್ಯದ ಕಣ್ಣುಗಳಿಂದ ನೋಡುತ್ತಾ ನಿಂತರು. ಹೊಸ ಕಾರು ಕೊಂಡ ಅರವಿಂದಾ ಪೂಜೆ ಮಾಡಿಸಿ ಸೀದಾ ರಾಧಮ್ಮಜ್ಜಿಗೆ ತೋರಿಸಲು ಬಂದಿದ್ದಳು. ಹೊಸ ಕ್ಲಿನಿಕ್, ಹೊಸ ಕಾರು, ಹೀಗೆ ಅರವಿಂದಾ ಬಾಳಿನಲ್ಲಾಗುತ್ತಿದ್ದ ಬೆಳವಣಿಗೆಗಳನ್ನು ರಾಧಮ್ಮ ದಂಪತಿ ಕಣ್ತುಂಬಿಕೊಂಡು ಸಂತೋಷಪಟ್ಟರು. ಇದೆಲ್ಲದರಲ್ಲಿ ಚಕ್ರವರ್ತಿಯ ಪಾಲೆಷ್ಟಿದೆ ಅನ್ನೋದು ಅವರ ಗಮನಕ್ಕೆ ಬಂದ ವಿಚಾರವೇ. ಅರವಿಂದಾ ತಾನಾಗಿ ಏನನ್ನಾದರೂ ಹೇಳುವ ತನಕ ಅವರಿಬ್ಬರ ಸಂಬಂಧದ ಬಗ್ಗೆ ನಾವು ಕೇಳೋದು ಬೇಡವೆಂದು ಸುಮ್ಮನಿದ್ದರು. ಆದರೆ ಅಂದು ಇಬ್ಬರೂ ಮನೆಗೇ ಬಂದಿದ್ದರಿಂದ ಹೊಸ ಮಾತುಗಳಿಗೆ ಸಾಕಷ್ಟು ಬಿಡುವು ದೊರಕಿತ್ತು. ಜೊತೆಗೆ ಮಿಂಚು ಪ್ರತ್ಯಕ್ಷವಾಗಿ ನಿಮಗೆ ಕೊಟ್ಟ ಜವಾಬ್ದಾರಿಯನ್ನು ಪೂರೈಸಿ ಎಂದು ಎಚ್ಚರಿಸಿದಂತೆ ಭಾಸವಾಯಿತು.

'ಈ ವಯಸ್ನಲ್ಲೂ ಇಷ್ಟೆಲ್ಲಾ ಮಾಡ್ತೀರಲ್ಲಾ.. ನಿಜ್ವಾಗ್ಲೂ ಗ್ರೇಟ್' ಚಕ್ರವರ್ತಿ ಬಾಳೆಯೆಲೆ ಮೇಲೆ ಬಡಿಸಿದ್ದನ್ನು ತೊಳೆದಂತೆ ಖಾಲಿ ಮಾಡಿ ಉದ್ಗರಿಸಿದ.

'ನಮ್ದು ಅಂತ ಕೈಲಾದಷ್ಟು ಉಳಿಸ್ಕೊಂಡ್ ಹೋಗ್ಬೇಕಲ್ಲಪ್ಪಾ.. ದೊಡ್ಡೋರು ಸುಮ್ನೇ ಮಾಡಿರ್ತಾರಾ. ಎಲ್ಲವನ್ನೂ ಬಿಟ್ಟು ಬದುಕೋಕೆ ಮನಸ್ಸಾಗಲ್ಲ' ವೆಂಕಿ ತಾತ ಉತ್ತರಿಸಿದರು.

ಊಟ ಮಾಡಿ, ಕುಟ್ಟಿದ ವೀಳ್ಯ ಜಗಿದು ಫ್ಯಾನ್ ಕೆಳಗೆ ಆರಾಮಾಗಿ ಕುಳಿತುಕೊಂಡಾಗ ಅರವಿಂದಾ ಹೊಸ ಕಾರಿನಲ್ಲಿ ಒಂದು ರೌಂಡ್ ಹೋಗಿ ಬರೋಣವೆಂದು ಎಲ್ಲರನ್ನೂ ಒತ್ತಾಯಿಸಿದಳು. ಸವಾರಿ ಶುರುವಾಯಿತು. ಮೊದಲ ಬಾರಿ ಅರವಿಂದಾ ನಾಲ್ಕು ಜನರನ್ನು ಕೂರಿಸಿಕೊಂಡು

ಹೋಗ್ತಿದ್ದರಿಂದ ಕೊಂಚ ಹೆದರಿದ್ದಳು, ಚಕ್ರವರ್ತಿ ಸಣ್ಣ ಪುಟ್ಟ instructions ಕೊಡುತ್ತಾ ಧೈರ್ಯ ತುಂಬುತ್ತಿದ್ದ. ಒಂದೆರಡು ಕಿಲೋಮೀಟರ್ ನಂತರ ಕಾರನ್ನು ಗಾಳಿಯಲ್ಲಿ ತೇಲಿದಂತೆ ಓಡಿಸಿದಳು. ಅರವಿಂದಾ ಮಿಂಚೂನ ಮಿಸ್ ಮಾಡಿಕೊಂಡಾಗ ರಾಧಮ್ಮ ನಾನು ಅವಳಿಗೆ ವಿಡಿಯೋ ಮಾಡಿ ಕಳಿಸ್ತೇನೆ ಎಂದು ಹೇಳಿ ಎಲ್ಲರ ಮುಖದಲ್ಲಿ ಮಂದಹಾಸ ಮೂಡಿಸಿದರು. ವಿಡಿಯೋ ತಲುಪುತ್ತಿದ್ದಂತೆ ಮಿಂಚು ವಾಯ್ಸ್ ನೋಟ್ ಬಂದಿತು. 'ಅಮ್ಮ ಫುಲ್ ಕಾರ್ ಡ್ರೈವಿಂಗ್ ಕಲಿತುಬಿಟ್ಟಿದ್ದಾಳೆ.. ಮುಂದೆ ಕೂತಿರೋದು ಚಕ್ರವರ್ತಿಯವ್ರಾ?' ಅವಳ ಮಾತಿನಲ್ಲಿದ್ದ ಕುತೂಹಲ ಎಲ್ಲರಿಗೂ ಅರ್ಥವಾಯಿತು. ರಾಧಮ್ಮಜ್ಜಿ ಕೂಡ ಅವರಿಬ್ಬರ ಬಗ್ಗೆ ಇದೇ ಕುತೂಹಲವನ್ನು ತೋರ್ಪಡಿಸಿದ್ದಾಗ ಅರವಿಂದಾ ಸರಿಯಾಗಿ ಉತ್ತರಿಸಿರಲಿಲ್ಲ. ಇಂದು ಸಂದರ್ಭ ಸರಿಯಾಗಿ ಒದಗಿಬಂದಿದೆ ಎಂದವರು ಅರವಿಂದಾ ಚಕ್ರವರ್ತಿಯ ಭವಿಷ್ಯದ ಯೋಜನೆಯ ಬಗ್ಗೆ ಕೇಳಿಯೇ ಬಿಟ್ಟರು. ಅನಿರೀಕ್ಷಿತವಾಗಿ ಎದುರಾದ ಪ್ರಶ್ನೆ ಅವರಿಬ್ಬರನ್ನೂ ತಬ್ಬಿಬ್ಬಾಗಿಸಿತು.

'ಮೇಡಮ್ ಹೇಗ್ ಹೇಳ್ತಾರೋ ಹಾಗೆ' ಚಕ್ರವರ್ತಿ ಮುಗುಳ್ನಗೆ ಬೀರಿದ.

'ನಾನು ಮಿಂಚುನ ಭೇಟಿಯಾಗಿ ಮಾತಾಡ್ತೀನಮ್ಮ' ಅರವಿಂದಾ ಮಾತಿಗೆ ಮುಕ್ತಾಯ ಕೊಟ್ಟಳು. ರಾಧಮ್ಮಜ್ಜಿ, ವೆಂಕೋಬ್ ರಾವ್ ಅವಳ ಮಾತಿನ ಅರ್ಥವನ್ನರಿತು ಸಂತಸಗೊಂಡರು.

# 11

ಅನೂಪ್ ರಾಹುಲ್‌ನ ಈವೆಂಟ್ ಮ್ಯಾನೇಜ್ಮೆಂಟ್ ಕಂಪನಿಯಲ್ಲಿ ಕೆಲಸ ಶುರುಮಾಡಿದಾಗ್ಲಿಂದ ದಿನಗಳು ಕ್ಷಣಗಳಂತೆ ಕಳೆದವು. ವಾರವೆಲ್ಲಾ ಆಫೀಸ್ ಕೆಲಸ, ವಾರಾಂತ್ಯ ಹುಟ್ಟುಹಬ್ಬ, ಪ್ರಿ ವೆಡ್ಡಿಂಗ್ ಫೋಟೋ ಶೂಟ್, ಬೇಬಿ ಶವರ್, ಫ್ಯಾಮಿಲಿ ಗೆಟ್ ಟುಗೆದರ್ ಹೀಗೆ ಒಂದಲ್ಲಾ ಒಂದು ಕಾರ್ಯಕ್ರಮದಲ್ಲಿ ಫೋಟೋ ತೆಗೆಯುವ ಕೆಲಸ ಬಂದುಬಿಡುತ್ತಿತ್ತು. ಮಿಂಚು ಜೊತೆ ಜಗಳ ಆದಾಗ್ಲಿಂದ ಅವನಿಗೆ ಒಬ್ಬನೇ ಕೂತು ಆದ ಘಟನೆಯ ಬಗ್ಗೆ ಸಮಾಧಾನದಿಂದ ಯೋಚನೆ ಮಾಡುವಷ್ಟು ಬಿಡುವೇ ಸಿಗಲಿಲ್ಲ. 'ನಿನ್ನ ಬಿಟ್ಟು ಒಂದು ದಿನವೂ ಇರೋಕಾಗಲ್ಲ' ಎಂದು ಎಷ್ಟೋ ಸಲ ಹೇಳಿಕೊಂಡಿದ್ದ ಮಿಂಚು ಮತ್ತು ಅನೂಪ್ ಒಬ್ಬರನ್ನೊಬ್ಬರು ನೋಡಿ ನಲವತ್ತೆರಡು ದಿನ ಕಳೆದಿದ್ದವು. ಇಷ್ಟು ದಿನದಲ್ಲಿ ಇಬ್ಬರೂ ಒಬ್ಬರನ್ನೊಬ್ಬರು ನೆನಪು ಮಾಡಿಕೊಂಡು ಅತ್ತ ದಿನಗಳೆಷ್ಟೋ ಆದರೆ ಎದುರಿಗೆ ಹೋಗಿ ಮಾತನಾಡುವುದಕ್ಕೆ ಅಹಂ ಅಡ್ಡಿಯಾಗಿತ್ತು. ಅನೂಪ್ ಅವಳು ಬ್ಲಾಕ್ ಮಾಡಿದ್ದಾಳೆ, ಅವಳೇ ಬರಲಿ ಅನ್ನುವ ಯೋಚನೆಯಲ್ಲಿದ್ದನು, ಮಿಂಚುಗೆ ಅನೂಪ್‌ನನ್ನ ಇಷ್ಟು ಸುಲಭವಾಗಿ ಮರೆತುಬಿಟ್ಟಿದ್ದಾನೆ ಎಂದರೆ ನನಗವನು ಸರಿಯಾದ ಹುಡುಗನೇ ಅಲ್ಲ ಅಂತ

ತನಗೆ ತಾನೇ ಹೇಳಿಕೊಳ್ಳುತ್ತಿದ್ದಳು. ಹಾಗಾದರೆ ಇಷ್ಟು ವರ್ಷದ ಪ್ರೀತಿ ಮುರಿದು ಬಿತ್ತಾ ಎಂದು ಪ್ರಶ್ನಿಸಿಕೊಂಡರೆ ಮಾತ್ರ ಇಬ್ಬರಿಗೂ ಉತ್ತರ ಸಿಗುತ್ತಿರಲಿಲ್ಲ. ಆತ ಪಿಜಿ ಹತ್ತಿರ ಬಂದ ದಿನ ಅವಳು ಅಲ್ಲಿರಲಿಲ್ಲ, ಅವಳು ಆತನ ಆಫೀಸ್ ಬಳಿ ಹೋಗಬೇಕೆಂದುಕೊಂಡಾಗ instagramನಲ್ಲಿ ಕಾಣಿಸಿದ photography posts ಅವಳ ಮೈಯುರಿಯುವಂತೆ ಮಾಡಿತು. ನೆನಪುಗಳು ಬಾಧಿಸುವಷ್ಟು ಸಮಯವನ್ನು ಖಾಲಿ ಇಟ್ಟುಕೊಳ್ಳದೇ ಹೋದರೆ ಯಾರನ್ನಾದರೂ ಮರೆತುಬಿಡಬಹುದೆನಿಸುತ್ತದೆ. ಅಂತೆ ಮಿಂಚು ಮತ್ತು ಅನೂಪ್ ತಮ್ಮ ಪಾಡಿಗೆ ತಾವು ಇದ್ದುಬಿಟ್ಟರು.

ಕಂಪ್ಯೂಟರ್ ಮುಂದೆ ಕೆಲ್ಸ ಮಾಡಿ ತಲೆ ಕೆಟ್ಟುಹೋಗಿದ್ದ ಅನೂಪ್‌ಗೆ ತನ್ನ ಕ್ಯಾಮೆರಾದಲ್ಲಿ ನಗುವನ್ನು, ಅಳುವನ್ನು, ಬೇರೆ ಬೇರೆ ಭಾವನೆಗಳನ್ನು ಸೆರೆಹಿಡಿದು, ಅಮೂಲ್ಯ ಕ್ಷಣಗಳನ್ನು ಇಡೀ ಜೀವನ ನೆನಪಲ್ಲಿ ಉಳಿಸಬಲ್ಲ ಫೋಟೋಗ್ರಫಿ ಕಲೆ ದಿನೇ ದಿನೇ ಅವನ ಹಿಡಿತಕ್ಕೆ ಸಿಗುತ್ತಾ ಹೋಯಿತು. ತಾಳಿ ಕಟ್ಟಿಸಿಕೊಳ್ಳುವಾಗ ಕಣ್ತುಂಬಿದ ವಧುವಿನ ಮುಖ, ಹಸುಗೂಸಿನ ಪುಟ್ಟ ಕಾಲುಗಳು, ಗೃಹಪ್ರವೇಶದಲ್ಲಿ ಮೊದಲ ಬಾರಿಗೆ ಗಂಡ ಹೆಂಡತಿ ಮನೆಯೊಳಗೆ ಕಾಲಿಡುತ್ತಿರುವ ಗಳಿಗೆ, ನವ ವಧುವರರು ಕೈ ಬೆಸೆದುಕೊಂಡಿದ್ದು ಎಲ್ಲವನ್ನೂ ನೋಡುವಾಗ ತನ್ನ ಕೆಲಸದ ಬಗ್ಗೆ ಬಹಳ ಹೆಮ್ಮೆ ಪಡುತ್ತಿದ್ದ.

ಅದೊಂದು ದಿನ ಧಾರೆಯ ಫೋಟೋಗಳನ್ನು ಎಡಿಟ್ ಮಾಡುತ್ತಿದ್ದಾಗ ಮಿಂಚು ನೆನಪು ಕಾಡೋಕೆ ಶುರುವಾಯಿತು. ಅವಳ ನೆನಪಲ್ಲಿ ನೋಡುತ್ತಿದ್ದವನಿಗೆ ಫೋಟೋದಲ್ಲಿದ್ದ ವಧು ವರರು ಮಾಯವಾಗಿ ಅವರ ಜಾಗದಲ್ಲಿ ಮಿಂಚು ಅನೂಪ ಕಾಣಿಸುತ್ತಾ ಹೋದರು. ಮದುವೆಯ ಹೆಣ್ಣಾಗಿ ಹಸೆಮಣೆ ಏರಿದ್ದ ಮಿಂಚು ಮುಖದಲ್ಲಿದ್ದ ನಾಚಿಕೆಯನ್ನು ಅನೂಪ್ ತುಂಟ ಕಣ್ಣಲ್ಲಿ ನೋಡುತ್ತಿರುವಂತೆ, ಇನ್ನೊಂದು ಫೋಟೋದಲ್ಲಿ ಇಬ್ಬರೂ ಜಗತ್ತನ್ನೇ ಮರೆಯುವಂತೆ ನಗುತ್ತಿದ್ದ ಹಾಗೆ ಕಾಣಿಸಿತು. ಅನೂಪನಿಗೆ ಇಂತಹ ಒಂದು ಖುಷಿಯನ್ನೇ ಅಲ್ವಾ ಅವಳೂ ಕೇಳಿದ್ದು ಅನ್ನಿಸಿತು. ಮದುವೆ ಆಗಬೇಕು ಸರಿ ಆದರೆ ಅವಳು ಅವಸರ ಮಾಡಿದ್ದು ಸರಿಯಲ್ಲ, ಇಷ್ಟು ದಿನವಾದರೂ ನನ್ನ ನಂಬರ್ ಬ್ಲಾಕ್ ಮಾಡಿದ್ದು ಸರಿ ಅಲ್ಲ ಅನ್ನಿಸಿದರೂ ಹೆಚ್ಚು ಹೊತ್ತು ಅವನ ಮನಸ್ಸು ತಡಿಯಲಿಲ್ಲ ಮಿಂಚೂನ ಇಂದು ಭೇಟಿಯಾಗಲೇಬೇಕು ಎಂದು ಬುಲೆಟ್ ಹತ್ತಲು ಹೊರಟಾಗ ಅವನ ಫೋನ್ ರಿಂಗಾಯಿತು.

'ಬ್ರೋ.. ಒಂದು ಅರ್ಜೆಂಟ್ ಈವೆಂಟ್ ಬಂದಿದೆ.. ನಾಳೇನೇ ಸಕಲೇಶಪುರದಲ್ಲಿ ಫೋಟೋ ಶೂಟ್. ನಮ್ ಇನ್ನೊಬ್ಬ ಫೋಟೋಗ್ರಾಫರ್ ಬರ್ತೀನಿ ಅಂದು ಕೈ ಎತ್ಬಿಟ್ಟ, ಈಗ ಫೋನ್ ಸ್ವಿಚ್ ಆಫ್ ಮಾಡ್ಕೊಂಡಿದ್ದಾನೆ. ಪ್ಲೀಸ್ ನೀನ್ ಬಾ' ರಾಹುಲ್ ಲೋಕದ ಕಷ್ಟವೆಲ್ಲಾ ತನಗೇ ಬಂದಿದೆ ಅನ್ನೋ ಹಾಗೆ ಗೋಗರೆದ.

‘ರಾಹುಲ್, ನಾನ್ ರಾತ್ರಿ ಲಾಗ್ ಇನ್ ಮಾಡ್ಬೇಕು’

‘ಬೆಳಗ್ಗೆ ನೀನ್ ಲಾಗ್ ಔಟ್ ಮಾಡಿದ್ಮೇಲೆ ಫೋಟೋ ಶೂಟ್ ಮಾಡೋಣ ಬ್ರೋ. ಪ್ಲೀಸ್ ಆಗಲ್ಲ ಅನ್ಬೇಡಾ. ಅಡ್ವಾನ್ಸ್ ಹಾಕಿದ್ದಾರೆ, ಲೊಕೇಶನ್ ಬುಕ್ ಆಗಿದೆ, ಕ್ಲೈಂಟ್ ಆಲ್ರೆಡಿ ಸಕಲೇಶಪುರಕ್ಕೆ ಹೋಗಿದ್ದಾರೆ’

ರಾಹುಲ್ ಜೊತೆ ಇನ್ನು ಎಷ್ಟೋ ಈವೆಂಟ್ಸ್ ಮಾಡಬೇಕಾದ್ದರಿಂದ ಅವನಿಗೆ ಇಲ್ಲ ಎಂದು ಬೇಸರ ಮಾಡಲಿಕ್ಕಾಗಲಿಲ್ಲ. ಅನೂಪ್ ತನ್ನ ಕಲೀಗ್‌ಗೆ ಇವತ್ತು ರಾತ್ರಿ ಮ್ಯಾನೇಜ್ ಮಾಡಿ ನಾನು ಟ್ರಾವೆಲ್ ಮಾಡ್ತಿರ್ತೀನಿ ಏನಾದರೂ ಮುಖ್ಯವಾದ ಕೆಲ್ಸ ಇದ್ದರೆ ಫೋನ್ ಮಾಡಿ ನಾನು ಲ್ಯಾಪ್‌ಟಾಪ್ ಜೊತೆಗೇ ತೆಗೆದುಕೊಂಡು ಹೋಗಿರ್ತೇನೆ, ತಕ್ಷಣ ಲಾಗ್ ಇನ್ ಮಾಡ್ತೀನಿ ಎಂದು ಹೇಳಿ ಒಪ್ಪಿಸಿದ. ಪ್ಯಾಶನ್ ಮತ್ತು ಪ್ರೊಫೆಷನ್ ಎರಡನ್ನು ಒಟ್ಟಿಗೆ ನಿಭಾಯಿಸಿಕೊಂಡು ಹೋಗೋದಕ್ಕೆ ತುಂಬಾ ಕಷ್ಟದ ಕೆಲಸ ಅನ್ನೋದು ಅನೂಪ್‌ಗೆ ಈಗಾಗಲೇ ಅರ್ಥವಾಗಿಬಿಟ್ಟಿತು. ಅದಲ್ಲದೇ ಒಂದಷ್ಟು ದಿನ ಮಾಡಿದ ಕೆಲಸದಿಂದ ಸಿಕ್ಕ ಹಣವೆಲ್ಲಾ ಹೊಸ ಲೆನ್ಸು, ಟ್ರೈಪಾಡ್‌ಗಳು, ಹೋಗೋ ಬರೋ ಖರ್ಚುಗಳಿಗೇ ಸರಿಹೋಗುತ್ತಿತ್ತು. ಈ ಮಧ್ಯ ಆಫೀಸ್‌ನಿಂದ ಬರುತ್ತಿದ್ದ ಸಂಬಳದ ಮೆಸೇಜ್ ನೋಡಿದಾಗ ಮಿಂಚು ಹೇಳಿದ ಮಾತು ಸತ್ಯ ಅನ್ನಿಸುತ್ತಿತ್ತು.

ಸಕಲೇಶಪುರದ ಕಾಫೀ ಎಸ್ಟೇಟ್‌ಗಳನ್ನು ಸೀಳಿಕೊಂಡು ಇನೋವಾ ಕಾರು ಮುನ್ನುಗ್ಗಿತು. ಕಾರಿನಲ್ಲಿದ್ದ ಅನೂಪ್ ಕಣ್ಣುಬಿಟ್ಟಾಗ ಹಸಿರನ್ನು ಹೊದ್ದ ಪ್ರಕೃತಿ ಸುತ್ತಲೂ ಆವರಿಸಿಕೊಂಡಿತ್ತು. ಕೆಲಸದ ಕಾರಣವಾಗಿ ಅನೂಪ್ ಅದೇ ಮೊದಲ ಬಾರಿ ಸಕಲೇಶಪುರಕ್ಕೆ ಬಂದಿದ್ದ. ಪ್ರಿ ವೆಡ್ಡಿಂಗ್ ಫೋಟೋಗ್ರಫಿ ಮಾಡಿಕೊಳ್ಳಬೇಕಿದ್ದ ಹುಡುಗ ಹುಡುಗಿ ಆಗಲೇ ತಯಾರಾಗಿ ಲೊಕೇಶನ್‌ಗೆ ಬಂದಿದ್ದರು. ಇನ್ನು ಹದಿನೈದು ದಿನದಲ್ಲಿ ಮದುವೆಯಾಗಲಿರುವ ಖುಷಿ ಅವರಿಬ್ಬರಲ್ಲಿ ತುಂಬಿ ತುಳುಕುತಿತ್ತು. ಅವರು ತಮ್ಮ ಜೀವನದ ಕೆಲವು ಮುಖ್ಯವಾದ ಮೊಮೆಂಟ್ಸ್‌ನ ರಿಕ್ರಿಯೇಟ್ ಮಾಡುವ ಯೋಜನೆ ಹಾಕಿದ್ದರು. ಮೊದಲು ಭೇಟಿಯಾದ ದಿನ, ಪ್ರೀತಿ ಹೇಳಿಕೊಂಡ ದಿನ, ಮೊದಲ ಮುನಿಸು ಮತ್ತು ಮೊದಲ ಮುತ್ತು. ಅದರ ಬಗ್ಗೆ ರಾಹುಲ್ ಮತ್ತೆ ಅನೂಪ್ ಟೀಂಗೆ ವಿವರವಾಗಿ ಹೇಳುತ್ತಿರುವಾಗ ಹುಡುಗ ಹುಡುಗಿಯ ಕಣ್ಣುಗಳು ಮಿಂಚಿದವು. ತಮ್ಮ ಕಥೆಯನ್ನು ಹೇಳುತ್ತಾ, ಹಿಂದೆ ಆಡಿದ ಜಗಳದ ಬಗ್ಗೆ ತಮಾಷೆ ಮಾಡಿಕೊಳ್ಳುತ್ತಿದ್ದರು.

‘ನಾವಿಬ್ರೂ ಹೇಗ್ ಜಗಳ ಆಡಿದ್ವಿ ಅಂದ್ರೆ, ಅವ್ಳ್ ಮನೇಲಿ ಬೇರೆ ಹುಡುಗನ್ ನೋಡೋ ಲೆವೆಲ್‌ಗೆ ಹೋಗಿತ್ತು’

‘ಏನಿಲ್ಲಾ.. ಇವನ್ದೇ ಕಿತಾಪತಿ. ಬ್ರೇಕಪ್ ಆಯ್ತು ಅಂತ ಅಷ್ಟ್ ಬೇಗ ಫ್ರೆಂಡ್ಸ್‌ಗೆಲ್ಲಾ ಟಾಂ ಟಾಂ ಮಾಡ್ಕೊಂಡ್ ಬಂದಿದ್ದ. ನನ್ ಎನಿಮಿ ಒಬ್ಳು ಇದ್ಲು,

ಅವಳಿಗೆ ನಮ್ಮಿಬ್ರು ಬ್ರೇಕಪ್ ಆಯ್ತು ಅಂತ ಗೊತ್ತಾಗಿ ಆಫೀಸಲ್ಲಿ ನಂಗೇ ಟಾಂಟ್ ಕೊಡೋಕೆ ಬಂದಿದ್ಲು, ನಾನ್ ಬಿಡ್ತೀನಾ, ಇವನ ವರ್ಕ್ ಪ್ಲೇಸ್‌ಗೆ ಅವ್ನನ್ನ ಕರೆದುಕೊಂಡು ಹೋಗಿ ಅವ್ಳ ಮುಂದೇನೇ ಕಿಸ್ ಮಾಡಿ, ನಮ್ಮಿಬ್ಬರಿಗೂ ಜಗಳನೇ ಆಗಿಲ್ಲ ಬ್ರೇಕಪ್ ಯಾಕಾಗುತ್ತೆ ಅಂತ ವಾಪಸ್ ಕೇಳ್ದೆ. ಅಲ್ಲಿಗೆ ಎಲ್ಲಾ ಖತಮ್' ಅವಳ ಮಾತು ಕೇಳಿ ಎಲ್ಲರೂ ನಗುವಿನಲ್ಲಿ ಮುಳುಗಿದರು. ಆ ಜೋಡಿಯ ಮಾತುಗಳು ಅನೂಪ್‌ನನ್ನು ಇನ್ನಷ್ಟು ಕಾಡತೊಡಗಿತು. ಹಿಂದಿನ ಜಗಳಗಳು ಇಂದಿನ ತಮಾಷೆಯಾಗಬೇಕು, ಕಾಡುವಂತಹ ನೆನಪಾಗಿ ಉಳಿದು ಕೊಳ್ಳಬಾರದು. ಸಮುದ್ರದಷ್ಟು ನೆನಪುಗಳಿರುವ ಪ್ರೀತಿಯನ್ನು ಸುಲಭವಾಗಿ ಬಿಟ್ಟುಕೊಡ್ತಿದ್ದೇವಲ್ಲಾ ಅನ್ನೋದು ಅವನನ್ನು ಚುಚ್ಚಿ ಎಚ್ಚರಿಸಿತು. ತಕ್ಷಣ ಮಿಂಚು ಹತ್ತಿರ ಮಾತನಾಡಲೇಬೇಕು, ನಾನೇ ಸಾರಿ ಕೇಳಿದರೂ ಪರವಾಗಿಲ್ಲ ಅನ್ನೋ ಬಯಕೆ ಉಕ್ಕಿ ಬಂದಿತು.

'ಬ್ರೋ. ನಿಮ್ ಫೋನ್ ಕೊಡಿ ಒಂದ್ ಕಾಲ್ ಮಾಡ್ಬೇಕು. ನಮ್ ಹುಡುಗಿ ನನ್ ನಂಬರ್ ಬ್ಲಾಕ್ ಮಾಡಿದ್ದಾಳೆ' ರಾಹುಲ್‌ನ ಕೇಳಿದಾಗ ಅವನು ಫೋನ್ ನೋಡುತ್ತಾ ಹೇಳಿದ

'ರಾಂಗ್ ಟೈಮಿಂಗ್ ಬ್ರೊ.. ನಾವು ರಿಮೋಟ್ ಏರಿಯಾಲ್ಲಿದ್ದೀವಲ್ಲ, ಇಲ್ಲಿ ನೆಟ್ ವರ್ಕೇ ಇಲ್ಲ.'

ಸಕಲೇಶಪುರದ ಯಾವುದೋ ಕಾಡಿನಂತಹ ರೆಸಾರ್ಟ್‌ನ ಮಧ್ಯೆ ಎಲ್ಲರ ಫೋನ್‌ಗಳು ನೆಟ್ವರ್ಕ್ ಇಲ್ಲದೇ ಅನಾಥವಾಗಿದ್ದವು. ಅನೂಪ್‌ಗೆ ಕ್ಷಣಕ್ಷಣಕ್ಕೂ ಮಿಂಚೂನ ಹೆಚ್ಚು ಮಿಸ್ ಮಾಡಿಕೊಳ್ಳುತ್ತಿದ್ದೇನೆ ಅನ್ನಿಸತೊಡಗಿತು. ಫೋನ್‌ನಲ್ಲಿ ಅವಳ ಫೋಟೋಗಳನ್ನು ತೆಗೆದು ನೋಡಿದ. ಅಮ್ಮನ ನಂತರ ಅತಿ ಹೆಚ್ಚು ಪ್ರೀತಿ ಕೊಟ್ಟ ಜೀವವನ್ನ ದೂರ ಮಾಡೋಕೆ ಹೊರಟಿದ್ದೆನಲ್ಲಾ ಎಂತಹ ದಡ್ಡ ನಾನು! ಆ ಕೂಡಲೇ ಬಂದ ಕೆಲಸ ಬಿಟ್ಟು ವಾಪಸ್ ಬೆಂಗಳೂರಿಗೆ ಹೋಗಿ ಮೊದಲು ಮಿಂಚು ಮುಂದೆ ಮಂಡಿಯೂರಿ ನನ್ನ ಕ್ಷಮಿಸು ಅನ್ನಬೇಕು, ಉಸಿರಾಡುವುದಕ್ಕೆ ಕಷ್ಟವಾಗುವಷ್ಟು ಬಿಗಿಯಾಗಿ ಅವಳನ್ನು ಅಪ್ಪಿಕೊಳ್ಳಬೇಕು ಅನ್ನೋ ಬಯಕೆಗಳು ತಲೆ ತುಂಬಾ ತುಂಬಿ ಮೈಯ ತುಂಬಾ ಪಸರಿಸಿದವು.

'ಬ್ರೋ ಸ್ಟಾರ್ಟ್ ಮಾಡೋಣಾ... ಬಿಸ್ಲು ಬಂದ್ರೆ ಫೋಟೋ ಚೆನ್ನಾಗಿ ಬರಲ್ಲ' ರಾಹುಲ್ ಅನೂಪನ ಯೋಚನೆಗಳಿಗೆ ಲಗಾಮು ಹಾಕಿದ. ಕೆಲಸದ ಗಂಭೀರತೆ ನೆನಪಾಗಿ ಇದೊಂದು ದಿನ ಬೇಗ ಕಳೆಯಲಿ ನಂತರ ಮಿಂಚುನ ನೋಡೋದೊಂದೇ ಕೆಲಸ ಎಂದು ಸಮಾಧಾನ ಮಾಡಿಕೊಂಡು ಫೋಟೋ ಶೂಟ್ ಶುರುಮಾಡಿದ. ಹುಡುಗ ಹುಡುಗಿ ಇಬ್ಬರೂ ಸಿನೆಮಾ ಹೀರೋ ಹಿರೋಯಿನ್‌ಗಿಂತಾ ಚೆನ್ನಾಗಿ ಎಕ್ಸ್‌ಪ್ರೆಶನ್ ಕೊಡುತ್ತಾ ಪೋಸ್ ಕೊಡುತ್ತಿದ್ದರು. ಕಾಫೀ ತೋಟದ ನಡುವೆ ನಡೆದುಬರುತ್ತಾ, ರಸ್ತೆಯ ಬದಿಯಲ್ಲಿ ಬಿಸಿ ಟೀ ಕುಡಿಯುತ್ತಾ, ಎತ್ತರದ ದಿಬ್ಬದಲ್ಲಿ ಟೈಟಾನಿಕ್ ಸಿನಿಮಾ ಪೋಸ್ ಕೊಡುತ್ತಾ

ಫೋಟೋ ತೆಗೆಸಿಕೊಂಡರು. ಅವರ ಕಾನ್ಸೆಪ್ಟ್‌ನಂತೆ ಮೊದಲ ಸಲ ಆಫೀಸ್ ಇಂಟರ್ವ್ಯೂ ದಿನ ಭೇಟಿಯಾದಾಗ ಹಾಕಿದ ಬಟ್ಟೆಯನ್ನೇ ಈಗ ಮತ್ತೆ ಧರಿಸಿದ್ದರು. ಇಬ್ಬರೂ ಅಪರಿಚಿತರಂತೆ ಕುಳಿತಿದ್ದ ಹಾಗೆ ಫೋಟೋ ತೆಗೆಯಲಾಯಿತು. ಅನೂಪನ ಮನಸ್ಸು, ಸಾಂದೀಪನಿ ಕಾಲೇಜಿನ ಬೆಂಚನ್ನು ನೆನಪಿಸಿತು. ಮಿಂಚು ಮೊದಲ ದಿನವೇ ಅಮ್ಮನ ಬಗ್ಗೆ ಹೇಳುತ್ತಾ ಅತ್ತಿದ್ದು, ಅವನು ಆಕೆ ಹತ್ತನೇ ಕ್ಲಾಸಿನ ರಿಸಲ್ಟ್ ಕೇಳೋಕೆ ಫೋನ್ ಮಾಡಿದ ಹುಡುಗಿ ಇವಳೇನಾ ಇಲ್ವಾ ಅಂತ ಗೊಂದಲಗೊಂಡಿದ್ದು, ವಿಶಾಖಾ ಕಳಿಸುತ್ತಿದ್ದ ಮೆಸೇಜನ್ನು ಮಿಂಚು ಕಳಿಸುತ್ತಿದ್ದಾಳೆ ಎಂದು ಕನ್ಫ್ಯೂಸ್ ಆಗಿದ್ದು ಎಲ್ಲವನ್ನೂ ನೆನೆದು ಮನಸ್ಸು ಪುಳಕಗೊಂಡಿತು. ನಾನೂ ಮಿಂಚು ಜೊತೇಲಿರೋಕೆ ಅಂತಲೇ ಹುಟ್ಟಿರೋದು. ಹಾಗಾಗಿ ಮೊದಲ ದಿನದಿಂದಲೇ ನಮ್ಮಿಬ್ಬರ ಮಧ್ಯೆ ಏನೋ ಒಂದು ಬಂಧ ಬೆಸೆದಿತ್ತು ಅನ್ನಿಸಿತು. ಫೋಟೋ ಶೂಟ್‌ನ ಮೊದಲ ಮುತ್ತು ಕಾನ್ಸೆಪ್ಟ್ ಮಿಂಚು ಅನೂಪ್‌ನ ಮೊದಲ ಮುತ್ತಿನ ಅನುಭವವನ್ನು ನೆನಪಿಸಿತು.

ಅಂದು ಡಿಗ್ರಿ ಕಾಲೇಜಿನ ಕೊನೇ ದಿನ. ಕ್ಯಾಂಪಸ್ ಸೆಲೆಕ್ಷನ್ ಆದ ವಿದ್ಯಾರ್ಥಿಗಳನ್ನೆಲ್ಲಾ ವೇದಿಕೆ ಮೇಲೆ ಕರೆದು ಮೊಮೆಂಟೋ ಕೊಟ್ಟರು. ಕಾರ್ಯಕ್ರಮ ಮುಗಿದ ಕೂಡಲೇ ಕಾಲೇಜ್ ಬಿಟ್ಟು ತಕ್ಷಣ ಮನೆಗೆ ಹೋಗುವ ಮನಸ್ಸಾಗಲಿಲ್ಲ. ಕೊನೇ ದಿನವೆಂದು ಅನೂಪ್ ಮತ್ತು ಮಿಂಚು ಇನ್ನು ಕೆಲವು ಸ್ನೇಹಿತರ ಜೊತೆ ಕ್ಯಾಂಟೀನಲ್ಲಿ ತಮ್ಮ ತಮ್ಮ ಕಂಪನಿಗಳ ಬಗ್ಗೆ ಮಾತನಾಡಿಕೊಳ್ಳುತ್ತಾ ಕ್ಲಾಸ್ ರೂಮಿನಲ್ಲಿ ಕುಳಿತಿದ್ದರು. ಸಮಯ ಕಳೆದಂತೆ ಕ್ಲಾಸ್ ರೂಮಿನಲ್ಲಿ ಅನೂಪ್ ಮತ್ತು ಮಿಂಚು ಇಬ್ಬರೇ ಉಳಿದರು.

'ಎಲ್ರೂ ಹೋಗ್ಲಿ ಅಂತಾನೇ ಕಾಯ್ತಿದ್ದೆ ಮಿಂಚು.. ಇಷ್ಟ್ ದಿನ ನಾವು ಪ್ರತಿದಿನ ಕಾಲೇಜಿನಲ್ಲಿ ಸಿಗ್ತಾ ಇದ್ವಿ. ಇನ್ಮುಂದೆ ಬೇರೆ ಬೇರೆ ಕಂಪನಿ. ನಂದು ನೈಟ್ ಶಿಫ್ಟ್, ನಿಂದು ಡೇ ಶಿಫ್ಟ್, ನಿಜ್ವಾಗ್ಲೂ ನಾವು ಜೊತೇಲಿರ್ತೀವಾ?' ಅನೂಪ್ ಭಾವುಕನಾಗಿ ಕೇಳಿದ.

'ಜೊತೇಲಿರ್ಬೇಕು ಅಂದ್ರೆ ನಾವು ಸಮಯ ಮಾಡ್ಕೋಬೇಕು' ಮಿಂಚು ಸಲೀಸಾಗಿ ಹೇಳಿದ್ದಳು.

ಅಮ್ಮನನ್ನು ಕಳೆದುಕೊಂಡ ಮೇಲೆ ಅನೂಪನಿಗೆ ಮಿಂಚೂನೆ ಎಲ್ಲಾ ಆಗಿದ್ದಳು. ಕಾಲೇಜಿನಲ್ಲಿದ್ದಾಗ ಮುಂದೆ ಏನು ಅನ್ನೋ ಭಯ ಇರಲಿಲ್ಲ. ಕೊನೇ ದಿನವಾದ್ದರಿಂದ ನಡೆಯುತ್ತಿದ್ದ ದಾರಿ ಕವಲೊಡೆದ ಹಾಗಾಯಿತು. ಬೇರೆ ಬೇರೆ ದಾರಿ ಆಯ್ಕೆ ಮಾಡಿಕೊಂಡ ಮೇಲೆ ಒಟ್ಟಿಗೆ ಇರೋಕೆ ಸಾಧ್ಯವೇ ಅನ್ನೋ ಅನುಮಾನ ಭಯ ಕಾಡಿತು.

'ನಿಂಗೆ ನೆನಪಿದ್ದೀಯಾ? ಪಿಯು ಫೇರ್‌ವೆಲ್ ಡೇ ದಿನ. ನಾನು ಪ್ರಾಂಕ್ ಮಾಡಿದ್ದಕ್ಕೆ ನೀನು ಬಿಟ್ಟುಹೋದೆ. ಆಮೇಲೆ ನೀನ್ ನಂಗೆ ವಾಪಸ್ ಸಿಗ್ತೀಯಾ

ಅಂತ ಅಂದುಕೊಂಡೇ ಇರ್ಲಿಲ್ಲ. ಅಮ್ಮನೂ ನನ್ನ ಬಿಟ್ಟುಹೋದ್ಲು. ನೀನೂ ಬಿಟ್ಟು ಹೋದ್ರೆ ನನಗೆ ಅದನ್ನ ತಡೆದುಕೊಳ್ಳೋಕೆ ಆಗಲ್ಲ ಮಿಂಚು' ಅನೂಪ್ ಭಯದಿಂದ ಅವಳ ಕೈಯನ್ನು ಗಟ್ಟಿಯಾಗಿ ಹಿಡಿದುಕೊಂಡ.

'ನಾನ್ ಯಾಕ್ ಬಿಟ್ಟುಹೋಗ್ಲಿ. ಈಗೇನಾಯ್ತು ಅಂತ ಇಷ್ಟ್ ಭಯ ಪಡ್ತಿದ್ದೀಯಾ..?'

'ನಿಜ್ವಾಗ್ಲೂ ನನ್ನ ಬಿಟ್ಟು ಹೋಗಲ್ಲ ಅಲ್ವಾ ಮಿಂಚು?'

'ಇಲ್ಲಾ ಕಣೋ ಅನೂ.. ನಾವಿಬ್ರೂ ಸೇರಿ ಜೀವನದಲ್ಲಿ ಮಾಡ್ಬೇಕಿರೋದಿನ್ನೂ ತುಂಬಾ ಇದೆ, ಕೆಲ್ಸ ಸಿಕ್ಕಿರೋದು ಒಂದು ಶುರು ಅಷ್ಟೇ' ಮಿಂಚು ವಿಶ್ವಾಸದಿಂದ ಹೇಳಿದರೂ ಅನೂಪನ ಭಯ ಕಮ್ಮಿಯಾಗಲಿಲ್ಲ. ಅವಳ ಮುಖವನ್ನೇ ದಿಟ್ಟಿಸಿದ. ಅವಳು ನನ್ನವಳಾಗಿ ಜೊತೆಯಲ್ಲಿರಬೇಕು. ಈ ದಿನ ನಮ್ಮಿಬ್ಬರಿಗೂ ನೆನಪಿಡುವ ದಿನವಾಗಬೇಕು ಎಂದು ಮನಸ್ಸು ಒತ್ತಾಯಿಸಿತು. ತಕ್ಷಣ ಅವಳ ತುಟಿಗೆ ಮುತ್ತು ಕೊಟ್ಟುಬಿಟ್ಟ. ಮಿಂಚು ಶಾಕ್ ಆಗಿ ಭಯದಿಂದ ಅವನನ್ನೇ ನೋಡಿದಳು.

'ನೀನ್ ನನ್ನ ಹುಡುಗಿ ತಾನೇ.. ನಾವ್ ಕಾಲೇಜ್ ಮುಗ್ಸಿ ಕೆಲ್ಸಕ್ಕೆ ಸೇರ್ತಿದ್ದೀವಿ. ಭಯ ಯಾಕೆ. kiss me back if you want to be with me forever!'

ಮಿಂಚು ಕೊಂಚ ಯೋಚಿಸಿ ನಿರ್ಧಾರಕ್ಕೆ ಬಂದು ಪಿಸುಮಾತಿನಲ್ಲಿ 'I am yours, Forever!' ಎಂದು ಹೇಳಿ, ಕಣ್ಣುಮುಚ್ಚಿ ಅವನ ತುಟಿಯ ಮೇಲೆ ಪ್ರೇಮದ ವಚನವಿತ್ತಳು. ವಿದ್ಯಾರ್ಥಿ ಜೀವನದ ಕೊನೇ ದಿನ, ಕೆಲಸ ಸಿಕ್ಕ ಖುಷಿ, ಹೊಸ ದಿನಗಳು ಶುರುವಾಗೋ ಘಟ್ಟ ಎಲ್ಲವೂ ಸೇರಿ ಇಬ್ಬರಲ್ಲೂ ಒಂದು ತರದ ಭಯ ಮತ್ತು ಸಂತಸವನ್ನು ಹುಟ್ಟುಹಾಕಿತ್ತು. ಆ ಮೊದಲ ಮುತ್ತು 'ನೀನೇ ನನ್ನ ಜೀವನದ swipe right ನಿರ್ಧಾರ' ಅನ್ನೋದನ್ನು ಒಪ್ಪಿಕೊಂಡು ಕೊಟ್ಟ ಭಾಷೆಯಾಗಿತ್ತು.

❋

ಅಂದುಕೊಂಡ ಕಾನ್ಸೆಪ್ಟ್ ಪ್ರಕಾರ ಎಲ್ಲಾ ಫೋಟೋಗಳೂ ಚೆನ್ನಾಗಿ ಬಂದಿದ್ದವು. ಎಸ್ಟೇಟು, ರೆಸಾರ್ಟು ರಸ್ತೆ ಎಲ್ಲಾ ಕಡೆ ಫೋಟೋ ತೆಗೆದು ಮುಗಿಯುವಷ್ಟರಲ್ಲಿ ಸಾಯಂಕಾಲ ಐದು ಗಂಟೆಯಾಗಿತ್ತು. ಅನೂಪ್ ಕ್ಯಾಮೆರಾದ ಲೆನ್ಸ್ ತೆಗೆದು ಎಲ್ಲವನ್ನೂ ಪ್ಯಾಕ್ ಮಾಡುತ್ತಿದ್ದ. ಅವನ ಮನಸ್ಸು ಅಷ್ಟರಲ್ಲಾಗಲೇ ಮಿಂಚು ಪಿಜಿ ತನಕ ಪ್ರಯಾಣ ಮಾಡಿಬಿಟ್ಟಿತ್ತು.

'ರೆಸಾರ್ಟ್ ಹಿಂದುಗಡೆ ಒಂದು ನದಿ ಇದೆ. ಅಲ್ಲಿ.. ತೆಪ್ಪದಲ್ಲಿ ಕೆಲವು ಫೋಟೋಸ್ ತೆಗೆಯೋಣ.. ತುಂಬಾ ಡಿಫ್ರೆಂಟ್ ಆಗಿರುತ್ತೆ' ಹುಡುಗ ಹುಡುಗಿ ಇನ್ನೂ ಫೋಟೋ ಶೂಟ್‌ನ ಮೂಡ್‌ನಲ್ಲೇ ಇದ್ದರು.

ಎಲ್ಲಾ ಮುಗಿದ ಮೇಲೆ ಮತ್ತೆ ಇನ್ನೇನೋ ಹೇಳುತ್ತಿದ್ದಾರಲ್ಲ ಅನ್ನೋ ಅಸಮಾಧಾನದಲ್ಲಿ ಅನೂಪ್ ರಾಹುಲ್‌ನ ಕಡೆ ನೋಡಿದ. ಬೇರೆ ದಿನಗಳಾದರೆ ಸರಿ, ಇಂದು ಅನೂಪ್‌ಗೆ ಒಂದೊಂದು ನಿಮಿಷ ಕಳೆದಂತೆ ಭಾರ ಹೆಚ್ಚುತ್ತಿತ್ತು. ರಾಹುಲ್ ಅವರಿಬ್ಬರ ಹತ್ತಿರ ಒಂದಷ್ಟು ಹೊತ್ತು ಏನೇನೋ ಮಾತನಾಡಿಕೊಂಡು ಬಂದ. ಬಂದವನ ಮುಖದಲ್ಲಿ ಅನೂಪನ ಮನಸ್ಸನ್ನೇ ಬದಲಾಯಿಸೋ ಯೋಜನೆ ಎದ್ದು ಕಾಣುತ್ತಿತ್ತು.

'ಆರು ಗಂಟೆ ತನಕ ಡೇ ಲೈಟ್ ಇರುತ್ತಲ್ಲ, ಇನ್ನೊಂದೆಡು ಫೋಟೋ ತೆಗೆಯೋಣ, ಮತ್ತೆ ಮತ್ತೆ ಇಲ್ಲೀ ತನಕ ಬರಲ್ವಲ್ಲ.. ಲೈಫ್ ಅಲ್ಲಿ ಒಂದೇ ಸಲ ಪ್ರಿ ವೆಡಿಂಗ್ ಫೋಟೋ ಶೂಟ್ ಮಾಡೋದು ಅಂತಿದ್ದಾರೆ ಬ್ರೋ.. ಮ್ಯಾಕ್ಸಿಮಮ್ forty five minutes to one hour ಜಾಸ್ತಿ ಟೈಮ್ ತೊಗೊಳ್ಳಲ್ಲ. ಪ್ಲೀಸ್ ಬ್ರೋ ಕೋ-ಆಪರೇಟ್ ಮಾಡು. ಮಿಡ್‌ನೈಟ್ ಒಳಗೆ ಬೆಂಗಳೂರು ರೀಚ್ ಆಗ್ಬೋದು' ರಾಹುಲ್ ಕನ್ವಿನ್ಸಿಂಗ್ ಮೋಡ್‌ನ ತುತ್ತ ತುದೀಲಿ ಮಾತನಾಡುತ್ತಿದ್ದ. ಅನೂಪನಿಗೆ ಧರ್ಮಸಂಕಟವಾಗುತ್ತಿತ್ತು. ಬೆಂಗಳೂರಾಗಿದ್ದರೆ ಇಷ್ಟರಲ್ಲಿ ಬ್ಯಾಗ್ ಪ್ಯಾಕ್ ಮಾಡಿಕೊಂಡು ಗಾಡಿ ಹತ್ತಿ ಹೊರಟುಬಿಡುತ್ತಿದ್ದ. ಇನ್ನೊಬ್ಬರನ್ನು ಅವಲಂಬಿಸಿ ಬಂದಿರೋದು ಕೈಕಾಲು ಕಟ್ಟಿಬಿಟ್ಟಿತ್ತು. ಇನ್ನೇನು ಮಾತನಾಡಿ ಸಮಯ ಹಾಳು ಮಾಡೋದಕ್ಕಿಂತ ಫೋಟೋ ತೆಗೆದುಬಿಡೋದೇ ಬೇಗ ಮುಗಿಯೋ ಕೆಲ್ಸ ಎಂದು ತನ್ನ ಕ್ಯಾಮೆರಾ ಬ್ಯಾಗ್ ಅನ್ನು ಮತ್ತೆ ಬಿಚ್ಚಿದ.

ರಭಸದಿಂದ ಹರಿಯುತ್ತಿದ್ದ ನದಿಯ ದಡದಲ್ಲಿ ರಾಹುಲ್ ಮತ್ತು ಹುಡುಗ ಹುಡುಗಿ ತೆಪ್ಪದವನ ಹತ್ತಿರ ಮಾತನಾಡುತ್ತಿದ್ದರು. ಅನೂಪ್ ಕ್ಯಾಮೆರಾ ಹಿಡಿದು ಯಾವ ಕಡೆಯಿಂದ ಫೋಟೋ ತೆಗೆಯಬಹುದೆಂದು ನದಿ ದಂಡೆಯ ಸುತ್ತ ನೋಡುತ್ತಾ ಸಣ್ಣದೊಂದು ಸೇತುವೆಯ ಮೇಲೆ ಕ್ಯಾಮೆರಾ ಸೆಟಪ್ ಮಾಡಿದ. 'ರಾಹುಲ್, ಅವ್ರಿಗೆ ತುಂಬಾ ದೂರ ಹೋಗೋದು ಬೇಡಾ ಅಂತ ಹೇಳಿ, ದಡದಿಂದ ಸ್ವಲ್ಪ ಆಚೆ ಬಂದ್ರೆ ಸಾಕು, ನಂಗೆ ಒಳ್ಳೇ ಫ್ರೇಮ್ ಸಿಗುತ್ತೆ. ಸೇಫ್ಟಿ ನೋಡ್ಕೊಳ್ಳಿ' ಅನೂಪ್ ದೂರದಲ್ಲಿದ್ದವರಿಗೆ ಜೋರಾಗಿ ಕಿರುಚಿ ಹೇಳಿದ. ರಾಹುಲ್ ಆ ಕಡೆಯಿಂದ thumbs up ಮಾಡಿದ. ಹುಡುಗ ಹುಡುಗಿಯನ್ನು ತೆಪ್ಪದ ಮೇಲೆ ಹತ್ತಿಸಿ ರಾಹುಲ್ ಮತ್ತು ತೆಪ್ಪದವನು ಅವರ ಜೊತೆಗೇ ಒಂದೈದು ಹೆಜ್ಜೆ ನಡೆದುಕೊಂಡು ಬಂದರು.

'ಬ್ರೋ ಫ್ರೇಮ್ ಅಲ್ಲಿ ಬರ್ತಿದ್ದೀರಾ ಹಿಂದೆ ಹೋಗಿ' ಅನೂಪ್ ಕಿರುಚಿಕೊಂಡಾಗ ಅವರಿಬ್ಬರೂ ಹಿಂದೆ ಸರಿದರು. ತೆಪ್ಪ ನದಿಯ ಮಧ್ಯಕ್ಕೆ ತೇಲುತ್ತಾ ಹೋಗುತ್ತಿದ್ದದ್ದು ನೋಡಿ ಅನೂಪ್‌ಗೆ ಗಾಬರಿಯಾಗಿತು. ರಾಹುಲ್ ಓಕೆ ನಾ ಅಂತ ಕೇಳುತ್ತಿದ್ದದಕ್ಕೆ ಹುಡುಗ ಹುಡುಗಿ ಏನೂ ತೊಂದರೆ ಇಲ್ಲ, ನಾವು ಬ್ಯಾಲೆನ್ಸ್ ಮಾಡುತ್ತಿದ್ದೇವೆ ಎಂದರು. ಅನೂಪ್ ಇನ್ನೊಂದು ಫೋಟೋ ತೆಗೆಯಲು ಫ್ರೇಮ್ ನೋಡುತ್ತಿದ್ದಂತೆ ಅನಾಹುತವಾಗಿ ಹೋಯಿತು. ತೇಲುತ್ತಿದ್ದ

ತೆಪ್ಪಕ್ಕೆ ಬಂಡೆಕಲ್ಲು ಅಡ್ಡ ಸಿಕ್ಕಿ ತೆಪ್ಪ ಮಗುಚಿಕೊಂಡು ಹುಡುಗ ಹುಡುಗಿ ಇಬ್ಬರೂ ನೀರು ಪಾಲಾದರು. ಕ್ಯಾಮೆರಾದ ಫ್ರೇಮಿನಲ್ಲಿ ಎಲ್ಲಿ ಹೋದರು ಎಂದು ಕಣ್ಣಿಟ್ಟು ಹುಡುಕುತ್ತಿದ್ದ ಅನೂಪ್ ಅರೆಕ್ಷಣದಲ್ಲಿ ಏನಾಗಿರಬಹುದೆಂದು ಊಹಿಸಿ ಬೆಚ್ಚಿಬಿದ್ದ. ರಭಸವಾಗಿ ಹರಿಯುತ್ತಿದ್ದ ನದಿಯು ಹುಡುಗ ಹುಡುಗಿಯನ್ನು ತನಗೆ ಬೇಕಾದಲ್ಲಿಗೆ ಎಳೆದೊಯ್ಯುತ್ತಿತ್ತು. ತೆಪ್ಪದವನು ಕೂಡಲೇ ನೀರಿಗೆ ಜಿಗಿದನು. ಅನೂಪನಿಗೆ ಕೈಕಾಲು ಆಡದೇ ಮಂಡಿಯಲ್ಲಿದ್ದ ಶಕ್ತಿ ಉಡುಗಿ ಹೋದಂತಾಯಿತು. ಸಾವರಿಸಿಕೊಂಡು ನದಿಯ ಕಡೆ ಓಡಿದ. ರಾಹುಲ್‌ಗೆ ಈಜು ಬಾರದೇ ದಡದಲ್ಲೇ ನಿಂತು ಭಯದಲ್ಲಿ ಹೆಲ್ಪ್, ಕಾಪಾಡಿ ಎಂದು ಕಿರುಚುತ್ತಿದ್ದ, ಅನೂಪ್‌ಗೆ ಸ್ವಿಮಿಂಗ್ ಪೂಲ್‌ನಲ್ಲಿ ಈಜಾಡಿದ್ದು ಬಿಟ್ಟರೆ ನದಿಯಲ್ಲಿ ಈಜುವುದು ಗೊತ್ತಿರಲಿಲ್ಲ. ನೀರಿಗೆ ಹಾರುವುದೋ ಬೇಡವೋ ಎಂದು ತಿಳಿಯದೇ ಕಲ್ಲಾಗಿ ನಿಂತುಬಿಟ್ಟ.

ನದಿ ಮಧ್ಯದಿಂದ ತೆಪ್ಪದವನು ಹುಡುಗನನ್ನು ಮೇಲೆಳೆದು ದಡಕ್ಕೆ ಕರೆದುಕೊಂಡು ಬರುತ್ತಿರೋದು ಕಾಣಿಸಿತು. ಆದರೆ ಹುಡುಗಿ ಎಲ್ಲೂ ಕಾಣಿಸಲೇ ಇಲ್ಲ. ಅನೂಪ್‌ಗೆ ಭಯವಾಗಿ ಏನಾದರೂ ಆಗಲಿ ಎಂದು ನೀರಿಗೆ ಹಾರಿದ. ಭಯದಲ್ಲಿ ಕೈ ಕಾಲು ಬಡಿಯುವುದನ್ನು ಮರೆಯುತ್ತಿತ್ತು, ದೇಹದಲ್ಲಿದ್ದ ಶಕ್ತಿಯನ್ನೆಲ್ಲಾ ಒಟ್ಟುಗೂಡಿಸಿ ತೆಪ್ಪದವನ ಕಡೆಗೆ ಈಜಿದ. ಅವಳನ್ನು ನೀವು ಹುಡುಕಿ, ನಾನು ದಡ ಸೇರಿಸುತ್ತೇನೆ ಎಂದು ಸನ್ನೆ ಮಾಡಿ ಹುಡುಗನ ಶರ್ಟನ್ನು ಎಳೆದು ದಡಕ್ಕೆ ಕರೆದುಕೊಂಡು ಬಂದ. ಹುಡುಗ ಭಯದಲ್ಲಿ ನಡುಗುತ್ತಿದ್ದ, ಉಸಿರಾಡಲು ಕಷ್ಟವಾಗುತ್ತಿತ್ತು. ಕೂಡಲೇ ಪೋಲೀಸರಿಗೆ ಫೋನ್ ಮಾಡು ಎಂದು ಅನೂಪ್ ರಾಹುಲ್‌ಗೆ ಹೇಳಿದಾಗ, ಇಲ್ಲಿ ನೆಟ್ವರ್ಕ್ ಇಲ್ಲ ಯಾರನ್ನಾದರೂ ಕರೆದುಕೊಂಡು ಬರ್ತೀನಿ ಎಂದು ಓಡಿದ. ಅನೂಪನಿಗೆ ಒಬ್ಬನೇ ಮುಂದೆ ಏನು ಮಾಡೋದೆಂದು ತೋಚಲಿಲ್ಲ. ನೀರು ಕುಡಿದವನಿಗೆ ಪ್ರಥಮ ಚಿಕಿತ್ಸೆ ಮಾಡಬೇಕೆಂದು ಅರಿವಾಗಿ ಅವನ ಹೊಟ್ಟೆಯಿಂದ ನೀರು ಹೊರಬರುವಂತೆ ಅಮುಕಿದ. ನದಿಯ ಕಡೆ ಆಗಾಗ ನೋಡಿದಾಗ ತೆಪ್ಪದವನು ದೂರದಲ್ಲಿ ನೀರಿನಲ್ಲಿ ಮುಳುಗಿ, ಎದ್ದು ಹುಡುಗಿಯನ್ನು ಹುಡುಕುತ್ತಿದ್ದದ್ದು ಕಂಡಿತು, ಆದರೆ ಅವಳ ಸುಳಿವೇ ಇರಲಿಲ್ಲ. ಅನೂಪನಿಗೆ ತಲೆ ಸುತ್ತಿ ಬಂದಂತಾಯಿತು. ಸಮಯ ಒಂದು ಗಂಟೆ ಹಿಂದೆ ಹೋಗಬಾರದೇ ಅನ್ನಿಸಿತು. ನಾನು ಪ್ಯಾಕ್ ಮಾಡಿದ ಕ್ಯಾಮೆರಾ ಬ್ಯಾಗನ್ನು ಬಿಚ್ಚಲೇಬಾರದಿತ್ತು, ತೆಪ್ಪವನ್ನು ಹತ್ತಲು ಬಿಡಬಾರದಿತ್ತು, ಹತ್ತಿದ ಮೇಲೂ ದಡದಿಂದ ಮುಂದಕ್ಕೆ ಹೋಗದಂತೆ ನೋಡಿಕೊಳ್ಳಬೇಕಿತ್ತು ಎಂದು ಮನಸ್ಸು ರಿವರ್ಸ್ ಹೋಗಿ ಏನೆಲ್ಲಾ ಮಾಡಬಹುದಿತ್ತು ಅನ್ನೋ ಕಲ್ಪನೆಯಲ್ಲಿ ಒದ್ದಾಡಿತು. ಆದರೆ ಅವನು ವಾಸ್ತವವನ್ನು ಎದುರಿಸಲೇಬೇಕಿತ್ತು. ಕಳೆದುಹೋದ ಸಮಯ ಇನ್ನೆಂದೂ ಬಾರದು ಅನ್ನೋದನ್ನು ಕಷ್ಟಪಟ್ಟು ಜೀರ್ಣಿಸಿಕೊಂಡ.

ರಾಹುಲ್‌ಗಾಗಿ ಕಾದು ಕಾದು ಅವನ ಸುಳಿವು ಸಿಗದಿದ್ದಾಗ, ಅನೂಪ್ ಸ್ವತಃ ರೆಸಾರ್ಟ್‌ನವರಿಗೆ ವಿಷಯ ಮುಟ್ಟಿಸಿ. ಅವರು ಸಹಾಯಕ್ಕೆ ಧಾವಿಸಿದರು, ಹುಡುಗನನ್ನು ಆಸ್ಪತ್ರೆಗೆ ಕರೆದೊಯ್ಯಲಾಯಿತು. ತೆಪ್ಪದವನು ಏದುಸಿರುಬಿಡುತ್ತಾ 'ಹುಡ್ಗಿ ಎಲ್ಲೂ ಕಾಣ್ಲಿಲ್ಲ ಸ್ವಾಮಿ' ಎಂದುಬಿಟ್ಟ. ಅನೂಪ್‌ನ ಎದೆ ಧಸಕ್ ಎಂದಿತು. ಅಷ್ಟರಲ್ಲಿ ಬಂದ ಪೊಲೀಸ್ ವಿಚಾರಣೆ ಶುರುಮಾಡಿದರು, ರಾಹುಲ್‌ಗಾಗಿ ಹುಡುಕಿದಾಗ ಅವನೆಲ್ಲೂ ಕಾಣಲಿಲ್ಲ. ಫೋನ್ ಮಾಡ್ತೀನಿ ಅಂತ ಹೋದವನು ವಾಪಸ್ ಬಂದಿಲ್ಲ ಅನ್ನೋದು ಅನೂಪನಿಗೆ ಅರಿವಾಯಿತು. ಅವನು ಬಂದಿದ್ದ ಇನೋವಾ ಕಾರು ಕಾಣಲಿಲ್ಲ!

## 12

'ನಾವಿಬ್ಬರೂ ಮದ್ವೆ ಆಗ್ಬಿಡೋಣಾ' ಅರವಿಂದಾ ಕಣ್ತುಂಬಿಕೊಂಡು ಕೇಳಿದಾಗ ಚಕ್ರವರ್ತಿಗೆ ಇಷ್ಟು ಹೊತ್ತು ಆಗಿದ್ದೆಲ್ಲವೂ ಭ್ರಮೆಯೋ ನಿಜವೋ ಎಂದು ನೆನಪಿಸಿಕೊಳ್ಳುವಂತಾಯಿತು. ಕಿಟಕಿಯಿಂದಾಚೆ ನೋಡುತ್ತಾ ನಿಂತವನು ಯೋಚನಾ ಲಹರಿಯಲ್ಲಿ ಮುಳುಗಿದ. ದೂರದಲ್ಲಿದ್ದ ಹಲಸಿನ ಮರದಲ್ಲಿ ಹಲಸಿನ ಹಣ್ಣುಗಳು ಒಂದಕ್ಕೊಂದು ಅಪ್ಪಿಕೊಂಡು ಮರಕ್ಕೆ ಜೋತುಬಿದ್ದಿದ್ದವು, ಇನ್ನೊಂದೆಡೆ ಎರಡು ಪಕ್ಷಿಗಳು ಒಟ್ಟಿಗೆ ಸೇರಿ ಗೂಡು ಕಟ್ಟುತ್ತಿದ್ದವು. ಆ ಪಕ್ಷಿಗಳಿಗೆ ಯಾರೂ ಮದುವೆ ಮಾಡಿಲ್ಲ ಪ್ರಾಣಿ ಪಕ್ಷಿಗಳ ಲೋಕದಲ್ಲಿ ಮದುವೆ ಅನ್ನೋದೇ ಇಲ್ಲ, ಅವಕ್ಕೆ ಬೇಕೆನಿಸಿದಾಗ ಸಂಗಾತಿಗಳನ್ನು ಹುಡುಕುವ ಹಕ್ಕಿದೆ. ಅವುಗಳಿಗೆ ಯಾವ ಕಟ್ಟುಪಾಡುಗಳೂ ಇಲ್ಲ, ಯಾರ ಅಪ್ಪಣೆಯನ್ನು ಕೇಳಬೇಕಿಲ್ಲ. ಗಂಡುಹೆಣ್ಣುಗಳು ಒಂದಾಗುವ ಪ್ರಕೃತಿಯ ಸಹಜ ಗುಣಕ್ಕೆ ತಲೆಬಾಗಿವೆ. ಆದರೆ ನಾವು ಮದುವೆ ಅನ್ನೋದನ್ನು ತುಂಬಾ ಸಂಕೀರ್ಣಗೊಳಿಸಿಬಿಟ್ಟಿದ್ದೇವೆ. ಇಷ್ಟ ಪಟ್ಟಿದ್ದೇವೆ, ಒಟ್ಟಿಗೆ ಬದುಕುತ್ತೇವೆ ಅನ್ನುವಷ್ಟು ಸುಲಭವಲ್ಲ ಅನ್ನಿಸಿತು.

ಇಷ್ಟು ದಿನದಲ್ಲಿ ಒಮ್ಮೆಯೂ ಮದುವೆಯ ಮಾತನಾಡದ ಅರವಿಂದಾ ಈಗ ನಡೆದ ಘಟನೆಯಿಂದ ತಪ್ಪಿತಸ್ಥೆಯ ಭಾವನೆಯಲ್ಲಿ ಮದುವೆಯಾಗುವ ಅಂದಳು. ಅದೇಕೆ ಅವಳಲ್ಲಿ ಉತ್ಸಾಹವಿಲ್ಲ, ಸಂತೋಷವಿಲ್ಲ? ಇದು ಸಂಕೋಚವೇ? ಒಬ್ಬ ವೈದ್ಯೆಯಾಗಿ ಇಷ್ಟೊಂದು ಸಂಕೋಚಪಡಬೇಕೆ? ಅನ್ನೋ ಪ್ರಶ್ನೆಗಳಿಗೆ ಚಕ್ರವರ್ತಿಯ ಮನಸ್ಸು ಎಷ್ಟೆಂದರೂ ಆಕೆ ಒಂದು ಹೆಣ್ಣು ಅನ್ನೊ ಉತ್ತರ ಕೊಟ್ಟಿತು. ಅರವಿಂದಾ ಕೇಳಿದ ಪ್ರಶ್ನೆಗೆ ಚಕ್ರವರ್ತಿಯ ಹತ್ತಿರ ಇಲ್ಲ ಅನ್ನೋ ಉತ್ತರಕ್ಕೆ ಜಾಗವೇ ಇಲ್ಲ. ಆಕೆ ಅವನ ಉಸಿರಿನ ಭಾಗವಾಗಿಬಿಟ್ಟಿದ್ದಾಳೆ. ಈ ಕೆಲ ನಿಮಿಷಗಳ ಹಿಂದೆ ತನ್ನ ತನುಮನವನ್ನು ಅರ್ಪಿಸಿಕೊಂಡವಳು, ಆಗಲೇ ನನ್ನ ಹೆಂಡತಿಯಾಗಿಬಿಟ್ಟಿದ್ದಾಳೆ, ಈ ಖುಷಿಯನ್ನು ಸಮಾಜಕ್ಕೆ ತಿಳಿಸುವುದಕ್ಕಾಗಿ ಮದುವೆಯಾಗಬೇಕಿದೆ ಅನ್ನಿಸಿತು. ಮುಖ ಪರಿಚಯದಿಂದ ಶುರುವಾದ

ಈ ಸಂಬಂಧ ಇಲ್ಲಿಯವರೆಗೆ ಬೆಳೆದುಬಂದ ರೀತಿ ಎಂತಹ ಅಚ್ಚರಿ ಎಂದು ಚಕ್ರವರ್ತಿ ಯೋಚಿಸುತ್ತಾ ನಿಂತ.

ಉಡುಪಿಗೆ ಬಂದ ಮೂರು-ನಾಲ್ಕು ವರ್ಷದಲ್ಲಿ ಅರವಿಂದಾಳನ್ನು ಸುಮಾರು ಸಾರಿ ನೋಡಿದ್ದರೂ ಒಂದು ಸಲವೂ ನಾವು ಇಷ್ಟು ಹತ್ತಿರವಾಗಬಹುದೆನಿಸಿರಲಿಲ್ಲ. ಅಂದು ನೋವು ಕೊಟ್ಟ ಕಾಯಿಲೆ, ಬಾಳಿನಲ್ಲಿ ನಲಿವನ್ನು ತರೋ ಡಾಕ್ಟರನ್ನು ಜೊತೆ ಮಾಡಿತು, ಬಸ್ಸು ಆಟೋ ಕಥೆಗಳು ಇಬ್ಬರ ಮಧ್ಯೆ ಬಾಂಧವ್ಯ ಬೆಸೆಯುವಂತೆ ಮಾಡಿದವು. ಆಕೆಯನ್ನು ನಾನು ಪ್ರೀತಿ ಮಾಡಲು ಶುರು ಮಾಡಿದ್ದು ಯಾವಾಗಿನಿಂದ? ನನ್ನ ಮನಸ್ಸಿನಲ್ಲಿದ್ದ ಲತಾ ಮರೆಯಾದಳೇ? ಹೆಂಡತಿ ತೀರಿಕೊಂಡು ಇಪ್ಪತ್ತಾರು ವರ್ಷ ಕಳೆದಿತ್ತು. ಈಗಲೂ ಲತಾ ನೆನಪಾಗುತ್ತಾಳೆ. ಒಳ್ಳೆ ಗೃಹಿಣಿಯಾಗಿ, ಮಗನ ತಾಯಿಯಾಗಿ. ಆದರೆ ಸಂಗಾತಿಯಾಗಿದ್ದ ದಿನಗಳು ಬಹಳ ಕಡಿಮೆ. ಮರೆವು ಅನ್ನೋದು ಮಾಯೆ. ನೆನಪು ಮಾಡಿಕೊಂಡಾಗ ಆಪ್ತರು ನೆನಪಾಗುತ್ತಾರೆ. ನೆನಪು ಮಾಡಿಕೊಳ್ಳಲಿಲ್ಲ ಎಂದರೆ ಅದು ಮರೆವು ಅಂತಲ್ಲ. ಅದು ವಾಸ್ತವದಲ್ಲಿ ಬದುಕುವುದು. ಅಲ್ಲಿ ಅಗಲಿದವರಿಗೆ ಜಾಗವಿಲ್ಲ. ಅವರ ಜಾಗವೇನಿದ್ದರೂ ನೆನಪಿನಲ್ಲಿ.

ಅರವಿಂದಾ ಏಕೆ ನನಗೆ ಇಷ್ಟು ಹತ್ತಿರವಾಗಿಬಿಟ್ಟಳು, ಅವಳು ನನ್ನನ್ನೇಕೆ ಒಪ್ಪಿಕೊಂಡಳು ಅನ್ನೋ ಪ್ರಶ್ನೆಗೆ ಚಕ್ರವರ್ತಿ ಉತ್ತರ ಹುಡುಕುತ್ತಾ ಹೋದ. ಬಹುಶಃ ಅವಳ ಜೀವನದಲ್ಲಿ ಈ ಜಾಗ ತುಂಬಾ ದಿನದಿಂದ ಖಾಲಿ ಇತ್ತು, ಆಕೆಯೇ ಹೇಳಿದ ಹಾಗೆ ಅವಳ ಗಂಡ ಜೊತೆಗಿದ್ದಾಗಲೂ ಆ ಜಾಗ ಖಾಲಿ ಇತ್ತು. ಒಂದು ಹೆಣ್ಣಾಗಿ ಅವಳ ನೋವು ನಲಿವುಗಳಿಗೆ ಸದಾ ಜೊತೆಯಲ್ಲಿದ್ದು ಸ್ಪಂದಿಸುವ ಜೀವವೊಂದರ ಹಂಬಲ ಅವಳಿಗೆ ಇತ್ತು ಆದರೆ ವಯಸ್ಸು, ಸಮಾಜ ಈ ಎಲ್ಲಾ ಅಗತ್ಯತೆಗಳನ್ನು ಅದುಮಿಟ್ಟಿತ್ತು. ಚಕ್ರವರ್ತಿಯ ಸ್ನೇಹ ಅವಳಲ್ಲಿ ಒಂದು ಹೊಸಾ ಹುರುಪನ್ನು ಹುಟ್ಟು ಹಾಕಿತ್ತು, ಅವನ ಜೊತೆಗಿನ ಒಡನಾಟ ತನ್ನದೊಂದು ಬದುಕಿದೆ ಅನ್ನೋ ವಿಶ್ವಾಸವನ್ನು ಹೊತ್ತು ತಂದಿತ್ತು. ಇಷ್ಟು ವರ್ಷದ ನಂತರ ಮದುವೆ ಅನ್ನೋ ದೊಡ್ಡ ನಿರ್ಧಾರವನ್ನು ತೆಗೆದುಕೊಳ್ಳೋದು ಸರಿಯೇ? ಅಥವಾ ಇದು ದೊಡ್ಡ ನಿರ್ಧಾರವೇ ಅಲ್ಲದೆ ಒಂದು ಅಗತ್ಯವೇ? ಅಥವಾ ಈ ನಿರ್ಧಾರ ತೆಗೆದುಕೊಳ್ಳಲು ವರ್ಷಾನುಗಟ್ಟಲೆ ಕಾದು ಪರಿಶೀಲನೆ ಮಾಡಿ ಬೇಡವೆನಿಸಿದ್ದರೂ ಒಬ್ಬರಿಗೊಬ್ಬರು ಸಿಕ್ಕಮೇಲೆ ಇದೇ ಸರಿಯಾದ ನಿರ್ಧಾರ ಅನ್ನುವ ವಿಶ್ವಾಸ ಹುಟ್ಟಿತೇ? ಮೂರನೆಯದೇ ಸರಿ ಎನಿಸಿತು.

ಅರವಿಂದಾಳ ಕೆಲಸಕ್ಕೆ ಜನ ಮನ್ನಣೆ ಸಿಗುತ್ತಾ ಹೋದಾಗ ಚಕ್ರವರ್ತಿ ಅದೆಲ್ಲಾ ತನಗೆ ಸಿಗುತ್ತಿರುವಷ್ಟು ಸಂಭ್ರಮಿಸಿದ, ಅವಳ ಖುಷಿಯನ್ನ ನೋಡಿ 'ನೀವು ಯಾವಾಗಲೂ ಹೀಗೇ ನಗ್ತಾ ಇರಬೇಕು, ಬೇರೆಯವರಿಗೆ ಸ್ಫೂರ್ತಿಯಾಗಿರಬೇಕು' ಎಂದಾಗ ಅರವಿಂದಾ ಕಣ್ಣುಗಳು ತುಂಬಿ ಬಂದವು.

'ಯಾಕೆ ನೀವು ಇಷ್ಟೆಲ್ಲಾ ಮಾಡಬೇಕು?' ಅರವಿಂದಾಗೆ ಉತ್ತರ ಗೊತ್ತಿದ್ದರೂ ಅವನ ಬಾಯಲ್ಲೇ ಕೇಳುವ ಆಸೆಯಲ್ಲಿ ಕೇಳಿದಳು.

'ಇದೆಲ್ಲಾ ಸಿಗೋ ಅರ್ಹತೆ ನಿಮಗಿದೆ ಡಾಕ್ಟರ್'

'ಸರಿ, ಆದರೆ ನನ್ನ ಕ್ಲಿನಿಕ್‌ಗೋಸ್ಕರ ನೀವ್ಯಾಕೆ ಇಷ್ಟೊಂದು ಕಷ್ಟಪಡಬೇಕು'

'ಯಾಕೆಂದರೆ.. ನೀವು ನನಗೆ ಒಳ್ಳೇ ಸ್ನೇಹಿತರು' ಚಕ್ರವರ್ತಿ ಒಂದೊಂದೇ ಪದವನ್ನು ಹುಡುಕಿ ಸೇರಿಸಿ ವಾಕ್ಯ ಮಾಡಿದ.

'ಎಷ್ಟು ದಿನ ಜೊತೆ ಇರುತ್ತಾರೋ ಅಂತ ಗೊತ್ತಿಲ್ಲದ ಸ್ನೇಹಕ್ಕೆ ಇಷ್ಟೆಲ್ಲಾ ಮಾಡಬೇಕಾ?'

'ಗೊತ್ತಿಲ್ದೇ ಏನು? ಸದಾ ನಿಮ್ಮ ಪೇಶೆಂಟ್ ಆಗಿ, ನಿಮ್ಮ ಜೊತೆ ಹೀಗೇ ಇರ್ತೀನಿ ಡಾಕ್ಟರ್, ನಿಮ್ಮ ಕ್ಲಿನಿಕ್‌ಗೆ ಮಾರ್ಕೆಟರ್ ಆಗಿ ಕೂಡ ಕೆಲಸ ಮಾಡ್ಕೊಡ್ತೀನಿ..'

ಚಕ್ರವರ್ತಿಯ ಮಾತುಗಳಿಂದ ಅರವಿಂದಾಳ ಕಣ್ಣುಗಳಲ್ಲಿ ನಗು ಮಿಂಚಿದವು. ಆ ನಗು ಇಳಿದು ತುಟಿಯನ್ನು ಸೇರಿ ಇನ್ನಷ್ಟು ಚಂದವಾಯಿತು. ಅಲ್ಲಿಂದ ಆಕೆ ಮತ್ತೇನೂ ಪ್ರಶ್ನೆ ಕೇಳಲಿಲ್ಲ, ಆತನೂ ಹೆಚ್ಚು ಹೇಳಬೇಕಿರಲಿಲ್ಲ. ಅರವಿಂದಾ ಮತ್ತು ಚಕ್ರವರ್ತಿ ಇಬ್ಬರ ಮನಸ್ಸಿನಲ್ಲಿ ಪ್ರತಿದಿನದ ಮಾತುಗಳಲ್ಲಿ, ಯೋಚನೆಗಳಲ್ಲಿ, ಮಾರನೇ ದಿನದ ಪ್ಲಾನ್‌ಗಳಲ್ಲಿ ಒಬ್ಬರಿಗೊಬ್ಬರು ಜಾಗ ಮಾಡಿಕೊಂಡರು. ಚಕ್ರವರ್ತಿಯ ಜೊತೆಗಿನ ನೆನಪುಗಳನ್ನು ಅರವಿಂದಾ ಮಲಗುವ ಮುನ್ನ ಬೆಡ್ ಶೀಟ್‌ನಂತೆ ಹೊದ್ದು ಮಲಗಿದಳು. ಗವ್ ಎಂದು ಭಯಪಡಿಸುತ್ತಿದ್ದ ರಾತ್ರಿಗಳು ದೂರವಾದವು. ಎಷ್ಟೋ ರಾತ್ರಿ ಇಬ್ಬರೂ ಫೋನಿನಲ್ಲಿ ಮಾತನಾಡುತ್ತಾ ಗುಡ್ ನೈಟ್ ಹೇಳುವುದನ್ನೂ ಮರೆತು, ಫೋನ್ ಕಟ್ ಮಾಡೋದನ್ನೂ ಮರೆತು ನಿದ್ರೆಗೆ ಜಾರಿದ್ದಕ್ಕೆ ದಿಂಬುಗಳು ಸಾಕ್ಷಿಯಾದವು.

ಆ ದಿನ ಭೇಟಿಯಾದಾಗ ಹುಣಸೇಹಣ್ಣಿನ ಲಾಲಿಪಾಪ್ ತಿನ್ನೋದಷ್ಟೇ ಯೋಜನೆಯಲ್ಲಿದ್ದದ್ದು. ಸಂಬಂಧವನ್ನು ಇನ್ನೊಂದು ಹಂತಕ್ಕೆ ಕೊಂಡೊಯ್ಯುವ ಘಟನೆಯ ಬಗ್ಗೆ ಇಬ್ಬರೂ ಊಹಿಸಿರಲಿಲ್ಲ.

'ಹುಣಸೇಹಣ್ಣು, ಬೆಲ್ಲ, ಹಸೀ ಮೆಣಸಿನಕಾಯಿ ಮತ್ತು ಜೀರಿಗೆಯನ್ನು ಕಲ್ಲಿನಲ್ಲಿ ಜಜ್ಜಿ ಉಂಡೆ ಮಾಡಿ ಕಡ್ಡಿಗೆ ಸಿಕ್ಕಿಸಿದರೆ. ಹುಣಸೇಹಣ್ಣಿನ ಲಾಲಿಪಾಪ್ ರೆಡಿ. ಬಾಯಲ್ಲಿಟ್ಟರೆ ಷಡ್ರಸಗಳೂ ಅನುಭವಕ್ಕೆ ಬರುತ್ತವೆ, ನಾಲಿಗೆಯ ರುಚಿಗ್ರಂಥಿಗಳನ್ನೆಲ್ಲಾ ಎದ್ದು ಕುಣಿಸಿಬಿಡುವಂತಹ ರುಚಿ ಇದಕ್ಕಿದೆ' ಚಕ್ರವರ್ತಿ ಹೊಗಳಿ ಕೊಟ್ಟಾಗ ಅರವಿಂದಾ ಚಿಕ್ಕಮಕ್ಕಳಂತೆ ಹುಣಸೇ ಲಾಪಿಪಾಪ್‌ನ ಬಾಯಲ್ಲಿಟ್ಟು ಚೀಪಿ ಎರಡೇ ನಿಮಿಷದಲ್ಲಿ ಖಾಲಿ ಮಾಡಿದಳು. ಹೆಚ್ಚು ತಿಂದರೆ ಹೊಟ್ಟೆನೋವು ಬರುತ್ತೆ ಎಂದು ಚಕ್ರವರ್ತಿ ಎಚ್ಚರಿಸುತ್ತಿದ್ದಾಗ ಅವಳಿಗೆ ಕಾಲಿನ

ನರ ಉಳುಕಿದಂತಾಯಿತು. ಅವಳ ಮುಖದಲ್ಲಾದ ಬದಲಾವಣೆಯನ್ನು ಗಮನಿಸಿದ ಚಕ್ರವರ್ತಿ ಏನಾಯಿತೆಂದು ಕೇಳಿದ.

'ಇತ್ತೀಚೆಗೆ ಕಾಲಿನ ಹಿಂಭಾಗದ ನರ ಟಿವ ಟಿವ ಅನ್ನೋಕೆ ಶುರುವಾಗಿದೆ, ಗಾಡಿ ಕಾಲ್ಮೇಲೆ ಬೀಳಿಸಿಕೊಂಡಾಗ್ಲಿಂದ ಈ ಸಮಸ್ಯೆ. ಅದೇನೆಂದರೆ ನಮ್ಮ ದೇಹದಲ್ಲಿರೋ ನರಗಳು ವಿದ್ಯುತ್ ಪಾಸ್ ಮಾಡೋ ವಯರ್‌ಗಳ ಹಾಗೆ, ಒಂದು ಸಲ ಆ ವಯರ್‌ನ ಕನೆಕ್ಷನ್ ವೀಕ್ ಆದ್ರೆ short circuit ಆಗುತ್ತಲ್ಲ, ಹಾಗೆ ನಮ್ಮ ದೇಹದಲ್ಲೂ ಯಾವ್ದಾದರೂ ನರಕ್ಕೆ ಪರ್ಟಿಕ್ಯುಲರ್ ಆಗಿ ಹೆಚ್ಚು ಪೆಟ್ಟಾದಾಗ ಅದು ವೀಕ್ ಆಗಿ, ನಂಗೆ ಆಗ್ತಿದ್ಯಲ್ಲ ಈಗ ಆ ತರ ಶಾರ್ಟ್ ಸರ್ಕ್ಯೂಟ್ ಆಗುತ್ತೆ! ನನ್ನ ಕಾಲಿನ ಹಿಮ್ಮಡಿಯ ನರ ಈಗ ISI ಮಾರ್ಕ್ ಇಲ್ದೇ ಇರೋ ಲೋಕಲ್ ವಯರ್ ತರ ಆಗ್ಬಿಟ್ಟಿದೆ' ಅರವಿಂದಾಳ ವಿವರಣೆ ಕೇಳಿ ಚಕ್ರವರ್ತಿಗೆ ನಗು ಬಂದಿತು. 'ಡಾಕ್ಟರ್, ಕಾಲಲ್ಲಿ ನರದ ಸಮಸ್ಯೆ ಆಗಿರೋದು ನನಗಲ್ಲ ನಿಮಗೆ, ಪೇಶೆಂಟಿಗೆ ಅರ್ಥಮಾಡಿಸೋ ತರ ಹೇಳ್ತಿದ್ದೀರಿ. ಆದ್ರೂ ನಿಮ್ಮ ವಿವರಣೆ ಚಂದ ಬಿಡಿ. ನರಮಂಡಲನ ನೀವು ಕರೆಂಟ್ ವಯರಿಗೆ ಹೋಲಿಸಿ ಹೇಳಿದ್ದು ಚಿಕ್ಕ ಮಕ್ಕಳಿಗೂ ಅರ್ಥವಾಗಿಬಿಡುತ್ತೆ.'

ಅವಳು ವಿಷಯಾಂತರ ಮಾಡಿ ಏನೇನೊ ಮಾತನಾಡುತ್ತಿದ್ದಾಗ, ಕಾಲಿನ ಉಳುಕಿನ್ನೂ ಬಿಟ್ಟಿಲ್ಲ ನೋವನ್ನು ಮರೆಯೋದಕ್ಕೆ ಹೀಗೆ ಬೇರೇನನ್ನೋ ಮಾತನಾಡುತ್ತಿದ್ದಾಳೆ ಅನ್ನೋದು ಒಂದೆರಡು ನಿಮಿಷದಲ್ಲೇ ಚಕ್ರವರ್ತಿಗೆ ಅರ್ಥವಾಯಿತು.

'ನಿಮಗೆ ತುಂಬಾ ನೋವಾಗ್ತಾ ಇದೆ. ಮೊದ್ಲು ಅದಕ್ಕೇನಾದ್ರೂ ಮಾಡಿ'

'ಮೂರು ದಿನದಿಂದ ಮಾತ್ರೆ ತೊಗೋತಿದ್ದೀನಿ, ಕಾಲಿಗೆ ಸ್ವಲ್ಪ ಎಣ್ಣೆ ಹಚ್ಚಬೇಕು, ನೆನ್ನೆ ಥೆರಪಿಸ್ಟ್ ಹಚ್ಚಿದಳು. ಇವತ್ತು ಬಂದಿಲ್ಲ, ಇನ್ನೂ ತಡವಾಗುತ್ತೆ ಅನ್ನಿಸುತ್ತೆ, ಬೇರೆ ಪೇಶೆಂಟ್‌ಗಳೂ ಇಲ್ದೇ ಇರೋದ್ರಿಂದ ನಾನು ಕರೆಯೋಕೆ ಹೋಗಿಲ್ಲ'

'ಚಕ್ರವರ್ತಿ ನನಗೂ ಥೆರಪಿಸ್ಟ್ ಕೆಲಸ ಕಲ್ಸಿ ಡಾಕ್ಟರ್, ರಜೆ ಇದ್ದಾಗ ಸೈಡ್ ಇನ್ಕಮ್ ಮಾಡ್ಕೋತಿನಿ' ಅಂತ ತಮಾಷೆಯಾಗಿ ಹೇಳಿದರೂ ಅರವಿಂದಾ ಕಾಲಿನ ನೋವನ್ನು ನಿವಾರಿಸಲು ಸಹಾಯ ಮಾಡಬೇಕು ಅನ್ನೋದು ಅವನ ಉದ್ದೇಶವಾಗಿತ್ತು.

ಚಕ್ರವರ್ತಿಯ ಒತ್ತಾಯದ ಮೇರೆಗೆ ಕಾಲಿಗೆ ಎಣ್ಣೆಯನ್ನು ಹಚ್ಚಿಸಿಕೊಳ್ಳಲು ಅರವಿಂದಾ ಒಪ್ಪಿದಳು. ಗಿಡಮೂಲಿಕೆಗಳಿಂದ ತಯಾರಿಸಿದ್ದ ಎಣ್ಣೆ ಬಾಟಲಿಯ ಮುಚ್ಚಳ ತೆಗೆದ ಕೂಡಲೇ ಘಮ ಕೋಣೆ ತುಂಬಾ ಹರಡಿಕೊಂಡಿತು. ಧನ್ವಂತರಿ ದೇವರಿಗೆ ನಮಸ್ಕಾರ ಮಾಡಿ ಚಕ್ರವರ್ತಿ ಅವಳ ಕಾಲನ್ನು ತನ್ನ ತೊಡೆಯ ಮೇಲಿಟ್ಟುಕೊಂಡು ಬೆರಳಂಚಿನಿಂದ ಸ್ವಲ್ಪ ಸ್ವಲ್ಪವೇ ಎಣ್ಣೆಯನ್ನು ತೆಗೆದುಕೊಂಡು

ಇಡೀ ಕಾಲಿಗೆ ಸವರುತ್ತಾ ಬಂದ. ಅರವಿಂದಾ ಕಾಲಿಗೆ ಹಿತವೆನಿಸಿ ಕಣ್ಣು ಮುಚ್ಚಿ ಕುರ್ಚಿಗೆ ಒರಗಿದಳು. ಕಾಲಿನ ಹಿಮ್ಮಡಿ, ಮುಂಭಾಗ, ಬೆರಳುಗಳ ಸಂಧಿ ಎಲ್ಲದಕ್ಕೂ ಬೆರಳಿನ ಮಸಾಜ್ ಮಾಡುತ್ತಿದ್ದಾಗ ಅರವಿಂದಾ ತಲೆಯೊಳಗೆ ನೋವಿನಿಂದ ಬಿಗಿದುಕೊಂಡ ನರಗಳು ರಿಲ್ಯಾಕ್ಸ್ ಆದವು. ಹುಬ್ಬುಗಳು ಸಡಿಲವಾದವು, ದೇಹವೆಲ್ಲಾ ಹಗುರವೆನಿಸಿ ಮುಖದಲ್ಲಿ ಮಂದಹಾಸ ಮೂಡಿತು.

ಚಕ್ರವರ್ತಿ ಅವಳ ಕಾಲುಗಳನ್ನು ಗಮನಿಸಿದ. ಸ್ವಲ್ಪವೂ ಬಿರಿಯದ ಕೋಮಲವಾದ ಕಾಲುಗಳು ಎಣ್ಣೆ ಹಚ್ಚಿದ ಮೇಲೆ ಹೊಳೆಯುತ್ತಿದ್ದವು. ಹತ್ತು ನಿಮಿಷಗಳ ಕಾಲ ನೀವಿದ್ದರಿಂದ ಅರವಿಂದಾ ಕುರ್ಚಿಗೆ ಒರಗಿ ನಿದ್ರೆಗೆ ಜಾರಿದಂತೆ ತೋರಿತು. ಅವಳ ನಿಶ್ಚಿಂತಳಾಗಿದ್ದಳು. ತಾನು ಕೊಟ್ಟ ಮಸಾಜ್‌ನಿಂದ ನೋವು ಹೋಗಿ ಆಕೆಗೆ ವಿಶ್ರಾಂತಿ ದೊರೆಯಿತೆಂದು ಚಕ್ರವರ್ತಿಗೆ ಸಮಾಧಾನವಾಯಿತು. ಇಪ್ಪತ್ತು ನಿಮಿಷ ಸರಿದರೂ ಆಕೆಯ ಮುಖವನ್ನೇ ನೋಡುತ್ತಾ ಕುಳಿತಿದ್ದ. ಸಾಕೆನಿಸಲಿಲ್ಲ. ನೋಡಿದಷ್ಟು ನೋಡುತ್ತಲೇ ಇರಬೇಕು ಅನ್ನೋ ಪ್ರಸನ್ನತೆ ಅವಳ ಮುಖದಲ್ಲಿತ್ತು. ಇಷ್ಟು ಆಪ್ಯಾಯತೆಯಿಂದಿರೋ ಹೆಣ್ಣು ನನ್ನವಳು ಅನ್ನೋ ಭಾವನೆ ಮನದಲ್ಲಿ ಬಲವಾಗುತ್ತಾ ಹೋಯಿತು. ಕಳಕೊಂಡು ಮರೆತೇಹೋಗಿದ್ದೇನೋ ಪುನಃ ಸಿಕ್ಕಿಬಿಟ್ಟಿತು ಅನ್ನೋ ಖುಷಿ, ಇನ್ನೇನು ಜೀವನದಲ್ಲಿ ಎಲ್ಲಾ ಮುಗೀತು ಅಂದುಕೊಂಡಾಗ ಜೀವನ ಹೊಸ ಉತ್ಸಾಹವನ್ನು ಅರವಿಂದಾಳ ಮೂಲಕ ಕೊಟ್ಟಿತ್ತು. ಆಕೆಯ ಜೊತೆಗಿರಬೇಕು, ಆಕೆಯನ್ನು ಚೆನ್ನಾಗಿ ನೋಡಿಕೊಳ್ಳಬೇಕು ಅನ್ನೋ ಹಂಬಲ ಹೆಚ್ಚಾಯಿತು.

'ಓ ಸಾರಿ, ಹಾಗೇ ಮಲಗಿಬಿಟ್ಟೆ, ನೀವ್ ಏನ್ ಮಾಡ್ತಿದ್ರಿ ಇಷ್ಟು ಹೊತ್ತು' ಅರವಿಂದಾ ಸಣ್ಣದಾಗಿ ಮೈಮುರಿಯುತ್ತಾ ಹೇಳಿದಳು.

'ನಿಮ್ಮನ್ನೇ ನೋಡ್ತಿದ್ದೆ'

ಚಕ್ರವರ್ತಿಯ ಮಾತಿಗೆ ಅವಳ ಮುಖದಲ್ಲಿ ನಾಚಿಕೆ ಮೂಡಿ ಮಾಯವಾದಂತೆ ಭಾಸವಾಯಿತು.

'ನೀವ್ ತುಂಬಾ ಫಾಸ್ಟ್ ಬಿಡಿ, ಇನ್ಮುಂದೆ ನನ್ನ ಥೆರಪಿಸ್ಟ್‌ಗೆ ಕೆಲಸ ಇಲ್ಲ ಅನ್ನಿಸುತ್ತೆ' ಮಾತು ಮರೆಸಲು ಹೇಳಿದಳು. ಆದರೆ ಚಕ್ರವರ್ತಿ ವಿಚಲಿತನಾಗಲಿಲ್ಲ.

'ಒಬ್ಬರು ನಿದ್ರೆ ಮಾಡೋದನ್ನ ನೋಡಿ ಇನ್ನೊಬ್ಬರಿಗೆ ಇಷ್ಟು ನೆಮ್ಮದಿ, ಸಂತೋಷ ಸಿಗುತ್ತೆ ಅಂದ್ರೆ, ಆ ಭಾವನೆ ಎಷ್ಟು ಅಮೂಲ್ಯ ಅಲ್ವಾ ಅಂತ ಆಶ್ಚರ್ಯ ಆಗ್ತಿದೆ. ಈ ಭಾವನೆಯನ್ನ ಕಳೆದುಕೊಳ್ಬಾರ್ದು ಅಂತಲೂ ಅನ್ನಿಸ್ತಿದೆ.

ಹೆಚ್ಚು ಹೇಳಿದ್ರೆ ಹೊಗಳಿಕೆ ಅನ್ನಿಸುತ್ತೇನೋ, ಆದರೆ ನಿಮ್ಮ ಜೊತೆ ನಾನ್ ಕಳೀತಾ ಇರೋ ಒಂದೊಂದು ದಿನವೂ ತುಂಬಾ ಖುಷಿಯಾಗಿದ್ದೀನಿ. ನನ್ ಜೀವನದಲ್ಲಿ ಇದು ಬೇಕೇಬೇಕು ಅಂತ ಯಾವತ್ತೂ ಕೇಳಿಲ್ಲ. ಆದರೆ, ನಿಮ್ಮ ಸಾಮೀಪ್ಯ ಒಂದಾದ್ರೂ ಬೇಕೇ ಬೇಕು ಅನ್ನಿಸ್ತಿದೆ.'

ತನ್ನ ಮನದಾಳದ ಮಾತುಗಳನ್ನು ಬಿಚ್ಚಿಟ್ಟು ಅವಳ ಪ್ರತಿಸ್ಪಂದನೆಗೆ ಕಾದ. ತನ್ನ ಬಗ್ಗೆ ಇಷ್ಟೆಲ್ಲಾ ಸಹಾಯ, ಕಾಳಜಿ ತೋರಿದ ಜೀವಕ್ಕೆ ಸುಳ್ಳು ಹೇಳಲು ಅರವಿಂದಾಗೂ ಮನಸ್ಸಾಗಲಿಲ್ಲ.

'ನನಗೂ ನಿಮ್ಮ ಬಗ್ಗೆ ಹಾಗೇ ಅನ್ನಿಸುತ್ತೆ. ಯಾರೂ ನನಗೋಸ್ಕರ ಇಷ್ಟು ಸಮಯ ಕೊಟ್ಟಿಲ್ಲ, ನಾನು ನಿರೀಕ್ಷಿಸಿರಲೂ ಇಲ್ಲ, ಎಲ್ಲರೂ ಅವರಿಗೋಸ್ಕರ ಬದುಕ್ಬೇಕು ಅಂತಲೇ ನಂಬಿದ್ದೆ. ನೀವ್ ಸಿಕ್ಕಿದ್ಮೇಲೆ ಎಲ್ಲವೂ ಹೊಸದಾಗಿದೆ. ನನ್ನಲ್ಲಿದ್ದ ಖಾಲಿತನಾನ ತುಂಬ್ತಿದ್ದೀರ. ನಿಮ್ಮನ್ನ ಕಳೆದುಕೊಳ್ಳಬಾರ್ದು ಅನ್ನಿಸ್ತಿದೆ'

ಹೇಳದೇ ಉಳಿದ ಮಾತುಗಳಿಗಾಗಿ ಇಬ್ಬರೂ ಹುಡುಕಾಡಿದರು. ಒಬ್ಬರ ಮೇಲೊಬ್ಬರಿಗಿದ್ದ ಅವಲಂಬನೆ, ಅಗತ್ಯ, ಪ್ರೀತಿ ಅಭಿಮಾನಗಳನ್ನು ಇನ್ನೂ ಹೇಗೆ ವ್ಯಕ್ತಪಡಿಸಬೇಕೋ ಗೊತ್ತಾಗಲಿಲ್ಲ. ಚಕ್ರವರ್ತಿ ಅವಳ ಕೈಯನ್ನು ಹಿಡಿದುಕೊಂಡು 'ಈ ಭಾವನೇನ ಭದ್ರವಾಗಿರಿಸಿಕೊಳ್ಳೋಣ ಅರವಿಂದಾ, ತುಂಬಾ ವರ್ಷಗಳ ನಂತರ ಸಿಕ್ಕಿದೆ, ಬಿಟ್ಟುಕೊಟ್ಟರೆ ಅರ್ಥವಿಲ್ಲ' ಎಂದ. ಅರವಿಂದಾ ಅವನ ಕಣ್ಣುಗಳನ್ನ ಆಳವಾಗಿ ನೋಡಿದಳು. ಚಕ್ರವರ್ತಿ ಅವಳನ್ನು ಅಪ್ಪಿಕೊಂಡ. ಮುಟ್ಟು ನಿಂತಿರದ ಹೆಣ್ಣಿಗೆ ವರ್ಷಗಳ ನಂತರ ಪುರುಷನ ದೇಹ ಸೋಕಿದಾಗ ಮೈಯಲ್ಲಿ ವಿದ್ಯುತ್ ಸಂಚಲನವಾದಂತಾಯಿತು. ಅರವಿಂದಾ ಚಕ್ರವರ್ತಿಯನ್ನು ಗಟ್ಟಿಯಾಗಿ ಅಪ್ಪಿಕೊಂಡಳು. ಅವಳಲ್ಲಿ ಭಯವಿರಲಿಲ್ಲ, ಗಿಲ್ಟ್ ಇರಲಿಲ್ಲ, ತಾನಿಷ್ಟಪಟ್ಟ ಗಂಡಿನ ತೆಕ್ಕೆಯಲ್ಲಿ ಸುರಕ್ಷಿತವಾಗಿದ್ದೇನೆ ಅನ್ನೋ ಸಂತೋಷ ತುಂಬಿತ್ತು. ಚಕ್ರವರ್ತಿ ಬೊಗಸೆಯಲ್ಲಿ ಅವಳ ಕೆನ್ನೆಗಳನ್ನು ಹಿಡಿದು ಹಣೆಗೆ ಮುತ್ತಿಟ್ಟ. ಅರವಿಂದಾಳ ಉಸಿರು ಬಿಗಿಯಾಯಿತು. ಅವಳ ದೇಹದಲ್ಲಾದ ಬದಲಾವಣೆಗಳು ಅವನನ್ನು ಒಪ್ಪಿಕೊಂಡು ಸಿದ್ಧವಾಗುತ್ತಿರುವುದನ್ನು ಗಮನಕ್ಕೆ ತಂದವು. ಆ ಸಮ್ಮತಿಗೆ ಕೃತಜ್ಞತೆಯನ್ನು ತೋರುತ್ತಾ ಚಕ್ರವರ್ತಿ ಅವಳನ್ನು ಮೆರೆಸುತ್ತಾ ಹೋದ. ಎರಡು ಜೀವಗಳು ತಣಿಯುವವರೆಗೂ ಆ ಮೆರವಣಿಗೆ ಮುಂದುವರಿಯಿತು. ಪ್ರೀತಿಯಿಂದ ಎಲ್ಲವನ್ನೂ ಅರ್ಪಿಸಿಕೊಳ್ಳೋ ಭಾವನೆ ಎಷ್ಟು ಪವಿತ್ರ, ಅಂತಹ ಸಂಗಾತಿ ಸಿಗುವುದು ಎಷ್ಟು ಅದೃಷ್ಟ ಅನ್ನೋದು ಇಬ್ಬರಿಗೂ ತಿಳಿದಿತ್ತು. ಆ ಕ್ಷಣಕ್ಕೆ ಎಲ್ಲವನ್ನೂ ಮರೆತು ಆ ಭಾವನೆಗೆ ಶರಣಾದರು.

'ನನ್ನ ಮದುವೆ ಆಗ್ಬಿಡಿ..' ಅರವಿಂದಾ ಕಣ್ತುಂಬಿಕೊಂಡು ಕೇಳಿದಳು. ಚಕ್ರವರ್ತಿಗೆ ಆಗಿದ್ದೆಲ್ಲವೂ ಭ್ರಮೆಯೋ ಅರ್ಥವಾಗಲಿಲ್ಲ. ಕಿಟಕಿಯಿಂದಾಚೆ ನೋಡುತ್ತಾ ನಿಂತ.

'ಕಿಟಕಿಯಿಂದಾಚೆ ಏನ್ ನೋಡ್ತಿದ್ದೀರಾ? ಇಷ್ಟೆಲ್ಲಾ ಆದ್ಮೇಲೂ ನಾವ್ ಯೋಚ್ನೆ ಮಾಡೋಕೇನೂ ಉಳ್ದಿಲ್ಲ ಅನ್ನಿಸುತ್ತೆ. ನಾವು ಮದುವೆ ಆಗೋಣಾ ಚಕ್ರವರ್ತಿ'

ಅರವಿಂದಾ ಮಾತಿಗೆ ಚಕ್ರವರ್ತಿ ಉತ್ತರಿಸುವ ಮೊದಲು ಬಂದ ಫೋನ್ ಕಾಲ್ ಅವನನ್ನು ಅಲ್ಲಿಂದ ಆಗಿಂದಾಗಲೇ ಹೊರಡುವ ಹಾಗೆ ದೂಡಿತು. 'ನನ್ ಮಗ ತೊಂದರೆಯಲ್ಲಿದ್ದಾನೆ. ನಾನ್ ಈಗ್ಲೇ ಹೊರಡ್ಬೇಕು. ಬಂದಮೇಲೆ ಮಾತಾಡೋಣ ಅರವಿಂದಾ. ಡೋಂಟ್ ವರಿ' ಚಕ್ರವರ್ತಿ ಆತಂಕದಲ್ಲಿ ಹೊರಟು ಹೋದ. ಅರವಿಂದಾಗೆ ಏನಾಯಿತು ಅನ್ನೋದಕ್ಕೆ ಸರಿಯಾದ ಉತ್ತರ ಸಿಗದೆ ಚಡಪಡಿಸಿದಳು.

❋

ಅನೂಪ್‌ನನ್ನು ಪೊಲೀಸ್ ಕಸ್ಟಡಿಗೆ ತಗೊಂಡಿದ್ದಾರೆ ಎಂದು ತಿಳಿದ ಶೇಖರ್‌ಗೆ ಕೈಕಾಲಾಡಲಿಲ್ಲ. ಬೆಂಗಳೂರಾಗಿದ್ದರೆ ಏನಾದರೊಂದು ಮಾಡಬಹುದಿತ್ತು, ಸಕಲೇಶಪುರದಲ್ಲಿ ಯಾರನ್ನ ಕೇಳೋದು ಎಂದು ತಲೆ ಮೇಲೆ ಕೈ ಹೊತ್ತು ಕೂತಿದ್ದಾಗ ಚಕ್ರವರ್ತಿ ನೆನಪಾದರು. ಆತ ಸಕಲೇಶಪುರದ NGOದಲ್ಲಿ ಕೆಲಸ ಮಾಡುತ್ತಿದ್ದರು ಅನ್ನೋದು ತಿಳಿದಿತ್ತು. ಜನಸಂಪರ್ಕ ಹೆಚ್ಚಿರೋ ಅವರಿಂದ ಏನಾದರೂ ಸಹಾಯ ಸಿಗಬಹುದನ್ನೋ ಯೋಚನೆ ಕೊಂಚ ಸಮಾಧಾನ ತಂದಿತು. ಅವರನ್ನು ತಿರಸ್ಕರಿಸುತ್ತಿದ್ದವನಿಗಾಗಿಯೇ ಸಹಾಯ ಕೇಳಲು ಮುಜುಗರವಾದರೂ ಬೇರೆ ದಾರಿ ಇರಲಿಲ್ಲ.

ಚಕ್ರವರ್ತಿ ಅರವಿಂದಾಳ ಯೋಚನೆಯಲ್ಲಿ ಮಗ್ನನಾಗಿದ್ದಾಗ ಶೇಖರ್ ನಂಬರ್‌ನಿಂದ ಕರೆ ಬಂದಿತ್ತು. ಸುಮ್ಮನಿರಿಸಿದರೂ ಪದೇ ಪದೇ ರಿಂಗ್ ಆಗುತ್ತಿದ್ದ ಫೋನು ಅನಾಹುತವನ್ನು ಸೂಚಿಸಿತು. ಅರವಿಂದಾಗೆ ಒಂದು ನಿಮಿಷ ಎಂದು ಸನ್ನೆ ಮಾಡಿ ಕರೆ ಸ್ವೀಕರಿಸಿದ. 'ಸರ್ ನೀವು ಸಕಲೇಶಪುರದಲ್ಲಿರೋದು ತಾನೇ?' ಶೇಖರ್‌ನ ಧ್ವನಿಯಲ್ಲಿ ಆತಂಕವಿತ್ತು.

'ಇಲ್ಲ ಸರ್ ಅದು ನಾಲ್ಕು ವರ್ಷದ್ ಹಿಂದೆ, ಉಡುಪೀಲಿ ಅದೇ NGO ಇನ್ನೊಂದ್ ಬ್ರಾಂಚ್ ಇದೆ. ಬಾವಿ ಕೆರೆ ನೋಡಿ ಸಾಕಾಗಿ ಸಮುದ್ರನೂ ನೋಡೋಣ ಅಂತ ಇಲ್ಲಿಗ್ ಬಂದೆ'

'ಸರ್ ಒಂದ್ ಪ್ರಾಬ್ಲಮ್ ಆಗಿದೆ, ಅನೂಪ್ ಏನೋ ಎಡವಟ್ಟು ಮಾಡ್ಕೊಂಡು ಸಕಲೇಶಪುರದಲ್ಲಿ ಪೊಲೀಸ್ ಕೈಗೆ ಸಿಕ್ಕಿಬಿದ್ದಿದ್ದಾನೆ. ನಾನು ಇಲ್ಲಿಗ್ ಬಂದೆ ಆದ್ರೆ ಕಾಂಟ್ಯಾಕ್ಟ್ಸ್ ಇಲ್ದೇ ಏನೂ ಮಾಡೋಕ್ ಗೊತ್ತಾಗ್ತಿಲ್ಲ. ಅವ್ನು ಏನೂ ಕ್ರೈಮ್ ಮಾಡಿಲ್ಲ ಸರ್, ಏನಾದ್ರೂ ಸಹಾಯ ಮಾಡ್ಬೋದಾ'

ಅನೂಪನಿಗೆ ತೊಂದರೆ ಆಗಿದೆ ಎಂದು ಗೊತ್ತಾದ ಕೂಡಲೇ ಚಕ್ರವರ್ತಿಯ ಹೃದಯ ಬಡಿತ ಜೋರಾಯಿತು. ಕೇಸಿನ ಪೂರ್ತಿ ಡೀಟೈಲ್ಸ್ ಪಡೆದು ಕೂಡಲೇ ಅಲ್ಲಿಗೆ ಬರುವುದಾಗಿ ಹೇಳಿದ. ಅರವಿಂದಾ ಕೇಳಿದ ಮುಖ್ಯವಾದ ಪ್ರಶ್ನೆಗೆ ಸಮಾಧಾನವಾಗಿ ಉತ್ತರಿಸುವ ಪರಿಸ್ಥಿತಿಯಲ್ಲಿರದ ಕಾರಣ, ತಾನು ಬೇಗ

ವಾಪಸ್ ಬರೋದಾಗಿ ಹೇಳಿ ತಕ್ಷಣ ಹೊರಟುಬಿಟ್ಟ. ದಾರಿಯುದ್ದಕ್ಕೂ ಮಗನ ಬಗ್ಗೆ ಯೋಚಿಸಿ ಮನಸ್ಸು ಗೊಂದಲಕ್ಕೀಡಾಯಿತು.

ನನ್ನನ್ನು ತಿರಸ್ಕರಿಸುವವನಿಗೆ ನಾನೇಕೆ ಮರುಗಬೇಕು ಎಂದೆನಿಸಿದರೂ ನನ್ನ ರಕ್ತ ಅವನಲ್ಲಿದೆ ಅನ್ನೋ ಸೆಳೆತ ಎಲ್ಲವನ್ನೂ ಮರೆಸಿತು. ಅನೂಪ್‌ಗೆ ತನ್ನ ಮೇಲಿನ ಕೋಪಕ್ಕೆ ಸಕಾರಣಗಳಿವೆ ಎಂದವನಿಗೂ ತಿಳಿದಿತ್ತು. ಮೊದಲನೆಯದಾಗಿ ಹೆತ್ತ ಮಗನನ್ನು ಸಾಕಲಾರದೇ ಇನ್ನೊಬ್ಬರಿಗೆ ಕೊಟ್ಟಿದ್ದು, ಅಲ್ಲಿಗೆ ಸಂಬಂಧ ಹರಿಯಿತು ಎಂದು ದೂರ ಹೋಗದೇ ಕಾಲಿಗೆ ಸಿಗೋ ಬಳ್ಳಿಯಂತೆ ಆಗಾಗ ಕಣ್ಣೆದುರಿಗೆ ಬಂದಾಗ ಅನೂಪನ ಮನಸ್ಸು ಡಿಸ್ಟರ್ಬ್ ಆಗುತ್ತಿತ್ತು. ಚಕ್ರವರ್ತಿಗೆ ಮಗನನ್ನು ಚಿತ್ಕಳಾಳ ಮಡಿಲಲ್ಲಿ ಬಿಟ್ಟು ಹೊರಟಾಗ ನೆಂಟರ ಮನೆಯಲ್ಲಿ ಬಿಟ್ಟು ಹೊರಟಂತ ಭಾವನೆ ಮಾತ್ರ ಇತ್ತು. ಅವನನ್ನು ತೊರೆಯಬೇಕು ಅನ್ನೋ ಯೋಚನೆಯೇ ಬಂದಿರಲಿಲ್ಲ. ಅದೊಂದು ದಿನ ಹೆಂಡತಿಯ ಕೊನೆ ಆಸೆ ಪೂರೈಸದೇ ಉಳಿದಿದೆ ಎಂದು ನೆನಪಾಗಿ ಒಮ್ಮೆ ಮಗನೊಂದಿಗೆ ಮೇಲುಕೋಟೆಗೆ ಹೋಗಿ ಬರಬೇಕು ಕಳಿಸಿಕೊಡಿ ಎಂದು ಕೇಳಿಕೊಂಡಾಗಲೇ ತಾನು ಆ ಕುಟುಂಬದಿಂದ ಬಹಳ ದೂರವಾಗಿದ್ದೇನೆ ಅನ್ನೋ ಸತ್ಯ ಅರಿವಾಗಿದ್ದು. ಚಿತ್ಕಳಾ, ನಿಮ್ಮ ನೆನಪೂ ಇಲ್ಲದ ಹುಡುಗನನ್ನು ನಿಮ್ಮ ಮಗನೆಂದು ಅರಸಿಕೊಂಡು ಬರಬೇಡಿ ಎಂದು ನೇರವಾಗಿ ನುಡಿದುಬಿಟ್ಟಿದ್ದಳು. ಅನೂಪನೂ ನಾನು ಅವರೊಂದಿಗೆ ಮಾತನಾಡಲ್ಲ 'ಐ ಹೇಟ್ ದಿಸ್ ಅಂಕಲ್' ಎಂದುಬಿಟ್ಟಿದ್ದ. ಅದು ಹೇಳಿಕೊಟ್ಟಿದ್ದೋ, ಅವನ ಬಾಯಲ್ಲೇ ಬಂದದ್ದೋ ತಿಳಿಯಲಿಲ್ಲ.

ಪೊಲೀಸ್ ಸ್ಟೇಷನ್ನಿನಲ್ಲಿ ಅನೂಪ್ ಕಣ್ತುಂಬಿಕೊಂಡು ತಲೆತಗ್ಗಿಸಿ ನಿಂತಿದ್ದ. ಯಾರು ಬಂದು ಹೋದರೂ ಗಮನಿಸುವ ಸ್ಥಿತಿಯಲ್ಲಿ ಅವನಿರಲಿಲ್ಲ. ಚಕ್ರವರ್ತಿ ಬಂದಕೂಡಲೇ ಶೇಖರ್ ಅವನನ್ನು ಇನ್ಸ್‌ಪೆಕ್ಟರ್‌ನ ಬಳಿ ಕರೆದೊಯ್ದನು. ಆದ ವಿಷಯವನ್ನು ಸಂಪೂರ್ಣವಾಗಿ ಕೇಳಿದ ಮೇಲೆ ಚಕ್ರವರ್ತಿ ಇದರಲ್ಲಿ ಅನೂಪನ ತಪ್ಪಿಲ್ಲ. ಅವನು ಫೋಟೋಗ್ರಾಫರ್ ಅಷ್ಟೇ, ಈವೆಂಟ್ ಕಂಪನಿ ನಡೆಸುತ್ತಿದ್ದ ರಾಹುಲ್‌ನ ವಿಚಾರಿಸಿ ಅವನ ಮೇಲೆ ನೀವು ನೆಗ್ಲಿಜೆನ್ಸ್ ಕೇಸ್ ಹಾಕಬೇಕು ಎಂದು ವಾದ ಮಾಡಿದ. ರಾಹುಲ್ ಕಾಣೆಯಾಗಿದ್ದು, ಹುಡುಗಿಯ ದೇಹ ಸಿಗದಿದ್ದರಿಂದ ಮತ್ತು ಮದುಮಗನ ಮಾತಿನಿಂದ ಕೇಸ್ ಸಾಕಷ್ಟು ಸಂಕೀರ್ಣಗೊಂಡಿತ್ತು.

'ನಾವ್ ಬೇಡ ಅಂದ್ರು ನಮ್ಮನ್ನ ನದಿ ಮಧ್ಯಕ್ಕೆ ಕಳುಹಿಸಿದ್ದು ಫೋಟೋಗ್ರಾಫರ್, ಸಹಾಯಕ್ಕೆ ಪಕ್ಕದಲ್ಲಿ ನಿಂತಿದ್ದ ರಾಹುಲ್ ಮತ್ತೆ ತೆಪ್ಪದವನನ್ನೂ ಫ್ರೇಮ್‌ನಲ್ಲಿ ಬರ್ತಿದೀರ ಅಂತ ದೂರ ಕಳಿಸಿಬಿಟ್ಟ' ಎಂದು ಮದುಮಗ ಸ್ಟೇಟ್ಮೆಂಟ್ ಕೊಟ್ಟುಬಿಟ್ಟಿದ್ದ. ಇದೊಂದು planned murder ಸಹ ಆಗಿರಬಹುದೆಂದು ಇನ್ಸ್‌ಪೆಕ್ಟರ್ ಸಂಶಯಪಟ್ಟರು. ಹಳೇ ವೈಷಮ್ಯದಿಂದ ಇಂತಹ ಕೊಲೆಗಳು ನಡೆದಿರುವ ಉದಾಹರಣೆ ಸಾಕಷ್ಟಿದೆ, ಅನೂಪ್ A2 (Accused 2)

ಆಗಿದ್ದರಿಂದ ಸಾಕ್ಷಿ ಸಿಗೋವರೆಗೂ ಅವನಿಗೆ ಬೇಲ್ ಸಿಗೋದಿಲ್ಲವೆಂದು ಖಡಾಖಂಡಿತವಾಗಿ ನುಡಿದುಬಿಟ್ಟರು. ಚಕ್ರವರ್ತಿ ಅನೂಪನ ಬಳಿ ಬಂದಾಗ ತಗ್ಗಿಸಿದ ತಲೆಯನ್ನು ಎತ್ತಲಿಲ್ಲ. ವರ್ಷಗಳ ನಂತರ ಮಗನನ್ನು ನೋಡಿ ಅವನ ಎದೆ ಭಾರವಾಯಿತು. 'ಧೈರ್ಯವಾಗಿರು ಅನೂಪ್.. ಅಪೋಸಿಶನ್ ಅವರು ಸತ್ಯ ಒಪ್ಪಿಕೊಂಡರೆ ನಿನಗೆ ಸುಲಭವಾಗಿ ಬೇಲ್ ಸಿಗುತ್ತೆ, ನಂಗೆ ಗೊತ್ತಿರೋರ್ ಇದಾರೆ ಎಲ್ಲಾ ಸರಿಹೋಗುತ್ತೆ' ಚಕ್ರವರ್ತಿ ಅವನ ಭುಜವನ್ನು ತಟ್ಟಿದ. ಅನೂಪ್ ತನ್ನ ಪ್ರತಿಕ್ರಿಯೆಯನ್ನು ಬದಲಾಯಿಸಲಿಲ್ಲ. ಕಲ್ಲಿನಂತೆ ನಿಂತುಬಿಟ್ಟಿದ್ದ.

ಚಕ್ರವರ್ತಿಯ ನೆಟ್ವರ್ಕ್ ಮೂಲಕ ರಾಹುಲ್‌ನ ಹುಡುಕೋ ಕಾರ್ಯಾಚರಣೆ ಮತ್ತು ರೆಸಾರ್ಟ್‌ನ ಸುತ್ತಮುತ್ತಲ CCTV ಫೂಟೇಜ್‌ಗಳನ್ನು ಹುಡುಕೋ ಕೆಲಸ ಭರದಿಂದ ಸಾಗಿತು. ರಾಹುಲ್ ಕಾರನ್ನು ಟ್ರೇಸ್ ಮಾಡಿದಾಗ ಅವನು ಕೇರಳದಲ್ಲಿ ಸಿಕ್ಕಿಬಿದ್ದ, ತೆಪ್ಪದವನು ಕೊಟ್ಟ ಸ್ಟೇಟ್ಮೆಂಟ್ ಪ್ರಕಾರ ಫೋಟೋಗ್ರಾಫರ್ ಬೇಡವೆಂದರೂ ಹುಡುಗ ಹುಡುಗಿಯೇ ಸ್ವಇಚ್ಛೆಯಿಂದ ತೆಪ್ಪದಲ್ಲಿ ಫೋಟೋ ತೆಗೆಯಬೇಕು ಎಂದು ಹೋಗಿದ್ದರು ಅನ್ನೋದು ಸಾಬೀತಾಯಿತು. ಸಿಸಿಟಿವಿ ಫೂಟೇಜ್‌ನಲ್ಲಿ ರೆಸಾರ್ಟ್ ಮುಂದೆ ನಡೆದ ಚರ್ಚೆಯ ದೃಶ್ಯಾವಳಿ ಸೆರೆಯಾಗಿತ್ತು. ಕ್ಯಾಮೆರಾ ಬ್ಯಾಗ್ ಪ್ಯಾಕ್ ಮಾಡಿದ್ದ ಅನೂಪನ ಹತ್ತಿರ ರಾಹುಲ್ ಮಾತನಾಡಿ ನದಿಯ ಬಳಿ ಫೋಟೋ ಶೂಟ್ ಮಾಡುವಂತೆ ಒತ್ತಾಯಿಸಿದ್ದು ಕಂಡುಬಂದಿತು. ಹೆಚ್ಚಿನ ವಿಚಾರಣೆಯಲ್ಲಿ ಹುಡುಗಿಯ ಕುಟುಂಬದವರು ತನಗೆ ಏನು ಮಾಡಿಬಿಡುತ್ತಾರೋ ಅನ್ನೋ ಭಯದಿಂದ ಹುಡುಗ ತಮ್ಮ ತಪ್ಪನ್ನು ಫೋಟೋಗ್ರಾಫರ್ ಮೇಲೆ ಹೊರೆಸಿದ್ದ ಅನ್ನೋದು ತಿಳಿಯಿತು. ಈ ಎಲ್ಲಾ ಆಧಾರದ ಮೇಲೆ ಅನೂಪನಿಗೆ ಮೂರು ದಿನದ ನಂತರ ಬೇಲ್ ಸಿಕ್ಕಿತು. ಹೆದರಿ ಪರಾರಿಯಾಗಿದ್ದ ರಾಹುಲ್ ಕ್ಲೈಂಟ್‌ಗೆ ಕಾಂಪನ್ಸೇಶನ್ ಕೊಡಬೇಕಾಗಿ ಬಂದಿತು. ಮೋಸ ಮಾಡಬೇಕು ಅನ್ನೋ ಉದ್ದೇಶ ಇಲ್ಲದೇ ಇದ್ದರೂ ರಾಹುಲ್‌ನ ವಿವೇಕ ಸಮಯಕ್ಕೆ ಸರಿಯಾಗಿ ಕೆಲಸ ಮಾಡದೇ ಕೈ ಕೊಟ್ಟಿದ್ದರಿಂದ ಗ್ರಹಚಾರ ಮೂರು ದಿನ ಅನೂಪನ ಬೆನ್ನೇರಿಕೊಂಡಿತ್ತು.

ಫಾರ್ಮಾಲಿಟೀಸ್ ಮುಗಿಸಿ ಪೋಲೀಸ್ ಸ್ಟೇಷನ್ನಿನಿಂದ ಹೊರಗೆ ಬಂದಾಗ ರಾತ್ರಿಯಾಗಿತ್ತು. ಚಕ್ರವರ್ತಿ ಅನೂಪನಿಗೆ ಎಲ್ಲವೂ ಸರಿಹೋಗಿದೆ ಅಂತ ಹೇಳಿದ ಸಮಾಧಾನ ಕಿವಿಗೆ ಬೀಳಲಿಲ್ಲ. ಗರಬಡಿದಂತೆ ನಿಂತಿದ್ದ. 'ನೀವಿದ್ದದಕ್ಕೆ ನಮ್ಗೆ ಬಲ ಬಂತು, ನಂಗಂತೂ ಏನ್ ಮಾಡೋಕೂ ತಿಳೀತಿರ್ಲಿಲ್ಲ. ತುಂಬಾ ಧನ್ಯವಾದ' ಶೇಖರ್ ಕೈಮುಗಿದು ಧನ್ಯವಾದ ಅರ್ಪಿಸಿದ. ಮುಂದೆ ತನಗೇನು ಕೆಲಸವಿಲ್ಲವೆಂದರಿತ ಚಕ್ರವರ್ತಿ ಕೊನೇ ಬಾರಿ ಅನ್ನೋ ಹಾಗೆ ಮಗನ ಮುಖ ನೋಡಿ ಹೊರಟ.

ಅನೂಪ್‌ನ ಆಫೀಸ್ ಕಲೀಗ್‌ನ ಮೂಲಕ ಮಿಂಚುಗೆ ವಿಷಯ ತಿಳಿಯುವಷ್ಟರಲ್ಲಿ ಎರಡು ದಿನ ಕಳೆದಿತ್ತು. ಪೋಲೀಸರೆಂದರೆ ರಾಕ್ಷಸರ ಹಾಗೆ

ಅಂದುಕೊಂಡಿದ್ದವಳಿಗೆ ಈ ವಿಚಾರ ಭಯ ಆಘಾತವನ್ನುಂಟು ಮಾಡಿತು. ಸಿನಿಮಾದಲ್ಲಿ ತೋರಿಸುವಂತೆ ಪೊಲೀಸರು ಅನೂಪನಿಗೆ ಬೂಟು ಕಾಲಿನಲ್ಲಿ ಒದ್ದು, ಮೈ ಕೈ ರಕ್ತ ಬರುವಂತೆ ಹೊಡೆದು ಉಲ್ಟಾ ನೇತು ಹಾಕಿ ಮುಖಕ್ಕೆ ನೀರೆರಚೋ ಕಲ್ಪನೆಗಳು ಮನಸ್ಸಿನಲ್ಲಿ ಮೂಡಿ ಬೆಚ್ಚಿಬಿದ್ದಳು. ಆ ಕ್ಷಣವೇ ಅನೂಪನನ್ನು ನೋಡಬೇಕೆನಿಸಿದರೂ ಪೊಲೀಸ್ ಸ್ಟೇಷನ್ನಿಗೆ ಹೋಗೋ ಧೈರ್ಯ ಸಾಲದೇ ಶೇಖರ್‌ಗೆ ಫೋನಾಯಿಸಿದಳು. ಅವರ ಕಡೆಯಿಂದ ಉತ್ತರ ಬರದೇ ಇದ್ದಿದ್ದು ಆತಂಕವನ್ನು ಹೆಚ್ಚುಮಾಡಿತು. ಆಫೀಸಿಗೆ ಹೊರಟವಳು ಆಗಿದ್ದಾಗಲಿ ಎಂದು ಕ್ಯಾಬ್ ಮಾಡಿಕೊಂಡು ಸೀದಾ ಸಕಲೇಶಪುರಕ್ಕೆ ಹೊರಟಳು. ಇಷ್ಟು ದಿನಗಳ ನಂತರ ಅನೂಪ್‌ನನ್ನು ಪೊಲೀಸ್ ಸ್ಟೇಷನ್ನಿನಲ್ಲಿ ಭೇಟಿ ಮಾಡೋ ಹಾಗಾಯ್ತಲ್ಲ ಅನ್ನೋ ನೋವಿನ ಜೊತೆಗೆ ಅನೂಪನ ಪರಿಸ್ಥಿತಿ ಏನಾಗಿರಬಹುದು, ಈ ಕೇಸ್ ಎಲ್ಲಿವರೆಗೂ ಹೋಗಿ ಮುಟ್ಟುತ್ತದೆ ಎಂದು ಆತಂಕವಾಯಿತು. ಇದ್ದ ಕೆಲ್ಸ ಬಿಟ್ಟು ಬೇರೇನೋ ಮಾಡ್ತೀನಿ ಅಂತ ಹೋಗಿದ್ದರಿಂದ ಸರಿಯಾದ ಪಾಠ ಕಲಿಸಿತು ಎಂದೊಮ್ಮೆ ಅನ್ನಿಸಿದರೆ, ಕೆಲಸದ ಬೆಲೆ ಅರ್ಥ ಮಾಡಿಕೊಳ್ಳೋದಕ್ಕೆ ಇಷ್ಟು ದೊಡ್ಡ ಶಿಕ್ಷೆ ಬೇಕಿರಲಿಲ್ಲ ಅಂತಲೂ ಅನ್ನಿಸಿತು. ಶೇಖರ್ ಅಂಕಲ್ ಫೋನ್ ಮಾಡಿ ಅನೂಪನಿಗೆ ಬೇಲ್ ಸಿಕ್ಕ ವಿಚಾರ ಹೇಳಿದ ಮೇಲೆ ತಲೆ ಮೇಲಿದ್ದ ಬಂಡೆ ಇಳಿದಂತಾಯಿತು ಮಿಂಚುಗೆ. ಮಿಂಚು ಸಕಲೇಶಪುರಕ್ಕೆ ಬರುವುದನ್ನು ಅನೂಪ್ ನಿರೀಕ್ಷಿಸಿರಲಿಲ್ಲ. ಅವಳಿಗೆ ವಿಷಯವೇ ತಿಳಿಯದಿರಲಿ ಎಂದು ಕೋರಿಕೊಳ್ಳುತ್ತಿದ್ದ. ಹಾಗಾಗಿ ಅವಳನ್ನು ನೋಡಿದ ತಕ್ಷಣ ಅವನಿಗೆ ಮುಖ ತೋರಿಸಲು ಆಗಲಿಲ್ಲ. ಅವಳು ವಿರೋಧಿಸಿದ್ದನ್ನ ಮಾಡಿದ್ದಕ್ಕೆ ತಕ್ಕ ಶಾಸ್ತಿಯಾಯಿತೇನೋ ಅನ್ನೋ ಭಾವನೆ ಮೂಡಿ ಅನೂಪನನ್ನು ಇನ್ನೂ ಕುಗ್ಗಿಸಿತು.

'ಮಿಂಚು ಪಾಪ ಅವ್ಳ್ ಕೆಲಸ ಕಾರ್ಯ ಎಲ್ಲಾ ಬಿಟ್ಟು ಇಲ್ಲಿ ತನ್ಕ ಬಂದಿದ್ದಾಳೆ. ಮಾತಾಡು' ಶೇಖರ್ ಅನೂಪನನ್ನು ಎಚ್ಚರಿಸಿದ. ಮೇಲಿಂದ ಮೇಲೆ ಬಂದ ಮಿಂಚು ಫೋನ್ ಕಾಲ್‌ಗಳು, ಅನೂಪನ ಸಮಸ್ಯೆ ಬಗೆಹರಿಯಲಿ ಅನ್ನೋ ತುಡಿತ, ಅವಳು ತೋರಿದ ಕಾಳಜಿಯಿಂದ ಅನೂಪನಿಗೆ ಮಿಂಚು ಬರೀ ಸಹಪಾಠಿ ಸ್ನೇಹಿತೆಯಷ್ಟೇ ಅಲ್ಲ ಅನ್ನೋದು ಶೇಖರ್‌ಗೆ ಅರಿವಾಗಿತ್ತು. ಚಿಕ್ಕಳಾಳ ಹಾಗೆ ಪ್ರೀತಿಸುವ ಹೆಣ್ಣು ಅನೂಪನ ಬದುಕಿನಲ್ಲಿ ಬಂದಿರುವುದು ಶೇಖರ್‌ಗೆ ನಿಜಕ್ಕೂ ಸಂತೋಷವಾಯಿತು. ಪೊಲೀಸ್ ಇನ್ಸ್‌ಪೆಕ್ಟರ್ ನಾವು ಹೇಳೋ ತನಕ ಅನೂಪ್ ಪ್ರತಿ ತಿಂಗಳು ಬಂದು ಸೈನ್ ಹಾಕಬೇಕು ಎಂದು ತಿಳಿಸಿದರು. ರಾಹುಲ್ ಪಶ್ಚಾತ್ತಾಪದಿಂದ ಕ್ಷಮೆ ಯಾಚಿಸಿದ. ಫೋಟೋ ಶೂಟ್ ಮುಗಿದ ಮೇಲೆ ತೆಪ್ಪದ ಮೇಲೆ ಶೂಟ್ ಮಾಡೋದಕ್ಕೆ ಬೇಕಾದರೆ ನೀವು ಎಕ್ಸ್ಟ್ರಾ ಚಾರ್ಜ್ ಮಾಡಿ ಅಂತ ಕ್ಲೈಂಟ್ ಹೇಳಿದ ಮಾತಿಗೆ ಒಪ್ಪಿಕೊಂಡು ದೊಡ್ಡ ತಪ್ಪು ಮಾಡಿದೆನೆಂದು ಪೇಚಾಡಿದ.

ಬೆಂಗಳೂರಿಗೆ ವಾಪಸ್ ಹೊರಡಲು ಅಣಿಯಾದಾಗ ಅನೂಪನಲ್ಲಿ ಮರೆಯಾಗಿದ್ದ ಹೊಟ್ಟೆ ಹಸಿವು ಮರಳಿತ್ತು. ಅನಾಹುತ ನಡೆದಾಗಿನಿಂದ

ಅವನು ಮೈಮೇಲೆ ಪ್ರಜ್ಞೆ ಕಳೆದುಕೊಂಡು ಬಿಟ್ಟಿದ್ದ. ಪೊಲೀಸ್ ಸ್ಟೇಷನ್ನಿನಿಂದ ಹೊರಬರುವ ತನಕ ಹಸಿವು ನಿದ್ದೆ ಯಾವುದೂ ಗೊತ್ತಾಗದ ಹಾಗಾಗಿತ್ತು. ಹೊಟ್ಟೆ ಬೆನ್ನಿಗೆ ಅಂಟಿಕೊಂಡಿರುವಂತೆ ಸಂಕಟವಾಗಿ ಬಾಯಿ ತೆರೆದು ಅನೂಪನೇ 'ಹೋಟೆಲಿಗೆ ಹೋಗೋಣ್ವಾ' ಎಂದು ಕೇಳಿದ. ನಿಶ್ಯಕ್ತಗೊಂಡ ಅವನನ್ನು ನೋಡಿ ಮಿಂಚು ಕರುಳು ಚುರುಕ್ ಎಂದಿತು. ಹೊರಡುವ ತಯಾರಿಯಲ್ಲಿದ್ದ ಶೇಖರ್ ಅವರಿಬ್ಬರನ್ನೂ ಊಟಮಾಡಿ ಬರಲು ಕಳುಹಿಸಿದ. ಹೋಟೆಲಿಗೆ ಬಂದು ಕೂತಾಗ ಇಬ್ಬರ ನಡುವೆ ಮೌನವೊಂದೇ ಉಳಿದಿತ್ತು. ಆ ಜೋಡಿಯ ಮಧ್ಯೆ ಜಗಳ ಆಗಿ, ಅಂತರ ಮೂಡಿ, ದೊಡ್ಡ ಅನಾಹುತವನ್ನು ದಾಟಿ ಮೇಲೆ ಇಬ್ಬರ ಮಧ್ಯೆಯಿದ್ದ ಪ್ರೀತಿ ಮಂಜುಮಂಜಾಗಿ ಕಾಣುತ್ತಿತ್ತು. ಮೊದಲಿದ್ದ ಸಲುಗೆ ಪ್ರೀತಿ ಹಾಗೇ ಉಳಿದುಕೊಂಡಿದ್ದೀಯಾ ಅನ್ನೋ ಅನಿಶ್ಚಿತತೆಯ ಮೋಡ ಕವಿದಿತ್ತು. ಬೇರೆಲ್ಲೋ ದಿಟ್ಟಿಸುತ್ತಾ ಸರ್ವರ್ ಇಟ್ಟುಹೋದ ಇಟ್ಟ ಇಡ್ಲಿಯ ತಟ್ಟೆಯನ್ನು ಗಮನಿಸದೇ ಕೂತಿದ್ದ ಅನೂಪನನ್ನು ಮಿಂಚು ನೋಡಿದಳು.

'ಅನೂಪ್.. ಏನೇನೋ ಯೋಚ್ನೆ ಮಾಡಬೇಡ. ಚಿಕ್ಕದ್ರಲ್ಲೇ ಮುಗೀತಲ್ಲ ಅಂತ ಸಮಾಧಾನಪಟ್ಟುಕೊಳ್ಬೇಕು ಅಷ್ಟೇ'

'ನಂದೇನೋ ಸರಿಹೋಯ್ತು ಪಾಪ ಆ ಹುಡುಗಿ ಮದ್ವೆ ಮಾಡಿಕೊಂಡು ಆ ಹುಡುಗನ ಜೊತೆ ಬದುಕಬೇಕು ಅಂತ ಎಷ್ಟು ಕನಸು ಕಟ್ಟಿಕೊಂಡಿದ್ಲು.. ನಾನ್ ಈಗ ಹೇಳಿದ್ರೆ ನೀನ್ ನಂಬ್ತೀಯೊ ಇಲ್ವೋ ಗೊತ್ತಿಲ್ಲ, ಅವರಿಬ್ಬರು ನಮ್ಮಿಬ್ರ ನೆನಪನ್ನ ತರ್ಶಿದ್ರು, ಅವ್ರನ್ನ ನೋಡಿದ್ ಮೇಲೇ ನಿನ್ನ ಮೀಟ್ ಮಾಡಿ ಸಾರಿ ಕೇಳ್ಬೇಕು ಅಂತ, ಅವ್ರ ಹಾಗೆ ನಾವೂ ನಮ್ ಜಗಳವನ್ನ ಮುಂದೆ ಯಾವತ್ತೋ ನೆನಪು ಮಾಡಿಕೊಂಡು ನಗೋ ಥರ ಆಗ್ಬೇಕು ಅಂತ ಅನ್ನಿಸಿತು. ಎಲ್ಲಾ ಅಂದುಕೊಂಡ ಹಾಗೇ ಆಗಿದ್ದಿದ್ರೆ ನಾನು ಫೋಟೋ ಶೂಟ್ ಮುಗಿಸ್ಕೊಂಡ್ ಸೀದಾ ನಿನ್ನ ಮೀಟ್ ಮಾಡಿ ಎಲ್ಲಾ ಸರಿ ಮಾಡ್ತಿದ್ದೆ'

ತುಂಬಾ ಹೊತ್ತಿನ ನಂತರ ಅಷ್ಟು ಮಾತನಾಡಿದರಿಂದ ಅನೂಪನಿಗೆ ಗಂಟಲು ಒಣಗಿದಂತಾಗಿ ನೀರು ಕುಡಿದ. ಅನೂಪ್ ತುಂಬಾ ಗಿಲ್ಟ್‌ನಲ್ಲಿ ಮಾತಾಡ್ತಿದ್ದನ್ನು ನೋಡಿ ಮಿಂಚುಗೆ ಪಾಪ ಅನ್ನಿಸಿತು. ಎಂತೆಂಥ ಸಿಲ್ಲಿ ತಪ್ಪುಗಳಿಗೆ ಜನರು ಜೀವ ಕಳೆದುಕೊಳ್ಳುತ್ತಾರೆ ಅಂತ ಮರುಕ ಉಂಟಾಯಿತು. ಇದರಲ್ಲಿ ಯಾರ ತಪ್ಪಿದೆ? ಫೋಟೋ ಶೂಟ್ ಮಾಡಿಸಿಕೊಳ್ಳಬೇಕು ಅಂತ ಹೋಗಿದ್ದನ್ನೇ ತಪ್ಪು ಅನ್ನೋಕಾಗಲ್ಲ. ಈಗಿನ ಕಾಲದಲ್ಲಿ ಎಲ್ಲಾ ಮದುಮಕ್ಕಳೂ ಮದುವೆಯ ಮುನ್ನ ತಮಗೆ ಇಷ್ಟಬಂದ ಹಾಗೆ ಫೋಟೋ ತೆಗೆಸಿಕೊಳ್ಳಬೇಕು ಅಂತ ಆಸೆ ಪಡೋದು ಟ್ರೆಂಡ್ ಆಗಿಬಿಟ್ಟಿದೆ. ಇದರಿಂದ ಮೇಕಪ್ ಮಾಡುವವರು, ಬಟ್ಟೆ ಡಿಸೈನರ್‌ಗಳು, ಫೋಟೋಗ್ರಾಫರ್‌ಗಳು ಹೀಗೆ ಎಷ್ಟೋ ಜನರಿಗೆ ಕೆಲಸವೂ ಸಿಗುತ್ತಿದೆ. ಇಲ್ಲಿ ಸರಿ ತಪ್ಪು ಅನ್ನುವುದಕ್ಕಿಂತ ಒಂದು ಕ್ಷಣ ಮೈಮರೆತಿದ್ದೇ ಸಮಸ್ಯೆ ಆಗಿದ್ದು. ಅಂದು ನಂದಿಬೆಟ್ಟದಲ್ಲೂ ಮೈಮರೆತು ಮಾತಿಗೆ ಮಾತು ಬೆಳೆಸಿದ್ದು ಇಬ್ಬರ

ಸಂಬಂಧವನ್ನು ದೂರ ಮಾಡುವಷ್ಟು ಶಕ್ತಿ ಪಡೆದುಕೊಂಡಿತು. ಮಾತಿನಲ್ಲಿ, ನಡವಳಿಕೆಯಲ್ಲಿ, ಮಾಡುವ ಕೆಲಸದಲ್ಲಿ ಎಚ್ಚರಿಕೆಯಿದ್ದರೆ ಎಷ್ಟೋ ಸಮಸ್ಯೆಗಳನ್ನು ತಡೆಗಟ್ಟಬಹುದು ಅನ್ನೋದನ್ನು ಮಿಂಚು ಮನಸ್ಸು ತರ್ಕಮಾಡಿ ಉತ್ತರ ಕೊಟ್ಟಿತು.

'ಅನೂ, ಈ ಥರ ಆಗುತ್ತೆ ಅಂತ ಯಾರೂ ಅಂದುಕೊಂಡಿರ್ಲಿಲ್ಲ. ಪ್ಲೀಸ್ ಎಲ್ಲಾ ನಿನ್ ತಪ್ಪು ಅಂತ ಗಿಲ್ಟ್ ಆಗ್ಬೇಡ. ಬ್ಯಾಡ್ ಟೈಮ್ ಅಷ್ಟೇ.. ಮುಂದೆ ಏನೇ ಮಾಡ್ಬೇಕಾದ್ರೂ ಎರ್ಡ್ ಸಲ ಯೋಚ್ನೆ ಮಾಡ್ಬೇಕು ಅಷ್ಟೇ'

'ಆಮ್ ಸಾರಿ ಮಿಂಚು, ನಿಂಗೆ ತುಂಬಾ ಹರ್ಟ್ ಮಾಡ್ಬಿಟ್ಟೆ, ನೀನ್ ಹೇಳಿದ್ದನ್ನ ಇಗ್ನೋರ್ ಮಾಡಿದ್ದಕ್ಕೆ ನಂಗೆ ಸರಿಯಾಗ್ ಆಯ್ತು ಅಂದ್ಕೋತಿದ್ಯೇನೋ ಅಲ್ವಾ?'

'ಛೇ! ನೀನ್ ಚೆನ್ನಾಗಿರ್ಲಿ ಅಂತ ನಾನ್ ಹೇಳೋದು, ನಿಂಗೆ ಕಷ್ಟ ಬಂದ್ರೆ ನಾನ್ ಹೇಳಿದ್ ಹಾಗೇ ಆಯ್ತು ಅಂತ ಖುಷಿಪಡ್ತೀನಾ? ನನ್ನ sadist ಅಂದ್ಕೊಂಡಿದ್ದೀಯಾ'?

ಮಿಂಚು ಮಾತಿಗೆ ಅನೂಪ್ ಉತ್ತರ ಕೊಡಲಿಲ್ಲ. ತಲೆ ಸರಿಯಾಗಿ ಯೋಚಿಸದೇ ಬೇರೆ ಇನ್ನೇನಾದರೂ ಮಾತನಾಡಿ ಮಿಂಚುಗೆ ಬೇಜಾರು ಮಾಡೋದಕ್ಕಿಂತ ಸುಮ್ಮನಿರೋದು ವಾಸಿ ಅಂದುಕೊಂಡ. ಸಕಲೇಶಪುರದಿಂದ ಬೆಂಗಳೂರಿನ ತನಕದ ಪ್ರಯಾಣದಲ್ಲಿ ಇಬ್ಬರ ಹೃದಯಗಳು ಒಳ್ಳೆ ದಿನಗಳಿಗಾಗಿ ಹಾತೊರೆದವು.

## 13

ಅನೂಪ್ ಸಕಲೇಶಪುರದಿಂದ ಬಂದ ನಂತರದ ಸೋಮವಾರ ಆಫೀಸಿಗೆ ಹೋಗಲು ತಯಾರಾಗುತ್ತಿದ್ದ. ಎರಡು ದಿನ ದೀರ್ಘವಾಗಿ ನಿದ್ರೆ ಮಾಡಿದ್ದರಿಂದ ತಲೆ ಭಾರವೆಲ್ಲಾ ಕಮ್ಮಿಯಾಗಿ ಮನಸ್ಸು ಮೊದಲಿನಂತಾಗುವುದಕ್ಕೆ ಸಿದ್ಧವಾಗಿತ್ತು. ಅನೂಪನಿಗೆ ಹೊಸ ಜೀವನ ಶುರು ಮಾಡುತ್ತಿದ್ದ ಹಾಗೆ ಅನ್ನಿಸಿತು. ತನ್ನ ಇಷ್ಟದ ನೇರಳೆ ಬಣ್ಣದ ಶರ್ಟ್ ಅನ್ನು ಇಸ್ತ್ರಿ ಮಾಡಿಕೊಂಡು ಹಾಕಿಕೊಂಡ. ಇನ್ ಶರ್ಟ್ ಮಾಡಿ, ಕಂಪನಿಯ ಐಡಿ ಕಾರ್ಡ್ ಹಾಕಿಕೊಂಡು ಕನ್ನಡಿಯಲ್ಲಿ ತನ್ನನ್ನು ತಾನು ನೋಡಿಕೊಂಡಾಗ ಅನೂಪನಿಗೆ ದ್ವಂದ್ವ ಕಾಡಿತು. ನಾನು ನಿಜವಾಗಿಯೂ ಖುಷಿಯಾಗಿ ಆಫೀಸಿಗೆ ಹೋಗುತ್ತಿದ್ದೇನಾ ಅಥವಾ ಆದ ಕೆಟ್ಟ ಅನುಭವವನ್ನು ಮರೆಯಲು ಸಂತೋಷದ ಮುಖವಾಡ ಹಾಕಿಕೊಂಡಿದ್ದೇನಾ ಎಂದು. ಇದು ತಕ್ಷಣಕ್ಕೆ ಸಿಗುವ ಉತ್ತರವಲ್ಲವೆಂದು ಸ್ವಲ್ಪ ಸಮಯದ ನಂತರ ಅನುಭವಕ್ಕೆ ಬಂದಿತು.

'ಆಫೀಸಿಗೆ ಹೊರಟ್ಯಾ' ಎಂದು ಮಿಂಚು ಮೆಸೇಜ್ ಮಾಡಿದಳು. 'ಯೆಸ್' ಎಂದು ಅನೂಪ್ ಟೈಪ್ ಮಾಡಿದ. 'ನಿನ್ ಫೋಟೋ ಕಳ್ಸು' ಮತ್ತೊಂದು ಮೆಸೇಜ್ ಬಂದಿತು. ಅನೂಪ್ ಕನ್ನಡಿ ಮುಂದೆ ನಿಂತು ಫೋನಿನಿಂದ ಫೋಟೋ ತೆಗೆದು ಕಳಿಸಿದ. 'ಸ್ಮೈಲ್ ಪ್ಲೀಸ್' ಎಂದು ಮಿಂಚು ರಿಪ್ಲೈ ಮಾಡಿದಳು. ಅನೂಪ್ ಮುಖದಲ್ಲಿ ನಗು ತಂದುಕೊಂಡು ಸೆಲ್ಫಿ ಫೋಟೋ ಕಳಿಸಿದ. 'That's good! have a great day. love u anu' ಮಿಂಚು ಮೆಸೇಜ್ ನೋಡಿ ಈಗ ನಿಜವಾಗಿ ಮುಖದಲ್ಲಿ ಮುಗುಳ್ನಗೆ ಮೂಡಿತು. ಹೆಲ್ಮೆಟ್ ಧಾರಿಯಾಗಿ, ಬುಲೆಟ್ ಕಿಕ್ ಮಾಡಿ ಆಫೀಸಿಗೆ ಹೊರಟ.

ಆಫೀಸಿನಲ್ಲಿ ಕೆಲಸಮಾಡೋ ಫ್ಲೋರಿಗೆ ಬಂದಾಗ ಸುತ್ತ ಕೆಲಸ ಮಾಡುತ್ತಿದ್ದವರು ಓರೆಗಣ್ಣಿನಿಂದ ತನ್ನನ್ನು ನೋಡುತ್ತಿದ್ದಾರೆ ಅನ್ನೋದನ್ನು ಅನೂಪ್ ಗುರುತಿಸಿದ. ಎಲ್ಲರೂ ತನ್ನನ್ನು ಜೈಲಿಗೆ ಹೋಗಿಬಂದವನೆಂದು ವಿಚಿತ್ರವಾಗಿ ನೋಡುತ್ತಿದ್ದಾರೆ ಅನ್ನಿಸಿತು. ಹೆದರಿಕೊಂಡರೆ ನನ್ನದೇನೋ ತಪ್ಪಿದೆ ಅಂತಾಗುತ್ತೆ ಎಂದು ಕಾನ್ಫಿಡೆಂಟ್ ಆಗಿ ನಡೆದುಕೊಂಡು ತನ್ನ ಜಾಗಕ್ಕೆ ಹೋಗಿ ಕೂತ. ಅನೂಪ್ ಲಾಗ್ ಇನ್ ಮಾಡಲು ಸಿಸ್ಟಮ್ ತೆರದಾಗ ಪಕ್ಕದಲ್ಲಿದ್ದ ಆಫೀಸ್ ಇಂಟರ್ನಲ್ ಫೋನ್ ರಿಂಗ್ ಆಯಿತು. ರಿಸೀವ್ ಮಾಡಿದನು, ಮ್ಯಾನೇಜರ್ ನಿಮ್ಮ ಹತ್ತಿರ ಮಾತನಾಡಬೇಕು ಬನ್ನಿ ಎಂದರು.

ಸಕಲೇಶಪುರಕ್ಕೆ ಹೋದಾಗಿನಿಂದ ಆಫೀಸಿಗೆ ಬರಲಾಗಲಿಲ್ಲವೆಂದು ಅನೂಪ್ ತನ್ನ ಸ್ನೇಹಿತನಿಗೆ ರಜೆಯ ಬಗ್ಗೆ ತಿಳಿಸಲು ಹೇಳಿದ್ದ, ಮೇಲ್ ಕೂಡ ಬರೆದಿದ್ದ. ಆದರೂ ಆ ವಿಷಯದಲ್ಲಿ ಏನಾದರೂ ತೊಂದರೆಯಾಗಬಹುದು ಅನ್ನೋ ನಿರೀಕ್ಷೆ ಇದ್ದೇ ಇತ್ತು. ಮ್ಯಾನೇಜರ್ ಕರೆದಿರುವುದು ರಜೆ ಹಾಕಿದ ಬಗ್ಗೆಯೇ ಇರಬಹುದು, ಬಹುಶಃ ಆ ರಜೆಗಳನ್ನು paid leave ಅಂತ ಪರಿಗಣಿಸಲಾಗುವುದಿಲ್ಲ ಅನ್ನಬಹುದು, ಆಫೀಸಿಗೆ ಬಂದಿರದ ದಿನದ ಸಂಬಳ ಕಟ್ ಆಗುತ್ತದೆ ಅನ್ನುತ್ತಾರೇನೋ ಅನ್ನೋ ಯೋಚನೆಯಲ್ಲಿ ಮ್ಯಾನೇಜರ್‌ನ ಭೇಟಿ ಆದ.

'How are you Anup?'

'Am good sir. Thank you'

'Sorry to hear about the accident. ಈಗ ಏನು ತೊಂದರೆ ಇಲ್ವಾ?'

'ಇಲ್ಲ ಸರ್. ಆ ಕೇಸ್‌ನಲ್ಲಿ ನಂದೇನೂ ತಪ್ಪಿರಲಿಲ್ಲ ಅಂತ ಕ್ಲಿಯರ್ ಆಗಿದೆ. ಸೋ ನೋ ಪ್ರಾಬ್ಲಮ್'

'ಗುಡ್. ಆದರೆ ನೀವು ಇಲ್ಲಿ ಇನ್ನು ಮುಂದೆ ಕೆಲಸ ಮಾಡೋಕೆ ಆಗೋದಿಲ್ಲ ಅಂತ ಮ್ಯಾನೇಜ್ಮೆಂಟ್ ಡಿಸೈಡ್ ಮಾಡಿದ್ದಾರೆ. Breach of contract ಆಧಾರದ ಮೇಲೆ ನಿಮ್ಗೆ ಟರ್ಮಿನೇಶನ್ ಲೆಟರ್ ಕಳಿಸಿದ್ದಾರೆ'

ಮ್ಯಾನೇಜರ್ ಹೇಗಿದ್ದೀರ ಅಂತ ಕೇಳಿದ್ದಷ್ಟೇ ಸುಲಭವಾಗಿ ನಿಮ್ಮನ್ನು ಕೆಲಸದಿಂದ ತೆಗೆದಿದ್ದೇವೆ ಎಂದು ಹೇಳಿಬಿಟ್ಟರು. ಅನೂಪನಿಗೆ ಹಳೆಯದರಿಂದ ಚೇತರಿಸಿಕೊಳ್ಳೋ ಮುನ್ನವೇ ಹೊಸ ಆಕ್ಸಿಡೆಂಟ್ ಆದಂತಾಯಿತು. ಹವ್ಯಾಸಕ್ಕಾಗಿ ಶುರು ಮಾಡಿದ ಕೆಲಸ ಕೈಕೊಟ್ಟಿದ್ದಕ್ಕೆ ವೃತ್ತಿಯೂ ಮುಳುಗಿ ಹೋಗುವ ಪರಿಸ್ಥಿತಿ ಎದುರಾಗುತ್ತದೆ ಅನ್ನುವುದು ಅನೂಹ್ಯವಾಗಿದ್ದರಿಂದ ಆಘಾತದಿಂದ ಹೊರಬರಲು ನಿಮಿಷಗಳು ಬೇಕಾಯಿತು. 'ಸರ್ ಬಟ್ ನಂದೇನೂ ತಪ್ಪಿಲ್ಲ ಅಂತ ಲೀಗಲಿ ಪ್ರೂವ್ ಆಗಿದೆ' ಅನೂಪ್ ದಡಬಡಾಯಿದ. 'I understand where you are coming from ಅನೂಪ್, ಆದ್ರೆ ಮ್ಯಾನೇಜ್ಮೆಂಟ್ ನೀವು ಜೈಲಿಗೆ ಹೋಗಿದ್ದರಿಂದ ನಮ್ಮ ಕಂಪನಿಯ ಕಾಂಟ್ರಾಕ್ಟ್ ಅನ್ನು ಬ್ರೀಚ್ ಮಾಡಿದ್ದೀರ ಅನ್ನೋ ಅಭಿಪ್ರಾಯಕ್ಕೆ ಬಂದಿದ್ದಾರೆ. ಜೈಲ್ ಅಥವಾ ಕ್ರೈಮ್‌ನಲ್ಲಿ ಭಾಗಿಯಾಗಿದ್ದವರು ನಮ್ಮ ಕಂಪನಿಯ ಎಂಪ್ಲಾಯಿ ಆಗಿ ಮುಂದುವರಿಯೋದಕ್ಕೆ ಆಗೋದಿಲ್ಲ. ಆಮ್ ಸಾರಿ ಇದನ್ನ ನಂಗೆ ನೆಗೋಶಿಯೇಟ್ ಮಾಡೋ ಪವರ್ ಕೂಡಾ ಇಲ್ಲ. ಟರ್ಮಿನೇಶನ್ ಲೆಟರ್‌ನ ನಿಮ್ಮ ಮೇಲ್ ಐಡಿಗೆ ಕಳಿಸ್ತೇನೆ. Wish you a bright future' ಮ್ಯಾನೇಜರ್ ತಮ್ಮ ಮಾತುಗಳನ್ನು ವಾರ್ತಾವಾಚಕರ ಹಾಗೆ ಯಾವ ಭಾವನೆಯೂ ಇಲ್ಲದೆ ಹೇಳಿ ಮುಗಿಸಿ ಶೇಕ್ ಹ್ಯಾಂಡ್ ಕೊಟ್ಟರು.

ಅನೂಪ್ ಮರು ಮಾತನಾಡದೇ ಎದ್ದುಬಂದ. ತನ್ನ ಟೇಬಲ್ ಅನ್ನೊಮ್ಮೆ ನೋಡಿದ. ಎಷ್ಟೋ ಬಾರಿ ಬಯ್ದುಕೊಂಡು ಲಾಗ್ ಇನ್ ಮಾಡಿದ ಲ್ಯಾಪ್ಟಾಪ್ ನ ಇನ್ನು ಮುಂದೆ ಮುಟ್ಟುವ ಗೋಜೇ ಇರಲಿಲ್ಲ. ರಾಹುಲ್ ಕೊಟ್ಟ ಈವೆಂಟ್‌ಗಳ ಡೇಟ್‌ಗಳನ್ನು ಬರೆದು ಅಂಟಿಸಿದ್ದ ನೋಟ್ಸ್ ಚೀಟಿಗಳು ಗಮ್ ಕಳಚಿಕೊಂಡು ಕೆಳಗೆ ಬಿದ್ದಿದ್ದವು. ಮಿಂಚು ಕೊಟ್ಟಿದ್ದ ಕಾಫೀ ಮಗ್ ಒಂದನ್ನು ಬಿಟ್ಟು ತನ್ನದು ಅಂತ ಆಫೀಸಿನಲ್ಲಿ ಏನೂ ಇಲ್ಲ ಅನ್ನೋದು ಪ್ಯಾಕ್ ಮಾಡುವಾಗ ಮನವರಿಕೆಯಾಯಿತು. ಕಚೇರಿಯಲ್ಲಿ ಪರಿಚಿತರಂತೆ ಮಾತನಾಡುತ್ತಿದ್ದ ಒಂದಿಬ್ಬರು ಅನುಕಂಪಭರಿತ ವಿದಾಯವನ್ನು ಹೇಳಿದರು. ಆಫೀಸಿಗೆ ಬಂದ ಎರಡು ಗಂಟೆಗಳಲ್ಲೇ ಹೊರಗೆ ವಾಪಸ್ ಹೋಗುತ್ತಿದ್ದರಿಂದ ಇನ್ನೂ ಪೂರ್ತಿಯಾಗಿ ಕತ್ತಲೆಯಾಗಿರಲಿಲ್ಲ. ಆಫೀಸಿನಿಂದ ಹೊರಗೆ ಹೋಗುವಾಗ ಒಂದು ದಿನವೂ ಅನೂಪ್ ಬೆಳಕನ್ನು ನೋಡಿರಲಿಲ್ಲ. ಪ್ರತಿದಿನ ಮುಂಜಾನೆ ಐದು ಗಂಟೆಗೆ ಲಾಗ್ ಔಟ್ ಆಗಿ ಕತ್ತಲೆಯಲ್ಲಿ ಹೊರಟ ಅನುಭವವಿದ್ದಿದ್ದರಿಂದ ಈ ದಿನ ಸಂಜೆಯ ಬೆಳಕಿನಲ್ಲಿ ಆಫೀಸಿನ ಹೊರಾಂಗಣ, ರಸ್ತೆ, ಪಾರ್ಕಿಂಗ್ ಲಾಟ್ ಎಲ್ಲವೂ ಹೊಸದಾಗಿ ಕಂಡಿತು. ನಾಲ್ಕೂವರೆ ವರ್ಷ ಕೆಲಸ ಮಾಡಿದ ಆಫೀಸನ್ನೊಮ್ಮೆ ಕಡೆಯದಾಗಿ ಅನ್ನುವಂತೆ ನೋಡಿದ. ಒಳಗೆ ದುಃಖವಾಗುತ್ತಿತ್ತು ಆದರೆ ಕೆಲಸ ಹೋಗಿದ್ದೇ ದುಃಖದ ಕಾರಣ ಅನ್ನಿಸಲಿಲ್ಲ. ಅನೂಪ್ ಹೆಚ್ಚು ಯೋಚಿಸದೇ ಗಾಡಿಯನ್ನು ಮನೆಕಡೆಗೆ ತಿರುಗಿಸಿದ.

ಟ್ರಾಫಿಕ್‌ನಲ್ಲಿ ಸಿಕ್ಕಿಕೊಂಡು ಮನೆಯ ಹತ್ತಿರ ಬರುವಷ್ಟರಲ್ಲಿ ಕತ್ತಲೆಯಾಗಿತ್ತು. ಗಾಡಿಗಳ ಹಾರ್ನ್ ಶಬ್ದವೆಲ್ಲಾ ದೂರವಾಗಿ ಮನೆಯ ಹತ್ತಿರ ಬರುತ್ತಿದ್ದಂತೆ ಎಲ್ಲೆಲ್ಲೂ ಮೌನದ ವಾತಾವರಣಕ್ಕೆ ರಸ್ತೆ ತೆರೆದುಕೊಂಡಿತು. ಆ ಮೌನ ಅನೂಪನಿಗೆ ಹಿತ ಎನಿಸಿತು. ಮನೆಯ ಬಾಗಿಲು ತೆಗೆದು ಸೋಫಾ ಮೇಲೆ ಕೂತಾಗ ಅದೇಕೋ ಇದ್ದಕ್ಕಿದ್ದಂತೆ ಬೇಸರ ಕಮ್ಮಿಯಾಗಿ ಮೈಯೆಲ್ಲಾ ಹಗುರವಾಗಿದೆ ಎನ್ನಿಸಿತು. ಆಫೀಸಿನ ಕೆಲಸ ಬಿಡಬೇಕು ಎಂದು ಅವನೇ ಎಷ್ಟೋ ಸಲ ಅಂದುಕೊಂಡಿದ್ದು ಹೀಗೆ ಅಚಾನಕ್ ಆಗಿ ನಡೆದೇಹೋಗಿತ್ತು. ಕೆಲಸ ಹೋಗಿದ್ದು ಒಳ್ಳೆಯದಾಯಿತು, ನನಗೆ ಜೀವನದಲ್ಲಿ ಬ್ರೇಕ್ ಬೇಕು ಅನ್ನೋ ಹೊಸ ವಿಚಾರ ನೆನಪಿಗೆ ಬಂದು ಅನೂಪನ ಮುಖದಲ್ಲೊಂದು ನಿರಾಳತೆಯ ಭಾವ ಮೂಡಿತು. ಫೋನ್‌ನಲ್ಲಿ Email ಓಪನ್ ಮಾಡಿದ. We are very sorry for terminating you for employee breach of contract reasons..

'ಬ್ಲಾ ಬ್ಲಾ ಬ್ಲಾ.. ಯಾವನಿಗ್ ಬೇಕು ನಿಮ್ ಕೆಲ್ಸ.. ಜೀವನಾನೇ ನನ್ ಪರವಾಗಿ Swipe right ಮಾಡಿ ನಿರ್ಧಾರ ತೊಗೊಂಡ್ಬಿಟ್ಟಿದೆ!!!' ಅನೂಪ್ ಮೈಮೇಲೆ ಏನೋ ಬಂದಂತೆ ಜೋರಾಗಿ ನಗುತ್ತಾ ಕೂತ.

ಕೆಲಸ ಹೋಗಿದ್ದಕ್ಕೆ ಅನೂಪನಿಗೆ ನಿಜವಾಗಲೂ ಬೇಜಾರಾಗಿರಲಿಲ್ಲವೋ, ಅಥವಾ ಆದ ಬೇಜಾರನ್ನು ಎದುರಿಸಲು 'ನಾನೇ ಕೆಲಸ ಬಿಡಬೇಕು ಅಂತಿದ್ದೆ, ಇವ್ರೇನು ನನ್ನ ಟರ್ಮಿನೇಟ್ ಮಾಡೋದು' ಅನ್ನೋ ಉಡಾಫೆ ಅವನ Defence Mechansim ಇರಬಹುದೋ ಗೊತ್ತಿಲ್ಲ. ನೋವನ್ನು, ಬೇಸರವನ್ನು, ಸೋಲನ್ನು, ಅವಮಾನವನ್ನು, ಸತ್ಯವನ್ನು ಎದುರಿಸುವುದಕ್ಕೆ ಒಬ್ಬೊಬ್ಬರದು ಒಂದು ತರಹದ ರಕ್ಷಣಾ ಕಾರ್ಯವಿಧಾನ ಇರುತ್ತದೆ. ನೋವು ದುಃಖಗಳಿಗೆ ಕಾರಣವಾಗೋ ಯಾವ ಭಾವನೆಯನ್ನಾಗಲಿ ಹೆಚ್ಚು ದಿನ ಬಾಧಿಸಲು ನಮ್ಮ ಮನಸ್ಸು ಬಿಡುವುದಿಲ್ಲ. ಅದನ್ನು ಮೀರಲು ತನ್ನದೇ ಆದ ದಾರಿಯನ್ನು ಹುಡುಕಿಕೊಳ್ಳುತ್ತದೆ! ಆದ ಘಟನೆಯನ್ನು ನಿರ್ಲಕ್ಷಿಸೋದು, ಮರೆತುಬಿಡೋದು, ರಿಯಾಕ್ಷನ್ ಫಾರ್ಮ್ ಮಾಡಿಕೊಳ್ಳೋದು. ಅಂದರೆ, ಕೈಗೆಟುಕದ ದ್ರಾಕ್ಷಿಯನ್ನು ಹುಳಿ ಎಂದುಕೊಂಡ ನರಿಯದೂ ಅದೇ ತರಹದ ರಕ್ಷಣಾ ಕಾರ್ಯ ವಿಧಾನ.

ಮಗ ಮನೆಗೆ ಬಂದದ್ದನ್ನು ಅಚ್ಚರಿಯಿಂದ ನೋಡಿ ಶೇಖರ್ ತನಗಾಗಿ ಬೆರೆಸಿಕೊಂಡಿದ್ದ ಕಾಫಿಯಲ್ಲಿ ಅರ್ಧವನ್ನು ಇನ್ನೊಂದು ಲೋಟಕ್ಕೆ ಬಗ್ಗಿಸಿಕೊಂಡು ಮಗನ ಕೈಗಿತ್ತ. 'ಯಾಕ್ ಇಷ್ಟ್ ಬೇಗ ವಾಪಸ್ ಬಂದೆ ಏನಾಯ್ತು?' ಎಂದು ಕೇಳಿದ. ಹಿಂದೆಲ್ಲಾ ಅದೆಷ್ಟೋ ಸಲ 'ಏನಾಯ್ತು' ಅಂತ ಕೇಳಿದ ಅಪ್ಪನಿಗೆ ಏನಿಲ್ಲ ಬಿಡು, ನಿಂಗದೆಲ್ಲಾ ಅರ್ಥ ಆಗೋದಿಲ್ಲ, ಹಾ, ಹೂ.., ಎಂದು ಉತ್ತರ ಕೊಡೋದು ಮಾಮೂಲಿಯಾಗಿತ್ತು. ಎಲ್ಲಾ ಸಮಸ್ಯೆಯನ್ನೂ ಶೇಖರ್‌ನ ಬಳಿ

ಹೇಳಿಕೊಳ್ಳಲು ಬಯಸದ ಅನೂಪ್ ಈ ಸಲ ಏನಾಯ್ತು ಅಂತ ಕೇಳಿದಾಗ ಅಪ್ಪನಿಗೆ ಸತ್ಯ ಹೇಳಬೇಕು ಅನ್ನಿಸಿತು, ಆದರೆ ತಕ್ಷಣ ಮಾತು ಹೊರಡಲಿಲ್ಲ.

'ಏನಿಲ್ಲ.. ಆಫೀಸಿನಿಂದ ಟರ್ಮಿನೇಶನ್ ಲೆಟರ್ ಬಂದಿದೆ' ಎಂದು ಅನೂಪ್ ಹೇಳಿದಾಗ ಶೇಖರ್‌ಗೆ ಹೆಚ್ಚೇನು ಆಘಾತವಾಗಲಿಲ್ಲ. ಅನೂಪ್ ಜೈಲಿಗೆ ಸೇರಿದಾಗಲೇ ಮಗನ ಭವಿಷ್ಯದಲ್ಲಿ ಅದರಿಂದ ಏನೇನೆಲ್ಲಾ ಪರಿಣಾಮ ಬೀರಬಹುದೆಂದು ಯೋಚನೆ ಮಾಡಿದ್ದರು. ಅದರಲ್ಲಿ ಅವನ ಜಾಬ್‌ಗೆ ತೊಂದರೆಯಾಗುವ ಯೋಚನೆ ಇದ್ದೇ ಇತ್ತು. ಅಕಸ್ಮಾತ್ ಕೆಲಸ ಹೋದರೆ ತನ್ನ ಸ್ನೇಹಿತರಲ್ಲಿ ಯಾರು ಅನೂಪನಿಗೆ ಕೆಲಸ ಕೊಡಿಸಬಹುದು ಎಂದೂ ಯೋಚಿಸಿದರು. ವಿಷಯ ತಿಳಿದ ತಕ್ಷಣ ಇನ್ನೊಂದು ಕೆಲಸದ ಬಗ್ಗೆ ಮಾತನಾಡಿ ತನ್ನ ನಿರ್ಧಾರವನ್ನು ಹೇರುವುದಕ್ಕಿಂತ ಅವನೇ ಮುಂದೆ ಏನು ಮಾಡಬೇಕೆಂದು ಯೋಚಿಸಿ ಕಂಡುಕೊಳ್ಳಲಿ ಅನ್ನಿಸಿತು. 'ನೀನ್ ಸುಮ್ನೆ ಬಂದುಬಿಟ್ಯಾ ಅನೂಪ್.. ಟರ್ಮಿನೇಟ್ ಮಾಡಿದ್ರೆ ನನಗೆ ಬೇರೆ ಕೆಲಸ ಸಿಗೋದಕ್ಕೆ ಕಷ್ಟವಾಗುತ್ತೆ ಅಂತ ಹೇಳಲಿಲ್ವಾ?' ಶೇಖರ್ ಕೇಳಿದ. ಆ ಪ್ರಶ್ನೆ ಅನೂಪನ ತಲೆಗೆ ಹೊಳೆದೇ ಇರಲಿಲ್ಲ. ಪುನಃ ಐಟಿ ಕೆಲಸಕ್ಕೆ ಸೇರೋ ಯೋಚನೆ ಇದ್ದವರಿಗೆ ಹುಟ್ಟೋ ಯೋಚನೆ ಅದು. ನನಗೆಲ್ಲಿಂದ ಬರಬೇಕು ಅಂದುಕೊಂಡ.

'ಅಪ್ಪಾ.. ನಿಜ ಹೇಳ್ಲಾ? ನಂಗೆ ಕೆಲಸ ಹೋಗಿದ್ದು ಏನೂ ಬೇಜಾರಾಗ್ತಿಲ್ಲ. ಆದರೆ ಮುಂದೇನು ಮಾಡ್ತೀನಿ ಅನ್ನೋದರ ಭಯ ಜಾಸ್ತಿ ಇದೆ' ಎಂದನು. ಮಗನ ಆತಂಕ ಅರ್ಥಮಾಡಿಕೊಂಡ ಶೇಖರ್ ಸಮಾಧಾನಿಸುವಂತೆ ಅವನ ತಲೆ ಸವರಿದರು. ಬೇರೆ ಬೇರೆ ಆಸಕ್ತಿ ಇದ್ದವನು ಐಟಿ ಕ್ಷೇತ್ರದಲ್ಲಿ ಇಷ್ಟು ವರ್ಷ ನೈಟ್ ಶಿಫ್ಟ್ ಮಾಡಿದ್ದೇ ದೊಡ್ಡ ವಿಚಾರವೆಂದು ಅವರಿಗೆ ತಿಳಿದಿತ್ತು. 'ಅನೂಪ್, ಎಷ್ಟೋ ಜನ ತಮ್ಮ ನಲವತ್ತು, ಐವತ್ತು ಅರವತ್ತು ವರ್ಷದಲ್ಲೂ ಹೊಸದನ್ನ ಶುರುಮಾಡಿದ್ದಾರೆ, ನೀವೆಲ್ಲಾ ಇಷ್ಟಪಟ್ಟು ಹೋಗ್ತೀರಲ್ಲ KFC? ಅದರ ಓನರ್ ಬಗ್ಗೆ ಗೊತ್ತಲ್ವ? ಪ್ರಪಂಚದಲ್ಲೇ ದೊಡ್ಡ ಫುಡ್ ಚೈನ್‌ನ ಫೌಂಡರ್ ಅವ್ರು, ತಮ್ಮ ಫ್ರಾಂಚೈಸ್‌ನ ಶುರು ಮಾಡಿದಾಗ ಅವರಿಗೆ ಅರವತ್ತೈದು ವರ್ಷ. ಇನ್ನೂ ಇಪ್ಪತ್ತೇಳು ವರ್ಷದವನು ನೀನು, ನಿನಗೇನಿಷ್ಟವೋ ಅದನ್ ಯಾವ ಹಂತದಲ್ಲಾದರೂ ಶುರುಮಾಡಬಹುದು. never too late. ನೆನಪಿಟ್ಟುಕೋ.'

ಶೇಖರ್ ಮಗನಿಗೆ ಧೈರ್ಯ ಹೇಳುವಾಗ ಅವನ ಮನಸ್ಸಿನಲ್ಲಿ ಮುಂದೇನು ಅನ್ನೋ ಭಯ ಇದ್ದೇ ಇತ್ತು. ಚಿತ್ಕಳಾ ಇದ್ದಿದ್ದರೆ ಮಗನನ್ನು ಇನ್ನೂ ಚೆನ್ನಾಗಿ ಸಂಭಾಳಿಸುತ್ತಿದ್ದಳೇನೋ, ಜವಾಬ್ದಾರಿಯುತ ತಂದೆಯಾಗಿ ನನ್ನ ಕರ್ತವ್ಯವನ್ನು ಸರಿಯಾಗಿ ನಿಭಾಯಿಸಿಲ್ಲವೇನೋ ಅನ್ನೋ ಅಳುಕು ಅವನನ್ನು ಕಾಡಿತು. ಭಯವಿಲ್ಲದೇ ಹೋದರೆ ನಾವು ಬರಬಹುದಾದ ಸೋಲುಗಳಿಗೆ ತಯಾರಿ ಮಾಡಿಕೊಂಡಿರುವುದಿಲ್ಲ ಎಂದು ಮಗನಿಗೆ ಹೇಳಿದರು. ಅಪ್ಪನ ಜೊತೆ ಮಾತನಾಡಿದ ಮೇಲೆ ಅನೂಪ್‌ನ ಮನಸ್ಸು ಸ್ವಲ್ಪ ಹಗುರವಾಯಿತು. ಸಣ್ಣ ಸಣ್ಣ

ತಪ್ಪುಗಳನ್ನು ಎತ್ತಾಡಿದ್ದ ತಂದೆ, ಇಂದು ದೊಡ್ಡ ಸವಾಲಿನಲ್ಲಿ ಜೊತೆಯಾಗಿದ್ದು ಇಬ್ಬರ ಬಾಂಧವ್ಯವನ್ನು ಗಟ್ಟಿಯಾಗಿಸಿತು.

ಅದೇನೇ ಆದರೂ ಕೆಲಸ ಹೋದ ವಿಚಾರವನ್ನು ಮಿಂಚು ಹಗುರವಾಗಿ ತೆಗೆದುಕೊಳ್ಳುವುದಿಲ್ಲವೆಂದು ಅನೂಪನಿಗೆ ಗೊತ್ತು, ಅದನ್ನು ಸೂಕ್ಷ್ಮವಾಗಿ ತಿಳಿಸಬೇಕೆಂದು ತೀರ್ಮಾನಿಸಿದ. ರಾತ್ರಿ ಹೇಳಿದರೆ ಒಳಿತೇ, ಬೆಳಗ್ಗೆ ಹೇಳಿದರೆ ಒಳಿತೇ ಫೋನಿನಲ್ಲೇ ಹೇಳಿಮುಗಿಸುವುದಾ ಅಥವಾ ಎದುರಿಗೆ ಸಿಕ್ಕಿ ಕೂಲಂಕಷವಾಗಿ ಮಾತನಾಡುವುದಾ ಗೊತ್ತಾಗಲಿಲ್ಲ. ಇನ್ನೊಂದಷ್ಟು ಹೊತ್ತು ಅನೂಪ್ ಕೂತ ಜಾಗದಿಂದ ಕದಲಲಿಲ್ಲ. ಎಂಟು ಗಂಟೆಯ ಸುಮಾರಿಗೆ ಮಿಂಚು ಕೆಲಸ ಮುಗಿಸಿ ಪಿಜಿ ತಲುಪಿರುತ್ತಾಳೆ ಅನ್ನೋದು ನೆನಪಾದಾಗ ಅನೂಪ್‌ಗೆ ಅವಳ ಜೊತೆ ಮಾತನಾಡಬೇಕೆನ್ನೋ ಹಂಬಲ ಹೆಚ್ಚಾಯಿತು. ಆದರೆ ಆ ರಾತ್ರಿ ಅವನಿಗೆ ಕೆಲಸ ಹೋದ ವಿಚಾರದ ಬಗ್ಗೆ ಮಾತನಾಡುವ ಧೈರ್ಯ ಬರಲಿಲ್ಲ. ತನ್ನ ಪ್ರೀತಿಯನ್ನು ಕಳೆದುಕೊಳ್ಳಬಹುದೆಂದು ಭಯ ಹುಟ್ಟಿಸುವ ಯಾವುದೇ ವಿಚಾರವನ್ನು ನೇರವಾಗಿ ಎದುರಿಸುವುದು ಅನೂಪನಿಗೆ ಅತ್ಯಂತ ಕಷ್ಟಕರವಾಗಿತ್ತು.

*

ಆ ವೀಕೆಂಡ್ ಮಿಂಚು ಮನೆಗೆ ಬರುತ್ತೇನೆಂದು ಹೇಳಿದ್ದಳು. ಬಹಳ ಸಂಕೋಚದ ಹುಡುಗಿ ಮಿಂಚು, ಎಲ್ಲಿ ಅನೂಪ್‌ನ ಮನೆಗೆ ಹೋಗಬೇಕಾಗುತ್ತದೆಯೋ ಎಂದು ಬಸವೇಶ್ವರ ನಗರದಲ್ಲಿ ಭೇಟಿಯಾಗದೇ ತನ್ನ ಏರಿಯಾ ಕಡೆ ಸಿಗೋಣ ಎಂದು ಹೇಳುವವಳು. ಅಪ್ಪ ಹೊರಗೆ ಹೋಗ್ತಿದ್ದಾರೆ ಅಂತ ತಿಳಿದ ಮೇಲೆ ಅವಳಾಗೇ ಬರುತ್ತಿರುವುದು ಅನೂಪನಿಗೆ ಅಚ್ಚರಿಯ ವಿಷಯವಾಗಿತ್ತು. ಅವಳ ತಲೆಯಲ್ಲಿ ಏನು ಓಡುತ್ತಿದೆ ಅನ್ನೋದು ಅನೂಪನಿಗೆ ಅರ್ಥವಾಗಲಿಲ್ಲ. ಮಿಂಚು ಕ್ಯಾಬಿನಿಂದ ಇಳಿದು ಯುಪಿಐನಲ್ಲಿ ಹಣವನ್ನು ಪಾವತಿಸುತ್ತಿರೋದನ್ನು ಅನೂಪ್ ಮನೆಯ ಕಿಟಕಿಯಿಂದ ಗಮನಿಸಿ ಬಾಗಿಲು ತೆಗೆದ. ಆಕಾಶ ನೀಲಿ ಜೀನ್ಸ್ ಪ್ಯಾಂಟಿಗೆ ಬಿಳೀ ಟಿ ಶರ್ಟ್ ಹಾಕಿದ್ದು ಅವಳನ್ನು ಫ್ರೆಶ್ ಆಗಿ ಕಾಣಿಸುತ್ತಿತ್ತು. ತಲೆಗೆ ಸ್ನಾನ ಮಾಡಿದ್ದರಿಂದ ಕೂದಲಿನ್ನೂ ಒಣಗದೇ ಕುತ್ತಿಗೆ ಬೆನ್ನಿನ ಮೇಲೆ ನೀರಿಳಿದು ಒದ್ದೆಯಾಗಿತ್ತು. ಇಷ್ಟು ಚಂದವಾಗಿ ಕಾಣ್ತಿರೋ ಮಿಂಚೂನ ನೋಡಿ ಅನೂಪನ ಎದೆ ಬಡಿತ ಜೋರಾಯಿತು. ಕೆಲಸ ಹೋಗಿರೋ ವಿಚಾರವನ್ನು ಇಂದು ಹೇಳಿದರೆ ದಿನ ಪೂರ್ತಿ ಹಾಳಾಗೋದು ಗ್ಯಾರಂಟಿ ಅಂತ ಬುದ್ಧಿ ಎಚ್ಚರಿಕೆ ಕೊಟ್ಟಿತು.

'ಹಾಯ್ ಅನೂ' ಮಿಂಚೂನ ಪ್ರಕಾಶಮಾನವಾದ ನಗು ಅನೂಪನ ಮುಖದಲ್ಲೂ ಆಟೋಮ್ಯಾಟಿಕ್ ಆಗಿ ನಗು ತರಿಸಿತು.

'ಏನ್ರೀ.. ನಮ್ಮನೆ ತನಕ ಪಾದ ಬೆಳೆಸ್ಬಿಟ್ಟಿದ್ದೀರಾ'

'ಬೆಳಗ್ ಬೆಳಗ್ಗೆ ತುಂಬಾ ಹಸಿವಾಗಿತ್ತು, ನಿನ್ನನ್ನೇ ತಿನ್ಬಿಡೋಣಾ ಅಂತ ಬಂದಿದ್ದೀನಿ..'

'ಹೌದಾ.. ಯಾವ್ ಭಾಗದಿಂದ ಶುರು ಮಾಡ್ತಿಯಾ? ನಾನ್ ರೆಡಿ!'

'ಏಯ್! ಡರ್ಟಿ ಮೈಂಡ್.. ನಾನ್ ಹಾಗಲ್ಲ ಹೇಳಿದ್ದು. ಬ್ರಾಹ್ಮಿನ್ಸ್ ತಟ್ಟೆ ಇಡ್ಲಿ ಹೋಟೆಲ್‌ನಿಂದ ತಟ್ಟೆ ಇಡ್ಲಿ ವಿಥ್ ಬೆಣ್ಣೆ ತಂದಿದ್ದೀನಿ.. ಬೇಕಾ ಇಲ್ಲ ವಾಪಸ್ ಹೋಗ್ಲಾ' ಮಿಂಚು ಬ್ಲಾಕ್‌ಮೇಲ್ ಅಸ್ತ್ರ ಬಳಸಿದಳು.

ಬಿಸಿ ಬಿಸಿ ತಟ್ಟೆ ಇಡ್ಲಿ ಮನೆಬಾಗಿಲಿಗೆ ಬಂದಿದ್ದಕ್ಕೆ ಖುಷಿಯಾಗಿ ಅನೂಪ್ ಮಿಂಚು ಕೈಹಿಡಿದು ಒಳಗೆ ಕರೆದುಕೊಂಡು ಹೋದ. ಬಾಳೇ ಎಲೆಯಲ್ಲಿ ಪ್ಯಾಕ್ ಮಾಡಿಕೊಟ್ಟಿದ್ದ ಮಲ್ಲಿಗೆಯಂಥ ಇಡ್ಲಿಗಳು ಬಾಯಲ್ಲಿಟ್ಟರೇ ಕರಗಿಹೋಗುವಷ್ಟು ಮೃದುವಾಗಿದೆ ಎಂದು ಹೊಗಳುತ್ತಾ ಸವಿದನು. ಎರಡೆರಡು ಇಡ್ಲಿ ಮುಗಿಸೋದ್ರೊಳಗೆ ಹೊಟ್ಟೆಯ ಜೊತೆ ಮನಸ್ಸು ತುಂಬಿ ಬಂದಿತು. ಮಿಂಚು ಡೈನಿಂಗ್ ಟೇಬಲ್ ಕ್ಲೀನ್ ಮಾಡಿ ಹಾಲಿದ್ಯಾ ಅಂತ ಕೇಳಿ ಕಾಫಿ ಮಾಡಲು ಅಡುಗೆ ಮನೆಗೆ ಹೋದಳು. ಅವಳ ಆಗಮನದಿಂದ ಮನೆಯಲ್ಲಿ ನೆಮ್ಮದಿಯ ವಾತಾವರಣ ಸೃಷ್ಟಿಯಾಗಿದೆ ಅನ್ನಿಸಿತ್ತು. ಈ ಕೆಲಸದ ಟ್ವಿಸ್ಟ್ ಇರದೇ ಹೋಗಿದ್ದರೆ ಎಷ್ಟು ಚೆನ್ನಾಗಿರುತ್ತಿತ್ತು ಎಂದು ಅನೂಪ್ ಮನಸ್ಸಿನಲ್ಲೇ ಕೊರಗಿದ. ಮಿಂಚು ಎರಡು ಕೈಯಲ್ಲಿ ಸ್ಟೀಲ್ ಲೋಟ ಹಿಡಿದು ಅಡುಗೆ ಮನೆಯಿಂದ ಹೊರಬಂದಳು. ಘಮಘಮಿಸುತ್ತಿದ್ದ ಕಾಫಿ ಕೊಟ್ಟು ಮಿಂಚು ಅನೂಪ್‌ನ ಪಕ್ಕ ಕೂತಳು. ಕಾಫೀ ಸವಿಯುತ್ತಾ ಇಬ್ಬರೂ ಮೌನವಾದರು.

'ಸೋ.. ಏನ್ ಸಮಾಚಾರ? ಮುಂದೇನ್ ಮಾಡ್ಬೇಕು ಅಂತಿದ್ದೀಯ' ಅವಳು ಕೇಳಿದ ಪ್ರಶ್ನೆ ಯಾವುದಕ್ಕೆ ಎಂದು ಸರಿಯಾಗಿ ಗೊತ್ತಾಗ್ದೇ ಇದ್ದರೂ ಅನೂಪ್ ಒಳಗೊಳಗೇ ಗಾಬರಿಯಾದ.

'ಆ? ಅಂದ್ರೆ.. ಇವತ್ತು.. ಏನಿಲ್ಲ ನೀನ್ ಬಂದಿದ್ಯಲ್ಲ ನಿನ್ ಜೊತೆ ಇರೋದು.. ಸಾಯಂಕಾಲ ಫ್ರೀ ಇದ್ರೆ ಯಾವ್ದಾದ್ರೂ ಮೂವಿ ನೋಡೋಣ ಅನ್ನಿಸ್ತಿತ್ತು. ಅಪ್ಪ ಫ್ರೆಂಡ್ ಮನೆ ಗೃಹಪ್ರವೇಶಕ್ಕೆ ಹೋಗಿದ್ದಾರೆ ಬರೋದು ರಾತ್ರಿ ಆಗ್ಬೋದು' ಸಾವರಿಸಿಕೊಂಡು ಮಾತನಾಡಿದ. 'ಇವತ್ತು ಸರಿ, ನಾಳೆ? ನಾಡಿದ್ದು?' ಮಿಂಚು ಅನೂಪನನ್ನೇ ದಿಟ್ಟಿಸಿ ಕೇಳಿದ್ದು ಏಕೆ ಎಂದು ಅವನಿಗೆ ಅರ್ಥವಾಯಿತು. ಬಾಯಲ್ಲಿದ್ದ ಕಾಫಿ ಗಂಟಲಲ್ಲಿ ಇಳಿಯಲಿಲ್ಲ. ಬೇಡ ಬೇಡ ಅನ್ನುತ್ತಿದ್ದ ಕೆಲಸದಿಂದ ಅವರೇ ಕಿತ್ತು ಹಾಕುವಂತ ಪರಿಸ್ಥಿತಿ ಎದುರಾಗಿತ್ತು. ಇದರಿಂದ ಅವಳು ನನ್ನನ್ನು ಬಿಟ್ಟುಹೋಗಬಹುದು, ಅಥವಾ ಈ ಪರಿಸ್ಥಿತಿಯಲ್ಲಿ ಬಿಟ್ಟುಹೋಗಬಾರದು ಅನ್ನಿಸಿದರೂ ನನ್ನನ್ನು ಅವಮಾನಿಸಬಹುದು. ನೇರವಾಗಿ ಅಲ್ಲದೇ ಇದ್ದರೂ ಅವಳ ಮನಸ್ಸಿನಲ್ಲಿ ನನ್ನ ಬಗ್ಗೆ ತಿರಸ್ಕಾರ ಭಾವನೆ, ಅಗೌರವ ಹುಟ್ಟಬಹುದು ಅನ್ನೋ ನಾನಾ ಆಲೋಚನೆಗಳು ಅನೂಪನನ್ನು ಮುತ್ತಿಕೊಂಡವು. ಅನೂಪ್

ಕಾಫಿ ಲೋಟ ಪಕ್ಕಕ್ಕಿಟ್ಟು ತಲೆಯೊಳಗಿರೋ ಯೋಚನೆಗಳನ್ನೆಲ್ಲಾ ಒಂದು ಮೂಲೆಗೆ ತಳ್ಳುವಂತೆ ತಲೆಕೂದಲನ್ನು ತೀಡಿಕೊಂಡು ದೀರ್ಘವಾದ ನಿಟ್ಟುಸಿರು ಬಿಟ್ಟ.

'ನಾನೇ ಹೇಳ್ಬೇಕು ಅಂತಿದ್ದೆ ಮಿಂಚು.. ತುಂಬಾ ಭಯ ಆಗ್ತಿತ್ತು.. ಹೇಳಿದ್ರೆ ಏನಾಗುತ್ತೋ ಅಂತ.' ಅನೂಪ್ ಮುಖ ಚಿಕ್ಕದು ಮಾಡಿಕೊಂಡು ಪಶ್ಚಾತ್ತಾಪದಲ್ಲಿ ಹೇಳಿದ. ಅವನನ್ನು ಈ ರೀತಿಯಲ್ಲಿ ನೋಡಲು ಮಿಂಚೂಗೆ ಇಷ್ಟವಾಗಲಿಲ್ಲ. ಅವನ ಆಫೀಸ್ ಕಲೀಗ್‌ನಿಂದ ವಿಚಾರ ಗೊತ್ತಾದಾಗ ಅವಳಿಗೆ ಅನೂಪನ ಮೂರ್ಖತನದ ಬಗ್ಗೆ ಸಿಟ್ಟು ನೆತ್ತಿಗೇರಿತ್ತು. ಏನೋ ಫೋಟೋ ಶೂಟ್ ಮಾಡೋಕ್ ಹೋಗಿ ಮದುಮಗಳು ನೀರಿಗೆ ಬಿದ್ದು ಪ್ರಾಣ ಕಳೆದುಕೊಳ್ಳುತ್ತಾಳೆ ಎಂದರೆ ಎಂತಹ ನಗೆಪಾಟಲು. ಆ ಕೆಲಸವೇ ತನ್ನ ಸರ್ವಸ್ವ ಅನ್ನೋ ಥರ ಮಾತಾಡಿದ ಅನೂಪನಿಗೆ ಅದರಿಂದಲೇ ಭವಿಷ್ಯವೂ ಕತ್ತಲೆಯಾಗಿ ಹೋಯಿತು. ಆ ನಷ್ಟವನ್ನ ಯಾರು ತುಂಬಿಕೊಡುತ್ತಾರೆ. ಆ ನಷ್ಟ ಅವಳಿಗೂ ಸಮಾನವಾಗಿದ್ದರಿಂದ ಇನ್ನೂ ಆತಂಕವಾಗಿತ್ತು.

ಕೆಲಸ ಬಿಟ್ಟು Freelancer ಆಗುವೆ ಅಂತ ಅನೂಪ್ ಸ್ಟೈಲ್ ಆಗಿ ಹೇಳುತ್ತಿದ್ದನ್ನು ಕೇಳಿಸಿಕೊಂಡು ದೇವರು ಅಸ್ತು ಅಂದುಬಿಟ್ಟಿದ್ದಾರೆ ಅಂತ ಅನೂಪನನ್ನು ಬಯ್ದುಕೊಂಡು ತನ್ನ ತಳಮಳವನ್ನು ರೂಮ್‌ಮೇಟ್ ಶೀತಲ್‌ಗೆ ಹೇಳಿಕೊಂಡಿದ್ದಳು. ಆದರೆ ಶೀತಲ್ ಜೊತೆಗಿನ ಮಾತುಕತೆ ಅವಳನ್ನು ತುಂಬಾ ಬದಲಿಸಿತ್ತು. ಮೊದಲ ಸಲ ನಂದಿಬೆಟ್ಟದಲ್ಲಿ ಜಗಳವಾದಾಗಲೇ ಮಿಂಚು ಮಾತುಗಳನ್ನು ಕೇಳಿ ಶೀತಲ್ ದುಡುಕಬೇಡ ಎಂದು ಸಮಾಧಾನ ಮಾಡಿದ್ದಳು. ಆ ಕ್ಷಣಕ್ಕೆ ಅದು ಪರಿಣಾಮ ಬೀರಿರಲಿಲ್ಲ. ಅದೊಂದು ದಿನ ಶೀತಲ್ ತನ್ನ ವೈಯಕ್ತಿಕ ಜೀವನದ ಅನುಭವಗಳನ್ನು ಮಿಂಚು ಮುಂದೆ ಬಿಚ್ಚಿಟ್ಟಳು. ಕೆಲಸಕ್ಕೆ ಎಂದು ಬೆಂಗಳೂರಿಗೆ ಬಂದ ಶೀತಲ್‌ಗೆ ತನ್ನವರೆಂದು ಈ ಊರಿನಲ್ಲಿ ಯಾರೂ ಇರಲಿಲ್ಲ. ತನಗೆ ಬೇಕಾದ ಹಾಗೆ ಇರೋ ಸ್ವಾತಂತ್ರ್ಯವನ್ನು ಇಲ್ಲಿನ ಬದುಕು ಕಲ್ಪಿಸಿತ್ತು. ಸುತ್ತಮುತ್ತ ಸ್ನೇಹಿತರ ದಾಂಪತ್ಯದಲ್ಲಿ ವಿರಸವನ್ನು ನೋಡಿ ಶೀತಲ್ ಮದುವೆ ಪ್ರೀತಿ ಅನ್ನೋದೆಲ್ಲಾ ಒಂದು ಟ್ರಾನ್ಸಾಕ್ಷನ್ ಅನ್ನೋ ಅಭಿಪ್ರಾಯಕ್ಕೆ ಬಂದುಬಿಟ್ಟಿದ್ದಳು. ತನ್ನ ಜೀವನದಲ್ಲಿ ಇದ್ಯಾವ ಕಟ್ಟುಪಾಡುಗಳನ್ನೂ ಹಾಕಿಕೊಳ್ಳಬಾರದು, ಮದುವೆ ಅಥವಾ ಪ್ರೇಮ ಅನ್ನೋದು ಬಂಧನವಾಗಿರಬಾರದೆಂದು ಅವಳು ಓಪನ್ ರಿಲೇಶನ್‌ಶಿಪ್‌ನಲ್ಲಿದ್ದಳು. ಅದರ ಪ್ರಕಾರ ಹೆಣ್ಣು ಗಂಡುಗಳು ಪರಸ್ಪರ ಪ್ರೀತಿ ಮಾಡುತ್ತಿದ್ದು, ಅದೇ ಸಮಯದಲ್ಲಿ ಇನ್ನೊಬ್ಬರು ಇಷ್ಟವಾದಲ್ಲಿ ಅವರನ್ನೂ ಪ್ರೇಮಿಸುವ ಹಕ್ಕಿರುತ್ತದೆ. ಅದನ್ನು ಮೋಸವೆಂದೂ, ತಪ್ಪೆಂದು ಪರಿಗಣಿಸಲಾಗುವುದಿಲ್ಲ. ಆ ಪ್ರೀತಿ ನಿಜವಾಗಿದ್ದಲ್ಲಿ ಮೂರನೇ ವ್ಯಕ್ತಿ ನಮ್ಮ ಮಧ್ಯೆ ಬರೋದಿಲ್ಲ, ಅಕಸ್ಮಾತ್ ಬಂದಲ್ಲಿ ಅದು ಆ ಕ್ಷಣದ ಆಕರ್ಷಣೆಯಾಗಿರುತ್ತದೆ, ಅದನ್ನು ದೊಡ್ಡ ವಿಷಯ ಮಾಡದಿದ್ದರೆ ಆ ಸಂಬಂಧದಲ್ಲಿ ಪ್ರೀತಿ ಗಟ್ಟಿಯಾಗಿ ಉಳಿಯುತ್ತದೆ ಎಂದು ನಂಬಿದ್ದಳು.

ಎರಡು ವರ್ಷ ಓಪನ್ ರಿಲೇಶನ್‌ಶಿಪ್‌ನಲ್ಲಿದ್ದ ಮೇಲೆ ಅವಳಿಗೆ ಅರಿವಾಯಿತು, ಶೀತಲ್ ಇಷ್ಟಪಟ್ಟ ಹುಡುಗ ಆ ವ್ಯವಸ್ಥೆಯನ್ನು ನೋಡಿದ ರೀತಿಯೇ ಬೇರೆ ಎಂದು. ಓಪನ್ ರಿಲೇಶನ್‌ಶಿಪ್ ಎಂದರೆ ಬೇಕಾದ ಹಾಗೆ ಬೇಕಾದವರ ಜೊತೆಗಿರುವುದೆಂದು ಅವನ ಯೋಚನೆಯಾಗಿತ್ತು. ಶೀತಲ್ ಕೂಡ ಅವನ ಸಂಬಂಧಗಳ ಪಟ್ಟಿಯಲ್ಲಿ ಒಂದು ಹೆಸರಾಗಿದ್ದಳು ಅಷ್ಟೇ! ಆ ದಿನವೇ ತನ್ನ ಸಿದ್ಧಾಂತಗಳೆಲ್ಲವನ್ನೂ ಕೈಬಿಟ್ಟಳು. ಅನೂಪ್ ಪೊಲೀಸ್ ಸ್ಟೇಷನ್ ಮೆಟ್ಟಿಲು ಏರಿದ್ದು, ಕೆಲಸ ಹೋಗಿದ್ದು, ಅದರಿಂದ ಮಿಂಚು ಡಿಸ್ಟರ್ಬ್ ಆಗಿದ್ದು ಎಲ್ಲವನ್ನೂ ಕೂಲಂಕಷವಾಗಿ ಯೋಚಿಸಿ ಅರ್ಥಮಾಡಿಕೊಂಡು, ಈ ಕಾಲದಲ್ಲಿ ಹುಡುಗ ಹುಡುಗಿ ಮಧ್ಯೆ ಎಷ್ಟೊಂದು ಕಾಂಪ್ಲಿಕೇಶನ್‌ಗಳು ಬರುತ್ತವೆ, ಅದೆಲ್ಲದರ ಮಧ್ಯೆ ಇದೊಂದು ದೊಡ್ಡ ಸಮಸ್ಯೆಯೇ ಅಲ್ಲ ಎಂದು ಮಿಂಚೂಗೆ ಅರ್ಥೈಸಿದಳು. ಶೀತಲ್‌ನ ಕಣ್ಣಿನಲ್ಲಿ ಮಿಂಚು ಮತ್ತು ಅನೂಪ್ ಇಬ್ಬರೂ ತಮ್ಮ ಪಾಡಿಗೆ ತಮ್ಮ ಲೋಕದಲ್ಲಿ ವಿಹರಿಸೋ ಜೋಡಿ ಗುಬ್ಬಚ್ಚಿಗಳ ಹಾಗೆ ಕಾಣುತ್ತಿದ್ದರು. ನನ್ನ ಕಣ್ಮುಂದೆಯೇ ಐದಾರು ವರ್ಷಗಳಿಂದ ಒಬ್ಬರನ್ನೊಬ್ಬರು ಬಿಟ್ಟಿರದ ಮಿಂಚು ಅನೂಪ್‌ನ ಸಂಬಂಧ ಶ್ರೇಷ್ಠವಾದದ್ದು, ಅವರು ದೂರವಾಗಲು ಬಿಡಬಾರದು ಎಂದು ಸ್ವಂತ ಅಕ್ಕನ ಹಾಗೆ ಪ್ರಯತ್ನ ಮಾಡಿದಳು.

'ಯಾವ ತರದ ರಿಲೇಶನ್‌ಶಿಪ್‌ನಲ್ಲಿದ್ದೇವೆ ಅನ್ನೋದಕ್ಕಿಂತ ಆ ರಿಲೇಶನ್‌ಶಿಪ್‌ನಲ್ಲಿ ಶುದ್ಧವಾದ ಪ್ರೀತಿ ಇತ್ತಾ ಅನ್ನೋದು ಮುಖ್ಯವಾಗುತ್ತೆ ಮಿಂಚು. ನೀವಿಬ್ಬರೂ ನಿಜವಾದ ಪ್ರೇಮಿಗಳು. ಒಬ್ಬರನ್ನೊಬ್ಬರು ನೋಡುವ ರೀತಿಯಲ್ಲೇ ಯಾರಿಗಾದರೂ ನಿಮ್ಮಲ್ಲಿರೋ ಪ್ರೀತಿ ಎಷ್ಟು ಆಳವಾದದ್ದು ಎಂದು ಹೇಳಬಹುದು. ಇಷ್ಟು ಸಿಲ್ಲಿ ವಿಷಯಗಳಿಗೆ ದೂರ ಆದ್ರೆ ಅದು ನಿನ್ನ ಜೀವನದ ದೊಡ್ಡ ಲಾಸ್. ಒಬ್ಬರನ್ನ ಇಷ್ಟಪಟ್ಟಿದ್ದೀವಿ ಅಂದ್ರೆ ಅವರನ್ನ ಪೂರ್ತಿಯಾಗಿ ಒಪ್ಪಿಕೊಳ್ಳಬೇಕು. ಅವರ ಗುಣ ಇಷ್ಟ, ಕೆಲ್ಸ ಇಷ್ಟ ಇಲ್ಲ. ಅವರ ಮಾತು ಇಷ್ಟ, ಅವರ ಮನೆ ಇಷ್ಟ ಇಲ್ಲ ಎಂದೆಲ್ಲಾ ಡಿಫ್ರೆನ್ಶಿಯೇಟ್ ಮಾಡ್ತೀವಿ ಎಂದರೆ ನಮ್ಮ ಪ್ರೀತಿಯಲ್ಲೇನೋ ದೋಷವಿದೆ ಅಂತ ಅರ್ಥ ಮಿಂಚು' ಶೀತಲ್ ತನಗೆ ಗೊತ್ತಿರೋ ಕನ್ನಡವನ್ನೆಲ್ಲಾ ಒಟ್ಟುಗೂಡಿಸಿ ಮಿಂಚುಗೆ ಬುದ್ಧಿವಾದ ಹೇಳಿದ್ದಳು. ಮಿಂಚು ಅನೂಪ್‌ನ ಭೇಟಿ ಆಗೋ ಹಿಂದಿನ ರಾತ್ರಿಯೆಲ್ಲಾ ಯೋಚಿಸಿದಳು. ಮಲಗಬೇಕು ಎಂದುಕೊಂಡರೂ ನಿದ್ರೆಹತ್ತಲಿಲ್ಲ. ಪದೇ ಪದೇ ಸಮಯ ನೋಡುತ್ತಾ ಬೆಳಕುಹರಿದೇ ಬಿಟ್ಟಿತು. ಆದ ಘಟನೆಗಳ ಬಗ್ಗೆ ಒಂದು ತೀರ್ಮಾನ ತೆಗೆದುಕೊಂಡು ನೇರವಾಗಿ ಅನೂಪನ ಜೊತೆ ಮಾತನಾಡಬೇಕೆಂದು ಭಾನುವಾರ ಅವನ ಮನೆಗೆ ಬರುತ್ತೇನೆಂದು ಫೋನ್ ಮಾಡಿ ತಿಳಿಸಿದಳು.

ಮಿಂಚುಗೆ ಈಗಾಗಲೇ ವಿಷಯ ತಿಳಿದಿದೆ ಎಂದು ಗೊತ್ತಾದ ಮೇಲೆ ಅನೂಪನಿಗೆ ಅವಳನ್ನು ಎದುರಿಸುವುದು ಕಷ್ಟವಾಯಿತು. ಕ್ಷಮೆ ಕೇಳಿ ತಲೆ ತಗ್ಗಿಸಿ ಕುಳಿತುಬಿಟ್ಟ, ಮಿಂಚು ಅವನ ಭುಜವನ್ನು ತಟ್ಟಿ ಸಮಾಧಾನ ಮಾಡಿದಳು.

‘ನಾನ್ ನಿನ್ ಜೊತೆ ಜಗಳ ಆಡೋಕ್ ಬಂದಿಲ್ಲ, ಅಥ್ವಾ ನಂಗ್ಯಾಕ್ ಹೇಳ್ಲಿಲ್ಲ ಅಂತ ಬ್ಲೇಮ್ ಗೇಮ್ ಆಡೋಕೂ ಬಂದಿಲ್ಲ ಅನೂ. ಡೋಂಟ್ ವರಿ. ನಾನ್ ನಿನ್ ಹುಡ್ಗಿ ಕಣೋ. I will be with you, you can count on me’

ಅನೂಪ್ ಆಶ್ಚರ್ಯದಿಂದ ಅವಳನ್ನು ನೋಡಿದ.

‘ನಂಗ್ ಗೊತ್ತು, ನಿಂಗೆ ಕೆಲ್ಸ ಹೋಗಿದ್ದಕ್ಕಿಂತ ನಂಗೆ ಹೇಗ್ ಹೇಳೋದು ಅನ್ನೋದು ದೊಡ್ಡ ಟೆನ್ಷನ್ ಆಗಿರುತ್ತೆ. ಸಾರಿ ಆ ಥರ ನನ್ನಿಂದ ನಿಂಗೆ ಫೀಲ್ ಆಗಿದ್ದಕ್ಕೆ. ನಿಜ ಹೇಳ್ಬೇಕು ಅಂದ್ರೆ ಕಷ್ಟ ಬಂದಾಗ ನಾವ್ ಪ್ರೀತಿ ಮಾಡೋರು ಜೊತೆಗಿದ್ದಾರೆ ಅನ್ನೋ ಧೈರ್ಯ ಬರಬೇಕು. ಬಟ್ ನಿನ್ ಕೇಸ್‌ನಲ್ಲಿ ನನ್ನ ಹ್ಯಾಂಡಲ್ ಮಾಡೋದೇ ದೊಡ್ಡ ಭಯ ಆಗಿರುತ್ತೆ. ಆಮ್ ರಿಯಲಿ ಸಾರಿ ಕಣೋ. ಆಗಿರೋದನ್ನ ಇಲ್ಲಿಗೇ ಬಿಟ್ಟುಬಿಡೋಣ. ಟೇಕ್ ಅ ಬ್ರೇಕ್, ಮುಂದೆ ಏನ್ ಮಾಡ್ಬೇಕು ಅನ್ನೋದನ್ನ ನಿಧಾನ್ವಾಗಿ ಯೋಚ್ನೆ ಮಾಡು. ನಾನ್ ಅದಕ್ಕೆ ಸಪೋರ್ಟಿವ್ ಆಗಿರ್ತೀನಿ’

ಅನೂಪ್‌ಗೆ ಅವಳು ಹೀಗೆ ಮಾತಾಡ್ತಿದ್ದಾಳೆ ಅಂದ್ರೆ ಒಳಗೆ ಎಷ್ಟು ನೋವಿರಬೇಕು, ತನ್ನ ಕನಸುಗಳನ್ನು ಬದಿಗೊತ್ತಿ ನನಗೆ ಸಮಾಧಾನ ಹೇಳುತ್ತಿದ್ದಾಳೆ ಎಂದು ಅರ್ಥವಾಗಿ ಕಣ್ತುಂಬಿ ಬಂತು.

‘ಅನೂ.. ನೀನ್ ಅಳ್ಬೇಡಾ ಆಯ್ತಾ.. ನಂಗೆ ನೋಡೋಕ್ ಆಗಲ್ಲ’ ಅನೂಪ್ ಅಳೋದನ್ನ ನೋಡಿ ಮಿಂಚೂಗೂ ಅಳು ಬಂದಿತು.

‘ನಿಂಗೆ ನನ್ನಿಂದ ತುಂಬಾ ಹರ್ಟ್ ಆಗಿದೆ. ಬಟ್ ತೋರ್ಸ್ಕೋತಿಲ್ಲ. ನಿಮ್ಮಪ್ಪ ಮಾಡಿದ್ ಮಿಸ್ಟೇಕ್ ನಾನ್ ಮಾಡಲ್ಲ ಮಿಂಚು, I will really take good care of you, ನಿಮ್ಮಮ್ಮನೂ ಬೇಕಾದ್ರೆ ನಮ್ ಜೊತೇಲಿರ್ಲಿ. ನಾನ್ ದುಡೀತಿನಿ. ಏನಾದ್ರು ಒಂದ್ ಹುಡುಕ್ಕೋತೀನಿ.’ ಒಂದೊಂದು ಮಾತನ್ನು ಆಡುವಾಗಲು ಅನೂಪ್‌ಗೆ ದುಃಖ ಉಕ್ಕಿ ಬಂದು ಗಂಟಲು ಭಾರವಾಗಿ ಮಾತು ಹೊರಡದಂತಾಯಿತು. ಬಿಕ್ಕಳಿಸುತ್ತಾ ತನ್ನ ಮಾತನ್ನು ಮುಂದುವರಿಸಿದ.

‘ಇಷ್ಟ್ ವರ್ಷ ನಾವಿಬ್ರೂ ಒಟ್ಟಿಗೆ ಇದ್ದಿದ್ರಲ್ಲಿ ದೊಡ್ಡ ಗ್ರೇಟ್ನೆಸ್ ಇಲ್ಲ.. ಎಲ್ಲಾ ಲವರ್ಸ್ ಇರ್ತಾರೆ. ಬಟ್ ಈ ಕಷ್ಟದ್ ಪರಿಸ್ಥಿತಿನ ಒಟ್ಟಿಗೆ ಫೇಸ್ ಮಾಡೋದು ಇಂಪಾರ್ಟೆಂಟ್ ಅಂತ ನಂಗೆ ಅರ್ಥ ಆಗಿದೆ ಮಿಂಚು. ನೀನು ಅಂದುಕೊಂಡ ಹಾಗೆ ನಾವು ಫೈನಾನ್ಶಿಯಲಿ ಸ್ಟ್ರಾಂಗ್ ಆಗ್ತೀವಿ, ಕಾಂಪ್ರೊಮೈಸ್ ಆಗಿ ನನ್ ಜೊತೆ ಇದ್ದೀನಿ ಅಂತ ನಿಂಗೆ ಫೀಲ್ ಆಗೋಕೆ ನಾನ್ ಬಿಡಲ್ಲ. ನಂಗೆ ಸಿಂಪಥಿ ತೋರಿಸ್ಬೇಡ. ಮುಂಚೆ ಇದ್ದ ಹಾಗೆ ಇರು ಪ್ಲೀಸ್.’

‘ಅನೂ.. ಯಾಕ್ ಇಷ್ಟೊಂದು ಎಕ್ಸಪ್ಲನೇಶನ್ ಕೊಡ್ತಿದ್ದೀಯಾ? ನಂಗೆ ನಿನ್ ಮೇಲೆ ಕಾನ್ಫಿಡೆನ್ಸ್ ಇದೆ, ನಿನ್ನ ಸಪೋರ್ಟ್ ಮಾಡ್ತೀನಿ ಅಂತಾನೇ ಹೇಳೋಕೆ ನಾನಿವತ್ತು ಬಂದಿದ್ದು. Lets face everything together. Remember, I love you anu..' ಅವನ ಮಾತಿಗೆ ಇವಳು, ಇವನ ಮಾತಿಗೆ ಇವನು ಬಿಕ್ಕಿಬಿಕ್ಕಿ ಅತ್ತರು, ಇಷ್ಟು ದಿನ ಮುಚ್ಚಿಟ್ಟ ದುಃಖವನ್ನೆಲ್ಲಾ ನೆನೆದು ಅತ್ತರು.

'ಆಯ್ತು, ಅಳೋದು ನಿಲ್ಸು ಈಗ ನಿನ್ ಮೂಗು ಕಣ್ಣೆಲ್ಲಾ ಕೆಂಪಾಗಿಹೋಗಿದೆ' ಅನೂಪ್ ಅವಳ ಕಣ್ಣೊರೆಸಿ ತಬ್ಬಿಹೇಳಿದ.

'ನಂಗೆ ಅಳ್ಬೇಡಾ ಅಂದು ನೀನ್ ಅಳ್ತಿದ್ದೀಯಾ' ಮಿಂಚು ಅಪ್ಪುಗೆಯನ್ನು ಬಿಗಿಮಾಡಿ ಪ್ರತಿಕ್ರಿಯಿಸಿದಳು.

'ಓಕೆ ಅಳಲ್ಲ ನನ್ ಮುದ್ದು ಗಿಣಿಮರಿ.. ಅರೇ! ನಿನ್ ಮೂಗು ಕಣ್ಣುಗಳ ಜೊತೆ ತುಟಿ ಕೂಡ ಹೇಗ್ ಕೆಂಪಾಗಿದೆ ನೋಡು..' ತುಂಟ ನಗೆ ಬೀರುತ್ತಾ ಅನೂಪ್ ಅವಳನ್ನು ಮುದ್ದಿಸಿದ. ಆ ಪ್ರೀತಿಯ ಧಾರೆಯನ್ನು ಯಾವ ಹಂತದಲ್ಲಿ ತಡೆಯಬೇಕೆಂದು ಮಿಂಚೂಗೆ ಗೊತ್ತಿತ್ತು.

# 14

'ನಾವಿಬ್ಬರೂ ಮದುವೆಯಾಗೋಣ' ಎಂದು ಕೇಳಿದ ಮೇಲೆ ಚಕ್ರವರ್ತಿಗೆ ಕರೆಬಂದು ಉಡುಪಿ ಬಿಟ್ಟು ಎಲ್ಲಿಗೆ ಹೋದರು ಅನ್ನೋದು ಅರವಿಂದಾಗೆ ಸ್ಪಷ್ಟವಾಗಲಿಲ್ಲ. ಮಗನಿಗೆ ತೊಂದರೆಯಾಗಿದೆ ಎಂದು ಹೇಳಿದ್ದರಿಂದ ಆ ಕ್ಷಣಕ್ಕೆ ಏನೋ ತುರ್ತಿನ ಕೆಲಸ ಬಂದಿರಬಹುದು ಎಂದುಕೊಂಡಳು. ಆದರೆ ಚಕ್ರವರ್ತಿಯ ಕಡೆಯಿಂದ ಸರಿಯಾದ ಅಪ್ಡೇಟ್ ಇಲ್ಲದಾದಾಗ ಗಂಟೆಗಳು ಕಳೆದಂತೆ, ದಿನ ಕಳೆದಂತೆ ಅವಳ ಲಹರಿಯೇ ಬದಲಾಯಿತು. ಎಂತಹ ಮುಖ್ಯ ಪ್ರಶ್ನೆಗೆ ಉತ್ತರ ಕೊಡದೇ ಕಾರಣ ಒಡ್ಡಿ ತಪ್ಪಿಸಿಕೊಂಡು ಓಡಾಡುತ್ತಿದ್ದಾರಾ ಎಂದು ಮನಸ್ಸು ಕಳೆದ ಒಂದು ವರ್ಷದಿಂದ ಕಟ್ಟಿಕೊಂಡ ಲೋಕದಿಂದ ಹೊರಬಂದು ಯೋಚಿಸಿತು. ಅಂದು ನಾನು ಸಂಯಮ ಕಳೆದುಕೊಂಡು ತಪ್ಪು ಮಾಡಿಬಿಟ್ಟೆನೇ? ಮಿಂಚು ಮದುವೆಯಾಗು ಎಂದು ಬಲವಂತ ಮಾಡಿದ ಪರಿಣಾಮದಿಂದ ನಾನು ಈ ರೀತಿ ಮಾಡಿದೆನಾ ಅಥವಾ ಮದುವೆಯಾಗಬೇಕು ಅನ್ನೋ ಆಕಾಂಕ್ಷೆ ಮೊದಲಿಂದಲೇ ಇತ್ತಾ? ಅದೇನೇ ಆದರೂ ಯಾವುದೋ ಒಂದು ಫೋನ್ ಕರೆಗೆ ಇಷ್ಟು ಮುಖ್ಯವಾದ ಮಾತುಕತೆಯನ್ನು ಸಂಪೂರ್ಣ ಮಾಡದೇ ಹೊರಟು ಹೋದರೆಂದರೆ ಅವರ ಜೀವನದಲ್ಲಿ ತಾನು ಎಷ್ಟು ಮುಖ್ಯವೆಂದು ಅಂದಾಜು ಮಾಡಲು ಅರವಿಂದಾಗೆ ಕಷ್ಟವಾಯಿತು. ಯೋಚನೆ ಮಾಡಿದಷ್ಟೂ ತಲೆ ಗೊಂದಲದ ಗೂಡಾಯಿತು. ಒಂದು ಸಲ ಅವರನ್ನು ಅನುಮಾನಿಸಬಾರದೆಂದೆನಿಸಿದರೆ ಮರುಕ್ಷಣವೇ ಚಕ್ರವರ್ತಿಯನ್ನು ನಂಬಿ ಮೋಸಹೋಗುತ್ತಿರಬಹುದಾ ಎಂದು ಶಂಕೆಪಟ್ಟಳು. ಅವನ ಜೊತೆಗಿನ ನೆನಪು ಮಾಡಿಕೊಂಡರೆ ಒಮ್ಮೆಲೇ ಜೊತೆಗೆ ಕಣ್ಣೀರೂ ಬಂದುಬಿಡುತ್ತಿತ್ತು.

ಚಕ್ರವರ್ತಿ ತನ್ನ ಹೆಂಡತಿ ತೀರಿಹೋಗಿದ್ದಾಳೆ, ಮಗ ಬೆಂಗಳೂರಿನಲ್ಲಿ ಕೆಲಸ ಮಾಡುತ್ತಿದ್ದಾನೆ ಎಂದು ತಿಳಿಸಿದ್ದ. ಈ ವಿಚಾರವನ್ನು ಎಂದೂ ಅವಳು ಪರೀಕ್ಷಿಸಿರಲಿಲ್ಲ. ಈ ವಿವರಗಳೆಲ್ಲಾ ಆಗೊಮ್ಮೆ ಈಗೊಮ್ಮೆ ಮಾತಿನ ಮಧ್ಯೆ ಬಂದಿದ್ದು. ಅಷ್ಟು ದಿನದಲ್ಲಿ ಅವನು ನಿಸ್ವಾರ್ಥಿಯಾಗಿ ಜೊತೆಗಿದ್ದದ್ದು, ಕಾಳಜಿ ತೋರಿಸಿದ್ದು, ತನ್ನ ಕಷ್ಟಕ್ಕೆ ಆದದ್ದು ಈ ಸಂಗತಿಗಳ ಮೇಲೆ ಅರವಿಂದಾ ಅವನ ವ್ಯಕ್ತಿತ್ವವನ್ನು ಅರ್ಥ ಮಾಡಿಕೊಂಡವಳು. ಮಗ ಬೆಂಗಳೂರಿನಲ್ಲಿ ಕೆಲಸ ಮಾಡುತ್ತಿದ್ದಾನೆ ಎಂದ ಮೇಲೆ ಸಕಲೇಶಪುರದಲ್ಲಿ ಯಾವ ಮಗನಿದ್ದಾನೆ? ನನಗೆ ಗೊತ್ತಿಲ್ಲದೇ ಅವರಿಗೆ ಇನ್ನೊಂದು ಸಂಸಾರವಿರಬಹುದೇ? ನನಗೆ ಸುಳ್ಳು ಹೇಳಿರಬಹುದೇ? ಒಬ್ಬ ವ್ಯಕ್ತಿಯ ಪೂರ್ವಾಪರಗಳ ಬಗ್ಗೆ ಸರಿಯಾಗಿ ತಿಳಿಯದೇ ಮಾರುಹೋದೆನೇ? ಎಂದು ಅರವಿಂದಾ ಮನ ಹೊಯ್ದಾಡಿತು. ಜೀವನದಲ್ಲಿ ಬಂದ ಎರಡನೇ ಪ್ರೀತಿಯೂ ಸುಳ್ಳು ಅನ್ನೋ ಯೋಚನೆಯೇ ಅವಳನ್ನು ಕ್ಷಣಕ್ಷಣಕ್ಕೂ ಕೊಲ್ಲುತ್ತಿತ್ತು. ಅದನ್ನು ಮರೆಯಲು ಕೆಲಸದಲ್ಲಿ ತೊಡಗಿದಳು, ಆ ದಿನ ಸಾಯಂಕಾಲ ಒಬ್ಬಳೇ ಮನೆಯಲ್ಲಿರಲಾರದೇ ರಾಧಮ್ಮಜ್ಜಿಯ ಮನೆಗೆ ಹೋದಳು. 'ಮಿಂಚುಗೆ ನಿಮ್ಮ ವಿಚಾರ ಹೇಳಿದ್ಯೇನಮ್ಮ' ಎಂದು ಕೇಳಿದ್ದಕ್ಕೆ ರಾಧಮ್ಮಳ ಮಡಿಲಲ್ಲಿ ಮಲಗಿ ಅತ್ತು ಬಿಟ್ಟಳು.

'ಏನಾಯ್ತಮ್ಮಾ ಅರವಿಂದಾ.. ಯಾಕ್ ಇಷ್ಟು ನೋವು ಮಾಡಿಕೊಂಡಿದ್ದೀಯಾ?' ಎಂತಹ ಕಷ್ಟ ಬಂದಿದ್ದರೂ ಅದೇನೂ ದೊಡ್ಡ ವಿಷಯವಲ್ಲ ಅನ್ನುವಂತೆ ಎದುರಿಸಿದ್ದ ಅರವಿಂದಾ ಇಷ್ಟು ಕುಗ್ಗಿರುವುದು ಏಕೆಂದು ಅರ್ಥವಾಗದೇ ರಾಧಮ್ಮ ಆತಂಕದಿಂದ ಕೇಳಿದರು.

'ಅಮ್ಮಾ.. ಯಾಕೋ ಎಲ್ಲಾ ತುಂಬಾ ವೇಗವಾಗಿ ನಡೀತು ಅನ್ನಿಸ್ತಿದೆ. ನನ್ ನಿರ್ಧಾರದಲ್ಲಿ ಎಡವಿದ್ರೆ ನಾನು ದೊಡ್ಡ ಮೂರ್ಖಳಾಗಿಬಿಡ್ತೇನೆ ಅಲ್ವಾ? ಚಿಕ್ಕ ಹುಡುಗೀರು ಪ್ರೀತೀಲಿ ಬಿದ್ದು ತಲೆಕೆಡಿಸಿಕೊಳ್ಳೋತರ ನಾನೂ ಆಗ್ಬಿಟ್ನೇನೋ ಅಂತ ಭಯ, ಮುಜುಗರ ಆಗ್ತಿದೆ'

'ಇದ್ದಕ್ಕಿದ್ದಂತೆ ಯಾಕ್ ಈ ಯೋಚ್ನೆ ನಿಂಗೆ? ನೀನು ಸುಮ್ಮನೇ ಯಾರನ್ನೂ ಹತ್ತಿರ ಸೇರಿಸಿಕೊಳ್ಳೋದಿಲ್ಲ ಮಗಳೇ, ಹೆದರಬೇಡ' ರಾಧಮ್ಮನಿಗೆ ಅರವಿಂದಾ ಸಮಸ್ಯೆಯನ್ನು ಪೂರ್ತಿಯಾಗಿ ವಿವರಿಸಲು ಹಿಂಜರಿದಾಗ ಅವರು ತಮಗೆ ತೋಚಿದ ರೀತಿಯಲ್ಲಿ ಸಮಾಧಾನ ಮಾಡಿದರು. ತಾಯಿಯ ಮಡಿಲು ಅರವಿಂದಾಗೂ ಸಮಾಧಾನ ಕೊಟ್ಟಿತು.

ಚಕ್ರವರ್ತಿ ಮಾರನೇ ಬೆಳಗ್ಗೆ ಉಡುಪಿ ತಲುಪಿ ಮೊದಲು ಮಾಡಿದ ಕೆಲಸವೇ ಅರವಿಂದಾಳನ್ನು ಭೇಟಿಯಾಗಿದ್ದು. ಅವಳು ಮಂಚದಿಂದೇಳುವ ಮುನ್ನ ಅವಳ ಮನೆಯ ಕದ ತಟ್ಟಿದ್ದ. ಆ ಶಬ್ದಕ್ಕೆ ಆಕೆ ಓಡಿ ಬಂದು ಬಾಗಿಲು ತೆರೆದಳು. ಚಕ್ರವರ್ತಿ ಮಂಡಿಯೂರಿ ಕುಳಿತು ಕೈಲಿದ್ದ ಹೂಗುಚ್ಛವನ್ನು ಮುಂದೆ ಚಾಚಿ 'ನನ್ನನ್ನು ಮದುವೆಯಾಗ್ತೀರಾ' ಎಂದು ಕೇಳಿದ. ಆದರೆ ಅವಳು

ಅಚ್ಚರಿಗೊಳ್ಳಲಿಲ್ಲ, ಖುಷಿಯೂ ಆಗಲಿಲ್ಲ ಮುಖದಲ್ಲಿದ್ದ ಆತಂಕ ಅವಳು ಎಷ್ಟು ಕಾದು ಸೋತಿರಬಹುದೆಂದು ವಿವರಿಸಿತು. ಸಂತೆಯಲ್ಲಿ ಕಳೆದುಹೋದ ಸಣ್ಣ ಹುಡುಗಿಯಂತೆ ಕಾಣುತ್ತಿದ್ದಳು. ಯಾವಾಗಲೂ ಸಮಚಿತ್ತದಲ್ಲಿರುವಂತೆ ಕಾಣುತ್ತಿದ್ದ ತನಗಾಗಿ ಇಷ್ಟು ಪರಿತಪಿಸುತ್ತಾಳೆ ಎಂದು ತಿಳಿದು ಚಕ್ರವರ್ತಿ ಭಾವುಕನಾದ. ಪೊಲೀಸ್ ಸ್ಟೇಷನ್‌ನಲ್ಲಿ ಆದ ಘಟನೆಯನ್ನು ವಿವರಿಸಿ ಅಲ್ಲಿನ ಗಡಿಬಿಡಿಯಲ್ಲಿ ಸಮಾಧಾನವಾಗಿ ಮಾತನಾಡುವುದಕ್ಕಾಗಲಿಲ್ಲವೆಂದು ಕ್ಷಮೆ ಯಾಚಿಸಿದಾಗ ಬೆಟ್ಟದಂತೆ ಬಂದೆರಗಿದ ದುಃಖ ಮಂಜಿನಂತೆ ಒಮ್ಮೆಲೇ ಕರಗಿತು. ಅರವಿಂದಾ ತನ್ನ Overthinking ಬಗ್ಗೆ ನೆನೆದಾಗ ನಗು ಬಂತು. ನಂಬಿಕೆಯೆಂಬ ಪರದೆಯಿಂದ ಹೊರಬಂದು ನೋಡಿದರೆ ಯಾವುದಕ್ಕೂ ಅರ್ಥವಿಲ್ಲವೆನಿಸುತ್ತದೆ ಅನ್ನಿಸಿತು.

'ನಿಮ್ ಮಗನಿಗೆ ಈಗ್ಲಾದ್ರೂ ನಿಮ್ ಬಗ್ಗೆ ಕೋಪ ಹೋಯ್ತಾ?' ಅರವಿಂದಾ ಕೇಳಿದಳು.

'ಅವ್ನಿಗೆ ಹೋಯ್ತೋ ಬಿಡ್ತೋ ಗೊತ್ತಿಲ್ಲ, ನಿಮ್ಗೆ ನನ್ ಬಗ್ಗೆ ಕೋಪ ಹೋದ್ರೆ ಅಷ್ಟು ಸಾಕು' ತುಂಟ ನಗೆ ಬೀರುತ್ತಾ ಹೇಳಿದಾಗ ಅರವಿಂದಾ ನಗುವಿನಲ್ಲಿ ಎಲ್ಲಾ ದುಗುಡಗಳು ಕಣ್ಮರೆಯಾದವು.

❋

ಮಿಂಚು ಮತ್ತು ಅನೂಪ್ ಇಬ್ಬರೂ ಮುಂದೆ ಏನು ಮಾಡೋದು ಅನ್ನೋದರ ಬಗ್ಗೆ ದಿನವೂ ಚರ್ಚಿಸುತ್ತಿದ್ದರು. ಟರ್ಮಿನೇಶನ್ ಅನ್ನೋ ಕಪ್ಪುಚುಕ್ಕಿ ಇದ್ದರಿಂದ ಮತ್ತೆ ಐ.ಟಿ ಕೆಲಸಕ್ಕೆ ತಲೆಹಾಕುವ ಗೋಜಿಗೆ ಹೋಗಲಿಲ್ಲ. ರೋಗಿ ಬಯಸಿದ್ದೂ ಹಾಲು ಅನ್ನ ವೈದ್ಯ ಹೇಳಿದ್ದೂ ಹಾಲು ಅನ್ನ ಅನ್ನೋ ಹಾಗಿತ್ತು ಅನೂಪನಿಗೆ. ಕಾಂಪಿಟಿಟಿವ್ ಪರೀಕ್ಷೆಗೆ ತಯಾರಾಗು, ಸರ್ಕಾರಿ ಕೆಲಸಕ್ಕೆ ಪ್ರಯತ್ನ ಮಾಡ್ಬೋದು ಎಂದು ಮಿಂಚು ಹೇಳಿದಾಗ, ಅನೂಪ್ ಆಗಲೂ ನಾನು ಇನ್ನೊಬ್ಬರ ಕೈಕೆಳಗೆ ಕೆಲಸ ಮಾಡಬೇಕಾಗುತ್ತದೆ ಎಂದು ರಾಗ ಎಳೆದ. ಇಂತಹ ಮಾತುಗಳಾಡಿದಾಗ ಮಿಂಚುಗೆ ಅನೂಪನನ್ನು ಸಹಿಸಿಕೊಳ್ಳೋದು ಅಸಾಧ್ಯವೆನಿಸಿಬಿಡುತ್ತಿತ್ತು. ತಾನೇ ಸ್ವಂತವಾಗಿ ಅದೇನು ಮಾಡ್ತಾನೋ ನೋಡೋಣ ಎಂದು ಕೈಚೆಲ್ಲಿದಳು.

ಅಮ್ಮನ ವಿಚಾರದಲ್ಲಿ ಕುತೂಹಲವಿದ್ದ ಮಿಂಚುಗೆ ಅದೊಂದು ದಿನ ಅಜ್ಜಿ ಸಿಹಿ ಸುದ್ದಿ ಕೊಟ್ಟಿದ್ದರು. 'ನೀನು ಅಂದುಕೊಂಡ ದಿನ ಆದಷ್ಟು ಬೇಗ ಬರುತ್ತೆ, ಅದನ್ನು ನಿಮ್ಮಮ್ಮನ ಬಾಯಲ್ಲೇ ಕೇಳು' ಎಂದು ಹೇಳಿದಾಗ ಅವಳ ಕುತೂಹಲ ಗಗನಕ್ಕೇರಿತು. ಅದೇ ದಿನ ಅರವಿಂದಾ ಫೋನ್ ಮಾಡಿ ಮಗಳನ್ನು ಊರಿಗೆ ಬರೋಕಾಗುತ್ತಾ ಎಂದು ಕೇಳಿದಾಗ ಮಿಂಚುಗೆ ಸದ್ಯದಲ್ಲಿ ರಜೆ ಸಿಗೋದಿಲ್ಲವೆಂದು ತಿಳಿಯಿತು. ನಿನಗೊಂದು ಮುಖ್ಯವಾದ ವಿಚಾರ ಹೇಳಬೇಕಿತ್ತಲ್ಲ ಎಂದಾಗ

ಈಗೆಲ್ಲಾ ಎದುರಿಗೆ ಸಿಗೋಕಾಗಲ್ಲ ಅಂತ ಕೊರಗೋ ಕಾಲ ಇಲ್ಲಮ್ಮ, ಗೂಗಲ್ ಮೀಟ್ ಇದ್ಯಲ್ಲ ಅಥವಾ ವಿಡಿಯೋ ಕಾಲ್ ಮಾಡು ಮುಖ ನೋಡ್ಕೊಂಡ್ ಮಾತಾಡೋಣ ಎಂದು ಅಮ್ಮನಿಗೆ ಅರ್ಥೈಸಿದಳು. ಎದುರಿಗೆ ಕಾಣುವಷ್ಟೇ ಸ್ಪಷ್ಟವಾಗಿ ಫೋನ್ ಮುಖಾಂತರ ಮಗಳ ಮುಖ ಕಂಡ ಮೇಲೆ ಮಿಂಚು ಬಿಡುವಾಗಿದ್ದಾಳೆ ಅನ್ನೋದನ್ನ ಖಚಿತಪಡಿಸಿಕೊಂಡು ಅರವಿಂದಾ ದೊಡ್ಡ ಪೀಠಿಕೆಯನ್ನೇ ಹಾಕಿದಳು.

'ನಿಮ್ಮಪ್ಪ ಬಿಟ್ಟುಹೋಗಿ ಹನ್ನೆರಡು ವರ್ಷಗಳಾಯ್ತು ಮಿಂಚು. ಇಲ್ಲಿ ತನಕ ನಂಗೆ ನಿನ್ನ ಬಿಟ್ರೆ ನಂಗಿನ್ಯಾರೂ ಬೇಕು ಅನ್ನಿಸ್ತಿರಲಿಲ್ಲ. ಮದ್ವೆ ಆಗು ಅಂತ ಮೊದಲನೇ ಸಲ ನಂಗೆ ಹೇಳಿದಾಗ ನಿನ್ ಮೇಲೆ ನಂಗೆ ತುಂಬ ಕೋಪ ಬಂದಿತ್ತು. ನಾನಾಗೇ ಯಾರನ್ನೂ ಭೇಟಿಯಾಗ್ದೆ ಇದ್ರೂ, ಮ್ಯಾಟ್ರಿಮೊನಿಯಿಂದ ನನ್ನ ಹೆಸರನ್ನ ಡಿಲೀಟ್ ಮಾಡಿದ್ಮೇಲೂ ನನ್ನ ನಿರ್ಧಾರಕ್ಕೆ ವಿರುದ್ಧವಾದದ್ದು ನಡೀತಾ ಇದೆ ಅಂದ್ರೆ ನಮ್ ಭವಿಷ್ಯ ಎಷ್ಟು ಪೂರ್ವನಿಯೋಜಿತ ಅನ್ನಿಸಿಬಿಡುತ್ತೆ'

'ಅಮ್ಮ.. ವೇಯ್ಟ್ ವೇಯ್ಟ್.. ಯಾಕಿಷ್ಟು ಕಾಂಪ್ಲಿಕೇಟ್ ಮಾಡಿ ಬೇಜಾರಲ್ಲಿ ಮಾತಾಡ್ತಿದ್ದೀಯಾ.. ನಿನ್ ನಿರ್ಧಾರ ಉಲ್ಟಾ ಆಯ್ತು ಅಂದ್ರೆ, ನೀನು ಮದ್ವೇನೇ ಆಗ್ಬಾರ್ದು ಅಂತ ನಿರ್ಧಾರ ಮಾಡಿದ್ದೆ, ಬಟ್ ಈಗ ಅದಕ್ಕೆ ಉಲ್ಟಾ.. ದಟ್ ಮೀನ್ಸ್.. ಮದ್ವೆ ಆಗ್ತಿದ್ದೀಯಾ!!! ಓ ಮೈ ಗಾಡ್.. ನಮ್ಮಮ್ಮ ಮದ್ವೆ ಆಗ್ತಿದ್ದಾಳಾ... ನಂಗೆ ಹೊಸ ಅಪ್ಪ ಬರ್ತಾರಾ.. ಅಪ್ಪ ಅನ್ನೋದು ಬೇಡ.. ನಂಗೂ ಹೊಸ ಫ್ರೆಂಡ್ ಬರ್ತಿದ್ದಾರೆ ಅಂದ್ಕೊಳ್ಳೋಣ...'. ಅಮ್ಮನ ಮಾತು ಕೇಳಿ ಮಿಂಚು ಎಕ್ಸೈಟ್ಮೆಂಟ್ ನಿಂದ ಕುಣಿದಾಡಿದಳು.

'ಮಿಂಚು.. ಏಯ್ ಮಿಂಚು, ನನ್ ಮಾತನ್ನ ಪೂರ್ತಿಯಾಗ್ ಕೇಳಿಸ್ಕೋ.. ಇದ್ರಲ್ಲಿ ನನ್ನ ನಿನ್ನ ಡಿಸಿಶನ್ ಮಾತ್ರ ಇಂಪಾರ್ಟೆಂಟ್ ಅಲ್ಲ. ಅಣ್ಣನ್ನೂ ಕೇಳ್ಬೇಕಲ್ವಾ? ಅವರೇನ್ ಅಂದ್ಕೋತಾರೆ.'

'ನೀನ್ ಸುಮ್ನಿರಮ್ಮ.. ಇಷ್ಟ್ ವರ್ಷ ಎಲ್ಲಿ ಹೋಗಿದ್ರು ನಿಮ್ಮಣ್ಣ? ಒಂದ್ ನಾಲ್ಕ್ ವರ್ಷ ನನ್ನ ಅವ್ರ ಮನೇಲಿ ಇಟ್ಕೊಂಡಿದ್ದಾರೆ. ಎಷ್ಟ್ ಪಾರ್ಶಿಯಾಲಿಟಿ ಮಾಡ್ತಿದ್ರು ಗೊತ್ತಾ? ನಿಂಗೆ ಬೇಜಾರಾಗುತ್ತೆ ಅಂತ ಹೇಳ್ತಿರ್ಲಿಲ್ಲ. ಈಗ ಅವ್ರ್ ಬಗ್ಗೆ ತಲೆ ಕೆಡಿಸಿಕೊಳ್ಬೇಡ. ನಿಂಗೆ ಆಲ್ರೆಡಿ ಅವ್ರು ಸಿಕ್ಕಿದ್ದಾರೆ ಅಂತ ಆಯ್ತು, ಯಾರ್ ಅವ್ರು? ಏನ್ ಹೆಸ್ರು?'

'ಮಿಂಚು.. ಅಣ್ಣನ್ ಬಗ್ಗೆ ಅಷ್ಟ್ ಈಸಿ ಆಗಿ ಮಾತಾಡ್ಬೇಡ. ನಮ್ಗೆ ಸಂಬಂಧಿಕರು ಅಂತ ಇರೋದು ಅವ್ರೇ. ನಾನು ಬೆಂಗಳೂರಿಗೆ ಬರ್ತೀನಿ. ಅಲ್ಲೇ ಎಲ್ಲ ನಿಧಾನವಾಗಿ ಮಾತಾಡೋಣ'

ಅರವಿಂದಾ ಫೋನ್ ಇಟ್ಟು ಬಟ್ಟೆ ಪ್ಯಾಕ್ ಮಾಡಿಕೊಳ್ಳಲು ಶುರು ಮಾಡಿದಳು. ಒಂದು ವಾರ ಡಾಕ್ಟರ್ ಅರವಿಂದಾ ರಜೆಯಲ್ಲಿರ್ತಾರೆ. ಫೋನ್

ಅಥವಾ ಆನ್‌ಲೈನ್ ಕನ್ಸಲ್ಟೇಶನ್‌ಗೆ ಸಿಗುತ್ತಾರೆ ಎಂದು ಖಾಯಂ ಪೇಶೆಂಟುಗಳಿಗೆ ಸಂದೇಶ ರವಾನೆಯಾಯಿತು. ಅರವಿಂದಾ ಪ್ರತಿ ಬಾರಿ ಬೆಂಗಳೂರಿಗೆ ಹೋಗುವಾಗ ಮಗಳನ್ನು ನೋಡುತ್ತೇನೆ ಅನ್ನೋದು ಉಲ್ಲಾಸ ಇರುತ್ತಿತ್ತು. ಈ ಸಲ ಮನಸ್ಸಿನಲ್ಲಿ ಭಯ, ಮುಜುಗರ ಎಲ್ಲವೂ ಸೇರಿತ್ತು. ಮಗಳ ಮದುವೆ ಮಾಡೋ ವಯಸ್ಸಿನಲ್ಲಿ ತನ್ನ ಮದುವೆಯ ಬಗ್ಗೆ ಪ್ರಸ್ತಾಪ ಮಾಡುತ್ತಿರುವುದು ಅಣ್ಣನಿಗೆ ನಗೆಪಾಟಲೆನಿಸಬಹುದು. ಹಾಗಾಗಿ ಮಿಂಚು ಹೇಳಿದ ಹುಡುಗನ ಬಗ್ಗೆ ಮೊದಲು ಚರ್ಚಿಸಿ ಒಂದು ನಿರ್ಧಾರಕ್ಕೆ ಬಂದು ನಂತರ ಚಕ್ರವರ್ತಿಯ ಬಗ್ಗೆ ತಿಳಿಸಬೇಕೆಂದುಕೊಂಡಳು. ಮಿಂಚುನ ಭೇಟಿಯಾಗಲು ಚಕ್ರವರ್ತಿ ಜೊತೆಯಾಗುತ್ತೇನೆಂದ.

ಮಿಂಚು ಅನೂಪನಿಗೆ ಅಮ್ಮ ಮದುವೆಗೆ ಒಪ್ಪಿದ್ದಾರೆ ಅದೇ ವಿಷಯ ಮಾತನಾಡಲು ಬೆಂಗಳೂರಿಗೆ ಬರ್ತಿದ್ದಾರೆ ಅನ್ನೋ ವಿಷಯ ತಿಳಿಸಿದಾಗ ಅವನಿಗೆ ವಿಚಿತ್ರವೆನಿಸಿದ್ದು ಸುಳ್ಳಲ್ಲ. ಆದರೆ ಅದನ್ನು ತೋರ್ಪಡಿಸಲಿಲ್ಲ. ಮಿಂಚು ಇದರಿಂದ ಸಂತೋಷಪಡುತ್ತಾಳೆ ಅನ್ನೋದು ಖಚಿತವಾದ್ದರಿಂದ ಅದೇ ಅವನಿಗೆ ಮುಖ್ಯವಾಗಿತ್ತು.

❋

ಆ ದಿನ ರಾತ್ರಿ ಬೆಂಗಳೂರಿಗೆ ಹೊರಡುವುದು ಎಂದು ನಿರ್ಧಾರವಾದಾಗ ಅರವಿಂದಾ ಇಬ್ಬರಿಗೂ ತಾನೇ ಟಿಕೆಟ್ ಬುಕ್ ಮಾಡ್ತೇನೆ ಎಂದಳು. ಆದರೆ ಬುಕ್ ಮಾಡುವಾಗ ಒಂದು ಗೊಂದಲ ಎದುರಾಯಿತು. ಯಾವಾಗಲೂ ಸ್ಲೀಪರ್ ಬಸ್ಸಿನಲ್ಲಿ ಪ್ರಯಾಣ ಮಾಡುತ್ತಿದ್ದವಳು ಈ ಸಲ ಅಕ್ಕ ಪಕ್ಕದ ಸೀಟಿನ ಸ್ಲೀಪರ್ ಬುಕ್ ಮಾಡುವುದು ಯಾಕೋ ಸರಿಯಲ್ಲ ಅನ್ನಿಸಿತು. ಬೇಕಂತಲೇ ಎರಡು ಸಿಂಗಲ್ ಸ್ಲೀಪರ್‌ಗಳನ್ನು ಬುಕ್ ಮಾಡಿದರೆ ಏಕೆ ಅನ್ನೋ ಪ್ರಶ್ನೆ ಅವರ ಮನಸ್ಸಲ್ಲಿ ಮೂಡಬಹುದು, ಕೆಲವೊಂದು ಸಲ ನಾವು ಯಾವುದನ್ನು ಏಕೆ ಮಾಡುತ್ತೇವೆ ಅನ್ನೋದರ ಸ್ಪಷ್ಟತೆ ಹುಡುಕಲು ಸಾಧ್ಯವೇ ಇರುವುದಿಲ್ಲ ಅಂತೆನಿಸಿತು. ಸ್ಲೀಪರ್‌ನಲ್ಲಿ ಗಂಡ ಹೆಂಡತಿಯ ಹಾಗೆ ಅಕ್ಕಪಕ್ಕ ಮಲಗಿ ಪ್ರಯಾಣಿಸುವುದಕ್ಕೆ ಮನಸ್ಸು ಬರಲಿಲ್ಲ. ಇಬ್ಬರ ಮಧ್ಯೆ ಆತ್ಮೀಯತೆ ಇಲ್ಲವೇ ಎಂದು ಲಾಜಿಕ್ ಹುಡುಕಿದರೆ ಆಲೋಚನೆ ಅನ್ನೋ ರಸ್ತೆಯ ಬದಿಯಲ್ಲಿ ನೇತುಹಾಕಿದ 'ದಾರಿ ಮುಚ್ಚಿದೆ' ಅನ್ನೋ ಬೋರ್ಡ್ ಕಾಣಿಸಿತು. ಚಕ್ರವರ್ತಿಯ ಸಾಮೀಪ್ಯ ಅವಳಿಗೆ ಬಾಡಿಗೆ ಮನೆಯಲ್ಲಿದ್ದ ಅನುಭವ ತಂದಿತು. ಏಕೆಂದರೆ, ಬಾಡಿಗೆ ಮನೆಯನ್ನು ನಮ್ಮದೇ ಮನೆ ಎಂದು ಬಾಯಿ ತುಂಬಾ ಕರೆಯುವಷ್ಟರಲ್ಲಿ ಮಾಲೀಕರಿಗೆ ತಿಂಗಳ ಬಾಡಿಗೆ ಕೊಡಬೇಕು ಅನ್ನೋದು ನೆನಪಾಗುತ್ತದೆ, ಹೊಸ ಫರ್ನಿಚರ್‌ಗಳನ್ನು ತಂದು ಹಾಕೋಣ ಅನ್ನಿಸಿದರೆ ಸ್ವಂತ ಮನೆಯಾದರೆ ಅದಕ್ಕೆ ತಕ್ಕಂತೆ ಕೊಂಡುಕೊಳ್ಳಬಹುದು, ಇದಕ್ಯಾಕೆ ಇಷ್ಟು ಖರ್ಚು ಅನ್ನಿಸುತ್ತದೆ. ಆದರೆ

ನಮ್ಮದು ಅಂತ ಹುಡುಕುವಷ್ಟರಲ್ಲಿ ಸಾಕಷ್ಟು ನೆನಪುಗಳು, ಸೆಳೆತಗಳು ಬಾಡಿಗೆ ಮನೆಯೊಂದಿಗೇ ಬೆಸೆದು ಹೋಗಿರುತ್ತವೆ.

ಬರೀ ಒಂದು ಬಸ್ಸಿನ ಸೀಟ್ ಬುಕ್ ಮಾಡೋಕೆ ಅಷ್ಟು ಹಿಂಜರಿಕೆ ಇರುವವಳಿಗೆ ಅಣ್ಣನ ಮನೆಯಲ್ಲಿ ತನ್ನ ಮದುವೆ ಪ್ರಸ್ತಾಪ ಮಾಡುವ ಧೈರ್ಯ ಬರುವುದೋ ಇಲ್ಲವೋ ಗೊತ್ತಾಗಲಿಲ್ಲ. ತಲೆಚಿಟ್ಟು ಬಂದು ಸ್ಲೀಪರ್ ಬಸ್ ಸಹವಾಸವೇ ಬೇಡವೆಂದು ಪುಶ್ ಬ್ಯಾಕ್ ಸೀಟುಗಳಿದ್ದ ಬಸ್ಸಿನಲ್ಲಿ ಅಕ್ಕಪಕ್ಕದ ಎರಡು ಸೀಟ್‌ಗಳನ್ನು ಕಾಯ್ದಿರಿಸಿದಳು. ರಾತ್ರಿ ಒಂಬತ್ತೂವರೆಗೆ ಬಸ್ಸು ಹೊರಡುತ್ತದೆಯೆಂದು ಎಂಟು ಗಂಟೆಗೆ ಕೆಲಸವೆಲ್ಲಾ ಮುಗಿಸಿ ಊಟ ಮಾಡಿದಳು, ಚಕ್ರವರ್ತಿಯ ಊಟವಾಯಿತೇ ಎಂದು ಕೇಳಬೇಕೆನಿಸಿತು, ಕೇಳಿದರೆ ಊಟಕ್ಕೆ ಇಲ್ಲಿಗೇ ಕರೆಯಬೇಕಾಗುತ್ತದೆ ಎಂದು ಸುಮ್ಮನಾದಳು. ಕೊನೆ ಘಟ್ಟದಲ್ಲಿ ಅವಳ ಮನಸ್ಸು ಯಾಕೋ ಉಲ್ಟಾ ಹೊಡೆಯುತ್ತಿತ್ತು. ಮಗಳ ಹತ್ತಿರ ಮದುವೆಗೆ ಒಪ್ಪಿಗೆ ಕೊಟ್ಟು ಇಲ್ಲಿ ಚಕ್ರವರ್ತಿಯನ್ನು ದೂರ ಇಡುತ್ತಿದ್ದೇನೆ ಅನ್ನೋದು ಅವಳ ಗಮನಕ್ಕೂ ಬಂದಿರಲಿಲ್ಲ. ಬಹುಶಃ ಸೋಲಿನ ಭಯವಿರಬಹುದು. ಬೆಂಗಳೂರಿಗೆ ಹೋದ ನಂತರ ಯಾವುದೋ ಒಂದು ಕಾರಣದಿಂದ ನಮ್ಮಿಬ್ಬರ ಸಂಬಂಧ ಮುರಿದು ಬಿದ್ದರೆ ಸಾಸಿವೆ ಕಾಳಿನಷ್ಟಾದರೂ ಅದಕ್ಕೆ ಸಿದ್ಧವಿದ್ದೆ ಅನ್ನೋ ಭಾವನೆ ಇರಲಿ ಎಂದಿರಬೇಕು. ಇದೂ ಒಂದು ತರಹದ ಡಿಫೆನ್ಸ್ ಮೆಕ್ಯಾನಿಸಮ್. ಅರವಿಂದಾಗೆ ದೊಡ್ಡ ನೋವನ್ನು ಎದುರಿಸುವ ಗುಂಡಿಗೆ ಇರಲಿಲ್ಲ. ಅವರನ್ನು ಕಳೆದುಕೊಳ್ಳೋ ಭಯದಿಂದ ತಾನಾಗೇ ದೂರ ಓಡುತ್ತಿದ್ದಳು. ಅದು, ಚಕ್ರವರ್ತಿಯ ಗಮನಕ್ಕೆ ಬಾರದಷ್ಟು ಸೂಕ್ಷ್ಮವಾಗಿ!

ಚಕ್ರವರ್ತಿ ಮಾತ್ರ ಬಹಳ ಉಲ್ಲಾಸದಿಂದಿದ್ದ. ಹೊಸ ಜೀವನ ಶುರುವಾಗೋ ದಾರಿಯಲ್ಲಿದ್ದೇನೆ ಅನ್ನೋ ಖುಷಿಯಿತ್ತು. ಮಗ ಜೊತೆಗಿದ್ದಿದರೆ ಈ ವಯಸ್ಸಿನಲ್ಲಿ ನೀನು ಮದುವೆಯಾಗುತ್ತೀಯಾ ಎಂದು ನಗುತ್ತಿದ್ದನೇನೋ, ಮದುವೆಯಾದರೆ ನಮ್ಮ ಜೊತೆ ಇರಬೇಡ ಅನ್ನುತ್ತಿದ್ದನೇನೋ, ನೀನು ಮದುವೆಯಾಗುವ ಹೆಣ್ಣನ್ನು ನಾನು ಅಮ್ಮ ಎಂದು ಒಪ್ಪಿಕೊಳ್ಳಲಾರೆ ಎಂದು ಹಟ ಮಾಡುತ್ತಿದ್ದನೇನೋ ಎಂದು ಕಲ್ಪನಾ ಲೋಕದಲ್ಲಿ ವಿಹರಿಸಿದ. ಅರವಿಂದಾಳ ಕಳವಳ ಗಮನಿಸಿದ ನಂತರ ನಾನು ಯಾರ ಒಪ್ಪಿಗೆಯನ್ನೂ ಪಡೆಯಬೇಕಿಲ್ಲ ಅನ್ನೋ ಸತ್ಯವೇ ಅವನಿಗೆ ಹೆಚ್ಚು ಇಷ್ಟವಾಯಿತು.

ರಾತ್ರಿಯಲ್ಲಿ ಬಸ್ಸು ನಿಧಾನವಾಗಿ ಉಡುಪಿ ಸಿಟಿಯನ್ನು ಬಿಟ್ಟು ಘಾಟ್ ಸೆಕ್ಷನ್ನಿನಲ್ಲಿ ಚಲಿಸಿತು. ಅರವಿಂದಾಳನ್ನು ಏನೇ ಕೇಳಿದರೂ ಚುಟುಕಾಗಿ ಉತ್ತರಿಸಿ ಮತ್ತೆ ಕಣ್ಣು ಮುಚ್ಚುತ್ತಿದ್ದದ್ದು ಚಕ್ರವರ್ತಿಗೆ ಕೊಂಚ ಬೇಸರ ತಂದಿತು. ಸೀಟ್ ನಂಬರು, ನೀರು, ಕಿಟಕಿಯಿಂದ ನುಸುಳುತ್ತಿದ್ದ ಗಾಳಿಯ ಬಗ್ಗೆ ಬಿಟ್ಟರೆ ಇನ್ನಾವ ವಿಷಯದ ಬಗ್ಗೆಯೂ ಆಕೆ ಮಾತನಾಡಲಿಲ್ಲ. ಬಸ್ಸು ಒಂದೊಂದು ತಿರುವಿನಲ್ಲೂ ತಿರುಗುತ್ತಾ ಸಾಗುತ್ತಿದ್ದಂತೆ ತಲೆಯಲ್ಲಿನ ಭ್ರಮೆ ಕಳಚಿದಂತಾಯಿತು ಅರವಿಂದಾಗೆ.

ಇಷ್ಟು ದಿನ ಕಾಲೇಜು ಪ್ರವಾಸದಲ್ಲಿದ್ದು ವಾಪಸ್ ಓದು ಎಂಬ ವಾಸ್ತವದತ್ತ ಮುಖ ಮಾಡುವಂತಹ ಅನುಭವವದು. ಈ ಪ್ರವಾಸದಲ್ಲಿ ಆದ ಅನುಭವಗಳು ಅತ್ಯಂತ ಸಂತೋಷಕರ ಆದರೆ ಅದನ್ನು ಹೊರ ಜಗತ್ತಿಗೆ ಕೊಂಡೊಯ್ಯುವುದು ಸೂಕ್ತವೇ? ಸೂಕ್ತವಾದರೂ ಸಾಧ್ಯವೇ ಅನ್ನೋದು ಅನುಮಾನವಾಗೇ ಉಳಿಯಿತು. ಚಕ್ರವರ್ತಿಗೆ ಸರ್ವಸಂಗ ಪರಿತ್ಯಾಗಿಯಂತಿದ್ದವನು ಮತ್ತೆ ಸಂಸಾರಿಯಾಗಲು ಹೋಗುತ್ತಿದ್ದೇನೆ ಅನ್ನೋದನ್ನ ಎಷ್ಟು ಸಲ ನೆನೆದರೂ ಅಚ್ಚರಿಯ ವಿಷಯವಾಗಿಯೇ ಉಳಿದುಬಿಟ್ಟಿತು. ಈ ಯೋಚನೆಗಳ ಬೆನ್ನು ಹತ್ತಿದರೆ ತಲೆ ಭಾರವಾಗುತ್ತದೆ ಎನಿಸಿ ಚಕ್ರವರ್ತಿ ಮೌನ ಮುರಿದ.

'ಏನೋ ಒಂದು ಥರಾ ಭಯ ಅಲ್ವಾ?' ಎಂದು ಕೇಳಿದಾಗ ಅರವಿಂದಾ 'ಹ್ಮ್..' ಎಂದಳು. 'ಹೋಗ್ಲಿ ಆಗಿದ್ದನ್ನೆಲ್ಲಾ ಬಿಟ್ಟು ವಾಪಸ್ ನಮ್ಮ ಹಳೇ ಬದುಕಿಗೆ ಹೋಗಿಬಿಡೋಣ?' ಎಂದನು. ಅರವಿಂದಾ ನಿರೀಕ್ಷಿಸಿರಲಿಲ್ಲ. ಏನು ಹೇಳ್ತಿದ್ದೀರಾ ಅನ್ನೋ ಹಾಗೆ ಕಣ್ಣು ಅಗಲಿಸಿ ನೋಡಿದಳು.

'ನಾವ್ ನಾವು ಏನೇನೋ ಅಂದುಕೊಳ್ತಿದ್ದೀವಿ, ಆದ್ರೆ ನಮ್ಮೋರನ್ನ ಫೇಸ್ ಮಾಡೋದು ನಮ್ ಬಗ್ಗೆ ಅರ್ಥ ಮಾಡಿಸೋದು ಕಷ್ಟ ಅನ್ನಿಸ್ತಿದೆ ಅಲ್ವ ನಿಮ್ಗೆ? ಅದ್ರಿಂದ ನಾವೆಲ್ಲಿ ದೂರ ಆಗ್ತೀವೋ ಅಂತ ಭಯ ಆಗ್ತಿದೆ ನಂಗೆ' ಚಕ್ರವರ್ತಿ ಸ್ಪರ್ಧೆಯಲ್ಲಿ ಮೈಕ್ ಮುಂದೆ ಸಭಾಕಂಪನ ಹುಟ್ಟಿದ ಚಿಕ್ಕ ಹುಡುಗನ ಹಾಗೆ ಹೇಳಿದನು. 'ನೀವೇ ಹೀಗಂದುಬಿಟ್ಟರೆ, ನನ್ ಗತಿ ಏನು. ಇಷ್ಟು ದಿನ ನಂಗೂ ಮಿಂಚು ಒಬ್ಬಳೇ ತಲೆಗೆ ಬರ್ತಿದ್ದಿದ್ದು. ಆದ್ರೆ ಮದ್ವೆ ಅಂದ್ಮೇಲೆ ನನ್ನಣ್ಣ, ಸಂಬಂಧಿಕರು, ಸಮಾಜ ಅಂತ ಈಗೆಲ್ಲರೂ ಕಣ್ಮುಂದೆ ಬರ್ತಿದ್ದಾರೆ. 'ಎಲ್ರಿಗೂ ಹೇಳ್ಲೇ ಬೇಕಾ?' ಎಂದು ಚಕ್ರವರ್ತಿ ಪ್ರಶ್ನೆಗೆ ಅರವಿಂದಾ ಉತ್ತರಿಸಲಿಲ್ಲ. ಮನದಲ್ಲಿ ಹುಟ್ಟಿದ ಆಲೋಚನೆಗಳಿಗೂ, ಬಾಯಲ್ಲಿ ಬರುತ್ತಿದ್ದ ಮಾತುಗಳಿಗೂ, ಬುದ್ಧಿ ಸೂಚಿಸುತ್ತಿದ್ದ ನಿರ್ಧಾರಗಳಿಗೂ ಒಂದಕ್ಕೊಂದು ಲಿಂಕ್ ಕಳಚಿ ಹೋಗಿ ಇಬ್ಬರೂ ಗಾಳಿಬಂದ ಕಡೆ ಹಾರಾಡುವ ತರಗೆಲೆಗಳಂತಾದರು. ಈ ಅಗ್ನಿಪರೀಕ್ಷೆಯನ್ನೊಂದು ಗೆದ್ದುಬಿಟ್ಟರೆ ಸಾಕು ಅನ್ನೋ ಪ್ರಾರ್ಥನೆಯಲ್ಲೇ ರಾತ್ರಿ ಪಯಣ ಕಳೆಯಿತು.

❋

ಅರವಿಂದಾ ಅಣ್ಣನ ಮನೆಗೆ ಬರುವಾಗ ಗಡಿಬಿಡಿಯಲ್ಲಿ ಏನೂ ತರಲಿಲ್ಲವೆಂದು ನೆನಪಾಯಿತು. ಇನ್ನೂ ಸರಿಯಾಗಿ ಬೆಳಕಾಗದ ಹೊತ್ತಿನಲ್ಲಿ ಏನು ಸಿಗುತ್ತದೆ ಎಂದು ಲೆಕ್ಕಾಚಾರ ಹಾಕಿದಾಗ ದೂರದಲ್ಲೊಂದು ನಂದಿನಿ ಬೂತ್ ಕಾಣಿಸಿತು. ಅದರ ಸುತ್ತಮುತ್ತ ಮನೆಯಿದ್ದವರು ಎದ್ದ ಮುಖದಲ್ಲೇ ಹಾಲು ಮೊಸರುಗಳ ಪ್ಯಾಕೆಟ್ ಒಯ್ಯಲು ಬ್ಯಾಗುಗಳನ್ನು ಹಿಡಿದು ಕ್ಯೂನಲ್ಲಿ ತಮ್ಮ ಸರದಿಗಾಗಿ ಕಾದಿದ್ದರು. ಅರವಿಂದಾ ಆ ಸಾಲಿಗೆ ಸೇರಿಕೊಂಡಳು. ಅರ್ಧ ಕೆಜಿ ದೂದ್ ಪೇಡ, ಮೈಸೂರು ಪಾಕು, ಖಾರ ಬಿಸ್ಕತ್ತು ಖರೀದಿ ಮಾಡಿ, ರಸ್ತೆಯ

ಮೂಲೆಯಲ್ಲಿ ಮಾರುತ್ತಿದ್ದ ದುಂಡುಮಲ್ಲಿಗೆಯ ಎರಡು ಮೊಳ ಹಾರವನ್ನು ಬ್ಯಾಗಿಗೆ ಹಾಕಿಕೊಂಡು ಅಣ್ಣನ ಮನೆಯ ದಾರಿ ಹಿಡಿದಳು.

ಬೆಂಗಳೂರಿನ ಅಣ್ಣನ ಮನೆಯೇ ಅರವಿಂದಾ ಪಾಲಿನ ತವರುಮನೆ. ಅಣ್ಣ ಸುಧಾಕರ ಪ್ರೈವೇಟ್ ಬ್ಯಾಂಕಿನಲ್ಲಿ ಕೆಲಸ ಮಾಡುತ್ತಾನೆ, ಅತ್ತಿಗೆ ಶಾಂತಿಗೆ ಒಂದೊಂದು ಸಲ ಹೊರಗೆ ಕೆಲಸ ಮಾಡಬೇಕೆನಿಸುತ್ತದೆ, ಇನ್ನೊಮ್ಮೆ ಮನೆಯಲ್ಲಿ ಗೃಹಿಣಿಯಾಗಿರಬೇಕೆನಿಸುತ್ತದೆ. ಸದ್ಯಕ್ಕೆ ಹರ್ಬಲ್ ಲೈಫ್ ಉತ್ಪನ್ನಗಳು ಚೈನ್ ಲಿಂಕ್ ವ್ಯಾಪಾರದಲ್ಲಿ ತೊಡಗಿಸಿಕೊಂಡಿದ್ದಾಳೆ. ಸುಭಾಷ್ ಮತ್ತು ಸುದೇಶ್ ಅವರ ಇಬ್ಬರು ಗಂಡು ಮಕ್ಕಳು. ಇಬ್ಬರು ಗಂಡುಮಕ್ಕಳ ಚೇಷ್ಟೆಯೇ ಶಾಂತಿಗೆ ಸಾಕಾಗಿದ್ದಾಗ ಮಿಂಚೂನ ಅವರ ಮನೆಗೆ ಓದಿಸಲು ಕಳಿಸಿದ್ದು ಇನ್ನೆಷ್ಟು ಕಿರಿಕಿರಿಯಾಗಿರಬಹುದನ್ನೋ ಅಂದಾಜು ಇದ್ದೇ ಇತ್ತು. ಆದರೆ ಆಗ ಅರವಿಂದಾಗೆ ಬೇರೆ ದಾರಿ ಇರಲಿಲ್ಲ. ಗಂಡ ಬಿಟ್ಟುಹೋದ ನೋವು ಮಗಳ ಭವಿಷ್ಯಕ್ಕೆ ತೊಂದರೆ ಮಾಡಬಾರದೆಂದು ಪ್ರತಿಜ್ಞೆ ಮಾಡಿದ್ದಳು. ಮಿಂಚೂನ ಹಾಸ್ಟೆಲಿನಲ್ಲಿ ಗೊತ್ತುಗುರಿ ಇಲ್ಲದವರ ಜೊತೆ ಬಿಡೋದಕ್ಕೂ ಧೈರ್ಯ ಬಂದಿರಲಿಲ್ಲ. ಕಷ್ಟವೋ ಸುಖವೋ ಓದು ಮುಗಿಯೋವರೆಗೂ ಅತ್ತೆಮಾವನ ಮನೆಯಲ್ಲಿ ಇರು ಎಂದು ಮಗಳನ್ನ ಒಪ್ಪಿಸಿದಳು.

ಅತ್ತೆ ಮಾವನ ಮನೆಯಲ್ಲಿ ಮಿಂಚೂಗೆ ಊಟ ತಿಂಡಿಗೇನೂ ಕಮ್ಮಿಯಾಗಿರಲಿಲ್ಲ. ಮಾವ ಬ್ಯಾಂಕಿನಿಂದ ಮನೆಗೆ ಬರ್ತಾ ತನ್ನ ಮಕ್ಕಳಿಗಾಗಿ ಏನೇ ತಂದರೂ ಮಿಂಚೂಗೂ ಒಂದು ಪಾಲು ಎಂದು ಹೆಸರಿಟ್ಟು ತರುತ್ತಿದ್ದರು, ಶಾಂತಿ ಅತ್ತೆ ಕೂಡ ಅವಳನ್ನು ಚೆನ್ನಾಗೇ ನೋಡಿಕೊಳ್ಳುತ್ತಿದ್ದರು. ಆದರೆ ತನ್ನ ಮಾರ್ಕೆಟಿಂಗ್ ಕೆಲಸಕ್ಕೆ ಮಿಂಚೂನ ಅವರಿವರ ಮನೆಗೆ, ಅಂಗಡಿಗೆ ಕಳಿಸುತ್ತಿದ್ದಳು. ಗುರುತು ಪರಿಚಯ ಇಲ್ಲದ ಗಂಡಸರನ್ನು ಮಾತನಾಡಿಸೋದು ಮಿಂಚೂಗೆ ಬಹಳ ಮುಜುಗರವೆನಿಸುತ್ತಿತ್ತು. ಮನೆ ಬಾಗಿಲಿಗೆ, ಅಂಗಡಿಯ ಮುಂದೆ ಬಂದು ನಿಂತ ಹದಿನೇಳು ಹದಿನೆಂಟು ಪ್ರಾಯದ ಹುಡುಗಿಯನ್ನು ಎಲ್ಲರೂ ಹೆಚ್ಚು ಆಸಕ್ತಿಯಿಂದಲೇ ಮಾತನಾಡಿಸುತ್ತಿದ್ದರು. ಆಮ್‌ವೇ, ಹರ್ಬಲ್ ಲೈಫ್‌ನಂತಹ ಪ್ರಾಡಕ್ಟ್‌ಗಳನ್ನು ಮಾರಾಟ ಮಾಡುತ್ತಿದ್ದರಿಂದ ಶಾಂತಿಗೆ ಮಿಂಚು ಸಹಾಯ ಅಗತ್ಯವಿತ್ತು. ಗಂಡನಿಗೆ ಹೇಳಿದರೆ ಬಯ್ಯುತ್ತಾರೆ, ಮಕ್ಕಳು ಇನ್ನೂ ಚಿಕ್ಕವರು ಎಂದು ಶಾಂತಿ ನಿಸ್ಸಂಕೋಚವಾಗಿ ಮಿಂಚೂಗೆ ಕೆಲಸ ಕಟ್ಟಿಬಿಡುತ್ತಿದ್ದಳು. ಮಿಂಚು ಕೊನೇ ವರ್ಷದ ಡಿಗ್ರಿಯಲ್ಲಿ ಓದುತ್ತಿದ್ದಾಗ ಹೀಗೇ ಒಬ್ಬರ ಮನೆಗೆ ಅತ್ತೆ ಕೊಟ್ಟದ್ದನ್ನು ತಲುಪಿಸಲು ಹೋದಾಗ ಅವರು ಕೆಟ್ಟದಾಗಿ ನಡೆದುಕೊಂಡರು ಎಂದು ಮಿಂಚು ಅರವಿಂದಾಗೆ ಅಳುತ್ತಾ ಹೇಳಿದಳು. ಅರವಿಂದಾ ಇದನ್ನು ಸೂಕ್ಷ್ಮವಾಗಿ ಬಗೆಹರಿಸಬೇಕು ಎಂದುಕೊಂಡು ಮಾತನಾಡಲು ಹೋದಾಗ ಅವಳಿಗೆ ತಿರುಗುಬಾಣವೇ ಸಿದ್ಧವಾಗಿತ್ತು.

'ಹಾಗೆಲ್ಲಾ ಯಾರ್ ಯಾರೋ ಮನೇಗೆ ವಯಸ್ಸಿಗೆ ಬಂದಿರೋ ಹೆಣ್ಣುಮಗಳನ್ನ ಕಳಿಸಬಾರ್ದು ಅಂತ ನಂಗೊತ್ತಿದೆ. ನಿನ್ ಮಗಳೇ ಯಾವ್ದೋ ಹುಡುಗನ ಜೊತೆಯಲ್ಲಿ ಓಡಾಡಿ ನನ್ ಬಗ್ಗೆ ದೂರು ಹೇಳಿದ್ದಾಳೆ' ಅನೂಪನ ಜೊತೆ ಮಿಂಚೂ ಮಾತನಾಡೋದನ್ನ ಒಂದೆರಡು ಬಾರಿ ಗಮನಿಸಿದ್ದ ಶಾಂತಿ ತನ್ನ ಮೇಲಿದ್ದ ಅಪವಾದವನ್ನು ತಳ್ಳಿಹಾಕಲು ಸರಿಯಾದ ಅಸ್ತ್ರ ಬಳಸಿಬಿಟ್ಟಳು. ಇದರಿಂದ ಅರವಿಂದಾ ತಲೆತಗ್ಗಿಸುವಂತಾಯಿತು. ಹಿಂದುಮುಂದು ನೋಡದೇ ಅರವಿಂದಾ ಎಲ್ಲರ ಮುಂದೆ ಮಗಳ ಕೆನ್ನೆಗೆ ಬಾರಿಸಿಬಿಟ್ಟಳು. ಮಿಂಚು ತಾನೇನೂ ತಪ್ಪು ಮಾಡಿಲ್ಲ, ನನ್ನ ಸ್ನೇಹಿತನ ತಾಯಿ ತೀರಿಕೊಂಡಿದ್ದರಿಂದ ಅವನು ಕಾಲೇಜಿಗೆ ಬರುತ್ತಿರಲಿಲ್ಲ, ಅದರ ವಿಚಾರವಾಗಿ ಭೇಟಿಯಾಗಿದ್ದ, ಅವನು ನನ್ನ ಫ್ರೆಂಡ್ ಅಷ್ಟೇ ಎಂದು ಅಮ್ಮನಿಗೆ ಅರ್ಥ ಮಾಡಿಸಲು ಪ್ರಯತ್ನಪಟ್ಟಳು. ಆ ಸಮಯಕ್ಕೆ ಮಿಂಚು ಹೇಳಿದ ಮಾತಿನಲ್ಲಿ ಸುಳ್ಳಿರಲಿಲ್ಲ. ಆದಾದ ನಂತರದ ಬೆಳವಣಿಗೆಗಳನ್ನು ಅಮ್ಮನಿಗೆ ಹೇಳಲು ಸರಿಯಾದ ಸಮಯಕ್ಕೆ ಕಾದಳು, ಅದೇ ಕೊನೇ ವರ್ಷ, ನಂತರ ಮಿಂಚು ಅತ್ತೆಮಾವನ ಮನೆ ಬಿಟ್ಟು ಪಿಜಿ ಸೇರಿಬಿಟ್ಟಳು.

ನಾಲ್ಕಾರು ತಿಂಗಳುಗಳ ನಂತರ ಮಿಂಚು ಅತ್ತೆ ಮನೆಯೊಳಗೆ ಕಾಲಿಟ್ಟಾಗ ಹಿಂದಿನ ನೆನಪುಗಳೆಲ್ಲಾ ಮರುಕಳಿಸಿತು. ಈಗ ತನಗಿರೋ ಸ್ವಾತಂತ್ರ್ಯವನ್ನು ಹೋಲಿಸಿಕೊಂಡಾಗ ಇನ್ನೊಬ್ಬರ ಹಂಗಿನಲ್ಲಿರೋದು ಎಂತಹ ಮುಲಾಜಿನ ಕೆಲಸ ಅನ್ನಿಸಿತು. ಅದೇನೇ ಇದ್ದರೂ ಕಷ್ಟದ ಸಮಯದಲ್ಲಿ ತಮ್ಮ ಪರವಾಗಿ ನಿಂತ ಶಾಂತಿ ಅತ್ತೆ, ಸುಧಾಕರ ಮಾವನ ಬಗ್ಗೆ ಮಿಂಚುಗೆ ಅಪಾರವಾದ ಗೌರವವೂ ಇದ್ದಿತು. ಹಾಗಾಗಿಯೇ ಮದುವೆ ವಿಚಾರದಲ್ಲೂ ಅವರ ಸಮ್ಮತಿ ಬಹಳ ಮುಖ್ಯ ಎಂದು ಅರವಿಂದಾ ಮಿಂಚು ನಂಬಿದ್ದರು.

'ನೈಟ್ ಜರ್ನಿ ಮಾಡ್ಕೊಂಡ್ ಬಂದಿದ್ದೀಯಾ, ಸ್ವಲ್ಪ ಮಲ್ಕೋ' ಬೆಳಗ್ಗೆ ತಾನೇ ಮನೆಗೆ ಬಂದ ಅರವಿಂದಾ ತಿಂಡಿಗೆ ಸಹಾಯ ಮಾಡಲು ಬಂದಿದಕ್ಕೆ ಶಾಂತಿ ಕಾಳಜಿ ತೋರಿದಳು. ಅಣ್ಣ ಬ್ಯಾಂಕ್ ಕೆಲ್ಸ ಮುಗಿಸಿಬರುವುದಾಗಿ ಹೊರಟ. ಅತ್ತಿಗೆ ನಾದಿನಿಯರು ಒಟ್ಟಿಗೆ ತಿಂಡಿ ತಿನ್ನಲು ಮಿಂಚೂಗಾಗಿ ಕಾದರು. ಮಿಂಚು ಮನೆ ಬಾಗಿಲಿಗೆ ಬಂದ ತಕ್ಷಣ ಸುಭಾಷ್ ಸುದೇಶ್ ಇಬ್ಬರೂ ಓಡಿಬಂದು 'ಅಕ್ಕಾ ಹೇಗಿದ್ದೀಯಾ, ತುಂಬಾ ದಿನ ಆಯ್ತು ಮನೆಗೆ ಬಂದೇ ಇಲ್ಲ' ಎಂದು ವಿಚಾರಿಸಿಕೊಂಡರು. ಹುಡುಗರಿಬ್ಬರಿಗೂ ಮಿಂಚು ಎಂದರೆ ಬಹಳ ಪ್ರೀತಿ. ಐದಾರು ವರ್ಷ ಒಟ್ಟಿಗೆ ಇದ್ದಿದ್ದರಿಂದ ಸ್ವಂತ ಅಕ್ಕನ ಹಾಗೆ ಸಲಿಗೆ. ಮಿಂಚು ಕೂಡ ವಯಸ್ಸಿನಲ್ಲಿ ತನಗಿಂತ ಐದಾರು ವರ್ಷ ಸಣ್ಣವರಾದ ಅವರಿಬ್ಬರ ತರಲೆಯನ್ನು ಪ್ರೀತಿಯಿಂದಲೇ ಸಹಿಸಿಕೊಳ್ಳುತ್ತಿದ್ದಳು. ತನಗೆ ಕಾಲೇಜಿಗೆ ತಡವಾದರೂ ಅವರಿಬ್ಬರನ್ನೂ ಶಾಲೆಗೆ ಬಿಟ್ಟು ಹೋಗೋದನ್ನು ಮರೆಯುತ್ತಿರಲಿಲ್ಲ. ಸುಭಾಷ್ ಸುದೇಶ್ ಚಿಕ್ಕಂದಿನಲ್ಲಿ ಜಗಳವಾಡೋದ್ರಲ್ಲಿ ಫೇಮಸ್. ಶಾಲೆ, ಮನೆ, ರಸ್ತೆ, ಆಟದ ಮೈದಾನ, ಎಲ್ಲೆಂದರಲ್ಲಿ ಮುಖ ಮೂತಿ ನೋಡದೇ ಹೊಡೆದಾಡಿಕೊಂಡು

ಬಿಡುತ್ತಿದ್ದರು. ಅವರಿಬ್ಬರು ಓದುತ್ತಿದ್ದ ಸಾಂದೀಪನಿ ಸಂಸ್ಥೆಯಲ್ಲೇ ಮಿಂಚು ಕಾಲೇಜು ಓದುತ್ತಿದ್ದರಿಂದ ಟೀಚರ್‌ಗಳು ಮಿಂಚೂನ ಕರೆಸಿ ಅವರಿಬ್ಬರ ಬಗ್ಗೆ ದೂರು ಹೇಳುತ್ತಿದ್ದರು. ಅದನ್ನೆಲ್ಲಾ ಈಗ ನೆನಪು ಮಾಡಿಕೊಂಡಾಗ ಸುಭಾಷ್ ಸಂಕೋಚದಲ್ಲಿ ನಕ್ಕ. 'ನಾನ್ ಜಗಳ ಮಾಡ್ತಾನೇ ಇರ್ಲಿಲ್ಲ ಅಕ್ಕ, ಅಣ್ಣನೇ ಸುಮ್ಮುಮ್ನೆ ಹೊಡೆಯೋಕೆ ಬರ್ತಿದ್ದ' ಎಂದು ಸುದೇಶ್ ಈಗಲೂ ವಾದ ಮಾಡುವುದನ್ನು ನೋಡಿ ಎಲ್ಲರೂ ಮುಸಿಮುಸಿ ನಕ್ಕರು.

ಅತಿಥಿಯಾಗಿ ಬಂದಾಗ ಯಾರ ಮನೆಯಲ್ಲಾದರೂ ಆತಿಥ್ಯ ಚೆನ್ನಾಗೇ ಇರುತ್ತದೆ. ಯಾವಾಗ ಬಂದವರು ಜವಾಬ್ದಾರಿ, ಖರ್ಚು ಅನ್ನೋ ಭಾರದ ಪಟ್ಟಿಗೆ ಸೇರುತ್ತಾರೋ ಆಗ ಎಲ್ಲವೂ ಬದಲಾಗುತ್ತಾ ಹೋಗುತ್ತದೆ. ಹೆತ್ತ ತಂದೆ ತಾಯಿಗಳನ್ನೇ ಭಾರವೆಂದು ಸಹೋದರ ಸಹೋದರಿಯರ ಮನೆಗೆ ಓಡಾಡುವಂತೆ ಮಾಡುವ ಕಾಲದಲ್ಲಿ ಬಂಧು ಮಿತ್ರರಾದವರನ್ನು ಮನೆಯಲ್ಲಿಟ್ಟುಕೊಂಡು ಅವರ ಯೋಗಕ್ಷೇಮ ನೋಡಿಕೊಳ್ಳುವುದು ಅತಿದೊಡ್ಡ ಉಪಕಾರವೇ ಆಗಿಬಿಡುತ್ತದೆ. ಆ ಕಾರಣದಿಂದ ಮಿಂಚು ಮತ್ತು ಅರವಿಂದಾ ಮೇಲೆ ಆ ಮನೆಯ ಋಣವಿತ್ತು.

ಸುಧಾಕರ ಬಂದ ಮೇಲೆ ಎಲ್ಲರೂ ರಾತ್ರಿ ಊಟಕ್ಕೆಂದು ಹೋಟೆಲಿಗೆ ಹೋದರು. ಬೆಂಗಳೂರಿನ ಫ್ಯಾಮಿಲಿ ರೆಸ್ಟೋರೆಂಟ್‌ಗಳಲ್ಲಿ ಸಾಯಂಕಾಲ ಕಳೆಯುತ್ತಿದ್ದ ಹಾಗೆ ಎಂದಿನಂತೆ ದಕ್ಷಿಣ ಭಾರತ ಶೈಲಿಯ ಊಟ ಸದ್ದಿಲ್ಲದೆ ಕಣ್ಮರೆಯಾಗಿಬಿಟ್ಟಿತ್ತು. ರೋಟಿ, ಕುಲ್ಚಾ, ಮಂಚೂರಿಯನ್ನಿಂದ ದೂರವಿರೋ ಅರವಿಂದಾಗೆ ಏನು ತಿನ್ನೋದೆಂದೇ ತಿಳಿಯಲಿಲ್ಲ. ವೇಟರ್ ಟೇಬಲ್ ಪೂರ್ತಿ ಮಲಾಯ್ ಕೋಫ್ತಾ, ರುಮಾಲಿ ರೋಟಿ, ನೂಡಲ್ಸ್, ಮಸಾಲಾ ಪಾಪಡ್, ಮಶ್ರೂಮ್ ಮಂಚೂರಿಯನ್, ಹೀಗೆ ಬಣ್ಣಬಣ್ಣದ ಖಾದ್ಯಗಳನ್ನು ಜೋಡಿಸಿದಾಗ ಎಲ್ಲರೂ ಕೈಗೂ ಬಾಯಿಗೂ ಜಗಳ ಶುರು ಮಾಡಿದರು. ಅರವಿಂದಾ ಒಬ್ಬಳನ್ನು ಬಿಟ್ಟು. 'ಎಲ್ಲಾ ತರದ್ ಊಟಾನೂ ಟೇಸ್ಟ್ ಮಾಡ್ಬೇಕು ಅತ್ತೇ, ಮನೇಲಿ ಅನ್ನ ಸಾರು ತಿನ್ನೋದು ಇದ್ದೇ ಇದೆ' ಎಂದು ಸುಭಾಷ್ ದೊಡ್ಡ ಮನುಷ್ಯನಂತೆ ಬುದ್ಧಿವಾದ ಹೇಳಿದ. ಎಲ್ಲಾ ತರಹದ ಆಹಾರವನ್ನ ನಾವು ಸ್ವಾಗತಿಸಬೇಕು ಅನ್ನೋದು ಸರಿ ಆದರೆ ನಮ್ಮ ಆಹಾರವನ್ನೇ ಸೈಡ್ ಲೈನ್ ಮಾಡಿರುವುದರ ಬಗೆಗಿನ ತಕರಾರು ಅರವಿಂದಾ ಮನಸ್ಸಿನಿಂದ ಹೋಗಲಿಲ್ಲ. ರಾಂಗ್ ಪ್ಲೇಸ್‌ನಲ್ಲಿ ರೈಟ್ ಮಾತೂ ರಾಂಗ್ ಆಗಿಬಿಡುತ್ತದೆ ಎಂದು ಬಾಯಿ ಕಟ್ಟಿಕೊಂಡು, ರವೆ ಇಡ್ಲಿ ತಿಂದು ಹೊಟ್ಟೆ ತುಂಬಿಸಿಕೊಂಡಳು.

ಮನೆಗೆ ವಾಪಸ್ಸಾದಾಗ ಲೈಟ್ ಆರಿಸೋವರೆಗೂ ಅರವಿಂದಾ ಮಿಂಚು, ಶಾಂತಿಯ ಜೊತೆಗಿದ್ದು ಅವಳ ಕೆಲಸಕಾರ್ಯದ ಬಗೆಗಿನ ಮಾತುಗಳನ್ನು ಆಲಿಸಿದರು. ಬೆಂಗಳೂರಿನಲ್ಲಿ ಎಲ್ಲರೂ ಈಗ ಹೆಲ್ತ್ ಕಾನ್ಶಿಯಸ್ ಆಗಿದ್ದಾರೆ, ಅದಕ್ಕೆ ಇಷ್ಟು ಜಿಮ್‌ಗಳು, ನ್ಯೂಟ್ರಿಶನಿಸ್ಟ್‌ಗಳು, ಹಾಗೆ ನಾನ್ ಮಾರುವಂಥ ಹೆಲ್ತ್ ಡ್ರಿಂಕಿಗೆ

ತುಂಬಾ ಬೇಡಿಕೆ ಬಂದಿದೆ ಅನ್ನೋದು ಅವಳ ವಾದವಾಗಿತ್ತು. ಆಯುರ್ವೇದ ವೈದ್ಯೆಯಾಗಿ ಅರವಿಂದಾ ಆರೋಗ್ಯವನ್ನು ಸುಸ್ಥಿತಿಯಲ್ಲಿಟ್ಟುಕೊಳ್ಳೋದಕ್ಕೆ ಶಾರ್ಟ್ ಕಟ್ ಮಾರ್ಗವನ್ನು ಅನುಸರಿಸುವುದನ್ನ ಎಂದಿನಂತೆ ಒಪ್ಪಲಿಲ್ಲ.

'ಪ್ರೊಸೆಸ್ ಮಾಡಿರೋ ಫುಡ್ ದೇಹಕ್ಕೆ ಒಳ್ಳೇದಲ್ಲ ಅತ್ತಿಗೆ, ಅದರ ಬದಲು ಹಸೀ ತರಕಾರಿ ಹಣ್ಣುಗಳನ್ನ ತಿನ್ನೋದ್ರಿಂದ ಬೇಕಾಗಿರೋ ಪೌಷ್ಟಿಕಾಂಶಗಳು ಇನ್ನೂ ಕಮ್ಮಿ ರೇಟಿಗೆ ಸಿಗುತ್ತೆ. ನಮ್ಮ ಜನ ಸೋಮಾರಿಗಳು. ಒಂದ್ ವಾರದಲ್ಲಿ ದೇಹದ ತೂಕ ಇಳಿಸಿಕೊಳ್ಳಿ, ಒಂದು ತಿಂಗಳುಗಳಲ್ಲಿ ದಟ್ಟ ಕೂದಲು ನಿಮ್ಮದಾಗಿಸಿಕೊಳ್ಳಿ ಅನ್ನೋ ಜಾಹೀರಾತುಗಳಿಗೆ ಮಾರುಹೋಗ್ತಾರೆ. ತೂಕ ಇಳಿಸಿಕೊಳ್ಳೋದು ಅನ್ನೋದಕ್ಕಿಂತ ಒಂದು ವಾರ ಅನ್ನೋದೇ ಅವರಿಗೆ ಆಕರ್ಷಕವಾಗಿ ಕಾಣ್ಸತ್ತೆ. ಯಾವ್ದೇ ರಿಸಲ್ಟ್ ಸಿಗ್ಬೇಕು ಅಂದ್ರೆ ಸಮಯ ತೊಗೊಂಡೇ ತೊಗೊಳ್ಳುತ್ತೆ. ನಮ್ಮೊಳಗಿನ ಅಭದ್ರತೆಯೇ ಎಷ್ಟೋ ಜನರಿಗೆ ಮಾರ್ಕೆಟಿಂಗ್ ಆಗ್ಬಿಟ್ಟಿದೆ. ಬ್ಯೂಟಿ ಪ್ರಾಡಕ್ಟ್‌ಗಳಿಗಂತೂ ಬರವೇ ಇಲ್ಲ. ಮೊದಲು ನಾವು ನಮ್ಮ ದೇಹದ ಬಣ್ಣ, ಎತ್ತರ, ಗಾತ್ರ ಎಲ್ಲಾನೂ ಇರೋ ಹಾಗೇ ಒಪ್ಪಿಕೊಳ್ಬೇಕು, ಇಲ್ದೇ ಇದ್ರೆ ಈ ಟ್ರಾಪ್ ಒಳಗೆ ಸಿಕ್ಕಿ ಹೊರಗೆ ಬರಲಾರದೇ ಲಕ್ಷಾಂತರ ರೂಪಾಯಿಗಳನ್ನ ಕಳ್ಕೋತೀವಿ ಅಷ್ಟೇ!' ಅರವಿಂದಾ ಹೇಳಿದ ಮಾತು ಶಾಂತಿಗೆ ರುಚಿಸಲಿಲ್ಲ. ಗ್ರಾಹಕರ ಮುಂದೆ ಇಷ್ಟು ಮಾತನಾಡಿದ್ದರೆ ಒಂದಷ್ಟು ಸೇಲ್ಸ್ ಆದ್ರೂ ಆಗ್ತಿತ್ತು ಇವಳ ಮುಂದೆ ಸುಮ್ಮನೆ ಕಂಠ ಶೋಷಣೆ ಮಾಡಿಕೊಂಡೆ, ಅರವಿಂದಾ ಇಲ್ಲಿರೋ ತನಕ ಕಸ್ಟಮರ್ ಯಾರನ್ನೂ ಮನೆಗೆ ಕರೆದುಕೊಂಡು ಬರಬಾರದು, ಇಲ್ಲವಾದರೇ ನನ್ನ ವ್ಯಾಪಾರಕ್ಕೆ ಕಲ್ಲು ಬೀಳುತ್ತೆ ಅಂದುಕೊಂಡು, ನಿದ್ರೆ ಬರುತ್ತಿದೆ ಎಂದು ಹೇಳಿ ಜಾಗ ಖಾಲಿ ಮಾಡಿದಳು.

ಅಮ್ಮನ ಬಾಯಲ್ಲಿ ಅವಳು ಇಷ್ಟಪಟ್ಟ ವ್ಯಕ್ತಿಯ ಬಗ್ಗೆ ಕೇಳುವುದಕ್ಕಾಗಿ ಮಿಂಚು ಚಾತಕ ಪಕ್ಷಿಯಂತೆ ಕಾಯುತ್ತಿದ್ದಳು. ಅವಳ ಸಂತಸಕ್ಕೆ ಪಾರವೇ ಇರಲಿಲ್ಲ. ಅತ್ತೆ ಮಾವ ಅನ್ಯೋನ್ಯವಾಗಿರೋದನ್ನ ನೋಡಿದಾಗ, ವಿಶಾಖಾಳ ತಂದೆ ತಾಯಿಯನ್ನು ಒಟ್ಟಿಗೆ ಖುಷಿಯಾಗಿರೋದನ್ನು ನೋಡಿದಾಗಲೆಲ್ಲಾ ಅಮ್ಮನ ಜೀವನವೂ ಹೀಗಿರಬಾರದಿತ್ತಾ ಅನ್ನಿಸುತಿತ್ತು. ತನ್ನ ಓದಿನ ಮಧ್ಯೆ, ಅಮ್ಮನ ಮೊದಲ ಕ್ಲಿನಿಕ್ ಶುರುವಾದ ಹೊಸದರಲ್ಲಿ ನೀನು ಇನ್ನೊಂದು ಮದುವೆಯಾಗು ಎಂದು ಹೇಳೋದು ಸಮಂಜಸ ಅನ್ನಿಸಲಿಲ್ಲ. ಯಾವಾಗ ಅರವಿಂದಾ ನನ್ನ ಮದುವೆ ಆದಮೇಲೆ ಬೆಂಗಳೂರಿಗೆ ಬಂದು ನಮ್ಮೊಂದಿಗೆ ಇರುವುದು ಸಾಧ್ಯವಿಲ್ಲ ಅನ್ನೋದು ಖಚಿತವಾಯಿತೋ, ಅಲ್ಲಿಂದ ಮಿಂಚು ಅಮ್ಮನ ಮದುವೆಯನ್ನು ಪ್ರಸ್ತಾಪಿಸಲು ಶುರುಮಾಡಿದ್ದಳು. ಇಂದು ಆ ಮಾತುಕತೆ ಒಂದು ಸುಖಾಂತ ತಲುಪಲಿದೆ ಅನ್ನೋ ಸಂಭ್ರಮ ಅವಳಲ್ಲಿ ಮನೆ ಮಾಡಿತ್ತು.

'ನೆನ್ನೆ ರಾತ್ರಿಯಿಂದ ಕಾಯ್ತಿದ್ದೀನಿ.. ನೀನ್ ಆ ಟಾಪಿಕ್ ಬಿಟ್ಟು ಬೇರೆ ಎಲ್ಲಾ ಮಾತಾಡ್ತಿದ್ದೀಯ.. ಶಾಂತತ್ತೆ ಮುಂದೆ ನಿನ್ ಹೆಲ್ತ್ ಟಿಪ್ಸ್ ಬಗ್ಗೆ ಭಾಷಣ

ಬೇಕಿತ್ತಾ? ನೆನ್ನೆ ಹೆಡ್ ಲೈನ್ಸ್ ಮಾತ್ರ ಹೇಳಿ ಸುಮ್ನೆ ಆಗ್ಬಿಟ್ಟಿದ್ದೀಯ.. ಯಾಕ್ ಇಷ್ಟ್ ಸತಾಯಿಸ್ತಿದ್ದೀಯ ಹೇಳಮ್ಮ' ಮಿಂಚು ಅರವಿಂದಾಳ ಕೈಹಿಡಿದು ಎದುರಿಗೆ ಕೂರಿಸಿಕೊಂಡು ಪಟ್ಟು ಹಿಡಿದು ಕೇಳಿದಳು. ಅರವಿಂದಾಗೆ ಈ ವಿಷಯದ ಬಗ್ಗೆ ಮಾತನಾಡುವುದೇ ಒಂದು ವಿಚಿತ್ರ ಅನುಭವವಾಗಿಬಿಟ್ಟಿತ್ತು. ಹಿಂದಿನ ರಾತ್ರಿ ಮಿಂಚು ಕಣ್ಣ ಮುಂದೆ ಇಲ್ಲದಿರುವಾಗ ಒಂದು ಲಹರಿಯಲ್ಲಿ ಅನ್ನಿಸಿದನ್ನು ಹೇಳಿದ್ದಳು. ಅದಾದ ಮೇಲಿನಿಂದ ಆ ಲಹರಿಯೇ ಕಳೆದುಹೋಗಿತ್ತು. ಈಗ ಅದರ ಬಗ್ಗೆ ಮಾತನ್ನಾಡುವುದರಿಂದ ತಪ್ಪಿಸಿಕೊಂಡು ಓಡಿಹೋಗಬೇಕೆನಿಸುತ್ತಿತ್ತು.

'ಇನ್ನೂ ಮಾತು ಶುರುಮಾಡ್ಲಿಲ್ಲ ನೀನು.. ಹ್ಮ್..' ಮಿಂಚು ಇನ್ನೊಂದಷ್ಟು ಪ್ರೆಶರ್ ಕೊಟ್ಟಳು.

'ನೀನ್ ಹಾಗೆಲ್ಲಾ ತಲೆ ಮೇಲೆ ಕೂತ್ಕೋಬೇಡಾ.. ನಂಗೆ ಮಾತಾಡೋಕೆ ಆಗಲ್ಲ'

'ಸರಿ, ಸುಮ್ನೆ ಕೂತ್ಕೋತೀನಿ. ನೀನ್ ರೆಡಿ ಆದಾಗ ಶುರು ಮಾಡು' ಮಿಂಚು ಕೈಕಟ್ಟಿ ವಿಧೇಯ ವಿದ್ಯಾರ್ಥಿಯಂತೆ ಕುಳಿತಳು. ಅವಳು ಏನು ಹೇಳದೇ ಇದ್ದರೂ ಅರವಿಂದಾನನ್ನೇ ನೋಡುತ್ತಾ ಕೂತಿದ್ದರಿಂದ ಕ್ಷಣಕ್ಷಣಕ್ಕೂ ಒತ್ತಡ ಜಾಸ್ತಿಯಾದಾಗ ಮನದಲ್ಲಿ ಚೆಲ್ಲಾಪಿಲ್ಲಿಯಾಗಿದ್ದ ಮಾತುಗಳು ಒಟ್ಟುಗೂಡಿ ನಾಲಿಗೆಯಿಂದ ಹೊರಬರಲು ಸಿದ್ಧವಾದವು.

'ಅದೇ ನಿನ್ನೆ ಹೇಳಿದ್ನಲ್ಲ.. ನೀನ್ ಹೇಳ್ತಾ ಇದ್ದ ಮಾತನ್ನ ಈಗ ಗಂಭೀರವಾಗಿ ತೊಗೊಳ್ಳೋ ಸಮಯ ನಂಗೇ ಗೊತ್ತಾಗ್ದೇ ಬಂದಿದೆ. ಆದ್ರೂ ಮದ್ವೆ ಅಂದ್ರೆ ತುಂಬಾ ಗೊಂದಲ ಮಿಂಚು'

'ಸಾಕು. ಆದ್ರೆ ಗೀದ್ರೆ ಬೇಡ. ಸೋ, ನೀನು ಮದ್ವೆ ಆಗೋಕೆ ಒಪ್ಪಿದ್ದೀಯ. ಆಮ್ ರಿಯಲಿ ಹ್ಯಾಪಿ. ಮತ್ತೆ ಅವ್ರ್ ಯಾರು?'

'ಸುರೇಶ್ ಚಕ್ರವರ್ತಿ ಅಂತ..'

'ಓ ಮೈ ಗಾಡ್. ನಾನ್ ಅವತ್ತೇ ಅಂದುಕೊಂಡೆ. ನಿನ್ ಹೊಸಾ ಕ್ಲಿನಿಕ್ ಓಪನ್ ಮಾಡೋಕೆ ಅಷ್ಟೆಲ್ಲಾ ಹೆಲ್ಪ್ ಮಾಡಿದ್ದಾರೆ ಅಂದ್ರೆ ನೀನ್ ಅವ್ರಿಗೆ ಎಷ್ಟ್ ಸ್ಪೆಷಲ್ ಇರ್ಬೇಕು ಅಂತ! ನನ್ನ ಎಷ್ಟ್ ಚೆನ್ನಾಗಿ ಮಾತಾಡ್ಸಿದ್ರು ಗೊತ್ತಾ? ನಿಜ್ವಾಗ್ಲೂ ಹೇಳ್ತೀನಮ್ಮ. ನಂಗೆ ಅವತ್ತೇ ನಿಮ್ಮಿಬ್ರ ಮಧ್ಯೆ ಒಂದ್ ಸ್ಪಾರ್ಕ್ ಇದೆ ಅನ್ನಿಸಿತ್ತು. ರಾಧಮ್ಮಜ್ಜಿ ನಿನ್ ಹೊಸಾ ಕಾರ್‌ನಲ್ಲಿಂದ ವಿಡಿಯೋ ಕಳ್ಸಿದ್ದಾಗ ಆ ಡೌಟ್ ಜಾಸ್ತಿನೇ ಆಗಿತ್ತು. ಎನಿವೇ ನಿನ್ನ ಪ್ರೊಫೆಶನ್‌ಗೆ ಅಷ್ಟು ಸಪೋರ್ಟ್ ಮಾಡ್ತಾರಲ್ಲ. ನಿಜ್ವಾಗ್ಲೂ ಗ್ರೇಟ್ ಅಮ್ಮ.'

ಮಿಂಚು ಕೈಗೆ ಸ್ವರ್ಗವೇ ಸಿಕ್ಕಷ್ಟು ಖುಷಿಯಲ್ಲಿ ಮಾತನಾಡಿದಳು. ಚಕ್ರವರ್ತಿಯ ಬಗ್ಗೆ ಇನ್ನೂ ಹೆಚ್ಚು ವಿವರ ಕೇಳಿ ತಿಳಿದುಕೊಂಡಳು. ಅವರ ಹೆಂಡತಿ ತೀರಿಕೊಂಡು ಇಪ್ಪತ್ತಾರು ವರ್ಷಗಳಾಗಿವೆಯೆಂದು, ಕೆಲಸಕ್ಕಾಗಿ

ಉಡುಪಿಗೆ ಬಂದಿದ್ದಾರೆ ಮೂಲತಃ ವಿಶ್ವೇಶ್ವರಪುರದವರು, ಬೇರೆ ಬೇರೆ ಕಡೆ ಕೆಲಸ ಮಾಡಿ ಕರಾವಳಿ ಇಷ್ಟ ಅಂತ ಉಡುಪಿ ಬ್ರಾಂಚ್‌ನಲ್ಲಿ ಕೆಲಸ ಮಾಡ್ತಿದ್ದಾರೆ. ಈಗ ಅವರೊಂದಿಗೆ ಕುಟುಂಬ ಇಲ್ಲ. ಹಾಗಾಗಿ ಮದುವೆಯಾದಮೇಲೆ ಉಡುಪಿಯಲ್ಲೇ ಇರಬಹುದೆಂದು ಹೇಳಿದ್ದಾರೆ; ಎಲ್ಲಾ ವಿವರವಾಗಿ ತಿಳಿಸಿದಳು. ಮಗಳ ಮದುವೆಯ ವಿಷಯದ ಬದಲು ನನ್ನ ಮದುವೆ ಬಗ್ಗೆ ಚರ್ಚೆ ನಡೀತಿದೆ ಅಂತ ಜನ ಮಾತನಾಡಿಕೊಳ್ಳುತ್ತಾರೆ ಎಂದು ಅರವಿಂದಾ ಹಿಂಜರಿದಾಗ, ಮಿಂಚು ಜನ ಮಾತನಾಡಿಕೊಳ್ಳಬೇಕೆಂದರೆ ಇದೊಂದೇ ವಿಷಯ ಬೇಕು ಅಂತಿಲ್ಲ ಎಂದು ಸಮಾಧಾನ ಹೇಳಿದಳು. ಮಿಂಚುಗೆ ಚಕ್ರವರ್ತಿಯನ್ನೊಮ್ಮೆ ನೇರವಾಗಿ ಭೇಟಿಯಾಗಿ ನಿನ್ನ ಅಭಿಪ್ರಾಯ ಹೇಳು ಎಂದು ಅರವಿಂದಾ ಮಾತು ಮುಗಿಸಿದಳು. ಇಷ್ಟು ಹೊತ್ತು ಮಾತುಗಳು ಇನ್ನಾರಿಗೂ ಕೇಳದಿರಲಿ ಎಂದು ಅಮ್ಮ ಮಗಳು ಪಿಸುಗುಟ್ಟಿನಲ್ಲಿ ಮಾತಾಡಿಕೊಳ್ಳುತ್ತಿದ್ದರು. ಆದರೆ ಆಡಿದ ಒಂದೊಂದು ಮಾತೂ ಆದಷ್ಟು ಬೇಗ ಹೊರಜಗತ್ತಿಗೆ ಗೊತ್ತಾಗಲೇಬೇಕಿತ್ತು.

ಅರವಿಂದಾ ಸಹ ಮಗಳು ಇಷ್ಟಪಟ್ಟ ಹುಡುಗನ ಬಗ್ಗೆ ತಿಳಿದುಕೊಳ್ಳಲು ಸಾಕಷ್ಟು ಸಲ ಕೇಳಿದ್ದಳು. ನಾನು ಒಂದು ಹುಡುಗನನ್ನು ಪ್ರೀತಿಸುತ್ತಿದ್ದೇನೆ ಎಂದು ಹೇಳಿದವಳು ನಂತರ ಅವನ ಬಗ್ಗೆ ಚಕಾರ ಎತ್ತಲಿಲ್ಲ. ಅದಕ್ಕೆ ಅವರಿಬ್ಬರ ಮಧ್ಯೆ ನಡೆದ ಜಗಳ ಕಾರಣವಾಯಿತು. ನಂತರ ಅನೂಪ್ ಜೈಲಿನ ವಿಷಯ, ಕೆಲಸ ಹೋದ ಘಟನೆ ನಡೆಯಿತು. ನೆಗೆಟಿವಿಟಿಯ ಮಧ್ಯೆ ಅನೂಪನನ್ನು ಅಮ್ಮನಿಗೆ ಪರಿಚಯಿಸುವುದು ಸೂಕ್ತವಲ್ಲ, ಅದಕ್ಕೆ ಅನೂಪನೂ ಒಪ್ಪುವುದಿಲ್ಲವೆಂದು ಮಿಂಚು 'ಆ ಹುಡುಗನ ಬಗ್ಗೆ ನಾನಿನ್ನೂ ನಿರ್ಧಾರ ಮಾಡಿಲ್ಲ' ಎಂದುಬಿಟ್ಟಿದ್ದಳು. ಅರವಿಂದಾ ಬೇರೆ ಹುಡುಗನನ್ನಾದರೂ ನೋಡೋಣವೆಂದು ಸೂಚಿಸಿದಾಗ, 'ನನಗೆ ಕಚೇರಿಯಲ್ಲಿ ಪ್ರೊಮೋಶನ್ ಸಿಗಬೇಕಿದೆ, ಅದರ ಬಗ್ಗೆ ಗಮನಹರಿಸುತ್ತಿದ್ದೇನೆ, ಮದ್ವೆಗೆ ರೆಡಿ ಅಂದಾಗ ನಾನೇ ಹೇಳ್ತೀನಿ,' ಎಂದು ಅಮ್ಮನನ್ನು ಒಪ್ಪಿಸಿದಳು. ಒಂದಷ್ಟು ವಾದ, ಚರ್ಚೆ ಮುನಿಸಿನ ನಂತರ ಅರವಿಂದಾ, ಈಗಿನ ಕಾಲದ ಹುಡುಗ ಹುಡುಗಿಯರು ರಿಲೇಶನ್‌ಶಿಪ್ ನ ನೋಡೋದೇ ಬೇರೆ ತರ, ನಮ್ಮ ಹಾಗೆ ಅಪ್ಪ ಅಮ್ಮ ಹೇಳಿದರೆಂದು ಮದುವೆ ಆಗಲ್ಲ, ಅವಸರದಲ್ಲಿ ತಪ್ಪು ವ್ಯಕ್ತಿಯನ್ನ ಮದುವೆಯಾಗೋಕಿಂತ ನಿಧಾನವಾಗಿ ಸರಿಯಾದ ವ್ಯಕ್ತಿಯನ್ನು ಮದುವೆಯಾಗೋದೇ ಉತ್ತಮವೆಂದು ಅರ್ಥಮಾಡಿಕೊಂಡು ಮಿಂಚು ಸಮ್ಮತಿಗೆ ಕಾದಳು.

## 15

ಕೆಲಸ ಹೋಗಿ ಮೂರು ತಿಂಗಳಾದರೂ ಅನೂಪ್ ಭವಿಷ್ಯದ ಬಗ್ಗೆ ಯಾವ ನಿರ್ಧಾರಕ್ಕೂ ಬರಲಾಗಲಿಲ್ಲ. ಸೋಮಾರಿತನ ಜಾಗೃತವಾಗಲು ಶುರುವಾಯ್ತು, ಮನೆಬಿಟ್ಟು ಹೊರಗೆ ಹೋಗುವುದನ್ನೇ ಬಿಟ್ಟುಬಿಟ್ಟ. ಮಧ್ಯರಾತ್ರಿಯವರೆಗೂ

ಮೊಬೈಲ್‌ನಲ್ಲಿ ಸಿನಿಮಾನೋ ಇನ್ನೊಂದೋ ನೋಡುತ್ತಾ ತಡವಾಗಿ ಮಲಗಿ ಬೆಳಗ್ಗೆ ತಡವಾಗಿ ಏಳುತ್ತಿದ್ದ. ಶೇಖರ್ ಅವನ ಬೇಸರವನ್ನು ಹೋಗಲಾಡಿಸಲು ಮಾಡಿದ ಪ್ರಯತ್ನಗಳೆಲ್ಲಾ ವ್ಯರ್ಥವಾಗಿತ್ತು. ಯಾವ ಕೆಲಸ ಇಂಟರ್‌ವ್ಯೂ ಬಗ್ಗೆ ಹೇಳಿದರೂ ಅವನು ಉತ್ಸಾಹ ತೋರಿಸುತ್ತಿರಲಿಲ್ಲ. ವಯಸ್ಸಿಗೆ ಬಂದ ಮಗ ಅಶಿಸ್ತಿನಿಂದ ವರ್ತಿಸುವುದನ್ನು ಸಹಿಸಲಾರದೆ ಒಂದು ದಿನ ಬಯ್ದೇಬಿಟ್ಟರು. 'ನೀನ್ ನೈಟ್ ಶಿಫ್ಟ್ ಕೆಲಸ ಮಾಡಿದ್ರೂ ಒಂದೇ ಬಿಟ್ರು ಒಂದೇ, ಮನೇಲಿ ಆಲಸ್ಯ ತುಂಬಿಕೊಂಡಿರೋದು ಮಾತ್ರ ಬದಲಾಗಲ್ಲ! ಮಧ್ಯಾಹ್ನದ ತನಕ ಹಾಸಿಗೆ ಬಿಟ್ಟು ಏಳಲ್ಲ, ಎದ್ರೂ ನಿನ್ ಲೋಕದಲ್ಲಿರ್ತೀಯ ಎಲ್ಲಾ ನಾನ್ ಒಬ್ನೇ ಹೇಗ್ ನೋಡ್ಕೊಳ್ಳಿ? ನಂಗೇನ್ ವಯಸ್ಸು ದಿನೇ ದಿನೇ ಚಿಕ್ಕದಾಗ್ತಿಲ್ಲ.'

ಅಪ್ಪನ ಬಯ್ಗುಳಗಳನ್ನ ಅನೂಪ್ ಅವಮಾನವಾಗಿ ಸ್ವೀಕರಿಸಿದ. ನಾನು ದುಡೀತಿಲ್ಲ ಅನ್ನೋದನ್ನ ಹೀಯಾಳಿಸುತ್ತಿರಬಹುದು, ಬಿಟ್ಟಿಯಾಗಿ ಅವರ ಮನೇಲಿ ಕೂತು ತಿನ್ನುತ್ತಿದ್ದೇನೆ ಅನ್ನೋದು ಅವರ ಮನಸ್ಸಿನಲ್ಲಿರಬಹುದು, ಅನ್ನೋ ನಕಾರಾತ್ಮಕ ಯೋಚನೆಗಳು ತಲೆಯಲ್ಲಿ ಅಟ್ಟಹಾಸದ ಕೇಕೆ ಹಾಕಿದವು. Idle mind is devil's workshop ಅನ್ನುವ ಹಾಗೆ ಮೊದಲೇ ಅವನ ತಲೇಲಿ ಬರೀ ನಿರಾಶಾಭಾವದ ಯೋಚನೆಗಳು ತುಂಬಿದ್ದವು. ಬಯ್ಗುಳ ಅದನ್ನು ದುಪ್ಪಟ್ಟುಗೊಳಿಸಿತು. ಮಾರನೇ ದಿನದಿಂದಲೇ ಬೆಳಗ್ಗೆ ಬೇಗ ಎದ್ದು ಮನೆಬಿಟ್ಟು ಹೊರಗೆ ಹೋಗಲು ಶುರು ಮಾಡಿದ. ಸಣ್ಣ ಪುಟ್ಟ ಹೋಟೆಲ್, ಪಾರ್ಕು, ಮಾಲು ಹೀಗೆ ಸಿಕ್ಕ ಜಾಗಗಳಲ್ಲಿ ಕೂತು ಮುಂದೇನು ಅಂತ ಚಿಂತೆ ಮಾಡಲು ತೊಡಗಿದ. ಆಫೀಸ್‌ನ ಸ್ನೇಹಿತರು ನಿನ್ನನ್ನ ಬ್ಲಾಕ್ ಲಿಸ್ಟ್‌ನಲ್ಲಿ ಹಾಕಿರದ ಕಾರಣ ಟರ್ಮಿನೇಶನ್ ಆದ್ರೂ ಬೇರೆ ಕಂಪನಿಯಲ್ಲಿ ಕೆಲಸ ಸಿಗುತ್ತೆ ಪ್ರಯತ್ನ ಮಾಡು ಅಂದರು. ಇಷ್ಟೆಲ್ಲಾ ಆದರೂ ಅನೂಪನಿಗೆ ಅದು ಬೇಕಿರಲಿಲ್ಲ.

ಅನೂಪ್ ಹೀಗೇ ಒಂದು ದಿನ ಸಾಯಿಬಾಬಾ ದೇವಸ್ಥಾನದ ಪಕ್ಕದ ಪಾರ್ಕಿನಲ್ಲಿ ಕಿವಿಗೆ ಇಯರ್‌ಫೋನ್ ಹಾಕಿಕೊಂಡು ಕುಳಿತಿದ್ದಾಗ ಯಾರೋ ಬಂದು ಭುಜ ತಟ್ಟಿದಂತಾಯಿತು. ನೋಡಿದರೆ ಚಕ್ರವರ್ತಿ ಮುಗುಳ್ನಗುತ್ತಾ ನಿಂತಿದ್ದನು. ಇವನೇಕೆ ಇಲ್ಲಿಗೆ ಬಂದ? ನಾನು ಇಲ್ಲಿದ್ದೇನೆ ಅಂತ ಹೇಳಿದವರ್ಯಾರು? ಅಪ್ಪನೇ ನನ್ನ ಜೊತೆ ಮಾತನಾಡು ಅಂತ ಕಳುಹಿಸಿರಬಹುದೇ? ಎಂದು ಯೋಚಿಸಿದ ಅನೂಪನಿಗೆ ಒಂದಕ್ಕೂ ಉತ್ತರ ಸಿಗಲಿಲ್ಲ. ಅವರ ಜೊತೆ ಮಾತನಾಡುವುದು ಮೊದಲಿನಿಂದಲು ಬೇಡದ ವಿಷ್ಯವಾದರೂ ಅವರ ಸಹಾಯದಿಂದ ಜೈಲಿನಿಂದ ಹೊರಬಂದ ಕಾರಣಕ್ಕೆ ಗೌರವ ಕೊಟ್ಟು ಮಾತನಾಡಿಸಲೇಬೇಕಿತ್ತು. 'ಓ.. ನೀವು ಬೆಂಗಳೂರಿಗೆ ಯಾವಾಗ್ ಬಂದ್ರೀ ಅಂಕಲ್?' ಎಂದು ಕೇಳಿದ. ಅನೂಪ್ ಅಂಕಲ್ ಎಂದು ಕರೆದಾಗ್ಲೆಲ್ಲಾ ಚಕ್ರವರ್ತಿಗೆ ತಾನೊಬ್ಬ ವೈಫಲ್ಯ ತಂದೆ ಅನ್ನೋ ಭಾವನೆ ಚುಚ್ಚುತ್ತಿತ್ತು. ಈಗದರ ಬಗ್ಗೆ ವ್ಯಥೆಪಡಲು ತುಂಬಾ ತಡವಾಗಿದೆ ಅನ್ನೋದು ಅರಿವಿಗೆ ಬಂದಿತು.

ವರ್ಷಗಳ ಹಿಂದೆ ವಾಸವಿದ್ದ ಬಸವೇಶ್ವರ ನಗರದಲ್ಲಿ ಹಳೆಯ ನೆನಪುಗಳನ್ನು ಅರಸುತ್ತಾ ಅಲೆದಾಡುತ್ತಿದ್ದ ಚಕ್ರವರ್ತಿಗೆ ಅನೂಪ್ ಒಬ್ಬನೇ ಕೂತಿದ್ದು ಕಣ್ಣಿಗೆ ಬಿದ್ದಾಗ ಅವನ ಯೋಗಕ್ಷೇಮ ವಿಚಾರಿಸದೇ ಒಂದು ಹೆಜ್ಜೆ ಮುಂದಿಡಲು ಮನಸ್ಸು ಬಿಡಲಿಲ್ಲ. 'ನಾನು ಹೋದ ವಾರ ಬಂದೆ. ಸ್ವಲ್ಪ ದಿನ ಬೆಂಗಳೂರಿನಲ್ಲಿ ಇರ್ತೀನಿ. ನೀನ್ ಯಾಕೆ ಇಲ್ಲಿ ಕೂತಿದ್ಯಾ?' ಎಂದು ಕೇಳಿದ್ದಕ್ಕೆ ಅನೂಪ 'ಏನಿಲ್ಲಾ.. ಇಲ್ಲಿ ಜಾಗ ಇಷ್ಟ ಆಯ್ತು ಅದಕ್ಕೆ..' ಎಂದ.

ಅನೂಪನ ಮಾತಿನಲ್ಲಿ ಸುಳ್ಳು ಎದ್ದು ತೋರುತ್ತಿತ್ತು. ಏನಾಗಿರಬಹುದೆಂದು ಊಹಿಸುವಷ್ಟು ತಿಳಿದಿದ್ದರಿಂದ ಇನ್ನೂ ಹೆಚ್ಚು ಕೇಳುವುದು ಸೂಕ್ತವೋ ಇಲ್ಲವೋ ಎಂದು ಯೋಚಿಸಿದ. ಅದ್ಯಾವುದೋ ಸೆಳೆತ ಚಕ್ರವರ್ತಿಯನ್ನು ಸುಮ್ಮನಾಗಲು ಬಿಡಲಿಲ್ಲ. ಆ ಸೆಳೆತ ರಕ್ತಸಂಬಂಧವೇ ಇರಬೇಕು. ಏಕೆಂದರೆ ರಕ್ತ ಬರೀ ದೇಹದ ದ್ರವವಲ್ಲ. ಅದು ಸಂಬಂಧಗಳನ್ನು ಹುಟ್ಟಿಸುವ ಶಕ್ತಿ. ಈ ರಕ್ತದಿಂದಲೇ ನಾನು ನನ್ನದು ಅನ್ನೋ ಮಮಕಾರ ಮೂಡುವುದು. ರಕ್ತದ ಮೂಲಕವೇ ಹೆತ್ತವರಿಂದ ಮಕ್ಕಳಿಗೆ ಗುಣ, ರೂಪ, ನಗು, ಅಳು, ಹಾವಭಾವ, ಕಡೆಗೆ ರೋಗಗಳೂ ಹರಿದು ಬರುತ್ತವೆ. ಇದೇ ಶಕ್ತಿ ಚಕ್ರವರ್ತಿಯ ಅಂತಃಕರಣವನ್ನು ಹಿಡಿದಿಟ್ಟುಕೊಂಡಿತ್ತು.

'ಡಿಸ್ಟರ್ಬ್ ಮಾಡ್ತಿದ್ದೀನಿ ಅಂದ್ಕೋಬೇಡಾ. ನನ್ ಅನುಭವ ಶೇರ್ ಮಾಡಿದ್ರೆ ನಿನಗೇನಾದರೂ ಉಪಯೋಗವಾಗ್ಬೋದು ಅಂತ ಹೇಳ್ತಿದ್ದೀನಿ. ನನ್ ಜೀವನದಲ್ಲೂ ಒಂದು ಘಟ್ಟ ಇತ್ತು. ನನ್ ಆಸ್ತಿಪಾಸ್ತಿ ಎಲ್ಲಾ ಊರಲ್ಲಿ ಬಿಟ್ಟು ಸ್ವಲ್ಪ ದುಡ್ಡುಕಾಸು ಇಟ್ಟುಕೊಂಡು ಅಜ್ಜಿ, ನೀನು ಮತ್ತೆ ನಿಮ್ಮಮ್ಮ.. ಸಾರಿ, ನನ್ ಹೆಂಡತಿ ಜೊತೆ ಬೆಂಗಳೂರಿಗೆ ಬಂದೆ. ಏನ್ ಮಾಡ್ಬೇಕು ಅಂತ ತೋಚ್ತಿರ್ಲಿಲ್ಲ, ಹೀಗೆ ರಸ್ತೆ, ಪಾರ್ಕುಗಳಲ್ಲಿ ಒಬ್ಬನೇ ಕೂತ್ಕೋತಿದ್ದೆ..'

'ಅದಕ್ಕೆ ದುಡ್ಡೀಸ್ಕೊಂಡು ನನ್ನನ್ನು ಮಾರಿಬಿಟ್ರಾ?'

ಅನೂಪನಿಗೆ ಅವನ ಮಾತುಗಳು ಇಷ್ಟವಾಗದೇ ಹತಾಶೆಯ ಮೂಲಕ ಹೊರಬಂದಿತು. ಅವನ ತೀಕ್ಷ್ಣವಾದ ಮಾತುಗಳು ಚಕ್ರವರ್ತಿಯನ್ನು ಇರಿಯಿತು. ಆದರೆ ಅವನು ಪೂರ್ತಿಯಾಗಿ ಸುಳ್ಳಾಡಿರಲಿಲ್ಲ. ಹೆಂಡತಿಗೆ ಕಾಯಿಲೆಯಾದಾಗ ಮನೆಯ ಓನರ್ ಆಗಿದ್ದ ಶೇಖರ್ ಹಣವನ್ನ ಸಾಲ ರೂಪದಲ್ಲಿ ಕೊಟ್ಟಿದ್ದ. ಆ ಹಣವನ್ನು ವಾಪಸ್ ತೀರಿಸಲಾಗಿರಲಿಲ್ಲ. ಚಿತ್ಕಳಾ, ಹಣವನ್ನ ನೀವೇನೂ ವಾಪಸ್ ಕೊಡಬೇಡಿ ಅಂದವಳು ನಿಮ್ಮ ಮಗನ್ನ ನಾನೇ ನೋಡ್ಕೋತೀನಿ, ಬೇಡ ಅನ್ನಬೇಡಿ ಅಂತಲೂ ಅಂಗಲಾಚಿದ್ದಳು. ಪರಿಸ್ಥಿತಿ, ದಾಕ್ಷಿಣ್ಯ ಮತ್ತು ಅಸಹಾಯಕತೆಯನ್ನು ಸೃಷ್ಟಿಸಿತ್ತು. ಇದೆಲ್ಲವನ್ನೂ ಅವಲೋಕಿಸಿದಾಗ ಚಕ್ರವರ್ತಿಗೆ ಅಂದು ನಾನು ಹಣವನ್ನು ವಾಪಸ್ಸು ಮಾಡಿ ಸ್ವಾಭಿಮಾನ ಮೆರೆದಿದ್ದರೆ ಮಗನನ್ನು ಅವರ ಕೈಗಿಡುತ್ತಿರಲಿಲ್ಲವೇನೋ, ಇಂದು ಮಗನ ಬಾಯಿಂದ ದೂರನ್ನು ಕೇಳುವ ಪರಿಸ್ಥಿತಿ ಎದುರಾಗ್ತಿರಲಿಲ್ಲವೇನೋ ಅನ್ನಿಸಿತು.

'ನನ್ನ ತಪ್ಪಿರಬಹುದು. ಆದ್ರೆ ನೀನ್ ಒಳ್ಳೆಯವರ ಮನೇಲಿ ಬೆಳೆದಿದ್ದೀಯ ಅನ್ನೋ ಖುಷಿ ಇದೆ. ನಾನು ನಿಮ್ಮಮ್ಮ ಇಬ್ರು ಶೇಖರ್ ಚಿತ್ಕಳಾ ತೋರಿಸೋಷ್ಟು ಪ್ರೀತಿ ಕಾಳಜಿಯನ್ನ ಕೊಡೋಕೆ ಆಗ್ತಾ ಇತ್ತೋ ಇಲ್ವೋ ಗೊತ್ತಿಲ್ಲ' ಚಕ್ರವರ್ತಿ ಪ್ರಾಮಾಣಿಕವಾಗಿ ಹೇಳಿದ.

'ಯು ಆರ್ ರೈಟ್. ನಂಗೆ ನಿಮ್ಗಿಂತ ಒಳ್ಳೇ ಅಪ್ಪ ಅಮ್ಮಾನೇ ಸಿಕ್ಕಿದ್ದಾರೆ. ನಂಗೇನೂ ರಿಗ್ರೆಟ್ಸ್ ಇಲ್ಲ! ಮತ್ತೆ ಪೊಲೀಸ್ ಕೇಸ್‌ನಲ್ಲಿ ಹೆಲ್ಪ್ ಮಾಡಿದ್ದಕ್ಕೆ ಥ್ಯಾಂಕ್ಸ್' ನೀವಿನ್ನು ಹೊರಡಬಹುದು ಅನ್ನೋ ಧಾಟಿಯಲ್ಲಿ ಅನೂಪ್ ಮಾತನಾಡಿದ. ಅವನು ಥ್ಯಾಂಕ್ಸ್ ಹೇಳಿದ ರೀತಿಯಲ್ಲಿ ನಮ್ಮ ಋಣವೂ ಹರಿದಿದೆ ಅನ್ನೋ ಭಾವನೆಯೂ ಕಾಣಿಸಿತು.

'ಅನೂಪ್ ನಾನ್ ಹೊರಡ್ತೀನಿ. ಒಂದು ಮಾತು. ನಿಂಗೆ ಇನ್ನೊಬ್ರ ಕೆಳ್ಗೆ ಕೆಲ್ಸ ಮಾಡೋದು ಇಷ್ಟ ಇಲ್ಲ ಅನ್ನಿಸುತ್ತೆ, ನಂಗೂ ಹಾಗೆ. ನಂಗನ್ನೋ ಪ್ರಕಾರ ನೀನು ಫೋಟೋಗ್ರಫಿನ ಸ್ವಂತವಾಗಿ ಶುರು ಮಾಡಿದ್ರೆ ಒಳ್ಳೇದು. ನಾವ್ ಯಾವ್ದನ ತುಂಬಾ ಇಷ್ಟ ಪಡ್ತೀವೋ ಅದನ್ನೇ ನಮ್ಮ ವೃತ್ತಿಯಾಗಿಸ್ಕೊಂಡಾಗ ಅದಕ್ಕಿಂತಾ ಸಂತೋಷ ಇನ್ನೊಂದಿರಲ್ಲ.'

ಚಕ್ರವರ್ತಿ ಅನೂಪನ ಜೀವನದ ವಿಚಾರಗಳಲ್ಲಿ ಮೂಗು ತೂರಿಸೋದು ಅನೂಪನಿಗೆ ಇಷ್ಟವೇ ಆಗುತ್ತಿರಲಿಲ್ಲ. ಹತ್ತನೇ ಕ್ಲಾಸಿನಲ್ಲಿ ಎಷ್ಟು ಅಂಕ ಬಂತು? ಯಾವ ಕಾಲೇಜು ಸೇರಿದ? ಮುಂದೆ ಏನು ಮಾಡ್ಬೇಕು ಅಂದುಕೊಂಡಿದ್ದಾನೆ ಅನ್ನೋ ವಿಚಾರವಾಗಿ ಹಿಂದೆ ಚಕ್ರವರ್ತಿ ಶೇಖರ್‌ನ ವಿಚಾರಿಸಿದ್ದು ಅನೂಪನ ಗಮನಕ್ಕೆ ಬಂದಿತ್ತು. ಆ ಕಾರಣಕ್ಕೆ ಅವನನ್ನು ಹೆಚ್ಚು ಹೇಟ್ ಮಾಡುತ್ತಿದ್ದ. ನನ್ನ ಹಾಗೆ ನೀನು ಅಂತ ಹೇಳಿದರಂತೂ ಅವನಿಗೆ ಸಹಿಸಲಸಾಧ್ಯವೆನಿಸಿಬಿಡುತ್ತಿತ್ತು. ದುಡ್ಡಿಗೆ ಮಗನನ್ನು ಮಾರುವ ಅಪ್ಪನ ಬುದ್ಧಿ ನನಗೆ ಬರೋದು ಸಾಧ್ಯವೇ ಇಲ್ಲ ಅನ್ನೋದು ಅವನ ಸಿಟ್ಟು. ನನ್ನನ್ನು ಬೆಳೆಸಿರೋ ಅಮ್ಮ ಚಿತ್ಕಳಾ. ಅವಳು ಹೇಳಿಕೊಟ್ಟ ಗುಣಗಳು ಮತ್ತು ನನಗೆ ಸ್ವಂತವಾಗಿ ಅನ್ನಿಸಿದ್ದು ಮಾತ್ರ ನನ್ನದು! ಬೇರೆಯವರ ಕೈಕೆಳಗೆ ಕೆಲಸ ಮಾಡಬಾರ್ದು ಅನ್ನೋದು ಸತ್ಯ. ಅದು ಎಲ್ಲರಿಗೂ ಸಹಜವಾಗಿ ಅನ್ನಿಸೋ ವಿಷಯ, ಆ ಗುಣ ಅವರಿಂದಲೇ ನನಗೆ ಬರಬೇಕಿಲ್ಲ ಎಂದುಕೊಂಡು ಚಕ್ರವರ್ತಿಯ ಮಾತನ್ನು ತಲೆಯಿಂದ ಕಿತ್ತೆಸೆದ.

❋

ಚಕ್ರವರ್ತಿಯನ್ನು ಮಗಳಿಗೆ ಅಫೀಶಿಯಲ್ ಆಗಿ ಪರಿಚಯ ಮಾಡಿಸಲು ಅರವಿಂದಾ ಉತ್ಸುಕಳಾಗಿದ್ದಳು. ಮಿಂಚು ಅಂತೂ ಸಂಭ್ರಮದ ತಾರಕದಲ್ಲಿದ್ದಳು. ಬೆಳಗ್ಗೆ ಹನ್ನೊಂದು ಗಂಟೆಗೆ ಮಲ್ಲೇಶ್ವರದ ಕಾಫಿ ಡೇನಲ್ಲಿ ತಾಯಿ ಮಗಳು ಕಾಯುತ್ತಾ ಕೂತರು. ಮಿಂಚು ಹಿಂದೆ ಚಕ್ರವರ್ತಿಯನ್ನು ಭೇಟಿಯಾಗಿದ್ದರೂ ಆಗೆಲ್ಲಾ ಆತನ ಬಗ್ಗೆ ಹೆಚ್ಚು ಗಮನ ಕೊಟ್ಟಿರಲಿಲ್ಲ. ಅರವಿಂದಾಗೆ ಮಗಳು ಮತ್ತೆ

ಚಕ್ರವರ್ತಿಯ ಮಧ್ಯೆ ಬಾಂಧವ್ಯ ಹುಟ್ಟೋದು ಬಹಳ ಮುಖ್ಯವಾಗಿತ್ತು. ಇಬ್ಬರೂ ಸೌಮ್ಯ ಸ್ವಭಾವದವರು, ಹೊಂದಿಕೊಳ್ಳಬಹುದು ಅನ್ನೋ ಲೆಕ್ಕಾಚಾರದಲ್ಲಿ ಚಕ್ರವರ್ತಿಯನ್ನು ಎದುರು ನೋಡಿದಳು. ಆರ್ಡರ್ ಮಾಡುವಂತೆ ಕಾಫಿ ಡೇ ಹುಡುಗಿ ಮೆನು ಕಾರ್ಡ್ ಮುಂದೆ ತಂದಿಟ್ಟಾಗ 'ಒಬ್ಬರಿಗಾಗಿ ಕಾಯ್ತಿದ್ದೀವಿ, ಅವರೂ ಬಂದುಬಿಡ್ಲಿ' ಎಂದಳು ಮಿಂಚು. ಅರ್ಧಗಂಟೆ ಕಳೆಯುವಷ್ಟರಲ್ಲಿ ಚಕ್ರವರ್ತಿ ಕಾಫೀ ಡೇ ಡೋರ್ ತೆಗೆದು ಒಳಗೆ ಬಂದು ಸುತ್ತ ನೋಡಿದನು. ಮೂಲೆಯ ಟೇಬಲ್ ಹಿಡಿದಿದ್ದ ಮಿಂಚು ಆತನನ್ನು ನೋಡಿದ ತಕ್ಷಣ ಕೈಬೀಸಿದಳು.

'ಸಾರಿ ಲೇಟ್ ಆಯ್ತು. ಎರಡು ಕ್ಯಾಬ್‌ಗಳು ಬುಕ್ ಮಾಡಿದ್ದನ್ನ ಕ್ಯಾನ್ಸಲ್ ಮಾಡಿದ್ರು. ನಿಜ ಹೇಳ್ಬೇಕು ಅಂದ್ರೆ ಕ್ಯಾನ್ಸಲ್ ಮಾಡ್ಲಿಲ್ಲ, ಫೋನ್ ಮಾಡ್ದಾಗ ಬರ್ತೀನಿ ಅಂದು ಬರ್ಲೇ ಇಲ್ಲ. ನಾನೇ ಕ್ಯಾನ್ಸಲ್ ಮಾಡಿ ದುಡ್ಡು ಕಟ್ ಆಯ್ತು.' ಚಕ್ರವರ್ತಿ ವಿನಯ ತೋರಿ ಮಾತನಾಡಿದ.

'ಯಾವ್ ಏರಿಯಾದಿಂದ ಬಂದ್ರಿ?' ಮಿಂಚು ಕೇಳಿದಳು.

'ಕುರುಬರಹಳ್ಳಿ. ಅದೇ ಬಸವೇಶ್ವರ ನಗರಕ್ಕೆ ಅಂಟಿಕೊಂಡಿರೋ ಹಾಗಿದ್ಯಲ್ಲ ಆ ಏರಿಯಾ, ಅಲ್ಲಿ ನನ್ನ ಫ್ರೆಂಡ್ ಮನೆಯಿದೆ. ಬೆಂಗಳೂರಿಗೆ ಬಂದಾಗ ಅಲ್ಲೇ ಉಳ್ಕೋತಿನಿ.'

ಅರವಿಂದಾ ಒಬ್ಬರಿಗೊಬ್ಬರ ಬಗ್ಗೆ ಹೇಳುವ ಮೊದಲೇ ಮಿಂಚು ಮತ್ತು ಚಕ್ರವರ್ತಿಯ ಮಾತುಕತೆ ಶುರುವಾಗಿಬಿಟ್ಟಿತ್ತು. ಭೇಟಿ ಆಗಿದ ತಕ್ಷಣ awkward silence ಆಗಬಾರದೆಂದು ಮಿಂಚೂ ಬೆಂಗಳೂರಿನಲ್ಲಿ ಈಗ ಆಟೋಗಳಿಗಿಂತ ಕ್ಯಾಬುಗಳು ಜಾಸ್ತಿ ಆಗ್ಬಿಟಿವೆ, ಕ್ಯಾನ್ಸಲೇಶನ್ ಫೀಸ್ ಜಾಸ್ತಿ, ಅರ್ಜೆಂಟಿಗೆ ಕ್ಯಾಬ್ ಸಿಕ್ಕದೇ ನನ್ ಫ್ರೆಂಡ್ ಒಬ್ಬಳ ಇಂಟರ್ವ್ಯೂ ತಪ್ಪಿಹೋಗಿದ್ದು ಹೀಗೆ ಏನೇನೋ ವಿಷಯ ಜೋಡಿಸಿಕೊಂಡು ಚಕ್ರವರ್ತಿಯ ಜೊತೆ ತಾನಾಗೇ ice break ಮಾಡಿಕೊಂಡಳು. ಮಿಂಚು ನನ್ನನ್ನು ಸ್ವಾಗತಿಸದೇ ಹೋದರೆ ಅನ್ನೋ ಭಯದಲ್ಲಿದ್ದ ಚಕ್ರವರ್ತಿಗೂ ಸಮಾಧಾನವಾಯಿತು. ಮಿಂಚು ಎರಡು ಫಿಲ್ಟರ್ ಕಾಫಿ, ಒಂದು ಕ್ಯಾಪೂಚಿನೋ ಆರ್ಡರ್ ಮಾಡಿದಳು.

'ನಂಗೆ ಕಾಫಿ ಬೇಡ ಮಿಂಚು. ಕಾಫಿ ಬದಲು ಎರಡು ಗ್ರೀನ್ ಟೀ ಕೊಟ್ಬಿಡಿ. ನೀನೂ ಗ್ರೀನ್ ಟೀ ಕುಡಿತೀಯಾ?' ಅರವಿಂದಾ ಮಿಂಚೂನ ಕೇಳಿದಾಗ 'ಅಯ್ಯೋ ಬೇಡಪ್ಪಾ.. ಆ ಕಹಿ ನಂಗೆ ಆಗಲ್ಲ' ಎಂದಳು. ಅರವಿಂದಾಗೆ ಆ ಕ್ಷಣವೇ ಕಾಫಿಯಲ್ಲಿರೋ ಕೆಫೈನ್ ಮತ್ತು ಗ್ರೀನ್ ಟೀನ ಅದ್ಭುತ ಗುಣದ ಬಗೆಗಿನ ಮಾತುಗಳು ಗಂಟಲವರೆಗೂ ಬಂದು ವಾಪಸ್ ನುಂಗಿಕೊಂಡಳು. ಅಮ್ಮ ಚಕ್ರವರ್ತಿಗೂ ಗ್ರೀನ್ ಟೀ ಹೇಳಿದ್ದನ್ನು ನೋಡಿ ಈಗಾಗಲೇ ತನ್ನ ಅಭ್ಯಾಸಗಳನ್ನೆಲ್ಲಾ ಅವರಿಗೂ ಕಲಿಸಿಬಿಟ್ಟಿದ್ದಾಳೆ ಎಂದು ಅಚ್ಚರಿಯಾಗಿ 'ನೀವ್

ಅಮ್ಮನ ಜೊತೆ ಸೇರಿ ಗ್ರೀನ್ ಟೀ ಕುಡಿತಿರೋದಾ ಅಥವಾ ಮೊದ್ಲಿಂದಾನೇ ಆ ಅಭ್ಯಾಸ ಇತ್ತಾ?' ಅಂತ ಕೇಳಿದಳು.

ಮಿಂಚು ಕೇಳಿದ ರೀತಿಗೆ ಇಬ್ಬರಿಗೂ ಸ್ವಲ್ಪ ಸಂಕೋಚವಾಯಿತು, 'ನೀವಿಬ್ರೂ ಮುಖ ಮುಖ ನೋಡ್ಕೋತಿರೋದ್ ನೋಡೀನೇ ನಂಗೆ ಆನ್ಸರ್ ಸಿಕ್ತು ಬಿಡಿ' ಮಿಂಚು ತುಂಟನಗೆ ಬೀರಿದಳು. ಅರವಿಂದಾ ಮತ್ತು ಚಕ್ರವರ್ತಿ ಹೇಗೆ ಒಬ್ಬರಿಗೊಬ್ಬರ ಪರಿಚಯವಾಯಿತು, ನಿಮ್ಮಿಬ್ಬರ ಮಧ್ಯೆ ಏನು ಕ್ಲಿಕ್ ಆಯ್ತು? ಅಮ್ಮನ್ ಬಗ್ಗೆ ನಿಮ್ಗೆ ಏನನ್ಸತ್ತೆ..? ಹೀಗೆ, ಸಿನಿಮಾ ಹೀರೋ ಹೀರೋಯಿನ್‌ನ ಸಂದರ್ಶನ ಮಾಡೋ ನಿರೂಪಕಿಯ ಹಾಗೆ ಪ್ರಶ್ನೆಗಳನ್ನು ಕೇಳುತ್ತಾ ತನ್ನ ಕುತೂಹಲ ತಣಿಸಿಕೊಂಡಳು. ಪ್ರತಿ ಉತ್ತರ ಕೊಡುವಾಗ ಅರವಿಂದಾಳ ಮುಖದಲ್ಲಿ ಎದ್ದು ಕಾಣುತ್ತಿದ್ದ ಸಂತೋಷವನ್ನು ಗಮನಿಸಿ ಮಿಂಚುಗೆ ಸಂತೃಪ್ತಿಯುಂಟಾಯಿತು. ಚಕ್ರವರ್ತಿ ತನ್ನ ಬಗ್ಗೆ ಕಿರು ಪರಿಚಯ ಮಾಡಿಕೊಂಡ.

'ನಂದು ಮೂಲತಃ ವಿಶ್ವೇಶ್ವರಪುರ ಅಂತ ಸಣ್ಣ ಹಳ್ಳಿ, ಈಗ ಅಲ್ಲಿ ಯಾರೂ ಕಾಂಟ್ಯಾಕ್ಟ್‌ನಲ್ಲಿಲ್ಲ. ಏನೋ ಒಂದ್ ಫ್ಯಾಮಿಲಿ ಇಶ್ಯೂ ಆಗಿ ಎಲ್ಲಾ ದೂರ ಆಗೋದ್ವಿ, ಕ್ಯಾಶಿಯರ್ ಕೆಲಸ ಬೋರಾಗಿ ಪರಿಚಯದವರ NGOನಲ್ಲಿ ಪಾರ್ಟ್ ಟೈಮ್ ಕೆಲಸ ಮಾಡೋಕ್ ಶುರು ಮಾಡ್ದೆ, ಅದೇ ಖಾಯಂ ಆಗೋಯ್ತು' ಚಕ್ರವರ್ತಿ ಕೈಕಟ್ಟಿಕೊಂಡು ಪ್ರಾಮಾಣಿಕವಾಗಿ ಹೇಳಿದ.

'ನಿಮ್ಗೆ ಮಕ್ಕಳಿರ್ಲಿಲ್ವಾ?' ಮಿಂಚು ಪ್ರಶ್ನೆಗೆ ಚಕ್ರವರ್ತಿ ಅರವಿಂದಾ ಮುಖವನ್ನು ನೋಡಿದ.

'ತುಂಬಾ ಚಿಕ್ ವಯಸ್ನಲ್ಲೇ ದೂರ ಆಗ್ಬಿಟ್ಟಿದ್ದಾರೆ ಮಿಂಚು, ಈಗ ಅವರಿಗೆ ಫ್ಯಾಮಿಲಿ ಅಂತ ಯಾರೂ ಇಲ್ಲ' ಅರವಿಂದಾ ಅವನ ಪರವಾಗಿ ಉತ್ತರಿಸಿದಳು.

'ನಿಮ್ಮ ಖರ್ಚು ಹೇಗೆ ನೋಡ್ಕೋತೀರಾ? NGO ಲಿ ಸಂಬಳ ಕೊಡ್ತಾರಾ?'

'ಹಾ ನಾನು ವಾಲಂಟಿಯರ್ ಅಲ್ಲ ನಂದು paid job, ನನ್ ಖರ್ಚಿಗೆ ಆಗುತ್ತೆ.'

ಮಗಳು ಇಷ್ಟೊಂದು ಪ್ರಶ್ನೆ ಕೇಳುತ್ತಿರೋದ್ರಿಂದ ಚಕ್ರವರ್ತಿಗೆ ಮುಜುಗರ ಆಗುತ್ತಿದೆಯೇನೋ ಎಂದು ಅರವಿಂದಾ ಮಿಂಚು ಕಡೆ ನೋಡಿದಳು. ಅದನ್ನು ಮಿಂಚು ಅರ್ಥಮಾಡಿಕೊಂಡು ತನ್ನ ಪ್ರಶ್ನೋತ್ತರ ಕಾರ್ಯಕ್ರಮವನ್ನು ಮುಗಿಸಿದಳು. ತನ್ನ ಖರ್ಚನ್ನು ತಾನು ನೋಡಿಕೊಳ್ಳುವಷ್ಟು ದುಡಿಯುತ್ತೇನೆ ಅನ್ನೋ ಚಕ್ರವರ್ತಿಯ ಒಂದು ಉತ್ತರ ಅವಳ ಮನಸ್ಸಿಗೆ ನಾಟಿತ್ತು. ತನ್ನನ್ನು ಮದುವೆ ಆಗೋ ಹುಡುಗ ಹೀಗೆ ಹೇಳಿದರೆ ಅದು ಒಪ್ಪಲು ಸಾಧ್ಯವಿರದ ಮಾತು ಅನ್ನಿಸಿತು.

ಪರಿಚಯವಾದ ಮೊದಲ ದಿನವೇ ಎಲ್ಲವನ್ನೂ ಮಾತನಾಡಿ ಮುಗಿಸೋ ಧಾವಂತ ಬೇಡವೆಂದು ಮೂವರೂ ಆದಷ್ಟು ಕ್ಯಾಶುವಲ್ ಮಾತುಗಳನ್ನಾಡಿ ಮತ್ತೆ

ಸಿಗುವ ಎಂದುಕೊಂಡರು. ಹತ್ತಿರದ ಐಯ್ಯರ್ ಮೆಸ್‌ಗೆ ಹೋಗಿ ಬಾಳೆಯೆಲೆ ಊಟ ಮಾಡಿ ಮುಗಿಸಿದಾಗ ಭೇಟಿ ಸಂಪೂರ್ಣಗೊಂಡಿತು. ಮಿಂಚು ತನಗೆ ಆಗುತ್ತಿರೋ ಸಂತೋಷವನ್ನು ಅನೂಪನಿಗೆ ಹೇಳಬೇಕೆಂದು ಕಾತರಿಸಿದಳು. ಇಬ್ಬರನ್ನು ಕಳುಹಿಸಿ ಆಟೋ ಹತ್ತಿ ಬಸವೇಶ್ವರ ನಗರಕ್ಕೆ ಬಂದಿಳಿದಳು. ಬೆಳಗ್ಗೆಯಿಂದ ಮನೇಲಿದ್ದು ಬೋರ್ ಆಗಿದ್ದ ಅನೂಪನಿಗೂ ಮಿಂಚು ಬಂದಿದ್ದು ಖುಷಿ ಕೊಟ್ಟಿತು. ಹತ್ತಿರದ ಹೋಟೆಲ್ ಹೊಕ್ಕು ಮಾತುಕತೆ ಶುರು ಮಾಡಿದರು.

'ಹೇಗಾಯ್ತು ಹೊಸಾ ಜೋಡಿ ಜೊತೆಗೆ ಮೀಟಿಂಗ್?' ಅನೂಪ್ ಮಿಂಚೂ ಖುಷಿಯ ಕಾರಣ ಗೊತ್ತಿದ್ದರಿಂದ ಆ ವಿಷಯವನ್ನೇ ಮೊದಲು ಕೇಳಿದ.

'ಅನೂ.. ಅಮ್ಮ ಮತ್ತೆ ಅವ್ರ್ ಜೋಡಿ ಎಷ್ಟು ಕ್ಯೂಟ್ ಗೊತ್ತಾ? ನಾವಿಬ್ರೂ ಕೂಡ ಅವ್ರಷ್ಟು ಒಬ್ರಿಗೊಬ್ರು ಮ್ಯಾಚ್ ಆಗಲ್ಲ ಅನ್ನಿಸುತ್ತೆ'

'ಹಲೋ.. ನಿಮ್ಮಮ್ಮನ ಮೇಲಿನ್ ಪ್ರೀತಿಗೆ ನಮ್ಮನ್ನೇ ಸೈಡ್ ಲೈನ್ ಮಾಡೋದು ಸರಿಯಲ್ಲಾ ಕಣಮ್ಮಾ!'

ಅನೂಪ್ ತಮಾಷೆಯ ಟೋನ್‌ನಲ್ಲಿ ಹೇಳಿದರು ಅದನ್ನು ನಿಜವಾಗಿಯೇ ಹೇಳಿದ್ದ. ಮಿಂಚು ತಾಯಿಯ ಮೇಲೆ ಜೀವ ಇಟ್ಟುಕೊಂಡಿದ್ದಾಳೆ. ಆದರೆ ಅಮ್ಮನಿಗೆ ಮದುವೆ ಮಾಡ್ತೀನಿ ಅಂತ ಪಣ ತೊಟ್ಟಿರೋದು ಅತಿರೇಕ ಅನ್ನೋ ಭಾವನೆ ಅವನ ಮನಸ್ಸಿನ ಮೂಲೆಯಲ್ಲೊಂದು ಜಾಗ ಮಾಡಿಕೊಂಡುಬಿಟ್ಟಿತ್ತು. ಈ ವಿಷಯದಲ್ಲಿ ಮಿಂಚೂನ ಬದಲಾಯಿಸೋಕೆ ಸಾಧ್ಯವಿಲ್ಲ ಎಂದು ಹೆಚ್ಚು ಕೆದಕುತ್ತಿರಲಿಲ್ಲ.

'ನಿಜ್ವಾಗ್ಲೂ ಅನೂ.. ನಮ್ಮಪ್ಪನ್ನ ನೆನಪು ಮಾಡ್ಕೊಂಡ್ರೆ.. ಅವ್ರು ಬರೀ ಅಮ್ಮನ್ನ ಅಳ್ಸಿದ್ದು, ಜಗಳ ಮಾಡಿದ್ದು, ಒಂಟಿ ಮಾಡಿ ಅವಳಿಗೆ ಕಷ್ಟ ಕೊಟ್ಟಿದ್ದು ನೆನಪಾಗುತ್ತೆ. ಈಗ ಅವಳ ಜೊತೇಲಿದ್ದು ಸಪೋರ್ಟ್ ಮಾಡಿ ಪ್ರೀತಿ ತೋರ್ಸೋರು ಸಿಕ್ಕಿರೋದು ನಂಗೆ ದೊಡ್ಡ ನೆಮ್ಮದಿ. ಈ ದಿನಕ್ಕೋಸ್ಕರ ನನ್ ಆಲ್ಮೋಸ್ಟ್ ಕಾಲೇಜ್ ಓದುವಾಗ್ಲಿಂದ ಕಾಯ್ತಾ ಇದ್ದೆ.'

'ಅದು ಹೌದು ಮಿಂಚು.. ಬಟ್ ಎಷ್ಟೋ ಜನರ ಲೈಫ್ ಅಲ್ಲಿ ಇದೇ ನಡೆದಿರುತ್ತಲ್ವಾ? ಹಾಗಂತ ಎಲ್ರೂ ಮದ್ವೆ ಆಗ್ತಾರಾ?'

'ಕ್ಯಾನ್ಸರ್ ತುಂಬಾ ಜನಕ್ಕೆ ಬರುತ್ತೆ, ಎಲ್ರೂ ಸತ್ತೋಗ್ಬೇಕು ಅನ್ನೋ ಥರ ಇದೆ ನಿನ್ ಮಾತು. ಎಷ್ಟೋ ಜನ ಅದನ್ನ ಫೈಟ್ ಮಾಡ್ತಾರೆ, ವಿಲ್ ಪವರ್ ಜಾಸ್ತಿ ಮಾಡ್ಕೊಂಡು ಬದುಕಬೇಕು ಅನ್ನೋ ಛಲದಿಂದ ನಿಜ್ವಾಗ್ಲೂ ಗುಣಮುಖರಾಗ್ತಾರೆ. ನಮಗೆ ಬಂದ ಕಷ್ಟದ್ ಪರಿಸ್ಥಿತಿನ ಒಪ್ಪಿಕೊಂಡು ಸಾಯೋ ತನಕ ಅದರ ಜೊತೇಲೇ ಬದುಕಬೇಕು ಅಂತಿಲ್ಲ. ನಾವ್ ಹೇಗೆ ಬದುಕಬೇಕು ಅನ್ನೋದನ್ನ ನಾವೇ ಡಿಸೈಡ್ ಮಾಡ್ಬೇಕು. ಸಿಚುಯೇಶನ್ ಬಂದ ಹಾಗೆ ಇದ್ಬಿಡ್ತೀವಿ ಅಂದಿದ್ರೆ ಇವತ್ತು ನಾವಿಬ್ರೂ ಜೊತೇಲಿರೋಕ್ ಆಗ್ತಿರ್ಲಿಲ್ಲ

ಅಲ್ವಾ? ಈ ರಿಲೇಶನ್ಶಿಪ್‌ಗು ನಾವು ತುಂಬ ಎಫರ್ಟ್ ಹಾಕಿದ್ದೀವಿ. ಬೇರೇವ್ರು ಏನಂದುಕೊಳ್ತಾರೆ ಅನ್ನೋದನ್ನ ತಲೆಯಿಂದ ತೆಗೆದುಹಾಕಿದ್ದೀವಿ. ಲೈಫ್‌ನ ಅಲ್ಟಿಮೇಟ್ ಗೋಲ್ ಏನ್ ಹೇಳು? ನಾವು ಖುಷಿಯಾಗಿರೋದು. ಇನ್ನೊಬ್ರಿಗೆ ನೋವು ಮಾಡ್ದೇ ನಮ್ ಸಂತೋಷಕ್ಕೆ ಯಾವ್ ನಿರ್ಧಾರ ತೊಗೊಂಡ್ರೂ ಅದು ಸರಿನೇ.'

ಅನೂಪ್ ಹೇಳಿದ ಒಂದು ಮಾತಿಗೆ ಮಿಂಚು ಒತ್ತಿ ಒತ್ತಿ ಪುಟಗಟ್ಟಲೆ ಸಮಜಾಯಿಷಿ ಕೊಟ್ಟುಬಿಟ್ಟಳು. ಅವಳ ಮಾತಿನ ಮುಂದೆ ಸೋತು ಕಾಫಿ ತರಲು ಕೌಂಟರ್ ಬಳಿ ಹೋದ. ಬಿಸಿ ಬಿಸಿ ಫಿಲ್ಟರ್ ಕಾಫಿಯನ್ನು ಗಾಜಿನ ಲೋಟದಲ್ಲಿ ಹಿಡಿದು ಬಂದಾಗ ಮಿಂಚು ಕೂತು ಮಾತನಾಡಲು ಒಂದು ಟೇಬಲ್ ಹಿಡಿದಿದ್ದಳು.

'ಕಾಫಿ ಅಂದ್ರೆ ಹೀಗಿರ್ಬೇಕು. ನಾಲಿಗೆಗೆ ಮೆತ್ಕೋಬೇಕು' ಅನೂಪ್ ಕಾಫಿ ಹೀರಿ ಅದನ್ನು ಹೊಗಳೋಕೆ ಶುರುಮಾಡಿದ.

'ನಾನು ಎಷ್ಟ್ ಇಂಪಾರ್ಟೆಂಟ್ ಇನ್ಸಿಡೆಂಟ್ ನಡೀತು ಅಂತ ಹೇಳಿದ್ದೀನಿ. ನಿಂಗೆ ಅದರ ಬಗ್ಗೆ ತಿಳ್ಕೊಳ್ಳೋ ಇಂಟ್ರೆಸ್ಟೇ ಇಲ್ವಲ್ಲ? ಕಾಫಿ ಬಗ್ಗೆ ಮಾತಾಡ್ತಿದ್ದೀಯ! ನಂಗೆ ಕಾಫಿ ಬೇಡ, ಈಗ್ ತಾನೆ ಕಾಫಿ ಡೇ ನಲ್ಲಿ ಆಯ್ತು. ನಮ್ಮಮ್ಮ ಮದ್ವೆ ಆಗ್ತಿರೋದು ನಿಮ್ಮನೇಲಿ ಏನಾದ್ರೂ ಪ್ರಾಬ್ಲಮ್ ಆಗುತ್ತ? ಅದನ್ ಯೋಚ್ನೆ ಮಾಡ್ತಿದ್ದೀಯಾ?'

'ಅಯ್ಯೋ ಸದ್ಯಕ್ಕೆ ಅದ್ರು ಬಗ್ಗೆ ನಮ್ ಅಪ್ಪನಿಗೆ ಹೇಳೋದೇ ಬೇಡ.' ತನ್ನ ಫ್ಯಾಮಿಲಿ, ಪರಿಚಯದವರು ಏನಾದ್ರೂ ಅಂದ್ಕೋತಾರೆ ಅನ್ನೋದು ಅವನ ಮನದಲ್ಲಿ ಇದ್ದೇ ಇತ್ತು. ಹಾಗಾಗಿ ಈ ವಿಷಯದಿಂದ ಪಲಾಯನ ಮಾಡುತ್ತಿದ್ದ.

'ಅರೇ.. ಹೇಳೋದೇ ಬೇಡ ಅಂದ್ರೆ ಏನು? ನಾವೇನ್ ತಪ್ಪು ಕೆಲ್ಸ ಮಾಡ್ತಿದ್ದೀವಾ?' ಮಿಂಚು ರೆಬಲ್ ಆಗಿ ಮಾತಾಡಿದಳು.

'ಸರಿ, ಹೇಳೋಣ ಬಿಡು. ಅದು ದೂರದ ಮಾತು, ನೀನ್ ಹೇಳು ಏನ್ ಅನ್ನಿಸ್ತು ನಿನ್ನ ಹೊಸ ಅಪ್ಪನ ಬಗ್ಗೆ?'

'ಅಪ್ಪ ಅಂತೆಲ್ಲಾ ಅಂದ್ಕೊಳ್ಳೋಕ್ ಆಗ್ತಿಲ್ಲ. ಯಾಕೆಂದ್ರೆ ನಂಗೆ ಅಪ್ಪ ಅನ್ನೋ ಪದವೇ ಒಳ್ಳೇ ಫೀಲಿಂಗ್ ಕೊಡಲ್ಲ. ಅವ್ರು ತುಂಬಾ ಡೀಸೆಂಟ್ ಅನ್ನಿಸ್ತು. ಅಮ್ಮಂಗೆ ಇಷ್ಟ ಆಗಿರೋ ವೈಬ್ಸ್ ಗೊತ್ತಾಗ್ತಿತ್ತು. ಅವ್ರಿಗೆ environmental concern ತುಂಬಾ ಇದೆ ಕಣೋ..'

ಮಿಂಚು ಅವರ ಕೆಲಸ ಕಾರ್ಯಗಳ ಬಗ್ಗೆ, ಅಮ್ಮನಿಗೆ ಹೊಸ ಕ್ಲಿನಿಕ್ ಸೆಟ್ ಅಪ್ ಮಾಡಲು ಸಹಾಯ ಮಾಡಿದ ಬಗ್ಗೆ, ಸೋರಿಯಾಸಿಸ್ ಬಗ್ಗೆ ಅವೇರ್ನೆಸ್ ಮೂಡಿಸಿದ ಬಗ್ಗೆಯೆಲ್ಲಾ ವಿವರವಾಗಿ ಹೇಳಿದಳು.

‘ಮತ್ತೆ ಮೈನ್ ತಿಂಗ್ ಹೇಳ್ಲಿಲ್ವಲ್ಲಾ? ಅವ್ರ ಹೆಸ್ರು ಸುರೇಶ್ ಅಂತ.. ಸುರೇಶ್ ಚಕ್ರವರ್ತಿ.’

‘ಏನು? ಅವ್ರ್ ಹೆಸ್ರೇನು?’ ಇಷ್ಟು ಹೊತ್ತು ಅವಳು ಹೇಳಿದ್ದೆಲ್ಲವನ್ನು ಅರೆಬರೆ ಗಮನ ಕೊಟ್ಟು ಕೇಳಿಸಿಕೊಳ್ಳುತ್ತಿದ್ದ ಅನೂಪನಿಗೆ ಆ ಹೆಸರು ಕೇಳಿ ಕಿವಿ ಚುರುಕಾಯಿತು.

‘ಸುರೇಶ್ ಚಕ್ರವರ್ತಿ ಅಂತ. ಯಾಕೆ ನಿಂಗೆ ಗೊತ್ತಾ?’

‘ಎಷ್ಟ್ ವಯಸ್ಸಿರಬಹುದು? ಹೇಗಿದ್ದಾರೆ ಹೇಳು ಅವ್ರು ನೋಡೋಕೆ?’ ಅನೂಪ್ ಗಾಬರಿಯಿಂದ ದಡಬಡಾಯಿಸಿದ.

‘ನೀನ್ಯಾಕೆ ಅಷ್ಟ್ ಟೆನ್ಷನ್ ಮಾಡ್ಕೋತಿದ್ದೀಯ?’

‘ಟೆನ್ಷನ್ ಅಲ್ಲಮ್ಮಾ... ಕ್ಯೂರಿಯಾಸಿಟಿ. ನನ್ನ ಅತ್ತೆ ಆಗೋರ್ನ ಮದ್ವೆ ಆಗ್ತಿರೋರಲ್ವಾ’

ಅನೂಪ್ ಪೆದ್ದುಪೆದ್ದಾಗಿ ನಗುತ್ತಾ ಅವಳ ಸಂಶಯ ಹೋಗಲಾಡಿಸಿದ. ಮಿಂಚು ಹತ್ತಿರ ಅವರ ಫೋಟೋ ಇರಲಿಲ್ಲ. ಅಮ್ಮನಿಗೆ ಹೇಳಿ ತರಿಸಿಕೊಳ್ಳಲಾ ಎಂದು ಕೇಳಿದಾಗ ಅವನು ಓಕೆ ಅಂದ. ಅರವಿಂದಾಗೆ ಫೋನ್ ಮಾಡಿ ಫೋಟೋ ಕಳಿಸಲು ಕೇಳಿದಳು, ಆದರೆ ಅವಳ ಬಳಿಯೂ ಫೋಟೋ ಇರಲಿಲ್ಲ. ಅನೂಪನಿಗೆ ಆತಂಕ ಹೆಚ್ಚುತ್ತಾ ಹೋಯಿತು. ಇವರು ಹೇಳ್ತಿರೋ ಸುರೇಶ್ ಚಕ್ರವರ್ತಿ ನನ್ನ ದುಷ್ಮನ್, ನನ್ನ ಹೆತ್ತಪ್ಪ ಆಗದಿರಲಿ ಎಂದು ನೆನಪಿಗೆ ಬಂದ ಎಲ್ಲಾ ದೇವರನ್ನೂ ಬೇಡಿಕೊಂಡ. ಅವರೇ ಆಗಿಬಿಟ್ಟರೆ? ಈ ಮದುವೆ ಸಾಧ್ಯವೇ ಇಲ್ಲ. ನನ್ನ ಅಪ್ಪ, ಮಿಂಚು ಅಮ್ಮ ಮದುವೆ ಆಗೋಕೆ ಹೇಗ್ ಸಾಧ್ಯ! ಎಂಥಾ ಸ್ಟುಪಿಡ್ ಯೋಚನೆ ಅದು. ಅನೂಪನ ತಲೆ ಗೊಂದಲದ ಗೂಡಾಯಿತು.

‘ಅಮ್ಮನ ಹತ್ರನೂ ಫೋಟೋ ಇಲ್ವಂತೆ. ಸಿಕ್ಕಾಗ ಕಳಿಸ್ತೀನಿ ಬಿಡು’ ಮಿಂಚು ಹೇಳಿದಷ್ಟು ಸಮಾಧಾನವಾಗಿ ಅವನು ಅದನ್ನು ತೆಗೆದುಕೊಳ್ಳುವಂತಿರಲಿಲ್ಲ. ಸುರೇಶ್ ಚಕ್ರವರ್ತಿ ಸಮಾಜಸೇವೆ ಮಾಡ್ತಾರೆ ಅನ್ನೋದು, ಬೇರೆ ಬೇರೆ ಊರುಗಳಲ್ಲಿ ಓಡಾಡ್ತಾ ಇರ್ತಾರೆ ಅನ್ನೋದು ಗೊತ್ತಿತ್ತು. ತಿಳಿದ ಎಲ್ಲಾ ವಿಚಾರವೂ ಮಿಂಚು ಹೇಳಿದ ಮಾಹಿತಿಗಳಿಗೆ ಹೊಂದುತ್ತಿತ್ತು. ಈಗಲೇ ಫೋಟೋ ತೆಗೆಸಿಕೋ ಎಂದು ಹಟ ಮಾಡಿದರೆ ಯಾಕೆ ಎಂದೂ ಉತ್ತರಿಸಬೇಕಾಗುತ್ತದೆ ಅಂತ ಸುಮ್ಮನಾದ. ಅವನು ದತ್ತು ಮಗ ಅನ್ನೋದು ಮಿಂಚುಗೆ ಗೊತ್ತಿತ್ತು ಆದರೆ ಹೆತ್ತಪ್ಪನ ಬಗ್ಗೆ ಹೇಳುವ ಪ್ರಮೇಯವೇ ಇರಲಿಲ್ಲ. ಅನೂಪನೇ ಮರೆತುಹೋಗಿದ್ದ ವ್ಯಕ್ತಿಯ ವಿಷಯ ಪ್ರೀತಿಸಿದವಳ ಮುಂದೆ ಎಂದೂ ಬರಲಿಲ್ಲ. ಶೇಖರ್‌ನ ದೆಸೆಯಿಂದ ಅವನ ಹೆಸರು ಮುಖ ನೆನಪಲ್ಲಿ ಉಳಿಯಿತು, ಇಲ್ಲವಾದರೇ ಆ ಸಂಬಂಧ ಕಡಿದು ಇಪ್ಪತ್ತೈದು ವರ್ಷಗಳ ಮೇಲಾಗಿರುತ್ತಿತ್ತು. ಮಿಂಚು ಕಾಫೀ ಡೇಯಲ್ಲಿ ಆದ ತಮಾಷೆ ಮಾತುಗಳ ಬಗ್ಗೆ

ಹೇಳುತ್ತಾ ತನ್ನ ಪಾಡಿಗೆ ಖುಷಿಯಾಗಿದ್ದಳು. ಅನೂಪ್ ಅವಳೆಡೆ ನೋಡುತ್ತಿದ್ದ, ಅದಕ್ಕೆ ಪ್ರತಿಯಾಗಿ ಮುಖದಲ್ಲಿ ಏನೋ ಒಂದು ಭಾವನೆಯನ್ನ ವ್ಯಕ್ತಪಡಿಸುತ್ತಿದ್ದ ಆದರೆ ಕಿವಿ ಕಿವುಡಾಯಿತು, ಮನಸ್ಸು ಎತ್ತೆತ್ತಲೋ ಸಂಚರಿಸುತ್ತಿತ್ತು. ನಿಜವಾಗಿ ಅವರೇ ಇವರಾದರೆ ಇದನ್ನು ಎದುರಿಸುವುದು ಹೇಗೆ ಅನ್ನೋ ಯಕ್ಷಪ್ರಶ್ನೆ ಬಾಧಿಸಿತು.

'ಮಿಂಚು.. ನಂಗೆ ಯಾಕೋ ತಲೆ ಸಿಡೀತಾ ಇದೆ. ಮನೇಗ್ ಹೋಗ್ತೀನಿ. ಆರಾಮಾಗಿ ಇನ್ನೊಂದ್ ಸಲ ಮೀಟ್ ಮಾಡೋಣ' ಅನೂಪ್ ತಲೆ ಮೇಲೆ ಬೆಟ್ಟ ಹೊತ್ತಿರೋ ಹಾಗೆ ಮುಖ ಮಾಡಿದ್ದನ್ನು ನೋಡಿ ಮಿಂಚು ಕೂಡಲೇ ಸಮ್ಮತಿಸಿದಳು. ಅನೂಪ ಕರಿಯರ್ ಬಗ್ಗೆ ತುಂಬಾ ಯೋಚಿಸಿ ಹೀಗಾಗುತ್ತಿದೆ ಎಂದು ಕನಿಕರದಿಂದ ಅವನನ್ನು ಮನೆಗೆ ಕಳುಹಿಸಿದಳು.

❋

'ಸುರೇಶ್ ಚಕ್ರವರ್ತಿ ಅನ್ನೋ ಹೆಸರಿನವರು ಪ್ರಪಂಚದಲ್ಲಿ ಒಬ್ಬರೇ ಇರ್ತಾರಾ? ಎಷ್ಟೋ ಜನ ಇರಬಹುದು. ಓಹ್! ಪ್ರಪಂಚ ಅನ್ನೋಕೆ ಆಗಲ್ಲ, ಉಡುಪಿಯಲ್ಲಿ ಒಬ್ಬರೇ ಇರ್ತಾರಾ? ಬೇರೆಯವರೂ ಇರಬಹುದು. ಅರೇ! ಒಂದು ಜಿಲ್ಲೆಗೆ ಸೀಮಿತವಾದಾಗ ಹೆಚ್ಚು ಜನ ಆ ಹೆಸರಿನವರು ಇರೋ ಚಾನ್ಸ್ ಕಮ್ಮಿಯಾಗುತ್ತಲ್ಲ!' ಅವರು ಇವರೇ ಇರಲಿಕ್ಕಿಲ್ಲ ಅಂತ ನಂಬೋದಕ್ಕೆ ಅನೂಪನ ಮನಸ್ಸು ಹುಡುಕಬಹುದಾದ ಎಲ್ಲಾ ದಾರಿಯನ್ನೂ ಹುಡುಕಿತು.

'ಅಪ್ಪಾ ಸುರೇಶ್ ಅವ್ರು ಈಗ ಇರೋದು ಎಲ್ಲಿ?' ಮಿಕ್ಸರ್‌ನಲ್ಲಿ ದೋಸೆ ಹಿಟ್ಟು ರುಬ್ಬುತಿದ್ದ ತಂದೆಯನ್ನು ಅನೂಪ್ ಕೇಳಿದ. ಮಿಕ್ಸಿ ಶಬ್ದಕ್ಕೆ ತನ್ನ ಮಾತು ಕೇಳಿಸಲಿಲ್ಲವೆಂದು ಹತಾಶೆಯಿಂದ ಎದ್ದು ಬಂದು ಭುಜ ತಟ್ಟಿ ತನ್ನ ಪ್ರಶ್ನೆಯನ್ನು ಪುನರುಚ್ಚರಿಸಿದ. ಶೇಖರ್‌ಗೆ ಅವನ ಪ್ರಶ್ನೆ ಆಶ್ಚರ್ಯ ತಂದಿತು, ಚಿತ್ಕಳಾ ಬದುಕಿದ್ದಾಗ ಈ ಪ್ರಶ್ನೆ ಕೇಳಿಬಿಟ್ಟಿದ್ದರೆ ಅವಳ ಎದೆ ಧಸಕ್ ಎನ್ನುತ್ತಿತ್ತು. ಮಗ ಹೆತ್ತಪ್ಪನನ್ನು ನೆನಪು ಮಾಡಿಕೊಳ್ಳುವುದೇ ಅವಳಿಗೆ ದುಃಸ್ವಪ್ನದ ಹಾಗೆ. ಹಾಗಾಗಿಯೇ ಸಣ್ಣ ವಯಸ್ಸಿನಿಂದಲೇ 'ಸುರೇಶ್ ಚಕ್ರವರ್ತಿ ನಮ್ಮಿಂದ ಹಣ ತೆಗೆದುಕೊಂಡು ಇಲ್ಲಿ ನಿನ್ನನ್ನು ಬಿಟ್ಟು ಹೋದರು' ಎಂದು ಒಂದಕ್ಕೊಂದು ಸೇರಿಸಿ ಹೇಳಿ ಮಗನಿಗೆ ಅವರ ಮೇಲೆ ಮಮಕಾರ ಹುಟ್ಟದಂತೆ ಕಾಪಾಡಿಕೊಂಡಿದ್ದಳು. ಅದರಲ್ಲಿ ತಾಯಿ ಪ್ರೀತಿಯ ಸ್ವಾರ್ಥ ಬಿಟ್ಟು ಬೇರೇನಿರಲಿಲ್ಲ. ಅನೂಪ ದೊಡ್ಡವನಾಗುತ್ತಾ ಚಕ್ರವರ್ತಿಯ ಮೇಲೆ ಪೂರ್ತಿಯಾಗಿ ತಿರಸ್ಕಾರದ ಮನೋಭಾವ ಬೆಳೆಸಿಕೊಂಡಾಗ ಅವಳಿಗೆ ಮಗನ ಪ್ರೀತಿ ಎಂದಿಗೂ ಕೈಬಿಟ್ಟುಹೋಗುವುದಿಲ್ಲ ಅನ್ನೋ ಧೈರ್ಯ ಬಂದಿತ್ತು. ಆದರೆ ಶೇಖರ್‌ಗೆ ಅಂತಹ ಭಯವೇನೂ ಇರಲಿಲ್ಲ, ಇಷ್ಟು ವರ್ಷಗಳ ನಂತರ ಅನೂಪ ಇದ್ದಕ್ಕಿದ್ದಂತೆ ತಂದೆಯ ವಾಸಸ್ಥಾನದ ಬಗ್ಗೆ ಕೇಳಿದ್ದಕ್ಕೆ ಸಹಜ ಕುತೂಹಲ ಕೆರಳಿತು.

'ಸ್ಟೇಷನ್ನಿಗೆ ಬಂದಾಗ ಉಡುಪೀಲಿ ಕೆಲಸ ಮಾಡ್ತಿದ್ದೀನಿ ಅಂತ ಹೇಳಿದ್ರು. ಯಾಕ್ ಹೇಳು?'

'ಏನಿಲ್ಲಪ್ಪ.. ಅವತ್ತು ಸಕಲೇಶಪುರಕ್ಕೆ ಅಷ್ಟ್ ಬೇಗ ಬಂದ್ರಲ್ಲ, ಆ ಕಡೆನೇ ಎಲ್ಲೋ ಇರ್ಬೇಕಲ್ವಾ ಅನ್ನಿಸ್ತು, ಅದಕ್ಕೇ ಕೇಳ್ದೇ. ನಥಿಂಗ್ ಸೀರಿಯಸ್'

ಸರಿಯಾದ ಉತ್ತರ ಸಿಕ್ಕ ಮೇಲೆ ಮಾತುಕತೆಯ ಉಪಯೋಗವಿಲ್ಲವೆಂದೆನಿಸಿ ತನ್ನ ಕೋಣೆಗೆ ಹೋಗಿ ಬಾಗಿಲು ಹಾಕಿಕೊಂಡ. ಸುರೇಶ್ ಚಕ್ರವರ್ತಿ ಒಂದು ದಿನಕ್ಕೂ ಅವನಿಗೆ ಅಪ್ಪನಾಗಿರಲಿಲ್ಲ. ಮೂರು ವರ್ಷದ ಮಗುವಾಗಿನಿಂದ ಅವನಿಗೆ ತಾಯಿ ತಂದೆಯ ಪ್ರೀತಿ ಸಿಕ್ಕಿದ್ದು ಶೇಖರ್ ಮತ್ತು ಚಿತ್ಕಳಾಳಿಂದ. ಅದರಲ್ಲೂ ಚಿತ್ಕಳಾಳ ಪ್ರೀತಿ ಅಪರಂಜಿಯಂತೆ ಪರಿಶುದ್ಧ. ಅನೂಪನ ಬೇಕು ಬೇಡಗಳನ್ನು ಅವನು ಬಾಯ್ತೆರೆಯುವ ಮುನ್ನವೇ ಪೂರೈಸಿದವಳು. ಚಕ್ರವರ್ತಿ ವರ್ಷಾನುಗಟ್ಟಲೆ ಮರೆಯಾದವನು ಇದ್ದಕ್ಕಿದ್ದಂತೆ ನೆನಪು ಮಾಡಿಕೊಂಡು ಮನೆಗೆ ಬರುತ್ತಿದ್ದನು. ಏನಾದರೂ ನೆಪ ಹೂಡಿ ಹುಟ್ಟುಹಬ್ಬಕ್ಕೆ, ಹೊಸ ಕಾಲೇಜು ಸೇರಿದ್ದಕ್ಕೆ ಶೇಖರ್‌ಗೆ ಫೋನ್ ಮಾಡಿ ಅನೂಪನ ಬಗ್ಗೆ ವಿಚಾರಿಸಿಕೊಳ್ಳುತ್ತಿದ್ದನು. ಎರಡು ಮಾತು ಆಡೋದ್ರಲ್ಲಿ ಏನ್ ಕಳ್ಕೋತೀವಿ, ಅವರಿಗೆ ಏನು ಕೊರಗು ಇರುತ್ತೋ ಎಂದು ಶೇಖರ್ ಸ್ಪಂದಿಸುತ್ತಿದ್ದನು.

ಇಡೀ ಜೀವನದಲ್ಲಿ ಹದಿನೈದು ನಿಮಿಷಕ್ಕಿಂತ ಹೆಚ್ಚು ಮಾತನಾಡಿರದ ವ್ಯಕ್ತಿಯ ಬಗ್ಗೆ ಅನೂಪ್ ಇಡೀ ದಿನ ಯೋಚನೆ ಮಾಡಿದ. ನನಗೆ ಜನ್ಮ ಕೊಟ್ಟ ಒಂದೇ ಕಾರಣಕ್ಕೆ ಈತನಿಗೆ ನನ್ನ ಅಪ್ಪ ಅನ್ನೋ ಪಟ್ಟ ಶಾಶ್ವತವಾಗಿ ಉಳಿದುಕೊಂಡು ನನ್ನ ಈ ಚಿಂತೆಗೆ ಕಾರಣವಾಯ್ತು ಎಂದು ಬಯ್ದುಕೊಂಡ. ಎರಡು ನಿಮಿಷದಲ್ಲಿ ಅನೂಪನ ಸ್ಥಿತಿ ಇನ್ನೂ ಹದಗೆಡುವ ಸತ್ಯ ಅವನ ಮುಂದೆ ಬಂದಿತು. ಮಿಂಚು ವಾಟ್ಸಾಪಿನಲ್ಲಿ ಫೋಟೋ ಕಳಿಸಿಬಿಟ್ಟಿದ್ದಳು!

'ನನ್ ಫೋನ್‌ನಲ್ಲೇ ಅವರ ಫೋಟೋ ಇತ್ತು. ಅಮ್ಮನ ಹೊಸ ಕ್ಲಿನಿಕ್ ಓಪನಿಂಗ್ ಕಾರ್ಯಕ್ರಮದಲ್ಲಿ ಜನರ ಗುಂಪಿನಲ್ಲಿ ಹಿಂದೆ ಇದ್ದಾರೆ. ಅದಕ್ಕೆ ಗೊತ್ತಾಗ್ಲಿಲ್ಲ' ಅನ್ನೋ ಸಂದೇಶಕ್ಕೆ ಅಂಟಿಕೊಂಡ ಹಾಗೆ ಫೋಟೋ ಒಂದು ಬಂದಿತ್ತು. ಅದು ಡೌನ್ಲೋಡ್ ಆಗುವ ಒಂದು ಕ್ಷಣದಲ್ಲಿ ಅನೂಪನ ಹೃದಯ ಭಯದಿಂದ ನೂರು ಬಾರಿ ಹೊಡೆದುಕೊಂಡಿತು. ಇವರೇನಾದರೂ ನನ್ನಪ್ಪ ಆದರೆ ಮಿಂಚು ಅಮ್ಮ ಅವರನ್ನು ಮದುವೆಯಾದರೆ. ನನ್ನ ಮಿಂಚು ಸಂಬಂಧದ ಗತಿಯೇನು? ನಾವಿಬ್ಬರೂ ವರಸೆಯಲ್ಲಿ ಅಣ್ಣ ತಂಗಿ ಆಗಿಬಿಡುತ್ತೇವೆ! ಅಯ್ಯೋ ಈ ಕಲ್ಪನೆಯೇ ಭಯಂಕರವಾಗಿದೆ ಅಂದುಕೊಳ್ಳುವಷ್ಟರಲ್ಲಿ ಅದು ಸತ್ಯವೇ ಆಗಿಬಿಟ್ಟಿತು. ಕ್ಲಿನಿಕ್ ಉದ್ಘಾಟನೆಯ ದಿನ ಬಾಗಿಲಿಗೆ ಕಟ್ಟಿದ್ದ ಟೇಪ್ ಕಟ್ ಮಾಡುತ್ತಿದ್ದ ಸಂದರ್ಭದಲ್ಲಿ, ಅರವಿಂದಾಳ ಹಿಂದೆ ನಿಂತು ಹಲ್ಲು ಬಿಟ್ಟುಕೊಂಡು ಚಪ್ಪಾಳೆ ತಟ್ಟುತ್ತಿದ್ದ ವ್ಯಕ್ತಿಯನ್ನು ಗುರುತಿಸಿ ಝೂಮ್ ಮಾಡಿದನು. ಅವನೇ ಇವನು! ನನ್ನ ಹೆತ್ತ ತಂದೆಯೇ ನನ್ನ ಪ್ರೇಯಸಿಯ ತಾಯಿಯನ್ನು

ಮದುವೆಯಾಗಲಿರುವ ವ್ಯಕ್ತಿ! ನನ್ನನ್ನು ದುಡ್ಡಿಗೆ ಮಾರಿದ ತಂದೆಯೇ ನನ್ನ ಪ್ರೀತಿಗೆ ಕಲ್ಲುಚಪ್ಪಡಿ ಹಾಕಿರುವ ವಿಲ್ಲನ್! ಅನೂಪನ ಕಣ್ಣುಗಳು ಕೆಂಪು ಕೆಂಡದಂತಾದವು.

'ಏನು ಫೋಟೋ ನೋಡಿ ರಿಪ್ಲೈ ಮಾಡ್ಲಿಲ್ಲ? ನಿಂಗಿಂತಾ ಚೆನ್ನಾಗಿದ್ದಾರಲ್ವಾ? ಹಹ್ಹ!' ಮಿಂಚು ನಗುತ್ತಿರೋ ಎಮೋಜಿಯೊಂದಿಗೆ ಮೆಸೇಜ್ ಕಳಿಸಿದಳು. ಆ ಎಮೋಜಿ ಅನೂಪನ ತ್ರಿಶಂಕು ಸ್ವರ್ಗ ಪರಿಸ್ಥಿತಿಯನ್ನು ನೋಡಿ ಹೀಯಾಳಿಸಿ ನಕ್ಕಂತೆ ಭಾಸವಾಯಿತು. ತನಗೆ ಗೊತ್ತಿರುವ ಸತ್ಯವನ್ನು ಯಾರಿಗೆ ಹೇಳಲಿ? ಮಿಂಚೂಗೆ ಹೇಳಿದರೆ ಅವಳು ದೊಡ್ಡ ತ್ಯಾಗಮಯಿಯಂತೆ ಅಮ್ಮನ ಖುಷಿ ನನಗೆ ಮುಖ್ಯ ಎಂದು ನನ್ನನ್ನು ದೂರ ಮಾಡಿಬಿಡುತ್ತಾಳೆ, ಅಪ್ಪನಿಗೆ ಮೊದಲು ನನ್ನ ಕೆಲಸದ ಚಿಂತೆ, ಅಂತೂ ಹೇಳಿದರೆ ಇಷ್ಟು ಕಾಂಪ್ಲಿಕೇಟ್ ಆಗಿರೋ ಸಂಬಂಧ ಬೇಡವೆಂದು ಅಡ್ಡಗಾಲು ಹಾಕುತ್ತಾರೆ ಅನ್ನೋದು ಸ್ಪಷ್ಟವಾಗಿತ್ತು.

ಇಡೀ ರಾತ್ರಿ ನಿದ್ರೆಗೆಟ್ಟು ಯೋಚನೆ ಮಾಡಿದವನಿಗೆ ಬೆಳಗಿನ ಜಾವದಲ್ಲಿ ದೊರೆತ ಮೊದಲ ಪರಿಹಾರ ಸುರೇಶ್ ಚಕ್ರವರ್ತಿ ತನ್ನ ಹೆತ್ತಪ್ಪನೆಂದು ಮಿಂಚೂಗೆ ಯಾವುದೇ ಕಾರಣಕ್ಕೂ ತಿಳಿಯಬಾರದು ಅನ್ನೋದು. ಆಕೆಗೆ ಗೊತ್ತಾದಲ್ಲಿ ಇನ್ಯಾರೂ ಈ ಸಮಸ್ಯೆಯನ್ನು ಬಗೆಹರಿಸಲಾರರು ಅನ್ನೋದು ಸ್ಪಷ್ಟವಾಯಿತ್ತು. ತನ್ನ ಮನೆಯಿಂದ ಅವಳಿಗೆ ಸತ್ಯ ಗೊತ್ತಾಗದಂತೆ ತಡೆಯುವುದು ದೊಡ್ಡ ವಿಷಯವಲ್ಲ. ಆದರೆ ಸ್ವತಃ ಚಕ್ರವರ್ತಿಯಿಂದ ಖಂಡಿತ ಗೊತ್ತಾಗುತ್ತದೆ. ಅದನ್ನು ತಡೆಯುವ ಮಾರ್ಗ ಹುಡುಕಲು ಶುರುಮಾಡಿದ. ಅನೂಪನಿಗೆ ಆ ಕ್ಷಣದಲ್ಲಿ ಅವರಿಬ್ಬರು ಮದುವೆ ಆದರೆ ಆಗಿಕೊಳ್ಳಲಿ, ನನ್ನ ಮಿಂಚು ಪ್ರೀತಿಗೆ ಅಡ್ಡಗಾಲು ಹಾಕದಿದ್ದರೆ ಸಾಕು, ಸತ್ಯ ಗೊತ್ತಾದರೆ ಮಾತ್ರ ಸತ್ಯ ಅನ್ನುವ ಭಂಡ ಧೈರ್ಯ ಎದೆಯೊಳಗೆ ಸೇರಿಕೊಂಡುಬಿಟ್ಟಿತು, ಗಂಡ ಹೆಂಡತಿ ಡೈವೋರ್ಸ್ ತೆಗೆದುಕೊಂಡು ತಮ್ಮ ಸಂಬಂಧವನ್ನು ಅಳಿಸಿಹಾಕುವಂತೆ, ಅಪ್ಪ ಮಗನ ಸಂಬಂಧವನ್ನು ಅಳಿಸಿಹಾಕೋಕೆ ಯಾವ ಕಾನೂನು ಇಲ್ಲವೇ ಅನ್ನೋ ಹುಚ್ಚು ಪ್ರಶ್ನೆಗೆ ಉತ್ತರ ಹುಡುಕಿದ.

ಮನುಷ್ಯ ಅತಿ ದೊಡ್ಡ ಸ್ವಾರ್ಥಿ ಎಂದು ಹೇಳುತ್ತಾರೆ. ಆದರೆ ಸ್ವಾರ್ಥ ಅನ್ನೋದು ಪ್ರಕೃತಿಯಲ್ಲೇ ಇರುವಂತಹ ಗುಣ. ಪ್ರಕೃತಿಗಿಂತ ಸ್ವಾರ್ಥಿ ಮತ್ತೊಂದಿಲ್ಲ. ಭೂಮಿ ಮೇಲೆ ತಾಪಮಾನ ಹೆಚ್ಚಾದರೆ ಸಮುದ್ರದ ಮಟ್ಟ ಮೇಲೇಳುತ್ತದೆ, ವಾಲ್ಕೆನೋಗಳು, ಕಾಳ್ಗಿಚ್ಚುಗಳು ಹೊತ್ತಿಕೊಳ್ಳುತ್ತವೆ, ಏನಾದರೊಂದು ಮಾಡಿ ನನಗೆ ಬೇಕಾದ ಹಾಗೆ ಸರಿಪಡಿಸಿಕೊಳ್ಳುವ ಗುಣ ಪ್ರಕೃತಿಯಲ್ಲೇ ಇದೆ. ಇನ್ನು ಮಾನವನಲ್ಲಿ ಸ್ವಾರ್ಥವಿರೋದು ದೊಡ್ಡ ವಿಚಾರವಲ್ಲ. 'survival of the fittest' ಥಿಯರಿ ಪ್ರಾಣಿ, ಪಕ್ಷಿ, ಕ್ರಿಮಿ ಕೀಟ ಎಲ್ಲದರಲ್ಲೂ ಇದ್ದೇ ಇದೆ. ಯಾರು ಸಮರ್ಥನೋ ಅವನು ಉಳಿದುಕೊಳ್ಳುತ್ತಾನೆ ಅನ್ನೋದು ಅನೂಪನಂತಹ ಹುಲುಮಾನವನಿಗೆ ಅನ್ವಯವಾಗುವುದು ಆಶ್ಚರ್ಯವೇನಲ್ಲ.

*

ನಾಗರೀಕತೆ ಶುರುವಾಗುವ ಮೊದಲಿಂದಲೇ ಮಾನವ ಸಂಬಂಧಗಳು ಹುಟ್ಟಿದವು ಅನ್ನೋದಕ್ಕೆ ಮಾನವ ಶಾಸ್ತ್ರದಲ್ಲಿ ಬಹಳಷ್ಟು ಪುರಾವೆಗಳು ದೊರೆಯುತ್ತವೆ. ತಂದೆ ತಾಯಿ, ಗಂಡ ಹೆಂಡತಿ, ಮಕ್ಕಳು ಸ್ನೇಹಿತರು ಅನ್ನೋದನ್ನು ಗುರುತಿಸಲು ಶುರುಮಾಡಿದ ಮನುಷ್ಯ ಅವರೊಂದಿಗೆ ಮಮಕಾರವನ್ನು ಬೆಳೆಸಿಕೊಂಡ. ಅದರ ಪ್ರಭಾವದಿಂದ ಸರಿ ತಪ್ಪುಗಳು, ಮೌಲ್ಯಗಳು ಕಟ್ಟುಪಾಡುಗಳು ಹುಟ್ಟಿಕೊಂಡವು. ತದನಂತರ ಸಮಾಜ ಪ್ರತಿಯೊಂದು ಸಂಬಂಧಕ್ಕೂ ಒಂದೊಂದು ಸ್ಥಾನವನ್ನು ಕೊಟ್ಟಿತು. ಮಾತೃದೇವೋ ಭವ, ಪಿತೃದೇವೋ ಭವ ಎಂದು ತಂದೆ ತಾಯಿಗಳನ್ನು ದೇವರ ಸಮಾನಕ್ಕೆ ಏರಿಸಿದರು. ಹೆಣ್ಣನ್ನು ಭೂಮಿ ತಾಯಿಗೆ ಹೋಲಿಸಿದರು. ಆಕೆಯ ತಾಳ್ಮೆ ಭೂತಾಯಿಯಷ್ಟು ಎಂದರು. ಆದರೆ ವಾಸ್ತವದಲ್ಲಿ ಇಂತಹ ಭಾರವಾದ ಸ್ಥಾನಮಾನಗಳನ್ನು ಪೂರೈಸಲು ಎಲ್ಲರಿಗೂ ಸಾಧ್ಯವಾಗುವುದಿಲ್ಲ. ಹಸುಗೂಸನ್ನು ತಿಪ್ಪೆಯಲ್ಲಿ ಎಸೆದ ತಾಯಂದಿರ ಉದಾಹರಣೆ ಸಿಗುತ್ತದೆ, ಹೆಂಡತಿ ಮಕ್ಕಳು ದುಡಿದ ದುಡ್ಡನ್ನು ಕಿತ್ತುಕೊಂಡು ಹಾಳು ಮಾಡುವ ಅಪ್ಪನೂ ಇದ್ದಾನೆ, ಅಣ್ಣ ತಮ್ಮಂದಿರು ದಾಯಾದಿಗಳಾಗಿದ್ದಾರೆ. ಅತ್ತೆ ಸೊಸೆಗೆ ಸೀಮೆಯೆಣ್ಣೆ ಸುರಿದ ಸುದ್ದಿಗಳು ಪತ್ರಿಕೆಗಳಲ್ಲಿ ಹರಿದಾಡಿವೆ. ಹೆಣ್ಣಿಂದ ಮನೆ ಮನಸ್ಸುಗಳು ಒಡೆದ ಕುಟುಂಬಗಳೆಷ್ಟೋ, ಗಂಡಿನ ಆಸೆ ಅಹಂಕಾರಗಳಿಂದ ನೊಂದ ಜೀವಗಳೆಷ್ಟೋ. ಇನ್ನೂ ಮನುಷ್ಯನ ವಿಕೃತ ಮನಸ್ಸನ್ನು ಬಿಚ್ಚಿಡೋದಕ್ಕೆ ತಾಯಿಯನ್ನೇ ಮೋಹಿಸಿದ ಮಗ, ಮಾವನನ್ನು ಮೋಹಿಸಿದ ಸೊಸೆ, ಸಹೋದರನನ್ನು ಪ್ರೇಮಿಸಿದ ತಂಗಿಯೂ ನಮ್ಮ ಸಮಾಜದಲ್ಲಿದ್ದಾರೆ. ಇಂತಹ ಸಂಬಂಧಗಳನ್ನೇ ಅಧಾರವಾಗಿಟ್ಟು ಬಂದ ಕಥೆ ಕಾದಂಬರಿಗಳು, ಸಿನಿಮಾಗಳು ಬೇಕಾದಷ್ಟಿವೆ. ಅಂತರ್ಜಾಲಗಳಲ್ಲಿ ಇಂತಹ ವಿಕೃತ ಮನಸ್ಥಿತಿಯನ್ನು ಪೂರೈಸುವ ವಿಷಯಗಳು ಕೋಟಿಗಟ್ಟಲೆ ಹಣ ದುಡಿಯುತ್ತಿವೆ. ಸಮಾಜ ಎತ್ತ ಸಾಗುತ್ತಿದೆ ಅನ್ನೋ ಪ್ರಶ್ನೆಗೆ ಪಕ್ಷಪಾತವಿಲ್ಲದೇ ವಾಸ್ತವವನ್ನು ನೋಡುವ ಕಣ್ಣುಗಳು ಮಾತ್ರ ಉತ್ತರ ಕೊಡಬಲ್ಲದು.

ಕಟ್ಟುಪಾಡುಗಳಿರುವುದು ಜನರನ್ನು ಸರಿದಾರಿಯಲ್ಲಿ ಕರೆದೊಯ್ಯುವುದಕ್ಕೆ. ಅದನ್ನು ಮೀರಿದವನನ್ನು ತಡೆಯುವುದಕ್ಕೆ ಕಾನೂನಿರುತ್ತದೆ. ಆದರೆ ಸಂಬಂಧಗಳಲ್ಲಿ ನಡೆಯೋ ತಪ್ಪುಗಳಿಗೆ, ವೈಯಕ್ತಿಕ ಜೀವನದಲ್ಲಿ ನಡೆಯೋ ಅನಾಚಾರಕ್ಕೆ ಮನಸ್ಸಾಕ್ಷಿಯೇ ಕಾನೂನು. ಪಶ್ಚಾತ್ತಾಪವೇ ಶಿಕ್ಷೆ. ಸುರೇಶ್ ಚಕ್ರವರ್ತಿ ಕೂಡ ಎಷ್ಟೊ ವರ್ಷ ಪಶ್ಚಾತ್ತಾಪದಲ್ಲಿ ಬದುಕಿದ್ದ. ರೋಗಗ್ರಸ್ಥ ಹೆಂಡತಿಯನ್ನು ಕಡೆಗಾಣಿಸಿದ್ದು, ಹೆತ್ತ ಮಗನ ಜವಾಬ್ದಾರಿಯಿಂದ ಪಲಾಯನ ಮಾಡಿದ್ದು ಅವನನ್ನು ಒಂಟಿಯಾಗಿ ಬದುಕೋ ಹಾಗೆ ಮಾಡಿತ್ತು. ಎಷ್ಟೋ ಬಾರಿ ನಾನು ಯಾರಿಗಾಗಿ ಬದುಕಿದ್ದೇನೆ ಅನ್ನಿಸಿದ್ದುಂಟು. ಆಗೆಲ್ಲಾ ಪ್ರತಿಯೊಬ್ಬರಿಗೂ

ಬದುಕುವುದಕ್ಕೆ ಸರಿಯಾದ ಕಾರಣ ಇದ್ದೇ ಇರುತ್ತದೆ ಅನ್ನೋಕಾಗಲ್ಲ ನಾವು ಯಾವುದನ್ನು ಬದುಕಿನ ಗುರಿ ಎಂದು ನಂಬಿರುತ್ತೇವೋ ಅದೇ ಸತ್ಯವಾಗಿ ಪರಿಣಮಿಸುತ್ತದೆ, ಅದನ್ನು ಹುಡುಕಬೇಕು ಅನ್ನೋ ಉತ್ತರ ಕಂಡುಕೊಂಡ. ಪರೋಪಕಾರಾರ್ಥಂ ಇದಂ ಶರೀರಂ ಅನ್ನೋ ಮಾತಿನಂತೆ ಬದುಕಲು ಶುರುಮಾಡಿದ. ಆ ದಾರಿಯಲ್ಲಿ ಸಿಕ್ಕ ಅರವಿಂದಾಳ ಒಡನಾಟದಿಂದ ಅವನ ಜೀವನಕ್ಕೊಂದು ಅರ್ಥಸಿಗುವಂತೆ ಮಾಡಿತು.

ಎಲ್ಲಿದ್ದರೂ ಮಗನ ಯೋಗಕ್ಷೇಮವನ್ನು ಮನಸಾರೆ ಆಶಿಸುತ್ತಿದ್ದ ಚಕ್ರವರ್ತಿಗೆ ದೂರದಲ್ಲಿದ್ದುಕೊಂಡೇ ಅವನಿಗೆ ತಾನು ಮುಳುವಾಗಬಹುದೆಂಬ ಯೋಚನೆ ಕನಸಿನಲ್ಲೂ ಬಂದಿರಲಿಲ್ಲ. ಕಂಡಿರದ ಭೀಕರ ಕನಸು ನನಸಾಯಿತು. ಆ ದಿನ ಅನೂಪ್ ಇದ್ದಕ್ಕಿದ್ದಂತೆ ಫೋನ್ ಮಾಡಿ ಹಿಗ್ಗಾ ಮುಗ್ಗಾ ಬಯ್ಯತೊಡಗಿದ. ಮೊದಲೆರಡು ನಿಮಿಷ ಅನೂಪ್ ಮಾತನಾಡಿದ್ದು ಚಕ್ರವರ್ತಿಗೆ ಅರ್ಥವೇ ಆಗಲಿಲ್ಲ.

'ನಾನು ಅನೂಪ್, ಅಪ್ಪನ ಫೋನ್‌ನಿಂದ ನಿಮ್ಮ ನಂಬರ್ ತೊಗೊಂಡು ಫೋನ್ ಮಾಡ್ದೆ, ನಾನ್ ಲೈಫ್ ಅಲ್ಲಿ ಯಾವತ್ತೂ ನಿಮ್ಗೆ ಫೋನ್ ಮಾಡ್ತೀನಿ ಅಂದ್ಕೊಂಡಿರ್ಲಿಲ್ಲ. ಚಿಕ್ ವಯಸ್ನಲ್ಲೇ ನಮ್ಮಿಬ್ರ ಋಣ ಮುಗ್ದು ಹೋಯ್ತು ಅಂತ ಬಿಟ್ಟುಹೋದೋರು ಶನಿ ತರ ಮತ್ತೆ ಯಾಕೆ ವಕ್ಕರಿಸ್ಕೊಂಡ್ರಿ' ಅನೂಪನ ಮೊದಲ ಮಾತೇ ಕರ್ಣಕಠೋರವಾಗಿದ್ದರಿಂದ ಮುಂದಿನ ಮಾತುಗಳನ್ನು ಜೀರ್ಣಿಸಿಕೊಳ್ಳಲು ಚಕ್ರವರ್ತಿಗೆ ತುಂಬಾ ಸಮಯ ಹಿಡಿಯಿತು. 'ಈ ವಯಸ್ಸಲ್ಲಿ ನಿಮ್ಗೆ ಮದ್ವೆ ಯಾಕ್ ಬೇಕು? ನಾಚ್ಕೆ ಆಗಲ್ವಾ? ಅದು ಲವ್ ಮಾಡೋಕೆ ಬೇರೆ ಯಾರು ಸಿಗ್ಲಿಲ್ವಾ? ನನ್ ಹುಡುಗಿ ಅಮ್ಮನೇ ಬೇಕಿತ್ತಾ?'

ಅನೂಪ್ ಮಾತಿನಲ್ಲಿ ಚಕ್ರವರ್ತಿಯನ್ನು ಕೊಂದು ಹಾಕುವಷ್ಟು ರೋಷವಿತ್ತು. ಈ ವಿಚಾರ ಚಕ್ರವರ್ತಿಯ ಎದೆಯನ್ನು ನಡುಗಿಸಿತು. ಏನು ಪ್ರತಿಕ್ರಿಯಿಸುವುದೆಂದು ತೋಚದೆ ಹಸುವಿನಂತೆ ಎಲ್ಲವನ್ನೂ ಮೌನದಲ್ಲಿ ಕೇಳಿಸಿಕೊಂಡ. ಅನೂಪ್ ಇದನ್ನೆಲ್ಲಾ ಗೊತ್ತಿದ್ದು ಬೇಕಂತಲೇ ಮಾಡಿದ್ದೀರಿ ಅನ್ನೋ ಆರೋಪ ಹೊರಿಸಿದ. ಅವನ ಒಂದೊಂದು ಮಾತೂ ಚಕ್ರವರ್ತಿಯ ಮನಸ್ಸನ್ನು ಚುಚ್ಚಿ ಕಣ್ಣೀರು ಹರಿಯುವಂತೆ ಮಾಡಿತು. ಇಷ್ಟು ವರ್ಷದ ನಂತರವಾದರೂ ಫೋನ್ ಮಾಡಿ ನನ್ನ ಜೊತೆ ಮಾತಾಡುತ್ತಿದ್ದಾನಲ್ಲ ಅನ್ನೋ ವಿಚಿತ್ರ ಸಮಾಧಾನ ಖುಷಿ ಅದೇಕೆ ಮಧ್ಯದಲ್ಲಿ ಇಣುಕಿತೋ ಚಕ್ರವರ್ತಿಗೇ ಅರ್ಥವಾಗಲಿಲ್ಲ.

'ಅನೂಪ್... ನನ್ ಮಾತನ್ನ ಕೇಳಿಸ್ಕೋ. ನಾನು ಕಳೆದ ನಾಲ್ಕು ವರ್ಷದಿಂದ ಉಡುಪಿಯಲ್ಲಿ ನನ್ ಸ್ನೇಹಿತನ NGOದಲ್ಲಿ ಕೆಲಸ ಮಾಡ್ತಿದ್ದೀನಿ. ನಂಗೆ ಮಿಂಚೂನೂ ಗೊತ್ತಿರ್ಲಿಲ್ಲ, ಅರವಿಂದಾನೂ ಪರಿಚಯ ಇರ್ಲಿಲ್ಲ. ಇದೆಲ್ಲಾ ಆಗಿ ಒಂದ್ ಒಂದೂವರೆ ವರ್ಷ ಆಗಿಬ್ರೋದು ಅಷ್ಟೇ.'

'ಗೊತ್ತಿರ್ಲಿಲ್ಲ ತಾನೆ? ಈಗ್ಲೂ ಏನೂ ಗೊತ್ತಿಲ್ಲ ಅಂತ ದೂರ ಉಳಿದುಬಿಡಿ. ಅವತ್ತು ಪಾರ್ಕಿನಲ್ಲಿ ಅದೇನೇನೋ ಮಾತಾಡಿ ನಂಗೆ ಬುದ್ಧಿವಾದ ಹೇಳೋಕೆ ಬಂದಿದ್ರಲ್ಲ? ನಿಜವಾಗ್ಲೂ ನಂಗೆ ಒಳ್ಳೇದಾಗ್ಬೇಕು ಅಂತ ನಿಮ್ಮ ಮನಸ್ಸಿನಲ್ಲಿ ಇದ್ರೆ ಅರವಿಂದಾ ಆಂಟಿ ಮತ್ತೆ ಮಿಂಚು ಇಂದ ದೂರ ಇದ್ಬಿಡಿ. ನಾನು ನಿಮ್ಮ ಮಗ ಅಂತ ಯಾವ್ದೇ ಕಾರಣಕ್ಕೂ ಅವರಿಗೆ ಗೊತ್ತಾಗ್ದೇ ಇರೋ ತರ ನೋಡಿಕೊಳ್ಳಿ. ಹುಟ್ಟಿದಾಗ್ಲಿಂದ ನಾನು ನಿಮ್ಮನ್ನ ಇನ್ನೇನನ್ನೂ ಕೇಳಿಲ್ಲ. ಇದೊಂದು ಮಾಡಿ ನಂಗೆ ಉಪಕಾರ ಮಾಡಿ.'

ಅನೂಪ್ ಕಡ್ಡಿ ತುಂಡು ಮಾಡಿದಂತೆ ಮಾತನಾಡಿ ಫೋನ್ ಕಟ್ ಮಾಡಿಬಿಟ್ಟ. ಚಕ್ರವರ್ತಿ ಅನೂಪ್ ಹೇಳಿದ ಎಲ್ಲಾ ವಿಷಯವನ್ನೂ ನಿಧಾನವಾಗಿ ಯೋಚಿಸಿದಾಗ ಅವನ ಮನದಲ್ಲಿ ಇನ್ನಷ್ಟು ಗೊಂದಲಗಳು ಮೂಡಿ ತನ್ನ ಮುಂದಿನ ನಿಲುವು ಏನಿರಬೇಕೆಂದು ತಿಳಿಯದೆ ಕಂಗಾಲಾದನು. ಅರವಿಂದಾಗೆ ಹೇಳಿದರೆ ಮಕ್ಕಳಿಗಾಗಿ ನಮ್ಮ ಸಂತೋಷವನ್ನ ತ್ಯಾಗ ಮಾಡೋಣ ಅನ್ನೋ ಉತ್ತರ ಕೊಡಬಹುದು. ಆದರೆ ಈಗಾಗಲೇ ಒಬ್ಬರಿಗೊಬ್ಬರು ಗೊತ್ತಿಲ್ಲದೇ ಹುಟ್ಟಿದ ಸಂಬಂಧಕ್ಕೇನು ಅರ್ಥವಿಲ್ಲವೇ? ನಾವಿಬ್ಬರೂ ತನು ಮನವನ್ನು ಸಂಪೂರ್ಣವಾಗಿ ಒಪ್ಪಿಸಿಕೊಂಡಿದ್ದೇವೆ ಎಂದ ಮೇಲೆ ಈಗಾಗಲೇ ನಾವು ಸಂಗಾತಿಳಾಗಿಬಿಟ್ಟಿದ್ದೇವಲ್ಲ? ಮುಚ್ಚಿಟ್ಟ ಮಾತ್ರಕ್ಕೆ ಅದು ಬದಲಾಗುವುದಿಲ್ಲ. ಯಾವಾಗ ನಮಗೆ ಒಂದು ಸಂಬಂಧದಿಂದ ಉಪಯೋಗವಿಲ್ಲ ಎಂದು ಅರ್ಥವಾಗುತ್ತದೆಯೋ ಆಗ ಹಿಂದೆ ಆಗಿದ್ದೆಲ್ಲಾ ನಗಣ್ಯ ಎಂದು ಕರೆಯುವುದು ಎಷ್ಟರ ಮಟ್ಟಿಗೆ ಸರಿ? ಅನೂಪನ ನಿಲುವಿನ ಬಗ್ಗೆಯೂ ಅವನಿಗೆ ಇನ್ನೊಂದು ದೃಷ್ಟಿಕೋನ ತೆರೆದುಕೊಂಡಿತು.

ಅನೂಪನ ಬಗ್ಗೆ ಮಗನೆಂಬ ಮೋಹವನ್ನು ತೊರೆಯುವುದು ಒಳಿತು. ಇಷ್ಟು ವರ್ಷದಲ್ಲಿ 'ಅಪ್ಪ' ಎಂದು ಕರೆಯದವನು ಇಂದು ತನ್ನ ಸ್ವಾರ್ಥಕ್ಕೆ ನೀನೊಬ್ಬ ಮಗನ ಒಳಿತನ್ನು ಬಯಸುವ ಅಪ್ಪನಾದರೆ ಅರವಿಂದಾಳಿಂದ ದೂರವಿರು ಅನ್ನೋ ಶರತ್ತನ್ನ ಹಾಕುತ್ತಾನೆ ಎಂದರೆ ನನ್ನ ಅಸಹಾಯಕತೆಯನ್ನು ಅವನು ಬಳಸಿಕೊಳ್ಳುತ್ತಿದ್ದಾನೆ. ಅವನ ಮಾತಿನಂತೆ ನಡೆದುಕೊಂಡರೆ ಪ್ರೀತಿಯನ್ನು ಕಳೆದುಕೊಳ್ಳೋದು ನಾನು ಮಾತ್ರ ಅಲ್ಲ. ಜೊತೆಗೆ ಅರವಿಂದಾ ಕೂಡ ತನ್ನ ಪ್ರೀತಿಯನ್ನ ಬಲಿಕೊಡಬೇಕಾಗುತ್ತದೆ. ಆಕೆ ನನ್ನನ್ನು ಒಪ್ಪಿಕೊಂಡಿದ್ದು, ನಾವಿಬ್ಬರೂ ನಮ್ಮ ಭವಿಷ್ಯವನ್ನು ಒಟ್ಟಿಗೆ ಕಂಡಿದ್ದೂ ಎಲ್ಲವೂ ಮರೀಚಿಕೆಯಾಗಿ ಮಾಯವಾಗುವುದನ್ನು ಚಕ್ರವರ್ತಿಯ ಮನಸ್ಸು ಒಪ್ಪಲಿಲ್ಲ. ಅಪ್ಪನ ಆಸ್ತಿಯನ್ನು ಬೇರೆಯವರು ಕೇಳಿದಾಗ ಬಿಟ್ಟುಕೊಟ್ಟೆ, ಮಗನನ್ನು ದತ್ತು ಕೇಳಿದ ತಾಯಿಗೆ ಕೊಟ್ಟುಬಿಟ್ಟೆ. ನನ್ನನ್ನು ಆರಿಸಿಕೊಂಡ ಅರವಿಂದಾಳ ಪ್ರೀತಿಯನ್ನು ಮಾತ್ರ ಬಿಟ್ಟುಕೊಡಬಾರದು ಅನ್ನೋ ಹಟಮೂಡಿತು. ನಿರ್ಧಾರವೇನೋ ಆಯಿತು, ಆದರೆ ಪರಿಸ್ಥಿತಿಯನ್ನು ಹೇಗೆ ನಿಯಂತ್ರಣಕ್ಕೆ ತೆಗೆದುಕೊಳ್ಳೋದೆಂದು ತಿಳಿಯದೇ ಆಕಾಶ ನೋಡುತ್ತಾ ಕೂತ.

# 16

ಮಿಂಚು ಇಪ್ಪತ್ತೇಳನೇ ಹುಟ್ಟುಹಬ್ಬ ಬಂದೇಬಿಟ್ಟಿತು. ಹುಟ್ಟುಹಬ್ಬ ಅನ್ನೋದಕ್ಕಿಂತ ನಂದಿಬೆಟ್ಟ ಜಗಳದ ಒಂದು ವರ್ಷದ ಆ್ಯನಿವರ್ಸರಿ ಅದು. ಈ ದಿನ ಒಳ್ಳೇ ನೆನಪುಗಳನ್ನು ಕೊಟ್ಟು ಹಿಂದಿನ ವರ್ಷದ ಕಹಿ ನೆನಪನ್ನು ಮರೆಸುವಂತೆ ಮಾಡಬೇಕು ಅನ್ನೋದು ಅನೂಪನ ಯೋಚನೆಯಾಗಿತ್ತು. ಮಿಂಚೂಗೆ ದೊಡ್ಡ ಸರ್ಪ್ರೈಸ್ ತಯಾರಿಮಾಡಿಕೊಂಡಿದ್ದ. ಬೆಳಗ್ಗೆಯಿಂದ ಕಾಣದವನು ಮಧ್ಯಾಹ್ನ ಇದ್ದಕ್ಕಿದ್ದಂತೆ ಪ್ರತ್ಯಕ್ಷವಾಗಿ ಅವಳನ್ನು ತನ್ನ ಮನೆಗೆ ಕರೆದುಕೊಂಡು ಹೋದ. ಅನೂಪನ ನಡವಳಿಕೆ ಏಕೋ ವಿಚಿತ್ರ ಅನ್ನಿಸುತ್ತಿತ್ತು. ಎಲ್ಲವನ್ನೂ ಅವಸರ ಅವಸರ ಮಾಡುತ್ತಿದ್ದ. ಮನೆಯೊಳಗೆ ಹೋದ ಕೂಡಲೇ ಹಾಲ್‌ನಲ್ಲಿ ಡೆಕೋರೇಟ್ ಮಾಡಿದ್ದು ಕಾಣಿಸಿತು. ಮಿಂಚು ಮನೆಯೊಳಗೆ ಒಂದು ಸುತ್ತುಬಂದು 'ಅಂಕಲ್ ಎಲ್ಲಿ?' ಎಂದು ಕೇಳಿದಳು. 'ತಿರುಪತಿಗೆ ಹೋಗಿದ್ದಾರೆ. ನಂಗೆ ಕೆಲ್ಸ ಸಿಕ್ರೆ ಬರ್ತೀನಿ ಅಂತ ಹರಕೆ ಹೊತ್ತಿದ್ರಂತೆ..' ಎಂದಾಗ ಮಿಂಚು ಒಂದು ಕ್ಷಣ ಅರ್ಥವಾಗದಂತೆ ನೋಡಿದಳು. ಸಡನ್ ಆಗಿ ಫ್ಲ್ಯಾಶ್ ಆದವಳಂತೆ ಕೇಳಿದಳು. 'ಅಂದ್ರೆ.. ನಿಂಗೆ ಕೆಲ್ಸ ಸಿಕ್ತಾ?' 'ಹ್ಮ್' ಎಂದು ಅನೂಪ್ ಮುಗುಳ್ನಗೆ ಬೀರಿದ. ಮಿಂಚು ಕಣ್ಣುಗಳು ಅಚ್ಚರಿಯಿಂದ ಅಗಲವಾದವು. 'ಯಾವ್ ಕೆಲ್ಸ? ನಂಗೇನೂ ಹೇಳ್ಲೇ ಇಲ್ಲ?' ಎಂದು ಉತ್ಸಾಹದಲ್ಲಿ ಚೀರುತ್ತಾ ಅನೂಪ್ ಕೊಟ್ಟ ಆಫರ್ ಲೆಟರ್ ಅನ್ನು ಮಿಂಚು ತೆಗೆದು ನೋಡಿದಳು. IBM ಕಂಪನಿಯಲ್ಲಿ software developer. ಸಂಬಳ ಅರವತ್ತೈದು ಸಾವಿರ ಬೇಸಿಕ್; ಇನ್ನಿತರ ವಿವರವನ್ನು ಓದಿಕೊಂಡಳು. 'ಇದೇನಿದು ಅನೂ? ಮತ್ತೆ ಕಾರ್ಪೊರೇಟ್ ಸೇರಿದ್ದೀಯಾ? ನಂಗೆ ನಂಬೋಕೆ ಆಗ್ತಿಲ್ಲ!'

ಮಿಂಚು ಕಣ್ಣಲ್ಲಿ ಆಶ್ಚರ್ಯಕ್ಕಿಂತ ಖುಷಿಯಿದ್ದದ್ದನ್ನು ಅನೂಪ್ ಗಮನಿಸಿದ. ಇಷ್ಟು ವರ್ಷದಲ್ಲಿ ಅವಳು ಯಾವುದೇ ದುಬಾರಿ ಉಡುಗೊರೆ ಕೇಳಿರಲಿಲ್ಲ, ಒಂದು ದಿನವೂ ನಾನು ಇನ್ನೊಂದು ಹುಡುಗಿಯನ್ನು ಮಾತನಾಡಿಸಿದರೆ ಅನುಮಾನ ಪಡಲಿಲ್ಲ, ನಾನು ಜೈಲಿಗೆ ಹೋದಾಗ ನನ್ನನ್ನು ಅವಮಾನಿಸಲಿಲ್ಲ. ಆಕೆ ಕೇಳಿದ್ದು ಇಷ್ಟೇ, ಒಂದು ಖಾಯಂ ಕೆಲಸ. ಅದು ಅವಳಿಗೋಸ್ಕರ ಅಲ್ಲ, ಇಬ್ಬರಿಗೋಸ್ಕರ. ತಾನೂ ದುಡೀತೀನಿ ನೀನು ದುಡಿ ಎನ್ನುವ ಸ್ವಾವಲಂಬಿ ಹೆಣ್ಣು ಮಗಳ ಸಣ್ಣ ಆಸೆಯನ್ನೂ ಪೂರೈಸಲಿಲ್ಲವಲ್ಲ ಎಂದು ಅನೂಪ್‌ಗೆ ತನ್ನ ಬಗ್ಗೆ ತನಗೆ ಬೇಸರವಾಯಿತು.

ಚಕ್ರವರ್ತಿ ಒಬ್ಬನನ್ನು ನಂಬಿ ಕೂತರೆ ಆಗೋದಿಲ್ಲವೆಂದು ಅನೂಪ್ ಒಂದರ ಮೇಲೊಂದು ನಿರ್ಧಾರಗಳನ್ನು ತೆಗೆದುಕೊಂಡಿದ್ದ. ಎಲ್ಲಾ ಕೆಲಸಗಳನ್ನೂ ಫಾಸ್ಟ್ ಮೋಶನ್‌ನಲ್ಲಿ ಮಾಡಲು ಮಾಡಿದ. ಆ ಎಲ್ಲಾ ಪ್ರಯತ್ನಗಳು ದುಡಿಯುತ್ತಿದ್ದದ್ದು ಮಿಂಚುನ ಅವನ ಜೀವನದಲ್ಲಿ ಖಾಯಂ ಮಾಡಿಕೊಳ್ಳುವತ್ತ ಮಾತ್ರ.

'ಯಾವಾಗ್ ಆಯ್ತು ಇದೆಲ್ಲಾ? ನನಗ್ಯಾಕ್ ಹೇಳ್ಲಿಲ್ಲ?' ಮಿಂಚೂ ಎಲ್ಲವನ್ನು ಒಮ್ಮೆಲೇ ಅರ್ಥ ಮಾಡಿಕೊಳ್ಳಲು ಪ್ರಯತ್ನ ಪಡುತ್ತಿದ್ದಳು.

'ಒಂದ್ ತಿಂಗಳಿಂದ ಗೊತ್ತಿರೋರ್ ಮೂಲಕ ಅಪ್ಲೈ ಮಾಡ್ತಿದ್ದೆ. ಐಬಿಎಮ್ ನಲ್ಲಿ ನನ್ ಹಳೇ ಆಫೀಸ್ ಕಲೀಗ್ ವರ್ಕ್ ಮಾಡ್ತಿದ್ದ. ಅವನ ರೆಫೆರೆನ್ಸ್ ಮೇಲೆ ಕೆಲ್ಸ ಆಯ್ತು. ಮತ್ತೆ ನನ್ ಎಕ್ಸ್‌ಪಿರಿಯನ್ಸ್ ಕೂಡ ಅದೇ ಜಾಬ್‌ನಲ್ಲಿತ್ತಲ್ಲ. ಯೂಸ್ ಆಯ್ತು, ಮಿಂಚು ನಾನ್ ಇಲ್ಲಿ ನಿನ್ನ ಕರೆದುಕೊಂಡುಬಂದಿದ್ದು ನಿನ್ ಹುಟ್ಟುಹಬ್ಬದ ಸೆಲೆಬ್ರೇಟ್ ಮಾಡ್ಬೇಕು ಅನ್ನೋದಕ್ಕೆ ಮತ್ತೆ ನನ್ ಕೆಲ್ಸದ ಬಗ್ಗೆ ಹೇಳೋಕೆ ಅನ್ನೋದು ಹೌದು. ಅದರ ಜೊತೆ ಇನ್ನೊಂದು ಮುಖ್ಯವಾದ ವಿಚಾರ ಇದೆ. ಅದಕ್ಕೆ ನೀನು ತಯಾರಾಗಿದ್ದೀಯೋ ಇಲ್ವೋ ನನಗಿನ್ನೂ ಗೊತ್ತಿಲ್ಲ.'

ಮಿಂಚು ಅವನ ಮಾತಿನ ಅರ್ಥ ತಿಳಿಯಲಾರದೆ ಗೊಂದಲದಲ್ಲಿ ಯಾವ ವಿಚಾರ ಎಂದು ಕೇಳಿದಳು. ಅನೂಪ್ ಅವಳ ಮುಂದೆ ಮಂಡಿಯೂರಿ ಕುಳಿತು ಜೇಬಿನಿಂದ ಒಂದು ಪುಟ್ಟ ಬಾಕ್ಸ್ ಅನ್ನು ಹೊರತೆಗೆದ. ಮಿಂಚು ಏನ್ ಮಾಡುತ್ತಿದ್ದಾನೆ ಎಡ ಮೆದುಳಿಗೆ ಅರ್ಥವಾದರೆ ಬಲ ಮೆದುಳು ಇನ್ನೂ ಏನೆಂದು ಯೋಚಿಸುತ್ತಿತ್ತು. ಅನೂಪ್ ಆ ಕೆಂಪು ಡಬ್ಬಿಯನ್ನು ಓಪನ್ ಮಾಡಿದ. ಅದರಲ್ಲೊಂದು ಚಿನ್ನದ ಉಂಗುರವಿತ್ತು. 'ಮಿಂಚೂ.. ನಿನ್ನ ನನಗಿಂತಾ, ನನ್ನವರೆಲ್ಲರಿಗಿಂತಾ ಜಾಸ್ತಿ ಪ್ರೀತಿಸ್ತೀನಿ. ನನ್ನ ಮದ್ವೆ ಆಗ್ತೀಯಾ?' ಎಂದು ಕೇಳಿದ.

ಮಿಂಚು ಖುಷಿಗೆ ಪಾರವೇ ಇರಲಿಲ್ಲ. ಕಾಣುತ್ತಿದ್ದ ಕನಸೆಲ್ಲವೂ ನನಸಾಗೋ ಸಮಯ ಎದುರಿಗೆ ಬಂದಂತಾಯಿತು. ಅನೂಪ್‌ಗೆ ಕೆಲಸ ಸಿಕ್ಕಿದೆ, ಮದುವೆಗೆ ಪ್ರಪೋಸ್ ಮಾಡ್ತಿದ್ದಾನೆ, ಅವರ ತಂದೆ ಈ ಸಂಬಂಧದ ಬಗ್ಗೆ ಪಾಸಿಟಿವ್ ಆಗಿದ್ದಾರೆ, ಅಮ್ಮ ನಾನು ಮದುವೆಯಾಗ್ತೀನಿ ಅಂತ ಹೇಳೋದನ್ನೇ ಕಾಯ್ತಿದ್ದಾಳೆ. ಎಲ್ಲವೂ ಸರಿಯಾಗಿದೆ! ಈಗ ಅಮ್ಮನ ಮುಂದೆ ನಮ್ಮ ಬಗ್ಗೆ ಹೆಮ್ಮೆಯಿಂದ ಹೇಳಿಕೊಳ್ಳಬಹುದು ಅನ್ನೋ ವಿಚಾರ ಬೆಟ್ಟದಷ್ಟು ಖುಷಿಯನ್ನ ಮೈಮೇಲೆ ಸುರಿಯಿತು. ಭವಿಷ್ಯದ ಬಗ್ಗೆ ಮನಸ್ಸಿನ ಮೂಲೆಯಲ್ಲಿ ಅದುಮಿಟ್ಟಿದ್ದ ಭಯ, ಅಭದ್ರತೆಗಳೆಲ್ಲಾ ಒಮ್ಮೆಲೇ ಮಾಯವಾಗಿ ಹೃದಯ ಮಿಲಿ ಗ್ರಾಮ್‌ಗಳ ಲೆಕ್ಕದಲ್ಲಿ ಹಗುರವಾಯಿತು. ಮರುಕ್ಷಣವೇ ಮಿಂಚುಗೆ ತಾನು one sided ಆಗಿ ಯೋಚಿಸ್ತಾ ಇದ್ದೇನೆ ಅನ್ನಿಸಿ ಕಣ್ತುಂಬಿಕೊಂಡಳು.

'ಅನೂ.. ನೀನ್ ಇವತ್ ನಂಗೆ ಜೀವನದಲ್ಲಿ ಮರೀಲಾರದಷ್ಟು ಖುಷಿಯನ್ನ ಕೊಟ್ಟಿದ್ದೀಯ. ಆದರೆ ಅದನ್ನ ಪೂರ್ತಿಯಾಗಿ ಸೆಲೆಬ್ರೇಟ್ ಮಾಡೋಕಾಗ್ತಿಲ್ಲ. ನೀನ್ ನಿನ್ನ ಕನಸನ್ನ ಕಾಂಪ್ರೊಮೈಸ್ ಮಾಡ್ಕೊಂಡು ಇದನ್ನೆಲ್ಲಾ ಮಾಡ್ತಿದ್ದೀಯ ಅನ್ನಿಸ್ತಿದೆ.'

'ಅದರ ಬಗ್ಗೆ ಈಗ ಯೋಚ್ನೆ ಮಾಡ್ಬೇಡ ಮಿಂಚು. ನಾನು ನಿಜ್ವಾಗ್ಲೂ ಖುಷಿಯಾಗಿದ್ದೀನಿ. ನಂಗೆ ನಿನಗಿಂತಾ ಇನ್ನಾವ್ದೂ ಇಂಪಾರ್ಟೆಂಟ್ ಅಲ್ಲ. ಮಂಡಿ ನೋವ್ತಿದೆ ಬೇಗ ಹೇಳು. You will marry me right?'

ಮಿಂಚು ನಗುತ್ತಾ 'Ofcourse my love, ನಾವಿಬ್ರೂ ಒಟ್ಟಿಗೆ ಬದುಕೋ ದಿನಗಳಿಗೋಸ್ಕರಾನೇ ಕಾಯ್ತಾ ಇದ್ದೀನಿ. let's get married soon' ಎಂದವನನ್ನು ಎಬ್ಬಿಸಿ ಗಟ್ಟಿಯಾಗಿ ತಬ್ಬಿಕೊಂಡಳು.

ಲೋಕದ ಸುಖವೆಲ್ಲಾ ಅನೂಪನ ತೋಳಲ್ಲೇ ಸಿಕ್ಕಂತಾಯಿತು ಮಿಂಚೂಗೆ. ತನ್ನ ಹುಟ್ಟುಹಬ್ಬದ ದಿನವನ್ನ ಇಷ್ಟು ವಿಶೇಷವಾಗಿಸಿದ್ದಕ್ಕೆ ಹೇಗೆ ಧನ್ಯವಾದ ಹೇಳಬೇಕೆಂದು ತಿಳಿಯದಾದಾಗ ಪ್ರಿಯತಮನಿಗೆ ಮುತ್ತಿನ ಮಳೆಗರೆದಳು. ಅನೂಪ್ ಸ್ಪಂದಿಸುತ್ತಾ ಹೋದಂತೆ ಇಬ್ಬರ ದೇಹದಲ್ಲೂ ಖುಷಿಯ ಹಾರ್ಮೋನುಗಳು ಹೆಚ್ಚೆಚ್ಚು ಬಿಡುಗಡೆಯಾಗಿ ಕುಣಿದಾಡತೊಡಗಿದವು. 'love is in the air' ಅನ್ನೋದು ಇವರಬ್ಬರನ್ನೇ ನೋಡಿ ಹೇಳಿರಬೇಕೆನ್ನುವಂತಿತ್ತು ಆ ವಾತಾವರಣ. ಆ ಕ್ಷಣ ಪ್ರೇಮಿಗಳ ಮಧ್ಯೆ ಯಾರೂ, ಯಾವುದೂ ಬರಲು ಸಾಧ್ಯವಿರಲಿಲ್ಲ. ತೊಟ್ಟಿದ್ದ ಬಟ್ಟೆಯೂ ಅಂತರ ಸೃಷ್ಟಿಸಿದೆ ಎನಿಸಿ ಅದರಿಂದ ಪಾರಾದರು. ಅನೂಪ ಅವಳ ಸುಂದರವಾದ ನಗ್ನ ದೇಹವನ್ನು ನೋಡಿ ರೋಮಾಂಚನಗೊಂಡ, ಮಿಂಚು ನಾಚಿಕೆಯಲ್ಲಿ ಕಣ್ಣು ಮುಚ್ಚಿಕೊಂಡರೂ, ಅವನನ್ನು ಸೇರಲು ಭಯಮುಕ್ತಳಾಗಿ ಸ್ವಾಗತಿಸಿದಳು. ಇಬ್ಬರೂ ಒಬ್ಬರಾಗಿ ಪ್ರೇಮದ ಪರಮಾನಂದವನ್ನುಂಡರು.

ಅನೂಪ್ ಜಗತ್ತಿನ ಅದ್ಭುತವೇ ತನ್ನೆದುರಿಗಿರುವಂತೆ ಮಿಂಚು ಮುಖವನ್ನ ಕಣ್ಣುಮಿಟುಕಿಸದೆ ನೋಡಿದ. ಮಿಂಚು ಸಂಕೋಚದಲ್ಲಿ ಎರಡೂ ಕೈಯಿಂದ ಮುಖ ಮುಚ್ಚಿಕೊಂಡಳು. ಅನೂಪ್ ಅವಳ ಕೈಸರಿಸಿ ಮತ್ತೆ ಅವಳಲ್ಲಿ ದೃಷ್ಟಿ ನೆಟ್ಟ.

'ಮಿಂಚು.. ಈಗ ಪೂರ್ತಿಯಾಗಿ ನನ್ನವಳು ಅಲ್ವಾ?'

'ನಾನ್ ಮೊದ್ಲಿಂದಾನೂ ನಿನ್ನವ್ಳೇ ಕಣೋ..'

'ಹಾಗಲ್ಲ, ಇವತ್ತಿನಿಂದ ನೀನು ನನ್ ಹೆಂಡತಿ... ನಮ್ಮಿಬ್ರು ಮದ್ವೆ ಆದಂಗೆ'

'ಓಹೋ ಅದೇನೋ.. ಪುರಾಣದಲ್ಲಿ ಗಾಂಧರ್ವ ವಿವಾಹ ಅಂತಾರಲ್ಲ ಹಾಗಾ?' ಮಿಂಚು ಬಾಯ್ತುಂಬ ನಗುತ್ತಾ ಕೇಳಿದಳು. ಅನೂಪ್ ಉತ್ತರಿಸಲಿಲ್ಲ, ಏನನ್ನೋ ದೀರ್ಘವಾಗಿ ಯೋಚಿಸುತ್ತಿದ್ದನು.

'ಈ ತರದ್ ಮದ್ವೇಗಾ ನೀನು ವಿಲ್ ಯು ಮ್ಯಾರಿ ಮಿ ಅಂತ ಪ್ರಪೋಸ್ ಮಾಡಿದ್ದು? ದುಷ್ಯಂತ ಶಕುಂತಲೆಯನ್ನ ಹೀಗೆ ಮದ್ವೆ ಆಗಿ ಆಮೇಲೆ ಬಿಟ್ಟುಹೋಗ್ಬಿಟ್ನಂತೆ. ಆ ಥರ ಮಾಡಲ್ಲ ತಾನೇ?'

'ನೋನೋ! ಹಾಗೆಲ್ಲಾ ಮಾತಾಡ್ಬೇಡಾ. ನೀನ್ ನನ್ನ ಬಿಟ್ಟುಹೋಗ್ಬಾರ್ದು

ಅಂತಾನೇ ನಾನ್ ಒದ್ದಾಡೋದು ಮಿಂಚು. ಯಾವತ್ತಿದ್ರೂ ನೀನ್ ನನ್ ಹುಡ್ಗಿ' ಅನೂಪ್ ಅವಳನ್ನು ಒಂದಿಚೂ ಅಲುಗಾಡದಂತೆ ಗಟ್ಟಿಯಾಗಿ ತಬ್ಬಿಕೊಂಡ. ನನ್ನ ತಮಾಷೆಯ ಮಾತಿಗೆಲ್ಲಾ ಅನೂಪ್ ಯಾಕೆ ಗಂಭೀರವಾದ ಉತ್ತರವನ್ನೇ ಕೊಡುತ್ತಿದ್ದಾನೆಂದು ಮಿಂಚೂಗೆ ಅರ್ಥವಾಗಲಿಲ್ಲ.

❋

'ಅಮ್ಮಾ, ಮದುವೆ ಮುಂಚಿನ ಫಿಸಿಕಲ್ ರಿಲೇಶನ್‌ಶಿಪ್ ಬಗ್ಗೆ ನಿನ್ ಅಭಿಪ್ರಾಯ ಏನು?' ಅನೂಪನ ಮನೆಯಲ್ಲಿ ಆದ ಘಟನೆಯಿಂದ ಪುಳಕಗೊಂಡ ಮಿಂಚುಗೆ ಮನೆಗೆ ಬಂದಮೇಲೆ ಏನೋ ಒಂದು ತರಹದ ತಪ್ಪಿತಸ್ಥ ಭಾವನೆ ಮೂಡಿತು. ಅಮ್ಮನಿಗೆ ಹೇಳದೇ ಒಂದು ದೊಡ್ಡ ನಿರ್ಧಾರವನ್ನು ತೆಗೆದುಕೊಂಡದ್ದನ್ನು ಹೇಗೆ ನಿಭಾಯಿಸಬೇಕೆಂಬುದು ಅರ್ಥವಾಗದೇ ನಾಲಿಗೆಗೆ ಧೈರ್ಯ ತೆಗೆದುಕೊಂಡು ಅಮ್ಮನ ಎದುರು ಕೂತು ಕೇಳೇಬಿಟ್ಟಳು.

'ನೀನ್ ಕೇಳಿದ್ ಪ್ರಶ್ನೆಗೆ ಉತ್ತರಿಸೋದು ನನಗೆ ತುಂಬಾ ಟ್ರಿಕ್ಕಿ ಆಗಿದೆ ಮಿಂಚು. ಇದನ್ನು ನಾನೊಬ್ಬ ಡಾಕ್ಟರ್ ಆಗಿ ಹೇಳ್ಬೇಕಾ, ನಿನ್ನಮ್ಮನಾಗಿ ಉತ್ತರ ಕೊಡ್ಬೇಕಾ ಅಂತ ಗೊತ್ತಾಗ್ತಿಲ್ಲ'

'ಅಂದ್ರೆ ಡಾಕ್ಟರ್ ಆಗಿ ಯೆಸ್, ಅಮ್ಮನಾಗಿ ನೋ ಅಂತಾನಾ?' ಮಿಂಚೂ ಉತ್ತರ ಕಂಡುಕೊಳ್ಳುವ ಅವಸರದಲ್ಲಿ ಕೇಳಿದಳು. ಅರವಿಂದಾ ತುಸು ಯೋಚಿಸಿ ದೀರ್ಘವಾದ ವಿವರಣೆ ಕೊಟ್ಟಳು.

'ಹಿಂದೆಲ್ಲಾ ಗಂಡು ಹೆಣ್ಣುಗಳು ಪ್ರೌಢಾವಸ್ಥೆ ತಲುಪುವಷ್ಟರಲ್ಲಿ ಮದುವೆ ಮಾಡಿಬಿಡುತ್ತಿದ್ದರು. ಆಗ ಆಕರ್ಷಣೆ, ಪ್ರೀತಿ, ವಯಸ್ಸಿನ ಅಗತ್ಯ ಎಲ್ಲಾ ತರದ ಅನುಭವಕ್ಕೂ ಗಂಡ ಹೆಂಡತಿ ಸಾಕ್ಷಿಯಾಗುತ್ತಿದ್ದರು. ಆದರೆ ಈಗ ಸ್ಥಿತಿ ಬೇರೆ. ಓದು ಮುಗಿಸೋ ಅಷ್ಟ್ರಲ್ಲಿ ಇಪ್ಪತ್ನಾಲ್ಕು ವಯಸ್ಸು ದಾಟಿರುತ್ತೆ. ಇನ್ನೂ ಹೆಚ್ಚಿನ ವ್ಯಾಸಂಗ, ಕೆಲಸ ಅಂತ ಹೋದರೆ ಇಪ್ಪತ್ತಾರು ವರ್ಷವಾದರು ವಿದ್ಯಾರ್ಥಿ ಜೀವನ ಮುಗಿದಿರುವುದಿಲ್ಲ. ಆ ಸಮಯದಲ್ಲಿ ಹಲವರಿಗೆ ಮದುವೆಯ ಬಗ್ಗೆ ಮಾತನಾಡುವ ಮನಸ್ಥಿತಿಯೂ ಇರೋದಿಲ್ಲ. ಆದರೆ ಈ ಲಾಜಿಕ್ ದೇಹಕ್ಕಿಲ್ಲ. ಆಹಾರ, ನಿದ್ರೆಯ ಹಾಗೆ ಮೈಥುನವೂ ಸಹ. ಹದಿನೈದು ಹದಿನಾರು ವರ್ಷ ವಯಸ್ಸು ದಾಟುವಷ್ಟ್ರಲ್ಲಿ ದೇಹ ತನ್ನ ಅಗತ್ಯತೆಗಳನ್ನು ಗುರುತಿಸಲು ಶುರು ಮಾಡುತ್ತದೆ. ಆಗ ಬುದ್ಧಿ ವಿವೇಕವನ್ನ ಜಾಗೃತಗೊಳಿಸಬೇಕು. ಅನ್ಯ ದೇಶದ ಸಂಸ್ಕೃತಿ, ನಾಗರೀಕತೆಯ ವಿಚಾರ ಬೇರೆ. ನಮ್ಮ ದೇಶದಲ್ಲಿ ಮದುವೆಗೆ ಮುನ್ನ ಇನ್ನೊಬ್ಬರ ಜೊತೆಗಿದ್ದರು ಅನ್ನೋ ಸತ್ಯವನ್ನ ಮುಕ್ತವಾಗಿ ಒಪ್ಪಿಕೊಳ್ಳುವ ಮನಸ್ಥಿತಿ ಇಲ್ಲ. ಅಥವಾ ಅದು ನಿಧಾನವಾಗಿ ಬದಲಾಗುತ್ತಿದೆ. ಬೇರೆಯವರು ಏನೆಂದುಕೊಳ್ಳುತ್ತಾರೆ ಅಂತಲ್ಲ ನಾವು ಮಾನಸಿಕವಾಗಿ ದೈಹಿಕವಾಗಿ ಸಿದ್ಧವಾಗಿದ್ದೇವಾ ಅನ್ನೋದು ಬಹಳ ಮುಖ್ಯ. ಎಲ್ಲದಕ್ಕಿಂತ ಮೊದಲು,

ಸಂಗಾತಿ ಜೊತೆಗಿನ ಪ್ರೀತಿ ನಂಬಿಕೆ ಗಟ್ಟಿಯಾಗಿರಬೇಕು. ಯಾವುದೋ ಆಮಿಷಕ್ಕೆ ಒತ್ತಡಕ್ಕೆ ಬಿದ್ದು ಮುಂದುವರಿಯಬಾರ್ದು, ಅದರಿಂದ ತುಂಬಾ ನೋವು ಅನುಭವಿಸಬೇಕಾಗುತ್ತೆ. ಯಾಕಂದ್ರೆ ಮನಸ್ಸಿಗಿಂತ, ದೇಹದ ಜೊತೆಗಿನ ನೆನಪಿಗೆ ಆಯಸ್ಸು ಜಾಸ್ತಿ.'

ಅರವಿಂದಾ ಮಾತಿನಲ್ಲಿದ್ದ ಸೂಕ್ಷ್ಮತೆ ಮಿಂಚೂಗೆ ಅರ್ಥವಾಯಿತು. ಮದುವೆಗೆ ಮುನ್ನ ಮದುವೆ ನಂತರ ಅನ್ನೋದಕ್ಕಿಂತ ಯಾರೊಂದಿಗೆ ಫಿಸಿಕಲ್ ಆಗ್ತೇವೆ ಅನ್ನೋದು ಮುಖ್ಯವಾಗುತ್ತೆ ಅಂತ ಅಮ್ಮ ಹೇಳಿದ್ದಳು. ಆ ವಿಚಾರವಾಗಿ ಮಿಂಚುಗೆ ಯಾವ ಗೊಂದಲವೂ ಇರಲಿಲ್ಲ. ಅನೂಪ್ ಹತ್ತು ವರ್ಷಗಳಿಂದ ಗೊತ್ತಿರೋ ಹುಡುಗ, ನನ್ನನ್ನು ಬಿಟ್ಟು ಇನ್ನೊಂದು ಹುಡುಗಿಯ ಕೈಯನ್ನು ಸಹ ಬೇರೆ ದೃಷ್ಟಿಯಿಂದ ಮುಟ್ಟದವನು, ಅದೆಲ್ಲದಕ್ಕಿಂತ ಹೆಚ್ಚಾಗಿ ನನ್ನನ್ನು ಮದುವೆಯಾಗಲು ಪ್ರೊಪೋಸ್ ಮಾಡಿದ್ದಾನೆ, ಕೆಲಸವೂ ಸಿಕ್ಕಿದೆ. ಇನ್ನೇನು ಅಮ್ಮನಿಗೆ ಹೇಳಿ ಮದುವೆಯಾಗೋದೊಂದೇ ಬಾಕಿ. ಈಗ ಪಶ್ಚಾತ್ತಾಪ ಪಟ್ಟುಕೊಳ್ಳುವಂತಹ ವಿಷಯವೇನಿಲ್ಲ ಅನ್ನೋ ಸ್ಪಷ್ಟತೆ ಸಿಕ್ಕಿ ಮನಸ್ಸು ಹಗುರವಾಯಿತು.

'ಮಿಂಚು, ಇದ್ದಕ್ಕಿದ್ದಕ್ಕೆ ಯಾಕ್ ಈ ಪ್ರಶ್ನೆ ಕೇಳ್ತಿದ್ದೀಯಾ?' ಅರವಿಂದಾಳ ಮಾತಿನಲ್ಲಿ ಈಗ ಪತ್ತೇದಾರಿ ಮಾಡುವ ಧಾಟಿ ಸೇರಿಕೊಂಡಿತು. ಮಿಂಚು ಗಂಟಲಲ್ಲಿ ಏನೋ ಸಿಕ್ಕಿಕೊಂಡ ಹಾಗಾಯ್ತು.

'ಏನಿಲ್ಲಮ್ಮಾ.. ಇವತ್ತು ಇದೇ ವಿಷ್ಯಕ್ಕೆ ನಾನು ಶೀತಲ್ ಡಿಬೇಟ್ ಮಾಡ್ತಿದ್ವಿ.. ಅದಕ್ಕೆ ನಿನ್ನ ಕೇಳ್ದೆ'

'ಯಾರ್ ಪರ, ಯಾರು ವಿರೋಧ ಮಾತಾಡ್ತಾ ಇದ್ದಿದ್ದು?'

'ನಾನೇ ವಿರೋಧ ಮಾಡಿದ್ದಮ್ಮ' ಇದೇ ಸತ್ಯ ಅಂತ ಒತ್ತಿ ಹೇಳುವ ಧಾವಂತದಲ್ಲಿ ಸುಳ್ಳು ಹೇಳಿದ ಮಿಂಚು ಧ್ವನಿಯನ್ನು ತಾರಕಕ್ಕೇರಿಸಿ ಉತ್ತರಿಸಿದಳು.

'ಸರಿ ಸರಿ.. ನಾನ್ ಹೇಳಿದ್ದು ನೆನಪಿರಲಿ. ಯಾವ್ದೋ ಕುತೂಹಲಕ್ಕೆ ಬಲಿಯಾಗ್ಬಾರ್ದು. ನೀನು ಈ ವರ್ಷ ಮದುವೆಯಾಗ್ತೀನಿ ಅಂತ ಹೇಳಿದ್ದೀಯ.. ಅದ್ರಿಂದ ತಪ್ಪಿಸಿಕೊಳ್ಳೋಕಾಗಲ್ಲ'

'ಒಂದೊಳ್ಳೇ ಡೇಟ್ ನೋಡು ನಾನ್ ಗುಡ್ ನ್ಯೂಸ್ ಹೇಳ್ತೀನಿ' ಮಿಂಚು ಅಮ್ಮನನ್ನು ತಬ್ಬಿ ಓಲೈಸಿದಳು.

'ಡೇಟ್ ನೋಡೋದೇನು? ಒಳ್ಳೆ ವಿಷ್ಯಕ್ಕೆ ಪ್ರತಿದಿನವೂ ಒಳ್ಳೇದೇ.. ಅದೇನ್ ಹೇಳು ಮಿಂಚು.' ಅರವಿಂದಾ ಒತ್ತಾಯಿಸದೇ ಬಿಡಲಿಲ್ಲ.

ಮಿಂಚು ಅಮ್ಮನಿಗೆ ನಾಳೆ ನಾಡಿದ್ದರಲ್ಲಿ ನಿಧಾನವಾಗಿ ಹೇಳಬೇಕೆಂದು ಕೊಂಡಿದ್ದಳು. ಆದರೆ ಇಷ್ಟು ಕೇಳಿದ ಮೇಲೆ ತಡಮಾಡೋಕೆ ಕಾರಣವಿಲ್ಲ

ಅನ್ನಿಸಿತು. ಫೋನ್ ತೆಗೆದು ಅದರಲ್ಲಿ ಅನೂಪ್ ಜೊತೆಗಿರುವ ಫೋಟೋ ತೋರಿಸಿದಳು. ಮಿಂಚು ಅನೂಪನ ಬಗ್ಗೆ ಆಗಾಗ ಹೇಳುತ್ತಿದ್ದಾಗಲೇ ಇದೇ ಹುಡುಗನನ್ನೇ ನಾನು ಪ್ರೀತಿಸುತ್ತಿದ್ದೇನೆ ಅಂತ ಒಮ್ಮೆ ಹೇಳಿದ್ದಿರಬಹುದು ಅನ್ನೋ ಶಂಕೆ ಅರವಿಂದಾಗೆ ಬಂದಿತ್ತು. ಅವಳೇ ಬಾಯಿಬಿಟ್ಟು ಹೇಳೋ ತನಕ ಕೇಳೋದು ಬೇಡವೆಂದು ಸುಮ್ಮನಿದ್ದಳು. ನೋಡುತ್ತಲೇ ಮಗಳು ಇಷ್ಟೆತ್ತರ ಬೆಳೆದು ತನ್ನನ್ನು ಮದುವೆಯಾಗುತ್ತಿರೋ ಹುಡುಗ ಇವನು ಎಂದು ತೋರಿಸುವ ಮಟ್ಟಿಗಾಗಿಬಿಟ್ಟಳೇ ಎಂದು ಆಶ್ಚರ್ಯವಾಯಿತು. ಅನೂಪನ ಕುಟುಂಬ, ಪೂರ್ವಾಪರಗಳನ್ನು ವಿಚಾರಿಸಿದಳು. ಸಹಜವಾಗಿ ಹತ್ತು ವರ್ಷದ ಪರಿಚಯ ಇರೋ ಹುಡುಗನ ಬಗ್ಗೆ ಸಾಕಷ್ಟು ತಿಳಿದುಕೊಂಡಿದ್ದಾಳೆ ಅನ್ನಿಸುವಷ್ಟು ವಿವರವಾಗಿ ಮಿಂಚು ಅನೂಪನ ಬಗ್ಗೆ ಹೇಳಿದಳು. ಜೊತೆಗೆ ಅವರ ಸಂಬಂಧದಲ್ಲಿ ಬಂದ ಏರುಪೇರುಗಳನ್ನು ಕೇಳಿ ಇದನ್ನೆಲ್ಲಾ ಮಿಂಚು ಒಬ್ಬಳೇ ಎದುರಿಸಿದ್ದಾಳೆ ಅನ್ನೋ ಆಶ್ಚರ್ಯದ ಜೊತೆ ಮಗಳು ನನ್ನಂತೆಯೇ ಗಟ್ಟಿಗಿತ್ತಿ ಎಂದು ಖುಷಿಯಾಯಿತು. ಮಗಳ ಆಯ್ಕೆ ಎಂದೆಂದೂ ಸರಿಯಾಗಿರಲಿ ಅನ್ನೋ ಹಾರೈಕೆಯೊಂದಿಗೆ ಅವಳ ಹಣೆಗೆ ಪ್ರೀತಿಯಿಂದ ಮುತ್ತನ್ನಿಟ್ಟು ಕಣ್ತುಂಬಿಕೊಂಡಳು. ಅಮ್ಮನ ಕೆನ್ನೆ ಮೇಲುರುಳಿದ ಹನಿಯನ್ನು ಒರೆಸುವಾಗ ಮಿಂಚು ಕಣ್ಣಲ್ಲಿ ನೀರು ಜಿನುಗಿತು. ಹೊಸದೊಂದು ಅಧ್ಯಾಯ ಇಬ್ಬರ ಬಾಳಲ್ಲೂ ಶುರುವಾಗಲಿದೆ ಅನ್ನೋದನ್ನು ಸ್ವಾಗತಿಸಲು ತಯಾರಾದರು.

'ಹುಡುಗ ಚೆನ್ನಾಗಿದ್ದಾನೆ ಅನ್ನೋದಕ್ಕಿಂತ ನೀವಿಬ್ರು ಒಬ್ರನ್ನೊಬ್ಬರು ಇಷ್ಟಪಟ್ಟಿದ್ದೀರ. ಈಗಿನ್ ಕಾಲದ್ ಮಕ್ಕಳಿಗೆ ನಮ್ಗಿಂತ ಹೆಚ್ಚು ಜೀವ್ನದ್ ಬಗ್ಗೆ ಕ್ಲಾರಿಟಿ ಇರುತ್ತೆ. ಇಬ್ರೂ ಒಟ್ಟಿಗೆ ಚೆನ್ನಾಗ್ ಬಾಳ್ತೀರ ಅನ್ನೋ ವಿಶ್ವಾಸ ಇದೆ ಮಿಂಚು. ಅನೂಪ್‌ನ ಮನಗೆ ಕರೆದುಕೊಂಡು ಬಾ.. ಅತ್ತೆ ಮಾವ ಎಲ್ಲರ ಮುಂದೆ ಮಾತಾಡೋಣ'

'ಅಯ್ಯೋ ಅವ್ರ್ ಮುಂದೇನಾ.. ಬೇಡಮ್ಮಾ.. ಆಚೆ ಸಿಗೋಣಾ'

'ಹಿರಿಯರ ಮುಂದೆ ಮನೇಲ್ ಸಿಕ್ಕರೇ ಚಂದ. ಹುಡುಗನಿಗೂ ಆಡೋ ಮಾತಿನ ಬಗ್ಗೆ ಒಂದು ಜವಾಬ್ದಾರಿ ಇರುತ್ತೆ. ಇಲ್ಲಿಗೇ ಕರೆದುಕೊಂಡು ಬಾ' ಎಂದು ಆದೇಶಿಸಿದಳು.

ಆ ಮಾತಿಗೆ ಮಿಂಚು ಒಪ್ಪಲೇಬೇಕಾಯಿತು. ಬರೋ ವಾರಾಂತ್ಯಕ್ಕೆ ಮನೆಗೆ ಬರೋಕೆ ಹೇಳ್ತೀನಿ ಎಂದಳು. ಅಮ್ಮನ ಜೊತೆ ಮಾತನಾಡಿ ಕನ್ನಡಿ ಮುಂದೆ ನಿಂತ ಮಿಂಚೂ ತನ್ನ ಪ್ರತಿಬಿಂಬವನ್ನು ನೋಡಿಕೊಂಡಾಗ ಮುಖ ನಾಚಿಕೆಯಿಂದ ಕೆಂಪೇರಿತು. ಕತ್ತಿನ ಮೇಲೆ ಇಳಿಬಿಟ್ಟಿದ್ದ ಕೂದಲನ್ನು ಹಿಂದೆ ಸರಿಸಿದಾಗ ಕಂಡ ಲವ್ ಬೈಟ್ ಮಿಂಚೂನ ಛೇಡಿಸಿತು. ಮುಗುಳ್ನಗುತ್ತಾ ದೊಡ್ಡ ಉಸಿರು ಬಿಟ್ಟು ಅವಳ ಜೀವನದ ಅತ್ಯಂತ ಸ್ಮರಣೀಯ ಜನ್ಮದಿನದ ಸಿಹಿನೆನಪಿನಲ್ಲಿ ನಿದ್ರೆಗೆ ಜಾರಿದಳು.

❋

ಮಿಂಚು ಅಕ್ಕನ್ನ ಮದುವೆಯಾಗೋ ಹುಡುಗನ ಮನೆಗೆ ಬರ್ತಿದ್ದಾನೆ ಅನ್ನೋ ಉತ್ಸಾಹದಲ್ಲಿ ಸುದೇಶ್ ಹೊಸ ಬಟ್ಟೆ ಹಾಕಿಕೊಂಡು ರೆಡಿ ಆದದ್ದನ್ನು ನೋಡಿ ಸುಭಾಷ್ 'ಏನೋ ನಿಂಗೆ ಹುಡುಗಿ ನೋಡೋಕೆ ಬರ್ತಿರೋ ತರ ರೆಡಿ ಆಗ್ತಿದ್ಯಾ' ಅಂತ ರೇಗಿಸಿದ್ದೇ ತಡ ಮನೆಯಲ್ಲಿ ಕುರುಕ್ಷೇತ್ರ ಶುರುವಾಯಿತು. 'ಏನೋ ನಿನ್ ಬಟ್ಟೆ ಹಾಕೊಂಡಿದ್ದೀನಾ?' ಅಂತ ತಮ್ಮ, 'ನೀನ್ಯಾವತ್ತೂ ನನ್ ಬಟ್ಟೆ ಹಾಕೊಂಡೇ ಇಲ್ವಾ ಹಾಗಾದ್ರೆ' ಅಂತ ಅಣ್ಣ. ವಾದ ವಿವಾದ ಮುಂದುವರಿದು ಕಡೆಗೆ ಅಪ್ಪ ಅಮ್ಮ ನಮ್ಮಿಬ್ಬರ ಮಧ್ಯೆ ಪಾರ್ಶಾಲಿಟಿ ಮಾಡ್ತಾರೆ, ಅಣ್ಣನ ಹಳೇ ಬಟ್ಟೆ, ಶೂಸು ಬ್ಯಾಗ್ ಎಲ್ಲಾ ನಂಗೆ ಕೊಡ್ತಾರೆ ಅನ್ನೋ ದೂರು ಸುಧಾಕರ್ ಶಾಂತಿಯ ಎದುರಿಗೆ ಬಂದು ಕೂತಿತು. ಮಿಂಚು ಸುದೇಶನನ್ನು ಮಾಲ್‌ಗೆ ಕರೆದುಕೊಂಡುಹೋಗಿ ಏನು ಬೇಕೋ ಅದನ್ನು ಕೊಡಿಸುತ್ತೇನೆ ಎಂದು ಸಮಾಧಾನ ಮಾಡಿದ ಮೇಲೆ ಜಗಳ ಶಾಂತಿಯಾಯಿತು. ಸುಭಾಷ್ 'ನನ್ನನ್ನ ಕರೆದುಕೊಂಡು ಹೋಗಲ್ವಾ' ಅಂತ ಬಾಯಿ ತುದಿಗೆ ಬಂದ ಮಾತು ನಾನು ಕಾಲೇಜು ಓದ್ತಿದ್ದೀನಿ ಸುದೇಶ್ ತರ ಚೈಲ್ಡ್ ಅಲ್ಲಾ ಅನ್ನೋ ಬಿಗುಮಾನದಿಂದ ಅಲ್ಲೇ ನಿಂತಿತು.

ಅನೂಪ್‌ಗೆ ದೊಡ್ಡವರನ್ನು ಎದುರಿಸೋದಕ್ಕೆ ಒಳಗೊಳಗೇ ಡವಡವ ಅನ್ನುತ್ತಿತ್ತು. ಅರೇಂಜ್ಡ್ ಮ್ಯಾರೇಜ್‌ನಲ್ಲಿ ಹುಡುಗೀನ ನೋಡೋಕೆ ಹೋದಾಗ ಜಗತ್ತಿನ ಎಲ್ಲಾ ಗೌರವವನ್ನು ಒಟ್ಟುಗೂಡಿಸಿ ಕಾಲ ಬಳಿ ತಂದು ಸುರಿಯುವಂತೆ ಆದರಿಸುತ್ತಾರೆ. ಆದರೆ ಲವ್ ಮ್ಯಾರೇಜ್‌ನಲ್ಲಿ ಮನೆ ಮಂದಿಯೆಲ್ಲಾ ಗನ್ ಹಿಡಿದು ಟೆರರಿಸ್ಟ್‌ನ ಎನ್ಕೌಂಟರ್ ಮಾಡಲು ನಿಂತಿರುವ ಮಿಲಿಟರಿಯವರ ಹಾಗೆ ಕಾಣಿಸುತ್ತಾರೆ. ತನ್ನ ಭಯವನ್ನು ಮಿಂಚು ಹತ್ತಿರ ಹೇಳಿಕೊಂಡಾಗ ಅವಳು, ನೀನ್ ಇಮ್ಯಾಜಿನ್ ಮಾಡ್ಕೊಳ್ಳೋ ಥರ ಏನಿಲ್ಲ. ನಮ್ಮ ಮನೆಯವರೆಲ್ಲಾ ಬ್ರಾಡ್ ಮೈಂಡೆಡ್ ಜನ ನೀನು ಕಾನ್ಫಿಡೆಂಟ್ ಆಗಿರು ಎಂದು ಧೈರ್ಯ ತುಂಬಿದಳು.

ಯಾವಾಗಲೂ ಟಿ ಶರ್ಟ್‌ನಲ್ಲಿರುತ್ತಿದ್ದ ಅನೂಪ್ ಇಂದು ಫಾರ್ಮಲ್ ಶರ್ಟ್, ಪ್ಯಾಂಟ್, ಶೂಸ್ ಹಾಕಿಕೊಂಡು ಬಂದದ್ದನ್ನು ನೋಡಿ ಮಿಂಚೂಗೆ ಪಕ್ಕಾ husband material ತರ ಕಂಡ. ಕಣ್ಣಿನಲ್ಲೇ ಸೂಪರ್ ಎಂದು ಸನ್ನೆ ಮಾಡಿದಳು. ಅನೂಪ್ ಒಳಗೆ ಬಂದ ತಕ್ಷಣ ಅರವಿಂದಾ, ಶಾಂತಿ ಮತ್ತು ಸುಧಾಕರ ಮೂವರ ಕಾಲಿಗೂ ನಮಸ್ಕಾರ ಮಾಡಿದ್ದನ್ನು ನೋಡಿ ಮಿಂಚುಗೆ ಒಳಗೊಳಗೇ ನಗು ಬರುತ್ತಿತ್ತು. ಏನೇ ತಪ್ಪು ಮಾತನಾಡಿದರೂ ಕ್ಷಮಿಸಿಬಿಡಿ ಅನ್ನೋದರ ಡಿಸ್ಕ್ಲೈಮರ್ ಇದ್ದಹಾಗಿತ್ತು ಅವನ ಹಾವಭಾವ. ಶಾಂತಿ ಸುಧಾಕರರಿಗಂತೂ ಅನೂಪ್ ಸಂಸ್ಕಾರವಂತನೆಂದು ಸಾಬೀತುಪಡಿಸಿಬಿಟ್ಟ, ಅರವಿಂದಾ ನಮಸ್ಕಾರ ಮಾಡಿಸಿಕೊಳ್ಳೋದಕ್ಕೆ ಹಿಂದೇಟು ಹಾಕಿದರೂ ಅನೂಪ್ ತನ್ನ ಕಾರ್ಯಸಿದ್ಧಿ ಮಾಡಿಕೊಂಡ.

'ಸೋ, ಅನೂಪ್ ಶೇಖರ್.. ಇವನೇ ಅಲ್ವಾ ಆಗ ಮಿಂಚು ಜೊತೆ ಓಡಾಡ್ತಿದ್ದ ಅಂತ ನಾನು ಬಯ್ದು ಮನೇಲಿ ರಂಪ ಆಗಿದ್ದು' ಶಾಂತಿ ನಕ್ಕು ಹೇಳಿದಾಗ ಅನೂಪನ ಮುಖ ಚಿಕ್ಕದಾಯಿತು. ಅತ್ತೆ ಆಡೋ ಮೊದಲ ಮಾತಲ್ಲೇ ಸಂದರ್ಭವನ್ನ ಹಿಡಿತಕ್ಕೆ ತೊಗೊಳ್ಳೋ ಉಪಾಯ ಇದ್ದಂತೆ ಕಂಡಿತು ಮಿಂಚೂಗೆ. ಅನೂಪ್ ಶಾಂತಿಯ ಮಾತಿಗೆ ಪೆದ್ದುಪೆದ್ದಾಗಿ ನಕ್ಕ. ಅನೂಪ್ ಮತ್ತು ಮಿಂಚು ಇಬ್ಬರೂ ಕಣ್ಸನ್ನೆಯಲ್ಲಿ ಮಾತನಾಡಿಕೊಳ್ಳುವುದನ್ನು ಗಮನಿಸಿದ ಅರವಿಂದಾ ಅವರ ಅನ್ಯೋನ್ಯತೆಯನ್ನು ಮೆಚ್ಚಿಕೊಂಡಳು. ಅನೂಪ ತಾಳ್ಮೆಯಿಂದ ಶಾಂತಿ ಮತ್ತು ಸುಧಾಕರ ಕೇಳಿದ ಪ್ರಶ್ನೆಗಳಿಗೆ ಉತ್ತರಿಸಿದ. ಅವರಿಬ್ಬರೂ ಅನೂಪನ ಜಾತಕವನ್ನೇ ಬಯಲು ಮಾಡುವಂತೆ ಕೂಲಂಕಷವಾಗಿ ಎಲ್ಲವನ್ನೂ ವಿಚಾರಿಸಿಕೊಂಡರು.

'ಮಿಂಚುಗೆ ಅಪ್ಪ ಇಲ್ದೇ ಇರೋದ್ರಿಂದ ನಾವೇ ತಂದೆ ತಾಯಿ ಸ್ಥಾನದಲ್ಲಿ ನಿಂತು ಎಲ್ಲಾ ನೋಡ್ಕೋಬೇಕಲ್ಲಪ್ಪ. ಮುಂದೆ ಮದ್ವೆ ಅಂತ ಬಂದಾಗ್ಲು ಧಾರೆ ಎರೆದುಕೊಡೋದು ನಮ್ ಕರ್ತವ್ಯ ಆಗುತ್ತೆ' ಅನ್ನೋ ಮಾತು ಮಿಂಚು ಮತ್ತು ಅರವಿಂದಾ ಇಬ್ಬರನ್ನೂ ಒಂದು ಸಲ ಅಲುಗಾಡಿಸಿತು.

ಗಂಡ ಅಥವಾ ಹೆಂಡತಿ ಇಲ್ಲದೇ ಬದುಕೋದನ್ನ ಸೋಲು ಅನ್ನೋ ಹಾಗೆ, ಕನಿಕರ ತೋರುವ ವಿಚಾರವೆಂಬಂತೆ ಏಕೆ ಪರಿಗಣಿಸುತ್ತಾರೆ ಎಂದು ಮಿಂಚೂಗೆ ಅರ್ಥವಾಗಲಿಲ್ಲ. ಯಾವುದೇ ಪೂಜೆ, ಪುನಸ್ಕಾರ ವ್ರತವಿರಲಿ ಗಂಡ ಹೆಂಡತಿ ಇಬ್ಬರೂ ಕೂತು ನೆರವೇರಿಸಬೇಕೆನ್ನೋದು ಸರಿ, ಆದರೆ ಅವರಲ್ಲಿ ಯಾರೊಬ್ಬರು ಇಲ್ಲವಾದಲ್ಲಿ ಉಳಿದವರಿಗೆ ಸಂತೋಷವಾಗಿ ಬದುಕೋ ಹಕ್ಕನ್ನು ಕಸಿದುಕೊಳ್ಳೋದು ಯಾಕೆ? ಅವರ ಸ್ಥಾನವನ್ನು ಕಸಿದುಕೊಳ್ಳೋದು ಏಕೆ? ಕಷ್ಟಪಟ್ಟು ಸಾಲ ಮಾಡಿ ಸೈಟು ತೆಗೆದುಕೊಂಡು ಒಂದೊಂದು ಇಟ್ಟಿಗೆಯಲ್ಲೂ ತಮ್ಮ ಕನಸನ್ನು ಬೆಸೆದು ಹೊಸ ಮನೆ ಕಟ್ಟಿ, ಗೃಹಪ್ರವೇಶದ ಸಮಯದಲ್ಲಿ ದಂಪತಿಗಳು ಮಾತ್ರ ಪೂಜೆ ಮಾಡಬೇಕು ಅನ್ನೋ ಕಟ್ಟುಪಾಡಿನಿಂದ ಅಸಹಾಯಕರಾಗಿ ಯಾರನ್ನೋ ಕರೆದುಕೊಂಡು ಬಂದು ತಮ್ಮ ಮನೆಯ ಪೂಜೆ ಮಾಡಿಸುವ ಪರಿಸ್ಥಿತಿ ತಂದೊಡ್ಡುವುದು ಅನ್ಯಾಯವಲ್ಲವೇ? ಹೆತ್ತ ಮಕ್ಕಳ ಎಲ್ಲಾ ಕಷ್ಟಸುಖಗಳಲ್ಲಿ ಭಾಗಿಯಾಗಿ ಎದೆಯತ್ತರಕ್ಕೆ ಬೆಳೆಸಿ, ಮುಖ್ಯವಾದ ಮದುವೆಯ ದಿನವೇ ಮೂರನೆಯವರಂತೆ ದೂರ ನಿಂತು ಬೇರೆಯವರು ತಮ್ಮ ಮಕ್ಕಳ ಮದುವೆ ಮಾಡುತ್ತಿರೋದನ್ನು ನೋಡುವುದು ಧಾರುಣವಲ್ಲವೇ ಅನ್ನೋ ಪ್ರಶ್ನೆಗಳು ಹುಟ್ಟಿ ಮಿಂಚು ಮನಸ್ಸಿನಲ್ಲಿ ಈ ಅನ್ಯಾಯದ ವಿರುದ್ಧ ಧೋರಣೆ ಎದ್ದಿತು.

'ಅಲ್ಲಮ್ಮಾ.. ಅವರ್ಯಾಕೆ ನನ್ ಮದ್ವೆ ಮಾಡ್ಕೊಡ್ಬೇಕು?' ಮಿಂಚು ಪಿಸುಗುಟ್ಟುತ್ತಾ ಅಮ್ಮನನ್ನು ಕೇಳಿದಳು. ಈಗದನ್ನೆಲ್ಲಾ ಚರ್ಚೆ ಮಾಡುವ ಸಮಯವಲ್ಲ ಎಂದು ಅರವಿಂದಾ ಮಗಳನ್ನು ಸುಮ್ಮನಿರಿಸಿದಳು.

ಹುಡುಗ ಚೆನ್ನಾಗಿದ್ದಾನೆ, ಮನೆತನ ಚೆನ್ನಾಗಿದೆ, ಬೆಂಗಳೂರಿನಲ್ಲಿ ಸ್ವಂತ ಮನೆಯಿದೆ, ಒಳ್ಳೆ ಕೆಲಸವೂ ಇದೆ, ಹುಡುಗ ಹುಡುಗಿ ಇಬ್ಬರೂ ಇಷ್ಟಪಟ್ಟಿದ್ದಾರೆ, ಅರವಿಂದಾಗೂ ಒಪ್ಪಿಗೆ ಇದೆ, ಇಷ್ಟೆಲ್ಲಾ ಇದ್ದಮೇಲೆ ನಮ್ಮ ತಕರಾರಿಗೇನೂ ಜಾಗವಿಲ್ಲ, ನಿಮ್ಮ ತಂದೇನೂ ಕರೆದುಕೊಂಡು ಬಂದಿದ್ರೆ ಚೆನ್ನಾಗಿರೋದು ಎಂದಳು ಶಾಂತಿ. 'ಅಪ್ಪನಿಗೂ ಒಪ್ಪಿಗೆ ಇದೆ, ಇದು ಕ್ಯಾಶುಯಲ್ ಭೇಟಿ ಅಂತ ಅವರನ್ನ ಕರೀಲಿಲ್ಲ' ಅನೂಪ್ ಸಮಜಾಯಿಶಿ ಕೊಟ್ಟ.

'ನಮ್ ಕುಟುಂಬದಲ್ಲೇ ಇದೇ ಮೊದಲ ಲವ್ ಮ್ಯಾರೇಜ್. ನಾನು ನನ್ ಹೆಂಡತಿ, ಅರವಿಂದಾ ಎಲ್ರೂ ಅಪ್ಪ ಅಮ್ಮ ತೋರ್ಸಿದವರನ್ನೇ ಕಣ್ಮುಚ್ಚಿ ಮದ್ವೆ ಆದವರು' ಕೊನೆಯಲ್ಲಿ ಸುಧಾಕರ ತನ್ನ ಹಿರಿತನವನ್ನು ಪ್ರದರ್ಶಿಸಲು ಇನ್ನೊಂದು ಕೊಂಕು ನುಡಿದ. ಆ ಮಾತಿಗೆ ಅನೂಪ್ ಏನು ಉತ್ತರಿಸುವುದೆಂದು ತಿಳಿಯದೇ ಕಣ್ಕಣ್ಣು ಬಿಟ್ಟ. 'ನಮ್ ಕಾಲ ಬೇರೆ ಬಿಡಣ್ಣ. ಮಕ್ಕಳು ಚೆನ್ನಾಗಿರೋದು ಮುಖ್ಯ' ಅರವಿಂದಾ ತನ್ನ ಮಾತಿನ ಮೂಲಕ ಅನೂಪ್ ಮಿಂಚೂ ಪರ ವೋಟ್ ಹಾಕಿ ಬೇಡದ ಮಾತುಗಳಿಗೆ ಬ್ರೇಕ್ ಹಾಕಿದಳು. ಮಾಡಿದ್ದ ಪುಲಾವ್ ಬಿಸಿ ಆರುವ ಮುನ್ನ ತಿನ್ನೋಣ ಬನ್ನಿ ಎಂದು ಮಿಂಚು ಎಚ್ಚರಿಸಿದಳು. ತಿಂಡಿ, ಕಾಫಿ, ಇನ್ನೊಂದಷ್ಟು ಮಾತು, ನಗು ಹರಟೆಯ ನಂತರ ಅರವಿಂದಾ ಆದಷ್ಟು ಬೇಗ ನಿಮ್ಮ ತಂದೆಯನ್ನು ಭೇಟಿ ಮಾಡಲು ಎಲ್ಲರೂ ಬರುತ್ತೇವೆ ಎಂದು ಅನೂಪನಿಗೆ ತಿಳಿಸಿದಳು. ಅಂತೂ ಇಂತೂ ಸೋದರಮಾವನ ಮನೆಯಲ್ಲಿ ಅನೂಪ್ ಮಿಂಚು ಮದುವೆಗೆ ಹಿರಿಯರ ಗ್ರೀನ್ ಸಿಗ್ನಲ್ ಸಿಕ್ಕಿದಕ್ಕೆ ಅರವಿಂದಾಳ ಸಂತೋಷಕ್ಕೆ ಪಾರವೇ ಇರಲಿಲ್ಲ.

❋

ಮಿಂಚೂಗೆ ತನಗಿಂತ ಮೊದಲು ಅಮ್ಮನ ಮದುವೆಯಾಗಬೇಕೆನ್ನೋ ಆಸೆ ಮುಂದಿಟ್ಟಳು. ಹಾಗೆ ಮಾಡೋದು ಸರಿಯಲ್ಲ ಅಂತ ಅವಳಿಗೆ ಅರ್ಥಮಾಡಿಸಲು ಅರವಿಂದಾ ಶತಪ್ರಯತ್ನ ಮಾಡಬೇಕಾಯಿತು. ನಿನ್ನ ತಾಯಿ ಆರಾಮಾಗಿದ್ದಾಳೆ ಅನ್ನೋ ಸಮಾಧಾನದಲ್ಲಿ ಮದುವೆಯಾಗ್ತೀಯಲ್ಲ ಅಷ್ಟು ಸಾಕಲ್ವಾ? ನನ್ ಮದ್ವೆ ವಿಚಾರದಿಂದ ಅನೂಪನ ಮನೆಯವರಿಗೆ ಇರುಸುಮುರುಸಾಗೋದು ಬೇಡ ಎಂದು ಮನವರಿಕೆ ಮಾಡಿಕೊಡುವಾಗ ಅನಿರೀಕ್ಷಿತವಾಗಿ ಅಲ್ಲಿಗೆ ಅತ್ತಿಗೆಯ ಆಗಮನವಾಗಿತ್ತು. ಹೇಗೂ ಹೇಳಲೇಬೇಕಾಗಿದ್ದ ವಿಚಾರ ಎಂದು ಮಿಂಚು ಧೃತಿಗೆಡಲಿಲ್ಲ.

'ಅರವಿಂದಾ.. ಮಿಂಚು ನಿಂಗೆ ಮದುವೆಯಾಗು ಅಂತ ಒತ್ತಾಯ ಮಾಡ್ತಿದ್ದಾಳಾ?' ಆಕಾಶ ಕಳಚಿಬಿದ್ದ ಹಾಗೆ ದೊಡ್ಡ ಧ್ವನಿ ಮಾಡಿ ಕೇಳಿದಳು ಶಾಂತಿ. ಅವಳು ಹಾಗೆ ಮಾತನಾಡಬಹುದೆಂಬ ಊಹೆಯಿದ್ದಿದ್ದರಿಂದ ಮಿಂಚು ಮೈತುಂಬಾ ಸಮಾಧಾನ ತಂದುಕೊಂಡು ಮಾತನಾಡಿದಳು.

'ಅತ್ತೆ, ಅಮ್ಮ ಹೀಗೇ ಇರೋದು ನಂಗಿಷ್ಟ ಇಲ್ಲ. ಆಲ್ಮೋಸ್ಟ್ ಹತ್ತು ವರ್ಷದಿಂದ ಯೋಚ್ನೆ ಮಾಡಿ ತಗೊಂಡಿರೋ ನಿರ್ಧಾರ ಇದು' ಮಿಂಚು ಮಾತಿನಲ್ಲಿದ್ದ ವಿಶ್ವಾಸ ಶಾಂತಿಯನ್ನು ತಬ್ಬಿಬ್ಬು ಮಾಡಿತು. ತಾನೊಬ್ಬಳೇ ಈ ವಿಷಯವನ್ನು ಎದುರಿಸಲು ಸಾಧ್ಯವಿಲ್ಲ ಎಂದು ಗಂಡನನ್ನು ಕರೆದುಕೊಂಡು ಬಂದಳು. ಮಗಳು ದೊಡ್ಡ ಜಗಳ ಮಾಡೋಕೆ ಸಿದ್ಧವಿರೋಳ ಹಾಗೆ ನಿಂತಿದ್ದನ್ನು ನೋಡಿ ಅರವಿಂದಾಗೆ ಆತಂಕವಾಯಿತು. ಮಿಂಚು ಇಂಥ ಸಾವಿರಾರು ಜನರನ್ನು ಎದುರಿಸುವಷ್ಟು ತಾಕತ್ತನ್ನು ಹೊಂದಿದ್ದಳು. ಅಮ್ಮನಿಗೆ ಮದುವೆ ಮಾಡುವ ಯೋಚನೆ ಬಂದ ದಿನವೇ ಇದು ಸಮಾಜ ಒಪ್ಪುವ ಮಾತಲ್ಲ ಅನ್ನೋ ಸತ್ಯವನ್ನು ಅರಗಿಸಿಕೊಂಡಿದ್ದಳು. ಯಾವಾಗ ನಾವು ಸಮಸ್ಯೆ ಬರುತ್ತದೆ ಎಂದು ನಿರೀಕ್ಷಿಸಿ ತಯಾರಾಗಿರುತ್ತೇವೋ ಆಗ ಎಂತಹ ಸಂದರ್ಭದಲ್ಲೂ ಎದೆಗುಂದುವುದಿಲ್ಲ. ಸಮಸ್ಯೆಯೇ ಬರದೇ ಜೀವನ ಹುಲ್ಲಿನ ಹಾಸಿಗೆಯಂತೆ ಮೆತ್ತಗಿರುತ್ತದೆ ಅನ್ನೋ ಭ್ರಮೆಯಲ್ಲಿದ್ದುಬಿಟ್ಟರೆ ಸಣ್ಣಮುಳ್ಳೂ ಸಹ ನಮ್ಮನ್ನು ಕೊಲ್ಲುವಷ್ಟು ಶಕ್ತಿಶಾಲಿಯಾಗಿಬಿಡುತ್ತದೆ ಅನ್ನೋದು ಅವಳಿಗೆ ತಿಳಿದಿತ್ತು.

ಸುಧಾಕರನಿಗೆ ವಿಷಯ ತಿಳಿದಾಗ ನೇರವಾಗಿ ವಿರೋಧಿಸುವುದಕ್ಕಿಂತ ಸಮಾಜ ಏನನ್ನುತ್ತದೆ, ಅವರಿವರು ಏನೆನ್ನುತ್ತಾರೆ ಅನ್ನೋ ಅಳುಕಿನ ಮಾತನ್ನೇ ಆಡಿದ. ನನ್ನ ಅಪ್ಪ ನಮಗೆ ಅನ್ಯಾಯ ಮಾಡಿದಾಗ ನಮ್ಮನ್ನು ಕಾಪಾಡದ ಸಮಾಜ, ಒಂಟಿ ಹೆಣ್ಣು ಕಷ್ಟದಲ್ಲಿದ್ದಾಗ ಸಹಾಯ ಮಾಡದ ಸಮಾಜ ನಮ್ಮ ಒಳಿತಿನ ನಿರ್ಧಾರ ಮಾಡೋದಕ್ಕೆ ಸಾಧ್ಯವೇ ಇಲ್ಲ ಎಂದು ಮಿಂಚು ವಾದ ಮಾಡಿದಳು. ಮನೆಯಲ್ಲಿ ನಡೀತಾ ಇರೋ ಮಾತುಕತೆ ಮಕ್ಕಳ ಕಿವಿಗೆ ಬೀಳಬಾರದೆಂದು, ಸುಭಾಷ್ ಸುದೇಶ್‌ಗೆ ಕೋಣೆಗೆ ಹೋಗುವಂತೆ ಶಾಂತಿ ಗದರಿದಳು. ಆದರೆ ಸುಭಾಷ್ ಆಡಿದ ಮಾತುಗಳು ಎಲ್ಲರಿಗೂ ಅಚ್ಚರಿಯುಂಟು ಮಾಡಿತು.

'ನಮ್ ಕ್ಲಾಸ್ ಟೀಚರ್ ಕೂಡ ಈಗ ಮದ್ವೆ ಮಾಡ್ಕೊಂಡಿದ್ದಾರಮ್ಮ. ಅವ್ರಿಗೆ forty years ಆಗಿದೆ. ನಮ್ ಕಾಲೇಜ್ ಲೆಕ್ಚರರ್ಸ್ ಎಲ್ಲರೂ ಮದ್ವೆ ಅಟೆಂಡ್ ಆಗಿದ್ರು. ಅರವಿಂದಾ ಅತ್ತೆ ಯಾಕ್ ಮದ್ವೆ ಆಗ್ಬಾರ್ದು?' ಸುಭಾಷ್ ಅತ್ತೆಯ ಪರ ವಹಿಸಿಕೊಂಡು ಬಂದಿದ್ದಕ್ಕೆ ಶಾಂತಿಯ ಸಿಟ್ಟು ನೆತ್ತಿಗೇರಿತು.

'ದೊಡ್ಡೋರ್ ಮಾತಾಡ್ವಾಗ ಮಧ್ಯ ಬರ್ಬಾರ್ದು! ನಡೀ ಒಳಗೆ'

'ನಾನೇನ್ ಚಿಕ್ಕೋನಲ್ಲ. ಮುಂದಿನ್ ವರ್ಷ ನಂಗೆ eighteen years ಆಗುತ್ತೆ. ನೀನ್ ಅಪ್ಡೇಡ್ ಆಗಿಲ್ಲ ಇನ್ನು. ಲೈಫ್ ಅಲ್ಲಿ ನಮ್ಗೆ ಏನ್ ಖುಷಿಯಾಗುತ್ತೆ ಅದನ್ನ ಮಾಡ್ಬೇಕು. f*ck the society.'

ಸುಭಾಷ್ ಜೀವನದ ಹತಾಶೆಯೆಲ್ಲಾ ಅತ್ತೆಯ ಪರವಾಗಿ ಮಾತನಾಡುವಾಗ ಹೊರಬಂದುಬಿಟ್ಟಿತು. ಹತ್ತನೇ ತರಗತಿಯಲ್ಲಿ ಅರವತ್ತೈದು ಪರ್ಸೆಂಟ್ ಮಾರ್ಕ್ಸ್

ತಗೊಂಡಿದ್ದನ್ನ ಬೇರೆಯವರಿಂದ ಮುಚ್ಚಿಟ್ಟು ಡಿಸ್ಟಿಂಕ್ಷನ್ ಬಂದಿದೆ ಎಂದು ಸುಳ್ಳು ಹೇಳಿಸಿದ್ದು. ಆರ್ಟ್ಸ್ ತೊಗೊಳ್ಳೇಕು ಎಂದುಕೊಂಡವನಿಗೆ ಬಲವಂತವಾಗಿ ಸೈನ್ಸ್ ಕೊಡಿಸಿ ಪ್ರತಿ ತರಗತಿಯಲ್ಲೂ ಪಾಠದ ಮೇಲೆ ಗಮನ ಇರದೆ, ಟೆಸ್ಟಿನಲ್ಲಿ ಕಮ್ಮಿ ಅಂಕ ಬಂದಾಗ ತಾನೊಬ್ಬ ನಾಲಾಯಕ್ಕು ಅನ್ನೋ ಭಾವನೆ ಬಂದಿರುವುದೇ ಅಪ್ಪ ಅಮ್ಮ ಅವರಿವರು ಏನೆಂದುಕೊಳ್ಳುತ್ತಾರೆ ಎಂದು ತಮ್ಮ ಮೇಲೆ ಹೇರುತ್ತಿರೋ ಒತ್ತಡದಿಂದ ಅನ್ನೋದು ಅವನ ಮನಸ್ಸಿನಲ್ಲಿ ಬಲವಾಗಿ ಕೂತುಬಿಟ್ಟಿತ್ತು. ಅರವಿಂದಾತ್ತೆ ಎಂದೂ ಅವನನ್ನು ಫೇಲ್ಯೂರ್ ಎಂದು ಟ್ರೀಟ್ ಮಾಡಿರಲಿಲ್ಲ. ನಮ್ಮನ್ನು ನಾವು ಪ್ರೀತಿಸಲು ಹೇಳಿಕೊಟ್ಟಿದ್ದಳು, ಅಂಕಗಳು ಜೀವನವನ್ನು ರೂಪಿಸುವುದಿಲ್ಲ ಎಂದು ತಿಳಿ ಹೇಳಿದ್ದಳು. ಅವಳ ಪರವಾಗಿ ಮಾತನಾಡುವುದು ಸುಭಾಷ್‌ಗೆ ಹೆಮ್ಮೆಯ ವಿಷಯವಾಗಿತ್ತು.

ಎಲ್ಲಾ ವಾದಗಳೂ ಒಂದು ನಿಲುವಿಗೆ ಬಂದು ಮುಗಿಯುವುದಿಲ್ಲ. ಆ ರಾತ್ರಿ ನಡೆದ ವಾಗ್ವಾದ ಎಲ್ಲರಲ್ಲೂ ಇದ್ದ ವ್ಯಕ್ತಿತ್ವವನ್ನು ಹೊರಗೆಳೆದುಕೊಂಡು ಬಂದಿತು, ಆದರೆ ಉತ್ತರ ದೊರೆಯಲಿಲ್ಲ. ರಾತ್ರಿ ಊಟ ಮಾಡುವಾಗ ಎಲ್ಲರ ಮೌನದಲ್ಲೂ ಒಂದು ಗಲಾಟೆ ಇತ್ತು. ಮಿಂಚು ಸುಭಾಷ್‌ನನ್ನು ಮನಸಾರೆ ಮೆಚ್ಚಿಕೊಂಡಳು. ಅದರ ಜೊತೆಗೆ ತನ್ನ ಬಗ್ಗೆ ಆತ್ಮಾವಲೋಕನ ಮಾಡಿಕೊಂಡಾಗ ಅವಳ ವ್ಯಕ್ತಿತ್ವದ ಬಗ್ಗೆ ಹೊಸ ವಿಷಯವೊಂದು ಅರ್ಥವಾಯಿತು. ಅದರ ಬಗ್ಗೆ ನಾಚಿಕೆಯೂ ಉಂಟಾಯಿತು. ಅನೂಪನ ಜೊತೆ ಅದರ ಬಗ್ಗೆ ಮಾತನಾಡುವ ಮನಸ್ಸು ಮಾಡಿದಳು.

'ನಾನೊಬ್ಬ Hypocrite ಅನ್ನಿಸ್ತಿದೆ ನಂಗೆ. ಆಡೋದೊಂದು ಮಾಡೋದೊಂದು. ನಂಗೆ ಬೇಕಾದ ಹಾಗೆ ನನ್ನ ಸಿದ್ಧಾಂತಗಳನ್ನ ಬದಲಾಯಿಸಿಕೊಳ್ತೀನಿ ಅನ್ನಿಸ್ತಿದೆ'

ಮಿಂಚು ಹೇಳಿದ ಮಾತಿನ ಅರ್ಥ ಅನೂಪನ ತಲೆಗೆ ಹೊಳೆಯಲಿಲ್ಲ.

'ಚಕ್ರವರ್ತಿ ಅವ್ರು ಲೈಫ್ ಲಾಂಗ್ ಅವರಿಗೆ ಬೇಕಾದನ್ನ ಮಾಡಿದ್ದಾರೆ, ದುಡ್ಡಿನ ಹಿಂದೆ ಓಡಿಲ್ಲ ಅಂದಾಗ ನಂಗೆ ಅವ್ರ ಬಗ್ಗೆ ಹೆಮ್ಮೆಯಾಯ್ತು. ನನ್ ಕಸಿನ್‌ಗೆ ಅತ್ತೆ ಮಾವ ಬಲವಂತವಾಗಿ ಸೈನ್ಸ್ ಕೊಡ್ಸಿದಾಗ ನಮ್ ಅತ್ತೆ ಮಾವನನ್ನೇ ಬಯ್ಯುಕೊಂಡೆ, ಅವ್ನ್ ಜೀವ್ನನ ಅವ್ನು ಡಿಸೈಡ್ ಮಾಡ್ಬೇಕು ಅಂತ ಮಾತಾಡ್ದೇ. ಬಟ್ ನಿಂಗೆ ಮಾತ್ರ ಆ ಸ್ವಾತಂತ್ರ್ಯನ ನಾನ್ ಕೊಡ್ಲಿಲ್ಲ ಅನೂ. ನನಗೆ ಹೇಗೆ ಬೇಕೋ ಆ ಥರ ನಿನ್ನ ಮೇಲೆ ಒತ್ತಡ ಹೇರಿದೆ'

ಮಿಂಚು ಪ್ರಾಮಾಣಿಕವಾಗಿ ನುಡಿದಳು. ಅನೂಪ ಈಗ ಬೇರೆಯ ವ್ಯಕ್ತಿಯೇ ಆಗಿಬಿಟ್ಟಿದ್ದ. ಚಕ್ರವರ್ತಿಯ ಹೆಸರನ್ನು ಕೇಳಿದ್ದೇ ತಡ ಮುಂದಿನ ಯಾವ ಮಾತೂ ಅವನ ತಲೆಗೆ ಹೋಗಲಿಲ್ಲ. ಚಕ್ರವರ್ತಿ ಅವರ ಜೀವನದಿಂದ ಇನ್ನೂ ದೂರವಾಗಿಲ್ಲ ಅನ್ನೋ ವಿಷಯ ತಲೆಕೆಡಿಸಿತು. ಆದರೆ ಅವರು ನಮ್ಮ

ಸಂಬಂಧದಲ್ಲಿರೋ ಗಂಟನ್ನೂ ಬಿಚ್ಚಿಟ್ಟಿಲ್ಲವಾದ್ದರಿಂದ ಸಂದರ್ಭದ ಹಿಡಿತ ತನ್ನ ಕೈಯಲ್ಲೇ ಇದೆ ಅಂತ ಸಮಾಧಾನಗೊಂಡ.

'ಅನೂ.. ನೀನು ಮತ್ತೆ ಜಾಬ್ ಸೇರಿದ್ದು ನಂಗೋಸ್ಕರ ಮಾತ್ರ ಅನ್ನಿಸ್ತಿದೆ. ಬೇಕಾದ್ರೆ ನೀನು ಅದನ್ನ ಕ್ವಿಟ್ ಮಾಡು. ನಾನ್ ನಿನ್ನ ಸಪೋರ್ಟ್ ಮಾಡ್ತೀನಿ. ಯಾವಾಗ್ಲೋ ಒಂದ್ ಸಲ ಜಗಳ ಮಾಡ್ತೀನೇನೋ. ಬಟ್ ನಿಜ್ವಾಗ್ಲು ನನ್ ಡಿಸಿಶನ್ ಮೇಲೆ ನಿಂತಿರ್ತೀನಿ'

'ಅದೆಲ್ಲಾ ಏನೂ ಬೇಡ ಮಿಂಚು. ಫರ್ಸ್ಟ್ ನಾವಿಬ್ರೂ ಬೇಗ ಮದ್ವೆ ಆಗಿ ನಮ್ ಹೊಸ ಜೀವನ ಶುರುಮಾಡಿಬಿಡೋಣ'

ಅನೂಪ್ ತನಗಾಗಿ ಎಲ್ಲವನ್ನ ತ್ಯಾಗ ಮಾಡ್ತಿದ್ದಾನೆ ಎಂದನಿಸಿ ಮಿಂಚುಗೆ ಕಣ್ತುಂಬಿ ಬಂದಿತು. ನನಗಾಗಿ ಇಷ್ಟೆಲ್ಲಾ ಮಾಡೋ ಹುಡುಗನನ್ನ ಜೀವನ ಸಂಗಾತಿಯನ್ನಾಗಿ ಪಡೆದಿದ್ದು ಅದೃಷ್ಟವೆಂದುಕೊಂಡಳು.

# 17

ಯಾರು ಸಂತೋಷವಾಗಿರಲಿ - ಬಿಡಲಿ, ಯಾರು ಹುಟ್ಟಲಿ- ಸಾಯಲಿ, ಯಾರ ಸಮಸ್ಯೆಗಳಿಗೆ ಪರಿಹಾರ ಸಿಗಲಿ-ಸಿಗದೇ ಇರಲಿ ಕಾಲ ಮಾತ್ರ ಉರುಳುತ್ತಿರುತ್ತದೆ. ತಲೆಗೊಳಗಿನ ಪ್ರಪಂಚದಲ್ಲಿ ಬದುಕುವವರಿಗೂ ಅದೇ ಕಾಲ, ಹೊರ ಪ್ರಪಂಚದ ಅನುಭವ ಪಡೆಯುತ್ತಾ ಜೀವಿಸುವವರಿಗೂ ಅದೇ ಕಾಲ. ಹುಟ್ಟಿದವರೆಲ್ಲರೂ ತಮ್ಮ ಬದುಕನ್ನು ಜೀವಿಸುವುದಿಲ್ಲ, ಆದರೆ ಹುಟ್ಟಿದವರೆಲ್ಲರೂ ಸಾಯಲೇಬೇಕು. ಯಾವ ರೀತಿ ಬದುಕಬೇಕೆನ್ನೋದು ನಮ್ಮ ಕೈಲೇ ಇರುತ್ತದೆ. ಮಿಂಚುಗೆ ಅಮ್ಮನ ಸಂತೋಷವನ್ನು ಬಯಸೋ ಮಗಳಾಗಿ ಜೀವಿಸೋ ಆಸೆ, ಅನೂಪನಿಗೆ ಮಿಂಚೂ ಜೊತೆಗೆ ಜೀವಿಸೋ ಆಸೆ, ಮಗಳ ಜೀವನವನ್ನು ಸುರಕ್ಷಿತ ಘಟ್ಟ ತಲುಪಿಸಿದೆ ಅನ್ನೋ ವಿಶ್ವಾಸ ಇದ್ದ ಅರವಿಂದಾಗೆ ಉಳಿದ ಜೀವನವನ್ನು ಚಕ್ರವರ್ತಿಯೊಂದಿಗೆ ಬದುಕಿ, ವೈದ್ಯ ವೃತ್ತಿಯಲ್ಲಿ ಸಾರ್ಥಕತೆ ಕಾಣೋ ಆಸೆ. ವರುಷಗಳ ಹಿಂದೆಯೇ ತನ್ನದೆಲ್ಲವನ್ನೂ ತೊರೆದ ಚಕ್ರವರ್ತಿಗೆ ಅರವಿಂದಾಳ ಕೆಲಸ ಕಾರ್ಯಗಳಿಗೆ ಕೈಜೋಡಿಸುವ ಸಂಗಾತಿಯಾಗಿ ಜೀವಿಸುವ ಆಸೆ. ಎಲ್ಲರ ಆಸೆಗಳು ಈಡೇರಲು ಸಾಧ್ಯವಿಲ್ಲದಂತಹ ಜಾಗದಲ್ಲಿ ನಾಲ್ವರು ನಿಂತಿರುವುದು ವಿಧಿ ನಿಯಮವಾಗಿತ್ತು.

ರೈತ ಮಳೆ ಬರಲಿ ಎಂದು ದೇವರನ್ನು ಬೇಡಿಕೊಂಡರೆ, ಸೂರು ಹರಿದ ಗುಡಿಸಿಲಿನಲ್ಲಿರೋ ಬಡವ ಮಳೆ ಬಾರದೇ ಇರಲಿ ಎಂದು ದೇವರನ್ನು ಬೇಡಿಕೊಳ್ಳುತ್ತಾನೆ. ಆಗ ದೇವರು ಯಾವ ಭಕ್ತನ ಆಸೆಯನ್ನು ಈಡೇರಿಸಬೇಕು ಎಂದು ತಿಳಿಯದೇ ಕಲ್ಲಾಗಿ ಕೂತು ಬಿಡುತ್ತಾನೆ. ನ್ಯಾಯಾಲಯದಲ್ಲಿ ಚರ್ಚೆಯಾಗೋ ಪ್ರತಿ ಕೇಸಿಗೂ ಎರಡು ಮುಖವಿರಲೇಬೇಕು. ಯಾವುದು ಅಂದಿನ ಮಟ್ಟಿಗೆ

ನ್ಯಾಯ ಅನ್ನಿಸುತ್ತದೋ, ಯಾರು ಪ್ರಭಾವಶಾಲಿಯಾಗಿರುತ್ತಾನೋ, ಯಾರಲ್ಲಿ ಧನಬಲ ಜನಬಲವಿರುತ್ತದೆಯೋ, ಯಾರ ಅದೃಷ್ಟ ಚೆನ್ನಾಗಿರುತ್ತದೆಯೋ ಅವನು ಗೆಲ್ಲುತ್ತಾನೆ. ನ್ಯಾಯವೇನೆಂದು ಪರಿಗಣಿಸಲು ಎಲ್ಲರೂ ಒಂದೇ ದೃಷ್ಟಿಕೋನದಲ್ಲಿ ನೋಡುವುದು ಮುಖ್ಯವಾಗುತ್ತದೆ. ದೃಷ್ಟಿಕೋನವನ್ನು ಬದಲಿಸಿದರೇ ರಾಮಾಯಣ ದಲ್ಲಿ ರಾವಣನೂ ನಾಯಕನಾಗಿಬಿಡಬಹುದು, ಮಹಾಭಾರತದಲ್ಲಿ ಕೃಷ್ಣನೂ ಖಳನಾಯಕನಾಗಿಬಿಡಬಹುದು.

ಅನೂಪನ ಹುಟ್ಟಿನ ಸತ್ಯ ಗೊತ್ತಿರದ ಮಿಂಚು ಮತ್ತು ಅರವಿಂದಾ ನಿರಾಳವಾಗಿದ್ದರು. ಮನೆಯವರನ್ನು ಅರವಿಂದಾಳ ಮದುವೆಗೆ ಒಪ್ಪಿಸುವಲ್ಲಿ ಕಾಲಕ್ರಮೇಣ ಗೆಲುವು ಸಾಧಿಸಿದ್ದಳು. ಆದರೆ ತನ್ನ ಪ್ರೀತಿಗಿರುವ ತೊಡಕು ಅವಳಿಗೆ ತಿಳಿದಿರಲಿಲ್ಲ. ಅನೂಪ ಮದುವೆಯ ಬಗ್ಗೆ ಆತುರಕ್ಕೆ ತೋರುತ್ತಿದ್ದಕ್ಕೆ ಕಾರಣ ಸಿಗದೇ ಇದ್ದಾಗ ಹುಟ್ಟುಹಬ್ಬದ ನಂತರದಿಂದ ಅವನು ನನ್ನನ್ನು ಬಿಟ್ಟಿರಲಾರದೇ ಒದ್ದಾಡುತ್ತಿರಬಹುದೆಂದು ಊಹಿಸಿ ಮುಗುಳ್ನಕ್ಕಳು.

ಪ್ರತಿದಿನವೂ ಬಿಸಿ ಹೆಂಚಿನ ಮೇಲೆ ಕೂತಿರುವಂತೆ ಒದ್ದಾಡುತ್ತಿದ್ದ ಅನೂಪನಿಗೆ ಆಘಾತಕಾರಿ ಸುದ್ದಿಯೊಂದು ಕಾದಿತ್ತು. ಎರಡೂ ಮನೆಯ ಹಿರಿಯರೊಂದಿಗೆ ಸೇರಿ ನಿಶ್ಚಿತಾರ್ಥದ ದಿನಾಂಕವನ್ನು ಗೊತ್ತುಮಾಡಬೇಕೆಂದಿತ್ತು, ಆದರೆ ಅವನ ದೊಡ್ಡಪ್ಪನಿಗೆ ಹೃದಯಘಾತವಾಗಿ ಮರಣ ಹೊಂದಿದ್ದರಿಂದ ಒಂದು ವರ್ಷ ಮನೆಯಲ್ಲಿ ಶುಭಕಾರ್ಯ ನಡೆಯಬಾರದೆಂಬ ಸುದ್ದಿ ಅವನ ಕಿವಿ ಮುಟ್ಟಿತು. 'ನಾನೇನು ಇವರ ಸ್ವಂತ ಮಗನಲ್ಲವಲ್ಲ ನನ್ನ ಮದುವೆಗೆ ಆ ಸೂತಕ ಯಾಕೆ ಅಡ್ಡಿ ಬರಬೇಕು' ಅನ್ನೋ ವಿಚಿತ್ರ ಯೋಚನೆಗಳೂ ಅವನ ತಲೆಯನ್ನು ಹೊಕ್ಕವು. ನಂತರ ವಿವೇಕ ಜಾಗೃತವಾಗಿ ಬಂದ ಯೋಚನೆಗಳೆಲ್ಲಾ ಮಾತಾಗದಂತೆ ನಿಗಾ ವಹಿಸಿತು. ಅನೂಪ್ ಮಿಂಚುಗೆ 'ಚೈನಾದಲ್ಲಿ ಯಾವ್ದೋ ವೈರಸ್ ಹರಡ್ತಿದ್ಯಂತೆ ಅದೇನಾದ್ರೂ ಇಲ್ಲಿಗೂ ಬಂದ್ರೆ ನಾವ್ ಸದ್ಯಕ್ ಮದ್ವೆ ಆಗೋಕ್ ಆಗಲ್ಲ ಮಿಂಚು' ಅಂತ ಗಂಭೀರವಾಗಿ ಹೇಳಿದಾಗ ಅವಳು ಹೊಟ್ಟೆಹುಣ್ಣಾಗುವಂತೆ ನಕ್ಕಳು. ಅನೂಪನ ಚಡಪಡಿಕೆ, ತರ್ಕಗಳು ಅವಳಿಗೆ ಕಚಗುಳಿ ಇಡುತ್ತಿದ್ದವು.

ಮಗಳ ಮದುವೆ ಕೆಲಸಗಳು ಮುಂದೆ ಹೋಗಿದ್ದರಿಂದ ಅರವಿಂದಾ ತನ್ನ ಕೆಲಸದ ಕಡೆ ಗಮನ ಹರಿಸಬೇಕಾಗಿತ್ತು. ಉಡುಪಿಗೆ ಹೋದ ನಂತರ ಎಲ್ಲವೂ ಮೊದಲಿನ ಹಾಗಿರಲಿಲ್ಲ. ಚಕ್ರವರ್ತಿಯ ವರ್ತನೆ ಅರವಿಂದಾಳ ತಾಳ್ಮೆ ಪರೀಕ್ಷಿಸುತ್ತಿತ್ತು. ಅವನನ್ನು ಸಂಪರ್ಕಿಸಲು ಮೂರ್ನಾಕು ಬಾರಿ ಫೋನ್ ಮಾಡಿದರೆ ಒಂದು ಸಲ ಉತ್ತರಿಸುತ್ತಿದ್ದ, ಫೋನಿನಲ್ಲಿ ಎರಡು ನಿಮಿಷಕ್ಕಿಂತ ಹೆಚ್ಚು ಮಾತನಾಡುತ್ತಿರಲಿಲ್ಲ, ಕ್ಲಿನಿಕ್‌ನಲ್ಲಿ ಆಟೋದಲ್ಲಿ, ರಾಧಮ್ಮ ವೆಂಕಿ ತಾತನ ಜೊತೆಗಿನ ಹರಟೆಯಲ್ಲಿ ಚಕ್ರವರ್ತಿಯನ್ನು ತುಂಬಾ ಮಿಸ್ ಮಾಡಿಕೊಳ್ಳುವಂತಾಯಿತು. ಒಮ್ಮೊಮ್ಮೆ ಹಿಂದೆ ಇದ್ದ ಚಕ್ರವರ್ತಿ ಇವರೇನಾ ಅನ್ನಿಸುವಷ್ಟು Detatched ಭಾವನೆ ಬರುತ್ತಿತ್ತು. ರಾತ್ರಿಗಳು ಮತ್ತೆ

ನೀರವತೆಯಿಂದ ಕೂಡಿತು, ಭಯಾನಕವೆನಿಸಿತು, ಸರಿಯಾದ ಕಾರಣವಿಲ್ಲದೇ ಚಕ್ರವರ್ತಿ ಅಪರಿಚಿತ ಅನ್ನಿಸೋ ಮಟ್ಟಿಗೆ ದೂರದವನಾದ. ಬೆಂಗಳೂರಿನಲ್ಲಿ ಏನಾಗಿರಬಹುದು? ಮಿಂಚು ಜೊತೆ ಮಾತನಾಡಿದ ಮೇಲೂ ಎಲ್ಲವೂ ಸರಿಯಾಗಿತ್ತಲ್ಲವೇ? ನನ್ನಿಂದ ಏನಾದರೂ ತಪ್ಪಾಯಿತೇ? ಯೋಚಿಸಿ ಯೋಚಿಸಿ ಸೋತಳು.

ಜಗಳ, ತಪ್ಪುಗಳು ಯಾವುದೂ ಎದ್ದು ಕಾಣಿಸದ ಮೌನ ತುಂಬಾ ಕ್ರೂರವಾದದ್ದು. ಎದುರಿಗಿರುವವನ ಕುತ್ತಿಗೆ ಪಟ್ಟಿ ಹಿಡಿದು ಏಕೆ ಹೀಗೆ ಮಾಡಿದೆ ಎಂದು ಕೇಳುವಂತಹ ಯಾವ ಘಟನೆಯೂ ನಡೆದಿರುವುದಿಲ್ಲ, ಆದರೂ ಪ್ರೀತಿ ವಿಶ್ವಾಸ ಕ್ಷೀಣಿಸುತ್ತಿರುವುದು ಅನುಭವಕ್ಕೆ ಬರುತ್ತಿರುತ್ತದೆ. ಈ ತರದ ಮೌನಗಳಿಗೆ ಸುಲಭವಾಗಿ ಸಂಬಂಧಗಳನ್ನು ಅಳಿಸಿಹಾಕಬಲ್ಲ ಶಕ್ತಿಯಿರುತ್ತದೆ. ಚಕ್ರವರ್ತಿ ತನ್ನನ್ನು ದೂರಮಾಡುತ್ತಿರಬಹುದು ಅನ್ನೋ ಯೋಚನೆಯೇ ಅವಳ ತಲೆದಿಂಬನ್ನು ಒದ್ದೆ ಮಾಡಿತು. ಬೆಳಗ್ಗೆ ಎದ್ದಾಗ, ಕೆಲಸ ಕಾರ್ಯಗಳಲ್ಲಿ ತೊಡಗಿದಾಗ ಎಲ್ಲವೂ ಸರಿಯಾಗಿದೆ ಎಂದು ಭಾಸವಾಗಿ ಯಾವ ಭಾವನೆಯನ್ನು ಎಷ್ಟು ಪರಿಗಣಿಸಬೇಕೆಂದು ತಿಳಿಯದೇ ಒದ್ದಾಡಿದಳು. ಇದರ ಮಧ್ಯೆ ಹುಬ್ಬಳ್ಳಿಯಲ್ಲಿ ಸೋರಿಯಾಸಿಸ್ ರೋಗದ ಬಗ್ಗೆ ಅರಿವು ಮೂಡಿಸೋ ಕ್ಯಾಂಪೇನ್ ಬಂದದ್ದರಿಂದ ಅರವಿಂದಾ ಪಾಲ್ಗೊಳ್ಳಬೇಕಾಯಿತು. ಒಂದು ವಾರದ ಕ್ಯಾಂಪೇನ್‌ಗಾಗಿ ಸಾಕಷ್ಟು ತಯಾರಿ ಮಾಡಿಕೊಳ್ಳಬೇಕಾಗಿತ್ತು. ಚಂಚಲವಾಗಿದ್ದ ಮನಸ್ಸನ್ನು ಹತೋಟಿಗೆ ತೊಗೊಳ್ಳುವುದೇ ದೊಡ್ಡ ಸವಾಲಾಯಿತು. ತಲೆಯೊಳಗಿನ ಗೊಂದಲದ ಗೂಡನ್ನು ಬಿಡಿಸಿಕೊಂಡು ಹೊರಬರಲು ನೇರವಾಗಿ ಮಾತನಾಡುವುದೇ ದಾರಿ ಎಂದು ಕಂಡುಕೊಂಡಳು. ಚಕ್ರವರ್ತಿಯನ್ನು ಭೇಟಿಯಾಗಲೇಬೇಕು ಎಂದು ಪ್ರಯತ್ನಪೂರ್ವಕವಾಗಿ ಅವನನ್ನು ಕಂಡಳು.

ಇಬ್ಬರೂ ಮಲ್ಪೆ ಬೀಚ್‌ನಲ್ಲಿ ಭೇಟಿಯಾದರು. ಸಮುದ್ರವೂ ಕೂಡ ಇವರಿಬ್ಬರ ಮಾತುಗಳನ್ನು ಕೇಳಿಸಿಕೊಳ್ಳಲು ಶಾಂತವಾಗಿತ್ತು. ಬಹಳ ದಿನಗಳ ನಂತರ ಭೇಟಿಯಾದವರನ್ನು ಡಿಸ್ಟರ್ಬ್ ಮಾಡಬಾರದೆಂದೋ ಏನೋ ಸುತ್ತಮುತ್ತ ಹೆಚ್ಚು ಜನರೂ ಇರಲಿಲ್ಲ.

'ನಾವಿಬ್ರೂ ಸಿಕ್ಕು ಹದಿನೇಳು ದಿನಗಳಾಯ್ತು, ಫೋನಿನಲ್ಲಿ ಸರಿಯಾಗಿ ಮಾತ್ನಾಡಿ ಅದೆಷ್ಟು ದಿನಗಳಾಯ್ತೋ ಲೆಕ್ಕವಿಲ್ಲ. ಹೀಗೇ ಒಬ್ಬರನ್ನೊಬ್ಬರು ಬಿಟ್ಟು ಆರಾಮಾಗಿ ಇರಬಹುದು ಅನ್ನೋದಾದ್ರೆ ನಾವ್ ಒಟ್ಟಿಗೆ ಬದುಕಬೇಕು ಅಂತ ಅಂದುಕೊಳ್ಳೋದ್ರಲ್ಲಿ ಅರ್ಥ ಇಲ್ಲ ಅಲ್ವಾ?'

ನೇರ ದೃಷ್ಟಿಯಿಟ್ಟು ಅರವಿಂದಾ ಆಡಿದ ಮಾತಿಗೆ ಚಕ್ರವರ್ತಿ ನಿರುತ್ತರನಾದ. ಅರವಿಂದಾಳನ್ನು ಬಿಟ್ಟುಕೊಡಬಾರದನ್ನೋದು ಅವನ ಮನಸ್ಸಿನಲ್ಲಿ ಬಲವಾಗಿದ್ದು ಎಷ್ಟು ಸತ್ಯವೋ, ಆಕೆ ತನ್ನ ಮಗ ಪ್ರೀತಿಸಿದ ಹುಡುಗಿಯ ತಾಯಿ ಅನ್ನೋ

ಕಾರಣ ಅವಳಿಂದ ದೂರ ಉಳಿಸಿತು ಅನ್ನೋದು ಅಷ್ಟೇ ಸತ್ಯ. ಗೊತ್ತಿಲ್ಲದೇ ಮಾಡಿದ ತಪ್ಪನ್ನು ಮನ್ನಿಸಬಹುದು, ಗೊತ್ತಿದ್ದೂ ತಪ್ಪು ಮಾಡಿದರೆ ನನ್ನನ್ನು ಏನೆಂದು ಕರೆಯಬೇಕು ಅನ್ನೋ ಅಳುಕು ಆಳವಾಗಿತ್ತು. ಬುದ್ಧಿ, ವಿವೇಕಗಳಿಂದ ಹುಟ್ಟಿದ ಈ ಎಲ್ಲಾ ಯೋಚನೆಗಳು ಅರವಿಂದಾಳಿಂದ ದೂರವಿದ್ದಾಗ ಕೆಲಸ ಮಾಡಿದವು. ಯಾವಾಗ ಅವಳು ಎದುರಿಗೆ ಬಂದು ಪ್ರೀತಿ ತುಂಬಿದ ಕಣ್ಣುಗಳಲ್ಲಿ ತನ್ನಿಂದ ದೂರವಾಗಿದ್ದಕ್ಕೆ ವ್ಯಂಗ್ಯದ ಬಾಣ ಬಿಟ್ಟಳೋ ಆಗ ಚಕ್ರವರ್ತಿಯ ತರ್ಕಗಳೆಲ್ಲವೂ ಹಳ್ಳ ಹಿಡಿದವು.

'ಛೇ.. ಯಾಕ್ ಹೀಗೆಲ್ಲಾ ಮಾತಾಡ್ತೀರಾ ಅರವಿಂದಾ.. ನಿಮ್ಮ ಅಣ್ಣನ ಮನೇಲಿ ನಮ್ಮ ವಿಷಯಕ್ಕೆ ಜಗಳ ಆಗಿದ್ರಿಂದ ನಾನು ಸ್ವಲ್ಪ ಡಿಸ್ಟರ್ಬ್ ಆಗಿದ್ದೆ ಅಷ್ಟೇ' ಏನೋ ಒಂದು ಹೇಳಿ ತೇಪೆ ಹಾಕಬೇಕಿತ್ತು ಅವನಿಗೆ.

'ಅದೆಲ್ಲಾ ಸರಿಹೋಯ್ತು ಅಂದ್ನಲ್ಲ? ನನ್ ಮಗಳ ಹಟದ ಮುಂದೆ ಎಲ್ಲರೂ ಶರಣಾದ್ರು. ಹಟ ಒಂದೇ ಅಲ್ಲ, ನಮ್ಮಣ್ಣ ಅತ್ಗೇಗೂ ಅರ್ಥ ಆಯ್ತು ಅನ್ಸತ್ತೆ'

ಅರವಿಂದಾ ಅಂದು ತುಂಬಾ ಮಾತನಾಡುವ ಲಹರಿಯಲ್ಲಿದ್ದಳು. ಚಕ್ರವರ್ತಿಗೆ ಸರಿಯಾದ ಪ್ರತಿಕ್ರಿಯೆ ಕೊಡಲು ಸಾಧ್ಯವಾಗುತ್ತಿರಲಿಲ್ಲ. ದೂರ ಹೋಗಬೇಕೆಂದುಕೊಂಡಷ್ಟು ಹತ್ತಿರ ಸೆಳೆಯುವ ಪ್ರೀತಿ ಅರವಿಂದಾಳಲ್ಲಿತ್ತು. ಅರವಿಂದಾ ತನ್ಮಯತೆಯಿಂದ ಇನಿಯನ ಕೈಯಲ್ಲಿ ತನ್ನ ಕೈಯನ್ನು ಬೆಸೆಯಲು ಬಂದಾಗ ಚಕ್ರವರ್ತಿ ಮೆಲ್ಲಗೆ ಕೈಬಿಡಿಸಿಕೊಂಡು ಇದ್ದಕ್ಕಿದ್ದಂತೆ ಯಾವುದೋ ಮಾತಿನ ಮಧ್ಯೆ ತನ್ನ ಪ್ರಶ್ನೆಯನ್ನು ತೂರಿಸಿದ.

'ಅಕಸ್ಮಾತ್ ನಾನು ನಿಮ್ಮ ಮಗಳಿಗೆ ಇಷ್ಟ ಆಗಿರ್ಲಿಲ್ಲ ಅಂದ್ರೆ ನನ್ನ ಜೊತೆ ಇರೋಕೆ ಒಪ್ತಿದ್ರಾ?'

'ಅವಳಿಗೆ ನಾನ್ ಮದ್ವೆ ಆಗ್ತೀನಿ ಅಂತ ಒಪ್ಪಿದ್ದೇ ಬೆಟ್ಟದಷ್ಟು ಸಂತೋಷ ಕೊಟ್ಟಿದೆ, ಅಂತದ್ರಲ್ಲಿ ನಾನ್ ಯಾರನ್ನೇ ಆಯ್ಕೆ ಮಾಡಿದ್ರು ಅಫ್ಗಿಗೆ ಒಪ್ಗಿಗೆ ಇದ್ದೇ ಇರ್ತಿತ್ತು. ನನ್ ಆಯ್ಕೆ ಬಗ್ಗೆ ಅಫ್ಗಿಗೆ ಗೌರವ ಇದೆ'

'ಗೌರವ ಅಂತಲ್ಲಾ.. ನಿಮ್ಗೆ ಗೊತ್ತಿಲ್ದೇ ಇರೋ ವಿಷಯ ಅಫ್ಗಿಗೆ ಗೊತ್ತಾಗಿ ನೀವು ನನ್ ಜೊತೆ ಇರೋದು ಬೇಡ ಅಂದ್ರೆ?'

'ಯಾಕೆ ನೀವ್ ಯಾವ್ದಾದ್ರು ಕ್ರಿಮಿನಲ್ ಕೆಲ್ಸ ಮಾಡಿದ್ದೀರಾ? ಅದು ನನ್ ಮಗಳಿಗೆ ಗೊತ್ತಾದ್ರೆ ಏನೂ.. ನಂಗೆ ಗೊತ್ತಾದ್ರೂ ನಿಮ್ಮಿಂದ ದೂರ ಓಡೋಗೋದು ಗ್ಯಾರಂಟಿ' ಅರವಿಂದಾ ತಮಾಷೆ ಮಾಡಿ ನಕ್ಕಳು.

ಎಷ್ಟೋ ಸಲ ಜೀವನದಲ್ಲಿ ಸತ್ಯ ಗೊತ್ತಿಲ್ಲದೆ ಇರುವುದೇ ನೆಮ್ಮದಿ ಕೊಡುತ್ತದೆ. ಫೈವ್ ಸ್ಟಾರ್ ಹೋಟೆಲ್ ಬಗ್ಗೆ ಗೊತ್ತಿರದ ಭಿಕ್ಷುಕನಿಗೆ ಮೂರು ರೂಪಾಯಿಯ ಬನ್ ಸಂತೃಪ್ತಿಯನ್ನು ಕೊಡುತ್ತದೆ. ಅದೇ ಫೈವ್‌ಸ್ಟಾರ್ ಹೋಟೆಲ್ ಊಟದ ರುಚಿ ಗೊತ್ತಿದ್ದು, ಅದರ ಕನಸು ಕಾಣುತ್ತಿರುವವನಿಗೆ ಹೊಟ್ಟೆ ತುಂಬುವಷ್ಟು

ರುಚಿಕರವಾದ ಊಟ ಬಡಿಸಿದರೂ ಸಿಗದ ಐಷಾರಾಮ ಬಾಧಿಸುತ್ತಿರುತ್ತದೆ. ಹಾಗಾಗಿಯೇ Ignorance is bliss. ಅನೂಪನ ಸಂಪರ್ಕವೇ ಇಲ್ಲದೇ ಹೋಗಿದ್ದರೆ ಇಂದು ಅರವಿಂದಾಳ ಸಂಗದಲ್ಲಿ ಅತ್ಯಂತ ಸಂತೋಷಿಯಾಗಿರುತ್ತಿದ್ದೆ ಅನ್ನಿಸಿತು ಚಕ್ರವರ್ತಿಗೆ. ಅರವಿಂದಾ ಮಾತಿನಲ್ಲೇ ಹುಬ್ಬಳ್ಳಿ ಕ್ಯಾಂಪೇನ್, ಹೊಸ ಕ್ಲಿನಿಕ್, ಬೆಂಗಳೂರಿನ ಅಣ್ಣನ ಮನೆ, ರಾಧಮ್ಮಜ್ಜಿಯ ಮನೆ ಎಲ್ಲಾ ಕಡೆ ಸುತ್ತುಹೊಡೆದು ಬಂದಿದ್ದಳು. ಆದರೆ ಚಕ್ರವರ್ತಿ ಮಾತ್ರ ಎಲ್ಲಿದ್ದನೋ ಅಲ್ಲಿಂದ ಒಂದಿಂಚೂ ಕದಲಿರಲಿಲ್ಲ.

'ಅಲ್ಲಾ.. ಕಾರಣ ಎಲ್ಲಾ ಬಿಡಿ, ನಿಮ್ಮ ಮಗಳು ನನ್ನ ಒಪ್ಪಲಿಲ್ಲ ಅಂದ್ರೆ ನೀವ್ ನನ್ ಜೊತೆ ಮುಂದುವರೀತೀರಾ?' ಚಕ್ರವರ್ತಿ ಒತ್ತಿ ಕೇಳಿದ.

ಈ ಸಲ ಅರವಿಂದಾ ಗಂಭೀರವಾದಳು. 'ನನ್ ಮಗಳು ಒಪ್ಪಲಿಲ್ಲ ಅಂದ್ರೂ ನಾನು ನಿಮ್ಮನ್ನ ಕಳೆದುಕೊಳ್ಳಲ್ಲ. ಮದುವೆ ಆಗೋದು ಬಿಡೋದು ಬೇರೆ ಪ್ರಶ್ನೆ, ಆದರೆ ನಿಮ್ಮ ಸ್ನೇಹವನ್ನಂತೂ ಉಳಿಸ್ಕೊಳ್ತೀನಿ. ನನ್ನ ಪ್ರಕಾರ, ವ್ಯಕ್ತಿಗಳನ್ನ ಸಂಪಾದಿಸೋದೇ ಮನುಷ್ಯನ ದೊಡ್ಡ ಸಾಧನೆ. ಯಾವ್ದೇ ಬಂಧನವಿಲ್ದೇ ನಮ್ಮೊಳಿತಿಗಾಗಿ ಶ್ರಮಿಸೋರನ್ನ, ನಮ್ಮ ಬೆನ್ನಿಗೆ ನಿಲ್ಲೋರನ್ನ ಯಾವತ್ತೂ ಕಳೆದುಕೊಳ್ಬಾರ್ದು ಅಂತ ನಾನ್ ನಂಬ್ತೀನಿ' ಅರವಿಂದಾಳ ಮಾತುಗಳಿಗೆ ಚಕ್ರವರ್ತಿ ಭಾವುಕನಾದ. ಅವಳಲ್ಲಿ ಇಷ್ಟು ವಿಶ್ವಾಸವಿದ್ದ ಮೇಲೆ ತನ್ನ ಅಭದ್ರತೆಗೆ ಅರ್ಥವಿಲ್ಲ ಅನ್ನಿಸಿತು. ಅನೂಪನ ಬಗ್ಗೆ ಹೇಳಬೇಕೆಂದುಕೊಂಡಾಗ ಬಾಯಿ ಬರಲಿಲ್ಲ. ಬೆದರಿಕೆ ಹಾಕಿದವನೇ ಅದನ್ನು ಹೇಳಿಕೊಳ್ಳಲಿ ಅನ್ನೋ ಭಂಡತನ ಮೂಡಿತು. ಚಕ್ರವರ್ತಿ ಇಷ್ಟು ದಿನ ಸಾಗಿದ್ದ ಹಾದಿಯನ್ನು ಮರೆತು ಹಳೇ ದಾರಿ ಹಿಡಿದ. ಹುಬ್ಬಳ್ಳಿಯಲ್ಲಿ ನಡೀತಿರೋ ಕಾರ್ಯಕ್ರಮದ ಬಗ್ಗೆ ವಿವರವಾಗಿ ತಿಳಿದುಕೊಂಡು ಅದರ ಕೆಲಸದಲ್ಲಿ ಭಾಗಿಯಾಗುವ ಉತ್ಸಾಹ ತೋರಿದಾಗ ಎಲ್ಲವೂ ಮೊದಲಿನಂತೇ ಇದೆ ಎಂದು ಅರವಿಂದಾಗೆ ಸಮಾಧಾನವಾಯಿತು.

❋

ಬಾಲ್ಯದ ಗೆಳತಿ ವಿಶಾಖಾಗೆ ಮಗು ಹುಟ್ಟಿದಾಗಿನಿಂದ ಹೆಚ್ಚು ಕಮ್ಮಿ ವಾರಕ್ಕೆ ಒಮ್ಮೆಯಾದರೂ ಮಿಂಚು ಅವಳನ್ನು ನೋಡಲು ಹಾಜರಾಗುತ್ತಿದ್ದಳು. ತನ್ನ ಬ್ರೇಕ್‌ಅಪ್, ಪ್ಯಾಚ್‌ಅಪ್‌ನಿಂದ ಹಿಡಿದು ಅತ್ತೆ ಮನೆಯಲ್ಲಿ ಅಮ್ಮನ ಮದುವೆಯ ಹೋರಾಟದವರೆಗೆ ಎಲ್ಲವನ್ನೂ ಚಾಚೂತಪ್ಪದೇ ತನ್ನ ಪ್ರಿಯ ಗೆಳತಿಗೆ ಅಪ್‌ಡೇಟ್ ಮಾಡಿದ್ದಳು. ಬಾಣಂತಿ ವಿಶಾಖಾಗೂ ಅವಳ ಬಗ್ಗೆ ತಿಳಿದುಕೊಳ್ಳೋದು ಒಳ್ಳೇ ಟೈಮ್‌ಪಾಸ್ ಆಗಿತ್ತು. ಅನೂಪ್ ಮಿಂಚುಗೆ ಮದುವೆ ಪ್ರಪೋಸ್ ಮಾಡಿದ ರೀತಿ ಬಗ್ಗೆ ಕೇಳಿದ ವಿಶಾಖಾ ಗಂಡನಿಗೆ ನಾವೊಂದು ಬೋರಿಂಗ್ ಮದುವೆ ಮಾಡಿಕೊಂಡ್ವಿ, ನೀವು ನನ್ನ ನೋಡೋಕ್ ಬಂದ್ರಿ ಒಂದ್ ತಿಂಗಳಲ್ಲಿ ಮದ್ವೆನೇ ಆಗೋಯ್ತು ಅಂತ ಕಮೆಂಟ್ ಮಾಡಿದಾಗ ಸುಧೀರ್‌ಗೆ ಮುಖ ಚಿಕ್ಕದಾಯಿತು. ಮಿಂಚು–ಅನೂಪನನ್ನು ಮುಂದಿಟ್ಟುಕೊಂಡು ಯಾವುದಾದರೊಂದು ವಿಷಯಕ್ಕೆ

ವಿಶಾಖಾ ತನ್ನನ್ನು ಕಡೆಗಣಿಸುತ್ತಾಳೆ, ಪ್ರಪಂಚದಲ್ಲಿ ಅವರೊಬ್ಬರದೇ ಆದರ್ಶ ಪ್ರೇಮಕಥೆ ಅನ್ನೋ ಹಾಗೆ ಮಾತನಾಡುತ್ತಾಳೆ ಎಂದು ಸಿಟ್ಟು ಬರುತ್ತಿತ್ತು. ಸುಧೀರನಿಗೆ ಅದೇಕೋ ಅನೂಪ್ ಮಿಂಚುನ ಕಂಡರೆ ಆಗದು ಅಂತ ಹಿಂದೆ ನಡೆದ ವಾಗ್ವಾದದಿಂದ ಅರ್ಥ ಮಾಡಿಕೊಂಡಿದ್ದ ವಿಶಾಖಾ ಮನೆಯಲ್ಲಿ ಶುಭ ಕಾರ್ಯ ನಡೆಯುವ ದಿನ ಅವರು ಬಂದಾಗ ಮುಖ ಗಂಟು ಹಾಕಿಕೊಳ್ಳದಿರಿ, ನನ್ ಬೆಸ್ಟ್ ಫ್ರೆಂಡ್ಸ್ ಅವರು ಅಂತ ಗಂಡನಿಗೆ ಎಚ್ಚರಿಕೆ ಕೊಟ್ಟಿದ್ದಳು.

ವಿಶಾಖಾಳ ತವರು ಮನೆಯಲ್ಲಿ ನಾಮಕರಣದ ಸಂತಸ ಎಲ್ಲೆಲ್ಲೂ ತುಂಬಿತ್ತು. ವಿಶಾಖಾ ಸುಧೀರ್ ದಂಪತಿಗಳು ತಮ್ಮ ಚೊಚ್ಚಲ ಹೆಣ್ಣು ಮಗುವಿಗೆ 'ಮಾನ್ಯ' ಎಂದು ನಾಮಕರಣ ಮಾಡಿದರು. ಆ ಸಂಭ್ರಮದಲ್ಲಿ ಮಿಂಚು ಅನೂಪ್ ಮತ್ತಿತರ ಸ್ನೇಹಿತರ ಗುಂಪು ಸೇರಿತ್ತು. ಬೇಬಿ ಶವರ್‌ನಲ್ಲಿ ನಡೆದ ಮಿಂಚೂ ಮಿಮಿಕ್ರಿ ಕಾರ್ಯಕ್ರಮ ಸ್ನೇಹಿತರ ಒತ್ತಾಯದ ಮೇರೆಗೆ ಇಲ್ಲಿಯೂ ಶುರುವಾಯಿತು. ಒಬ್ಬೊಬ್ಬರ ಸಿಗ್ನೇಚರ್ ಡೈಲಾಗ್ ಹೇಳುತ್ತಾ ನಗಿಸಿದ ಮಿಂಚು ಸುಧೀರ್‌ನ ತರ ಮಾಡು ಅಂತ ಎಲ್ಲರೂ ಕೇಳಿಕೊಂಡಾಗ ಮಿಮಿಕ್ರಿ ಶುರುಮಾಡಿಕೊಂಡಳು. 'Sorry am busy, you guys carry on' ಎಂದು ಗಂಟು ಮುಖ ಮಾಡಿ ಶೂ ಹಾಕಿಕೊಂಡು ಹೋದಂತೆ ನಟಿಸಿದಳು. ಸುಧೀರ್ ಜನರೊಂದಿಗೆ ಸೇರದೆ ಆಟಿಟ್ಯೂಡ್ ತೋರಿಸುತ್ತಾನೆ ಅಂತ ಗೊತ್ತಿದ್ದವರೆಲ್ಲರಿಗೂ ಮಿಂಚು ಮಾಡಿ ತೋರಿಸಿದ್ದು ಥೇಟ್ ಅವನ ಹಾವಭಾವದಂತೇ ಕಾಣಿಸಿ ಬಿದ್ದು ಬಿದ್ದು ನಕ್ಕರು. ಪ್ರತಿಷ್ಠಿತ ಸುದ್ದಿವಾಹಿನಿಯಲ್ಲಿ ಚೀಫ್ ಎಡಿಟರ್ ಆಗಿ ಕೆಲಸ ಮಾಡೋ ಸುಧೀರ್‌ನ ಕಂಡರೆ ಕಚೇರಿಯಲ್ಲಿ ಎಲ್ಲರೂ ಹೆದರುತ್ತಿದ್ದರು. ರೌಡಿಗಳು, ಪೊಲೀಸರು, ರಾಜಕಾರಣಿಗಳು, ಉದ್ಯಮಿಗಳಿಗೆಲ್ಲಾ ಬೇಕಾಗಿದ್ದವನನ್ನು ಸುಲಭವಾಗಿ ಆಡಿಕೊಳ್ಳುತ್ತಿದ್ದದ್ದು ವಿಶಾಖಾಳ ಸ್ನೇಹಿತರು ಮಾತ್ರ. ಅವರ ತಮಾಷೆಗಳನ್ನ ಕಂಡರಂತೂ ಅವನಿಗೆ ಮೈ ಉರಿಯುತ್ತಿತ್ತು. ಸದಾ ಗಂಭೀರವಾಗಿ ಸುದ್ದಿಲೋಕದಲ್ಲಿ ನಡೆಯೋ ವಿಚಾರಗಳು, ಹೆಡ್‌ಲೈನ್‌ಗಳು, TRPಯ ಬಗ್ಗೆ ಚಿಂತಿಸೋ ಅವನ ಮುಖದಲ್ಲಿ ನಗು ಕಾಣಿಸುವುದೇ ಕಡಿಮೆ. ಅವನು ಮಿಂಚು ಮಿಮಿಕ್ರಿಯನ್ನು ನೋಡಿಯೂ ನೋಡದಂತೆ ಕಣ್ಮರೆಯಾಗಿಬಿಟ್ಟ.

ಅನೂಪ್ ಒಳಗಿದ್ದ ತಳಮಳಗಳಿಗೆ ಆ ಕಾರ್ಯಕ್ರಮ ಸಣ್ಣ ಬ್ರೇಕ್ ಕೊಟ್ಟಂತಾಗಿತ್ತು. ಬಂದಿದ್ದವರೆಲ್ಲರ ನಗುಮುಖ ನೋಡುತ್ತಾ ಇವರ್ಯಾರಿಗೂ ಜೀವನಲ್ಲಿ ಚಿಂತೆಯೇ ಇರೋದಿಲ್ಲವೇ? ಅಥವಾ ಇದ್ದರೂ ಮರೆಯುತ್ತಾರಾ? ಒಬ್ಬರ ಸಂತೋಷದಲ್ಲಿ ಭಾಗಿಯಾಗಿ ಇನ್ನೊಬ್ಬರು ತಮ್ಮ ದುಃಖ ನೋವುಗಳನ್ನು ಮರೆಯಲಿ ಅಂತಲೇ ಶುಭಕಾರ್ಯಗಳನ್ನು ಮಾಡುತ್ತಾರೇನೋ ಅಂತ ಯೋಚಿಸಿದ. ಯಾವುದೇ ಸಮಾರಂಭವಿದ್ದರೂ ಕ್ಯಾಮೆರಾ ಹಿಡಿದು ಬರುತ್ತಿದ್ದ ಅನೂಪ್ ಅಂದು ಏಕೆ ಫೋಟೋ ತೆಗೆಯುತ್ತಿಲ್ಲವೆನ್ನೋದನ್ನು ಊಹಿಸಲು ಅವನ ಸ್ನೇಹಿತರಿಗೆ ಸಮಯ ಹಿಡಿಯಲಿಲ್ಲ. ಗುಂಪಿನಲ್ಲೊಬ್ಬ ತಂದಿದ್ದ DSLR

ಕ್ಯಾಮೆರಾವನ್ನು ಹೇಗಾದರು ಮಾಡಿ ಅನೂಪ್ ಕೈಗೆ ಕೊಟ್ಟು ಫೋಟೋ ತೆಗೆಸಿ cheer up ಮಾಡಬೇಕೆಂದು ಪಣ ತೊಟ್ಟುಬಿಟ್ಟರು. ಅನೂಪ್ ಮಾತ್ರ ಕ್ಯಾಮೆರಾ ಕಂಡೊಡನೇ ಬಾಂಬ್ ನೋಡಿದಂತೆ ದೂರಹೋಗಿ ನಾನ್ ಫೋಟೋ ತೆಗೆಯಲ್ಲ ಬಲವಂತ ಮಾಡ್ಬೇಡಿ ಎಂದು ದಮ್ಮಯ್ಯ ಬೇಡಿದ. ಮಿಂಚೂ ಅವನ ಭಯವನ್ನು ಅರ್ಥ ಮಾಡಿಕೊಂಡಳು.

'ಅನೂ.. I think you should fight your fear. ಯಾವುದ್ರಿಂದ ನಾವ್ ದೂರ ಓಡ್ತಿರ್ತೀವೋ ಅದೇ ನಮ್ಮ ಜೀವನದ ಅತಿ ದೊಡ್ಡ ಭಯ ಆಗಿರುತ್ತೆ. ಅದನ್ನ ಫೇಸ್ ಮಾಡ್ದೇ ಇದ್ದರೆ ನಾವು ಆ ಭಯದ ಲೂಪಿನಿಂದ ಹೊರಕ್ಕೆ ಬರೋದಕ್ಕೇ ಆಗಲ್ಲ.'

ಅನೂಪನಿಗೆ ಅವಳ ಮಾತುಗಳು ಎರಡು ಅರ್ಥ ಕೊಟ್ಟವು. ತನ್ನ ಪ್ರೀತಿ ಮತ್ತು ಫೋಟೋಗ್ರಫಿ ಸದ್ಯಕ್ಕೆ ಅವನ ಎರಡು ದೊಡ್ಡ ಭಯಗಳಾಗಿದ್ದವು. ಆ ಸವಾಲುಗಳನ್ನು ಎದುರಿಸೋ ಬದಲು ಅದರಿಂದ ತಪ್ಪಿಸಿಕೊಳ್ಳೋ ಶಾರ್ಟ್‌ಕಟ್ ಹುಡುಕುತ್ತಿದ್ದ, ಪಲಾಯನವಾದವನ್ನು ಅನುಸರಿಸುತ್ತಿದ್ದ. ಆ ರಾತ್ರಿ ಮಿಂಚು ಅವನನ್ನು ಒಂದು ಭಯದಿಂದ ಹೊರ ತೆಗೆಯಲು ಶತಪ್ರಯತ್ನ ಪಟ್ಟು ಗೆದ್ದಳು, ಇನ್ನೊಂದು ಭಯವನ್ನು ಅನೂಪನೇ ಎದುರಿಸಿ ಗೆಲ್ಲಬೇಕಿತ್ತು. ಮಿಂಚು ಕ್ಯಾಮೆರಾ ತಂದು ಅನೂಪನ ಕೈಗೆ ತುರುಕಿ ಒತ್ತಾಯಿಸಿದಳು.

'ನಂಗೆ ಲೆನ್ಸ್ ಬಗ್ಗೆ ಐಡಿಯಾ ಇಲ್ಲಪ್ಪಾ.. ನೀನೇ ಸೆಟ್ ಮಾಡ್ಕೋ. ಬಾ.. ಬಾ, ಪುಟ್ಟ ಮಾನ್ಯಾ ಫೋಟೋ ತೆಗಿ.'

ಅನೂಪ್ ಕೈಲಿದ್ದ ಕ್ಯಾಮೆರಾ ಜಾರಿ ಬಿದ್ದು ಹೋಗುತ್ತದೆ ಎನಿಸಿ ಬೆರಳುಗಳಿಂದ ಗಟ್ಟಿಯಾಗಿ ಹಿಡಿದುಕೊಂಡ. ಅದರ ಸ್ಪರ್ಶದಿಂದ ಕಳೆದುಕೊಂಡ ಅಮೂಲ್ಯವಾದನ್ನು ಮತ್ತೆ ಪಡೆದ ಅನುಭವ ಅವನಿಗಾಯಿತು. ತೊಟ್ಟಿಲಲ್ಲಿ ಕಾಲುಗಳನ್ನು ಬಡಿಯುತ್ತಾ ಗಿಲಕಿ ಶಬ್ದಕ್ಕೆ ಕಿಲಕಿಲ ನಗುತ್ತಿದ್ದ ಮುದ್ದು ಮುಖದ ಮಾನ್ಯಾಳನ್ನು ಕ್ಯಾಮೆರಾದ ಲೆನ್ಸ್ ಮೂಲಕ ನೋಡಿದಾಗ ಅವನ ಮೈಮನ ಪುಳಕಗೊಂಡವು. ಮಿಂಚುತ್ತಿದ್ದ ಮಗುವಿನ ಕಪ್ಪು ಕಣ್ಣುಗುಡ್ಡೆಗಳ ಮೇಲೆ ಫೋಕಸ್ ಮಾಡಿ ಫೋಟೋ ಕ್ಲಿಕ್ ಮಾಡಿದ. ಒಂದು ಫೋಟೋದಿಂದ ಹತ್ತು ಫೋಟೋ ಆದವು. ಗ್ರೂಪ್ ಫೋಟೋ, ಸೋಲೋ ಫೋಟೋ, ಇಬ್ಬರೇ ನಿಂತಿರೋದು, ಶಾರುಖಾನ್ ಸ್ಟೈಲ್ ಫೋಟೋ, ಊಟ ಮಾಡುತ್ತಿದ್ದ ಫೋಟೋ ಎಂದು ಅನೂಪ್ ತೆಗೆದ ಫೋಟೋಗಳು ನೂರಾರಾದವು. ಅವುಗಳ ಮಧ್ಯೆ ಮಿಂಚೂನ ನಗುವನ್ನು ಕ್ಯಾಂಡಿಡ್ ಆಗಿ ಸೆರೆ ಹಿಡಿಯೋದನ್ನು ಮರೆಯಲಿಲ್ಲ. ಅನೂಪ್ ಮತ್ತೆ ತನ್ನಿಷ್ಟವಾದ್ದನ್ನು ಅಪ್ಪಿಕೊಂಡಿದ್ದು ಮಿಂಚೂಗೆ ಸಂಭ್ರಮ ತಂದಿತು.

ಬಹಳ ದಿನಗಳ ನಂತರ ಅನೂಪನಿಗೆ ಅವನ ಬಗ್ಗೆ ಕಾನ್ಫಿಡೆಂಟ್ ಆಗಿ ಫೀಲ್ ಆಯ್ತು. ಮಿಂಚು ಹೇಳಿದ್ದು ನೂರಕ್ಕೆ ನೂರರಷ್ಟು ಸರಿ, ನಮ್ಮೊಳಗಿನ ಭಯವನ್ನು ಎದುರಿಸದೇ ಜೀವನದಲ್ಲಿ ಮುಂದುವರಿಯಲು ಸಾಧ್ಯವಿಲ್ಲ. ಒಳಿತಾಗುತ್ತೆ ಅನ್ನೋ ಭರವಸೆಯಲ್ಲಿ ತನ್ನ ಇನ್ನೊಂದು ಭಯವನ್ನು ಆ ಕೂಡಲೇ ಮೆಟ್ಟಿ ನಿಲ್ಲಲು ಸಿದ್ಧನಾದ. ನಾಮಕರಣ ಕಾರ್ಯಕ್ರಮ ಮುಗಿದು ಮಿಂಚು ಊಟ ಮುಗಿಸುವುದಕ್ಕಾಗಿ ಕಾದು ನಿಂತನು. ಅನೂಪ್ ಒಬ್ಬನೇ ಮಹಡಿ ಮೇಲೆ ಅತ್ತಿಂದಿತ್ತ ಓಡಾಡುತ್ತಿರೋದನ್ನ ಗಮನಿಸಿದ ಮಿಂಚು ಅವನಿದ್ದಲ್ಲಿಗೆ ಬಂದಳು.

'ಅನೂ.. So happy for you. ಇವತ್ ಮತ್ತೆ ನೀನ್ ಕ್ಯಾಮೆರಾ ಹಿಡಿದು ಮೊದ್ಲಿಂತರ fab pictures ತೆಗೆದಿದ್ದು ನಂಗೆ ಸಖತ್ ಖುಷಿಯಾಯ್ತು. Also, ಒಂದ್ ವಿಷ್ಯ ನಾನ್ ನಿನ್ ಹತ್ರ confess ಮಾಡ್ಬೇಕು, ನಿನ್ ಆಸೆಗೆ ನಾನು ತುಂಬಾ ಸಲ negative vibes ಕೊಟ್ಟಿದ್ದೀನಿ. ನಿಜ್ವಾಗ್ಲೂ ಸಾರಿ, ನೀನ್ ಇದನ್ನೇ ಮಾಡು ಅದನ್ ಮಾಡ್ಬೇಡ ಅಂತ ನಿನ್ನ pressurize ಮಾಡ್ಬರ್ದಿತ್ತು ಕಣೋ.'

ಮಿಂಚು ಮನಸಾರೆ ಆಡಿದ ಆ ಮಾತುಗಳ ಬಗ್ಗೆ ಅನೂಪ್ ಈಗಾಗಲೇ ಸಾಕಷ್ಟು ಬಾರಿ ಯೋಚಿಸಿ ಒಂದು ನಿಲುವಿಗೆ ಬಂದಿದ್ದ. 'Don't be sorry Minchu. ನಾನು ನನ್ನ ಆಫೀಸ್ ಕೆಲ್ಸಾನೂ ಈಗ ನಿಜ್ವಾಗ್ಲೂ ಇಷ್ಟಪಡ್ತಿದ್ದೀನಿ. ಹಾಗೆ ನಂಗೆ ರಿಯಲೈಸ್ ಆಗಿರೋ ವಿಷಯ ಏನ್ ಗೊತ್ತಾ? ಯಾವ ಕೆಲಸವನ್ನಾದ್ರೂ ತಿರಸ್ಕಾರ ಮಾಡೋದಕ್ಕೂ ಒಂದ್ ಯೋಗ್ಯತೆ ಬೆಳೆಸ್ಕೊಳ್ಬೇಕು. ಅದು ನಂಗೆ ಇರ್ಲಿಲ್ಲ. ಲಕ್ಷಾಂತರ ಜನಕ್ಕೆ ಕೆಲಸ ಕೊಟ್ಟು ಅವ್ರ ಕುಟುಂಬಗಳಿಗೆ ಆಧಾರವಾಗಿರೋ ಐಟಿ ಜಾಬ್‌ಗಳಿಗೆ ತುಂಬ ಬೆಲೆ ಇದೆ. ನಾನ್ ಅಷ್ಟ್ ಈಸಿ ಆಗಿ ನನ್ ಹತಾಶೆಗಳನ್ನ ಅದರ ಮೇಲೆ ಹಾಕಿದ್ದು ತಪ್ಪು ಅನ್ನಿಸುತ್ತೆ' ಎಂದಾಗ ಅನೂಪ್ ಪ್ರಬುದ್ಧತೆಯ ಬಗ್ಗೆ ಮಿಂಚುಗೆ ಹೆಮ್ಮೆ ಎನಿಸಿತು. ಒಟ್ಟಿನಲ್ಲಿ ಆ ಸಂಜೆ ನಡೆದ ಘಟನೆಗಳೆಲ್ಲವೂ ಮಿಂಚುಗೆ ಮುದ ನೀಡಿತು. ಆದರೆ ಅದಕ್ಕೆ ಆಯಸ್ಸಿರಲಿಲ್ಲ.

'ಮಿಂಚು, ನಾನ್ ಒಂದ್ ತುಂಬ, ತುಂಬಾ ಮುಖ್ಯವಾದ ವಿಷಯ ಹೇಳ್ತೀನಿ. ಬಟ್ ನೀನು ನನ್ ಪರವಾಗಿರ್ಬೇಕು, ನಮ್ ಪ್ರೀತಿ ಪರವಾಗಿರ್ಬೇಕು.' ಅನೂಪ್ ಮಿಂಚು ಕೈ ಹಿಡಿದು ಭಾರವಾದ ಧ್ವನಿಯಲ್ಲಿ ಮಾತನಾಡಿದ. ಇಷ್ಟು ಗಂಭೀರವಾಗಿ ಮಾತನಾಡುವಂತದ್ದು ಏನಾಗಿರಬಹುದು ಅನ್ನೋದನ್ನು ಮಿಂಚು ಊಹಿಸಲು ಯೋಚಿಸಿ ಸೋತಳು. 'ಇದೇನ್ ಕೇಳೋ ಮಾತಾ? ನಾನ್ ಯಾವಾಗ್ಲೂ ನಮ್ ಪರಾನೇ. ಅದ್ರಲ್ಲೇನ್ ಅನುಮಾನ?' ಎಂದಳು. ಮಿಂಚು ಈಗ ಮಾತನಾಡಿದಷ್ಟು ಸುಲಭವಾಗಿ ಸತ್ಯ ತಿಳಿದ ಮೇಲೆ ಮಾತನಾಡಲಾರಳು ಅನ್ನೋದು ಅನೂಪನಿಗೆ ಖಚಿತವಾಗಿತ್ತು. ನೇರವಾಗಿ ಒಂದು ಮಾತಿನಲ್ಲಿ ಹೇಳಿಬಿಟ್ಟರೆ ಅವಳು ದುಡುಕಬಹುದು ಎಂದು ಅನೂಪ್ ಎಲ್ಲವನ್ನೂ ಸವಿವರವಾಗಿ ಹೇಳೋದಕ್ಕೆ ಶುರುಮಾಡಿದ.

'ನಮ್ಮಿಬ್ರ ಲೈಫ್ ಈ ಕ್ಷಣಕ್ಕೆ ಎಷ್ಟು ಸುಂದರ ಅನ್ನಿಸ್ತಿದೆ ಅಲ್ವಾ ಮಿಂಚು. ಆದ್ರೆ ಇದ್ರಲ್ಲೊಂದು ಸವಾಲಿದೆ. ಅದನ್ನ ನಾವಿಬ್ರೂ ಎದುರಿಸಬೇಕು. ನಾವು ಈಗ ಒಟ್ಟಾಗಿದ್ರೆ ಮುಂದೆ ಜೀವನಪೂರ್ತಿ ಒಟ್ಟಾಗಿರಬಹುದು. ಹಿಂದೆ ಸಣ್ಣ ಸಣ್ಣದಕ್ಕೆಲ್ಲಾ ದೂರ ಆಗಿದ್ವಿ, ಬಟ್ ಈಗ ನಾವು ತುಂಬಾ ಮೆಚೂರ್ಡ್ ಆಗಿದ್ದೀವಿ ಅಂದ್ಕೋತೀನಿ. ನಮ್ಮದು ಅನ್ನೋದನ್ನೆಲ್ಲಾ ಒಬ್ರಿಗೊಬ್ರು ಅರ್ಪಿಸಿಕೊಂಡಿದ್ದೇವೆ, ಮದ್ವೆ ಆಗ್ಬೇಕು ಅಂದುಕೊಂಡಿದ್ದೀವಿ, ಆದರೆ ಇದ್ರಲ್ಲಿ ಒಂದ್ ಬ್ಲಂಡರ್ ಆಗೋಗಿದೆ. ದೊಡ್ಡ ಎಡವಟ್ಟು. ನಾನು ನಮ್ಮಪ್ಪ ಅಮ್ಮನಿಗೆ Adoped son ಅಂತ ಗೊತ್ತಲ್ವ? ಯಾವತ್ತೂ ನನ್ನ ಹೆತ್ತ ತಂದೆ ಬಗ್ಗೆ ನಿಂಗೆ ಹೇಳಿರ್ಲಿಲ್ಲ. ಆಕ್ಚುಲಿ ಈ ಪ್ರಾಬ್ಲಮ್ ಆಗಿರ್ಲಿಲ್ಲ ಅಂದ್ರೆ ಅದನ್ನ ಹೇಳೋ ಅವಶ್ಯಕತೆನೇ ಇರ್ಲಿಲ್ಲ. ನನ್ನ ಹೆತ್ತ ತಂದೆ ಹೆಸರು ಸುರೇಶ್ ಚಕ್ರವರ್ತಿ, ನೀನ್ ನಿಮ್ಮಮ್ಮನಿಗೆ ಮದ್ವೆ ಮಾಡ್ಬೇಕು ಅಂತಿರೋ ಸುರೇಶ್ ಚಕ್ರವರ್ತಿ!'

ಅನೂಪನ ಮಾತು ಕೇಳಿ ಮಿಂಚು ಎದೆ ಝಲ್ ಎಂದಿತು. ಅವನು ಮಾತು ಮುಂದುವರಿಸಿದಾಗಲೂ ಆಕೆ ಕಲ್ಲಾಗಿಯೇ ನಿಂತಿದ್ದಳು. ಚಿಕ್ಕಂದಿನಲ್ಲಿ ಆತ ಹಣ ತೆಗೆದುಕೊಂಡು ತನ್ನನ್ನು ಮಾರಿಬಿಟ್ಟನೆಂದೂ, ಅವನನ್ನು ತಾನು ಅಪ್ಪನೆಂದು ಪರಿಗಣಿಸಿಲ್ಲವೆಂದೂ, ಚಿತ್ಕಳಾ ಮತ್ತು ಶೇಖರ್ ಮಾತ್ರ ನನ್ನ ತಂದೆ ತಾಯಿ, ಬಯಾಲಾಜಿಕಲ್ ಫಾದರ್ ಆದ ಮಾತ್ರಕ್ಕೆ ನನ್ನ ಜೊತೆಗೆ ಆತ ಯಾವ ಸಂಬಂಧವನ್ನು ಇಟ್ಟುಕೊಳ್ಳಲು ಸಾಧ್ಯವಿಲ್ಲವೆನ್ನುವುದನ್ನು ಅನೂಪ್ ಮಿಂಚುಗೆ ಅರ್ಥ ಮಾಡಿಸಲು ಪ್ರಯತ್ನಿಸಿದ. ಮಿಂಚು ಜೊತೆಗಿದ್ದುಬಿಟ್ಟರೆ ಇದು ದೊಡ್ಡ ಸಮಸ್ಯೆಯೇ ಅಲ್ಲ ಅನ್ನೋದು ಅವನ ಮಾತಿನ ಧಾಟಿಯಲ್ಲಿತ್ತು.

'ಅಂದ್ರೆ ನಾನು ನೀನು, ನಮ್ಮಮ್ಮ ನಿಮ್ಮಪ್ಪ ಮದುವೆ ಆಗೋಕೆ ಹೊರಟಿದ್ದೀವಿ. ಓ ಮೈ ಗಾಡ್' ಮಿಂಚು ತತ್ತರಿಸಿದಳು.

'ಮಿಂಚು.. ರಿಲ್ಯಾಕ್ಸ್. ನಮ್ಗೆ ಇದ್ಯಾವ್ದೂ ಗೊತ್ತಿರಲಿಲ್ಲ. ನಿಮ್ಮಮ್ಮಂಗೆ ಈ ವಿಚಾರನ ಹೇಳು, ಸುರೇಶ್ ಚಕ್ರವರ್ತಿ ನೀವ್ ಅಂದ್ಕೊಂಡಂಗೆ ಒಳ್ಳೇವ್ರಲ್ಲ, ನಿಮ್ಮಮ್ಮಂಗೆ ಇನ್ನೂ ಒಳ್ಳೆ ವ್ಯಕ್ತಿ ಸಿಗ್ತಾರೆ. thank god! ನಮ್ಗೆ ಈಗ್ಲೇ ಗೊತ್ತಾಗಿದ್ದು ಒಳ್ಳೇದಾಯ್ತು. ಇಲ್ಲಾಂದಿದ್ರೆ ಅವ್ರಿಂದ ನಿಮ್ಮಮ್ಮಂಗೆ ತೊಂದ್ರೆ ಆಗ್ತಿತ್ತು. ನೀನ್ ಮಾತ್ರ ಏನೇನೋ ಯೋಚ್ನೆ ಮಾಡಿ ನನ್ನ ದೂರ ಮಾಡ್ಬೇಡಾ ಮಿಂಚು. I can't live a day without you'

ಯಾವುದನ್ನು ಸರಿ ಎಂದು ಪರಿಗಣಿಸಬೇಕು, ಯಾವುದನ್ನು ಬಿಡಬೇಕು ಎಂದು ತಿಳಿಯದೇ ಮಿಂಚು ಬುದ್ಧಿ ಕೆಲಸ ಮಾಡೋದನ್ನು ನಿಲ್ಲಿಸಿಬಿಟ್ಟಿತು. ಅನೂಪ್ ಪರಿಪರಿಯಾಗಿ ಅವಳನ್ನು ತನ್ನ ದಾರಿಗೆ ಸೆಳೆದುಕೊಳ್ಳೋ ಪ್ರಯತ್ನ ಮಾಡಿದ. ಆದರೆ ಮಿಂಚು ಯಾವುದಕ್ಕೂ ಸರಿಯಾಗಿ ಪ್ರತಿಕ್ರಿಯಿಸಲಿಲ್ಲ. ಅಮ್ಮನಿಗೆ ತಿಳಿದರೆ ಏನಾಗಬಹುದು ಅನ್ನೋದೊಂದೇ ಆ ಕ್ಷಣಕ್ಕೆ ಅವಳು ಯೋಚಿಸುತ್ತಿದ್ದದ್ದು. ವ್ಯಕ್ತಿಯೇ ಸರಿ ಇಲ್ಲ ಎಂದು ಅನೂಪ್ ಹೇಳುತ್ತಿರೋದನ್ನು

ಪರೀಕ್ಷಿಸುವುದು ಹೇಗೆಂದು ತಿಳಿಯಲಿಲ್ಲ. ಚಕ್ರವರ್ತಿಯ ಬಗ್ಗೆ ಅಮ್ಮನಿಂದ ಕೇಳಿದ್ದು ಮತ್ತು ಅವನೊಂದಿನ ಸ್ವಂತ ಅನುಭವವನ್ನು ಅವಲೋಕಿಸಿದಾಗ ಅನೂಪ್ ನಮ್ಮ ಪ್ರೀತಿಯನ್ನು ಉಳಿಸಿಕೊಳ್ಳಲು ಚಕ್ರವರ್ತಿಯ ಚಾರಿತ್ರ್ಯವಧೆ ಮಾಡುತ್ತಿರಬಹುದು ಅನ್ನೋ ಆಲೋಚನೆ ಹುಟ್ಟಿಕೊಂಡಿತು.

*

ಮಿಂಚುನ ಪಿಜಿಗೆ ಡ್ರಾಪ್ ಮಾಡಿ ಮನೆ ತಲುಪಿದ ತಕ್ಷಣ ಅನೂಪ್ ಬಿಟ್ಟೂ ಬಿಡದೆ ಮೆಸೇಜ್ ಮಾಡುತ್ತಿದ್ದ. 'ಆರ್ ಯೂ ಓಕೆ? ಕಾಮ್ ಆಗಿರು..; ಐ ಲವ್ ಯೂ..; ನಿಮ್ಮಮ್ಮ ಒಂಟಿಯಾಗೋಕೆ ಬಿಡೋದು ಬೇಡ..; ಚಕ್ರವರ್ತಿನ ಅವ್ರು ಮದುವೆಯಾದ್ರೇ ನಾವ್ಯಾರೂ ಖುಷಿಯಾಗಿರಲ್ಲ..; ಅನೂಪನ ಸಂದೇಶಗಳು ಒಂದರ ಮೇಲೊಂದಂತೆ ಎರಗಿಬರುತ್ತಿತ್ತು.

ಜೀವಕ್ಕಿಂತ ಹೆಚ್ಚಿನ ಪ್ರೇಮಿ, ಜೀವ ಕೊಟ್ಟ ತಾಯಿ. ಇಬ್ಬರಲ್ಲಿ ಯಾರ ಹೃದಯ ಒಡೆಯಲಿ ಎಂದು ತಿಳಿಯದೇ ಒದ್ದಾಡಿದಳು ಮಿಂಚು. ಅರವಿಂದಾ ಇಡೀ ಜೀವನ ಮಿಂಚುಗಾಗಿ ಸವೆಸಿದವಳು, ಅನೂಪ್ ತನ್ನ ಭವಿಷ್ಯವನ್ನು ಮಿಂಚುಗಾಗಿ ಮುಡಿಪಾಗಿಟ್ಟವನು. ಅವನನ್ನು ಮದುವೆಯಾಗಬೇಕಾದರೆ ಅಮ್ಮ ಚಕ್ರವರ್ತಿಯನ್ನು ಮರೆಯಬೇಕು. ಇಷ್ಟು ವರ್ಷ ಅಮ್ಮನನ್ನು ಮದುವೆಯಾಗು ಎಂದು ಒತ್ತಾಯಿಸಿದವಳು, ಎಲ್ಲರ ಮುಂದೆ ಅಮ್ಮನ ಪರವಾಗಿ ನಿಂತವಳು ಯಾವ ಬಾಯಲ್ಲಿ ಚಕ್ರವರ್ತಿಯಿಂದ ದೂರ ಇರು ಎಂದು ಹೇಳಲಿ ಅನ್ನೋ ಧರ್ಮ ಸಂಕಟದಲ್ಲಿ ಬಿದ್ದಳು ಮಿಂಚು. ಯೋಚನೆ ಮಾಡುತ್ತಾ ಹೋದಂತೆ ಹೊಸ ಆಯಾಮಗಳು ತೆರೆದುಕೊಂಡವು. ಈಗಾಗಲೇ ಬೆಸೆದುಕೊಂಡ ಸಂಬಂಧಗಳು ಸಮಾಜದ ಪ್ರಕಾರ ಎಷ್ಟು ದೊಡ್ಡ ಅಪರಾಧ, ನೈತಿಕತೆಯನ್ನು, ವೈಚಾರಿಕತೆಯನ್ನು ಮೀರಿದ ಚೌಕದಲ್ಲಿ ನಾಲ್ಕೂ ಜನ ಸಿಕ್ಕಿಹಾಕಿಕೊಂಡುಬಿಟ್ಟಿದ್ದೇವೆ. 'ಮೊದಲೇ ತಿಳಿದಿರಲಿಲ್ಲ' ಅನ್ನೋ ಒಂದು ಕಾರಣಕ್ಕೆ ಈ ಸಂಬಂಧಗಳನ್ನು ಮಲಿನ ಮಾಡದೇ ಶುದ್ಧ ಪ್ರೇಮವಾಗಿ ಉಳಿಸಲು ಸಾಧ್ಯವೇ? ಆಗಿದ್ದು ಆಗಿಹೋಯಿತು ಮುಂದೇನು ಅನ್ನೋದನ್ನು ಮಾತ್ರ ಯೋಚನೆ ಮಾಡಬೇಕೇ? ಒಂದಕ್ಕೂ ಉತ್ತರ ಸಿಗಲಿಲ್ಲ.

ಚಕ್ರವರ್ತಿಯನ್ನು ಅನೂಪ್ ಸಂಬಂಧಗಳಿಗೆ ಬೆಲೆಕೊಡದ ವ್ಯಕ್ತಿ ಎಂದು ಕರೆದ, ನಾವಿಬ್ಬರು ಪ್ರೇಮಿಗಳಾಗಿರದಿದ್ದರೂ ನಿಮ್ಮಮ್ಮ ಅವರನ್ನು ಮದುವೆ ಆಗೋದನ್ನು ನಾನು ಒಪ್ಪುತ್ತಿರಲಿಲ್ಲ ಎಂದು ಪರಿಪರಿಯಾಗಿ ದೂಷಿಸಿದ. ಅನೂಪ್ ಪೂರ್ವಾಗ್ರಹದಿಂದ ಅವರನ್ನು ಕೆಟ್ಟವರೆನ್ನುತ್ತಿದ್ದಾನೆ ಅಂತನಿಸಿದ ಮಿಂಚುಗೆ ಅವನ ಮಾತನ್ನು ನಂಬಿ ಭವಿಷ್ಯವನ್ನು ನಿರ್ಧರಿಸುವ ಧೈರ್ಯ ಸಾಕಾಗಲಿಲ್ಲ. ಅಮ್ಮನೊಂದಿಗೆ ಮಾತನಾಡಿ ತನ್ನ ತಳಮಳವನ್ನು ಸ್ವಲ್ಪಮಟ್ಟಿಗಾದರೂ ಕಡಿಮೆ ಮಾಡಿಕೊಳ್ಳಬೇಕೆಂದುಕೊಂಡಾಗ ಅರವಿಂದಾ ಫೋನ್ ರಿಸೀವ್ ಮಾಡಲಿಲ್ಲ. ಆಕೆ ಹುಬ್ಬಳ್ಳಿಗೆ ಹೋಗಿರುವುದು ನೆನಪಾಯಿತು.

ಚಕ್ರವರ್ತಿಗೆ ಕರೆ ಮಾಡಿದಾಗ ಆತ, ನಾನು ನಿಮ್ಮಮ್ಮನ ಜೊತೆ ಹುಬ್ಬಳ್ಳಿಯಲ್ಲಿದ್ದೇನೆ ಈ ಗದ್ದಲದಲ್ಲೇನೂ ಕೇಳಿಸುತ್ತಿಲ್ಲ, ಕಾರ್ಯಕ್ರಮದಲ್ಲಿದ್ದೇವೆ ಸದ್ದಿಲ್ಲದ ಜಾಗಕ್ಕೆ ಹೋಗಿ ವಾಪಸ್ ಕಾಲ್ ಮಾಡುತ್ತೇನೆ ಎಂದು ಕೂಗಿ ಹೇಳಿ ಫೋನ್ ಕಟ್ ಮಾಡಿದ. ತಲೆ ಕೆಟ್ಟಾಗಲೇ ಇಂತಹದ್ದೇನಾದರೂ ಆಗೋದು ಎಂದು ಮಿಂಚು ತಾಳ್ಮೆ ಕಳೆದುಕೊಂಡು ಹತಾಶೆಯಲ್ಲಿ ಫೋನನ್ನು ಎಸೆದು ನೆಲದ ಮೇಲೆ ಕುಕ್ಕರಿಸಿದಳು. ತಕ್ಷಣ ಫೋನಿಗೇನಾದರೂ ಆಗಿದ್ದರೆ ಮತ್ತೆ ಸಂಪರ್ಕಿಸೋದು ಕಷ್ಟ ಎಂದು ನೆನಪಾಗಿ ಮೂಲೆಪಾಲಾಗಿದ್ದ ಫೋನನ್ನು ಕೈಗೆತ್ತಿಕೊಂಡಳು, ಸ್ಕ್ರೀನ್ ಒಡೆದದ್ದು ಬಿಟ್ಟರೆ ಬೇರೇನಾಗಿರಲಿಲ್ಲ. ಅರವಿಂದಾ ಜೊತೆ ಮಾತನಾಡಲು ಕಾದ ಒಂದೊಂದು ಕ್ಷಣವೂ ಗಂಟೆಗಳ ಲೆಕ್ಕದಲ್ಲಿ ಸಾಗುತ್ತಿತ್ತು. ಅರ್ಧ ಗಂಟೆಯ ನಂತರ ಚಕ್ರವರ್ತಿಯ ನಂಬರ್‌ನಿಂದ ಕರೆಬಂದಿತು. ಫೋನ್ ಎತ್ತಿಕೊಂಡ ತಕ್ಷಣ ಚಕ್ರವರ್ತಿ ಉತ್ಸಾಹದಲ್ಲಿ ಕಾರ್ಯಕ್ರಮದ ವಿವರಗಳನ್ನು ಹೇಳಲು ಶುರು ಮಾಡಿದ.

ಸೋರಿಯಾಸಿಸ್ ರೋಗಕ್ಕೆ ಅರವಿಂದಾ ತಯಾರಿಸಿದ್ದ ಮಾತ್ರೆ, ತೈಲಗಳನ್ನು ಬಳಸಿ ಚಿಕಿತ್ಸೆ ಪಡೆದ ಏಳುನೂರಾ ಹತ್ತು ರೋಗಿಗಳಲ್ಲಿ ಆರುನೂರ ನಲವತ್ತಾರು ರೋಗಿಗಳು ಗುಣಮುಖರಾಗಿದ್ದರು. ಆ ಸಾಧನೆಗಾಗಿ ನಿಮ್ಮಮ್ಮನಿಗೆ ನೂರಾರು ಜನಗಳ ಮುಂದೆ 'ವೈದ್ಯರತ್ನ' ಪ್ರಶಸ್ತಿ ಪ್ರದಾನ ಮಾಡಲಾಯಿತು. ಆ ಮೊಮೆಂಟೋ ಎಷ್ಟು ದೊಡ್ಡದಿದೆ ಗೊತ್ತಾ? ಅರವಿಂದಾ ವೇದಿಕೆ ಮೇಲೆ 'ನನ್ನ ಗುರಿ ಇಲ್ಲಿಗೆ ತಲುಪಿಲ್ಲ, ನನ್ನದೊಂದು ಆಸೆ, ತಾನೊಬ್ಬಳೇ ಎಲ್ಲಾ ಕಡೆ ಸಂಚರಿಸಿ ಚಿಕಿತ್ಸೆ ಕೊಡೋದಕ್ಕೆ ಸಾಧ್ಯವಿಲ್ಲ, ನಾನು ತಯಾರಿಸಿದ ಔಷಧಿಯನ್ನು ಪೇಟೆಂಟ್ ಮಾಡಿ ಫಾರ್ಮಾಸುಟಿಕಲ್ ಕಂಪನಿಯ ಮೂಲಕ ಅದು ದೇಶದೆಲ್ಲೆಡೆ ಸಿಗುವ ಕೆಲಸ ಮಾಡಬೇಕು' ಅಂತ ತುಂಬಿದ ಸಭೆಯಲ್ಲಿ ಮಾತನಾಡಿದಳು, ಜನರೆಲ್ಲಾ ಅವಳ ಮಾತಿಗೆ ಹೆಮ್ಮೆಯಿಂದ ಚಪ್ಪಾಳೆ ತಟ್ಟಿದರು ಎಂದು ಚಕ್ರವರ್ತಿ ಆಕೆಯ ಸಾಧನೆಯನ್ನು ತನ್ನ ಸಾಧನೆ ಅನ್ನುವಂತೆ ಹಿಗ್ಗಿ ಹಿರಿಮೆಯಿಂದ ಮಿಂಚೂಗೆ ವಿವರಿಸಿದಾಗ ಮಿಂಚು ಕಣ್ತುಂಬಿ ಬಂತು.

'ಅಮ್ಮ ನನ್ನ ಜೀವನದ ಪ್ರತಿ ಹೆಜ್ಜೆಯಲ್ಲೂ ಜೊತೆಗಿದ್ಲು. ಆದ್ರೆ ನಾನ್ ಅವಳಿಗೆ ಇರೋಕೆ ಸಾಧ್ಯವಾಗಿಲ್ಲ. ನೀವು ಅಮ್ಮನ ಜೊತೆ ಇರೋದು ನಂಗೆ ತುಂಬಾ ಸಂತೋಷ. ಏನೇ ಆದರೂ ನೀವ್ ಅಮ್ಮನ ಕೈಬಿಡಬೇಡಿ' ಎಂದು ಹೇಳಿ ಮಿಂಚು ಭಾವುಕಳಾದಳು, ಚಕ್ರವರ್ತಿ ನೀನು ಫೋನ್ ಮಾಡಿದ ವಿಷಯವೇನು ಅಂತ ಕೇಳಿದಾಗ ಕಾರ್ಯಕ್ರಮದ ಬಗ್ಗೆ ಕೇಳೋಕೆ ಅಂತಲೇ ಫೋನ್ ಮಾಡಿದ್ದೆ ಎಂದು ಹೇಳಿ ಫೋನ್ ಇಟ್ಟಳು. ಮಿಂಚು ಆದದ್ದೆಲ್ಲವನ್ನು ನೆನೆದು ಬಿಕ್ಕಿಬಿಕ್ಕಿ ಅತ್ತಳು. ಅಳುವೊಂದೇ ಅವಳಿಗೆ ಆ ಕ್ಷಣಕ್ಕೆ ಸಮಾಧಾನ ಕೊಡಬಲ್ಲದಾಗಿತ್ತು.

ಅರವಿಂದಾ ವೇದಿಕೆಯಿಂದ ಇಳಿದು ಬಂದವಳೇ ಚಕ್ರವರ್ತಿಯ ಬಳಿ ಬಂದಳು. ಉಡುಪಿಯಲ್ಲಿ ಸಣ್ಣ ಕ್ಲಿನಿಕ್ ಇಟ್ಟುಕೊಂಡು ದಿನಕ್ಕೆ ನಾಲ್ಕೈದು

ರೋಗಿಗಳೆಂದರೆ ಹೆಚ್ಚು ಅನ್ನುತ್ತಿದ್ದವಳು ಈಗ ಸಾವಿರಾರು ಜನರಿಗೆ ಗೊತ್ತಾಗುವಷ್ಟು ದೊಡ್ಡ ಡಾಕ್ಟರ್ ಆಗಿ ಬೆಳೆದಿದ್ದಳು. ಶ್ರೀಮಹಾಲಸಾ ಆಯುರ್ವೇದಿಕ್ ಸೆಂಟರ್ ಹೆಸರುವಾಸಿಯಾಗಿ ಎಲ್ಲರ ಪ್ರಶಂಸೆಗೆ ಕಾರಣವಾಯಿತು. ಡಾಕ್ಟರ್‌ಗಳು, ಕಾರ್ಯಕ್ರಮ ಆಯೋಜಕರು ಸುತ್ತುವರಿದು ಅಭಿನಂದನೆ ಸಲ್ಲಿಸಿದಾಗ ಅರವಿಂದಾಗೆ ಈ ಸಾಧನೆ ತನ್ನೊಬ್ಬಳದಲ್ಲ ಅನ್ನಿಸಿತು. ದೂರದಲ್ಲಿ ಕೈಕಟ್ಟಿ ನಿಂತು ನೋಡುತ್ತಿದ್ದ ಚಕ್ರವರ್ತಿಯನ್ನು ಬಲವಂತದಿಂದ ಹತ್ತಿರ ಕರೆದಳು. ನನಗೆ ಬೆನ್ನೆಲುಬಾಗಿ ನಿಂತಿರೋರು ಇವರೇ ಎಂದು ಹೇಳಿ ಎಲ್ಲರಿಗೂ ಪರಿಚಯ ಮಾಡಿಕೊಟ್ಟಳು. ತನ್ನನ್ನು ಬಹಳ ಎತ್ತರದಲ್ಲಿ ಕಂಡವರ ಮುಂದೆ ಚಕ್ರವರ್ತಿಯನ್ನು ಸಹಾಯಕನ ಹಾಗೆ ಪರಿಚಯ ಮಾಡಿಸೋದು ಸರಿ ಬರಲಿಲ್ಲ. ಮನೆಯವರೆಲ್ಲರ ಸಮ್ಮತಿ ಇದ್ದ ಮೇಲೂ ಸಮಾಜದಲ್ಲಿ ನಮ್ಮಿಬ್ಬರ ಸಂಬಂಧವನ್ನು ಏಕೆ ಮುಚ್ಚಿಡಬೇಕು ಅನ್ನಿಸಿತು ಅರವಿಂದಾಗೆ.

'ಇವರು ನಂಗೆ ಬ್ಯಾಕ್ ಸಪೋರ್ಟ್ ಆಗಿದ್ದಾರೆ ಅಂತ ಹೇಳ್ದೆ. ಆದರೆ ಅಷ್ಟೇ ಅಲ್ಲ, ಇವ್ರು ನನ್ನ ಜೊತೆಗಾರ, ಜೀವನಪೂರ್ತಿ ಜೊತೆಗಿರೋರು. ನಾವಿಬ್ರೂ ನಮ್ಮ ಕುಟುಂಬದವರ ಸಮ್ಮುಖದಲ್ಲಿ ಮದುವೆಯಾಗುತ್ತಿದ್ದೇವೆ' ಅರವಿಂದಾ ತುಂಬು ವಿಶ್ವಾಸದಿಂದ ಹೇಳಿದಳು. ಒಂದಷ್ಟು ಜನ ಆ ಮಾತನ್ನು ಕೇಳಿ ಬೆರಗಾದರೆ ಇನ್ನೊಂದಷ್ಟು ಜನ ಅವರಿಬ್ಬರ ಭವಿಷ್ಯ ಚೆನ್ನಾಗಿರಲಿ ಎಂದು ಹರಸಿದರು. ಕಾರ್ಯಕ್ರಮ ಮುಗಿದ ಬಳಿಕ ಅರವಿಂದಾ ಮಗಳ ಮಿಸ್ಡ್ ಕಾಲ್ ನೋಡಿ ವಾಪಸ್ ಫೋನ್ ಮಾಡಿದಳು.

ಅನೂಪ್ ಮನೆಯಲ್ಲಿರಲಾರದೇ ಚಡಪಡಿಕೆಯಲ್ಲಿ ಮನಃ ಮಿಂಚುನ ಕಾಣಲು ಬಂದಿದ್ದ. ಅವಳು ಹೆಚ್ಚೇನೂ ಹೇಳದೇ ಅಳುವನ್ನೇ ಮಾತಾಗಿಸಿದ್ದಳು. ಅನೂಪ ಸಮಾಧಾನ ಹೇಳುವ ದಾರಿಕಾಣದೆ ಒದ್ದಾಡಿದ. ಅರವಿಂದಾ ಫೋನ್ ಬಂದಾಗ ಅವನ ಕಿವಿ ಚುರುಕಾಯಿತು. ಮಿಂಚು ಕಣ್ಣೊರೆಸಿಕೊಂಡು ಅಮ್ಮನೊಂದಿಗೆ ಮಾತನಾಡಲು ಸಿದ್ಧವಾದಳು, ಅನೂಪ್ ಚಕ್ರವರ್ತಿಯ ಬಗ್ಗೆ ಹೇಳು ಎಂದು ಒತ್ತಾಯಿಸಿದ. ಅಮ್ಮನಿಗೆ ಅವಾರ್ಡ್ ಬಂದಿದೆ, ಅವಳ ಮೊದಲ ಅವಾರ್ಡ್ ಅದು. ಮೊದಲು ವಿಶ್ ಮಾಡ್ಬೇಕೆಂದು ಅವನನ್ನು ಸುಮ್ಮನಿರಿಸಿ ಫೋನ್ ರಿಸೀವ್ ಮಾಡಿದಳು. ಅರವಿಂದಾ ಫೋನಿನಲ್ಲಿ ಮಗಳು ಎದುರಿಗಿದ್ದಾಳೇನೋ ಅನ್ನೋ ಹಾಗೆ ಹುಬ್ಬಳ್ಳಿಯಲ್ಲಾದ ಸಂಭ್ರಮವನ್ನು ದೀರ್ಘವಾಗಿ ಹೇಳಿ ಹಂಚಿಕೊಂಡಳು. ಇದಕ್ಕೆಲ್ಲಾ ಕಾರಣ ಚಕ್ರವರ್ತಿಯ ಪ್ರೋತ್ಸಾಹ, ಅವರ ನಿಸ್ವಾರ್ಥ ಸಹಕಾರ ನನ್ನ ಈ ಮಟ್ಟಿಗೆ ತಂದಿದೆ ಎಂದು ಬಾಯ್ತುಂಬ ಗುಣಗಾನ ಮಾಡಿದಳು. ಇನ್ನೊಂದು ವಿಚಾರ ಕೇಳಿದರೆ ನೀನು ತುಂಬಾ ಸಂತೋಷಪಡ್ತೀಯ ಮಿಂಚು. ಇಷ್ಟು ದಿನ ನನ್ ಮದ್ವೆ ಬಗ್ಗೆ ಮಾತನಾಡೋಕೆ ಮುಜುಗರ ಪಡುತ್ತಿದ್ದವಳು ಇಂದು ಎಲ್ಲರ ಮುಂದೆ ನಾನು ಚಕ್ರವರ್ತಿಯನ್ನು ಮದುವೆ ಆಗ್ತಿದ್ದೇನೆ ಅಂತ ಹೇಳ್ಬಿಟ್ಟೆ.

ನೀನು ತುಂಬಿದ ವಿಶ್ವಾಸವೇ ಇಂದು ನನ್ನ ಮಾತಿನಲ್ಲಿ ಹೊರಬಂದಿದ್ದು ಎಂದು ಅರವಿಂದಾ ಕೃತಜ್ಞತಾ ಭಾವದಿಂದ ನುಡಿದಳು.

ಮಿಂಚು ದುಃಖವನ್ನು ತಡೆದುಕೊಂಡು ಅಮ್ಮನ ಮಾತನ್ನು ಆಲಿಸುತ್ತಿದ್ದಳು. ಅಮ್ಮನ ಸಂತೋಷದಿಂದ ಅವಳಿಗೂ ಸಂತೋಷವಾಗುತ್ತಿತ್ತು. ಆದರೆ ಹೆಪ್ಪುಗಟ್ಟಿದ್ದ ಮನಸ್ಸು ಯಾವುದಕ್ಕೂ ಪ್ರತಿಕ್ರಿಯಿಸಲಾರದಂತಾಯಿತು. ಪಕ್ಕ ಕುಳಿತಿದ್ದ ಅನೂಪ ಫೋನನ್ನೇ ಹೀರಿಬಿಡುವಂತೆ ಕಿವಿಕೊಟ್ಟು ಅರವಿಂದಾಳ ಮಾತನ್ನು ಕೇಳಿಸಿಕೊಳ್ಳುತ್ತಿದ್ದ. ಮದುವೆ ವಿಚಾರ ಬಂದ ಮೇಲೆ ಸುಮ್ಮನಿರಲಾಗಲಿಲ್ಲ.

'ಅಯ್ಯೋ ನಿಮ್ಮಮ್ಮ ಊರಿಗೆಲ್ಲಾ ಟಾಂ ಟಾಂ ಮಾಡ್ತಿದ್ದಾರೆ, ಅವರು ನಮ್ಮಪ್ಪ ಅಂತ ಹೇಳು, ಇಲ್ಲ ಅಂದ್ರೆ ನಾನೇ ಹೇಳ್ತೀನಿ' ಅನೂಪ್ ಗಲಾಟೆ ಮಾಡಿದಾಗ ಮಿಂಚು ವಾಪಸ್ ಕಾಲ್ ಮಾಡ್ತೇನೆ ಅಂತ ಹೇಳಿ ಫೋನ್ ಕಟ್ ಮಾಡಿಬಿಟ್ಟಳು. ಅನೂಪನಿಗೆ ಈ ಕ್ಷಣವೇ ಅರವಿಂದಾಗೆ ಸತ್ಯ ಹೇಳೋದು ಮುಖ್ಯವಾಗಿತ್ತು, ಮಿಂಚು ಒಪ್ಪುತ್ತಿರಲಿಲ್ಲ. ಅವರಿಬ್ಬರ ಮಧ್ಯೆಯ ಕಿತ್ತಾಟದಲ್ಲಿ ಒಡೆದ ಫೋನ್ ಡಿಸ್‌ಪ್ಲೇದಿಂದಾಗಿ ಅನೂಪನ ಕೈಗೆ ಗಾಯವಾಗಿ ರಕ್ತ ಬಂದಿತು. ಮಿಂಚು ಆತಂಕದಿಂದ ರಕ್ತ ಒರೆಸಲು ಬಂದಳು. ಅನೂಪ್ ಅದನ್ನು ತಳ್ಳಿಹಾಕಿ, 'ಸರಿ ಈಗೇನು, ಆಯಪ್ಪ ನಿಮ್ಮಮ್ಮಂಗೆ ಸಹಾಯ ಮಾಡ್ದ ಅಂತ ಅವ್ನ ಮದ್ವೆ ಆಗ್ಬೇಕಾ? ನಾವಿಬ್ರೂ ಬ್ರೇಕಪ್ ಮಾಡ್ಕೋಬೇಕಾ? ನಿಂಗೇನ್ ತಲೆ ಕೆಟ್ಟಿದ್ದೀಯಾ ಮಿಂಚು. ಯಾಕ್ ಎಮೋಷನಲ್ ಫೂಲ್ ಆಗ್ತಿದ್ದೀಯ?' ಅನೂಪ್ ತನ್ನ ಹತಾಶೆಯನ್ನೆಲ್ಲಾ ಒಟ್ಟುಗೂಡಿಸಿ ಕೂಗಿದ. ಮಿಂಚು ಒಂದೇ ಸಮನೆ ಬಿಕ್ಕಳಿಸಿ ಅಳೋಕೆ ಶುರುಮಾಡಿದಳು. ಒಳಗಿರೋ ನೋವೆಲ್ಲಾ ಬತ್ತಿ ಹೋಗುವಷ್ಟು ಅಳುತ್ತಲೇ ಇದ್ದಳು.

'ಯಾಕ್ ಇಷ್ಟ್ ಅಳ್ತಿದ್ದೀಯಾ? ಧೈರ್ಯವಾಗಿ ಎದುರಿಸೋದ್ ಬಿಟ್ಟು ಅಳ್ತಾ ಇದ್ರೆ ನಾನೇನ್ ಅಂದ್ಕೋಬೇಕು?' ಅನೂಪ್ ಭಯ ದುಃಖದಲ್ಲಿ ತೊದಲುತ್ತಾ ಕೇಳಿದ. ಮಿಂಚು ದುಃಖಿಸುತ್ತಿರುವ ರೀತಿಯಲ್ಲಿ ಆಕೆಯ ತಲೆಯಲ್ಲಿ ಏನು ಓಡುತ್ತಿರಬಹುದೆಂದು ಅನೂಪ್ ಊಹಿಸಿದ. ನನ್ನ ಜೊತೆ ಇರುತ್ತೇನೆ ಅನ್ನುವವಳಾಗಿದ್ದಿದ್ರೆ ಇಷ್ಟೊಂದು ಅಳೋ ಅಗತ್ಯ ಇಲ್ಲ ಅನ್ನೋದು ಖಚಿತವಾಯಿತು. ನೀನು ನನ್ನಿಂದ ದೂರ ಹೋಗು ಅನ್ನೋ ಮಾತು ಬಾಯಲ್ಲಿ ಬರಲಾರದೇ ಕಣ್ಣಲ್ಲಿ ನೀರಾಗಿ ಹೊರಹೊಮ್ಮುತ್ತಿತ್ತು.

'ಮಿಂಚು, ನಂಗೆ ಉತ್ತರ ಬೇಕು.. ಏನ್ ಡಿಸೈಡ್ ಮಾಡಿದ್ದೀಯಾ? ಅಲ್ಲಿ ನಿಮ್ಮಮ್ಮ ಚಕ್ರವರ್ತಿ ಮದುವೆ ಆಗ್ತೀವಿ ಅಂತ ಡಂಗೂರ ಸಾರ್ತಿದ್ದಾರೆ. ನಮ್ಮನೇಲ್ ಏನ್ ಅಂದ್ಕೊಳ್ಳಲ್ಲ? ನಿಮ್ಮಮ್ಮಂಗೆ ಈಗ್ಲೇ ಫೋನ್ ಮಾಡಿ ಚಕ್ರವರ್ತಿ ನಮ್ಮಪ್ಪ ಅಂತ ಹೇಳು' ಅನೂಪ್ ಫೋನ್ ಡಯಲ್ ಮಾಡುವಂತೆ ಒತ್ತಾಯಿಸಿದ.

‘ಪ್ಲೀಸ್.. ಫೋರ್ಸ್ ಮಾಡ್ಬೇಡ. ಅಮ್ಮ ತುಂಬಾ ಖುಷಿಯಲ್ಲಿದ್ದಾಳೆ. ಅದನ್ ಹಾಳ್ ಮಾಡೋಕಾಗಲ್ಲ ನಂಗೆ’ ಮಿಂಚು ಅಳುವಲ್ಲೇ ಚೀರಿದಳು. ಅನೂಪನಿಗೆ ಮಿಂಚು ತನ್ನ ಪರ ನಿಲ್ಲುತ್ತಿಲ್ಲ ಅನ್ನೋ ದುಃಖ ಸಿಟ್ಟಿಗೆ ತಿರುಗಿತು, ಚಕ್ರವರ್ತಿ ಮೇಲಿನ ಸಿಟ್ಟು ದ್ವೇಷದ ರೂಪ ತಾಳಿತು. ಅರವಿಂದಾಳಿಂದ ದೂರವಿರು ಅಂತ ಕೇಳಿಕೊಂಡರೂ ಅವಳ ಜೊತೆಗೇ ಊರು ಸುತ್ತುತ್ತಿರೋ ಮನುಷ್ಯ ಎದುರಿಗೆ ಸಿಕ್ಕಿದ್ದರೆ ಹಿಂದು ಮುಂದು ನೋಡದೇ ಸೀಳಿಬಿಡುತ್ತಿದ್ದೆ ಅನ್ನಿಸಿತು. ‘ನೀನ್ ನಂಗೆ ಸಪೋರ್ಟ್ ಮಾಡಲ್ಲ ಅಲ್ವಾ.. ನಾನೇ ಹ್ಯಾಂಡಲ್ ಮಾಡ್ತೀನಿ. ಮಗನಿಗೇ ಉಲ್ಟಾ ಹೊಡೆಯೋ ತಂದೆ ಇದ್ದರೆಷ್ಟು ಬಿಟ್ಟರೆಷ್ಟು.. ಇದೆ ಅವ್ನಿಗೆ ಇವತ್ತು’ ಎಂದು ರೇಗಿ ಅನೂಪ್ ಬಿರುಗಾಳಿಯಂತೆ ನಡೆದುಬಿಟ್ಟ.

❋

ಅಪರಾಧಿಯನ್ನು ಪೊಲೀಸರು ಬೂಟು ಕಾಲಿಂದ ಒದೆಯೋ ಹಾಗೆ ಬುಲೆಟ್‌ನ ಕಿಕ್ ಸ್ಟಾರ್ಟ್ ಅನ್ನು ಜೋರಾಗಿ ಒದ್ದು ಅನೂಪ್ ಗಾಡಿ ಚಾಲು ಮಾಡಿದ. ಗೊತ್ತುಗುರಿ ಇಲ್ಲದೇ ವೇಗವಾಗಿ ಓಡಿಸುತ್ತಾ ಮೇನ್ ರೋಡಿಗೆ ತಿರುಗಿಸಿದ. ಸೀದಾ ಹುಬ್ಬಳ್ಳಿಗೆ ಹೋಗಿ ಇಬ್ಬರೊಂದಿಗೆ ಮಾತನಾಡಬೇಕು ಅನ್ನಿಸಿತು. ಅವರು ಎಲ್ಲಿರುತ್ತಾರೋ ಗೊತ್ತಿಲ್ಲ, ನಾನು ತಲುಪುವಷ್ಟರಲ್ಲಿ ಅಲ್ಲಿಂದ ಹೊರಟುಬಿಡುತ್ತಾರೆ ಅನ್ನೋ ಲಾಜಿಕ್ ಆ ಯೋಜನೆಯನ್ನು ತಡೆ ಹಿಡಿಯಿತು. ಗಾಡಿ ನಿಲ್ಲಿಸಿ ಅರವಿಂದಾ ನಂಬರಿಗೆ ಕರೆ ಮಾಡಿದ.

‘ಆಂಟಿ, ನಾನ್ ಅನೂಪ್..’ ಎಂದಾಗ ಆ ಕಡೆಯಿಂದ ‘ಅರವಿಂದಾ ಅಲ್ಲ, ನಾನು’ ಚಕ್ರವರ್ತಿ ಉತ್ತರ ಬಂದು ಅನೂಪನ ತಾಳ್ಮೆ ಹಾರಿ ಹೋಯಿತು.

‘ಅವ್ರಿಗ್ ಫೋನ್ ಕೊಡ್ರಿ.. ನೀವ್ಯಾಕ್ ಎತ್ತುಕೊಂಡ್ರಿ?’

‘ಅವ್ರ್ ಫೋನ್ ನನ್ ಹತ್ರನೇ ಇತ್ತು, ಅವ್ರು ಪ್ರೆಸ್‌ಮೀಟ್‌ನಲ್ಲಿದ್ದಾರೆ’.

ಆ ಮಾತು ಕೇಳಿ ನನ್ನ ಗ್ರಹಗತಿಯೇ ಸರಿಯಿಲ್ಲವೆಂದು ಅನೂಪ್ ಶಪಿಸಿಕೊಂಡನು. ‘ನಿಮ್ಗೆ ಹೇಳಿದ್ದೆ ತಾನೆ ನನ್ ಲೈಫ್‌ಗೆ ತೊಂದರೆ ಕೊಡೋಕ್ ಬರಬೇಡಿ ಅಂತ. ಅರವಿಂದಾ ಅವರು ನಂಗೆ ಅತ್ತೆ ಆಗೋರು. ಅವ್ರನ್ನ ನೀವ್ ಮದ್ವೆ ಆಗೋಕ್ ಆಗಲ್ಲ’ ರಸ್ತೆಯಲ್ಲಿದ್ದ ಸುತ್ತಮುತ್ತ ಜನ ಅವನನ್ನು ಗಮನಿಸುವಷ್ಟು ಜೋರಾಗಿ ಕೂಗಾಡಿದ. ಚಕ್ರವರ್ತಿ ಸಮಾಧಾನ ಕಳೆದುಕೊಳ್ಳದೇ ದೃಢವಾಗಿ ಉತ್ತರ ಕೊಟ್ಟ.

‘ನಂಗೆ ಅರವಿಂದಾನ ಬಿಟ್ಟು ಬದುಕೋಕೆ ಆಗಲ್ಲ, ಅವರಿಗೂ ನನ್ನ ಬಿಟ್ಟಿರೋಕಾಗಲ್ಲ, ನಾವು ಮದುವೆ ಆಗ್ತಿದ್ದೇವೆ ಅಂತ ಎಲ್ಲರ ಮುಂದೆ ಹೇಳಿದ್ದಾರೆ ಅನೂಪ್’

‘ಏನ್ ಅಸಹ್ಯ ರೀ ನೀವು! ನನ್ ಹುಡ್ಗಿ ಅಮ್ಮನ್ನ ನನ್ ಮುಂದೇನೇ ಮದ್ವೆ ಆಗ್ತೀನಿ ಅಂತೀರಲ್ಲ?’

'ಅನೂಪ್ ನೀನ್ ಹೇಳಿದ್ ಹಾಗೆ ನಾನು ದೂರ ಇರೋಕ್ ಪ್ರಯತ್ನಪಟ್ಟೆ. ಆದರೆ ಆಗ್ಲಿಲ್ಲ' ಚಕ್ರವರ್ತಿ ಅಸಹಾಯಕ ಧ್ವನಿಯಲ್ಲಿ ಹೇಳಿದ.

'ಒಬ್ಬ ಅಪ್ಪ ಆಗಿ ಮಗನಿಗೇ ಮೋಸ ಮಾಡ್ತೀರಲ್ಲಾ ಇಂಥವರು ಪ್ರಪಂಚದಲ್ಲಿ ನೀವೊಬ್ರೇ ಅನ್ಸತ್ತೆ. ನಿಮ್ ಜೊತೆ ಮಾತಾಡೋಕೆ ಇರಿಟೇಟ್ ಆಗ್ತಿದೆ. ಅರವಿಂದಾ ಆಂಟಿಗೆ ಫೋನ್ ಕೊಡಿ'

'ಹೇಳಿದ್ನಲ್ಲ, ಅವರು ಪ್ರೆಸ್‌ಮೀಟ್‌ನಲ್ಲಿದ್ದಾರೆ ಮಾತನಾಡೋಕ್ ಆಗಲ್ಲ. ಒಂದ್ ತಿಳ್ಕೋ ಅನೂಪ್ ನನ್ನನ್ನ ಬೇಕಾದಾಗ್ ಮಾತ್ರ ಅಪ್ಪ ಅಂತ ಬಳಸಿಕೊಳ್ಳೋ ಹಕ್ಕು ನಿಂಗಿಲ್ಲ. ಎಷ್ಟೋ ಸಲ ನನ್ನ ತಿರಸ್ಕಾರ ಮಾಡಿ ಈಗ ನಾನು ನಿಂಗೋಸ್ಕರ ತ್ಯಾಗ ಮಾಡ್ಬೇಕು ಅಂತ ಬಯಸೋದು ಸರಿಯಲ್ಲ. ನೀನು ಪ್ರೀತಿಯಿಂದಲೂ ಕೇಳ್ತಿಲ್ಲ, ನನ್ನ ಮೇಲೆ ದಬ್ಬಾಳಿಕೆ ಮಾಡ್ತಿದ್ದೀಯ.'

ಚಕ್ರವರ್ತಿ ಬ್ಲೇಮ್ ಮಾಡಿದ್ದು ಅನೂಪನಿಗೆ ತಡೆದುಕೊಳ್ಳೋಕೆ ಆಗಲಿಲ್ಲ. ತಲೆಚಿಟ್ಟು ಬಂದು ಫೋನ್ ಕಟ್ ಮಾಡಿ. ಬೈಕ್ ಚಾಲು ಮಾಡಿದ. ಮಿಂಚು ನನ್ನನ್ನು ಬಿಟ್ಟುಬಿಡೋ ಯೋಚನೆ ಮಾಡಿದ್ದಾಳೆ. ಅವಳಿಲ್ಲದ ನಾಳೆಗಳು ಹೇಗೆ ಸಾಧ್ಯ? ನಾನಿಲ್ಲದೇ ಅವಳು ಬದುಕುತ್ತಾಳಾ? ಮಿಂಚು ಜೊತೆ ಮದುವೆ, ಮಕ್ಕಳು, ವರ್ಲ್ಡ್ ಟ್ರಿಪ್ ಕನಸುಗಳೆಲ್ಲಾ ಸುಳ್ಳಾಗಿ ಹೋಗುತ್ತವಾ? ಇಂತಹ ಯೋಚನೆಗಳು ಬಂದಂತೆ ತಕ್ಷಣವೇ ಅವಕ್ಕೆ ಪರಿಹಾರ ಕಂಡುಕೊಳ್ಳಬೇಕು, ಪರಿಸ್ಥಿತಿಯನ್ನು ನನ್ನ ಕಡೆಗೆ ತಿರುಗಿಸಿಕೊಳ್ಳಬೇಕೆನ್ನೋ ಹಟ ಮೂಡಿತು. ಗಾಡಿ ಕರೆದುಕೊಂಡು ಹೋದ ಕಡೆ ಹೋಗುತ್ತಿದ್ದವನಿಗೆ ಬಸವೇಶ್ವರ ನಗರ ಮೇನ್ ರೋಡಿಗೆ ಮುಖ ಮಾಡಿ ನಿಂತ ಪೊಲೀಸ್ ಠಾಣೆ ಕಣ್ಣಿಗೆ ಬಿತ್ತು. ಸಮಾಜದಲ್ಲಿ ನಡೆಯೋ ಅನ್ಯಾಯಗಳಿಗೆ ನ್ಯಾಯ ಕೊಡಿಸೋ ಜಾಗದಲ್ಲಿ ತನಗೂ ನ್ಯಾಯ ಸಿಗುತ್ತದೆ ಅನ್ನಿಸಿತು. ಮೈಮೇಲೆ ಚಂಡಿ ಬಂದವನಂತೆ ಅನೂಪ್ ಸ್ಟೇಷನ್ ಒಳಗೆ ನುಗ್ಗಿದ. ಕಾನ್ಸ್‌ಟೇಬಲ್ ಏನು ಎತ್ತ ಎಂದು ವಿಚಾರಿಸಿದಾಗ ಚೀಟಿಂಗ್ ಕೇಸ್ ಕಂಪ್ಲೇಂಟ್ ಕೊಡ್ಬೇಕು ಎಂದ. ಸಾಹೇಬ್ರು ಏನೋ ಕೆಲಸ ಮಾಡ್ತಿದ್ದಾರೆ ಎಂದವನು ಅನೂಪನನ್ನು ಹದಿನೈದು ನಿಮಿಷ ಕಾಯಿಸಿದ. ಆ ಸಮಯವನ್ನು ಅನೂಪ ಇನ್ಸ್‌ಪೆಕ್ಟರ್ ಮುಂದೆ ಏನು ಮಾತನಾಡಬೇಕು ಅನ್ನೋದನ್ನ ಮನಸ್ಸಿಗೆ ಸ್ಪಷ್ಟ ಮಾಡಿಕೊಳ್ಳುವುದರಲ್ಲಿ ಸದ್ವಿನಿಯೋಗ ಮಾಡಿಕೊಂಡ.

ಇನ್ಸ್‌ಪೆಕ್ಟರ್ ಕೊಠಡಿಯೊಳಗೆ ಕರೆಸಿ ಎದುರಿಗೆ ಕೂರಿಸಿಕೊಂಡರು. ನೀಟಾಗಿ ತಲೆ ಬಾಚಿ, ಸ್ವಚ್ಛವಾದ ಬಟ್ಟೆ ತೊಟ್ಟು ಒಬ್ಬರೇ ಸ್ಟೇಷನ್ನಿಗೆ ಬರೋ ಹುಡುಗರು ಸಾಮಾನ್ಯವಾಗಿ, ಮೊಬೈಲ್ ಕಳೆದುಹೋಗಿದೆ ಅಥವಾ ಪಾಸ್‌ಪೋರ್ಟ್ ವೆರಿಫಿಕೇಶನ್‌ನಂತಹ ಸಂಗತಿಗಳನ್ನ ಹೊತ್ತು ತರುತ್ತಾರೆ ಅಂತ ನಿರೀಕ್ಷಿಸಿದ್ದ ಇನ್ಸ್‌ಪೆಕ್ಟರಿಗೆ ಅನೂಪನ ಕಂಪ್ಲೇಂಟ್ ತೀರಾ ಹೊಸದೆನಿಸಿತು. ಚಕ್ರವರ್ತಿ ಸಂಸಾರ ಬೆಂಗಳೂರಿಗೆ ಬಂದಾಗಿನಿಂದ ಹಿಡಿದು ಈಗ ಮುಗಿದ ಫೋನಿನ ಮಾತುಕತೆಯ ತನಕ ತನ್ನ ದೃಷ್ಟಿಕೋನದಲ್ಲಿ ಪೊಲೀಸರಿಗೆ ತಿಳಿಸಿದ.

'ಚಕ್ರವರ್ತಿ ಒಬ್ಬ ಫ್ರಾಡ್. ಕೆಲಸ ಕಾರ್ಯ ಇಲ್ಲದವನು well settled ಡಾಕ್ಟರ್‌ನ ಬುಟ್ಟಿಗೆ ಹಾಕೊಂಡಿದ್ದಾನೆ, ಇದರಿಂದ ನಂಗೆ moral threat ಇದೆ. ಅವರು ನಾನ್ ಮದ್ವೆ ಆಗ್ತಿರೋ ಹುಡುಗಿಯ ತಾಯಿ ಎಂದು ಗೊತ್ತಿದ್ದೂ ಅವರ ಜೊತೆ ತಿರುಗುತ್ತಾ ಇದ್ದಾರೆ'

'ಅರವಿಂದಾಗೆ ಈ ವಿಷಯ ಗೊತ್ತಿದ್ದೀಯಾ?'

'ಇಲ್ಲ, ಮಿಂಚುಗೆ ಗೊತ್ತಿದೆ. ಇದೆಲ್ಲಾದ್ರಿಂದ ನಂಗೇ ಮೋಸ ಆಗ್ತಿರೋದು. ನಾನು ಏಳೆಂಟು ವರ್ಷ ಹಣ, ಸಮಯ, ಎನರ್ಜಿ, ಕನಸು ಎಲ್ಲವನ್ನೂ ಇನ್ವೆಸ್ಟ್ ಮಾಡಿರೋ ಸಂಬಂಧವನ್ನ ಆ ಮೋಸಗಾರ ಚಕ್ರಚರ್ತಿಯಿಂದ ಕಳೆದುಕೊಳ್ಳೋಕೆ ಆಗಲ್ಲ. ಪ್ಲೀಸ್ ಹೆಲ್ಪ್ ಮಾಡಿ ಸರ್'

ಪ್ರೇಮಿಗಳ ತಂದೆ ತಾಯಿಗಳು ಪ್ರೀತಿಗೆ ಬಿದ್ದು ಮದುವೆ ಆಗ್ತಿದ್ದಾರೆ ಅನ್ನೋ ದೂರು ಸುತ್ತ ಮುತ್ತ ಇದ್ದವರ ಕಿವಿ ಚುರುಕುಗೊಳಿಸಿತು. ಇನ್ಸ್‌ಪೆಕ್ಟರ್ ಖಾಲಿ ಪೇಪರ್ ಕೊಟ್ಟು ಅನೂಪನ ಕೈಲಿ ಕಂಪ್ಲೇಂಟ್ ಬರೆಸಿಕೊಂಡು ಚಕ್ರವರ್ತಿಯನ್ನು ವಿಚಾರಣೆಗೆ ಕರೆಸುತ್ತೇವೆ ಎಂದರು. ಅನೂಪ್ 'ನನ್ ಪ್ರಾಬ್ಲಮ್ ಏನಿದ್ರೂ ಚಕ್ರವರ್ತಿ ಜೊತೆ ಮಾತ್ರ ಸರ್. ಮಿಂಚು ಮತ್ತೆ ಅರವಿಂದಾ ಆಂಟಿಗೆ ನನ್ ಕನ್ಸರ್ನ್ ಅರ್ಥ ಆಗ್ಬೇಕು. ಪ್ಲೀಸ್ ಸೂಕ್ಷ್ಮವಾಗಿ ಹ್ಯಾಂಡಲ್ ಮಾಡಿ' ಎಂದು ಮನವಿ ಮಾಡಿಕೊಂಡನು. ಇನ್ಸ್‌ಪೆಕ್ಟರ್ ಹೆತ್ತ ತಂದೆಯ ವಿರುದ್ಧ ಕಂಪ್ಲೇಂಟ್ ಕೊಟ್ಟು ಪ್ರೇಮಿಯನ್ನು ಉಳಿಸಿಕೊಳ್ಳಲು ಒದ್ದಾಡುತ್ತಿದ್ದ ಅನೂಪನನ್ನು ಕನಿಕರದಿಂದ ಕಳಿಸಿಕೊಟ್ಟರು.

# 18

ಅನೂಪ್ ಕೊಟ್ಟ ದೂರು ಸುದ್ದಿ ಮಾಧ್ಯಮ ತಲುಪಲು ಹೆಚ್ಚು ಸಮಯ ಹಿಡಿಯಲಿಲ್ಲ. ಅದರಲ್ಲೂ ಆಗಷ್ಟೇ 'ವೈದ್ಯರತ್ನ' ಪ್ರಶಸ್ತಿ ಪಡೆದ ವೈದ್ಯೆಯ ಎರಡನೇ ಮದುವೆ, ಮಗಳ ಫಿಯಾನ್ಸಿಯ ತಂದೆಯೊಂದಿಗೆ ಅನ್ನೋ ಸುದ್ದಿಗೆ ಸೆನ್ಸೇಶನಲ್ ಆಗಿ ಜನರಿಗೆ ತಲುಪಿಸಲು ಎಲ್ಲಾ ಸಾಮರ್ಥ್ಯವನ್ನೂ ಹೊಂದಿತ್ತು. 'ಎತ್ತ ಹೋಯಿತು ವೈದ್ಯರತ್ನಳ ನೈತಿಕತೆ', 'ಆಯುರ್ವೇದ ಡಾಕ್ಟರ್ ಮಾಡಿಕೊಂಡ ಅವಾಂತರ', 'ಮಗಳ ಮಾವನನ್ನೇ ಮದುವೆಯಾಗಲು ಹೊರಟಿರೋ ಮಹಾತಾಯಿ' ಅನ್ನೋ ತರಾವರಿ ಹೆಡ್‌ಲೈನ್‌ಗಳೊಂದಿಗೆ ಟಿವಿ, ಸಾಮಾಜಿಕ ಜಾಲತಾಣಗಳಲ್ಲಿ ಸುದ್ದಿ ಕಾಳ್ಗಿಚ್ಚಿನಂತೆ ಹರಿದಾಡತೊಡಗಿತು. ವಯಸ್ಸಿಗೆ ಬಂದವರು ಪ್ರೀತಿಸಿದರೆ ಓಕೆ, ನಲವತ್ತೈದು ದಾಟಿದ ವ್ಯಕ್ತಿ ಮದುವೆಯಾಗೋದೂ ಸಹ ಸಮಾಜ ಸ್ವಾಗತಿಸುವ ವಿಷಯವೇ. ಆದರೆ ಹೆಣ್ಣೊಬ್ಬಳು ತನ್ನ ನಲವತ್ತೈದನೇ ವಯಸ್ಸಿನಲ್ಲಿ ಇನ್ನೊಂದು ಮದುವೆಯಾಗುತ್ತಾಳೆ ಅದೂ ತನ್ನ ಅಳಿಯನ ತಂದೆಯನ್ನ ಅನ್ನೋ ವಿಷಯಕ್ಕೆ ಇಂಟರ್ನೆಟ್ಟಿಗೆ ಬೆಂಕಿ ಹೊತ್ತಿಸುವ

ಶಕ್ತಿಯಿದೆ ಅನ್ನೋದರ ಅಂದಾಜು ಸುದ್ದಿಯನ್ನು ಬಿತ್ತರಿಸಿದವರಿಗಿತ್ತು. ಅವರ ಅಂದಾಜು ನಿಜವಾಗಲು ಶುರುವಾಗಿತ್ತು.

ಎರಗಿ ಬರಲಿರೋ ಸುನಾಮಿಯ ಪರಿವೇ ಇಲ್ಲದೇ ಅರವಿಂದಾ ಮತ್ತು ಚಕ್ರವರ್ತಿ ಬೆಂಗಳೂರಿಗೆ ಹೊರಡುವ ತಯಾರಿಯಲ್ಲಿದ್ದರು. ಹುಬ್ಬಳ್ಳಿಯಿಂದ ಬೆಂಗಳೂರಿಗೆ ಹೊರಡೋ ವಿಮಾನ ಹವಾಮಾನದ ತೊಂದರೆಯಿಂದಾಗಿ ಮೂರು ಗಂಟೆ ತಡವಾಗಿದೆ ಅನ್ನೋ ಸಂದೇಶ ಬಂದದ್ದರಿಂದ ಅನಿರೀಕ್ಷಿತವಾಗಿ ಸಿಕ್ಕ ಸಮಯದಲ್ಲಿ ಒಂದಷ್ಟು ಪ್ರೇಕ್ಷಣೀಯ ಸ್ಥಳಗಳನ್ನು ನೋಡಿ ಹೊರಡುವ ಎಂದು ಅರವಿಂದಾ ಚಕ್ರವರ್ತಿಗೆ ಸೂಚಿಸಿದ್ದಳು. ಅರವಿಂದಾಳ ಮನಸ್ಸು ನವೋಲ್ಲಾಸದಿಂದ ತುಂಬಿತ್ತು. ಮುಂಜಾನೆ ಎದ್ದಾಗಲೇ ಮೈ ಪೂರ ಹಗುರ ಎನಿಸಿತ್ತು. ಎಂದೂ ಇರದ ಸಂತೋಷ ನೆಮ್ಮದಿ ಇಂದೇಕೆ ನನ್ನ ಮೈತುಂಬಿಕೊಂಡಿದೆ ಅನ್ನುವುದರ ಕಾರಣ ಯೋಚಿಸಿದವಳಿಗೆ ಸೂಕ್ತವಾದ ಕಾರಣಗಳೇ ಸಿಕ್ಕಿದವು. ಅರವಿಂದಾ ಸಣ್ಣ ವಯಸ್ಸಿನಿಂದಲೂ ಬಯಸಿದ್ದು ತಾನೊಬ್ಬ ಒಳ್ಳೆ ವೈದ್ಯೆ ಆಗಬೇಕು, ಕೈಲಾದಷ್ಟು ಜನರ ಸೇವೆ ಮಾಡಬೇಕು, ಅಜ್ಜ ವಿಶ್ವನಾಥ ಪಂಡಿತರ ಹಾಗೆ ಸಾರ್ಥಕತೆ ಕಾಣಬೇಕು ಅಂತ. ಈಗದು ನನಸಾಗಿತ್ತು. ವೈಯಕ್ತಿಕ ಜೀವನದ ಸವಾಲುಗಳು ಒಂದೊಂದೇ ದಡ ಸೇರಿದ್ದವು. ಬದುಕಿನ ಸಂಜೆಯನ್ನು ಒಂಟಿಯಾಗಿ ಕಳೆಯುವ ಭಯ ಹೋಗಲಾಡಿಸಲು ನೆಚ್ಚಿನ ಸ್ನೇಹಿತ ಚಕ್ರವರ್ತಿ ಜೊತೆಯಾಗಿದ್ದ. ಆತ ತನ್ನ ಜೀವನ ಸಂಗಾತಿಯಾಗುತ್ತಾನೆ ಎಂದು ಎಲ್ಲರೆದುರು ಧೈರ್ಯವಾಗಿ ಹೇಳಿಕೊಂಡ ಮೇಲೆ ಆ ಸಂಬಂಧದ ಮೇಲಿದ್ದ ವಿಶ್ವಾಸ ದುಪ್ಪಟ್ಟಾಗಿತ್ತು.

'ಬೇಂದ್ರೆ ಭವನಕ್ಕೆ ಹೋಗೋಣ, ಅಲ್ಲಿಂದ ಏರ್ಪೋರ್ಟಿಗೆ ಅರ್ಧಗಂಟೆ ಅಷ್ಟೇ ತಡ ಆಗಲ್ಲ. ದ ರಾ ಬೇಂದ್ರೆ ಅವರ ಮನೆ ಅದು. ಈಗ ಮ್ಯೂಸಿಯಂ ಮಾಡಿದ್ದಾರೆ. ಅವರ ಬರವಣಿಗೆಯ ಅಭಿಮಾನಿ ನಾನು. ಅವರು ಬರ್ದಿರೋ ಯಾವ್ದಾದ್ರೂ ಪುಸ್ತಕ ಓದಿದ್ದೀರಾ?'

'ನಂಗೆ ಪುಸ್ತಕ ಓದೋ ಅಭ್ಯಾಸ ಇಲ್ಲ. ಯಾರಾದ್ರೂ ಚೆನ್ನಾಗಿದೆ ಇದನ್ ಓದಿ ಅಂದ್ರೆ ಒಂದ್ ಹತ್ತು ಪುಟ ಓದೋಕ್ ಟ್ರೈ ಮಾಡಿದ್ದೀನಿ ಅಷ್ಟೇ'

'ಬಿಡಿ. ಮುಂದೆ ಒಟ್ಟಿಗೆ ಇರ್ತೀವಲ್ಲ. ಓದು, ಸುತ್ತಾಟ, ಜನಕ್ಕೆ ಕೈಲಾದ ಸೇವೆ, ಕ್ಲಿನಿಕ್ ಕೆಲ್ಸ ಎಲ್ಲದ್ರಲ್ಲೂ ತೊಡಗಿಸಿಕೊಳ್ಳಬಹುದು.'

'ನಾವಿಬ್ರೂ ಎಷ್ಟ್ ಸಮಯ ಜೊತೇಲಿರ್ಬೋದು ಅನ್ಸತ್ತೆ?'

ಚಕ್ರವರ್ತಿ ತನ್ನ ಎದೆಯಲ್ಲಿದ್ದ ಭಯ ತೋರ್ಪಡಿಸದೆ ಕೇಳಿದ. ಅನೂಪ್ ಫೋನ್ ಮಾಡಿದಾಗಿನಿಂದ ಬೆಂಗಳೂರಿಗೆ ಹೋದ ಮೇಲೆ ನಮ್ಮ ನಾಲ್ಕು ಜನರ ಬದುಕಿನಲ್ಲಿ ಮುಖ್ಯವಾದ ತಿರುವು ಬರಲಿದೆ ಅನ್ನೋ ನಿರೀಕ್ಷೆ ಇದ್ದೇ ಇತ್ತು. ಹುಬ್ಬಳ್ಳಿಯಿಂದ ಅಲ್ಲಿಗೆ ಹೋಗುವವರೆಗಾದರೂ ಅರವಿಂದಾ ಖುಷಿಗೆ

ಭಂಗ ಬರದಂತೆ ನೋಡಿಕೊಳ್ಳಬೇಕೆಂದಿದ್ದ. ನಾನು ಅನೂಪನ ತಂದೆ ಅನ್ನೋ ವಿಚಾರ ಅವಳನ್ನು ಘಾಸಿಗೊಳಿಸುವುದು ಸತ್ಯ ಅಂತಾದ ಮೇಲೆ, ಅರವಿಂದಾ ಅದನ್ನೆದುರಿಸಲು ತಯಾರು ಮಾಡಿ ಸಮಾಧಾನ ಸ್ಥಿತಿಯಲ್ಲಿ ಹೇಳುವ ಯೋಚನೆ ಅವನದಾಗಿತ್ತು. ಸತ್ಯ ತಿಳಿದ ಮೇಲೆ ಅರವಿಂದಾಳ ನಿರ್ಧಾರವೇ ಅವನ ನಿರ್ಧಾರವೂ ಆಗಿತ್ತು.

'ಇಬ್ಬರಲ್ಲೊಬ್ಬರು ಹೋಗೋವರ್ಗೂ ಜೊತೇಲಿರ್ತೀವಿ. ಇಡೀ ಜೀವನದಲ್ಲಿ ಏನೇನ್ ಕಳ್ಕೊಂಡಿದ್ವೋ ಅದೆನ್ನೆಲ್ಲಾ ಒಟ್ಟಿಗೆ ಪಡ್ಕೋತೀವಿ, ಖುಷಿಯಾಗಿರ್ತೀವಿ. ನನ್ ಮಗಳು ಹೇಳೋ ಥರ ನೀವ್ ನನ್ ಜೀವನದ swipe right ನಿರ್ಧಾರ' ಸಣ್ಣ ಹುಡುಗಿಯಂತೆ ಮುಗ್ಧವಾಗಿ ನುಡಿದಳು ಅರವಿಂದಾ. ಚಕ್ರವರ್ತಿ ಅವಳ ಕನಸುಗಳನ್ನು ಕೇಳಿಸಿಕೊಳ್ಳುತ್ತಾ ಕಳೆದು ಹೋದವನಂತೆ ನಿಂತ. ಅರವಿಂದಾ ಅದೇ ಲಹರಿಯಲ್ಲಿ ಮಾತನ್ನು ಮುಂದುವರಿಸುತ್ತಾ ತನ್ನ ಮನಸ್ಸನ್ನ ಅವನ ಮುಂದೆ ಬಿಚ್ಚಿಟ್ಟಳು. ಈ ಜನ್ಮದಲ್ಲಿ ಗಂಡಿನ ಪ್ರೀತಿಯ ಅಗತ್ಯವಿಲ್ಲ ಅಂತ ನಿರ್ಧರಿಸಿದವಳ ಬಾಳಲ್ಲಿ ಬೆಳಕಾಗಿ ಬಂದಿರಿ, ನೀವು ಸಿಕ್ಕಿದ್ದು ನನ್ನ ಅದೃಷ್ಟವೆಂದು ಹೇಳುವಾಗ ಮನಸ್ಸು ತುಂಬಿ ಬಂದು ಚಕ್ರವರ್ತಿಯನ್ನು ಅಪ್ಪಿಕೊಂಡಳು. ಅವನ ತೋಳುಗಳಲ್ಲಿ ಜಗತ್ತನ್ನೇ ಮರೆತು ಕಣ್ತುಂಬಿಕೊಂಡಾಗ ಜಗತ್ತು ಅವಳ ಕಡೆಗೇ ದೃಷ್ಟಿ ನೆಟ್ಟಿತ್ತು. ರಹಸ್ಯ ಕಾರ್ಯಾಚರಣೆ ಎಂದು ಕ್ಯಾಮೆರಾ ಹಿಡಿದು ಹೋಟೆಲಿಗೆ ನುಗ್ಗಿದ್ದ ಸುದ್ದಿವಾಹಿನಿಯವರು ಅರವಿಂದಾ ಚಕ್ರವರ್ತಿಯನ್ನು ತಬ್ಬಿಕೊಂಡಿದ್ದ ದೃಶ್ಯವನ್ನು ಸೆರೆಹಿಡಿದುಬಿಟ್ಟರು.

ಹೋಟೆಲಿನ ಕಾರಿಡಾರ್‌ನಿಂದ ಯಾರೋ ಇಣುಕುತ್ತಿದ್ದಾರೆಂದೆನಿಸಿ ಚಕ್ರವರ್ತಿ ತಕ್ಷಣ ಅತ್ತ ನಡೆದ. ಕಿಟಕಿಯಿಂದ ವಿಡಿಯೋ ಮಾಡುತ್ತಿದ್ದ ಕ್ಯಾಮೆರಾಮ್ಯಾನ್ ಹೆದರದೇ ಅವರ ಕೋಣೆಯ ಬಾಗಿಲ ಬಳಿ ಬಂದ. ಅಲ್ಲಿ ಏನು ನಡೆಯುತ್ತಿದೆ ಎಂದು ಇಬ್ಬರಿಗೂ ಅರ್ಥವಾಗುವಷ್ಟರಲ್ಲಿ ಎಲ್ಲವೂ ಜಗಜ್ಜಾಹೀರಾಗಿ ಹೋಯಿತು. ಚಕ್ರವರ್ತಿ ಸಿಟ್ಟಿನಿಂದ ಕ್ಯಾಮೆರಾಮ್ಯಾನ್‌ನನ್ನು ಥಳಿಸಲು ಹೋಗಿದ್ದು ಇನ್ನೂ ದೊಡ್ಡ ಅನಾಹುತಕ್ಕೆ ನಾಂದಿಯಾಯಿತು.

'ಒಂದೇ ಕೋಣೆಯಲ್ಲಿ ಸಿಕ್ಕಿಬಿದ್ದ ಲೇಡಿ ಡಾಕ್ಟರ್ ಮತ್ತು ಮಗಳ ಮಾವ' 'ಬಯಲಾಯ್ತು ಡಾಕ್ಟರ್ ಅರವಿಂದಾ ಆಸಲಿ ಮುಖ' 'ಸೋರಿಕೆಯಾಯ್ತು ಸೋರಿಯಾಸಿಸ್ ವೈದ್ಯೆಯ ಒಳಗುಟ್ಟು'; ನ್ಯೂಸ್ ರಿಪೋರ್ಟರ್‌ಗಳು ತಮಗೆ ಕೊಟ್ಟಿದ್ದ ನ್ಯೂಸ್ ಸ್ಕ್ರಿಪ್ಟ್‌ಗಳನ್ನು ಓದಿಕೊಂಡು ಚಿತ್ರವಿಚಿತ್ರ ಧ್ವನಿ, ಹಾವಭಾವಗಳಲ್ಲಿ ಜನರ ಮಸ್ತಕದೊಳಗೆ ಹೊಕ್ಕುವಂತೆ ವಿವರಿಸಿದರು. ರಹಸ್ಯ ಕಾರ್ಯಾಚರಣೆಯಿಂದ ಸಾಧಿಸಿದ ವಿಡಿಯೋ ತುಣುಕಿಗೆ ಸ್ಲೋ ಮೋಶನ್, ಪೋಲಿ ಸಿನಿಮಾ ಹಾಡುಗಳನ್ನು ಜೋಡಿಸಿ ಇನ್ನಷ್ಟು ಮೆರುಗು ತಂದಾಗ ಆಸಕ್ತಿ ಕೊಟ್ಟು ಹುಬ್ಬೇರಿಸಿ ನೋಡಿದವರ ಕಣ್ಣಿಗೆ ರಸದೌತಣ ನೀಡಿತು. ವಿಡಿಯೋ ಟಿವಿ, ಫೋನುಗಳಲ್ಲಿ ಓಡಾಡಿತು. ಸಾಮಾಜಿಕ ಜಾಲತಾಣಗಳಲ್ಲಿ ಕೀಬೋರ್ಡ್

ವಾರಿಯರ್‌ಗಳು ತಮ್ಮ ಯುದ್ಧ ಶುರು ಮಾಡಿದರು. ಅನೂಪ್, ಮಿಂಚು, ಅರವಿಂದಾಳನ್ನ ಬಲ್ಲವರು ನ್ಯೂಸ್ ಚಾನೆಲ್‌ನವರು ಮೈಕ್ ಹಿಡಿದು ಬಂದಾಗ ಆಳಿಗೊಂದು ಕಲ್ಲೆಂಬಂತೆ ತಮ್ಮ ಅನಿಸಿಕೆಯನ್ನು ಲಾಯರ್‌ಗಳಂತೆ ಮಂಡಿಸಿ ಹುಡುಗರ ಪ್ರೀತಿ ಪವಿತ್ರವಾದದ್ದು, ದೊಡ್ಡವರು ಅಗೌರವ ತೋರುವ ಕೆಲಸ ಮಾಡಿದ್ದಾರೆ, ಅದರಲ್ಲೂ ಹೆಣ್ಣಾಗಿ ಆಕೆ ಸಂಯಮ ಕಳೆದುಕೊಳ್ಳಬಾರದಿತ್ತು ಎಂದು ಅರವಿಂದಾಳ ಮೇಲೆ ಯಥೋಚಿತವಾಗಿ ಆರೋಪ ಹೊರೆಸಿದರು. ನ್ಯೂಸ್ ಚಾನೆಲ್‌ನ ಪ್ಯಾನೆಲ್‌ನಲ್ಲಿ ಕುಳಿತ ಸಭ್ಯಸ್ಥರು, ಗಣ್ಯವ್ಯಕ್ತಿಗಳು ಸತತವಾಗಿ ಎರಡು ಗಂಟೆಗಳ ಕಾಲ ನೇರಪ್ರಸಾರ ಕಾರ್ಯಕ್ರಮವನ್ನು ನಡೆಸಿ, ಇಡೀ ಘಟನೆಯನ್ನು ಎಳೆಯೆಳೆಯಾಗಿ ಬಿಡಿಸಿ ಕೂಲಂಕಷವಾಗಿ ಅಳೆದು ತೂಗಿ ಕೊನೆಗೆ – 'ಪಾಪ ಆ ಹುಡುಗರು ಕಾಲೇಜ್ ದಿನಗಳಿಂದ ಒಬ್ಬರನ್ನೊಬ್ಬರು ಪ್ರೀತಿಸಿದವರು, ಆಯಪ್ಪ ಅವಳ ಸೌಂದರ್ಯ ದುಡ್ಡು ನೋಡಿ ಹಿಂದೆ ಹೋಗಿರಬಹುದು, ಆದರೆ ಆಕೆ ಡಾಕ್ಟರ್ ಅಂತಾಳೆ, ತಿಳಿದಿರೋಳು ಅಂತಾಳೆ ಮಗಳಿಗೆ ಅನ್ಯಾಯ ಮಾಡ್ತಿರೋದು ಗೊತ್ತಾಗ್ಲಿಲ್ವಾ? ಇಂತಹ ಸಂಬಂಧಗಳು ಸಮಾಜಕ್ಕೆ ಮಾರಕ, ಡಾಕ್ಟರ್ ಅರವಿಂದಾ ಹೆಣ್ಣು ಕುಲಕ್ಕೆ ಕಪ್ಪು ಚುಕ್ಕಿ' ಎಂಬ ತೀರ್ಪನ್ನು ಕೊಟ್ಟುಬಿಟ್ಟರು.

ಸುಂದರವಾದ ಭವಿಷ್ಯದ ಕನಸು ಕಾಣುತ್ತಿದ್ದ ಅರವಿಂದಾ ಕೆಲವೇ ಗಂಟೆಗಳಲ್ಲಿ ನಡತೆಗೆಟ್ಟವಳು ಅನ್ನೋ ಪಟ್ಟ ತೊಟ್ಟು ಕುಗ್ಗಿ ಹೋದಳು. ಮೆಡಿಕಲ್ ಕ್ಯಾಂಪಿಗೆ ಬಂದ ಹಲವಾರು ಮಂದಿ ಕಾರ್ಯಕ್ರಮ ಮುಗಿದ ಬಳಿಕ ಹಿಂದಿನ ದಿನವೇ ಹೊರಟು ಹೋಗಿದ್ದರಿಂದ ಆ ಸಮಯಕ್ಕೆ ಅವಳ ಪರವಾಗಿ ನಿಂತವರು ಬೆರಳೆಣಿಕೆಯ ಮಂದಿ ಮಾತ್ರ. ನ್ಯಾಯ ಅನ್ಯಾಯದ ತೀರ್ಮಾನ ನಡೆದು, ಚಕ್ರವರ್ತಿ ಅರವಿಂದಾಳ ರಕ್ಷಣೆಗೆ ನಿಂತು, ಹೋಟೆಲ್‌ನಿಂದ ಆಚೆ ಬರುವಷ್ಟರಲ್ಲಿ, ಟಿವಿಯಲ್ಲಿ ನೋಡಿದವರು ಇದೇ ಹೋಟೆಲ್‌ನಲ್ಲಿದ್ದಾರೆ ಎಂದು ಒಂದಷ್ಟು ಜನ ಒಟ್ಟು ಸೇರಿ ಝೂನಲ್ಲಿ ಪ್ರಾಣಿಗಳನ್ನು ನೋಡುವಂತೆ ಗುಂಪಿನಲ್ಲಿ ಇಣುಕಿ ನೋಡಿದರು. ಇನ್ನೊಂದು ಕಡೆಯಿಂದ ಯಾರೋ ಮರ್ಯಾದಸ್ಥ ಹೆಣ್ಣುಮಗಳು ತನ್ನ ಕಾಲಿನಿಂದ ಚಪ್ಪಲಿ ತೆಗೆದು ಧಾರಾಳವಾಗಿ ಎಸೆದಿದ್ದು ಗುರಿ ತಪ್ಪದೇ ಅರವಿಂದಾಳ ಭುಜಕ್ಕೆ ತಾಗಿತು. ಅದರಿಂದ ಆಕೆ ಕುಸಿದು ಹೋದಳು. ಮದುವೆಯಾಗದೇ ಜೊತೆಲಿದ್ದಿದ್ದಕ್ಕೆ ಇವರು ನಮ್ಮನ್ನೇಕೆ ಇಷ್ಟು ಕೆಟ್ಟದಾಗಿ ನಡೆಸಿಕೊಳ್ಳುತ್ತಿದ್ದಾರೆಂದು ತಿಳಿಯದೇ ಆತ್ಮರಕ್ಷಣೆ ಮಾಡಿಕೊಳ್ಳಲು ತಿರುಗಿಬಿದ್ದಾಗ ಅವಳೆಡೆಗೆ ಎಸೆದ ಪ್ರಶ್ನೆ ಅರವಿಂದಾಳನ್ನು ನೈತಿಕವಾಗಿ ನೆಲಕ್ಕುರುಳಿಸಿತು.

'ಚಕ್ರವರ್ತಿ ನಿಮ್ಮ ಮಗಳು ಮದ್ವೆ ಆಗ್ತಿರೋ ಹುಡುಗನ ತಂದೆ. ಅವರ ಜೊತೆ ಮದ್ವೆ ಆಗ್ತಿದ್ದೀರ ಅಂದ್ರೆ ನಿಮ್ಮಿಬ್ಬರ ಸಂಬಂಧಕ್ಕೆ ಏನಂತ ಕರೀಬೇಕು? ಅಥವಾ ನೀವಿಬ್ರೂ ಮದುವೆಯಾದರೆ ನಿಮ್ಮ ಮಗಳು ಅವರ ಮಗನ ಸಂಬಂಧಕ್ಕೆ ಏನ್ ಹೆಸರು ಮೇಡಮ್' ಮೈಕ್ ಹಿಡಿದಿದ್ದವಳು ದಬಾಯಿಸಿಬಿಟ್ಟಳು.

ಅರವಿಂದಾ ಚಕ್ರವರ್ತಿಯ ಕಡೆ ನೋಡಿದಳು. ಅವನ ಮೌನದಲ್ಲಿ ಉತ್ತರವಿತ್ತು. ಆತ ಇದೆಲ್ಲಾ ಗೊತ್ತಿದ್ದು ನನ್ನ ಜೊತೆ ಇದ್ದನೋ, ನಂತರ ಗೊತ್ತಾಯೋ, ಸತ್ಯ ಯಾವುದೆಂದು ಚರ್ಚೆ ಮಾಡೋಕೆ ಸಮಯವಿರಲಿಲ್ಲ. ಮಾಡಿದರೂ ಆ ಚರ್ಚೆಗೆ ಅರ್ಥವೂ ಇರಲಿಲ್ಲ. ಕಾಲ ಮಿಂಚಿ ಹೋಗಿತ್ತು. ಅವರು ಹೇಳಿದ್ದು, ಇವರು ಕೇಳಿದ್ದು, ಸಾವಿರಾರು ಜನ ನೋಡಿದ್ದು ಮಾತ್ರ ಸತ್ಯವಾಗಿ ಎದ್ದು ನಿಂತಿತು. ಕಾಲಿಟ್ಟೆಡೆ ಜನ ಮುತ್ತಿಕೊಂಡರು, ಪ್ರಶ್ನೆಗಳ ಕೇಕೆ ಕಿವಿ ತೂತು ಮಾಡಿತು. ಮುಂದೆ ದಾರಿ ಕಾಣದೆ ಕಣ್ಣು ಮಂಜಾಯಿತು. ಕಣ್ಣೀರು ಹೊರಬರಲಾರದಷ್ಟು ಭಾರವಾಯ್ತು. ಮೇಲಿಂದ ಮೇಲೆ ರಿಂಗ್ ಆಗುತ್ತಿದ್ದ ಫೋನು ಅರವಿಂದಾಳನ್ನು ವಾಸ್ತವಕ್ಕೆ ಎಳೆದುತಂದಿತು. ಮಿಂಚು ಫೋನ್ ಮಾಡುತ್ತಿದ್ದಳು. ಅರವಿಂದಾ ಯಾಂತ್ರಿಕವಾಗಿ ಫೋನ್ ರಿಸೀವ್ ಮಾಡಿದಳು. ಮಗಳ ಧ್ವನಿಯಲ್ಲಿ ಅಸಮಾಧಾನವಿತ್ತು. ಎಲ್ಲರೂ ಎದುರಿಗೆ ಸಿಕ್ಕಿ ಮಾತನಾಡಿ ಸಮಸ್ಯೆ ಬಗೆಹರಿಸಿಕೊಳ್ಳೋಣ. ಯಾರಿಗೂ ಉತ್ತರ ಕೊಡಬೇಡ, ನಮ್ಮಲ್ಲಿ ಒಗ್ಗಟ್ಟಿಲ್ಲ ಅಂದ್ರೆ ಆಡಿಕೊಳ್ಳೋರ ಮುಂದೆ ಜಾರಿ ಬಿದ್ದಂತಾಗುತ್ತೆ ಎಂದು ಬುದ್ಧಿವಾದ ಹೇಳಿದಳು. ಯಾವುದಕ್ಕೂ ಉತ್ತರಿಸದ ಅರವಿಂದಾಳ ಕಿವಿ ಬಾಯಿಗಳು ಮರಗಟ್ಟಿಹೋಗಿ ಸುಮಾರು ಹೊತ್ತಾಗಿಬಿಟ್ಟಿತ್ತು.

❋

ನ್ಯೂಸ್ ಚಾನಲ್‌ಗಳಲ್ಲಿ ತಮ್ಮ ಸುದ್ದಿಯನ್ನು ನೋಡಿದಾಗ ಅನೂಪನ ಕೈಕಾಲು ಆಡಲಿಲ್ಲ. ಆಘಾತಕ್ಕೊಳಗಾದ ಶೇಖರ್‌ಗೆ ಪೊಲೀಸ್ ಬಳಿ ಹೋದ ಅನೂಪನ ದುಡುಕು ಬುದ್ಧಿಯನ್ನು ಬಯ್ಯಲು ಪದಗಳು ಸಿಗಲಿಲ್ಲ. ಸಮಸ್ಯೆಯ ಬಗ್ಗೆ ಚರ್ಚಿಸೋ ಬದಲು ಪರಿಹಾರಕ್ಕಾಗಿ ಯೋಚಿಸಿದಾಗ ನೆನಪಾಗಿದ್ದು ವಿಶಾಖಾಳ ಗಂಡ ಸುಧೀರ್. ಅವನನ್ನು ಭೇಟಿಮಾಡಿ ಕಾಳ್ಗಿಚ್ಚಿನಂತೆ ಹಬ್ಬುತ್ತಿದ್ದ ಸುದ್ದಿಯನ್ನು ನಿಲ್ಲಿಸಲು ಸಂಪರ್ಕಿಸಿದ್ದಾಗ ಆಘಾತ ಕಾದಿತ್ತು. ಅರವಿಂದಾ ಮತ್ತು ಚಕ್ರವರ್ತಿ ಇದ್ದ ಹೋಟೆಲಿನಲ್ಲಿ ರಹಸ್ಯ ಕಾರ್ಯಾಚರಣೆ ಮಾಡಿದ್ದು ಸುಧೀರ್‌ನ ತಂಡದವರೇ ಆಗಿದ್ದರು, ಆ ಕೆಲಸಕ್ಕೆ ಕಳುಹಿಸಿದವನೂ ಅವನೇ. ಪ್ರತಿದಿನ ಪೊಲೀಸ್ ಠಾಣೆಗೆ ಫೋನ್ ಮಾಡಿ ಇಂದು ಏನಾದರೂ ಬಿಸಿ ಸುದ್ದಿ ಇದೆಯ ಅಂತ ಕೇಳಿಕೊಳ್ಳುತ್ತಿದ್ದವನಿಗೆ ಬಸವೇಶ್ವರ ನಗರ ಪೊಲೀಸ್ ಠಾಣೆಯಿಂದ ಮಸಾಲೆ ಭರಿತ ಬಿಸಿ ಸುದ್ದಿಯೇ ಸಿಕ್ಕಿತ್ತು. ಅಡುಗೆ ಮನೆಯಲ್ಲಿ ಸೇರಿಕೊಂಡ ಜಿರಳೆಯಂತೆ ಕಿರಿಕಿರಿಯೆನಿಸುತ್ತಿದ್ದ ಅನೂಪನೇ ದೂರು ಕೊಟ್ಟವನು ಎಂದು ತಿಳಿದ ಮೇಲಂತೂ ಅನುಕಂಪ ತೋರಿಸಲು ಅವನಿಗೆ ಯಾವ ಕಾರಣವೂ ಇರಲಿಲ್ಲ. ವಿಶಾಖಾ ಸುದ್ದಿ ನೋಡಿ ಫೋನ್ ಮಾಡಿ ಬಯ್ದಾಗ 'ನಾನೇನು ಸುಳ್ಳು ಸುದ್ದಿ ಹಬ್ಬಿಸಿಲ್ಲ, ನೀನ್ಯಾವಾಗಲೂ ಪರ್ಫೆಕ್ಟ್ ಅಂತ ಕೊಂಡಾಡುತ್ತಿದ್ದ ಜೋಡಿಯ ಕಥೆನೇ ಇದು' ಅಂದುಬಿಟ್ಟ. ಗಂಡನ ವಿಕೃತ ಮನಸ್ಥಿತಿಗೆ ವಿಶಾಖಾ ದಂಗಾದಳು. ಮಾಧವ್ ರಾವ್ ದಂಪತಿಗಳು ಸುಧೀರ್ ಜೊತೆ ಮಾತನಾಡಿ ಸುದ್ದಿಯನ್ನು

ನಿಲ್ಲಿಸಲು ಕೇಳಿಕೊಂಡಿದ್ದಕ್ಕೆ ಫಲ ಸಿಕ್ಕರೂ ಅಷ್ಟರಲ್ಲಾಗಲೇ ಅರವಿಂದಾಳ ಸುದ್ದಿ ಬೇರೆಬೇರೆ ವಾಹಿನಿ, ಯೂಟ್ಯೂಬ್ ಸಾಮಾಜಿಕ ಜಾಲತಾಣಗಳಲ್ಲಿ ಹರಿದು ಕೈಗೆ ಸಿಗದಂತೆ ಓಡಿಬಿಟ್ಟಿತ್ತು. ಅರವಿಂದಾ ಮತ್ತು ಚಕ್ರವರ್ತಿ ಜನರ ಕಣ್ಣಿನಿಂದ, ಕ್ಯಾಮೆರಾ ಕಣ್ಣಿನಿಂದ ತಪ್ಪಿಸಿಕೊಳ್ಳುವುದೇ ಹರಸಾಹಸವಾಯಿತು. ಅವರು ಬೆಂಗಳೂರಿಗೆ ಬಂದಿದ್ದು ಕ್ಯಾಬ್ ಹತ್ತಿ ಹೊರಟಿದ್ದು; ಕೂತಿದ್ದು ನಿಂತಿದ್ದು ಎಲ್ಲವೂ ವರದಿಯಾಯಿತು.

ಒಂದೇ ದಿನದಲ್ಲಿ ಖ್ಯಾತರಾಗಿಬಿಟ್ಟ ನಾಲ್ಕೂ ಜನ ಒಬ್ಬರಿಗೊಬ್ಬರು ಎದುರಾದಾಗ ಮುಖ ಕಪ್ಪಿಟ್ಟಿತು. ಮಿಂಚು ಪಿಜಿಯಲ್ಲೇ ಭೇಟಿಯಾಗಿದ್ದರು. ಪಿಜಿ ಓನರ್ ಅವರ ಸಮಸ್ಯೆ ಅರ್ಥ ಮಾಡಿಕೊಂಡು ಕ್ಯಾಂಟೀನಿನಲ್ಲಿ ಕೂರಲು ಜಾಗ ಮಾಡಿಕೊಟ್ಟು, ಬಿಸಿ ಕಾಫಿ ತಿಂಡಿಯನ್ನು ಅವರ ಮುಂದೆ ಇರಿಸಿದಳು. ಕಾಫಿಯಲ್ಲಿ ಕೆನೆ ಕಟ್ಟಿದರೂ ಯಾರೂ ಮಾತನಾಡಲಿಲ್ಲ. ಅನೂಪನಿಗೆ ಚಕ್ರವರ್ತಿಯ ಮೇಲಿದ್ದ ಸಿಟ್ಟು ಹಾಗೆ ಉಳಿದಿತ್ತಾದರೂ ತನ್ನಿಂದ ಎಲ್ಲರೂ ದಂಡ ತೆರಬೇಕಾಯಿತು ಅನ್ನೋ ಸತ್ಯ ಅರಿವಾಗಿ ಬಾಯಿಗೆ ಬೀಗ ಹಾಕಿಕೊಂಡಿದ್ದ. ಮಿಂಚು ತುಂಬಾ ಕಠಿಣವಾಗಿ ಕಂಡಳು. ಈಗಾಗಲೇ ಮಿಂಚು ಮತ್ತು ಅನೂಪನ ಮಧ್ಯೆ ಸಾಕಷ್ಟು ಗುರಿ ಸೇರದ ವಾಗ್ವಾದಗಳು ನಡೆದುಹೋಗಿ, ಸಮಸ್ಯೆ ಕೊನೆ ಕಾಣಲು ತವಕಿಸುತ್ತಿತ್ತು.

ಕೆಲಸಮಯದ ನಂತರ ಮೌನವು ಹಣ್ಣಾಗಿ ಉದುರಿ ಮಾತಿಗೆ ಜಾಗ ಮಾಡಿಕೊಟ್ಟಿತು. ಚಕ್ರವರ್ತಿ ನಮ್ಮ ಮೂವರ ಜೀವನದಲ್ಲಿ ಬರದೇ ಇದ್ದಿದ್ದರೆ ಎಲ್ಲವೂ ಸರಿಯಾಗಿತ್ತು ಅನ್ನೋದನ್ನ ಪರಿಣಾಮಕಾರಿಯಾಗಿ ಹೇಳೋದಕ್ಕೆ ಅನೂಪ ತನಗೆ ಗೊತ್ತಿದ್ದ ಎಲ್ಲಾ ಘಟನೆಗಳನ್ನು ಬಳಸಿಕೊಂಡು ದೂರಿದ, ಮಿಂಚು – ನಮಗೆ ಸತ್ಯ ತಡವಾಗಿ ತಿಳಿದದ್ದು ಸಮಸ್ಯೆಯಲ್ಲ, ಆದರೆ ಅದು ಎಲ್ಲರಿಗೂ ಗೊತ್ತಾಗದಿದ್ದರೆ ಎಲ್ಲವೂ ಸರಿಯಾಗಿರುತ್ತಿತ್ತು ಅನ್ನೋ ವಾದ ಮಂಡಿಸಿದಳು. ಚಕ್ರವರ್ತಿ, ಅನೂಪ ಫೋನ್ ಮಾಡಿ ಹೇಳುವ ತನಕ ನನಗೆ ಈ ಸಂಬಂಧದಲ್ಲಿರೋ ಗಂಟು ತಿಳಿದಿರಲಿಲ್ಲ, ನಾನು ಪ್ರಾಮಾಣಿಕ ಎಂದು ಸಾಬೀತುಪಡಿಸಲು ಒದ್ದಾಡಿದ. ಅರವಿಂದಾ ನಿರ್ಲಿಪ್ತಳಾಗಿದ್ದಳು. ಆಕೆಯ ಮೌನ ಅರ್ಥವಾಗಲಿಲ್ಲ. ಎಲ್ಲರೂ ತಲೆಕೆಡಿಸಿಕೊಂಡು ಮಾತನಾಡುತ್ತಿದ್ದರೆ ಅಮ್ಮ ಮಾತ್ರ ಇದು ನನಗೆ ಸಂಬಂಧಪಟ್ಟ ವಿಷಯವಲ್ಲ ಅನ್ನುವಂತೆ ಕುಳಿತಿರುವುದು ಮಿಂಚೂಗೆ ಸಿಟ್ಟು ತರಿಸಿತು. ಅವಳನ್ನು ಮಾತನಾಡುವಂತೆ ಒತ್ತಾಯಿಸಿದಳು, ಮುಂದೇನು ಮಾಡಬೇಕೆಂದು ಎಂದು ಕೇಳಿದಳು. ಅರವಿಂದಾ ಏನು ಯೋಚಿಸುತ್ತಿದ್ದಳೆಂದು ಅವಳ ಮುಖಭಾವ ಬಿಟ್ಟುಕೊಡಲಿಲ್ಲ.

ಪೊಲೀಸರು ಚಕ್ರವರ್ತಿಯನ್ನು ವಿಚಾರಣೆಗೆ ತೆಗೆದುಕೊಂಡಾಗ ಮುಂದೇ ನಾಗುತ್ತೋ ಅನ್ನೋ ಭಯವನ್ನು ಅರವಿಂದಾ ಪರಿಹರಿಸಿದಳು. ಚಕ್ರವರ್ತಿಯ ಬೆನ್ನಿಗೆ ನಿಂತು ಆತ ಮೋಸಗಾರ ಅಲ್ಲ, ಆ ದೂರಿಗೆ ನನ್ನ ಬೆಂಬಲವಿಲ್ಲ

ಎಂದು ಸ್ಪಷ್ಟಪಡಿಸಿದಳು. ಮಿಂಚು ಕೂಡ ಅಮ್ಮನ ನಿಲುವನ್ನೇ ಅನುಸರಿಸಿದಳು, ನಮ್ಮ ಕುಟುಂಬದ ಸಮಸ್ಯೆಯನ್ನು ನಾವು ಬಗೆಹರಿಸಿಕೊಳ್ಳುತ್ತೇವೆ ಎಂದಾಗ ಪೊಲೀಸರು ಅದನ್ನ ನಿಮ್ ಅನೂಪನಿಗೆ ಹೇಳಿ ಮೊದಲು ಎಂದರು. ಅನೂಪ್ ಕಂಪ್ಲೇಂಟ್ ವಾಪಸ್ ತೆಗೆದುಕೊಂಡ. ಎರಡು ದಿನದಲ್ಲಿ ಒಂದರ ಮೇಲೊಂದು ನಡೆದ ಘಟನೆಗಳು ಗಂಟಲಲ್ಲಿ ಸಿಕ್ಕಿಕೊಂಡ ತುತ್ತಾಯಿತು.

ಅನೂಪ್ ಮನೆಗೆ ಹೋದಾಗ ನ್ಯೂಸ್ ನೋಡುತ್ತಿದ್ದ ಶೇಖರ್ ಮಗನನ್ನು ನೋಡಿ ಟಿವಿ ಆಫ್ ಮಾಡಿದರು. ಬಹಳ ಹೊತ್ತಿನಿಂದ ಕಟ್ಟಿಕೊಂಡಿದ್ದ ಮಾತಿನ ಮೂಟೆಯನ್ನು ಈಗ ನನ್ನ ಮುಂದೆ ಬಿಚ್ಚಿಡುತ್ತಾರೆ ಅನ್ನೋದು ಅವರ ಮುಖಭಾವದಿಂದ ಅನೂಪನಿಗೆ ಅರಿವಾಗಿ ತಾನಾಗೇ 'ಗೊತ್ತಾಯ್ತಪ್ಪ, ಪೊಲೀಸ್ ಕಂಪ್ಲೇಂಟ್ ಕೊಡ್ಬಾರ್ದಿತ್ತು, ಅದರ ಬಗ್ಗೆ ಈಗ ಚರ್ಚೆ ಮಾಡೋದ್ ಬೇಡ ನನ್ ತಲೆ ಸಿಡೀತಿದೆ' ಎಂದು ರೇಗಿ ತನ್ನ ಕೋಣೆ ಸೇರಿಕೊಂಡ. ಸ್ನಾನ ಮಾಡಿ, ಬಟ್ಟೆ ಬದಲಾಯಿಸಿ ಒಂದರ್ಧ ಗಂಟೆ ಕೋಣೆಯಲ್ಲಿ ಏನೇನೋ ಶಬ್ದ ಮಾಡಿಕೊಂಡು ಆಚೆ ಬಂದ ಮೇಲೆ ಅಪ್ಪನ ಗೊಣಗಾಟ ಕೇಳಿಸಿತು. 'ಚಿತ್ತಿ ಹೋದ್ಮೇಲೆ ನಂಗೂ ತುಂಬ ಸಲ, ಬದ್ಕಿದ್ದೀಯ ಸತ್ತಿದೀಯ ಅಂತ ಕೇಳೋಕಾದ್ರು ಜೊತೇಲ್ ಯಾರಾದ್ರೂ ಇರ್ಬೇಕು ಅಂತ ಅನ್ಸಿದೆ. ಅದು ಅಪರಾಧಾನ?' ಎಂದು ಗೊಣಗಿ, ಹೇಳಿದ್ದು ನಾನಲ್ಲ ಅನ್ನುವಂತೆ ಅಡುಗೆ ಮನೆ ಸೇರಿಕೊಂಡ. ಕೆಲಹೊತ್ತು ಕಲ್ಲಿನಂತೆ ಕೂತ ಅನೂಪನಿಗೆ ಅದೆಲ್ಲೆಲ್ಲೋ ಸೇರಿಕೊಂಡಿದ್ದ ಭಾವನೆಗಳು ಒಟ್ಟುಗೂಡಿ ಕಣ್ಣಲ್ಲಿ ಕಂಬನಿಯಾಗಿ ಹರಿಯಿತು, ಕ್ಷಣಕ್ಷಣಕ್ಕೂ ದುಃಖ ಹೆಚ್ಚಾಗಿ ಬಿಕ್ಕಳಿಸತೊಡಗಿದ. ಮಗನ ಅಳುವಿಗೆ ಕಾರಣ ತಿಳಿಯದೇ ಶೇಖರ್ ಕಂಗಾಲಾದಾಗ ಅನೂಪ್ ಮಗುವಿನಂತೆ ಅವನ ಮಡಿಲಲ್ಲಿ ಮಲಗಿ 'ಸಾರಿ ಅಪ್ಪ, ನಾನು ಒಳ್ಳೇ ಮಗ ಆಗ್ಲಿಲ್ಲ' ಎಂದು ಪದೇ ಪದೇ ಹೇಳಿದ್ದನ್ನೇ ಹೇಳತೊಡಗಿದ.

ಬಂದ ಫೋನ್ ಕಾಲ್‌ಗಳಿಗೆಲ್ಲಾ ಧೈರ್ಯವಾಗಿ ಜವಾಬು ಕೊಟ್ಟಮೇಲೆ ಮಿಂಚು ಏಕಾಂತದಲ್ಲಿ ಅಮ್ಮನೊಂದಿಗೆ ಮಾತನಾಡಬಯಸಿದಳು. ಆದರೆ ಅರವಿಂದಾ ಸ್ಥಿತಿಯಲ್ಲಿ ಬದಲಾವಣೆ ಇರಲಿಲ್ಲ. ಅಣ್ಣ ಅತ್ತಿಗೆ, ಸ್ನೇಹಿತರು ಯಾರೊಂದಿಗೂ ಮಾತು ಬೇಕಿರಲಿಲ್ಲ. ಅಮ್ಮನ ಬಾಯಿತೆರೆಸಲು ಸೋತ ಮಿಂಚು ತಾನೇ ಒಂದು ಕನ್‌ಕ್ಲೂಜನ್ನಿಗೆ ಬಂದಳು. 'ನಮ್ ಸಂಬಂಧಗಳು, ಎಮೋಶನ್ಸ್, ಸಮಾಜದ ಕಣ್ಣಲ್ಲಿ ತುಂಬಾ ಗಲೀಜಾಗಿಬಿಟ್ಟಿದೆ. ಏನೇ ಆದ್ರು ನೀನ್ ಅವರನ್ನ ಹುಬ್ಬಳ್ಳಿಗೆ ಕರ್ಕೊಂಡ್ ಹೋಗ್ಬಾರ್ದಿತ್ತು, ಎಲ್ರ ಮುಂದೆ ಮದ್ವೆ ಆಗ್ತಿದ್ದೀವಿ ಅಂತ ಹೇಳೋ ಅವಸರ ಏನಿತ್ತು?; ಹೋಟೆಲ್‌ನಲ್ಲಿ ಕ್ಯಾಮೆರಾ ಇದೆ ಅನ್ನೋ ಸೆನ್ಸ್ ಕೂಡ ಆಗ್ಲಿಲ್ವಾ...?' ಎಂದಾಗ ಅರವಿಂದಾಗೆ ಹೊರಗಿನವರು ಕೇಳಿದ ಪ್ರಶ್ನೆಗೂ ಮಗಳು ಕೇಳಿದ ಪ್ರಶ್ನೆಗೂ ಅಷ್ಟೇನೂ ವ್ಯತ್ಯಾಸ ಕಾಣಲಿಲ್ಲ, ಧಾಟಿ ಬೇರೆಯಾದರೂ ಭಾವನೆ ಒಂದೇ ಅನ್ನಿಸಿತು. ಮಿಂಚು ಮಾತಿನಲ್ಲಿ ಅಮ್ಮನಿಗಾಗಿ

ನನ್ನ ಪ್ರೀತಿಯನ್ನು ತ್ಯಾಗ ಮಾಡುತ್ತಿದ್ದೇನೆ ಅನ್ನೋ ಪ್ರತಿಷ್ಠೆ ಇಣುಕಿಬಿಟ್ಟಿತ್ತು. ಹಾಗಾಗಿ ಆಕೆಯಲ್ಲಿ ಕೊರಗು ಕಾಣಲಿಲ್ಲ, ನೋವು ಇರಲಿಲ್ಲ. ಮಗಳ ಪ್ರಶ್ನೆ ತಲೆಯಲ್ಲಿ ಮತ್ತೆ ಮತ್ತೆ ಮರುಕಳಿಸಿ ಅರವಿಂದಾಗೆ ಹಿಂಸೆ ಮಾಡಿತು. ಹೊತ್ತು ಕಳೆದಂತೆ ರಾತ್ರಿ ಹಾಜರಾಗಿ ಪರದೆ ಎಳೆದು ಇಡೀ ದಿನದ ನಾಟಕವನ್ನು ಬಂದ್ ಮಾಡಿತು. ಅರವಿಂದಾ ಅಂದು ಒಂಟಿಯಾಗಿ ಮಲಗಲಿಲ್ಲವಾದರೂ ಅದು ಎಂದಿಗಿಂತ ಹೆಚ್ಚು ಭಯ ಹುಟ್ಟಿಸಿದ ರಾತ್ರಿಯಾಗಿತ್ತು. ಕಣ್ಣು ಮುಚ್ಚಿದರೂ ಕತ್ತಲೆ ಕಣ್ಣು ಬಿಟ್ಟರೂ ಕತ್ತಲೆ, ಯೋಚನೆ ಕಲ್ಪನೆಗಳೂ ಕತ್ತಲೆಲೋಕ ಸೇರಿದವು. ನಾನು ಯಾರು? ನನ್ನೊಳಗಿನ ಬಯಕೆ ಏನು? ನನ್ನ ಬದುಕಿನ ಗುರಿ ಏನು? ಇದೆಲ್ಲಿಗೆ ಬಂದಿದ್ದೇನೆ ಎಂದು ಬಾಹ್ಯ ಪ್ರಪಂಚದಾಚೆ ನಿಂತು ಆತ್ಮವು ಅವಲೋಕಿಸಿತು. ರಸ್ತೆಗಳು ಖಾಲಿಯಾದವು, ಹಕ್ಕಿಗಳೂ ಮಲಗಿದವು, ಚೀರುತ್ತಿದ್ದ ಕೀಟವೂ ಸುಮ್ಮನಾಯಿತು, ಅರವಿಂದಾ ಮಾತ್ರ ಎದ್ದೇ ಇದ್ದಳು.

*

ಬೆಳಕು ಹರಿದಂತೆ ಅಲಾರಾಂ ಕೆಲಸ ಶುರುಮಾಡಿತು. ಮಿಂಚು ನಿದ್ರೆಗಣ್ಣಲ್ಲಿ ಫೋನ್ ಕೈಗೆತ್ತಿಕೊಂಡಳು. ಅವಳ ಬೆರಳುಗಳು ಅಲಾರಂ ಬಾಯಿ ಮುಚ್ಚಿಸಿ ಏನೋ ಟೈಪ್ ಮಾಡಿ ಸಂದೇಶ ಕಳಿಸಿ ಸುಮ್ಮನಾಯಿತು. ಕೆಂಪಾಗಿದ್ದ ಕಣ್ಣುಗಳನ್ನು ಉಜಿಕೊಂಡು ಅನೂಪ್ ಫೋನ್ ಕೈಗೆತ್ತಿಕೊಂಡಾಗ ಮಿಂಚು ಕಳಿಸಿದ್ದ ಗುಡ್ ಮಾರ್ನಿಂಗ್ ಅಚ್ಚರಿ ತಂದಿತು. ನನ್ನನ್ನು ಕ್ಷಮಿಸಿಬಿಟ್ಟಳಾ? ಆದ ಘಾಸಿಯನ್ನು ಮರೆತುಬಿಟ್ಟಳಾ? ಅರವಿಂದಾ ಆಂಟಿ ಹೇಗಿದ್ದಾರೆ ಕೇಳಬೇಕು ಅನ್ನಿಸಿ ವಾಪಸ್ ಗುಡ್ ಮಾರ್ನಿಂಗ್ ಅಂತ ಕಳಿಸಿದಾಗ ಮಿಂಚು ಎಚ್ಚರಗೊಂಡಳು. ರೂಢಿ ಮೈಮರೆಸಿದ್ದು ಅರಿವಾಯಿತು. ಮೆಸೇಜ್ ಓದಿ ನಮ್ಮ ಸಂಬಂಧ ಇನ್ನೂ 'ಗುಡ್' ಆಗೇ ಇದೆಯೋ ಇಲ್ಲವೂ ಅನ್ನೋ ಗೊಂದಲದಲ್ಲಿ ಕಣ್ಕಣ್ ಬಿಟ್ಟು ಮಗ್ಗಲು ಬದಲಿಸಿದಾಗ ಪಕ್ಕದಲ್ಲಿ ಮಲಗಿದ್ದ ಅಮ್ಮ ಕಾಣಲಿಲ್ಲ. ಅವಳು ಹೊದ್ದ ಹೊದಿಕೆ ನೀಟಾಗಿ ಮಡಿಚಿಟ್ಟಿತ್ತು. ಬಾತ್ರೂಮಿನಲ್ಲಿರಲಿಲ್ಲ, ತಾಯಿ ಮಗಳಿಗೆ ಕೋಣೆ ಬಿಟ್ಟುಕೊಟ್ಟು ಇನ್ನೊಂದು ರೂಮಿನಲ್ಲಿ ಜಾಗ ಹೊಂದಿಸಿಕೊಂಡಿದ್ದ ಶೀತಲ್‌ಗೂ ಅರವಿಂದಾ ಎಲ್ಲಿ ಅಂತ ಗೊತ್ತಿರಲಿಲ್ಲ. ಮಿಂಚು ಅಮ್ಮನಿಗಾಗಿ ಎಲ್ಲಾ ಕಡೆ ಹುಡುಕಾಡಿದಳು, ಸುಳಿವು ಸಿಗಲಿಲ್ಲ. ಆಕೆಯ ಗುರುತು ಹಚ್ಚಲು ಫೋನ್ ಮಾಡಿದಾಗ ಅದು ಇಲ್ಲೇ ಇದ್ದೀನಿ ಎಂದಿತು. ಚಪ್ಪಲಿ ಮಾತ್ರ ಕಾಣಲಿಲ್ಲ. ಹೆದರಿ ಮನೆಮಂದಿಗೆ ವಿಷಯ ತಿಳಿಸಿದಳು. ಮೊದಲೇ ನೊಂದಿದ್ದ ಅರವಿಂದಾ ಪ್ರಾಣಾಪಾಯ ಮಾಡಿಕೊಂಡಿರಬಹುದೇ ಎಂದು ಆತಂಕಕ್ಕೊಳಗಾದರು. ಸುತ್ತಮುತ್ತಲ ಜನರು ಯಾರೂ ಆಕೆಯನ್ನು ಕಂಡಿಲ್ಲವೆಂದರು. ಹತ್ತಿರವಿದ್ದ ಕಟ್ಟಡದವರ ಬಳಿ ಸಿಸಿ ಕ್ಯಾಮೆರಾ ಫೂಟೇಜ್‌ಗಾಗಿ ವಿನಂತಿಸಿದಾಗ, ಅದರಲ್ಲಿ ಮುಂಜಾನೆ ನಾಲ್ಕು ಕಾಲರ ಸುಮಾರಿಗೆ ಅರವಿಂದಾ ಸಣ್ಣ ಬ್ಯಾಗು ಹಿಡಿದು ನಿಧಾನವಾಗಿ ನಡೆಯುತ್ತಾ ಹೋದದ್ದು ಕಂಡುಬಂದಿತು.

ಮುಂದೆ ಎಲ್ಲಿ ಹೋದಳು ಎಂದು ಪತ್ತೆ ಹಚ್ಚೋದಕ್ಕೆ ಸಾಧ್ಯವಾಗದೇ ಹೋದಾಗ ಪೊಲೀಸರ ಮೊರೆ ಹೋಗಬೇಕಾಯಿತು.

ಒಂದು ವಾರ ಕಳೆದರೂ ಪರಿಸ್ಥಿತಿ ಬದಲಾಗಲಿಲ್ಲ. ಸಿಸಿ ಟಿವಿಯ ತುಣುಕುಗಳು ಯಶವಂತಪುರದ ತನಕ ಕಷ್ಟಪಟ್ಟು ದಾರಿ ತೋರಿಸಿ ಕೈಬಿಟ್ಟುಬಿಟ್ಟವು. ಮನೆಯಿಂದ ನಡೆದುಕೊಂಡು ಹೊರಟ ಅರವಿಂದಾ ಯಶವಂತಪುರ ರೈಲು ನಿಲ್ದಾಣದ ಜನಜಂಗುಳಿಯನ್ನು ಸೇರಿ ಕರಗಿಹೋಗಿದ್ದಳು. ಮುಂದಿನ ಹುಡುಕಾಟವೆಲ್ಲಾ ಮಂದಗತಿಯಲ್ಲಿ ಸಾಗಿತು. ಉಡುಪಿಯ ಮನೆ ಬಾಗಿಲಿಗೆ ಬಂದವರನ್ನು ಬೀಗವೇ ಮಾತನಾಡಿಸಿತು. ಅರವಿಂದಾ ಬಗ್ಗೆ ರಾಧಮ್ಮ ವೆಂಕೋಬ್ ರಾವ್ ಸಮಾನ ದುಃಖಿಗಳಾಗಿದ್ದರೂ ಸಹ ಅಮ್ಮನನ್ನು ಕಾಣದೆ ಕುಸಿದುಹೋದ ಮಿಂಚು ಕಣ್ಣೀರೊರೆಸಿದರು. ವಾರಗಳು ಕಳೆದಂತೆ ಕಾಣೆಯಾದವಳ ಬಗ್ಗೆ ದಿನಕ್ಕೆ ಎಂಟು ತಾಸು ಕೊರಗುತ್ತಿದ್ದ ಮನಸ್ಸು ಆರು ತಾಸಿಗೆ ಬಂತು, ನಾಲ್ಕು ತಾಸಿನಿಂದ ಎರಡು ತಾಸಿಗೆ ಬಂದಿತು. ಕಂಪ್ಯೂಟರ್ ಮುಂದೆ ಕೆಲಸ ಮಾಡಿ ಪಿಜಿಗೆ ವಾಪಸ್ಸಾದಾಗ ಅಮ್ಮ ಉಡುಪಿಯಲ್ಲೇ ಇದ್ದಾಳೇನೋ ಅನ್ನಿಸುತ್ತಿತ್ತು. ಒಂದಷ್ಟು ಸಲ ಅಮ್ಮನ ನೆನಪೇ ಕಣ್ಣೀರು ತರಿಸಿದರೆ ಇನ್ನೊಂದಷ್ಟು ಸಲ ಅವಳಿಗಾಗಿ ದುಃಖಿಸದೇ ಇರೋದು ಅಪರಾಧವೆನಿಸಿ ಕಣ್ಣೀರು ಬಂದಿತೋ ಏನೋ. ಕೆನ್ನೆ ಮೇಲುರುಳಿದ ಕಂಬನಿಯನ್ನು ಒರೆಸಲು ಅನೂಪನ ಕೈಬಿಟ್ಟರೆ ಬೇರೆ ಯಾರದೂ ಇರಲಿಲ್ಲ. ಏಕಾಂಗಿಯ ಸಾಂತ್ವನಕ್ಕಿದ್ದ ಆ ಕೈಗಳನ್ನು ದೂರ ತಳ್ಳುವುದಕ್ಕೂ ಶಕ್ತಿ ಸಾಲಲಿಲ್ಲ.

ಮನೆಯಲ್ಲಿ, ಬೀಚಿನಲ್ಲಿ, ಕ್ಲಿನಿಕ್ಕಿನಲ್ಲಿ, ರಸ್ತೆಯಲ್ಲಿ, ಆಟೋದಲ್ಲಿ ಎಲ್ಲಾ ಕಡೆ ಅರವಿಂದಾ ಜೊತೆಗಿನ ಬೆಚ್ಚಗಿನ ನೆನಪುಗಳೇ ತುಂಬಿದ್ದರಿಂದ ಅವಳಿಲ್ಲದ ಖಾಲಿತನ ಹೆಚ್ಚಾದಷ್ಟೂ ಅದೇ ಜಾಗಗಳು ಚಕ್ರವರ್ತಿಗೆ ಕೊರೆಯುವ ಚಳಿಯ ಅನುಭವ ಕೊಟ್ಟವು. ಎರಡೆರಡು ಹೊದಿಕೆ ಹೊದ್ದುಕೊಂಡರೂ ಹೋಗದಷ್ಟು ಚಳಿ ನಡುಕ ಹುಟ್ಟಿಸಿತು. ಅವಳೊಂದಿಗೆ ಸಾಧ್ಯವಾಗದಿದ್ದರೂ ಅವಳ ಬಗ್ಗೆಯಾದರೂ ಮಾತನಾಡಬೇಕೆನಿಸುತ್ತಿತ್ತು. ಮಾತನಾಡುವ ಬಾಯಿಗಳು ತಮಗೆ ಗೊತ್ತಿದ್ದ ಸುದ್ದಿಯನ್ನೇ ಹರಡಿಬಿಟ್ಟರೆ ಅನ್ನೋ ಭಯದಿಂದ ಸುಮ್ಮನಾದ. ಎಲ್ಲರೂ ಸುಮ್ಮನಾದರೂ ಅದೇಕೋ, ಈ ಪ್ರಪಂಚ ತನ್ನ ಅರವಿಂದಾಗೆ ಅವಮಾನ ಮಾಡಿ, ನೋಯಿಸಿ ದೂರ ಕಳಿಸಿ ಏನೂ ಆಗಿಲ್ಲವೆಂಬಂತೆ ಸುಮ್ಮನೆ ಕೂತಂತೆ ಕಂಡು ಕೋಪ ಬರುತ್ತಿತ್ತು. ಕಣ್ಣು ಕೆಂಪಾಗಿ ನಿದ್ರೆ ಬರಲಿಲ್ಲ. ಅದೆಷ್ಟು ಮಲಗಿದರೂ ದಣಿವಾರಲಿಲ್ಲ.

ನೋಡುನೋಡುತ್ತಾ ಪ್ರಪಂಚವೇ ಬದಲಾಯಿತು. ಯಾರೂ ಯಾರೊಂದಿಗೂ ಮಾತನಾಡುವಂತಿರಲಿಲ್ಲ. ಸ್ವಸ್ಥಾನದಲ್ಲಿದ್ದು ತಮ್ಮ ತಮ್ಮ ಜೀವ ಉಳಿಸಿಕೊಳ್ಳುವುದೇ ಮುಖ್ಯವಾಯಿತು. ಯಾರಾದರೂ ಸೀನಿದ ಶಬ್ದ ಕೇಳಿದರೆ ಜವರಾಯನ ಪಾಶ ಕುತ್ತಿಗೆಗೆ ಸುತ್ತಿದಂತೆ ಬೆಚ್ಚಿ ಬೀಳುವಂತಾಯಿತು.

ಚೀನಾದಿಂದ ಹಾರಿ ಬಂದ ಕಣ್ಣಿಗೆ ಕಾಣದ ಜೀವಿ ಕೆಜಿಗಟ್ಟಲೆ ತೂಕದ ಮನುಷ್ಯರನ್ನು ಕಪಿಮುಷ್ಠಿಯಲ್ಲಿರಿಸಿ ಕೊಂಡುಬಿಟ್ಟಿತು.

ಬದಲಾದ ಪ್ರಪಂಚದಲ್ಲಿ ಎಲ್ಲರೂ ಚಿಂತಾಕ್ರಾಂತರಾದರೆ ಚಕ್ರವರ್ತಿಯೊಬ್ಬನಿಗೆ ಮಾತ್ರ ತಲೆಯಲ್ಲಿ ಕವಿದಿದ್ದ ಚಿಂತೆಯ ಮೋಡ ಕರಗುತ್ತಾ ಬಂದಿತು. ಬಾಯಿಗೆ ಅಡ್ಡಲಾಗಿ ಮಾಸ್ಕ್ ಹಾಕಿಕೊಂಡು ಓಡಾಡುತ್ತಿದ್ದ ಜನರನ್ನು ಕಂಡು ಚಕ್ರವರ್ತಿ ಮನಸ್ಸು ತುಂಬಿ ನಕ್ಕ. ಇನ್ನು ಮುಂದೆ ಇವರೆಲ್ಲರೂ ನನ್ನ ಅರವಿಂದಾ ಬಗ್ಗೆ ಕೆಟ್ಟ ಮಾತನ್ನಾಡುವುದಿಲ್ಲವೆಂದು ಒಪ್ಪಿಕೊಂಡಿದ್ದಾರೆ, ಕೆಟ್ಟದಾಗಿ ಮಾತನಾಡಿದ್ದಕ್ಕೆ ಶಿಕ್ಷೆ ಅನುಭವಿಸುತ್ತಿದ್ದಾರೆಂದು ಸಂಭ್ರಮಿಸಿದ. ಮರೆತವರು ನೆನಪು ಮಾಡಿಕೊಳ್ಳಲಿ, ಅಪಮಾನ ಮಾಡಿದವರು ಬಾಯಿ ಮುಚ್ಚಿಕೊಳ್ಳಲಿ ಅಂತ ಪ್ರಕೃತಿಯೇ ಶಾಪ ಕೊಟ್ಟಿರಬೇಕು ಅನ್ನಿಸಿತು. ಕೊರೆಯುತ್ತಿದ್ದ ಚಳಿ ದೂರವಾಗಿ ಹಿತವಾದ ಯಾವುದೋ ಭಾವ ಮೈ ಬೆಚ್ಚಗಾಗಿಸಿತು. ಪುನಶ್ಚೇತನಗೊಂಡ ಬಾವಿಯಲ್ಲಿ ಕಲ್ಲುಬಿದ್ದು ಕದಡಿದ್ದ ನೀರು ಶಾಂತವಾಯಿತು. ಅದರಲ್ಲಿ ಅರವಿಂದಾಳ ನಗುಮುಖ ಕಾಣಿಸಿತು.

◆◆◆

www.ingramcontent.com/pod-product-compliance
Lightning Source LLC
LaVergne TN
LVHW100321181026
850499LV00039B/925

* 9 7 8 8 1 9 5 8 5 1 6 5 2 *